ವಿಶ್ವಕಥಾಕೋಶ

ಸಂಪುಟ - ೪

ಪ್ರಧಾನ ಸಂಪಾದಕ
ನಿರಂಜನ

ಚೆಲುವು

ಮಂಗೋಲಿಯ - ಚೀನ - ಜಪಾನ್ - ಕೊರಿಯ ಕಥೆಗಳು

ಅನುವಾದ
ಜಿ. ಎಸ್. ಸದಾಶಿವ

AA000324

೫೦ರ ಸಂಭ್ರಮ ೧೯೬೦-೨೦೧೦

CHELUVU (Kannada)

An anthology of short stories from Mongolia, China, Japan and Korea, being the fourth volume of Vishwa Kathaa Kosha, a treasury of world's great short stories in 25 volumes in Kannada. Translated by G. S. Sadashiva Editor-in-Chief : Niranjana. Editors : S. R. Bhat, C. R. Krishna Rao, C. Sitaram. Secretary : R. S. Rajaram.

Third Print : 2012 **Pages : 176** **Price : ₹ 75**

Paper used for this book : 70 gsm Maplitho 18.6 Kgs (1/8 Demy Size)

ಮೊದಲನೇ ಮುದ್ರಣ : 1980
ಎರಡನೇ ಮುದ್ರಣ : 2011
ಮೂರನೇ ಮುದ್ರಣ : 2012

ಪ್ರತಿಗಳ ಸಂಖ್ಯೆ : 1000

ಪ್ರಧಾನ ಸಂಪಾದಕ : ನಿರಂಜನ
ಸಂಪಾದಕರು : ಎಸ್.ಆರ್. ಭಟ್, ಸಿ. ಆರ್. ಕೃಷ್ಣರಾವ್, ಸಿ. ಸೀತಾರಾಮ್
ಕಾರ್ಯದರ್ಶಿ : ಆರ್. ಎಸ್. ರಾಜಾರಾಮ್
ಕಲಾ ಸಲಹೆಗಾರರು : ಎಸ್. ರಮೇಶ್, ಕಮಲೇಶ್, ಅಮಿತ್

ಕೃತಿಸ್ವಾಮ್ಯ : ಆಯಾ ಕಥೆಗಳ ಲೇಖಕರದ್ದು / ಲೇಖಕರ ವಾರಸುದಾರರದ್ದು

ಬೆಲೆ : ₹ 75
(25 ಸಂಪುಟಗಳ ಪೂರ್ತಿ ಸೆಟ್‌ನ ವಿಶೇಷ ಬೆಲೆ ₹ 1750 ಮಾತ್ರ)

ಮುಖಚಿತ್ರ : ಅಮಿತ್

ಪ್ರಕಾಶಕರು

ನವಕರ್ನಾಟಕ ಪಬ್ಲಿಕೇಷನ್ಸ್ ಪ್ರೈವೆಟ್ ಲಿಮಿಟೆಡ್
ಎಂಬೆಸಿ ಸೆಂಟರ್, ಕ್ರೆಸೆಂಟ್ ರಸ್ತೆ, ಬೆಂಗಳೂರು - 560 001
ದೂರವಾಣಿ: 080-30578020/22 ಫ್ಯಾಕ್ಸ್ : 080-30578023
Email : navakarnataka@gmail.com

ಶಾಖೆಗಳು/ಮಳಿಗೆಗಳು
ನವಕರ್ನಾಟಕ, ಕ್ರೆಸೆಂಟ್ ರಸ್ತೆ, ಬೆಂಗಳೂರು - 1, ✆ 080-30578028/35, Email : nkpsales@gmail.com
ನವಕರ್ನಾಟಕ, ಗಾಂಧಿನಗರ, ಬೆಂಗಳೂರು - 9, ✆ 080-22251382, Email : nkpgnr@gmail.com
ನವಕರ್ನಾಟಕ, ಕೆ.ಎಸ್.ರಾವ್ ರಸ್ತೆ, ಮಂಗಳೂರು - 1, ✆ 0824-2441016, Email : nkpmng@gmail.com
ನವಕರ್ನಾಟಕ, ಬಲ್ಮಠ, ಮಂಗಳೂರು - 1, ✆ 0824-2425161, Email : nkpbalmatta@gmail.com
ನವಕರ್ನಾಟಕ, ರಾಮಸ್ವಾಮಿ ವೃತ್ತ, ಮೈಸೂರು - 24, ✆ 0821-2424094, Email : nkpmys@yahoo.co.in
ನವಕರ್ನಾಟಕ, ಸ್ಟೇಷನ್ ರಸ್ತೆ, ಗುಲಬರ್ಗಾ - 2, ✆ 08472-224302, Email : nkpglb@gmail.com

0305123416 **ISBN 978-81-8467-203-9**

Printed by R. S. Rajaram at Navakarnataka Printers, No. 167 & 168 10th Main, III Phase, Peenya Industrial Area, Bangalore - 560 058 and published by him for Navakarnataka Publications Private Limited 101, Embassy Centre, Crescent Road, P. B. 5159, Bangalore - 560 001 (INDIA)

ನೀವು ಚೆನ್ನಾಗಿ ಆಲೋಚಿಸಬಲ್ಲಿರಾ ? (6ನೇ ಮುದ್ರಣ)	ಡಾ॥ ಜಾನಕಿ ಸುಂದರೇಶ್	45.00
ನೀವು ಯಶಸ್ವೀ ಗೃಹಿಣಿಯೇ ? (5ನೇ ಮುದ್ರಣ)	ಶಾಂತಾ ನಾಗರಾಜ್	45.00
ವೃದ್ಧಾಪ್ಯವನ್ನು ನಿಭಾಯಿಸುವುದು ಹೇಗೆ ? (4ನೇ ಮುದ್ರಣ)	ಡಾ॥ ಕೆ. ಆರ್. ಶ್ರೀಧರ್	45.00
ಪರಿಪೂರ್ಣ ವ್ಯಕ್ತಿತ್ವ (3ನೇ ಮುದ್ರಣ)	ಡಾ॥ ಕೆ. ಆರ್. ಶ್ರೀಧರ್ ಮತ್ತು ಇತರರು	45.00
ಲೈಂಗಿಕ ಆರೋಗ್ಯ ಮತ್ತು ವ್ಯಕ್ತಿತ್ವ ವಿಕಾಸ (3ನೇ ಮುದ್ರಣ)	ಡಾ॥ ವಿನೋದ ಛೆಬ್ಬಿ	45.00
ಲೈಂಗಿಕತೆ : ವಿವಿಧ ಆಯಾಮಗಳು (3ನೇ ಮುದ್ರಣ)	ಡಾ॥ ವಿನೋದ ಛೆಬ್ಬಿ	45.00
ನಗುವಿನಿಂದ ಆರೋಗ್ಯವೃದ್ಧಿ (3ನೇ ಮುದ್ರಣ)	ಎನ್. ಗೋಪಾಲಕೃಷ್ಣ	45.00
ಪತಂಜಲಿ ಯೋಗಸೂತ್ರಗಳು ಮತ್ತು ವ್ಯಕ್ತಿತ್ವ ವಿಕಾಸ	ಡಾ॥ ಎಸ್. ಎನ್. ಓಂಕಾರ್	45.00
ಸಂದರ್ಶನ - ವ್ಯಕ್ತಿತ್ವದ ಸಮಗ್ರ ದರ್ಶನ (4ನೇ ಮುದ್ರಣ)	ಬೇಂದ್ರೆ ಮಂಜುನಾಥ	45.00
ವ್ಯಕ್ತಿತ್ವ ವಿಕಸನ ಮತ್ತು ಕಾನೂನು (3ನೇ ಮುದ್ರಣ)	ಡಾ॥ ಗೀತಾ ಕೃಷ್ಣಮೂರ್ತಿ	45.00
ಹಣಕಾಸು ನಿರ್ವಹಣೆ ಹೇಗೆ ? (3ನೇ ಮುದ್ರಣ)	ಬಿ. ಆರ್. ರವೀಂದ್ರನಾಥ್	45.00
ಹಣಕಾಸು ಹೂಡಿಕೆ ಮತ್ತು ವೃದ್ಧಿ ಹೇಗೆ ? (3ನೇ ಮುದ್ರಣ)	ಬಿ. ಆರ್. ರವೀಂದ್ರನಾಥ್	45.00

ವ್ಯಕ್ತಿತ್ವ ವಿಕಾಸ, ಸ್ವ-ಸಹಾಯ

ಬದುಕು ಬದಲಿಸಬಹುದು (7ನೇ ಮುದ್ರಣ)	ನೇಮಿಚಂದ್ರ	110.00
ಪರಿಣಾಮಕಾರಿ ಓದು. ಏನು ? ಹೇಗೆ ? (4ನೇ ಮುದ್ರಣ)	ಪಿ. ಚಂದ್ರಶೇಖರಯ್ಯ	35.00
ಹಣ, ಯಶಸ್ಸು, ಆರೋಗ್ಯ, ಮನಶ್ಶಾಂತಿ ಗಳಿಸುವುದು ಹೇಗೆ ?	ಉದಯ್ ಜಾದೂಗಾರ್	75.00

ಶಿಕ್ಷಣ

ಮಕ್ಕಳ ಬೆಳವಣಿಗೆ ಮತ್ತು ನಾವು (2ನೇ ಮುದ್ರಣ)	ಜಿ. ಎಸ್. ಜಯದೇವ್	75.00
ಶಿಕ್ಷಕರೆ, ಮಕ್ಕಳೆ, ಪಾಲಕರೆ, ಶೈಕ್ಷಣಿಕ ಯೋಜನಾಕಾರ್ಯ ಯೋಚಿಸುತ್ತಿದ್ದೀರಾ ? (3ನೇ ಮುದ್ರಣ)	ಅರವಿಂದ ಚೊಕ್ಕಾಡಿ	40.00
ಜೀವನ ವಿಜ್ಞಾನ ಶಿಕ್ಷಣ (3ನೇ ಮುದ್ರಣ)	ಅರವಿಂದ ಚೊಕ್ಕಾಡಿ	60.00
ಜೀವನ ಕೌಶಲಗಳು (4ನೇ ಮುದ್ರಣ)	ಅರವಿಂದ ಚೊಕ್ಕಾಡಿ	60.00
ಮಕ್ಕಳಿಗೆ ಮೌಲ್ಯ ಶಿಕ್ಷಣ (5ನೇ ಮುದ್ರಣ)	ಅರವಿಂದ ಚೊಕ್ಕಾಡಿ	60.00
ಬಾನಾಡಿಗೆ ಬಂಧನವೇ ?(ಬಾಲ್ಯವೆಂಬ ಪಂಜರದಿಂದ ಬಿಡುಗಡೆ ಬಯಸುವ ಯೋಚನೆಗಳು)	ಡಾ॥ ಮಹಾಬಲೇಶ್ವರ ರಾವ್	100.00
ಮನೆ-ಶಾಲೆ (4ನೇ ಮುದ್ರಣ)	ಡಾ॥ ಮಹಾಬಲೇಶ್ವರ ರಾವ್	50.00
ಬುದ್ಧಿಶಕ್ತಿ (5ನೇ ಮುದ್ರಣ)	ಡಾ॥ ಮಹಾಬಲೇಶ್ವರ ರಾವ್	35.00
ಶಿಕ್ಷಣದಲ್ಲಿ ಮನೋವಿಜ್ಞಾನ (3ನೇ ಮುದ್ರಣ)	ಡಾ॥ ಮಹಾಬಲೇಶ್ವರ ರಾವ್	160.00
ಮೆಕಾಲೆಯ ಮಕ್ಕಳು (ಶಿಕ್ಷಣ ನೀತಿಯ ಕುರಿತು ಒಂದು ಅಧ್ಯಯನ) (2ನೇ ಮುದ್ರಣ)	ಡಾ॥ ಮಹಾಬಲೇಶ್ವರ ರಾವ್	30.00
ಶಿಕ್ಷಣ ರೂಪಾಂತರ (ಶಿಕ್ಷಣ ಪದ್ಧತಿ ಮತ್ತು ಸಾಮಾಜಿಕ ವ್ಯವಸ್ಥೆಯ ರೂಪಾಂತರಕ್ಕೆ ಹಂಬಲಿಸುವ ವಿಚಾರಗಳ ಕಂದೀಲು)	ವಿವಿಧ ಶಿಕ್ಷಣ ತಜ್ಞರು (ವಿವಿಧ ಅನುವಾದಕರು ಸಂ : ವಿದ್ಯಾಂಕುರ)	100.00
ಗುರುಗಳಾಗಿ ತಾಯಿ-ತಂದೆ (5ನೇ ಮುದ್ರಣ)	ಕೆ. ಟಿ. ಗಟ್ಟಿ	125.00
ಶಿಕ್ಷಣದ ಭಾಷೆ ಮತ್ತು ಬುದ್ಧಿವಂತಿಕೆ (4ನೇ ಮು.)	ಜಿ. ವಿ. ಶ್ರೀನಾಥ ಶಾಸ್ತ್ರಿ ಮತ್ತು ಇತರರು	35.00

ಅರ್ಪಣೆ

ನಿರಂಜನ
(1924–1991)

ಇವರ ನೆನಪಿಗೆ

3

ಪರಿವಿಡಿ

4

ಪ್ರಕಾಶಕರ ನುಡಿ

1980. ಇದು ನವಕರ್ನಾಟಕ ಪ್ರಕಾಶನ ಸಂಸ್ಥೆಯ 20ನೇ ಹುಟ್ಟು ಹಬ್ಬದ ವರ್ಷ. ಈ ಸಂದರ್ಭದ ನೆನಪಿಗಾಗಿ ಕೆಲವು ಉತ್ಕೃಷ್ಟ ಸಾಹಿತ್ಯ ಕೃತಿಗಳನ್ನು ಪ್ರಕಟಿಸಬೇಕೆಂಬ ಹಂಬಲ ನಮ್ಮನ್ನು ಕಾಡಿತು. ಅದರ ಪರಿಣಾಮವಾಗಿ ವಿಶ್ವಕಥಾಕೋಶ ಯೋಜನೆ ರೂಪುಗೊಂಡಿತು.

ಜಗತ್ತಿನ ಸಾರಸ್ವತ ಭಂಡಾರದ ಒಂದು ಭಾಗವನ್ನು ಕನ್ನಡ ಓದುಗರ ಮುಂದೆ ವಿಶ್ವಕಥಾಕೋಶ ತಂದಿಡುತ್ತದೆ. ನಾನಾ ದೇಶಗಳಿಂದ, ಭಾಷೆಗಳಿಂದ ಆಯ್ದ ಸುಮಾರು 400 ಸಣ್ಣ ಕಥೆಗಳ ರಸದೌತಣ ಓದುಗರಿಗಾಗಿ ಇದರಲ್ಲಿ ಕಾದಿದೆ. ಭಾರತೀಯ ಭಾಷೆಗಳಲ್ಲಿ ಇಂತಹ ಒಂದು ಪ್ರಕಟಣೆ ಇದೇ ಮೊತ್ತಮೊದಲನೆಯದು.

ಇದೊಂದು ಬೃಹತ್ ಯೋಜನೆ. ಒಟ್ಟು 25 ಸಂಪುಟಗಳಲ್ಲಿ ಇದರ ಪ್ರಕಟಣೆ. ಅವುಗಳಲ್ಲಿ 'ಧರಣಿಮಂಡಲ ಮಧ್ಯದೊಳಗೆ', 'ಆಫ್ರಿಕದ ಹಾಡು', 'ಕಾಡಿನಲ್ಲಿ ಬೆಳದಿಂಗಳು' ಮತ್ತು 'ಚೆಲುವು' ಎಂಬ ಮೊದಲ ನಾಲ್ಕು ಸಂಪುಟಗಳನ್ನು ಈಗ ಓದುಗರ ಕೈಗಿಡುತ್ತಿದ್ದೇವೆ. ಇದು ಈ ವರ್ಷದ ಯುಗಾದಿಯ ಬಿಡುಗಡೆ. ಮುಂದೆ ದೀಪಾವಳಿಯಂದು ಇನ್ನೂ ನಾಲ್ಕು ಸಂಪುಟಗಳು ಹೊರಬೀಳುತ್ತವೆ. ತದನಂತರ 1981 ಮತ್ತು 1982ರ ಯುಗಾದಿ ಮತ್ತು ದೀಪಾವಳಿಗಳಂದು ಉಳಿದ ಸಂಪುಟಗಳ ಬಿಡುಗಡೆ.

ಜಗತ್ತಿನ ಅತ್ಯುತ್ತಮ ಸಣ್ಣ ಕಥೆಗಳ ಈ ಮಹಾ ಸಂಕಲನವನ್ನು ಸಂಪಾದಿಸುವ ಗುರುತರವಾದ ಹೊಣೆಯನ್ನು ಹೊತ್ತವರು ಖ್ಯಾತ ಸಾಹಿತಿಯೂ ಸ್ವತಃ ಶ್ರೇಷ್ಠ ಕಥೆಗಾರರೂ ಆದ ನಿರಂಜನರು. ತಮ್ಮ ಸ್ವಂತ ಕಾರ್ಯಭಾರಗಳನ್ನು ಸ್ವಲ್ಪ ಕಾಲ ಬದಿಗಿರಿಸಿ, ನಮ್ಮ ಮೇಲಿನ ಅಭಿಮಾನದಿಂದ ಈ ಕೆಲಸವನ್ನು ನಿರ್ವಹಿಸಲು ಅವರು ಒಪ್ಪಿದುದು ನಮಗೊಂದು ಹರ್ಷದ ಸಂಗತಿ. ಈ ಸಂಪಾದನ ಕಾರ್ಯದಲ್ಲಿ ಅವರೊಂದಿಗೆ ಸಹಕರಿಸಿದವರು ಶ್ರೀ ಎಸ್. ಆರ್. ಭಟ್, ಶ್ರೀ ಸಿ. ಆರ್. ಕೃಷ್ಣರಾವ್ ಮತ್ತು ಶ್ರೀ ಸಿ. ಸೀತಾರಾಮ್. ಹಾಗೆಯೇ ಮೂಲ ಕಥೆಗಳ ಬೆರಳಚ್ಚು ಪ್ರತಿಗಳನ್ನು ತಾಳ್ಮೆಯಿಂದ ಸಿದ್ಧಪಡಿಸುವುದು ಮಾತ್ರವಲ್ಲದೆ, ಇತರ ಹಲವು ರೀತಿಗಳಲ್ಲೂ ಸಂಪಾದಕ ಮಂಡಲಿಗೆ ಈ ಕೆಲಸದಲ್ಲಿ ನೆರವಾದವರು ಕುಮಾರಿ ಸೀಮಂತಿನೀ ನಿರಂಜನ.

ಕಥಾಕೋಶದ ಸಂಪುಟಗಳ ಬಾಹ್ಯಾಕರ್ಷಣೆ ಮತ್ತು ಇತರ ಕಲಾ ವಿಷಯಗಳ ಬಗ್ಗೆ ಕಾಳಜಿ ವಹಿಸಿದವರು ನಮ್ಮ ಕಲಾ ಸಲಹೆಗಾರರಾದ ಶ್ರೀ ಎಸ್. ರಮೇಶ್, ಶ್ರೀ ಕಮಲೇಶ್ ಮತ್ತು ಶ್ರೀ ಅಮಿತ್‌ರವರು. ಮುದ್ರಣದ ಬಗ್ಗೆ ಸೂಕ್ತ ಸಲಹೆಗಳನ್ನು ನೀಡಿದವರು 'ಮಯೂರ' ಸಂಪಾದಕ ಶ್ರೀ ಎಂ. ಬಿ. ಸಿಂಗ್‌ರವರು. ಇವರೆಲ್ಲರಿಗೂ ನಾವು ಚಿರಋಣಿಗಳು. ಇವರಲ್ಲದೆ ಪ್ರತಿಯೊಂದು ಸಂಪುಟವನ್ನು ತಯಾರಿಸುವ ಕಾರ್ಯದಲ್ಲೂ ಇತರ ಅನೇಕ ಮಂದಿ ಮಿತ್ರರು ಅನೇಕ ವಿಧಗಳಲ್ಲಿ ನಮಗೆ ಸಹಾಯ ನೀಡಿದ್ದಾರೆ. ಆಯಾ ಸಂಪುಟದ ಕೊನೆಯಲ್ಲಿ ಅವರಿಗೆ ನಮ್ಮ ಕೃತಜ್ಞತೆಗಳನ್ನು ಸಮರ್ಪಿಸಲಾಗಿದೆ.

ವಿಶ್ವಕಥಾಕೋಶದಲ್ಲಿ ಬಳಸಲಾದ, ಕೃತಿಸ್ವಾಮ್ಯವನ್ನು ಹೊಂದಿರುವ ಎಲ್ಲ ಕಥೆಗಳ ಕರ್ತೃಗಳಿಂದ ಅಥವಾ ಅವರ ವಾರಸುದಾರರಿಂದ ಅದಕ್ಕೋಸ್ಕರ ಅನುಮತಿ ಪಡೆಯಲು ಆದಷ್ಟೂ ಪ್ರಯತ್ನಿಸುತ್ತಿದ್ದೇವೆ. ಒಂದು ವೇಳೆ ಯಾರದಾದರೂ ಬಿಟ್ಟುಹೋಗಿದ್ದರೆ, ಈ ಯೋಜನೆಯ ಮಹತ್ವವನ್ನು ಮನಗಂಡು, ಸಂಬಂಧಪಟ್ಟವರು ನಮ್ಮನ್ನು ಕ್ಷಮಿಸುವರೆಂದು ನಂಬಿದ್ದೇವೆ.

ಇನ್ನು ಈಗ ನಿಮ್ಮ ಮುಂದಿರುವ ನಾಲ್ಕು ಸಂಪುಟಗಳ ಬಗ್ಗೆ. ಇವುಗಳಲ್ಲಿ 'ಧರಣಿಮಂಡಲ ಮಧ್ಯದೊಳಗೆ' ಸಂಪುಟದಲ್ಲಿ ಸೇರಿಸಲ್ಪಟ್ಟಿರುವ ಕಥೆಗಳ ಕರ್ತೃಗಳಿಗೂ ಉಳಿದ ಸಂಪುಟಗಳನ್ನು ಸೊಗಸಾಗಿ ಅನುವಾದಿಸಿದ ಶ್ರೀ ಸಿ. ಸೀತಾರಾಮ್, ಶ್ರೀ ಸಿ. ಪಿ. ರವಿಕುಮಾರ್ ಮತ್ತು ಶ್ರೀ ಜಿ. ಎಸ್. ಸದಾಶಿವ ಅವರಿಗೂ ನಾವು ಋಣಿಗಳಾಗಿದ್ದೇವೆ. ಈ ಸಂಪುಟವನ್ನು ಅಂದವಾಗಿ ಮುದ್ರಿಸಿದ ಜನಶಕ್ತಿ ಪ್ರಿಂಟರ್ಸ್ ಅವರಿಗೂ ಮುಖಪುಟಗಳಿಗೆ ಅರ್ಥವತ್ತಾದ ಚಿತ್ರಗಳನ್ನು ಬರೆದುಕೊಟ್ಟ ಕಲಾವಿದರು ಶ್ರೀ ಕಮಲೇಶ್, ಶ್ರೀ ಕಾರ್ತಿಕ್, ಶ್ರೀ ಜೆ. ಎಂ. ಎಸ್. ಮಣಿ ಮತ್ತು ಶ್ರೀ ಅಮಿತ್ ಅವರಿಗೂ ನಮ್ಮ ನೆನಕೆಗಳು ಸಲ್ಲುತ್ತವೆ.

ಕಥಾಕೋಶದ ಬಿಡಿ ಸಂಪುಟದ ಬೆಲೆ ರೂ. 10.00. ಒಟ್ಟು 25 ಸಂಪುಟಗಳಿಗೆ ರೂ. 250.00. 'ನವಕರ್ನಾಟಕ ಪಬ್ಲಿಕೇಷನ್ಸ್ (ಪ್ರೈ) ಲಿಮಿಟೆಡ್' - ಈ ಹೆಸರಿಗೆ 200 ರೂ. ಗಳನ್ನು ಡ್ರಾಫ್ಟ್ ಮೂಲಕ ಮುಂಗಡವಾಗಿ ಕಳುಹಿಸಿದವರಿಗೆ, ರೂ. 50/–ರ ರಿಯಾಯಿತಿ ಇದೆ. ಸಂಪುಟಗಳು ಪ್ರಕಟವಾದಂತೆ ನಮ್ಮ ವೆಚ್ಚದಲ್ಲಿ ನಿಮ್ಮ ಮನೆ ಬಾಗಿಲಿಗೆ ಅವುಗಳನ್ನು ತಲುಪಿಸಲಾಗುವುದು.

ಹೀಗೆ 200 ರೂ. ಗಳನ್ನು ಒಂದೇ ಸಲ ಹೊಂದಿಸಲಾಗದವರಿಗೆ ಈ ಸಂಪುಟಗಳನ್ನು ಕೊಳ್ಳುವ ಸಲುವಾಗಿ ಸಾಲ ಸೌಲಭ್ಯ ನೀಡಲು ಸಿಂಡಿಕೇಟ್ ಬ್ಯಾಂಕ್ ಮುಂದೆ ಬಂದಿದೆ. ಸುಲಭ ಕಂತುಗಳಲ್ಲಿ

ಮರುಪಾವತಿ. ಬ್ಯಾಂಕಿನ ಎಲ್ಲ ಶಾಖೆಗಳಲ್ಲಿ ಈ ಸಾಲ ಸೌಲಭ್ಯ ದೊರೆಯುತ್ತದೆ. ಇದಕ್ಕೋಸ್ಕರ ಸಿಂಡಿಕೇಟ್ ಬ್ಯಾಂಕಿನ ಆಡಳಿತ ವರ್ಗಕ್ಕೆ ನಮ್ಮ ಕೃತಜ್ಞತೆ ಸಲ್ಲುತ್ತದೆ. ಬ್ಯಾಂಕಿನ ಯಾವ ಶಾಖೆಯಲ್ಲಾದರೂ ವಿಚಾರಿಸಿ. ಈ ಸೌಲಭ್ಯವನ್ನು ಇಂದೇ ಪಡೆಯಿರಿ.

ಕಥಾಕೋಶವನ್ನು ಈ ರೀತಿ ಇಡಿಯಾಗಿಯೋ ಬಿಡಿಯಾಗಿಯೋ ಕೊಂಡು ಓದಿದವರ ಪ್ರತಿಕ್ರಿಯೆಗಾಗಿ ನಾವು ಕಾತರರಾಗಿದ್ದೇವೆ. ಇದಕ್ಕಾಗಿ ಪ್ರತಿಯೊಂದು ಸಂಪುಟದ ಕೊನೆಯಲ್ಲೂ ಒಂದು ಪ್ರವೇಶ ಪತ್ರವನ್ನು ಇರಿಸಿದ್ದೇವೆ. ಈಗ ಪ್ರಕಟವಾಗಿರುವ ಈ ನಾಲ್ಕು ಸಂಪುಟಗಳಲ್ಲಿ ಒಂದೊಂದನ್ನು ಕುರಿತು ನಿಮ್ಮ ವಿಮರ್ಶೆಯನ್ನು ಈ ಪ್ರವೇಶಪತ್ರದೊಂದಿಗೆ ಸೆಪ್ಟೆಂಬರ್ 1980ರೊಳಗೆ ನಮಗೆ ಕಳುಹಿಸಿಕೊಡಿ. ವಿಮರ್ಶೆ ಒಂದು ಸಾವಿರ ಪದಗಳಿಗೆ ಮೀರ ಬಾರದು. ಉತ್ತಮ ವಿಮರ್ಶೆಗೆ ಸೂಕ್ತ ಬಹುಮಾನವಿದೆ.

ಇಷ್ಟು ಹೇಳಿ, ಕಥಾಕೋಶಕ್ಕೆ ನಿಮ್ಮೆಲ್ಲರ ಆದರದ ಸ್ವಾಗತವನ್ನು ಬಯಸುವ,

ಯುಗಾದಿ, 1980   **ಆರ್. ಎಸ್. ರಾಜಾರಾಮ್**
ಬೆಂಗಳೂರು   ಕಾರ್ಯದರ್ಶಿ
ನವಕರ್ನಾಟಕ ಪಬ್ಲಿಕೇಷನ್ಸ್ (ಪ್ರೈ) ಲಿಮಿಟೆಡ್

ಪ್ರಕಾಶಕರ ನುಡಿ

(ಎರಡನೇ ಮುದ್ರಣ)

ನವಕರ್ನಾಟಕ ಪ್ರಕಾಶನದ 50ರ ಸಂಭ್ರಮದಲ್ಲಿ 'ವಿಶ್ವಕಥಾಕೋಶ'ದ ಇಪ್ಪತ್ತೈದು ಸಂಪುಟಗಳನ್ನು ಪುನರ್ಮುದ್ರಿಸಿ ಓದುಗರ ಕೈಗಿಡುತ್ತಿದ್ದೇವೆ. ಮೂವತ್ತು ವರ್ಷಗಳ ಕಾಲ ಅಲಭ್ಯವಾಗಿದ್ದ ಜಗತ್ತಿನ ಸಾಹಿತ್ಯ ಕಥಾ ಕಣಜ ಬೆಳಕು ಕಾಣುವ ಈ ಸಮಯದಲ್ಲಿ ಈ ಯೋಜನೆಯ ಹೊಣೆ ಹೊತ್ತ ಶ್ರೇಷ್ಠ ಕಥೆಗಾರ, ಸಾಹಿತಿ ನಿರಂಜನರು ನಮ್ಮೊಂದಿಗೆ ಇದ್ದಿದ್ದರೆ, ನವಕರ್ನಾಟಕದ ಚಿನ್ನದ ಹಬ್ಬ ಹೆಚ್ಚು ಅರ್ಥಪೂರ್ಣವಾಗುತ್ತಿತ್ತು. ಈ ಸಂಪುಟಗಳನ್ನು ಅವರಿಗೆ ಅರ್ಪಿಸಿ, ಅವರನ್ನು ನೆನೆಯುತ್ತೇವೆ.

ಸಂಪುಟಗಳನ್ನು ಅನುವಾದಿಸಿ ನೆರವಾದ ಅನೇಕ ಲೇಖಕ ಮಿತ್ರರು ಈ ಮೂರು ದಶಕಗಳಲ್ಲಿ ನಮ್ಮನ್ನು ಅಗಲಿದ್ದಾರೆ. 'ವಿಶ್ವಕಥಾಕೋಶ'ದ ಎಲ್ಲಾ ಅನುವಾದಗಳನ್ನು ಓದಿ, ಪರಿಷ್ಕರಿಸಿ, ಮುದ್ರಣಕ್ಕೆ ಸಿದ್ಧಗೊಳಿಸಿದ ಸಂಪಾದಕರಲ್ಲಿ ಒಬ್ಬರಾದ ಶ್ರೀ ಎಸ್. ಆರ್. ಭಟ್ಟರ ಅಗಲಿಕೆಯ ನೆನಪು ಈ ಸಂದರ್ಭದಲ್ಲಿ ನಮ್ಮನ್ನು ಕಾಡುತ್ತಿದೆ.

ಮೂವತ್ತು ವರ್ಷಗಳ ಹಿಂದೆ 25 ಸಂಪುಟಗಳನ್ನು ರೂ. 250ಕ್ಕೆ ನೀಡಿದ್ದೆವು. ಬೆಲೆಯೇರಿಕೆಯ ಇಂದಿನ ದಿನಗಳಲ್ಲಿ ಮರುಮುದ್ರಿಸಿದಲ್ಲಿ, ಅದರ ಬೆಲೆಯನ್ನು ಎಂಟು-ಹತ್ತು ಪಟ್ಟು ಏರಿಸಬೇಕಾಗಬಹುದು ಎನ್ನುವ ಭೀತಿಯೂ ವಿಳಂಬಕ್ಕೆ ಕಾರಣವಾಯಿತು. ಈ ಸಂದರ್ಭದಲ್ಲಿ ಈ ಸಂಪುಟಗಳನ್ನು ಸುಲಭ ಬೆಲೆಗೆ ನೀಡಲು ನೆರವಾದವರು ಇನ್ಫೋಸಿಸ್ ಫೌಂಡೇಷನ್‌ನ ಅಧ್ಯಕ್ಷೆ ಶ್ರೀಮತಿ ಸುಧಾ ಮೂರ್ತಿಯವರು. ಅವರಿಗೆ ನಾವು ಕೃತಜ್ಞರಾಗಿದ್ದೇವೆ.

ಈ ಯೋಜನೆಯ ಲೇಖಕರು ಈ ಅವಧಿಯಲ್ಲಿ ಸಾಕಷ್ಟು ಹೊಸ ಬರೆಹಗಳನ್ನು ಮಾಡಿದ್ದಾರೆ, ಗೌರವ ಪುರಸ್ಕಾರಗಳಿಗೆ ಪಾತ್ರರಾಗಿದ್ದಾರೆ. ಕೆಲವರು ನಮ್ಮೊಂದಿಗಿಲ್ಲ. ಈ ಎಲ್ಲ ಲೇಖಕರ ಪರಿಚಯಗಳಿಗೆ ಹೊಸ ಸೇರ್ಪಡೆಗಳನ್ನು ಮಾಡಿಕೊಟ್ಟ ಡಾ|| ಆರ್. ಪೂರ್ಣಿಮಾ ಮತ್ತು ಶ್ರೀಮತಿ ರೋಸಿ ಡಿ'ಸೋಜಾ ಅವರ ನೆರವನ್ನು ಸ್ಮರಿಸುತ್ತೇವೆ.

ಮರುಮುದ್ರಣದ ಈ ಕಾರ್ಯದಲ್ಲಿ ನೆರವಾದ ಎಲ್ಲರನ್ನೂ ನೆನೆಯುತ್ತೇವೆ.

ಯುಗಾದಿ, 2011
ಬೆಂಗಳೂರು

ಆರ್. ಎಸ್. ರಾಜಾರಾಮ್
ವ್ಯವಸ್ಥಾಪಕ ನಿರ್ದೇಶಕ, ನವಕರ್ನಾಟಕ ಪ್ರಕಾಶನ

ಪ್ರಸ್ತಾವನೆ

ಪೂರ್ವಾರ್ಧ

ಪ್ರಾಚೀನ ಮನುಷ್ಯನಿಗೆ, ಮಾತು ಬಂದುದಕ್ಕೂ ಮುಂಚೆ ಗಂಟಲಿನಿಂದ ರಾಗ ಹೊರಟಿತು. ಗುಡ್ಡದ ಈಚೆ ತಪ್ಪಲಿನಲ್ಲಿ ತಾನಿದ್ದೇನೆ ಎಂದು ಆಚೆ ತಪ್ಪಲಿನವನಿಗೆ ತಿಳಿಸುವುದಕ್ಕೆ ಕೂಗು. ಮಿಕವನ್ನು ಬೆನ್ನಟ್ಟಿದಾಗ ನಡುಕ ಹುಟ್ಟಿಸುವ ರಾಗ ಮೇಳ. ದೋಣಿಗೆ ಹುಟ್ಟು ಹಾಕುವಾಗ, ಪರಿಸರಕ್ಕೆ ಮೇಳೈಸಿ ಆಲಾಪನೆ. ಹೆಜ್ಜೆಗಳು ಲಯಬದ್ಧವಾದಾಗ ರಾಗದ ಜೊತೆಗೆ ಕುಣಿತ. ಪದಗಳಿಗೆ ಅರ್ಥ ನಿಶ್ಚಿತವಾದಾಗ, ಹಾಡು.

ಜತೆಯಲ್ಲಿ, ಸ್ಪಂದಿಸುವ ಬೆರಳುಗಳು ಮಣ್ಣಿನ ಬಣ್ಣದಿಂದ ಗವಿಯ ಶಿಲಾ ಭಿತ್ತಿನಲ್ಲಿ ಭಯಾನಕ ಮಿಕದ ಚಿತ್ರ ಬರೆದುವು. ಅದನ್ನು ತಾನು ಕೊಂದಂತೆ ಚಿತ್ರಿಸಿದಾಗ, ಸಂತೋಷ-ಸಮಾಧಾನ- ಆತ್ಮವಿಶ್ವಾಸ.

ಶಬ್ದಗಳು ಖಚಿತ ಅರ್ಥ ಪಡೆದ ಮೇಲೆ ಮಾತು ಸರಾಗವಾಯಿತು. ಆಹಾರ ಸಂಪಾದನೆಗೆ ಹೋದ ಗಂಡಸು ಗವಿಗೆ ಮರಳಿದ ಮೇಲೆ ತನ್ನ ಸಾಹಸದ ವಿವರವನ್ನು ನೀಡಿದ. ಅವನಿಲ್ಲದಾಗ ಗವಿಯತ್ತ ಕಣ್ಣು ಹಾಯಿಸಿದ ಕಾಡುಪ್ರಾಣಿಯನ್ನು ತಾನು ಹೇಗೆ ಓಡಿಸಿದೆ ಎಂಬುದನ್ನು ಯಜಮಾನಿ ಬಣ್ಣಿಸಿದಳು. ವಾಸ್ತವತೆಗೆ ರೆಕ್ಕೆ ಪುಕ್ಕ ಹುಟ್ಟಿದಾಗ ಅದು ಕಥೆಯಾಯಿತು.

ಜತೆಯಾಗಿ ಪಯಣ ಹೊರಟಾಗ ಮಾರ್ಗ ಕ್ರಮಣಕ್ಕೆ ಕಥೆ ಸಹಾಯಕ. ದಿನದ ದುಡಿಮೆ ಮುಗಿದು, ಗುಡಿಸಲಿನ ಸುತ್ತು ಬೆಂಕಿ ಕಾಯಿಸುತ್ತ ಕುಳಿತಾಗ ಕಥೆ ಬೇಕು.

ಕಥನ ಕವನಗಳು ಪೀಳಿಗೆಯಿಂದ ಪೀಳಿಗೆಗೆ ಬಳುವಳಿಯಾಗಿ ಬಂದುವು. ಅಜ್ಜಿ ಹೇಳಿದ ಕಥೆಯೂ ಅಷ್ಟೇ. ಕಾಲ ಸವೆದರೂ ಮಾಸದ ನೆನಪು.

ಜಾದುಗಾರ, ಔಷಧಿ ಕೊಡುವಾತ, ದೇವರ ಅಥವಾ ದೈವದ ಅರ್ಚಕ – ಈ ಎಲ್ಲ ಪಾತ್ರಗಳನ್ನು ಹಿಂದೆ ಒಬ್ಬನೇ ಮಾಡುತ್ತಿದ್ದ. ಜನತೆಯ ಮೇಲೆ ಅವನದೇ ಪ್ರಭಾವ. ಸುಮಾರು ಐದು ಸಾವಿರ ವರ್ಷಗಳ ಹಿಂದೆ ಈಜಿಪ್ಟಿನ ಪ್ರಭು ಖುಫು (ಶ್ರೇಷ್ಠತಮ ಗೋರಿ

ನಿರ್ಮಾಪಕ) ನಿತ್ಯವೂ ಮಕ್ಕಳನ್ನು ತನ್ನ ಬಳಿಗೆ ಕರೆಯುತ್ತಿದ್ದ. ''ಅರ್ಚಕ ಹೇಳಿದ ಕಥೆಗಳನ್ನೆಲ್ಲ ನನಗೆ ಒಂದೊಂದಾಗಿ ತಿಳಿಸಿ'' ಎನ್ನುತ್ತಿದ್ದ. ಆ ಕಥೆಗಳನ್ನು ಕೆದಕಿ ಕೆದಕಿ ಅರ್ಚಕರ ಬಲದ ಮೂಲವನ್ನು ತಿಳಿಯುವ ತವಕ ಖುಫುಗೆ. (ಮುಂದೆ ಅರ್ಚಕರ ಸಂಪತ್ತನ್ನೆಲ್ಲ ವಶಪಡಿಸಿಕೊಂಡು, ದೇವಮಂದಿರಗಳಿಗೆ ಬೀಗಮುದ್ರೆ ಹಾಕಿ, ಶಾಶ್ವತ ವಾಸಕ್ಕಾಗಿ ಭಾರೀ ಗೋರಿಗಳನ್ನು ಕಟ್ಟಿಸಿದ ಈ ಭೂಪ!)

ಅನಂತರ 2500 ವರ್ಷಗಳಾದ ಮೇಲೆ, ಈ ನೆಲದಲ್ಲಿ, ಧರ್ಮದ ತಿರುಳನ್ನು ತಿಳಿಯಹೇಳಲು ಕಥೆಗಳನ್ನು ಬುದ್ಧನೂ, ಅವನ ಅನುಯಾಯಿಗಳೂ ಬಳಸಿದರು. ಮುಂದೆ ಯೇಸು ಕ್ರಿಸ್ತನ ಧರ್ಮ ಬೋಧನೆಗೂ ಕಥೆಗಳು ಹಾಸುಗಲ್ಲುಗಳಾದವು.

ಆರ್ಯಾವರ್ತದಲ್ಲಿ ವೇದೋಪನಿಷತ್ತುಗಳ ಹಾಗೂ ಮಹಾ ಕಾವ್ಯಗಳ ರಚನೆ ಮುಗಿದು ಕೆಲ ಶತಮಾನಗಳಾದ ಮೇಲೆ, ಬೃಹತ್ಕಥಾ (ಕಥಾ ಸರಿತ್ಸಾಗರ), ಹಿತೋಪದೇಶ, ಪಂಚತಂತ್ರ ಕಥೆಗಳು ರೂಪು ಗೊಂಡವು. ಕಥೆಗಳು ಕಥೆಗಳೇ. ಅವು ಒಂಟೆಗಳ ಮೇಲೆ ಕುಳಿತು ಮರುಭೂಮಿಗಳನ್ನು ದಾಟಿಹೋದುವು. ವಣಿಕರೂ ಅಲೆಮಾರಿಗಳೂ ಪೂರ್ವದಿಂದ ಪಶ್ಚಿಮಕ್ಕೆ ಒಯ್ದ ಕಥೆಗಳೆಷ್ಟು! ಅಲ್ಲಿಂದ ಇಲ್ಲಿಗೆ ತಂದ ಕಥೆಗಳೆಷ್ಟು! ವಣಿಕ ಮಾರ್ಗಗಳು ಪರಸ್ಪರ ಸಂಧಿಸುತ್ತಿದ್ದ ತಾಣ ಬಾಗ್ದಾದ್. ಕಾಲ ಕಳೆದಂತೆ ಹತ್ತು ದಿಕ್ಕುಗಳ ಕಥೆಗಳು ಇಲ್ಲಿ ಹುಲುಸಾಗಿ ಬೆಳೆದು ಯವನ ಯಾಮಿನೀ ವಿನೋದ ಕಥೆಗಳ ಸುರೆ ಸಿದ್ಧವಾಯಿತು.

ನೌಕಾ ವ್ಯಾಪಾರಿಗಳೂ ಅಂಬಿಗರೂ ಕಥೆಗಳನ್ನೊಯ್ದರು. ಬಂದರಿನಿಂದ ಬಂದರಿಗೆ ದೇಶದಿಂದ ದೇಶಕ್ಕೆ, ಕಂಠಶ್ರೀ ನೆರವಾದಾಗ ಹಾಡುಗಬ್ಬ. ಅದಿಲ್ಲದಾಗ ಕಾವ್ಯದ ಕವಚ ಒಡೆದು ಕಥಾರತ್ನಗಳ ರಾಶಿ.

ನೀತಿಪ್ರಸಾರ, ಧರ್ಮಬೋಧೆ ಇಲ್ಲದಾಗ, ಕಥೆಗಳ ಹೊಳಪೇ ಬೇರೆ. ಕ್ರಿಸ್ತಶಕ ನಾಲ್ಕನೇ ಶತಮಾನದಲ್ಲಿ ಟ್ರಿಸಿಯಾ ಊರಲ್ಲಿ ಹಿಲಿಯೊಡೊರಸ್ ಎಂಬ ಹೆಸರಿನ ಬಿಶಪ್ ಇದ್ದ. ಅವನಿಗೆ ಕಥೆ ಬರೆಯುವ ಖಯಾಲಿ. ಬದುಕಿನ ಸೆಲೆಗಳಿಂದ ವಸ್ತುಗಳ ಆಯ್ಕೆ. ಮೇಲಣ ಧರ್ಮಾಧಿಕಾರಿಗಳ ಕಣ್ಣು ಕೆಂಪಾಯಿತು. ಸಭೆ ಸೇರಿ, ವಿಚಾರಣೆ ನಡೆಸಿ, ತೀರ್ಮಾನವಿತ್ತರು.

''ಕಥೆಗಳನ್ನೆಲ್ಲ ಬೆಂಕಿಗೆ ಹಾಕಬೇಕು, ಇಲ್ಲವೇ ನೀನು ಬಿಶಪ್ ಪದವಿ ತ್ಯಜಿಸಬೇಕು.''

ಹಿಲಿಯೊಡೊರಸ್ ಬಿಶಪ್ ಪದವಿ ಬಿಟ್ಟು, ಕಥೆಗಳ ಕಂತೆಯೊಡನೆ ಬೀದಿಗಿಳಿದ...

15ನೆಯ ಶತಮಾನದಲ್ಲಿ ಜರ್ಮನಿಯಲ್ಲಿ ಗುಟೆನ್‌ಬರ್ಗ್ ಮುದ್ರಣ ಯಂತ್ರವನ್ನು ಕಂಡುಹಿಡಿದ ಮೇಲೆ ಕಥೆಗಳು ವಿಶ್ವದ ಮೂಲೆ

ಮೂಲೆಗಳಿಗೆ ಬೇಗ ಬೇಗನೆ ಸಂಚಾರ ಮಾಡಿದುವು. ಲೋಕ ಸಮಾಜದ ಚಪ್ಪರ ತುಂಬಾ ಕಥಾ ಬಳ್ಳಿಗಳು. ಮೂಲ ಇಂಥ ನೆಲದಲ್ಲಿದೆ ಎಂದು ಮುಟ್ಟಿತೋರಿಸುವುದು ಕಷ್ಟಸಾಧ್ಯವೆನಿಸಿದ ವರ್ಣವೈವಿಧ್ಯ...

ಸಣ್ಣ ಕಥೆ ಎನ್ನುವುದು ಯಾವುದಕ್ಕೆ ? ಅದು ಮೂರೇ ಪುಟಗಳದಿರ ಬಹುದು; ಮೂವತ್ತು ಪುಟಗಳದೂ ಇರಬಹುದು. ಮುಖ್ಯ ಗುಣ-ಸೂಕ್ಷ್ಮ ಸ್ವರೂಪ. ಆದರೆ ಅದರಲ್ಲಿ ಬ್ರಹ್ಮಾಂಡವನ್ನು ಕಾಣುವುದೂ ಶಕ್ಯ. ಕಾಲದ ಒಂದು ತುಣುಕನ್ನು ಅಲ್ಲಿ ಸೆರೆಹಿಡಿದು, ಅನಂತಕ್ಕೆ ಅನ್ವಯಿಸ ಬಹುದು. ಕೆಲವೇ ಪಾತ್ರಗಳಿದ್ದರೂ, ಇದು ಅಸಂಖ್ಯ ವೇಷಧಾರಿಗಳ ಬೃಹತ್ ನಾಟಕಶಾಲೆ ಎಂಬ ಭಾವನೆ ಮೂಡಬಹುದು. ಕಾದಂಬರಿಯ ವಿಸ್ತಾರದ ಅನುಕೂಲ ಕಥೆಗಿಲ್ಲ. ಇದು ಹೆಚ್ಚು ಕುಸುರಿನ ಕೆಲಸ. ದಂತದ ಪುಟ್ಟ ತುಣುಕಿನಲ್ಲಿ ಚಿತ್ತಾರ. ಆ ತುಣುಕು, ವಾಸ್ತವತೆ, ಆ ವಾಸ್ತವತೆಯ ಅಡಿಪಾಯದ ಮೇಲಿರುವುದು, ಕಲ್ಪನೆಯ ಕಟ್ಟಡ.

ಜಗತ್ತಿನ ಮಾನವನ ಬೆಳವಣಿಗೆ ಏಕರೀತಿಯಾಗಿಲ್ಲ. ಸಹಸ್ರಾವಧಿ ವರ್ಷಗಳಿಂದ ಉತ್ತಮತರ ಬದುಕಿಗಾಗಿ ಆತ ಹೋರಾಡುತ್ತಲೇ ಇದ್ದಾನೆ. ಶೋಷಕ ಶಕ್ತಿಗಳ ವಿರುದ್ಧ ಅವನ ಸಮರ ಬೇರೆ ಬೇರೆ ದೇಶಗಳಲ್ಲಿ ಬೇರೆ ಬೇರೆ ಹಂತಗಳಿಗೆ ಅವನನ್ನು ಒಯ್ದು ಮುಟ್ಟಿಸಿದೆ. ಇರುವ ನೆಲೆ ಯಾವುದಾದರೇನು ? ಪ್ರಾಚೀನ ಕಾಲದಲ್ಲಿದ್ದಂತೆ ಈಗಲೂ ಕಲಾಭಿವ್ಯಕ್ತಿ ಮಾನವನ ಬದುಕಿನ ಅವಿಭಾಜ್ಯ ಅಂಗ. ಜೀವನ ವಿಧಾನ ವಿಭಿನ್ನ. ಕಥೆಗಳೂ ಅಷ್ಟೇ.

ನಾಗರಿಕತೆಯ ದಾರಿಯಲ್ಲಿ, ಭೌಗೋಳಿಕ ಎಲ್ಲೆ ಕಟ್ಟುಗಳಿರುವ ರಾಷ್ಟ್ರದ ನಿರ್ಮಾಣ ಒಂದು ಘಟ್ಟ. ಭಾಷೆ, ಸಾಂಸ್ಕೃತಿಕ ಏಕರೂಪತೆ ಇಂಥ ರಾಷ್ಟ್ರಗಳು ರೂಪುಗೊಳ್ಳಲು ಆಧಾರ.

ಈ ಜಗತ್ತಿನಲ್ಲಿ ಎಷ್ಟೊಂದು ರಾಷ್ಟ್ರಗಳು ! ಎಷ್ಟೊಂದು ಭಾಷೆಗಳು ! ಕಥೆಗಳಲ್ಲೂ ಎಷ್ಟು ವಿವಿಧತೆ ! ಈ ರಾಶಿಯಿಂದ ವಿಶ್ವಕಥಾಕೋಶದ ಇಪ್ಪತ್ತೈದು ಸಂಪುಟಗಳಿಗಾಗಿ ಕತೆಗಳನ್ನು ಆರಿಸುವುದು ಸುಲಭ ಎಂದು ಯಾವನೂ ಹೇಳಲಾರ.

ಜಗತ್ತಿನ ನಾನಾ ಭಾಷೆಗಳ - ಪ್ರದೇಶಗಳ - ಕಥೆಗಳನ್ನು ಈ ಕೋಶದಲ್ಲಿ ಕಲೆಹಾಕುವ ಯತ್ನ ನಡೆದಿದೆ. ಅಲ್ಲಲ್ಲಿನ ಸಾಹಿತ್ಯದಲ್ಲಿ ಹೆಗ್ಗುರುತುಗಳಾಗಬಹುದಾದ ಕಥೆಗಳು; ಯುದ್ಧ-ಕ್ರಾಂತಿ-ಸ್ವಾತಂತ್ರ್ಯ ಹೋರಾಟ, ನೋವು, ದುಃಖ, ನಗೆ, ನಲಿವು ಇವುಗಳನ್ನು ಚಿತ್ರಿಸುವಂಥವು; ಲೋಕದ ಕಥಾ ಸಾಹಿತ್ಯಕ್ಕೇ ತಿರುವು ನೀಡಲು ಸಮರ್ಥವಾದ ಕೃತಿಗಳು. ಪ್ರತಿಯೊಂದು ಸಂಪುಟದಲ್ಲೂ ಸಮಗ್ರ ರಸಾನುಭಾವ ಸಾಧ್ಯವಾಗುವಂತೆ ಎಚ್ಚರ. ಸಂಪುಟಗಳ ಸರಣಿಯನ್ನು ನಿಶ್ಚಯಿಸುವಾಗಲೂ ವೈವಿಧ್ಯಕ್ಕೆ ಪ್ರಾಶಸ್ತ್ಯ.

ಇಪ್ಪತ್ತೈದು ಸಂಪುಟಗಳ ವಿಶ್ವಕಥಾಕೋಶ ಕನ್ನಡ ಸಾಹಿತ್ಯಕ್ಕೊಂದು ಬೆಲೆ ಬಾಳುವ ಕೊಡುಗೆಯಾಗಬೇಕೆನ್ನುವುದು ನಮ್ಮ ಬಯಕೆ. ಈ ಬಯಕೆ ಈಡೇರುತ್ತದೆಂಬ ಭರವಸೆ ನಮಗಿದೆ ಎಂದು ವಿನಮ್ರವಾಗಿ ಹೇಳಬಹುದೆ ?

ಉತ್ತರಾರ್ಧ

ಈಗ 'ಚೆಲುವು' ಸಂಪುಟವನ್ನು ಕುರಿತು –

ಇದರಲ್ಲಿ ಮಂಗೋಲಿಯ, ಚೀನ, ಜಪಾನ್, ಕೊರಿಯಗಳ ಹದಿಮೂರು ಕಥೆಗಳಿವೆ

*   *   *

''ಕುದುರೆ ಇಲ್ಲದ ಮನುಷ್ಯ ರೆಕ್ಕೆಗಳಿಲ್ಲದ ಹಕ್ಕಿಯ ಹಾಗೆ.''

ಮಂಗೋಲಿಯದ ಒಂದು ಹಳೆಯ ಗಾದೆ ಇದು. ಕೆಲವು ಸಹಸ್ರ ವರ್ಷಗಳಿಗೆ ಹಿಂದಿನದಿರಬೇಕು.

ಆಧುನಿಕ ಮಂಗೋಲಿಯದಲ್ಲಿ - ಜನತಾ ಗಣರಾಜ್ಯದಲ್ಲಿ - ರೈಲು ಗಾಡಿಗಳಿವೆ, ವಿಮಾನಗಳಿವೆ, ಇತರ ಸ್ವಯಂಚಾಲಿತ ವಾಹನಗಳಿವೆ. ಜೊತೆಗೆ ಕುದುರೆಗಳೂ ಇವೆ. ಅತ್ಯಂತ ವೇಗದ ಅಶ್ವಾರೋಹಿಗೆ 'ರಾಷ್ಟ್ರವೀರ' ಎಂಬ ಪ್ರಶಸ್ತಿ ನೀಡುತ್ತಾರೆ.

12ನೆಯ ಶತಮಾನದಲ್ಲಿ ವಿವಿಧ ಮಂಗೋಲ್ ಬಣಗಳನ್ನು ಚೆಂಗೀಸ್ (ಅಪ್ರತಿಮ) ಖಾನ್ ಒಗ್ಗೂಡಿಸಿದಾಗ, ಆ ಜನರಿನ್ನೂ ಅಲೆಮಾರಿ ಪಶುಪಾಲಕರಾಗಿದ್ದರು. ವಿಸ್ತಾರವಾದ ಭೂಮಿಯ ಉದ್ದಗಲಕ್ಕೆ ಕುದುರೆಗಳನ್ನು ದೌಡಾಯಿಸುವುದು; ಸಿಕ್ಕಿದ ಸಂಪತ್ತನ್ನು ದೋಚುವುದು – ಇವು ಚೆಂಗೀಸನ ನೇತೃತ್ವದಲ್ಲಿ ಮಂಗೋಲರು ಮೈಗೂಡಿಸಿಕೊಂಡ ಜೀವನ ವಿಧಾನ.

ಜಗತ್ತನ್ನು ಜಯಿಸಲೆಂದು ಗೋಬಿ* ಯಿಂದ ಹೊರಟ ಹತ್ತು ಸಾವಿರ ಅಶ್ವಗಳ ಚಂಡಮಾರುತ ದಕ್ಷಿಣ ಉತ್ತರ ಪಶ್ಚಿಮಗಳತ್ತ ಕಣ್ಣು ಹಾಯಿಸಿತು. ದಂಡು ಬೊಖಾರ ತಲಪಿತು. ಆ ನಾಗರಿಕತೆ ಕಂಡು, ಈ ಡೇರೆವಾಸಿಗಳಿಗೆ ತಾತ್ಸಾರ. ಖಾನನ ದಳಪತಿಗಳು ನಗರದಲ್ಲಿದ್ದ ಗ್ರಂಥಾಲಯಗಳೊಳಗೆ ಕುದುರೆಗಳನ್ನು ಕಟ್ಟಿದರು.

ಚೆಂಗೀಸನ ಬಳಿಕ ಬಾಟು ರಷ್ಯವನ್ನು ಸ್ವಾಧೀನಪಡಿಸಿಕೊಂಡ. ಮಾಸ್ಕೋ ನಗರವನ್ನು ಸೂರೆ ಮಾಡಿ, ಸುಟ್ಟ, ಪೀಡಕರನ್ನು ಶಪಿಸುತ್ತ ಅಲ್ಲಿನ ಜನ ಗೋಳಾಡಿದರು :

---

* ಮಂಗೋಲ್ ಭಾಷೆಯಲ್ಲಿ ಗೋಬಿ ಅಂದರೆ ಮರುಭೂಮಿ.

''ಹಣವಿಲ್ಲದವನ ಮಗುವನ್ನೊಯ್ದರಪೋ
ಮಗುವಿಲ್ಲದವನ ಹೆಂಡತಿಯನೊಯ್ದರು
ಹೆಂಡತಿ ಇಲ್ಲದವನ ತಲೆಯೇ ಹೋಯ್ತಪೋ''

ಹೊರಟ ದಂಡು ಮರಳುತ್ತಿತ್ತು ಊರಿಗೆ. ಅದೀಗ ಮಂಗೋಲ್ ರಾಷ್ಟ್ರ. ರಾಜಧಾನಿ ಉರ್ಗ. ಚೆಂಗೀಸನ ಮೊಮ್ಮಗ ಕುಬಲಾಯ್ ಖಾನ್ ಚೀನವನ್ನು ಆಕ್ರಮಿಸಿ ಪೀಕಿಂಗಿನ ಪೀಠವನ್ನೇರಿದ.

ಮೊದಲು ಮೊಂಗಲರದು ಆಕಾಶವನ್ನೇ ಪೂಜಿಸುತ್ತಿದ್ದ ಷಮಾ ಮತ. ಅನಂತರ ಲಾಮಾ ಧರ್ಮ ಸಮುದ್ರದಂಡೆ ಇಲ್ಲದ ಒಳನಾಡು. ಅಲ್ಲಿ ವರ್ಷದ ಹೆಚ್ಚಿನ ಭಾಗ ಚಳಿ, ಜೀವನಕ್ಕೆ ಆಧಾರ – ಪಶು ಸಂಗೋಪನೆ ಮತ್ತು ಕೃಷಿ .

ಲೋಕವನ್ನು ಗೆಲ್ಲಲು ಬಯಸುವವರಿಗೆ ಮಂಗೋಲಿಯ ಆಯಕಟ್ಟಿನ ಸ್ಥಳ. 17ನೆಯ ಶತಮಾನದಲ್ಲಿ ಈ ರಾಷ್ಟ್ರ ಚೀನಿಯರ ವಶವಾಯಿತು. 200 ವರ್ಷಗಳ ದೀರ್ಘ ಸುಲಿಗೆ. 1911ರಲ್ಲಿ ಮಂಗೋಲಿಯದ ಪಾಳೆಯಗಾರ ಪ್ರಭುಗಳು ಚೀನಕ್ಕಿದಿರು ಒಂದಾದರು. ಚೀನೀ ಆಕ್ರಮಣಕಾರರನ್ನು ಹೊರದಬ್ಬಿದ ಮಂಗೋಲಿಯ ಸ್ವತಂತ್ರವಾಯಿತು.

ಆದರೆ ಆ ಸ್ವಾತಂತ್ರ್ಯ ದುಡಿಯುವ ಜನರಿಗೆ ಏನನ್ನೂ ತರಲಿಲ್ಲ. ಈಗ ಸ್ವಕೀಯರಿಂದಲೇ ಶೋಷಣೆ.

1917ರಲ್ಲಿ ಹಿರಿಯ ನೆರೆರಾಷ್ಟ್ರವಾದ ರಷ್ಯದಲ್ಲಿ ನಡೆದ, ಏಷ್ಯದ ಪೂರ್ವ ತುದಿಯವರೆಗೂ ಹಬ್ಬಿದ, ಅಕ್ಟೋಬರ್ ಕ್ರಾಂತಿ ಜಗತ್ತಿನ ಇತಿಹಾಸದಲ್ಲಿ ರುದ್ರ ಅಧ್ಯಾಯವನ್ನು ತೆರೆಯಿತು. ಮಹಾನಾಯಕ ಲೆನಿನ್ ತನ್ನ ದೇಶದ ವಿಶಿಷ್ಟ ಸ್ಥಿತಿಗತಿಗಳಿಗೆ ಮಾರ್ಕ್ಸ್‌ವಾದವನ್ನು ಅನ್ವಯಿಸಿದ್ದ. ಹಿಂದುಳಿದ ಕೆಲವೆಡೆ, ಬಂಡವಾಳಶಾಹಿ ಪದ್ಧತಿಯ ಹಂತವನ್ನು ಮುಟ್ಟದೆಯೇ ಪಾಳೆಯಗಾರಿಕೆಯಿಂದ ಸಮಾಜವಾದಕ್ಕೆ ನೇರವಾಗಿ ಹೋಗುವ ಕ್ರಾಂತಿ ಮಾರ್ಗವನ್ನು ಅವನು ರೂಪಿಸಿದ; ಮಾರ್ಕ್ಸ್‌ನ ಸಿದ್ಧಾಂತವನ್ನು ವಿಸ್ತರಿಸಿದ.

ರೈತಾಪಿವರ್ಗವೇ ಅಧಿಕಾರಕ್ಕೆ ಬರುವ ಸಾಧ್ಯತೆಯನ್ನು ತಳ್ಳಿಹಾಕದೆ ಲೆನಿನ್ ಅಂದ :

''ಅಧಿಕಾರಕ್ಕೆ ಬರುವುದು ಈ ಜನವಿಭಾಗದಿಂದ ಸಾಧ್ಯವಾಗದು. ಈ ರೀತಿ ಬಂಡವಾಳಶಾಹಿ ಪ್ರಜಾಪ್ರಭುತ್ವ ಕ್ರಾಂತಿಯನ್ನು ಅದು ಪೂರ್ಣಗೊಳಿಸಲಾರದು – ಎಂದು ಹೇಗೆ ಹೇಳುತ್ತೀರಿ ? ಇದು ಯಾಕೆ ದುಸ್ಸಾಧ್ಯವಾಗಬೇಕು ?

''ಇದು ಖಂಡಿತವಾಗಿಯೂ ಸಾಧ್ಯ ಎನ್ನುವುದು ನನ್ನ ಉತ್ತರ.''

ಈ ಲೆನಿನ್ ನಿಲುವು ಸೋವಿಯೆತ್ ಭೂಭಾಗದ ಹೊರಗೆ ಮೊದಲು ಕಾರ್ಯಗತವಾದದ್ದು ಮಂಗೋಲಿಯಾದಲ್ಲಿ (ಬಳಿಕ

ವಿಯೆಟ್‌ನಾಮ್‌ನಲ್ಲಿ, ಕೊರಿಯಾದಲ್ಲಿ ಮತ್ತು ತುಸು ಭಿನ್ನ ರೂಪದಲ್ಲಿ ಚೀನದಲ್ಲಿ).

ಆಂತರಿಕ ಶೋಷಕರ ವಿರುದ್ಧ 1921ರಲ್ಲಿ ಸುಖೆ ಬಾತೋರ್‌ನ ನಾಯಕತ್ವದಲ್ಲಿ ಸಾಮ್ರಾಜ್ಯವಾದಕ್ಕಿದಿರಾದ ಭೂಮಾಲಿಕಶಾಹಿಗಿದಿರಾದ ಕ್ರಾಂತಿ ನಡೆದು, ಯಶಸ್ವಿಯಾಯಿತು. ಆ ಪ್ರಯೋಗದಲ್ಲಿ ಆಸ್ಥೆ ವಹಿಸಿದ ಲೆನಿನ್ ಹೆಜ್ಜೆ ಹೆಜ್ಜೆಗೂ ನೆರವಾದ. ಮುಂದೆ ಕ್ರಮಬದ್ಧವಾಗಿ ಕಳೆ ಕೀಳುವ ಕೆಲಸ – ಸಾಮಾಜಿಕ ಜೀವನದಲ್ಲೂ ರಾಜಕೀಯ ಜೀವನದಲ್ಲೂ. 1924ರಲ್ಲಿ ಮಂಗೋಲಿಯಾದ ಜನತಾ ಗಣರಾಜ್ಯ ಸ್ಥಾಪಿತವಾಯಿತು. ರೈತರ ಸೋವಿಯೆತ್‌ಗಳೂ ಮತ್ತಿತರ ದಲಿತರ ಸೋವಿಯೆತ್‌ಗಳೂ ರಚಿತವಾದವು. ಎಂಟುನೂರು ವರ್ಷ ಹಿಂದಿನ ಕಹಿನೆನಪುಗಳನ್ನು ಆಳ ಕಂದಕಕ್ಕೆ ತಳ್ಳಿದ ಸೋವಿಯೆತ್ ರಷ್ಯ ಮತ್ತು ಮಂಗೋಲಿಯ ಜನತಾ ಗಣರಾಜ್ಯ ಇವೆರಡರ ಸಖ್ಯ ಲೋಕದಲ್ಲೇ ಹೊಸ ಬಗೆಯದು; ಶ್ರಮಜೀವಿಗಳ ಅಂತರರಾಷ್ಟ್ರೀಯತೆಯ ತತ್ವವನ್ನು ಆಧರಿಸಿದ್ದು.

ಏಷ್ಯದ ಹೃದಯ ಸ್ಥಾನದಲ್ಲಿ ಉರಿಯತೊಡಗಿದ ಈ ಬೆಳಕು ಸೂರ್ಯನಿಗೇ ಮೂಲವೆನಿಸಿದ ಜಪಾನಿಗೆ ಸಹ್ಯವಾಗಲಿಲ್ಲ. ಅದು 1931ರಲ್ಲೂ ಮತ್ತೆ 1939ರಲ್ಲೂ ಮಂಗೋಲಿಯದ ಮೇಲೆ ದಂಡೆತ್ತಿ ಸೋಲುಂಡು, ವಾಪಸಾಯಿತು. ಬಿಗಡಾಯಿಸುತ್ತಿದ್ದ ಲೋಕ ರಾಜಕೀಯ, ಹೊಗೆಯಾಡುತ್ತಿದ್ದ ಮಹಾಯುದ್ಧ – ಈ ಪರಿಸ್ಥಿತಿಯಲ್ಲೂ ಅಳುಕದೆ ಮಂಗೋಲಿಯ (1940ರಲ್ಲಿ) ಸಮಾಜವಾದದ ಸ್ಥಾಪನೆಯ ಮಹಾಕಾರ್ಯವನ್ನು ಆರಂಭಿಸಿತು. 1960ರಲ್ಲಿ ಆ ಕಾರ್ಯ ಪೂರ್ಣವಾಯಿತು.

1974ರಲ್ಲಿ ಗಣರಾಜ್ಯ ಸ್ಥಾಪನೆಯ 50ನೆಯ ವರ್ಷವನ್ನು ಆಚರಿಸಿದ ಮಂಗೋಲಿಯ 16,00,000 ಚದರ ಕಿ.ಮೀ. ವಿಸ್ತಾರದ, ಅಷ್ಟೇ ಜನಸಂಖ್ಯೆಯ ದೇಶ. ರಾಜಧಾನಿಗೆ ಈಗ ರಾಷ್ಟ್ರದ ವೀರ ಪುರುಷ ಸುಖೆ ಬಾತೋರ್‌ನ ಗೌರವಾರ್ಥ ಉಲನ್ ಬಾತೋರ್ ಎಂಬ ಹೆಸರು. ಅಂದರೆ 'ಕೆಂಪು ವೀರ' ಎಂದರ್ಥ (ಅಲ್ಲಿ ಜನಸಂಖ್ಯೆ ನಾಲ್ಕು ಲಕ್ಷ). ಈಗಲೂ ಕೃಷಿಗೇ ಪ್ರಾಧಾನ್ಯ. ಆದರೆ ಜೊತೆಗೆ ಅಭಿವೃದ್ಧಿ ಹೊಂದುತ್ತಿವೆ – ವ್ಯವಸಾಯವನ್ನೂ ಖನಿಜ ಸಂಪತ್ತನ್ನೂ ಅವಲಂಬಿಸಿದ ಕಾರ್ಖಾನೆಗಳು. ಅಲ್ಲಿ ದುಡಿಯುವವರು ಶೋಷಣೆ ಎಂದರೇನೆಂಬುದನ್ನೇ ಕಂಡರಿಯದ ಕಾರ್ಮಿಕರು.

ಕುದುರೆಗಳ ಮೇಲೆ ಶೀಘ್ರಗಾಮಿಗಳಾಗಿ ಧಾವಿಸುತ್ತಿದ್ದಾಗಲೂ ಹಾಡುತ್ತಿದ್ದ ಜನ ಮಂಗೋಲರು. ಹಾಡು, ಕಥನ ಕವನವಾದದ್ದು ಸ್ವಾಭಾವಿಕ. 13ನೆಯ ಶತಮಾನದಲ್ಲಿ ಅಲೆಮಾರಿಗಳಾಗಿ ಲೋಕ ಕಂಟಕರೆನಿಸಿದ್ದಾಗಲೂ ಚೀನೀ, ತಿಬೆಟ್, ಪರ್ಷಿಯನ್ ಸಾಹಿತ್ಯಗಳ

ಸಂಪರ್ಕ ಅವರಿಗೆ ಲಭಿಸಿತ್ತು. ಆದರೆ ಕನಸಿನ ಆ ಕಥೆಗಳೆಲ್ಲ ಕೈಗೆಟಕಿದ್ದು ಕಮ್ಯುನಿಸ್ಟ್ ನಾಯಕತ್ವ ದೇಶಕ್ಕೆ ದೊರೆತಾಗ, ಓದು ಬರಹ ಸರ್ವರ ಸ್ವತ್ತು. ಲಿಪಿ ಸುಧಾರಣೆಯು ಭಾರೀ ಪ್ರಮಾಣದ ವಿದ್ಯಾಭ್ಯಾಸಕ್ಕೂ ಉಚ್ಚ ಶಿಕ್ಷಣಕ್ಕೂ ನೆರವಾಯಿತು. ಸ್ವಂತದ ಸಾಹಿತ್ಯ ಸೃಷ್ಟಿ. ಜೊತೆಗೆ, ಜಗತ್ತಿನ ವಿವಿಧ ಭಾಷೆಗಳಿಂದ ಶ್ರೇಷ್ಠ ಸಾಹಿತ್ಯದ ಅನುವಾದ- ಮಂಗೋಲಿಯ ಭಾಷೆಗೆ. ಭಾರತೀಯರನ್ನೂ ಒಳಗೊಂಡು ಲೋಕದ 100 ಲೇಖಕರ 500 ಕೃತಿಗಳೀಗ ಅಲ್ಲಿ ಸಿಗುತ್ತವೆ. ಪೂರ್ವಜರು ಬೊಖಾರದ ಗ್ರಂಥಾಲಯದಲ್ಲಿ ಕುದುರೆಗಳನ್ನು ಕಟ್ಟಿದ್ದರಲ್ಲ? ಆ 'ಪಾಪ'ಕ್ಕೆ 'ಪ್ರಾಯಶ್ಚಿತ್ತ'ವಾಗಿದೆ! ಅಲ್ಲಿದ್ದ ಲೋಕವಿಖ್ಯಾತ ಕೃತಿ – 'ಅರೇಬಿಯಾದ ರಾತ್ರಿಗಳು' ('ಯವನ ಯಾಮಿನೀ ವಿನೋದ ಕಥೆಗಳು') ಮಂಗೋಲಿಯ ಭಾಷೆಗೆ ಪರಿವರ್ತಿತವಾಗಿ ಜನಪ್ರಿಯತೆ ಗಳಿಸಿದೆ.

ಸೊನೊಮಿನ್ ಉದ್ವಲ್, ಚೊಯ್‌ಳಿಲ್‌ಸುರೆನ್, ದೆಂಬೆರ್‌ಜಿನ್ ಒಯುನ್, ಪುರೋವ್‌ಸುರೆಲ್, ಏರ್ದನೆ, ತ್ಸೂದಲ್ – ಇವರೆಲ್ಲ ಖ್ಯಾತ ಆಧುನಿಕ ಕಥೆಗಾರರು, ಕಾದಂಬರಿಕಾರರು, ಕವಿಗಳು.

ಈ ಸಂಪುಟದ ಮಂಗೋಲಿಯ ವಿಭಾಗದಲ್ಲಿ ನೀವು ಓದುವ 'ಚೆಲುವು', 'ಅಪ್ಪ ಯಾವಾಗ ಬರ್ತಾರೆ?', 'ಕಣ್ಣುಗಳು', 'ನಮುಂದರೀ' ಆ ದೇಶದ ಪ್ರಾತಿನಿಧಿಕ ಕಥೆಗಳು. ಸ್ಥಿತ್ಯಂತರಗೊಳ್ಳುತ್ತಿರುವ ಸಮಾಜ, ಅದಕ್ಕಾಗಿ ಜನ ಮಾಡಿದ ತ್ಯಾಗ, ರೂಪುಗೊಳ್ಳುತ್ತಿರುವ ಹೊಸ ಮಾನವೀಯ ಸಂಬಂಧಗಳು, ಹಳತು ಹೊಸದಾಗಿ ಮಾರ್ಪಡುತ್ತಿರುವ ವೈಯಕ್ತಿಕ ಜೀವನ – ಇವುಗಳ ಕಲಾತ್ಮಕ ಚಿತ್ರಣವನ್ನು ಈ ಕಥೆಗಳಲ್ಲಿ ನೀವು ಕಾಣುವಿರಿ.

* * *

ಮಂಗೋಲಿಯ ಮತ್ತು ಚೀನ ಒಂದಕ್ಕೊಂದು ಎಷ್ಟು ಹತ್ತಿರ, ಆದರೂ ನಿಲುವಿನ ವೈಖರಿ ಎಷ್ಟು ಭಿನ್ನ!

ಪೀಕಿಂಗ್‌ನ (ಉತ್ತರದ ರಾಜಧಾನಿ; ನಾನ್‌ಕಿಂಗ್ ದಕ್ಷಿಣದ ರಾಜಧಾನಿ. ಈಗ ಪೀಕಿಂಗಿನ ಜನಸಂಖ್ಯೆ 80 ಲಕ್ಷ; ನಾನ್ ಕಿಂಗಿನದು 110 ಲಕ್ಷ) ಬಳಿ ಮಾನವನ ಅಸ್ಥಿಪಂಜರ ದೊರೆತ ಮೇಲೆ, ಈ ನೆಲದಲ್ಲಿ ಮಾನವನ ಚಟುವಟಿಕೆ ಬಹಳ ಕಾಲದ ಹಿಂದಿನಿಂದಲೇ ಇದ್ದಿರಬೇಕು ಎಂದು ತರ್ಕ. ಚೀನೀಯರು ಮಂಗೋಲ್ ಮೂಲದವರು, ತಮ್ಮ ಕಡೆ ಅರಣ್ಯ ಪ್ರದೇಶಗಳು ಮರಳುಕಾಡುಗಳಾದಂತೆ ಆ ಜನ ದಕ್ಷಿಣಕ್ಕೆ (ಮುಂದೆ ಚೀನ ಎನಿಸಿಕೊಂಡ ಭೂಮಿಗೆ) ಸಾಗಿಬಂದು ಇಲ್ಲಿದ್ದ ಮಾನವರೊಡನೆ ಬೆರೆತಿರಬೇಕು - ಎಂದು ಊಹೆ. ಇದೆಲ್ಲ ಕ್ರಿ. ಪೂ. 20,000 ವರ್ಷ ಹಿಂದೆ ನಡೆದಿರಬಹುದು ಎನುತ್ತಾರೆ ಪುರಾತತ್ವ ವಿಶಾರದರು.

ಆದರೆ ಚೀನೀ 'ಮಿಥ್ಯ ಕಥೆ' ಯೊಂದಿದೆ, ಜಗತ್ತಿನ ಸೃಷ್ಟಿಯ ಬಗ್ಗೆ.

ಪಾನ್ ಕು ಎಂಬಾತ ಒಬ್ಬನಿದ್ದ. ನೆಲದ ಮೇಲಿನ ಮೊದಲ ಮನುಷ್ಯ. ಅವನು ಹೊಡೆದು ಬಡೆದು ಜಗತ್ತಿಗೊಂದು ರೂಪು ಕೊಡಲು 18,000 ವರ್ಷ ಶ್ರಮಿಸಿದ. ಕ್ರಿ.ಪೂ. 2,229,000ದ ವೇಳೆಗೆ ಜಗತ್ತು ಈಗಿನ ರೂಪಕ್ಕೆ ಬಂತು. ಅವನು ದುಡಿಯುತ್ತಿದ್ದಂತೆ ಅವನ ಉಸಿರು ಗಾಳಿಯಾಯಿತು, ಮೋಡವಾಯಿತು; ಧ್ವನಿ ಗುಡುಗಾಯಿತು; ನರನಾಡಿಗಳು ನದಿಗಳಾದುವು; ಅವನ ಮಾಂಸ ಸುತ್ತಲ ನೆಲವಾಯಿತು; ಕೂದಲು ಹುಲ್ಲಾಯಿತು; ಎಲುಬುಗಳು ಲೋಹಗಳಾದುವು; ಅವನ ದೇಹಕ್ಕೆ ಅಂಟಿಕೊಂಡ ಕ್ರಿಮಿಕೀಟಗಳು ಮನುಷ್ಯರಾಗಿ ಬೆಳೆದವು.

ಆ ಮನುಷ್ಯರು ಮೃಗಗಳಂತೆ ವರ್ತಿಸಿದರು. ಆಗ ದೇವಲೋಕ ದಿಂದ ಸಮ್ರಾಟರು ಇಳಿದು ಬಂದರು. (ಚೀನೀ ಸಮ್ರಾಟರು ಎಂದು ಪ್ರತ್ಯೇಕ ಹೇಳಬೇಕಾದುದಿಲ್ಲವಲ್ಲ!)

ಮಿಥ್ಯಕಾಲದಿಂದ ಇತಿಹಾಸಪೂರ್ವ ಅವಧಿಗೆ ಇಳಿದಾಗ ಕ್ರಿ.ಪೂ. 18ರಿಂದ 12ನೇ ಶತಮಾನದವರೆಗೆ ಶಾಂಗ್ (ಮತ್ತು ಯಿಂಗ್) ವಂಶದ ರಾಜ್ಯಭಾರವನ್ನು ಚೀನದಲ್ಲಿ ಕಾಣುತ್ತೇವೆ. ಆ ವಂಶದಲ್ಲಿ ಯು ವಿಹ್ ನಾಸ್ತಿಕ; ಚೌ ಷಿನ್ ದುಷ್ಟ. ಕ್ರಿ. ಪೂ. 1122ರಿಂದ 255ರ ತನಕ ಚೌ ವಂಶ ಆಳಿತು.

ಸುಮಾರು ಕ್ರಿ.ಪೂ. 845ರಲ್ಲಿ ಲಿ-ವಾಂಗ್ ಅರಸನಿಗೆ ಶಾವೊ ಎಂಬ ಪಾಳೆಯಗಾರ ಪ್ರಭು ಮಾಡಿದ ನಿವೇದನೆ ಹೀಗಿದೆ :

''ಕವಿಗಳು ಕವಿತೆಗಳನ್ನು ರಚಿಸಲು, ಜನರು ನಾಟಕಗಳನ್ನು ಅಭಿನಯಿಸಲು, ಇತಿಹಾಸಕಾರರು ಸತ್ಯವನ್ನು ನುಡಿಯಲು, ಮಂತ್ರಿಗಳು ಸಲಹೆ ನೀಡಲು, ಬಡವರು ತೆರಿಗೆ ಹೆಚ್ಚಾಯಿತೆಂದು ಗೊಣಗಲು... ಜನ ಯಾವುದರ ಬಗ್ಗೆ ಬೇಕಾದರೂ ಮಾತನಾಡಲು, ಮುದುಕರು ಪ್ರತಿಯೊಂದು ವಿಷಯದಲ್ಲೂ ತಪ್ಪು ಕಂಡುಹಿಡಿಯಲು ಯಾವಾಗ ಸ್ವತಂತ್ರರಿರುತ್ತಾರೋ, ಆಗ ಹೇಗೆ ಆಳಬೇಕು ಎನ್ನುವುದನ್ನು ಸಮ್ರಾಟ ಬಲ್ಲ ಎಂದಾಗುತ್ತದೆ.''

ಮುಂದೆ 6-5ನೇ ಶತಮಾನಗಳಲ್ಲಿ ತತ್ವಜ್ಞಾನದ ಕ್ಷೇತ್ರದಲ್ಲಿ ಚೀನಕ್ಕೆ ಹಿರಿಮೆಯನ್ನು ತಂದುಕೊಟ್ಟವರು ಇಬ್ಬರು ದಾರ್ಶನಿಕರು: ಲಾವೊ-ತ್ಸೆ ಮತ್ತು ಕನ್‌ಫ್ಯೂಸಿಯಸ್.

ಲಾವೊ-ತ್ಸೆ ಈ ಭೂಮಿಯ ಮೇಲೆ ವೈಯಕ್ತಿಕ ಜೀವನವನ್ನು ಹಸನುಗೊಳಿಸುವ ದಾರಿ (ತಾವೊ)ಯನ್ನು ವ್ಯೋಮ, ಸ್ವರ್ಗಗಳ ಸುವ್ಯವಸ್ಥೆಯಲ್ಲಿ ಅಡಕವಾಗಿರುವ ತತ್ವವನ್ನು ತೋರಿದವನು.

ಲಾವೊ-ತ್ಸೆಯ ಕೊನೆಗಾಲದಲ್ಲಿ ಅವನನ್ನು ನೋಡಲು ಹೋಗಿದ್ದ ಕನ್‌ಫ್ಯೂಸಿಯಸ್ ತನ್ನ ಶಿಷ್ಯರೊಂದಿಗೆ ಮರುಪ್ರವಾಸ ಕೈಗೊಂಡಾಗ,

ದಾರಿಯಲ್ಲಿ ಒಬ್ಬಳು ಮುದುಕಿ ಒಂದು ಗೋರಿಯ ಬಳಿ ಕುಳಿತು ಅಳುತ್ತಲಿದ್ದುದು ಕಂಡಿತು. ಏನೆಂದು ವಿಚಾರಿಸಿಕೊಂಡು ಬಾ ಎಂದು ಕನ್‌ಫ್ಯೂಸಿಯಸ್ ಒಬ್ಬ ಶಿಷ್ಯನನ್ನು ಕೇಳಿದ. ಮುದುಕಿ ಎಂದಳು : "ನನ್ನ ಗಂಡನ ತಂದೆಯನ್ನು ಒಂದು ಹುಲಿ ಇಲ್ಲಿ ಕೊಂದಿತು. ಆ ಮೇಲೆ ನನ್ನ ಗಂಡನನ್ನೂ ಅದು ಕೊಂದಿತು. ಈಗ ನನ್ನ ಮಗನಿಗೂ ಅದೇ ಗತಿಯಾಗಿದೆ" ಶಿಷ್ಯ ಕೇಳಿದ : "ಇಂಥ ಅಪಾಯಕಾರ ಸ್ಥಳದಲ್ಲಿ ನೀನು ಕೂತಿದ್ದೀಯಲ್ಲಾ?", "ಇಲ್ಲಿ ದುಷ್ಟ ಸರಕಾರವಿಲ್ಲ. ಆದ್ದರಿಂದ ಇಲ್ಲೇ ಇದ್ದೇನೆ" ಎಂದಳು ಆಕೆ.

ಶಿಷ್ಯ ವರದಿಯೊಪ್ಪಿಸಿದಾಗ ಕನ್‌ಫ್ಯೂಸಿಯಸ್ ಜೊತೆಯಲ್ಲಿದ್ದವರಿಗೆ ಹೇಳಿದ :

"ಮಕ್ಕಳೇ, ಇದನ್ನು ನೆನಪಿಡಿ. ದುಷ್ಟ ಸರಕಾರ ಹುಲಿಗಿಂತಲೂ ಹೆಚ್ಚು ಕ್ರೂರ."

ಆಗಿನ್ನೂ ಈ ತತ್ತ್ವಜ್ಞಾನಿ ಅಧಿಕಾರದ ಹುದ್ದೆಯಲ್ಲಿರಲಿಲ್ಲ. ಮುಂದೆ ಆಸ್ಥಾನಿಕನಾದಾಗ ಅವನೆಂದ :

"ಜನಸಾಮಾನ್ಯರ ಅವಿಧೇಯತೆಯೇ ಎಲ್ಲ ಅವ್ಯವಸ್ಥೆಯ ಮೂಲ."

ಹೀಗೆ ಬದುಕಿನ 'ಸಮಗ್ರ ನೋಟ'ವನ್ನು ರೂಪಿಸಲು ಯತ್ನಿಸಿದವನು ಕನ್‌ಫ್ಯೂಸಿಯಸ್. ತನ್ನ ಅಂತ್ಯ ಸಮೀಪಿಸುತ್ತಿದ್ದಂತೆ ಅವನೆಂದ :

"ದೊಡ್ಡ ಬೆಟ್ಟ ಪುಡಿಗೂಡಲೇ ಬೇಕು.
ಬಲಿಷ್ಠ ತೊಲೆ ಮುರಿಯಲೇ ಬೇಕು
ಜ್ಞಾನಿ ಗಿಡದಂತೆ ಬಾಡಿ ಉದುರಲೇ ಬೇಕು !"

ಕ್ರಿ. ಪೂ. ಮೂರನೆಯ ಶತಮಾನದಲ್ಲಿ ಚೀನದ ಪ್ರಥಮ ಕವಿ ರಾಜನೀತಿಜ್ಞ ಕ್ಯು ಯುವಾನ್ 'ದಕ್ಷಿಣದ ಹಾಡುಗಳು' ಎಂಬ ಗೀತ ಮಾಲಿಕೆಯನ್ನು ರಚಿಸಿದ. ಆ ಕಾಲದ ಭ್ರಷ್ಟ ರಾಜಕಾರಣದಿಂದಾಗಿ ಯಾವ ನೆರವೂ ಇಲ್ಲದೆ ತೊಳಲುತ್ತಿದ್ದ ತನ್ನ ಸಂತ್ರಸ್ತ ಜನರಿಗಾಗಿ ಸಂತಾಪವನ್ನು ಸೂಸುತ್ತಿತ್ತು ಆ ಗೀತ ಮಾಲಿಕೆ.

ಮುಂದೆ ಚಿನ್ ಅಥವಾ ಹಾನ್ ವಂಶದ ದೊರೆ ಶಿ ಹುಆಂಗ್ ತಿ ವಿದ್ಯೆಯೇ ಎಲ್ಲ ತೊಂದರೆಗಳಿಗೂ ಕಾರಣ ಎಂದು, 460 ಜನ ವಿದ್ವಾಂಸರನ್ನು ಜೀವಂತವಾಗಿ ಹುಗಿದ; ದೊರೆತ ಪುಸ್ತಕಗಳನ್ನೆಲ್ಲ ಸುಟ್ಟ. 2400 ಕಿಲೋಮೀಟರ್ ಉದ್ದದ ಮಹಾಗೋಡೆಯನ್ನು ನಿರ್ಮಿಸಿದ.

ಅನಂತರದ ವು ತಿ ವಿದ್ಯೆಯನ್ನು ಗೌರವಿಸಿ, ಅಳಿದುಳಿದಿದ್ದ ಪುಸ್ತಕಗಳನ್ನು ರಕ್ಷಿಸಿದ, ಪ್ರತಿ ಮಾಡಿಸಿದ. ವಾಂಗ್ ದೊರೆ ಭೂಮಿಯೆಲ್ಲ ರಾಷ್ಟ್ರದ ಸೊತ್ತು ಎಂದು ಸಾರಿ, ಗುಲಾಮರನ್ನು ಜೀತಮುಕ್ತಗೊಳಿಸಿ, ಅವರಿಗೆಲ್ಲ ಹೊಲ ನೀಡಿ, ಆ ಹೊಲವನ್ನು ಕೊಳ್ಳುವುದೂ ಮಾರುವುದೂ

ಸಲ್ಲ ಎಂದು ವಿಧಿಸಿದ. ಪರಿಣಾಮ : ಭೂಮಾಲೀಕರಿಂದ ವಾಂಗ್‌ನ ಕೊಲೆ; ಆತ ಮಾಡಿದ್ದ ಸುಧಾರಣೆಗಳ ರದ್ದತಿ.

ಲಾವೊ-ತ್ಸೆ, ಕನ್‌ಫ್ಯೂಸಿಯಸ್‌ರೊಡನೆ ಸಹಬಾಳ್ವೆಗಾಗಿ ಭಾರತದಿಂದ ಬುದ್ಧ ಮತವೂ ಚೀನಕ್ಕೆ ಬಂತು (ಕ್ರಿ.ಶ. 67).

ಬಿದಿರಿನಲ್ಲಿ ಬರಹ. ವಿದ್ವಾಂಸನಿಗೆ ತನ್ನ ಗ್ರಂಥಗಳನ್ನು ಊರಿಂದ ಊರಿಗೆ ಒಯ್ಯಲು ಮೂರು ಗಾಡಿಗಳು ಬೇಕಾಗುತ್ತಿದ್ದುವು. ಈ ಭಾರದ ಸಮಸ್ಯೆ ಸಾಕಷ್ಟು ತೆಳ್ಳಗಿನ ಕಾಗದ ಸಿದ್ಧವಾದ ಮೇಲೆ ಬಗೆಹರಿಯಿತು (105).

970ರಲ್ಲಿ ಮಿಂಗ್ ವಂಶದ ಆಳ್ವಿಕೆಯಲ್ಲಿ, ಎಲ್ಲ ಜ್ಞಾನವನ್ನೂ ಒಂದೆಡೆ ಕಲೆಹಾಕುವ ಚೀನೀ ವಿಶ್ವಕೋಶ ಸಿದ್ಧವಾಯಿತು. ಮುಂದಿನ ಶತಮಾನಗಳಲ್ಲಿ ಪಾಶ್ಚಾತ್ಯ ಜಗತ್ತಿನ ಮೇಲೆ ಪ್ರಭಾವ ಬೀರಿದ ಹೆಗ್ಗಳಿಕೆ ಅವರದು.

1161ರಲ್ಲಿ, ಮೂಲತಃ ಯುದ್ಧದಲ್ಲಿ ಬಳಸಲೆಂದೇ, ಸಿಡಿಮದ್ದನ್ನು ಚೀನೀಯರು ಕಂಡುಹಿಡಿದರು.

ಚಿತ್ರಕಲೆಯಲ್ಲೂ ಕಟ್ಟಡ ನಿರ್ಮಾಣದಲ್ಲೂ ಅವರದು ಅಸಾಧಾರಣ ಸಾಧನೆ ಎನಿಸಿತು.

ಬರೆಯುವುದಕ್ಕೆ ಚಿತ್ರಲಿಪಿ. ಮೊದಲು 4000 ಲಿಪಿಚಿತ್ರಗಳಿದ್ದು ಸುಧಾರಣೆಗೆ ಒಳಗಾಗಿ 1300ಕ್ಕೆ ಇಳಿದುವು. ಇದು ಪಂಡಿತರ ಲೋಕ. ಕಾವ್ಯ, ಕಥೆ, ಕಾದಂಬರಿ ಎಲ್ಲವೂ ಮೇಲಣ ವರ್ಗಕ್ಕೆ. ಪೀಠ ಹೊರುವವರಿಗೆ, ಇತರ ಕೆಲಸಗಾರರಿಗೆ ಬಡ ರೈತರಿಗೆ ತಮ್ಮದೇ ಭಾಷೆ. ತಮ್ಮದೇ ವಿಶಿಷ್ಟ ಕಥೆಗಳು. ಆ ಜಾತಿಗೆ ಹೆಸರು ಷಿಆಒ ಶುಒ. ಜನತೆಯ ಸಾಹಿತ್ಯ ಸೃಷ್ಟಿಗೆ ಮೂಲ 'ಮಿಥ್ಯಕಥೆ'ಗಳು. ಕಾಲದಿಂದ ಕಾಲಕ್ಕೆ ಬದಲಾವಣೆ. ಬದುಕಿನ ವಾಸ್ತವ ಘಟನೆಗಳೂ ಕಥೆ ಹೆಣೆಯಲು ಹೇರಳ ಸಾಮಗ್ರಿ ಒದಗಿಸುತ್ತಿದ್ದುವು.

ದೃಷ್ಟಾಂತಕ್ಕೊಂದು 'ಮಿಥ್ಯಕಥೆ'.

ಶೆನ್ ತು ಮತ್ತು ಯು ಲೀ ದೇವತೆಗಳು ಹುಲ್ಲಿನ ಹಗ್ಗಗಳಿಂದ ಹುಲಿಗಳನ್ನು ಹಿಡಿದು ಕಟ್ಟುತ್ತಿದ್ದರು; ಅಗೋಚರ ದುಷ್ಟ ಶಕ್ತಿಗಳಿಂದ ಜನರನ್ನು ಕಾಪಾಡುತ್ತಿದ್ದರು. ಜನ ದೇವಾಲಯದಲ್ಲಿ ಆ ದೇವತೆಗಳನ್ನು ದ್ವಾರಪಾಲಕರಾಗಿ ಮಾಡಿದರು.

ಮುಂದೆ ಈ ಮಿಥ್ಯಕಥೆ ವಾಸ್ತವತೆಯನ್ನಾಧರಿಸಿದ ದಂತಕಥೆ ಆಯಿತು.

ಚಿನ್ ಚಿಯುಂಗ್ ಮತ್ತು ಯುಚಿ ಚಿಂಗ್‌ತೆಹ್ ಧೀರ ಸೇನಾನಿಗಳು. ಶೆನ್ ತು, ಯು ಲೀ ದೇವತೆಗಳು ಮರೆಯಾಗಿ ಈ ವೀರರು ದೇವಾಲಯದ ದ್ವಾರಪಾಲಕರಾದರು.

ಜನರ ಹರಟೆ ಮಾತುಕತೆಗಳನ್ನು ಆಸ್ಥಾನಕ್ಕೆ ವರದಿ ಮಾಡುವುದು ಅಧಿಕಾರಿಗಳ ಕೆಲಸವಾಗಿತ್ತು. ಮುಂದೆ ಕಥೆಗಾರರು ಆ ಕೆಲಸ ಮಾಡತೊಡಗಿದರು.

16ನೆಯ ಶತಮಾನದ ಪೂರ್ವಾರ್ಧದಲ್ಲಿ (ಮಿಂಗ್ ವಂಶ) ಹಲವು ಕಾದಂಬರಿಗಳು ಸೃಷ್ಟಿಯಾದವು. ವಸ್ತು : ದೇವ-ದಾನವ ಯುದ್ಧ, ಕ್ರಮೇಣ ಮಾನವ ಸ್ಥಿತಿಗತಿಗಳೂ ಚಿತ್ರಿತವಾದವು. ಪ್ರಣಯ ವಸ್ತುಗಳಿಗೆ ವಿಶೇಷ ಬೇಡಿಕೆ. ಕೋತಿಯೊಂದು ಎಂಬತ್ತೊಂದು ಗಂಡಾಂತರಗಳನ್ನು ದಾಟಿ ಭಾರತಕ್ಕೆ ಬಂದು, ಬುದ್ಧನ ಬೋಧನೆಗಳ ಶುದ್ಧ ಪ್ರತಿಗಳನ್ನು ಚೀನಕ್ಕೆ ಒಯ್ಯುವುದನ್ನು ಚಿತ್ರಿಸುವ ರಮ್ಯ ಕಾದಂಬರಿಯೂ ಆಗಲೇ ಪ್ರಕಟವಾಯಿತು. ಕರ್ತೃ : ವು ಚೆಂಗ್-ಎನ್.

18ನೆಯ ಶತಮಾನದ ಸುಪ್ರಸಿದ್ಧ ಕಾದಂಬರಿ 'ಕೆಂಪು ಸೌಧದ ಕನಸು'. (ಇದು ಕ್ರಾಂತಿಗೆ ಸಂಬಂಧಿಸದ 'ಕೆಂಪು') ಬರೆದಾತ ತ್ಸಾವೊ ಹುಎಹ್-ಚಿನ್.

ಚೀನೀ ಸಾಹಿತ್ಯ ಕ್ರಾಂತಿಕಾರಕ ರೀತಿಯಲ್ಲಿ ಬದಲಾದದ್ದು ಈ ಶತಮಾನದ ಮೊದಲ ದಶಕಗಳಲ್ಲಿ. ಕ್ರೌರ್ಯ ಮೌಢ್ಯ ಶೋಷಣೆ ಗಳಿಂದ ಪೆಡಸಾಗಿದ್ದ ಚೀನೀ ಸಮಾಜ ಕಳೆದ ಶತಮಾನದ ಅಂತ್ಯದಲ್ಲೇ ಬಿರುಕು ಬಿಡತೊಡಗಿತ್ತು.

ರಾಜವಂಶಗಳ ಏಳುಬೀಳುಗಳ ನಡುವೆಯೂ ತೆವಳುತ್ತ ಬೆಳೆಯುತ್ತಿದ್ದ ದೈತ್ಯಾಕಾರದ ರಾಷ್ಟ್ರವನ್ನು ಕಂಡು ಯಾವ ಸುಲಿಗೆಕಾರರ ಬಾಯಿಯಲ್ಲಿ ನೀರೂರದು ?

ಪೂರ್ವದಿಂದ ಪಶ್ಚಿಮಕ್ಕೆ 5000 ಕಿ.ಮೀ. ಉತ್ತರದಿಂದ ದಕ್ಷಿಣಕ್ಕೆ 4000 ಕಿ.ಮೀ. ವಿಸ್ತಾರ 9,600,000 ಚ.ಕಿ.ಮೀ. ಉದ್ದನೆಯ ಕಡಲು ಕರಾವಳಿ. ಮೂರು ದೀರ್ಘ ನದಿಗಳು. ದೇಶವನ್ನು ಉತ್ತರವೆಂದು ದಕ್ಷಿಣವೆಂದು ವಿಂಗಡಿಸುವ ಪರ್ವತಾವಳಿ. 60 ವಿವಿಧ ಜನಾಂಗ ಗಳಿದ್ದರೂ ನೂರರಲ್ಲಿ 94 ಚೀನೀಯರು ಅಥವಾ ಹಾನ್ ಜನರು. ಭಾರತದೊಡನೆ ಸುದೀರ್ಘ ಗಡಿ; ರಷ್ಯಕ್ಕೆ ತಗಲಿಯೂ ಸೀಮಾರೇಖೆ. ಚೀನದ ರೇಷ್ಮೆ ಕಂಡರೇ ಸಾಕು 'ಮೈ ನವಿರೇಳಿಸುವುದು'. 2500 ವರ್ಷ ರೇಷ್ಮೆ ತಯಾರಿಕೆಯ ಗುಟ್ಟನ್ನು ಚೀನ ಬಿಟ್ಟುಕೊಟ್ಟಿರಲಿಲ್ಲ. ಪರಕೀಯರೊಡನೆ ಆ ಬಗ್ಗೆ ಮಾತನಾಡಿದವರಿಗೆ ಪ್ರಾಣ ದಂಡನೆಯ ಬೆದರಿಕೆ. ಆಗಿನ ಜನಸಂಖ್ಯೆ 30-40 ಕೋಟಿ (ಈಗ 84 ಕೋಟಿ; ವಿದೇಶಗಳಲ್ಲಿ ಇರುವ ಚೀನೀಯರು 2 ಕೋಟಿ).

ಮಂಗೋಲರ ಕುಬಲಾಯಿ ಖಾನ್ ಆಳುತ್ತಿದ್ದಾಗ ಇಟೆಲಿಯಿಂದ ಮಾರ್ಕೊ ಪೋಲೊ ಬಂದ. ಈತ ನಿರಂತರ ಪ್ರವಾಸಿ (13ನೆಯ ಶತಮಾನ).

ಮಿಂಗ್ ವಂಶದ ಕಾಲದಲ್ಲಿ(1517) ಪೋರ್ಚುಗೀಸರು ತಂಬಾಕು ಸೇವಿಸುತ್ತ ಚೀನಕ್ಕೆ ಬಂದರು. ಮುಂದೆ ಅರ್ಧ ಶತಮಾನದಲ್ಲಿ ಸ್ಪೇನಿನವರ ಆಗಮನ. 1637ರಲ್ಲಿ ಇಂಗ್ಲಿಷ್ ವಣಿಕರ ಭೇಟಿ.

ಅನಂತರ ಮಂಚು ವಂಶ ಆಳತೊಡಗಿದಾಗ, ಪೋರ್ಚುಗಲ್ ಚೀನೀಯರಿಗೆ ಅಫೀಮಿನ ರುಚಿ ತೋರಿಸಿತು. ಅಫೀಮು ಸೇವನೆಯಿಂದ ಜನ ಹಾಳಾಗುತ್ತಿರುವರೆಂದು ಗದ್ದಲ. ತ್ಸುಷಿ ಸಮ್ರಾಜ್ಞಿಯ ಮುಂದಾಳುತನದಲ್ಲಿ 'ಜಟ್ಟಿ ಬಂಡಾಯ'. ಪರಕೀಯರ ಮೇಲೆ 'ಅಫೀಮು ಯುದ್ಧ' ಎರಡು ಬಾರಿ. ಜರ್ಮನಿ, ಅಮೆರಿಕ, ಫ್ರಾನ್ಸ್, ರಷ್ಯಗಳು ಬಂದವು.

1911ರಲ್ಲಿ ಜನತೆಯ ಅತೃಪ್ತಿಯ ಬೇಗೆ ತಾಳಲಾರದೆ ಮಂಚು ಅರಸೊತ್ತಿಗೆ ಉರುಳಿತು. ಮುಂದೆ ಸಮ್ರಾಟರಿಲ್ಲದ ದೇಶ. ಕೂಮಿಂಟಾಂಗ್ (ರಾಷ್ಟ್ರೀಯ ಜನತಾ ಪಕ್ಷ) ಸ್ಥಾಪಿಸಿದ್ದ ಸೂನ್ ಯಾತ್ ಸೆನ್‌ಗೆ ನಾಲ್ಕು ತಿಂಗಳ ತಾತ್ಕಾಲಿಕ ಅಧ್ಯಕ್ಷತೆ. ಬಳಿಕ ಆ ಸ್ಥಾನ ಯುವಾನ್ ಶಿ-ಕಾಯ್‌ಗೆ. ತಾನೇ ಸಮ್ರಾಟನಾದರೆ ಹೇಗೆ ಎಂದು ಶಿ-ಕಾಯ್ ಯೋಚಿಸಿದಾಗ, ಆತನ ವಿರುದ್ಧ ಸೂನ್ ಯಾತ್ ಸೆನ್ ನಾಯಕತ್ವದಲ್ಲಿ ಹೋರಾಟ. ಅದರಲ್ಲಿ ವಿಜಯ.

ಅಷ್ಟರಲ್ಲಿ ಮೊದಲ ಮಹಾಯುದ್ಧ ಆರಂಭವಾಗಿತ್ತು; ಹೊಗೆ ಪೂರ್ವಕ್ಕೂ ಸುಳಿಯಿತು. 1917ರಲ್ಲಿ ರಷ್ಯದಲ್ಲಿ ಅಕ್ಟೋಬರ್ ಕ್ರಾಂತಿ ನಡೆಯಿತು.

ಯುದ್ಧಾಂತ್ಯದಲ್ಲಿ 1919 ಏಪ್ರಿಲ್‌ನಲ್ಲಿ – ವರ್ಸೇಲಿನಲ್ಲಿ ಆದ ಒಪ್ಪಂದದಂತೆ, ಚೀನದಲ್ಲಿ ಜರ್ಮನಿಗಿದ್ದ ಹಿತಾಸಕ್ತಿಗಳಿಗೆ ಜಪಾನನ್ನು ಹೊಸ ವಾರಸುದಾರನಾಗಿ ನೇಮಿಸಲಾಯಿತು. ಚೀನದಲ್ಲಿ ವಿದ್ಯಾರ್ಥಿ ಸಮುದಾಯ, ಕಾರ್ಮಿಕ ವರ್ಗ, ಸಾಮಾನ್ಯ ಜನತೆ ಪ್ರಬಲ ಪ್ರತಿಭಟನೆ ಹೂಡಿದರು. ಅದೇ 1919ರ ಮೇ 4ರ ಕ್ರಾಂತಿ.

ಆ ಕ್ರಾಂತಿಯೇ ಅಪೂರ್ವ ಸಾಹಿತ್ಯ ಚಳುವಳಿಗೂ ನಾಂದಿ. ತುಂಬಿದ್ದ ಜೇಡರ ಬಲೆಗಳನ್ನು ಸವರಿ ಬಂಡಾಯ ಸಾಹಿತ್ಯ ಭುಗಿಲೆದ್ದಿತು. ಬದುಕಿನೊಂದಿಗೆ ಸಾಮರಸ್ಯ. ಆಡುಭಾಷೆಗೆ ಒತ್ತು...

ಹೊಸ ನಾಯಕತ್ವ ಸಿದ್ಧವಾಗುತ್ತಲಿತ್ತು. ಸ್ವತಃ ಸೂನ್ ಯಾತ್ ಸೆನ್ ವಿದೇಶಗಳಲ್ಲಿ ಶಿಕ್ಷಣ ಪಡೆದವನು. ಚೌ ಎನ್ ಲಾಯ್ ವಿದ್ಯಾಭ್ಯಾಸ (ರೆನಾಲ್ಟ್ ಕಾರು ಕಾರಖಾನೆಯಲ್ಲಿ ಉದ್ಯೋಗ) ಪ್ಯಾರಿಸಿನಲ್ಲಿ. ಅಲ್ಲಿಯೇ ವಿಯೆಟ್ನಾಮಿನ ಹೋ ಚಿ ಮಿನ್ಹ್ ಸ್ನೇಹ. ಬರೆಹಗಾರ ಬುದ್ಧಿಜೀವಿಗಳಾದ ಲು ಷೂನ್, ಕೊ ಮೊ ಜೊ, ಮಾವೋ ತೂನ್ ಚೀನೀ ಎಲ್ಲೆಯ ಆಚೆಗೆ ಇಣುಕಿದರು. ಚಿಯಾಂಗ್ ಜಪಾನಿಗೆ ಹೋದ. ಸೋವಿಯೆತ್ ರಷ್ಯಕ್ಕೂ ಹೋಗಿ ಆರು ತಿಂಗಳು ಅಲ್ಲಿದ್ದ.

ವಾಸದ ಉದ್ದೇಶ : ಕೆಂಪು ಸೇನಾ ವ್ಯವಸ್ಥೆಯ ಅಧ್ಯಯನ.

ರಾಷ್ಟ್ರೀಯತೆ, ಪ್ರಜಾಪ್ರಭುತ್ವ, ಸಮಾಜವಾದಗಳನ್ನು ಗುರಿಯಾಗಿಟ್ಟು ಕೊಂಡ ಸೂನ್ ಯಾತ್ ಸೆನ್ ಮತ್ತು ಲೆನಿನ್ ಸ್ನೇಹ ಚರಿತ್ರಾರ್ಹ ವಾದದ್ದು. ಬಂಡವಾಳಶಾಹಿ ಪೂರ್ತಿ ಬೆಳವಣಿಗೆ ಕಾಣದ ಚೀನದಲ್ಲಿ ಪ್ರಜಾಪ್ರಭುತ್ವ ಕ್ರಾಂತಿಯನ್ನು ಪೂರ್ತಿಗೊಳಿಸಬೇಕು. ತಂತಿಯ ಮೇಲಿನ ನಡಿಗೆ. 1921ರಲ್ಲಿ ಸ್ಥಾಪಿತವಾದ ಕಮ್ಯೂನಿಸ್ಟ್ ಪಕ್ಷಕ್ಕೆ (ಲಿ ತಾ-ಚಾವೊ, ಮಾವೊ ತ್ಸೆತುಂಗ್, ಲಿಯು ಶಾವೊ ಚಿ, ಚೌ ಎನ್- ಲಾಯ್, ಚು ಟೆ) ಸೂನ್ ಯಾತ್ ಸೆನ್ ಬಗ್ಗೆ ಸ್ವಲ್ಪ ಮಾತ್ರ ಗೌರವ. ಬೊರೊದಿನ್ ಮತ್ತಿತರ ತಜ್ಞರನ್ನು ಲೆನಿನ್ ಕಳಿಸಿಕೊಟ್ಟ. ಚೀನದ ಕಮ್ಯುನಿಸ್ಟ್ ಪಕ್ಷ ರಾಷ್ಟ್ರೀಯ ಕ್ರಾಂತಿಯನ್ನು ಪೂರ್ಣಗೊಳಿಸುವುದಕ್ಕೋಸ್ಕರ ಕೂಮಿಂಟಾಂಗಿಗೆ ಬೆಂಬಲ ನೀಡಲು ಒಪ್ಪಿತು. ಅದರೊಂದಿಗೆ ಕಾರ್ಮಿಕರನ್ನೂ ಬಡ ರೈತರನ್ನೂ ಸಂಘಟಿಸುವ ತನ್ನ ಕಾರ್ಯವನ್ನು ಮುಂದುವರಿಸಿತು.

ಸೂನ್ ಯಾತ್ ಸೆನ್ ಮರಣಾನಂತರ (1925) ಅಧ್ಯಕ್ಷನಾದ ಚಿಯಾಂಗ್ ಕೈ ಶೇಕ್, ಧೋರಣೆಗಳಲ್ಲಿ ಪೂರ್ಣ ಮಾರ್ಪಾಟು ಮಾಡಿ, ಕಮ್ಯೂನಿಸ್ಟರ ದಮನಕ್ಕೆ ಮುಂದಾದ.

1931ರಲ್ಲಿ ದಕ್ಷಿಣದ ಕಿಯಾಂಗ್ಸಿ ಪ್ರಾಂತದಲ್ಲಿ ಚೀನೀ ಸೋವಿಯೆತ್ ಗಣರಾಜ್ಯ ಸ್ಥಾಪಿತವಾಯಿತು. ಚಿಯಾಂಗ್‌ನ ದಾಳಿಯನ್ನು ಸಹಿಸುವುದು ದುಸ್ಸಾಧ್ಯವೆನಿಸಿದಾಗ ಕಿಯಾಂಗ್ಸಿಯಿಂದ ವಾಯವ್ಯ ದಿಕ್ಕಿಗೆ 12,800 ಕಿಲೋಮೀಟರ್ ದೂರ ಹಳದಿ ನದಿ ತೀರದ ಯೆನಾನಿಗೆ, ಸೇನಾನಿ ಚು ಟೆ ನೇತೃತ್ವದಲ್ಲಿ ಒಂದು ಲಕ್ಷ ಜನರ ದೀರ್ಘ ಪಯಣ. ದಿನವೂ 60ರಿಂದ 100 ಕಿಲೋಮೀಟರ್‌ಗಳಂತೆ ಕಾಡು ಬೆಟ್ಟಗಳಲ್ಲಿ ಮಾರ್ಗಕ್ರಮಣ. ದಾರಿಯಲ್ಲಿ ಅಪಾರ ಸಾವು ನೋವು (ಅಡ್ಡಗಟ್ಟಿದ ಸಮರ ಪ್ರಭುಗಳೊಡನೆ ಯುದ್ಧ) ಹೊರಟದ್ದು 1934 ಅಕ್ಟೋಬರ್ ನಲ್ಲಿ. ಗುರಿ ಮುಟ್ಟಿದ್ದು 1935 ಅಕ್ಟೋಬರ್‌ನಲ್ಲಿ. ಆಗ ಬದುಕಿ ಉಳಿದಿದ್ದವರು 30,000 ಜನ ಮಾತ್ರ. ಯೆನಾನ್ ಗವಿಗಳ ಮರೆಯಲ್ಲಿ ಆರದೆ ಉಳಿದ ಕೊಳ್ಳಿ ಮುಂದಿನ ಹದಿನಾಲ್ಕು ವರ್ಷಗಳ ಅವಧಿಯಲ್ಲಿ ಇಡಿಯ ಚೀನಕ್ಕೆ ದಾರಿ ತೋರಿತು.

1919 ಮೇ 4ರ ಸಾಹಿತ್ಯ ಕ್ರಾಂತಿಯ ಹಿರಿಯ ನೇತಾರ ಲು ಷೂನ್ (1881-1936). ಜಪಾನಿನಲ್ಲಿ ವೈದ್ಯಕೀಯ ಶಿಕ್ಷಣ ಪಡೆದವನು ನಿರತನಾದದ್ದು ದೇಶದ ಕಾಯಿಲೆಗೆ ಔಷಧಿ ನೀಡಲು – ಸಾಹಿತ್ಯದ ಮೂಲಕ. ಮೊದಲ ಕಥೆ 'ಹುಚ್ಚನ ದಿನಚರಿ', ಓದಿ, ಕೇಳಿ, ಚೀನ ಪುಲಕ ಗೊಂಡಿತು. ಪಾಳೆಯಗಾರಿಕೆಯನ್ನು 'ನರಭಕ್ಷಕ'ನಾಗಿ ರೂಪಿಸಿ, ಜನರನ್ನು ಅದು ಬೇಟೆಯಾಡುವುದನ್ನು ಅದ್ಭುತ ರೀತಿಯಲ್ಲಿ ಆ ಕಥೆ ಚಿತ್ರಿಸಿತ್ತು.

ಲು ಷೂನ್ (ಮೊದಲ ಹೆಸರು ಚೌ ಶು-ಜೆನ್) ಕ್ರಮೇಣ

ಮಾರ್ಕ್ಸ್‌ವಾದಿಯಾದ; ಚೀನೀ ಕಮ್ಯೂನಿಸ್ಟ್ ಪಕ್ಷವನ್ನೂ ಸೇರಿದ.

ಅವನೆಂದ :

''ಸಾಮಾಜಿಕ ವಾಸ್ತವತೆಯ ವಿವಿಧ ಮುಖಗಳನ್ನು ಸಾಹಿತ್ಯ ಪ್ರತಿಬಿಂಬಿಸಬೇಕು. ಈ ಬಗೆಯ ಎಲ್ಲ ಪ್ರಾಮಾಣಿಕ ಬರೆಹಗಳೂ ಅನಿವಾರ್ಯವಾಗಿ ಬೊಟ್ಟುಮಾಡಿ ತೋರಿಸುವುದು ಒಂದೇ ಅಂಶವನ್ನು - ಸಮಾಜವಾದದಿಂದ ಮಾತ್ರ ಮಾನವನ ವಿಮೋಚನೆ ಸಾಧ್ಯ ಎಂಬುದನ್ನು.''

ಇನ್ನೂ ಒಂದು ಮಾತು :

''ಆಳುವ ವರ್ಗ ಸಿಂಹದಂತೆ ಕ್ರೂರಿ ; ಮೊಲದಂತೆ ಪುಕ್ಕಲು; ನರಿಯಂತೆ ಕುತಂತ್ರಿ.''

ಮತ್ತೊಂದು :

''ನಮ್ಮ ಮಕ್ಕಳನ್ನು ಉಳಿಸುವುದಕ್ಕೋಸ್ಕರ, ಈ ನರಭಕ್ಷಕ ಸಮಾಜವನ್ನು ನಾವು ತೊಡೆದು ಹಾಕಬೇಕು.''

ಸೋವಿಯೆತ್ ಕ್ರಾಂತಿಯನ್ನು ಹತ್ತಿಕ್ಕಲು ಲೋಕದ ಸಾಮ್ರಾಜ್ಯವಾದಿಗಳು ಯತ್ನಿಸುತ್ತಿದ್ದಾಗ :

''ಸೋವಿಯೆತ್ ಒಕ್ಕೂಟದ ಮೇಲೆ ದಾಳಿ ನಡೆಸುತ್ತಿರುವ ದೆವ್ವಗಳಿಗಿದಿರು ಹೋರಾಡ ಬಯಸುವೆ. ಬದುಕಿನತ್ತ ನಾವು ಸಾಗಬೇಕಾದ ದಾರಿಯೂ ಇದೇ.''

ಕೊನೆಯಲ್ಲಿ:

''ಬದುಕಲು ಇಚ್ಛಿಸುವ ಜನರು ಈ ಜಗತ್ತಿನಲ್ಲಿ ಇನ್ನೂ ಇರುವರೆಂದಾದರೆ, ಮಾತನಾಡಲು, ನಗಲು, ಅಳಲು, ಕೂಗಾಡಲು ಅವರು ಎದೆಗಾರಿಕೆ ತೋರಬೇಕು; ಈ ಶಾಪಗ್ರಸ್ತ ಸ್ಥಳದಲ್ಲಿ ಈ ಶಾಪಗ್ರಸ್ತ ಯುಗಕ್ಕಿದಿರು ಬಂಡಾಯವೆದ್ದು, ಹೋರಾಡಿ, ಅದನ್ನು ಸೋಲಿಸಬೇಕು.''

ಚೀನೀ ಕಮ್ಯುನಿಸ್ಟ್ ಪಕ್ಷದ ನಾಯಕ ಮಾವೋ ಸ್ವತಃ ಪ್ರತಿಭಾಶಾಲಿಯಾದ ಕವಿ. ಅವನೆಂದ :

''ಪರಿವರ್ತನೆಯೇ ಒಬ್ಬ ಮನುಷ್ಯನ ನಿಜವಾದ ಮಾರ್ಗ (ತಾವೋ).''

ಯೆನಾನ್‌ನಲ್ಲಿ ಹೊಸ ಸೃಷ್ಟಿಯ ಮೊಳಕೆಗಳು ಬಲಗೊಂಡಂತೆ, ದಕ್ಷಿಣದ ಪಾತಿಗಳಲ್ಲಿ ಗೋಪ್ಯದಲ್ಲೇ ದುಡಿಮೆ ನಡೆಯಿತು.

'ಪುಸ್ತಕಗಳನ್ನೂ ನಿಯತ ಕಾಲಿಕೆಗಳನ್ನೂ ನಿರ್ಬಂಧಿಸುವ ಸಮಿತಿ'ಯನ್ನು ಚಿಯಾಂಗ ಕೈ ಶೇಕ್ ರೂಪಿಸಿದ; ಅದಕ್ಕೆ ಕಾನೂನಿನ ರಕ್ಷೆ ನೀಡಿದ. ಹೊಸ ದಾರಿ ತುಳಿದಿದ್ದ ಬುದ್ಧಿಜೀವಿಗಳು ಅಳುಕಲಿಲ್ಲ. ಸೆರೆಮನೆಗಳು ಅವರಿಗೆ ತುಚ್ಛವಾಗಿ ಕಂಡುವು. ಪ್ರತಿಭಟನೆಯ ಸಾಹಿತ್ಯ ತನಗೆ ಸೋಲಿಲ್ಲ ಎಂದಿತು.

ಎರಡನೆಯ ಲೋಕ ಮಹಾಯುದ್ಧ. ಕೂಮಿಂಟಾಂಗ್‌ನ ಜೊತೆ ಗೂಡಿ ಜಪಾನಿಗಿದುರು ಹೋರಾಟ. 1945ರಲ್ಲಿ ಜಪಾನು ಶರಣು ಬಂದೊಡನೆಯೇ, ಅಂತರ್ಯುದ್ಧ ಉಗ್ರವಾಯಿತು. ಬಂಧ ವಿಮೋಚನಾ ಸೇನೆ ದಾಪುಗಾಲುಗಳನ್ನಿಡುತ್ತ ಪೀಕಿಂಗನ್ನು ವಶಪಡಿಸಿ ಕೊಂಡಿತು. ಕೂಮಿಂಟಾಂಗ್ ಪಕ್ಷ, ದಂಡು ಮಣ್ಣು ಮುಕ್ಕಿದುವು. 1949 ಅಕ್ಟೋಬರ್ 1ರಂದು ಚೀನದ ಪ್ರಜಾ ಗಣರಾಜ್ಯ ಸ್ಥಾಪಿತವಾಯಿತು. ಯುದ್ಧಾ ನಂತರದ ಪುನರ್ನಿರ್ಮಾಣದ ತನ್ನ ನೂರು ಸಂಕಟಗಳನ್ನೂ ಲೆಕ್ಕಿಸದೆ, ಸೋವಿಯೆತ್ ಒಕ್ಕೂಟ ಸಂಗಾತಿ ಚೀನಕ್ಕೆ ಸಹಸ್ರ ಸಂಖ್ಯೆಯಲ್ಲಿ ತಜ್ಞರನ್ನೂ, ತಂತ್ರಜ್ಞರನ್ನೂ ಕಳಿಸಿತು. ಕೈಗಾರಿಕೋದ್ಯಮ, ಸಾರಿಗೆ, ಬ್ಯಾಂಕ್, ವಿದೇಶ ವ್ಯಾಪಾರಗಳನ್ನು ರಾಷ್ಟ್ರೀಕರಿಸಿದ ಚೀನಕ್ಕೆ ಸ್ಥಿರತೆ ಸಾಧಿಸಲೆಂದು 18 ಕೋಟಿ ರೂಬಲ್ ಹಣವನ್ನು ನೀಡಿತು...

...ನವರಾಷ್ಟ್ರ ನಿರ್ಮಾಣದ ಕಾಲಾವಧಿಯಲ್ಲಿ ಗೊಂದಲವಿಲ್ಲದೆ ಇರಲಿಲ್ಲ.

1956ರಲ್ಲಿ ಮಾವೋ ಅಂದ :

''ನೂರು ಹೂಗಳು ಅರಳಲಿ ; ನೂರು ವಿಚಾರಗಳು ಸ್ವಚ್ಛಂದವಾಗಿ ವಾದಿಸಲಿ.''

ಫಲಿಸಿದ ಯೋಜನೆ. ನೂರು ಹೂಗಳ ಉದ್ಯಾನ ಕಂಡು (ವಾದ ವೈಖರಿ ನೋಡಿ) 1957ರಲ್ಲೇ ಮಾವೋ ಆಜ್ಞಾಪಿಸಿದ :

''ಇನ್ನು ಕಳೆ ಕೀಳಬೇಕು.''

1958ರಲ್ಲಿ ಆರ್ಥಿಕ ರಂಗದಲ್ಲಿ 'ಬೃಹತ್ ಲಂಘನ'ಕ್ಕೆ ಮಾವೋ ಕರೆ ಕೊಟ್ಟ.

ನಿರೀಕ್ಷಿತ ಫಲ ಸಿಗಲಿಲ್ಲ ಎನ್ನುವುದು ಇತಿಹಾಸದಲ್ಲಿ ದಾಖಲೆ ಆಗಿರುವ ಅಂಶ.

ಬಳಿಕ ಬಂತು (1965-68) 'ಸಾಂಸ್ಕೃತಿಕ ಕ್ರಾಂತಿ'. ಮಾವೋನ ಪತ್ನಿ ಚಿಯಾಂಗ್ ಚಿಂಗ್ ಮಾರ್ಗದರ್ಶನಕ್ಕೆ ಮುಂದಾದಳು. ಶಾಲೆ ಕಾಲೇಜು ಗಳನ್ನು ಮುಚ್ಚಿದರು. ವಿದ್ಯಾರ್ಥಿಗಳು ಕೆಂಪು ಸ್ವಯಂಸೇವಕರಾಗಿ ಮದಾಮ್‌ಗೆ ಇಷ್ಟವಾಗದವರನ್ನು ಚಚ್ಚಿದರು. (ಖ್ಯಾತ ಲೇಖಿಕೆ ಟಿಂಗ್ ಲಿಂಗ್ ಬಹಿಷ್ಕೃತೆಯಾದಳು. ಹಾಗೆಯೇ ಇನ್ನೂ ಹಲವರು.)

ಅತಿಯಾಯಿತೇನೋ ಎನಿಸಿದಾಗ ಮಾವೋ 'ಇನ್ನು ಸಾಕು' ಎಂದ.

ಚು ಟೆ, ಚೌ, ಮಾವೋ ಈಗಿಲ್ಲ. ಹೊಸ ನಾಯಕತ್ವ ಮಾವೊನ ಪತ್ನಿಯನ್ನೂ ಆಕೆಗೆ ನೆರವಾದ ಮೂವರನ್ನೂ 'ದುಷ್ಟ ಚತುಷ್ಟಯ' ಎಂದು ಕರೆದು, ಕತ್ತಲೆಗೆ ತಳ್ಳಿದೆ. ಮಾವೋನ ಗುಣಗಾನ ಕಮ್ಮಿಯಾಗಿದೆ. ಆದರೆ ಜಗತ್ತಿನ ಪ್ರಬಲ ಬಂಡವಾಳಶಾಹಿ ರಾಷ್ಟ್ರ ಅಮೆರಿಕದೊಡನೆ

ಸ್ನೇಹ, ಮಿಲಿಟರಿ ಆಡಳಿತವಿರುವ ಪಾಕಿಸ್ತಾನಕ್ಕೆ ನೀಡುತ್ತಿರುವ ಕುಮ್ಮಕ್ಕು, ವಿಯೆಟ್ನಾಮಿನ ಮೇಲೆ ಕಳೆದ ವರ್ಷ ನಡೆಸಿದ ದಾಳಿ – ಇವೆಲ್ಲ ಚೀನದ ಈಗಿನ ನಾಯಕತ್ವದ ಗೊತ್ತು ಗುರಿಗಳ ಬಗ್ಗೆ ವಿವಂಚನೆ ಉಂಟುಮಾಡಿವೆ.

...ಈ ಹಿನ್ನೆಲೆಯಲ್ಲಿ ಪ್ರಾತಿನಿಧಿಕ ಚೀನೀ ಕಥೆಗಳನ್ನು ಆರಿಸಲು ತುಸು ಪ್ರಯಾಸ ಪಡಬೇಕಾಯಿತು. ಲು ಷೂನ ಮತ್ತು ಮಾವೋ ತೂನರ 'ಹುಚ್ಚನ ದಿನಚರಿ', 'ಎರಡನೇ ಪೀಳಿಗೆ' ಕಥೆಗಳು ಬಹುಕಾಲ ಬಾಳುವಂಥವು. ನಗಿಸಿ, 'ಭೇಷ್' ಎನಿಸುವ 'ಇಬ್ಬರು ದಳ ನಾಯಕರು' ಗುಂಡಿಗೆಯ ಬಡಿತವನ್ನು ಹೆಚ್ಚಿಸುವ 'ಪ್ರೇಮಕ್ಕೆ ಸ್ಥಾನ' ಮತ್ತು ಆದರಕ್ಕೆ ಅರ್ಹವಾದ ಕರ್ತವ್ಯನಿಷ್ಠೆಯನ್ನು ಚಿತ್ರಿಸುವ 'ಕಿರುಕುಳದ ಒಡ್ಡು' – ಇವು 'ಸಾಂಸ್ಕೃತಿಕ ಕ್ರಾಂತಿ'ಯ ಅನಂತರ ಬಂದ ಒಳ್ಳೆಯ ಕಥೆಗಳು.

ಚೀನೀ ಜನತೆಯ ಸುಖಸಂಕಟಗಳನ್ನು ಅರ್ಥಮಾಡಿಕೊಳ್ಳಲು ಈ ಐದು ಕಥೆಗಳು ಓದುಗರಿಗೆ ಸಹಾಯಕವಾಗುತ್ತವೆ.

*   *   *

''ಇದೀಗ ನನ್ನ ಆಣತಿ, ಅಭೀಪ್ಸೆ:
ಉದಿಸುವ ಸೂರ್ಯನ ದಿನಗಳೆಲ್ಲ
ಪಕ್ಷಪಾತವಿಲ್ಲದೆ ಲೋಕದ ಮೂಲೆ ಮೂಲೆಗಳಿಗೂ
ಬೆಳಕು ಬೀರಲಿ.

– ಸೂರ್ಯದೇವಿಯ ವಂಶಜನೆಂದು ಕರೆದುಕೊಳ್ಳುವ ಜಪಾನೀ ಅರಸ ಹಿರೋಹಿಟೊ 1960ರ ಹೊಸ ವರ್ಷದ ದಿನ ಜಾಹೀರು ಮಾಡಿದ ಕವಿತೆ ಇದು.

ಯುವ ಜನಾಂಗ ನಕ್ಕಿತು. ''ಇವನೇನು ತಾನೇ ಸೂರ್ಯ ಎಂದು ಕೊಂಡಿದ್ದಾನೋ ?'' ಎಂಬ ಟೀಕೆಗಳು ಹಾರಾಡಿದವು.

ವಾಸ್ತವವಾಗಿ ಕಳೆದ ಮಹಾಯುದ್ಧದ ಮುಕ್ತಾಯಗಳೊಂದಿಗೆ ಸೂರ್ಯವಂಶದ ಅರಸನ ದೈವಿಕ ಪ್ರಭಾವಳಿ ಕರಗಿಹೋಗಿತ್ತು. 1947ರ ಹೊಸ ರಾಜ್ಯಾಂಗದ ಪ್ರಕಾರ ಆತ ಯಾವ ಅಧಿಕಾರವೂ ಇಲ್ಲದ ಅರಸನಾದ.

...ಏಷ್ಯದ ಪೂರ್ವ ದಂಡೆಯಾಚೆಗೆ. ನಾಲ್ಕು ದೊಡ್ಡ ದ್ವೀಪಗಳ ಸಮುಚ್ಚಯ (ಮೂರು ಸಾವಿರ ಕಿಲೋಮೀಟರ್‌ಗಳ ಉದ್ದದ ಕಮಾನು) ಚೀನೀಯರು ಅದನ್ನು 'ಸೂರ್ಯನ ಉಗಮ ಸ್ಥಾನ' ಎಂದರು. ಚೀನೀ ಭಾಷೆಯಲ್ಲಿ 'ಜಿಹ್ ಸೆನ್'. ಮಾರ್ಕೊ ಪೋಲೋ ವೆನಿಸಿಗೆ ಮರಳಿದಾಗ ಕಥನದಲ್ಲಿ ಹೆಸರು ತುಸು ಅದಲುಬದಲಾಗಿ ಜಪಾನ್ ಆಯಿತು. ಸ್ವತಃ ಜಪಾನೀಯರು ತಮ್ಮ ರಾಷ್ಟ್ರವನ್ನು ನಿಪ್ಪೊನ್ ಎನ್ನುತ್ತಾರೆ – ಮಹಾ ನಿಪ್ಪೊನ್.

ಇತಿಹಾಸ ಪೂರ್ವ ಕಾಲದಲ್ಲಿ ಈ ದ್ವೀಪ ವಾಸಿಗಳು ಬಂದುದೆಲ್ಲಿಂದ ?

ಕೊರಿಯ ಮಾರ್ಗವಾಗಿ ಮಂಗೋಲಿಯಾದಿಂದ ? ಆಗ್ನೇಯ ಏಷ್ಯದ ಮಲಯ, ಸುಮಾತ್ರ ಭಾಗಗಳಿಂದ ? ಎಲ್ಲೆಡೆಗಳಿಂದಲೂ ಬಂದು ನೆಲೆಸಿ ಬೆರೆತ ಬಣಗಳು. 'ಆಳು' ತ್ತಿದ್ದವರು ಮಾಟಗಾತಿಯರು.

ಕ್ರಿ. ಶ. 522-1603ರ ನಡುವೆ ಜಪಾನೀಯರ ಒರಟುತನವನ್ನು ಬೌದ್ಧಮತ ತುಸು ಮೆದುಗೊಳಿಸಿತು.

ಇತಿಹಾಸದಲ್ಲಿ ದಾಖಲಾಗಿರುವ ಜಪಾನಿನ ಮೊದಲ ಸಮ್ರಾಟ ಕ್ರಿ. ಶ. 5ನೇ ಶತಮಾನದ ಇಂಕಿಯೊ. ಅರಸ ಅರಸಿಯರಲ್ಲಿ ವೈವಿಧ್ಯ. ಸಾತ್ವಿಕರಿದ್ದರು; ಮೂರ್ಖರಿದ್ದರು; ದುಷ್ಟರಿದ್ದರು.

''ಮೀನು ಹಿಡಿಯಬಾರದು; ಅದರಿಂದ ಬುದ್ಧನಿಗೆ ಅವಮಾನ'' ಎಂದ ಒಬ್ಬ. ಇನ್ನೊಬ್ಬ, ಜನರನ್ನು ಮರ ಹತ್ತಿಸಿ, ಬಾಣ ಗುರಿ ಇಟ್ಟು ಸಾಯಿಸಿದ; ರಾಜಧಾನಿಯಲ್ಲಿ ಕುದುರೆ ಮೇಲೆ ದೌಡಾಯಿಸುತ್ತ, ಚಾವಟಿಯಿಂದ ಪ್ರಜೆಗಳಿಗೆ ಹೊಡೆದ. ರೋಸಿಹೋದ ಜನ ಹೆಚ್ಚು ತಡೆಯಲಾಗದೆ ಅವನನ್ನು ಕೊನೆಗಾಣಿಸಿದರು.

1592ರಲ್ಲಿ ಹಿರಿಯ ಆಡಳಿತಗಾರ ಹಿದೆಯೋಶಿ* ಜಗತ್ತನ್ನು ಗೆದ್ದು ಬರುತ್ತೇನೆ ಎಂದ. ಕೊರಿಯದಲ್ಲಾದ ಅನುಭವದಿಂದ ಜೋಲು ಮೋರೆ ಹಾಕಿ ಮರಳಿದ. 1603ರಿಂದ 1868ರ ತನಕ ಶೊಗುನಾತೆ ವಂಶದ ಆಡಳಿತ. ''ನಮ್ಮಷ್ಟಕ್ಕೆ ನಾವಿರೋಣ'' ಎಂಬ ಧೋರಣೆ ಈ ಅರಸರದು.

1853ರಲ್ಲಿ ಅಮೆರಿಕನರು ಕ್ಷೇಮ ಸಮಾಚಾರ ವಿಚಾರಿಸಿದರು. ಇತರರೂ ಬಂದರು. ಪಶ್ಚಿಮ ಜಗತ್ತಿನ ನಾಗರಿಕತೆ ಜಪಾನು ತೆರೆದು ಕೊಂಡಿತು. ಹಿರೊಬೌಮಿ ಇಟೊ ಜಪಾನಿನ ಪಾಶ್ಚಾತ್ತೀಕರಣದ ಚಳವಳಿಯ ಮುಖಂಡತ್ವ ವಹಿಸಿದ. 1863ರಲ್ಲಿ ಇಂಗ್ಲೆಂಡಿಗೆ ಭೇಟಿ ನೀಡಿದ. ಇಂಗ್ಲಿಷ್ ಆಳ್ವಿಕೆಯ ವಿಧಾನವನ್ನು ಜಪಾನಿಗೆ ಅನ್ವಯಿಸುವ ಅಪೇಕ್ಷೆಯೊಡನೆ ಹಿಂತಿರುಗಿದ. ಜಪಾನೀ ಲೋಕಸಭೆಯನ್ನು (ಡಯೆಟ್) ಸೇರಿಸಿದ. (ಕೊನೆಗಾಲವನ್ನು ಕೊರಿಯಾದಲ್ಲಿ ಕಳೆಯುತ್ತಿದ್ದಾಗ, 1909 ರಲ್ಲಿ ಒಬ್ಬ ದೇಶಪ್ರೇಮಿಯ ಕೈಯಲ್ಲಿ ಹತನಾದ.)

ವಾಣಿಜ್ಯ ಸಂಬಂಧ. ಕ್ರೈಸ್ತ ಧರ್ಮದ ರಂಗ ಪ್ರವೇಶ. ವಿಜ್ಞಾನದ ಕೊಡುಗೆಯಾದ ಮುಂದುವರಿದ ಸಮರ ವಿಧಾನಗಳು. ಭೂಕಂಪ ಜ್ವಾಲಾಮುಖಿಗಳ ಜಪಾನು ಇತರ ದೇಶಗಳಲ್ಲಿ ನಡುಕ ಹುಟ್ಟಿಸುವ ಶಕ್ತಿ ಪಡೆಯಿತು.

ಗತಿಸಿದವರ ಆರಾಧನೆಯಿಂದ ಹುಟ್ಟಿದ ಧರ್ಮ ಶಿಂಟೊ. ಜನ ಶಿಂಟೊ ದೇವಾಲಯಕ್ಕೂ ಹೋದರು, ಬುದ್ಧ ಮಂದಿರದಲ್ಲೂ ಪೂಜೆ ಸಲ್ಲಿಸಿದರು. ಕೆಲವರ ಹೃದಯದಲ್ಲಿ ಕ್ರಿಸ್ತನೂ ಸ್ಥಾನ ಪಡೆದ.

ಆದರೆ ಜಪಾನೀ ದಂಡುಗಳು ರಷ್ಯದೊಡನೆ ಸೆಣಸಿದಾಗ,

---

* ಮುಂದೆ ಕೊರಿಯಾದಲ್ಲಿ ಇವನನ್ನು ನೀವು ಭೇಟಿ ಮಾಡುವಿರಿ.

ಮಂಗೋಲಿಯ ಕೊರಿಯಾಗಳಲ್ಲಿ ಜನರ ರಕ್ತ ಸುರಿಸಿದಾಗ, ಮುಂದೆ ಚೀನ, ಆಗ್ನೇಯ ಏಷ್ಯ, ಬರ್ಮ ಭಾರತಗಳ ಮೇಲೆ ಏರಿ ಹೋದಾಗ, ಸಾಮ್ರಾಜ್ಯವಾದ ಮಾತ್ರವೇ ಅವರ ಧರ್ಮವಾಗಿತ್ತು.

ಹಾಗೆಂದು, ಹಿರೊಶಿಮಾ, ನಾಗಸಾಕಿಗಳ ಮೇಲೆ ಅಣುಬಾಂಬು ಗಳನ್ನು ಎಸೆದವರನ್ನು ಯಾರು ಕ್ಷಮಿಸುತ್ತಾರೆ ? ಒಂದು ನಗರದಲ್ಲಿ 60,000 ಜನ ಸತ್ತರು; 1 ಲಕ್ಷ ಜನ ಗಾಯಗೊಂಡರು. ಇನ್ನೊಂದರಲ್ಲಿ ಸತ್ತವರು 37,501 ಜನ; ಗಾಯಗೊಂಡವರು 51,580. ಮುಂದಿನ ಪೀಳಿಗೆಗೆ ರೋಗದ ಬಳುವಳಿ ಬೇರೆ.

ಯುದ್ಧ ಕೊನೆಗೊಂಡಾಗ (1945) ಆಗಾಗ್ಗೆ ಯೋಗಕ್ಷೇಮ ವಿಚಾರಿಸಲು ಜನರಲ್ ಮೆಕಾರ್ಥರನೇ ಟೋಕಿಯೋದಲ್ಲಿ ಬೀಡು ಬಿಟ್ಟ. ಆಗ ಆತ ಅರಸನ ಅರಸ !

ಟೋಕಿಯೊಗೆ ಯೆಡೊ ಎಂಬ ಹಳೆಯ ಹೆಸರಿದ್ದ ಕಾಲದಲ್ಲಿ 1657ರಲ್ಲಿ ಬೆಂಕಿಬಿದ್ದು 100,000 ಜನ ಸತ್ತರು. ಆದರೆ ರಾಜಧಾನಿಯ ಪುನರ್ನಿರ್ಮಾಣವಾಯಿತು. 1923ರಲ್ಲಿ ಭೂಕಂಪವಾದಾಗ ಟೋಕಿಯೊ, ಯೊಕೊಹಾಮಗಳು ಅರ್ಧದಷ್ಟು ನಾಶವಾಗಿದ್ದವು. ಅವು ಮತ್ತೆ ತಲೆ ಎತ್ತಿದುವು.

ವಿಸ್ತಾರ 370,000 ಚ.ಕಿ.ಮೀಟರ್, ಜನಸಂಖ್ಯೆ 11 ಕೋಟಿ 20 ಲಕ್ಷ. ರಾಜಧಾನಿಯಲ್ಲಿ ಜನವಸತಿ 1 ಕೋಟಿ 42 ಲಕ್ಷ.

ಯುದ್ಧದಲ್ಲಿ ಮಣ್ಣು ಮುಕ್ಕಿದ ಮೇಲೂ ಜಪಾನಿನ ಚೇತನ ತಾನು ಅದಮ್ಯ ಎಂದಿತ್ತು. ಇದರ ಗುಟ್ಟೇನು ? 1871ರಲ್ಲೇ ಭೂಮಾಲೀಕ ಪದ್ಧತಿ ನಿರ್ನಾಮವಾಗಿತ್ತು. ಶೇ. 97 ಜನರಿಗೆ ಅಕ್ಷರ ಜ್ಞಾನ, ವಿದ್ಯೆ, ಇವರು ಸಿದ್ಧಕಾರ್ಮಿಕರು. ತಂತ್ರಜ್ಞಾನದಲ್ಲಿ ಕುಶಲರು. ವೇತನ ಬೇರೆ ದೇಶಗಳಲ್ಲಿ ದೊರೆಯುವುದರ ಮೂರರಲ್ಲಿ ಒಂದು ಪಾಲು. ಉದ್ಯಮ ಗುಡಿಕೈಗಾರಿಕೆ ಎನಿಸುವಷ್ಟು ವಿಕೇಂದ್ರೀಕರಣ. ಮತ್ತಷ್ಟು ಕಮ್ಮಿ ಪಗಾರ. ಹಗಲೂ ಇರುಳೂ ಪಾಳಿಗಳಲ್ಲಿ ದುಡಿಮೆ.

ಅಮೆರಿಕ 12 ಗಂಟೆಗಳಲ್ಲಿ ಉತ್ಪಾದಿಸುವ ಎಣ್ಣೆ ಜಪಾನು ಇಡೀ ವರ್ಷ ಶ್ರಮಿಸಿದರೂ ಸಿಗದು. ವರ್ಷದಲ್ಲಿ 20 ಕೋಟಿ ಟನ್ ಎಣ್ಣೆ, 12 ಕೋಟಿ ಟನ್ ಕಬ್ಬಿಣದ ಅದಿರು ಆಮದಾಗುತ್ತವೆ. ನಿಮಗೇನು ಬೇಕು ? ಹಡಗೆ ? ಕಾರೆ ? ಭಾರೀ ಯಂತ್ರಗಳೇ ? ಟ್ರಾನ್ಸಿಸ್ಟರೆ ? ಕ್ಯಾಮೆರಾವೇ ? ಇತರ ಎಲೆಕ್ಟ್ರಾನಿಕ್ ಉಪಕರಣಗಳೇ ? ಎಲ್ಲವೂ ಅಲ್ಲಿ ಲಭ್ಯ. ಮ್ಹಾಲು ಉತ್ತಮ. ವಾತಾವರಣ ಕಲುಷಿತವಾಯಿತೆಂದು ಅದಕ್ಕೆ ಆಮ್ಲಜನಕವನ್ನು ಉಗ್ಗುವ ವ್ಯವಸ್ಥೆ ಅವರಲ್ಲಿದೆ. ಕೈಗಾರಿಕಾ ವಲಯದಲ್ಲಿ ಎರಡನೆಯ ಸ್ಥಾನ ಜಪಾನಿಗೆ – ಬಂಡವಾಳಶಾಹೀ ಜಗತ್ತಿನಲ್ಲಿ.

ಇನ್ನು ಶೋಷಣೆಗಿದಿರು ಹೋರಾಟ ? ಅದು ಜನಸಾಮಾನ್ಯರಿಗೆ

ಹೊಸದಲ್ಲ. 'ಅನ್ನಕ್ಕಾಗಿ ದಂಗೆ' ಎಂದು ರಷ್ಯದ ಸಮಾಜವಾದೀ ಕ್ರಾಂತಿ ಪರಿಚಿತ. ಕಾರ್ಮಿಕ ಸಂಘಟನೆಗಳ ಮೇಲೆ ಕಮ್ಯೂನಿಸ್ಟರು ಮತ್ತಿತರ ಎಡಪಂಥೀಯರ ಹತೋಟಿ ಇದೆ. ವಿದ್ಯಾರ್ಥಿಗಳು ಜಾಗೃತರು.

ಕಥಾ ಸೃಷ್ಟಿಯ ಕ್ಷೇತ್ರದಲ್ಲಿ, ಕ್ರಿ. ಶ. 1001ರಲ್ಲಿ 'ಗೆಂಜಿ ಮೊನೊಗೊತಾರೊ' ('ಗೆಂಜಿಯನ್ನು ಕುರಿತ ಹರಟೆಗಳು') ಎಂಬ 4234 ಪುಟಗಳ ಕಾದಂಬರಿ ಬರೆದ ವಿಧವೆ ಮರಸಾಕಿಯಿಂದ ಮೊದಲ್ಗೊಂಡು, ಕೆಲ ವರ್ಷಗಳ ಹಿಂದೆ ನೊಬೆಲ್ ಪಾರಿತೋಷಕ ಪಡೆದ ಕಾದಂಬರಿಕಾರ ಯ ಸುನಾರಿ ಕವಬಾಟನ ತನಕ ಭಾರೀ ಹೆಸರುಗಳ ಸರಮಾಲೆಯೇ ಇದೆ. (ಶ್ರೀಮಂತರ 'ನೋ' ಸಂಗೀತ ನಾಟಕ, ಶ್ರೀಸಾಮಾನ್ಯರ 'ಕಬುಕಿ' ನಾಟಕ ಲೋಕಪ್ರಸಿದ್ಧ. ಹಾಗೆಯೇ ಜಪಾನಿನ ಹೈ ಕು ಕವಿತೆಗಳು ವಿಶ್ವ ಸಾಹಿತ್ಯಕ್ಕೆ ವಿಶಿಷ್ಟ ಕೊಡುಗೆ.)

...ಇಂಥದೊಂದು ರಾಷ್ಟ್ರದ ಎರಡು ಕಥೆಗಳು – 'ಹಡಗುಕಟ್ಟೆ' ಮತ್ತು 'ಮಣ್ಣಿನ ಬೊಂಬೆ' – ಇಲ್ಲಿವೆ. ಕರ್ತೃಗಳು ಎರಡು ಪೀಳಿಗೆಗಳಿಗೆ ಸೇರಿದ ಖ್ಯಾತನಾಮರು. ಮೊದಲಿನ ಕಥೆಗೆ ಜಪಾನಿನ ಗತಕಾಲದ ಸಿರಿವಂತ ವರ್ಗದ ದ್ವಂದ್ವ ಬದುಕು ಸ್ಫೂರ್ತಿ. ಎರಡನೆಯದು ಸಮಕಾಲೀನ ಜೀವನ.

ಎರಡರಿಂದಲೂ ಕೇಳಿಬರುವ ಮಿಡಿತ ಒಂದೇ:

'ಜಿಹ್ ಪೆನ್', 'ಜಿಹ್ ಪೆನ್'.

* * *

''ದೇವರು ಕೊರಿಯ ಸೃಷ್ಟಿಸಲು ಆರು ದಿನ ತಗೊಂಡ : ಉಳಿದ ಭೂಮಿಯನ್ನೆಲ್ಲ ಒಂದೇ ದಿನದಲ್ಲಿ ಸೃಷ್ಟಿಸಿದ.''

– ಇದು ಕೊರಿಯದ ಹಳೆಯ ನಾಣ್ನುಡಿ.

ಚೀನೀಯರು ಹಿಂದೆ ಈ ದೇಶವನ್ನು ಚಾವೊಷಿನ್ ಎಂದು ಕರೆಯುತ್ತಿದ್ದರು. ಆ ಹೆಸರಿನ ಕೊರಿಯ ರೂಪ ಚೊಸೆನ್. ಅರ್ಥ : 'ಬೆಳಗಿನ ಪ್ರಶಾಂತತೆಯ ಭೂಮಿ'.

ಬ್ರಿಟನ್ನಿನಷ್ಟು ದೊಡ್ಡದಾದ ಈ ಪರ್ಯಾಯ ದ್ವೀಪದಲ್ಲಿ (ಪೂರ್ವಕ್ಕೆ ಜಪಾನೀ ಸಮುದ್ರ, ಪಶ್ಚಿಮಕ್ಕೆ ಹಳದಿ ಸಮುದ್ರ, ಉತ್ತರದಲ್ಲಿ ಚೀನ, ರಷ್ಯ) ವಾಸಿಸುತ್ತಿರುವ ಕೊರಿಯಾ ಜನ ಮೂಲತಃ ಕೇಂದ್ರ ಏಷ್ಯಾದಿಂದ ಬಂದವರು. ಆಡುವ ಕೊರಿಯ ಭಾಷೆ ಆಲ್ಟಾಯ್ ಕುಟುಂಬಕ್ಕೆ ಸೇರಿದ್ದು. ಕ್ರಿ. ಪೂ. 2000 ವರ್ಷದಲ್ಲೇ ಇಲ್ಲಿ ಜನಜೀವನ ಆರಂಭವಾಯಿತು. ಕ್ರಿ. ಪೂ. 400ರಲ್ಲಿ ಚೀನಿಯರೂ ಸಣ್ಣ ಪ್ರಮಾಣದಲ್ಲಿ ಒಳಬಂದರು.

ಕೊರಿಯವನ್ನು ಒಗ್ಗೂಡಿಸಲು ಸಾಧ್ಯವಾದದ್ದು ಕ್ರಿ. ಶ. 668ರಲ್ಲಿ. ಸಿಲ್ಲಾ ರಾಜವಂಶ 300 ವರ್ಷ ಆಳಿತು; ಕೊರ್‍ಯೊ ರಾಜವಂಶ 400 ವರ್ಷ; ಯಿ ರಾಜವಂಶ 600 ವರ್ಷ.

15ನೆಯ ಶತಮಾನದಲ್ಲಿ ಸೆನ್‌ಜಾಂಗ್ ಎಂಬುವನು ಕೇವಲ 24 ಅಕ್ಷರಗಳಿದ್ದ ಹನ್‌ಗಲ್ ಲಿಪಿಯನ್ನು ರೂಪಿಸಿದ. ಲೋಹದ ಅಕ್ಷರ ಮೊಳೆಗಳನ್ನು ರಚಿಸಿದ. ಬುದ್ಧನ ಬೋಧನೆಗಳನ್ನು ಕೊರಿಯಾವನ್ನು ತಲಪಿದವು. 1592ರಲ್ಲಿ ಜಪಾನೀ ಸೇನಾನಿ ಹಿದೆಯೋಶಿ ನೌಕಾಪಡೆಯೊಡನೆ ಕೊರಿಯಾವನ್ನು ಮುತ್ತಿ ವಶಪಡಿಸಿಕೊಂಡ. ಮದ್ದುಗುಂಡುಗಳೆದುರು ಅಸಹಾಯಕ ಜನ ಕಷ್ಟ ನಷ್ಟಗಳನ್ನು ಅನುಭವಿಸಿದರು. ಕೊರಿಯದ ನೌಕಾ ಸೇನಾನಿ ಯಿ ಸೂನ್ ಸಿನ್ ಆಮೆಯಾಕಾರದ ಕೆಲ ಪುಟ್ಟ ನಾವೆಗಳನ್ನು ಲೋಹದಿಂದ ನಿರ್ಮಿಸಿ, ಮರದಿಂದ ಮಾಡಿದ ಜಪಾನೀ ಹಡಗುಗಳಿಗೆ ಡಿಕ್ಕಿ ಹೊಡೆಸಿದ. ದಿನಕ್ಕೆ 60-70ರಂತೆ ಜಪಾನೀ ಹಡಗುಗಳು ಮುಳುಗಿದುವು. ಹಿದೆಯೋಶೀ ಪಾರಾಗಿಹೋದ.

1637ರಲ್ಲಿ ಕೊರಿಯ ಚೀನಾ ಸಾಮ್ರಾಜ್ಯದ ಅಧೀನ ರಾಷ್ಟ್ರವಾಯಿತು. ಜೊತೆಗೆ ಜಪಾನಿನೊಡನೆ ವ್ಯಾಪಾರ ಸಂಬಂಧವಿಟ್ಟುಕೊಂಡಿತು! ಜಪಾನೀಯರು ತಮ್ಮ ಹಟ ಬಿಡಲಿಲ್ಲ. 1894-95ರಲ್ಲಿ ಚೀನ ಜಪಾನುಗಳ ಮಧ್ಯೆ ಯುದ್ಧವಾಗಿ, ಅದರ ಅಂತ್ಯದಲ್ಲಿ ಕೊರಿಯ ಸ್ವತಂತ್ರವಾಯಿತು. ರಷ್ಯ-ಜಪಾನುಗಳ ನಡುವೆ 1905ರಲ್ಲಿ ಯುದ್ಧವಾದಾಗ, ಮತ್ತೆ ಕೊರಿಯ ಸಂಕಟಕ್ಕೆ ಒಳಗಾಯಿತು.

ಕೊರಿಯನರು ಗಡಿದಾಟಿ ಉದ್ಯೋಗಕ್ಕಾಗಿ ರಷ್ಯಕ್ಕೆ ಹೋಗುತ್ತಿದ್ದರು. 1905-07ರಲ್ಲಿ ರಷ್ಯದಲ್ಲಿ ಮೂಡಿದ ಕ್ರಾಂತಿ ವಾತಾವರಣ ಕೊರಿಯನರ ಮೇಲೆ ಪ್ರಭಾವ ಬೀರಿತು. ಜಪಾನರು 1910ರಲ್ಲಿ ಕೊರಿಯವನ್ನು ಗೆದ್ದರು. ಹನ್‌ಗಲ್ ಲಿಪಿಯ ಬಳಕೆ ನಿಷಿದ್ಧವಾಯಿತು. ಆ ಸಾಮ್ರಾಜ್ಯಶಾಹಿಗಿದಿರು ಕೊರಿಯನರು ನಡೆಸಿದ ಉಗ್ರ ಪ್ರತಿಭಟನೆ 1917ರ ಅಕ್ಟೋಬರ್ ಕ್ರಾಂತಿಯಿಂದ ಪ್ರಭಾವಿತ. ಸಂಘಟಿತ ಔದ್ಯೋಗಿಕ ಕಾರ್ಮಿಕ ವರ್ಗವಿಲ್ಲದ, ರೈತರೇ ಹೆಚ್ಚಾಗಿದ್ದ, ಕೊರಿಯ ಸಮಾಜವಾದೀ ಕ್ರಾಂತಿಯತ್ತ, ಹೇಗೆ ಸಾಗಬೇಕೆಂಬ ಬಗ್ಗೆ ಲೆನಿನ್ ನೀಡಿದ ಮಾರ್ಗದರ್ಶನ ಕೊರಿಯನ್ನರಿಗೆ ಉಪಯುಕ್ತವಾಯಿತು.

ಜಪಾನರ ವಿರುದ್ಧ 1919ರಲ್ಲಿ ಕೊರಿಯನರು ನಡೆಸಿದ ಬಂಡಾಯ ವಿಫಲವಾಯಿತಾದರೂ ಅದು ಉಲ್ಲೇಖನೀಯ. ಆ ದಂಗೆಯಲ್ಲಿ 8000 ಕ್ರಾಂತಿಕಾರಿಗಳು ಹತರಾದರು; 16,000 ಗಾಯಗೊಂಡರು. 50,000 ಬಂಧಿತರಾದರು. ಮುಂದಿನ ವರ್ಷವೇ ಮಾರ್ಕ್ಸ್-ಎಂಗೆಲ್ಸರ 'ಕಮ್ಯೂನಿಸ್ಟ್ ಘೋಷಣೆ' ಕೊರಿಯ ಭಾಷೆಯಲ್ಲಿ ಪ್ರಕಟವಾಯಿತು. ಪುಟ್ಟ ಕಿಡಿ. ಅದು ದಳ್ಳುರಿಯಾಗಲು ಬಹಳ ಕಾಲ ಹಿಡಿಯಿತು. ಗಮನಾರ್ಹವಾದ ಹೊಸ ಅಧ್ಯಾಯ ಆರಂಭವಾದದ್ದು 1932ರಲ್ಲಿ, ಕಿಮ್ ಇಲ್ ಸುಂಗ್‌ನ ನಾಯಕತ್ವದಲ್ಲಿ ಗೆರಿಲ್ಲಾ ದಳ ಸ್ಥಾಪನೆಯಾದಾಗ.

ಜಪಾನರು 1937ರಲ್ಲಿ 175,000 ಕೊರಿಯ ಕ್ರಾಂತಿಕಾರಿಗಳನ್ನು ಬಂಧಿಸಿದರು. ದಬ್ಬಾಳಿಕೆ ಕ್ರೌರ್ಯದ ಪರಾಕಾಷ್ಠೆ ಮುಟ್ಟಿದರೂ, ಕಮ್ಯೂನಿಸ್ಟ್ ನಾಯಕತ್ವ ಹಿಂಜರಿಯಲಿಲ್ಲ.

1940ರ ಒಂದು ಸನ್ನಿವೇಶ. ಪೌರಸ್ತ್ಯ ವೈದ್ಯಿಕೆಗೆ ಸಂಬಂಧಿಸಿದ ಒಂದು ಪುಸ್ತಕ ಪ್ರಗತಿಪರರ ಕೈಯಿಂದ ಕೈಗೆ ದಾಟತೊಡಗಿತು. ತೆರೆದು ಓದಿದಂತೆ ಪುಟಗಳಲ್ಲಿ ಉದ್ದಕ್ಕೂ ಆಗಾಗ್ಗೆ ಸಿಗುತ್ತಿದ್ದುದು ಲೆನಿನ್ನನ 'ಮಾಡಬೇಕಾದದ್ದೇನು ?' ಕೃತಿಯ ವಾಕ್ಯಗಳು. ಪರಿಣಾಮಕಾರೀ ವೈದ್ಯಿಕೆ ! ಬೇರೆ ಕೆಲ ಸೈದ್ಧಾಂತಿಕ ಗ್ರಂಥಗಳೂ ವೇಷ ಪಲ್ಲಟಿಸಿ ಇದೇ ರೀತಿಯಲ್ಲಿ ಕೊರಿಯಾದಲ್ಲಿ ಸಂಚರಿಸಿದವು.

ಎರಡನೆಯ ಮಹಾಯುದ್ಧ ಮುಕ್ತಾಯವಾದಾಗ ಸೋವಿಯೆತ್ ಕೆಂಪು ಪಡೆ ಉತ್ತರ ಕೊರಿಯದಲ್ಲಿ ಕಾಣಿಸಿಕೊಂಡಿತು. ಅಮೆರಿಕನ್ ಸೇನೆ ದಕ್ಷಿಣ ಕೊರಿಯದಲ್ಲಿಳಿಯಿತು. ಕೊರಿಯದಲ್ಲಿ ಸುಭದ್ರ ಸರಕಾರ ಸ್ಥಾಪಿಸಿ ಈ ದಂಡುಗಳೆರಡೂ ಹಿಂತೆಗೆಯಬೇಕೆಂಬುದು ಯಾಲ್ಟಾ ಒಪ್ಪಂದದ ಕಲಮುಗಳಲ್ಲೊಂದು.

ವೃಥಾ ಕಾಲವ್ಯಯ ಬಯಸದೆ ಉತ್ತರ ಕೊರಿಯನ್ನರು ಕಿಮ್ ಇಲ್ ಸುಂಗ್ ನಾಯಕತ್ವದಲ್ಲಿ ಕಾರ್ಯೋನ್ಮುಖರಾದರು. ಚುನಾವಣೆ ನಡೆದು, 1949ರಲ್ಲಿ ಪ್ಯೊಂಗ್‌ಯಾಂಗ್ ರಾಜಧಾನಿಯಾಗುಳ್ಳ (ಜನಸಂಖ್ಯೆ 15 ಲಕ್ಷ) 1,21,000 ಚ.ಕಿ.ಮೀಟರ್ ವಿಸ್ತೀರ್ಣದ 1.6 ಕೋಟಿ ಜನ ವಸತಿಯ ಉತ್ತರ ಕೊರಿಯ, ಜನತಾ ಪ್ರಜಾಪ್ರಭುತ್ವ ಗಣರಾಜ್ಯವೆಂದು ಘೋಷಿಸಲ್ಪಟ್ಟಿತು.

ಅಮೆರಿಕನರು 40 ವರ್ಷ ದೇಶಾಂತರದಲ್ಲಿದ್ದ ಸಿಂಗ್ಮನ್ ರೀಯನ್ನು ತಂದು ದಕ್ಷಿಣ ಕೊರಿಯಕ್ಕೆ ಅಧ್ಯಕ್ಷನನ್ನಾಗಿ ಮಾಡಿದರು. ವಿಸ್ತೀರ್ಣ 99,000 ಚ.ಕಿ.ಮೀ., ಜನಸಂಖ್ಯೆ 3.4 ಕೋಟಿ. ರಾಜಧಾನಿ ಸಿಯೋಲ್ (ಜನ ವಸತಿ 55 ಲಕ್ಷ). ಕೊರಿಯದ ಒಕ್ಕೂಟಕ್ಕಾಗಿ ಉತ್ತರದವರು ಮಾಡಿದ ಸಲಹೆ ಅಮೆರಿಕನರಿಗೆ ಪಥ್ಯವಾಗಲಿಲ್ಲ. ಸಿಂಗ್ಮನ್ ರೀ ಪಡೆಗಳು ಉತ್ತರದತ್ತ ಸಾಗಿದವು. 1950ರಿಂದ 53ರವರೆಗೆ ಅಂತರ್ಯುದ್ಧ. ಇದನ್ನು ನಿಲ್ಲಿಸಲು ಸಂಯುಕ್ತ ರಾಷ್ಟ್ರ ಸಂಘದ ಬಾವುಟ ಹೊತ್ತ 15 ರಾಷ್ಟ್ರಗಳ ತುಕಡಿಗಳ ಬಳಕೆ. ಅಮೆರಿಕದ್ದೇ ಹೆಚ್ಚು ಪಾಲು. ಮೆಕಾರ್ಥರ್, ಜನರಲ್, ಚೀನೀ ಸ್ವಯಂಸೇವಕರು ಉತ್ತರ ಕೊರಿಯಾದ ನೆರವಿಗೆ ಹೋದರು.

ಕೊನೆಗೆ 38ನೆಯ ಅಕ್ಷಾಂಶಕ್ಕೆ (300 ಕಿ.ಮೀ. ಉದ್ದದ ನಡುಕಟ್ಟು) ಮೇಲಿನದು ಉತ್ತರ ಕೊರಿಯ, ಕೆಳಗಿನದು ದಕ್ಷಿಣ ಕೊರಿಯ ಎಂದಾಯಿತು. ಎರಡು ಭಾಗಗಳ ಒಕ್ಕೂಟ ಸಾಧನೆಯೇ ಗುರಿ ಎಂಬ ಘೋಷಣೆ ಮಾತ್ರ ಮುಂದುವರಿಯಿತು.

ಉತ್ತರ ಕೊರಿಯ ಸಮಾಜವಾದ ಸ್ಥಾಪನೆಯ ಕಾರ್ಯದಲ್ಲಿ ನಿರತವಾಯಿತು. ರೀಯನ್ನು ನೆಲೆಗೊಳಿಸಲು ಅಮೆರಿಕ ಎಷ್ಟು ಹಣ ಸುರಿದರೂ ಪ್ರಯೋಜನವಾಗಲಿಲ್ಲ. 1960ರಲ್ಲಿ ವಿದ್ಯಾರ್ಥಿಗಳು ಬಂಡಾಯವೆದ್ದಾಗ ರೀ ಪದಚ್ಯುತನಾದ. ಮಿಲಿಟರಿ ಅಧಿಕಾರಕ್ಕೆ ಬಂತು...

...ಬ್ರಿಟಿಷ್ ಮ್ಯೂಸಿಯಮಿನಲ್ಲಿ ಜಗತ್ತಿನಲ್ಲೇ ಅತ್ಯಂತ ಹಳೆಯದಾದ ಒಂದು ಪುಸ್ತಕವಿದೆ. ಅದು ಕೊರಿಯದ್ದು.

ಆ ದೇಶದ ಜನರು ಪುಸ್ತಕ ಪ್ರಿಯರೆಂದಮೇಲೆ, ಕಥಾಪ್ರಿಯರಲ್ಲ ಎನ್ನುವುದುಂಟೆ ?

ಪ್ರಾಚೀನ ಕಾಲದಿಂದಲೂ ಕಥನಕಾರರಿಗೆ ಕೊರಿಯದಲ್ಲಿ ಬಹಳ ಬೇಡಿಕೆ. ಈ ಅಲೆಮಾರಿ ಕಥೆಗಾರರಿಗಾಗಿ ಹಳ್ಳಿಗರು ಕಾದಿರುತ್ತಿದ್ದರು. ಉಪಾಹಾರ (ಪಾನ) ಮಂದಿರದಲ್ಲೋ ಸಂತೆಪೇಟೆಯಲ್ಲೋ ಜನ ಜಂಗುಳಿಯ ಎದುರು ಕಥನ ನಡೆಯುತ್ತಿತ್ತು. (ಈಗ ಈ ಕಥನಕಾರರಿಗೆ ಸ್ಥಾನ ರೇಡಿಯೋ ಮತ್ತು ಟಿ.ವಿ. ಕೇಂದ್ರಗಳಲ್ಲಿ.)

ಕಾವ್ಯ ರಮ್ಯವೊ ? ನಾಟಕವೊ ? ಕಥೆಯೊ ? ಎಲ್ಲದಕ್ಕೂ ಅಲ್ಲಿ ಸ್ಥಾನ. ಲೋಹದ ಆಮೆಗಳನ್ನು ಕಳಿಸಿ ಜಪಾನೀ ನೌಕಾಪಡೆಯನ್ನು ಧ್ವಂಸ ಮಾಡಿದನಲ್ಲ ನೌಕಾ ಸೇನಾನಿ ಯಿ ಸೂನ್ ಸಿನ್ ? ಆತ ನಾಯಕನಾಗಿರುವ ಒಂದು ಆಧುನಿಕ ಗೀತ ನಾಟಕ ಬಲು ಜನಪ್ರಿಯ.

ಈ ಸಂಪುಟದಲ್ಲಿ ಕೊರಿಯದ ಎರಡು ಕಥೆಗಳಿವೆ. ಉತ್ತರದ 'ಕ್ರೇನ್‌ಪಥ' ; ದಕ್ಷಿಣದ 'ಅಸ್ವಸ್ಥತೆ ; ಒಂದು ಬದಲಾಗುತ್ತಿರುವ ಸಮಾಜದ ಚಿತ್ರ. ಇನ್ನೊಂದು ಕುಸಿಯುತ್ತ ಸಾಗಿರುವ ದಾರುಣ ಬದುಕಿಗೆ ಕನ್ನಡಿ. ಎರಡೂ ಕಲಾವಂತಿಕೆಯ ಸಾಧನೆ.

'ಕ್ರೇನ್‌ಪಥ' ಉತ್ತರ ಕೊರಿಯದಲ್ಲಿನ ನಿರ್ಮಾಣ ಕಾರ್ಯವನ್ನು ರಸವತ್ತಾಗಿ ಬಣ್ಣಿಸಿದೆ. ಎರಡನೆಯ ಕಥೆ 'ಅಸ್ವಸ್ಥತೆ' ದಕ್ಷಿಣ ಕೊರಿಯದ ಅನಾರೋಗ್ಯಕ್ಕೇ ಪ್ರತೀಕವಾಗಿದೆ.

ಈ ಕಥೆಗಳನ್ನೋದುವುದರಿಂದ ಕೊರಿಯವನ್ನು ಕುರಿತ ನಮ್ಮ ಅರಿವು ನಿಸ್ಸಂಶಯವಾಗಿಯೂ ಮತ್ತಷ್ಟು ಆಳವಾಗುತ್ತದೆ.

ಯುಗಾದಿ, 1980 — **ನಿರಂಜನ**

ಬೆಂಗಳೂರು — ಪ್ರಧಾನ ಸಂಪಾದಕ

ಮಂಗೋಲಿಯ

○ ಮಯಗ್ಮರ್ ದೆಂಬರ್ಜಿನ್

ಚೆಲುವು

ಇದು ನಡೆದದ್ದು ಹಲವು ವರ್ಷಗಳ ಹಿಂದೆ. ಆಗ ನನಗೆ ಹದಿನೆಂಟು ವರ್ಷ. ತೋಮೋ ಎನ್ನುವ ಹೆಸರಿನ ವಯಸ್ಸಿಗೆ ಬಂದ ಹುಡುಗಿಯನ್ನು ಆಗ ತಾನೇ ಮದುವೆಯಾಗಿದ್ದೆ. ನಮ್ಮ ಇಡೀ ಗ್ರಾಮದಲ್ಲಿ ನನ್ನ ತೋಮೋ ಅತ್ಯಂತ ಸುಂದರ ಹುಡುಗಿ. ಅಷ್ಟೇ ಅಲ್ಲ, ಆ ಇಡೀ ಪ್ರಾಂತದಲ್ಲಿ ಜನರೆಲ್ಲ ಅವಳ ಸೌಂದರ್ಯವನ್ನು ಹಾಡಿ ಹೊಗಳುತ್ತಿದ್ದರು. ಕಾಡು ಕುಸುಮಗಳ ನಡುವೆ ಗುಲಾಬಿ ಹೇಗೋ, ಹಾಗೆ ಉಳಿದ ಹುಡುಗಿಯರ ನಡುವೆ ಆಕೆ ಎದ್ದು ಕಾಣುತ್ತಿದ್ದಳು. ಅವಳಿಗೆ ಕಮಾನಿನಂತೆ ಬಾಗಿದ ಹುಬ್ಬು, ಕೋಮಲವಾದ ಕಪ್ಪು ಕಣ್ಣುಗಳು, ಮೊಣಕಾಲಿನವರೆಗೂ ತೂಗಿಬಿದ್ದ ಸಮೃದ್ಧ ಕೂದಲಿನ ಕಪ್ಪು ಜಡೆಗಳಿದ್ದವು.

ನಾನೋ ಅವಳಿಗೆ ತದ್ವಿರುದ್ಧ. ಇಡೀ ಪ್ರಾಂತ್ಯದಲ್ಲಿ ಅತ್ಯಂತ ಸಾಧಾರಣ ರೂಪಿನ ಮನುಷ್ಯ. ಈ ರೀತಿಯಲ್ಲಿ ರೂಪಸಾದೃಶ್ಯ ಇಲ್ಲದ ಇಬ್ಬರು ಮದುವೆಯಾದ್ದಕ್ಕೋ ಅಥವಾ ತೀರಾ ಚಿಕ್ಕ ವಯಸ್ಸಿನಲ್ಲಿ ನಾನು ಮದುವೆಯಾದ್ದಕ್ಕೋ ಏನೊ, ನನ್ನ ಹೃದಯ ಸದಾ ಸಂತೋಷ ಮತ್ತು ದುಃಖದ ಸಮ್ಮಿಶ್ರ ಭಾವದಿಂದ ತುಂಬಿರುತ್ತಿತ್ತು. ಎಲ್ಲರ ಕಣ್ಣುಗಳನ್ನೂ ತಪ್ಪಿಸಿ ಎಲ್ಲಾದರೂ ದೂರ ಹೋಗಿ ತೋಮೋಳ ಜೊತೆ ಅಡಗಿಕೊಳ್ಳಬೇಕು ಎನಿಸುತ್ತಿತ್ತು. ಆದರೆ ನಮ್ಮ ಇಜ್ಜೋಡು ಎಲ್ಲಿ ಹೋದರೂ ಜನರ ಗಮನವನ್ನು ಸೆಳೆಯುವಂತಿದ್ದುದರಿಂದ ಇದು ಸುಲಭದ ಕೆಲಸವಾಗಿರಲಿಲ್ಲ.

ಜನ ಯಾರಾದರೂ ನಮ್ಮನ್ನು ಆ ರೀತಿ ನೋಡಿದಾಗ ಅವರು ತೋಮೋಳ ಬಗ್ಗೆ ಮರುಕ ತೋರುತ್ತಿರಬಹುದೆಂದು ಭಾವಿಸುತ್ತಿದ್ದೆ. ಒಮ್ಮೊಮ್ಮೆ ತೋಮೋಳನ್ನು ನಾನು ದೃಷ್ಟಿಸಿ ನೋಡಿದಾಗ ನನಗೆ ಅನಿಸುತ್ತಿತ್ತು – ಪ್ರಕೃತಿ ಏಕೆ ಒಬ್ಬರನ್ನು ಉಸಿರು ಕಟ್ಟಿಸುವಂಥ ಸೌಂದರ್ಯವಂತರನ್ನಾಗಿಯೂ, ಮತ್ತೊಬ್ಬರನ್ನು ಜಿಗುಪ್ಸೆ ಹುಟ್ಟಿಸುವಂಥ ಕುರೂಪಿಯನ್ನಾಗಿಯೂ ಸೃಷ್ಟಿಸುತ್ತದೆ ? ಕೆಲವೊಮ್ಮೆ, ಚಳಿಗಾಲದ ದೀರ್ಘ ರಾತ್ರಿಗಳಲ್ಲಿ, ಕಾಲ ಕಳೆಯುವುದಕ್ಕಾಗಿ ಯುವಜನರು ಊರಿನ ಅತಿ ದೊಡ್ಡ 'ಗೆರ್'* ನಲ್ಲಿ ಒಟ್ಟಿಗೆ ಸೇರಿ

---

* ಗೆರ್ : ಮಂಗೋಲಿಯನರು ವಾಸಿಸುವ ಒಂದು ವಿಶಿಷ್ಟ ರೀತಿಯ ಡೇರೆ.

ದಂತಕಥೆಗಳನ್ನು ಹೇಳುತ್ತಿದ್ದರು. ಅವರು ಹೇಳುವ ಕೆಲವು ಕಥೆಗಳಲ್ಲಿ ಸುಂದರ ರಾಜಕುಮಾರಿಯನ್ನು ಮದುವೆಯಾಗುವ ಒಬ್ಬ ಕುರೂಪಿ ತರುಣ ಬರುತ್ತಿದ್ದ. ಈ ಕಥೆಯನ್ನು ಹೇಳುತ್ತಿರುವಾಗ ಜನ ನನ್ನತ್ತ ಅರ್ಥಪೂರ್ಣವಾಗಿ ನೋಡುತ್ತಿದ್ದರೆಂದು ನಾನು ಭಾವಿಸುತ್ತಿದ್ದೆ.

ಒಂದು ಸಂಜೆ ಕಥಾ-ವಾಚನ ಮುಗಿಸಿಕೊಂಡು ಹಿಂದಿರುಗಿದಾಗ ತೋಮೋಳ ಬಳಿ ಕಹಿಯಾಗಿ ಒಂದು ಪ್ರಶ್ನೆಯನ್ನು ಕೇಳದೆ ಇರಲು ನನ್ನಿಂದ ಆಗಲಿಲ್ಲ :

''ತೋಮೋ, ಇಷ್ಟೊಂದು ಸುಂದರ ಹುಡುಗಿ ನನ್ನನ್ನೇಕೆ ಮದುವೆಯಾದೆ ?''

ತೋಮೋ ಮಧ್ಯದಲ್ಲೇ ನನ್ನನ್ನು ತಡೆದಳು.

''ಪ್ರಿಯ, ಅರ್ಥವಿಲ್ಲದ ಮಾತುಗಳನ್ನು ಆಡಬೇಡ. ನಿನ್ನನ್ನು ಪ್ರೀತಿಸಿದ್ದರಿಂದಲೇ ನಿನ್ನನ್ನು ಮದುವೆಯಾದೆ. ನೀನು ನನ್ನನ್ನು ಪ್ರೀತಿಸುವಷ್ಟೇ, ನಿನ್ನನ್ನು ನಾನು ಪ್ರೀತಿಸುತ್ತೇನೆ.''

ಇಷ್ಟು ಹೇಳಿ ಅವನು ತನ್ನ ಸುಂದರ ಕಪ್ಪು ಕಣ್ಣುಗಳಿಂದ ನನ್ನನ್ನು ಆಕ್ಷೇಪಿಸುವಂತೆ ಒಂದು ದೃಷ್ಟಿ ಬೀರಿದಳು. ಇಂತಹ ನೋಟದ ಎದುರು ನಾನು·ಯಾವಾಗಲೂ ದುರ್ಬಲನಾಗುತ್ತಿದ್ದೆ.

ಬೇಸಿಗೆ ಬಂದೊಡನೆಯೇ ನಾವೆಲ್ಲರೂ ಬರ್ಗಾಲ್‌ಟೇನ್ ನದಿಯ ದಂಡೆಯತ್ತ ಸಾಗಿದೆವು. ಒಂದು ಬೆಳಿಗ್ಗೆ ಶಿಬಿರದಲ್ಲಿ ಚಿಕ್ಕಪ್ಪನ 'ಗೆರ್' ಎದುರು ಒಂದು ಜೀಪು ಬಂದು ನಿಂತಿತು. ತಕ್ಷಣವೇ ಆ ಜೀಪನ್ನು ಹುಡುಗರು ದೊಡ್ಡವರು ಎಲ್ಲರೂ ಮುತ್ತಿದರು. ನಾನೂ ಆ ಜೀಪನ್ನು ಹೋಗಿ ನೋಡುವವನೇ. ಆದರೆ ಆಗ ನಾನು ನನ್ನ ಕುರಿ ಮಂದೆಯ ಕೆಲಸದಲ್ಲಿದ್ದುದರಿಂದ ಬಿಡುವಾಗಲಿಲ್ಲ. ಆ ಜೀಪಿನಲ್ಲಿ ಬಂದ ತರುಣನೊಬ್ಬ ತನಗೆ ಕೆಲವು ಸಿಹಿ ತಿನಿಸುಗಳನ್ನು ತಂದುಕೊಟ್ಟನೆಂದು ನಾನು ವಾಪಸು ಬಂದಾಗ ತೋಮೋ ಹೇಳಿದಳು. ಇದಾದ ಹಲವು ದಿನಗಳ ನಂತರ ಡೇರಿ ಫಾರಮ್ಮಿಗೆ ಹಾಲು ಕೊಟ್ಟು ಹಿಂದಿರುಗುತ್ತಿದ್ದಾಗ ನಮ್ಮ ಕೆಲವು ಹುಡುಗರ ಜೊತೆ, ದೊಗಳೆ ಶರಾಯಿಗಳನ್ನು ಧರಿಸಿದ್ದ ಅಪರಿಚಿತ ತರುಣನೊಬ್ಬನನ್ನು ನಾನು ನೋಡಿದೆ. ಅವರು ನನ್ನ ದಾಟಿ ಮುಂದೆ ಹೋದಾಗ, ನನ್ನ ಹಿಂದಿನಿಂದ ಅವನ ಮಾತು ಕೇಳಿಸಿತು : ''ಉದ್ದ ಜಡೆಯ ರಾಣಿಯ ರಾಜ ಇವನೇನಾ ? ಅವನು ಸಗಣಿ ಬಾಚಿ, ಹಾಲು ಸರಬರಾಜು ಮಾಡುವ ಮುದುಕನಾಗಲು ಲಾಯಕ್ಕು.'' ಈ ಅಪಹಾಸ್ಯದ ಮಾತುಗಳಿಗೆ ನಾನೇನು ಉತ್ತರ ಕೊಡುವ ಗೋಜಿಗೆ ಹೋಗಲಿಲ್ಲ. ಆದರೆ ಮನೆಗೆ ಬಂದ ಕೂಡಲೇ ಅವನ ಬಗ್ಗೆ ತೋಮೋಗೆ ತಿಳಿಸಿದೆ. ಆ ಅಪರಿಚಿತ ತರುಣ ಸೋನೋಮ್ ಚಿಕ್ಕಪ್ಪನ ಸಂಬಂಧಿ, ಸುಶಿಕ್ಷಿತ ಹುಡುಗ, ರಾಜಧಾನಿಯಲ್ಲಿರುವಾತ ಎಂಬ ವಿಷಯವನ್ನು ತೋಮೋ ತಿಳಿಸಿದಳು. ಅದನ್ನು ಕೇಳಿ ನನಗೆ ಕಿರಿಕಿರಿಯಾಯಿತು. ಆ ರಾತ್ರಿ ನನ್ನ ಮಂದೆಯನ್ನು ಅವಳ ವಶಕ್ಕೆ ಒಪ್ಪಿಸಿ ನಾನು ಅಲ್ಲಿಂದ ಹೊರಟೆ.

ಮಾರನೇ ದಿನ ನಾನು ಮನೆಗೆ ಬಂದಾಗ ಹಸಿ ಚೀಸ್‌ಗಳನ್ನು ಅವಳು ಒಣಹಾಕುತ್ತಿದ್ದಳು. ನನಗೆ ಚಹಾ ತಯಾರಿಸುವಾಗ ಆಕೆ ಪಟಪಟ ಮಾತಾಡುತ್ತಲೇ ಇದ್ದಳು :

''ಸಕ್ಕರೆ ಹಾಕಿ ಕೆಲವು ಒಳ್ಳೆಯ ಚೀಸ್‌ಗಳನ್ನು ಮಾಡಿದ್ದೇನೆ. ಒಂದು ಚೀಸ್ ಕೊಡ್ಲಾ?'' ಆಕೆ 'ಗೆರ್'ನಿಂದ ಹೊರಗೆ ಹೋದಳು. ಸ್ವಲ್ಪ ಹೊತ್ತಿನಲ್ಲಿ ''ಕಳ್ಳ, ಅದನ್ನು ಮುಟ್ಟಬೇಡ'' ಎಂದು ಅವಳು ಕೂಗಿದ್ದು ಕೇಳಿ ನಾನು ಹೊರಗೆ ಓಡಿದೆ.

''ನೋಡು, ಆತ ನಿನ್ನ ಬಾರುಕೋಲನ್ನು ತೆಗೆದುಕೊಂಡು ಹೋದ'' ಎಂದಳು ಅವಳು. ದೊಗಳೆ ಶರಾಯಿಯ ಆ ಹುಡುಗ ನನ್ನ ಬಾರುಕೋಲನ್ನು ಕೈಯಲ್ಲಿ ಹಿಡಿದುಕೊಂಡು ನದಿಯತ್ತ ನಡೆದು ಹೋಗುತ್ತಿದ್ದುದನ್ನು ನೋಡಿದೆ. ನಾನು ಒಳಗೆ ಹೋಗಿ ನನ್ನ ತಿಂಡಿ ಮುಗಿಸಿ, ಹೊರಗೆ ಬಂದು ನನ್ನ ಕುದುರೆ ಏರಿದೆ.

''ಎಲ್ಲಿಗೆ ಹೋಗ್ತಾ ಇದ್ದೀಯಾ ?'' ಎಂದು ತೋಮೋ ಕಸಿವಿಸಿಯಿಂದ ಕೇಳಿದಳು.

''ನಾನು ಹೋಗಿ ಕುದುರೆ ಬದಲಾಯಿಸ್ತೇನೆ'' ಎಂದು, ನದಿಯ ದಂಡೆಯ ಮೇಲೆ ದೊಗಳೆ ಶರಾಯಿಯ ಹುಡುಗ ನಿಂತಿದ್ದಲ್ಲಿಗೆ ನೇರವಾಗಿ ಕುದುರೆಯನ್ನು ದೌಡಾಯಿಸಿದೆ. ನಾನು ಹೋಗುವುದನ್ನೇ ನೋಡುತ್ತ ತೋಮೋ 'ಗೆರ್' ಹೊರಗೆ ನಿಂತಿದ್ದಳು.

ನಾನು ಆ ಹುಡುಗನಿದ್ದಲ್ಲಿಗೆ ಹೋದಾಗ ಆತ ಅಹಂಕಾರದಿಂದ ನನ್ನನ್ನು ನೋಡುತ್ತಾ ಕೇಳಿದ : ''ಏನಾಗಬೇಕಿತ್ತು? ನನ್ನ ಬಗ್ಗೆ ಅಸಮಾಧಾನ ಆಗಿದ್ಯಾ ? ಪವಿತ್ರ ನದಿಯಲ್ಲಿ ಮೀನು ಹಿಡಿಯ ಬಾರದೂಂತ ನೀನು ನನಗೆ ಹೇಳ್ತೀಯಾ ? ನಮ್ಮ ಈ ನಾಗರಿಕ ದಿನಗಳಲ್ಲಿ ಪವಿತ್ರ ನದಿಗಳೇ ಇಲ್ಲ.''

ನನಗೆ ಕೋಪ ಬಂತು.

''ನಮ್ಮ ಈ ನಾಗರಿಕ ದಿನಗಳಲ್ಲಿ ಬೇರೆಯವರ ಆಸ್ತಿಯನ್ನು ಕದಿಯಬಹುದೂಂತ ನಿನಗೆ ಯಾರು ಹೇಳಿಕೊಟ್ಟರು ? ಈ ಕ್ಷಣವೇ ನನ್ನ ಬಾರುಕೋಲನ್ನು ನನಗೆ ಕೊಟ್ಟುಬಿಡು.''

''ಅದು ನಿನ್ನದಲ್ಲ. ಅದು ಸಮುದಾಯಕ್ಕೆ ಸೇರಿದ್ದು. ಅದೇನೇ ಇರಲಿ, ನೀನು ಕುದುರೆಗಾಗಿ ಬಾರುಕೋಲು ತಯಾರಿಸೋದನ್ನು ಬಿಟ್ಟು, ನಿನ್ನ ನೀಳವೇಣಿ ಪ್ರಿಯತಮೆಯನ್ನು ಪಳಗಿಸಲು ಒಂದು ಬಾರುಕೋಲಿನ ಯೋಚ್ನೆ ಮಾಡು.''

ಇದರಿಂದ ನನಗೆ ಎಲ್ಲಿಲ್ಲದ ಕೋಪ ಬಂದು ಅವನ ತಲೆಯ ಮೇಲೆ ಬಲವಾಗಿ ಮೆಟ್ಟಿದೆ. ಆ ಪೆಟ್ಟಿನ ರಭಸಕ್ಕೆ ಆತ ಕಾಗದದ ಬೊಂಬೆಯಂತೆ ನದಿಗೆ ಉರುಳಿ ಬಿದ್ದ.

''ಮತ್ತೊಮ್ಮೆ ನಮ್ಮ ಮನೆ ಬಳಿ ನೀನು ಸುಳಿದಿದ್ದು ಕಾಣಿಸಲಿ. ನೀನು ಮತ್ತೆ ಹೊರಗೆ ಬರದೆ ನದಿಯಲೇ ಇರುವಂತೆ ಮಾಡ್ತೇನೆ'' ಎಂದು ಕಿರುಚಿ ವಾಪಸು ಹೊರಟೆ. ಅಷ್ಟರಲ್ಲಿ ನೀರಿನಲ್ಲಿ ಏನೋ ಒಂದು ಬಿಳಿಯ ವಸ್ತು ತೇಲುತ್ತಿದ್ದುದನ್ನು ಕಂಡೆ. ಕುದುರೆಯಿಂದ ಇಳಿದು ಅದನ್ನು ನೀರಿನಿಂದ ಎತ್ತಿದೆ. ಅದರ ಮೇಲಿನ ಹೊದಿಕೆಯನ್ನು ಬಿಚ್ಚಿದೆ. ಅದರ ಒಳಗೆ ಇದ್ದ ಒಬ್ಬ ತರುಣಿಯ ಚಿತ್ರ ನನಗೆ ಕಾಣಿಸಿತು.

ನಾನು ಸಂಜೆ ಮನೆಗೆ ಮರಳಿದಾಗ ತೋಮೋ ಖಿನ್ನ ಮನಸ್ಕಳಾಗಿದ್ದಳು. ಅವಳು ಅಳುತ್ತಲೂ ಇದ್ದಳು. ಏನಾಯಿತೆಂದು ಕೇಳಿದೆ. ಅದಕ್ಕೆ ಅವಳು, ಆ ಮನುಷ್ಯನಿಗೆ ಹೊಡೆಯಬಾರದಿತ್ತು. ಏನಾದರೂ ಆದರೆ ಜೈಲಿಗೆ ಹೋಗಬೇಕಾಗ್ತದೆ; ಆಗ ತಾನು ಏಕಾಕಿಯಾಗ್ತೇನೆ – ಎಂದು ಹೇಳಿದಳು. ಅಷ್ಟು ಹೇಳಿ ''ಬಹುಶಃ ನನ್ನ ಜೀವನವನ್ನು ಹಾಳು ಮಾಡುತ್ತಿರುವುದು ನನ್ನ ಜಡೆಗಳು, ನಾನು ಅವುಗಳನ್ನು ಕತ್ತರಿಸಿ ಹಾಕಲೇ ?'' ಎಂದಳು. ನನಗೆ ಇದರಿಂದ ತೀವ್ರ ನೋವಾಯಿತು. ಅವಳ ಕೂದಲನ್ನು ನಾನು ಬಹಳ ಪ್ರೀತಿಸುತ್ತಿದ್ದೆ. ಅವು ಇಲ್ಲದ ತೋಮೋಳನ್ನು ಚಿತ್ರಿಸಿಕೊಳ್ಳುವುದು ನನ್ನಿಂದ ಸಾಧ್ಯವಿರಲಿಲ್ಲ.

ಆ ಘಟನೆಯ ಅನಂತರ ಜೀವನ ಯಥಾಪ್ರಕಾರ ಸಾಗತೊಡಗಿತು. ತೋಮೋ ಗೃಹಕೃತ್ಯ ನೋಡಿಕೊಳ್ಳುತ್ತಿದ್ದಳು. ನಾನು ಕುದುರೆಗಳನ್ನು ನೋಡಿಕೊಳ್ಳುತ್ತಿದ್ದೆ. ಬೇಸಿಗೆ ಕಳೆಯಿತು. ದೊಗಳೆ ಶರಾಯಿಯ ತರುಣ ನಮ್ಮ ಹಳ್ಳಿಯಿಂದ ಮರೆಯಾದ.

ಅದರ ಮುಂದಿನ ಕಾಲವನ್ನು ಚಳಿಗಾಲಕ್ಕಾಗಿ ಹುಲ್ಲು ದಾಸ್ತಾನು ಮಾಡಿಕೊಳ್ಳುವುದು, ರೊಪ್ಪವನ್ನು ಸರಿ ಮಾಡುವುದು ಮೊದಲಾದ ಮಾಮೂಲು ಕೆಲಸದಲ್ಲಿ ಕಳೆದೆವು. ಚಳಿಗಾಲ ನಮ್ಮ ಮೇಲೆ ಎರಗಿತು. ಒಂದು ರಾತ್ರಿ, ನಾವು ಮಲಗಲು ತಯಾರಿ ನಡೆಸುತ್ತಿದ್ದಾಗ ಹೊರಗಡೆ ನಾಯಿ ಬೊಗಳಿತು. ನಾಯಿಯನ್ನು ಹಿಡಿದುಕೊಳ್ಳಲು ಹೊರಗೆ ಹೋದೆ. ಅಲ್ಲಿ ಒಬ್ಬ ಸವಾರ ಇದ್ದ. ಆತನ ಬಳಿ ಒಂದು ದೊಡ್ಡ ಕಂದು ಬಣ್ಣದ ಸರ್ಕಾರಿ ಕಚೇರಿಯ ಚೀಲವಿತ್ತು. ಆತ ಯಾವನೋ

ಒಬ್ಬ ದೊಡ್ಡ ಅಧಿಕಾರಿ ಎಂದು ಅರ್ಥವಾಯಿತು. ಆತನನ್ನು ಒಳಗೆ ಕರೆದು, ಅವನಿಗೆ ಒಂದು ಲೋಟ ಬಿಸಿ ಚಹಾ ಕೊಟ್ಟೆ. ಅದನ್ನು ಆತ ಕುಡಿಯುತ್ತಾ, ತಾನು ಪ್ರಾಂತ್ಯದ ಕೇಂದ್ರದಿಂದ ಬಂದವನೆಂದೂ, ಈ ಹಳ್ಳಿಯಲ್ಲಿ ಒಂದೆರಡು ದಿನಗಳು ಉಳಿಯುವೆನೆಂದೂ ತಿಳಿಸಿದ. ತೋಮೋ ಆತನಿಗೆ ಮಾಂಸ ಭಕ್ಷ್ಯ ಹಾಕಿ ಪಿಂಗಾಣಿ ಪಾತ್ರೆಯನ್ನು ಕೊಡುತ್ತಿದ್ದಾಗ ಒಂದು ವಿಚಿತ್ರ ಸಂಗತಿ ನಡೆಯಿತು. ಆತ ಬೆಚ್ಚಿಬಿದ್ದ. ನನ್ನ ಮೆಚ್ಚಿನ ಪಿಂಗಾಣಿ ಪಾತ್ರೆ ನೆಲಕ್ಕೆ ಬಿದ್ದು ಒಡೆಯಿತು. ನಾನು ಕೊಟ್ಟ ಚಹಾ ಪಾತ್ರೆಯನ್ನು ಆತ ಭದ್ರವಾಗಿ ಹಿಡಿದುಕೊಂಡಿದ್ದ. ಅದರ ಬಿಸಿ ತಾಗಿ ಅವನ ಬೆರಳುಗಳೂ ಇಷ್ಟರೊಳಗೆ ಬೆಚ್ಚಗಾಗಿದ್ದಿರಬೇಕು. ಆದರೂ ತೋಮೋ ಕೊಟ್ಟ ಪಿಂಗಾಣಿ ಆತನ ಕೈಯಿಂದ ಕೆಳಗೆ ಬಿದ್ದಿತ್ತು. ಏನಾಶ್ಚರ್ಯ !

ಮರುದಿನ ಬೆಳಿಗ್ಗೆ ಆತ ಏನೇನೋ ಪ್ರಶ್ನೆಗಳನ್ನು ಕೇಳಿದ. ನಾನು ನೋಡುತ್ತಿಲ್ಲವೆಂದು ಭಾವಿಸಿ ಆಗಾಗ ಆತ ತೋಮೋಳ ಕಡೆ ದೃಷ್ಟಿ ಹರಿಸುತ್ತಿದ್ದ. ಹಲವು ಬಾರಿ, ಶಿಕ್ಷಣದ ಅಗತ್ಯ ಮತ್ತು ನಗರ ಜೀವನ ಕೊಡುವ ಖುಷಿಯನ್ನು ಕುರಿತೂ ಮಾತನಾಡಿದ. ಹೀಗೆ ಮಾತಾಡುವಾಗಲೆಲ್ಲ ಆತ ತೋಮೋಳ ಬಗ್ಗೆ ಕಾಳಜಿ ತೋರುತ್ತಿದ್ದನೇ ಹೊರತು ನನ್ನ ಬಗ್ಗೆ ಅಲ್ಲ ಎಂದು ತೋರಿತು. ಬಳಿಕ ಆತ ತನ್ನ ಕುದುರೆಗೆ ಜೀನು ಹಾಕಿ, ಅದನ್ನು ಹತ್ತಿ ಹೊರಟುಹೋದ. ಆದರೆ ಸಂಜೆ ಬೇಗನೇ ವಾಪಸಾದ. ಹೀಗೆ ಒಂದು ವಾರ ಕಳೆಯಿತು.

ನಮ್ಮ ನಮ್ಮಲ್ಲೇ ಆತನನ್ನು 'ಸರ್ಕಾರಿ ಮಾವ' ಎಂದು ಕರೆಯಲು ಪ್ರಾರಂಭಿಸಿದ್ದೆವು. ಒಂದು ಸಂಜೆ ಈ 'ಸರ್ಕಾರಿ ಮಾವ' ತನ್ನ ಚೀಲದಲ್ಲಿ ಯಾಂತ್ರಿಕವಾಗಿ ಕೈ ಹಾಕಿ, ತೆಗೆದು ಮಾಡುತ್ತ ಏನೋ ಯೋಚನೆಯಲ್ಲಿ ಮುಳುಗಿದವನಂತೆ ಕೂತಿದ್ದ. ಕೊನೆಯಲ್ಲಿ ಆತ ಹೇಳಿದ : ''ಇದು ತಮಾಷೆಯಾದ ಬದುಕು. ನಿಮ್ಮಲ್ಲಿ ಮೇಜಾಗಲಿ ಕುರ್ಚಿಯಾಗಲಿ ಇಲ್ಲ, ದೀಪ ಮಂಕಾಗಿದೆ'' ಆತನಿಗೆ ಏನೋ ಬರೆಯಬೇಕಾಗಿದೆ ಎಂದು ಊಹಿಸಿ ಒತ್ತಿಗೆ ಅವನಿಗೊಂದು ಹಲಗೆ ಕೊಟ್ಟೆ. ಒಂದಿಷ್ಟು ಕಾಗದದ ಹಾಳೆಗಳನ್ನು ಆತ ಹೊರತೆಗೆದು ಬರೆಯತೊಡಗಿದ. ನಾನು ಕುದುರೆಗೆ ಆಹಾರ ಕೊಡಲು ಹೋದೆ. ನನ್ನ ಕೆಲಸ ಇನ್ನೇನು ಮುಗಿಯಿತು ಎನ್ನುವಷ್ಟರಲ್ಲಿ ಕೈಯಲ್ಲಿ ಒಂದು ಕಾಗದದ ಹಾಳೆ ಹಿಡಿದುಕೊಂಡು ತೋಮೋ 'ಗೆರ್'ನಿಂದ ಹೊರಬಂದಳು.

''ಈ ಸರ್ಕಾರಿ ಮಾವ ಏನು ಕೊಟ್ಟಿದ್ದಾನೆ, ನೋಡು'' ಎಂದಳು ಆಕೆ.

ಚಂದ್ರನ ಬೆಳಕಿನಲ್ಲಿ ಅದರಲ್ಲಿದ್ದ ಸಂದೇಶ ಓದಿದೆ.

''ಪ್ರಿಯ ಹುಡುಗಿ, ನಿನ್ನನ್ನು ಸಾಕಲು ಒಬ್ಬ ಸುಶಿಕ್ಷಿತನಿದ್ದರೆ ನಿನಗೆ ಒಳಿತಲ್ಲವೆ ? ನಾನು ಯುವಕನಾಗಿಲ್ಲದೇ ಇರಬಹುದು. ಆದರೆ ನಿನಗೆ ಉತ್ತಮ ಬದುಕನ್ನು ಕೊಡಬಲ್ಲೆ. ನಿನ್ನ ಸೊಗಸಾದ ದೇಹವನ್ನು, ನಿನ್ನ ಸೌಂದರ್ಯವನ್ನು ನಾನು ಜೋಪಾನವಾಗಿ ನೋಡಿಕೊಳ್ಳುತ್ತೇನೆ. ನಿನ್ನ ಮುದ್ದಾದ ಕಣ್ಣುಗಳು, ನಿನ್ನ ನೀಳ ಕೂದಲು, ನಿನ್ನ ಬಾಗಿದ ಹುಬ್ಬು ನನ್ನನ್ನು ಸಂಪೂರ್ಣ ಸೆರೆ ಹಿಡಿದಿವೆ. ಅದರಿಂದಾಗಿಯೇ ನಾನು ನನ್ನ ಪ್ರಯಾಣವನ್ನು ಐದು ದಿನ ಮುಂದೂಡಿದೆ. ಆದರೆ ನಾನು ನಾಳೆ ಹೋಗಲೇಬೇಕು. ಆದ್ದರಿಂದ ತಕ್ಷಣ ನಿನ್ನ ಉತ್ತರ ಕೊಡು.''

ನಾನು 'ಗೆರ್' ಕಡೆ ತಿರುಗಿ ದೃಢ ನಿರ್ಧಾರದ ಹೆಜ್ಜೆ ಹಾಕಿದೆ. ತೋಮೋ ಭಯಗೊಂಡು ''ಏನು ಮಾಡ್ತೀಯಾ ?'' ಎಂದು ಕೇಳಿದಳು. ''ಕಳೆದ ಬಾರಿ ಆ ಹುಡುಗನಿಗೆ ಮಾಡಿದಂತೆಯೇ ಮಾಡ್ತೀಯೋ ಹೇಗೆ ? ಈ ಸರ್ಕಾರಿ ಮಾವನಿಗೆ ಹೊಡೆದದ್ದೇ ಆದರೆ, ನೀನು ತೊಂದರೆಗೆ ಸಿಕ್ಕಿಕೊಳ್ಳೋದು ಖಚಿತ'' ಎಂದಳು.

''ಇಲ್ಲ, ಇಲ್ಲ, ಹೆದರಬೇಡ'' ಎಂದು ಅವಳಿಗೆ ಧೈರ್ಯ ತುಂಬಿದೆ. ''ಆತನಿಗೆ ಮಾತಿನ

ಲತ್ತೆ ಕೊಡ್ತೇನೆ, ಅಷ್ಟೇ'' ಎಂದು ಹೇಳಿ 'ಗೆರ್'ನ ಒಳಹೊಕ್ಕೆ.

ತೋಮೋ ಪಕ್ಕದ ಮನೆಗೆ ಹೊರಟು ಹೋದವಳು ನಾವಿಬ್ಬರೂ ಮಲಗಿ ನಿದ್ದೆ ಮಾಡುವ ತನಕ ಹಿಂದಿರುಗಲಿಲ್ಲ. ಮತ್ತೆ 'ಸರ್ಕಾರಿ ಮಾವ'ನನ್ನು ಭೇಟಿಯಾಗುವ ಇಷ್ಟವಿಗಳಿಲ್ಲ, ಅವಳಿಗೆ.

ಇದಾದ ನಂತರ ಬೇರೆ ಬೇರೆ ಯುವಕರಿಂದ ತೋಮೋಗೆ ಅಂತ ಹಲವು ಪತ್ರಗಳು ಬಂದವು. ಅವು ನನ್ನನ್ನು ವ್ಯಗ್ರಗೊಳಿಸಲಿಲ್ಲ. ಒಂದು ರೀತಿಯ ಮೋಜೆನಿಸುತ್ತಿತ್ತು. ಕೆಲವು ಬಾರಿ ಅದಕ್ಕೆ ಹೇಗೆ ಉತ್ತರ ಬರೆಯಬೇಕೆಂದು ತೋಮೋಗೆ ನಾನೇ ಸಹಾಯ ಮಾಡುತ್ತಿದ್ದೆ. ಒಂದು ವರ್ಷದ ನಂತರ ತೋಮೋ ಗರ್ಭಿಣಿಯಾದಳು. ಅವಳು ಬಸುರಿಯಾಗಿದ್ದಷ್ಟು ಕಾಲವೂ, ಅವಳಿಗೆ ಹುಟ್ಟುವ ಮಗುವಿಗೆ ನನ್ನ ರೂಪವಿದ್ದರೆ ಎಂಬ ಚಿಂತೆ ಕಾಡುತ್ತಿತ್ತು. ಅದು ತಾಯಿಯ ರೂಪು ಪಡೆದು ಬರಲಿ ಎಂದು ನಾನು ಪ್ರಾರ್ಥಿಸುತ್ತಿದ್ದೆ. ಅದನ್ನೆಲ್ಲ ಈಗ ಯೋಚಿಸಿದರೆ ಎಷ್ಟು ಹಾಸ್ಯಾಸ್ಪದ ಎನಿಸುತ್ತದೆ.

ಮುಂದಿನ ಬೇಸಿಗೆಯಲ್ಲಿ ನಾವು 'ಮುನ್ನಡೆ' ಎನ್ನುವ ಸಾಮೂಹಿಕ ಕೃಷಿಕ್ಷೇತ್ರವನ್ನು ಸೇರಿದೆವು. ತೋಮೋ ಹಾಲು ಮಾರುವವಳಾದಳು. ನಾನು ಕುರಿಮಂದೆ ನೋಡಿಕೊಳ್ಳುವವನಾದೆ. ಅನುಭವವಿಲ್ಲದೆ ಇದ್ದುದರಿಂದ ಆರಂಭದಲ್ಲಿ 'ಮುನ್ನಡೆ' ಚೆನ್ನಾಗಿ ನಡೆಯಲಿಲ್ಲ. ಆದರೆ ಈಚಿನ ವರ್ಷಗಳಲ್ಲಿ ನಾವು ಸಾಕಷ್ಟು ಯಶಸ್ಸು ಸಾಧಿಸಿದ್ದೇವೆ. ಪ್ರಮುಖ ಹಾಲು ಮಾರುವವರ ಸಮ್ಮೇಳನಕ್ಕಾಗಿ ತೋಮೋಳನ್ನು ಈಚೆಗೆ ರಾಜಧಾನಿಗೂ ಕಳಿಸಲಾಗಿತ್ತು. ಕುದುರೆ ತಳಿ ಅಭಿವೃದ್ಧಿಗಾರರ ಸಮ್ಮೇಳನದಿಂದ ನಾನು ಇದೀಗ ವಾಪಸಾಗಿದ್ದೇನೆ.

ನಮ್ಮ ದೊಡ್ಡ ಮಗಳಿಗೆ ಈಗಾಗಲೇ ಎರಡು ವರ್ಷ. ಹಾಂ, ಅವಳ ಜನನಕ್ಕೂ ಮುಂಚೆ ನಾನು ಪ್ರಾರ್ಥಿಸಿಕೊಂಡಂತೆ ಅವಳು ತಾಯಿಯ ರೂಪು ಪಡೆದು ಹುಟ್ಟಲಿಲ್ಲ. ನಮ್ಮ ಎರಡನೇ ಮಗುವಿನ ಬಗ್ಗೆ ನಾನೇನೂ ಹೆಚ್ಚು ಚಿಂತೆ ಮಾಡಿರಲಿಲ್ಲ. ಏಕೆಂದರೆ ಅಷ್ಟು ಹೊತ್ತಿಗೇ ರೂಪ ಅಂಥ ಮಹತ್ವದ್ದೇನೂ ಅಲ್ಲ ಎಂದು ನನಗೆ ಅರಿವಾಗಿತ್ತು. ನಿಜವಾದ ಸೌಂದರ್ಯ ಆತ್ಮದ ಸೌಂದರ್ಯ. ನಮ್ಮ ಮಕ್ಕಳು ತಮ್ಮ ಹೃದಯ ಮತ್ತು ಮನಸ್ಸಿನಲ್ಲಿ ಸೌಂದರ್ಯವಂತರಾಗಿರುವಂತೆ ಕಲಿಸಲು ನಾನು, ತೋಮೋ ಪ್ರಯತ್ನಿಸುತ್ತಿದ್ದೇವೆ.

ಸಮ್ಮೇಳನಕ್ಕಾಗಿ ತೋಮೋ ರಾಜಧಾನಿಗೆ ಹೊರಟಾಗ, ನದಿಯಿಂದ ನಾನು ಎತ್ತಿಕೊಂಡಿದ್ದ ಭಾವಚಿತ್ರವನ್ನು ಅವಳ ಕೈಗಿತ್ತು, ಅದರ ಮಾಲೀಕನಿಗೆ ಅದನ್ನು ವಾಪಸು ಮಾಡುವಂತೆ ಅವಳಿಗೆ ಹೇಳಿದೆ. ಆದರೆ ಅವಳು ಅದನ್ನು ಹಾಗೆಯೇ ವಾಪಸು ತಂದಳು. ಅದನ್ನು ಅದರ ಮಾಲೀಕನಿಗೆ ವಾಪಸು ಮಾಡಬೇಕೆಂಬ ಉದ್ದೇಶದಿಂದ ಈ ವರ್ಷ ನಾನು ರಾಜಧಾನಿಗೆ ಹೋದಾಗಲೂ ಆ ಭಾವಚಿತ್ರವನ್ನು ಸಂಗಡ ಒಯ್ದಿದ್ದೆ. ಆದರೆ ನನಗೂ ಅದರ ಮಾಲೀಕ ಸಿಕ್ಕಲಿಲ್ಲ. ಹಾಗಾಗಿ ಆ ಚಿತ್ರ ಇನ್ನೂ ನಮ್ಮ ಬಳಿ ಇದೆ. ಆ ತರುಣ ನನ್ನ ಕಥೆ ಓದಿದರೆ ಆ ಚಿತ್ರಕ್ಕಾಗಿ ನನಗೆ ಬರೆಯಬಹುದು. ನನ್ನ ವಿಳಾಸ : ದೆಂದೆವಿನ್ ಮಯತನ್, 'ಮುನ್ನಡೆ' ಸಾಮೂಹಿಕ ಕೃಷಿ ಕ್ಷೇತ್ರ, ಬುರ್ಗಲಟಾಯಿನ್ ಪ್ರಾಂತ್ಯ.

○ ಲಮ್ ಸುರಿಂಗೀನ್

"ಅಪ್ಪ ಯಾವಾಗ ಬರ್ತಾರೆ ?"

ಆ ವರ್ಷ ಒಳ್ಳೆ ಬೆಳೆಯಾಗಿತ್ತು. ಅಷ್ಟು ತೀಕ್ಷ್ಣವಲ್ಲದ ದೀರ್ಘ ಶರತ್ಕಾಲ. ನೀರು ಹಕ್ಕಿಗಳು ತಮ್ಮ ಗೂಡುಗಳನ್ನು ಬಿಟ್ಟು ದಕ್ಷಿಣಕ್ಕೆ ಹಾರಿ ಹೋಗಲು ಮನಸ್ಸು ಮಾಡಿದಂತೆ ಕಾಣಲಿಲ್ಲ. ಅವು ಬಾಣದ ಆಕಾರದಲ್ಲಿ ಗುಂಪಾಗಿ ಇಡೀ ದಿನ ವಿಶಾಲ ಹೊಲಗಳ ಮೇಲೆ ಹಿಂದೆ ಮುಂದೆ ಹಾರುತ್ತಾ ಇದ್ದವು. ಬಹುಶಃ ಅವು ಯಾರ ಬರವಿಗೋ ಚಡಪಡಿಸಿ ಕಾಯುತ್ತಿದ್ದವು ಅಥವಾ ಯುದ್ಧದಿಂದ ಹಿಂದಿರುಗಿ ಬರುವವರ ನಿರೀಕ್ಷೆಯಲ್ಲಿದ್ದವೇನೋ.

ಯುದ್ಧ ಮುಗಿದು, ಆ ಸಂತೋಷ ಜನರ ಮುಖದ ಮೇಲೆ ಕುಣಿಯುತ್ತಿತ್ತು. ಮುಂಚೂಣಿಯಲ್ಲಿ ಐದು ವರ್ಷ ಕಳೆದ ಕಠಿಣ ಸಮಯದ ಅನಂತರ, ಸ್ವಲ್ಪ ಕಾಲ ಮಾತ್ರವೆಂದರೂ ನಡೆದ ತೀವ್ರ ಯುದ್ಧದ ಬಳಿಕ ಸೈನಿಕರು ತಮ್ಮ ಮನೆಗಳಿಗೆ ಹಿಂದಿರುಗುತ್ತಿದ್ದರು. ಪುನಃ ಗಂಡಂದಿರಾಗಿ, ತಂದೆಯಂದಿರಾಗಿ ತಮ್ಮ ಬಲಿಷ್ಠ ಭುಜಗಳ ಮೇಲೆ ಆ ಜವಾಬ್ದಾರಿಗಳನ್ನೂ ಚಿಂತೆಗಳನ್ನೂ ಹೊತ್ತುಕೊಳ್ಳಲು ಅವರು ತಮ್ಮ 'ಗೆರ್'ಗಳಿಗೆ ವಾಪಸಾಗುತ್ತಿದ್ದರು. ಅವರ ಹೆಂಡತಿಯರು ಬರುವ ತಮ್ಮ ಗಂಡಸರಿಗಾಗಿ ಚಹ ಮತ್ತು ತಂಬಾಕು, ಅವರ ನಾಗರಿಕ ಪೋಷಾಕಿಗೆ ಬೇಕಾಗುವ ಬಟ್ಟೆ, 'ಗೆರ್'ಗೆ ಅಗತ್ಯವಾದ ಹತ್ತಿಯ ಬಟ್ಟೆ– ಇತ್ಯಾದಿಗಳನ್ನೆಲ್ಲಾ ದಾಸ್ತಾನು ಮಾಡಿಟ್ಟಿದ್ದರು. 'ಗೆರ್'ಗೆ ಹಿಂದಿರುಗಿದ ಸೈನಿಕರು ತಿಂದು ಕುಡಿದು, ಸಂತೋಷಪಡಲಿ. 'ಗೆರ್'ನ ಒಳಭಾಗಕ್ಕೆ ಹಾಕಿದ ಬಿಳಿಯ ಹತ್ತಿಯ ಹೊದಿಕೆ ಅವರನ್ನು ಹರ್ಷಗೊಳಿಸಲಿ; ಅವರ ಹೆಂಡತಿಯರು ಶಾಂತಿ ಕಾಲದ ಉಡುಗೊರೆಗಳೊಂದಿಗೆ ತಮ್ಮ ಗಂಡಸರನ್ನು ಸೇರಲಿ. ಇಂಥ ಯೋಚನೆಗಳಿಂದ ಸಂತೋಷ ಹೊಳೆಯಾಗಿ ಹರಿಯಿತು; ಕೆಲವರ ಪಾಲಿಗಾದರೂ ದುಃಖ ಅಡಗಿ ಕೂತಿದೆ ಎನ್ನುವುದು ಯಾರಿಗೂ ಹೊಳೆಯಲಿಲ್ಲ, ದುರ್ದಿನದ ಮುನ್ಸೂಚನೆಯಿಂದ ಯಾರ ಹೃದಯವೂ ಕುಗ್ಗಲಿಲ್ಲ.

ಇಲ್ಲಿಂದ ಪಶ್ಚಿಮದ ಜಿಲ್ಲೆಗಳಿಗೆ ತೆರಳುವ ಹೆದ್ದಾರಿ ನಮ್ಮ ಸರ್ಕಾರಿ ಕೃಷಿ ಕ್ಷೇತ್ರದ ಮೂಲಕ ಹಾದು ಹೋಗುತ್ತದೆ. ಈ ಹೆದ್ದಾರಿ ಫಲವತ್ತಾದ ವಿಶಾಲ ಕಣಿವೆಯೊಂದನ್ನು ಇಬ್ಭಾಗವಾಗಿಸುತ್ತದೆ. ಹಗಲಿರುಳೂ ಟ್ರ್ಯಾಕ್ಟರ್‌ಗಳು, ಬೆಳೆ ಕುಯ್ಯುವ ಯಂತ್ರಗಳು ಈ

ಕಣಿವೆಯ ಮಾರ್ಗದಲ್ಲಿ ಅಬ್ಬರಿಸುತ್ತವೆ. ಸಮೃದ್ಧ ಬೆಳೆಯನ್ನು ಹೊತ್ತ ಲಾರಿಗಳು ಭಯಂಕರ ಶಬ್ದ ಮಾಡುತ್ತ ಓಡುತ್ತವೆ. ಹಗಲು ಈ ಹೆದ್ದಾರಿಯನ್ನು ಮುಚ್ಚಿದ ಧೂಳಿನ ಮೋಡವನ್ನು ಹಾದು ಹರ್ಷಚಿತ್ತ ಸೈನಿಕರಿಂದ ತುಂಬಿದ ಸೈನ್ಯದ ಟ್ರಕ್ಕುಗಳು ಹಾದು ಬರುತ್ತವೆ.

ಅವರು ಸಾಧಾರಣವಾಗಿ ನಮ್ಮ ವಸತಿ ಪ್ರದೇಶದ ನಡುವಿನಲ್ಲಿರುವ ಸಾರ್ವಜನಿಕ ಉಪಾಹಾರ ಗೃಹದ ಬಳಿ ನಿಲ್ಲುತ್ತಾರೆ. ಮಾಸಿದ ಹಸಿರು ಸಮವಸ್ತ್ರ ಧರಿಸಿದ ಯುವಕರು ಟ್ರಕ್ಕಿನಿಂದ ಕೆಳಕ್ಕೆ ಜಿಗಿದು, ತಮ್ಮ ಕಾಲುಗಳನ್ನು ನಿಡಿದಾಗಿ ಬೀಸಿ, ತುಳುಕುವ ಸಂತಸದಿಂದ ತಮ್ಮ ಸುತ್ತಮುತ್ತ ನೋಡುತ್ತಾರೆ. ದೂರದ ಗಾಳಿ ಅಪ್ಪಳಿಸಿದ ಅವರ ಮುಖಗಳು ಕಂದು ಬಣ್ಣಕ್ಕೆ ತಿರುಗಿವೆ. ವಿಶಾಲ ಮರಳುಗಾಡಿನಲ್ಲಿ ಕಠಿಣವಾದ ದೀರ್ಘ ಪಯಣ ಮಾಡಿ ಬಂದ ಅವರು ಹುಟ್ಟೂರಿಗಾಗಿ ಹಂಬಲಿಸುತ್ತಿದ್ದರು. ಆದುದರಿಂದ ಊರಿನಲ್ಲಿ ಯಾವುದನ್ನು ನೋಡಿದರೂ ಅವರಿಗೆ ಸಂತಸ, ತಾಯ್ನೆಲ, ತಮ್ಮ ಆಕಾಶ, ತಮ್ಮ ಜನರು, ಎಲ್ಲದರ ಬಗೆಗೂ ಎಲ್ಲಿಲ್ಲದ ಆದರ. ಅಲ್ಲಿರುವ ಎಲ್ಲವನ್ನೂ ಹಿಡಿದು ತಬ್ಬಿಕೊಳ್ಳಬೇಕೆನ್ನುವಷ್ಟು ಉತ್ಸಾಹ. ಅವರ ಈ ಉತ್ಸಾಹ ಸಂತೋಷಕ್ಕೆ ಜನರೂ ಅದೇ ರೀತಿಯಲ್ಲಿ ಪ್ರತಿಕ್ರಿಯೆ ತೋರಿಸಿದರು. ಜನರಿಗೂ ಈ ಸೈನಿಕರು ಯಾವುದೋ ದೂರದ ಪ್ರಾಂತ್ಯದಿಂದ ಬಂದ ಅಪರಿಚಿತರಲ್ಲ, ಪ್ರತಿಯೊಬ್ಬ ಸೈನಿಕನೂ ತಮ್ಮವನೇ. ಜಗತ್ತಿನ ಯಾವ ವಿಷಯವನ್ನು ಕೇಳಿದರೂ ಉತ್ತರ ಕೊಡಬೇಕಾದಂಥ ಸಂಚಾರೀ ಪ್ರಚಾರಕರ ತಂಡದ ಸದಸ್ಯರು ಎಂದೇ ಭಾವನೆ. ಹಾಗಾಗಿ ಅವರು ಈ ಸೈನಿಕರ ಮೇಲೆ ಪ್ರಶ್ನೆಗಳ ಸುರಿಮಳೆಗರೆದರು. ಎಲ್ಲರೂ ಕೇಳುವ ಸಾಮಾನ್ಯವಾದ ಒಂದು ಪ್ರಶ್ನೆ ಎಂದರೆ : ''ನಿನಗೆ ನಮ್ಮ ಹುಡುಗ ಸಿಕ್ಕಿದ್ದನಾ ? ಆತ ಊರಿಗೆ ಯಾವಾಗ ಬರುತ್ತಾನೆಂದು ನಿನಗೆ ಗೊತ್ತಾ?'' ದಾರಿಯುದ್ದಕ್ಕೂ ಎಲ್ಲರೂ ಇದೇ ಪ್ರಶ್ನೆ ಕೇಳುತ್ತಿದ್ದರೆಂಬುದು ಇಲ್ಲಿಯ ವೃದ್ಧರ ಕಲ್ಪನೆಗೆ ಬರಲು ಸಾಧ್ಯವಿರಲಿಲ್ಲ. ಹಾಗಾಗಿ 'ತಮಗೆ ಗೊತ್ತಿಲ್ಲ' ಎಂದು ಹೇಳಿ ಹೇಳಿ ಸೈನಿಕರು ಸುಸ್ತಾಗಿದ್ದರು.

ಆದರೆ ಕೆಲವರು ಬಾಯಿಯವರೆಗೆ ಬಂದರೂ ಪ್ರಶ್ನೆ ಕೇಳದೆ ಸುಮ್ಮನೆ ಇದ್ದರು. ಆದರೂ ತಮ್ಮ ಹತ್ತಿರದವರ ಬಗ್ಗೆ ಏನಾದರೂ ಹೇಳುತ್ತಾರೇನೋ ಎನ್ನುವ ಆಸೆಯಿಂದ ಅವರು ಸೈನಿಕರನ್ನೇ ಕಾತರದಿಂದ ದಿಟ್ಟಿಸಿ ನೋಡುತ್ತಿದ್ದರು. ಅಂಥವರಲ್ಲಿ ಸೇರ್ಮಾ ಒಬ್ಬಳು. ಆಕೆ ಸೈನಿಕರ ಟ್ರಕ್ಕಿನ ಬಳಿ ಹೋಗಲಿಲ್ಲ. ಆದರೆ ದೂರದಿಂದಲೇ ಅವರ ಮುಖವನ್ನು ಕಾತರದಿಂದ ನೋಡಿದಳು. ಅವಳ ನೋಟದಲ್ಲಿ ಅಡಗಿದ ಪ್ರಶ್ನೆಗೆ ಉತ್ತರ ಕೊಡದೆ ಟ್ರಕ್ಕುಗಳು ಮುಂದೆ ಹೋದಂತೆ, ಆತಂಕದಿಂದ ಆ ಟ್ರಕ್ಕುಗಳು ಹೋದ ದಿಕ್ಕನ್ನು ನೋಡುತ್ತಾ, ಅವಳು ತನಗೆ ತಾನೇ ಅಂದುಕೊಂಡಳು :

'ಸೈನ್ಯಕ್ಕೆ ಸೇರಿ ಕೆಲವೇ ತಿಂಗಳಾಗಿರುವುದರಿಂದ ಅವನನ್ನು ಬಿಡುಗಡೆ ಮಾಡಿರುವುದು ಅಸಂಭವ. ಅದೂ ಅಲ್ಲದೆ ಆತ ಒಬ್ಬ ದರ್ಗ*. ದರ್ಗಗಳನ್ನು ಅಲ್ಲೇ ಉಳಿಸಿಕೊಂಡು ಕಮಾಂಡರುಗಳಾಗಲು ಅವರನ್ನು ತರಬೇತಿಗೆ ಕಳಿಸುತ್ತಾರೆಂದು ಹೇಳುತ್ತಾರೆ. ಆದರೆ ಆತ ಒಂದು ಕಾಗದ ಬರೆಯಬಾರದೆ ? ಅವನಿಂದ ಪತ್ರವಿಲ್ಲದೆ ಎಷ್ಟೊಂದು ದಿನಗಳಾದವು ! ನಾನು ಕಾಯುತ್ತಿದ್ದೇನೆ. ಅವನ ಹೆಜ್ಜೆ ಸಪ್ಪಳಕ್ಕಾಗಿ ಕಿವಿಗೊಟ್ಟು ರಾತ್ರಿಯೆಲ್ಲ ಎದ್ದಿರುತ್ತೇನೆ. ಬಹುಶಃ ನನ್ನ ಸಂಜಾ ಇನ್ನೊಂದು ಗಳಿಗೆಯಲ್ಲಿ 'ಗೆರ್'ಗೆ ಬರುತ್ತಾನೆ. ತನ್ನ ಬಿಳಿಯ ಹಲ್ಲುಗಳು ಕಾಣುವಂತೆ ನಗೆ ತುಳುಕಿಸುತ್ತಾನೆ. 'ನಾನಿಲ್ಲದೆ ಹೇಗೆ ಕಾಲ ಕಳೆದೆ ?' ಎಂದು ಕೇಳುತ್ತಾನೆ. ಈಗ ಗನ್‌ಸುಖ್ ತನ್ನ ತಂದೆಯನ್ನು ನೋಡಲು ಓಡುತ್ತಾನೆ. ಸಂಜಾ ತನ್ನ ಮುದ್ದು ಮಗನನ್ನು ಎತ್ತಿಕೊಂಡು ಮಗನ

---

* ಸಾಮಾನ್ಯ ಸೈನಿಕ

ಕೂದಲಲ್ಲಿ ತನ್ನ ಮುಖ ಒತ್ತಿ ಅವನನ್ನು ಅನಾಮತ್ತು ಕೇಳುತ್ತಾನೆ. ''ಮಗೂ ನಿನಗೆ ಅಪ್ಪಾ ಇಲ್ಲದೆ ಬೇಸರವಾಯಿತಾ ?''

– ಮುತ್ತಿಕೊಂಡ ಜನರಿಂದ ಬೇರೆಯಾಗಿ ಸೈನಿಕರು ಟ್ರಕ್ಕುಗಳನ್ನು ಹತ್ತಿದ ಅನಂತರ ಹೊಗೆಯ ಮೋಡ ಕಾರುತ್ತಾ ಹೊರಟ ಅವುಗಳನ್ನೇ ನೋಡುತ್ತಿದ್ದ ಸೇರ್ಮಾಳ ಮನಸ್ಸಿನಲ್ಲಿ ಎದ್ದ ಯೋಚನಾ ತರಂಗಗಳಿವು.

ಗನ್‌ಸುಖ್‌ಗೆ ಆರು ವರ್ಷ. ಅಪ್ಪನಿಗೆ ಸೈನ್ಯದಿಂದ ಕರೆ ಬಂದ ಮೇಲೆ ತಾಯಿ ಹೇಳಿರದಿದ್ದರೂ, ಆಕೆಯ ಕೆಲಸ ಹಗುರ ಮಾಡಿಕೊಡಲು ಆಗಿನಿಂದ ತನ್ನ ಬಟ್ಟೆಲನ್ನು ತಾನೇ ತೊಳೆದುಕೊಳ್ಳಲು ಆರಂಭಿಸಿದ್ದ. ''ಅಪ್ಪ ಯಾವಾಗ ಬರ್‍ತಾನೆ ?'' ಎಂದು ಎಷ್ಟೋ ಬಾರಿ ಕೇಳಿದ್ದ. ನೀನು ಚೆನ್ನಾಗಿ ತಿಂದು ಬೆಳೆದರೆ ನಿನ್ನಪ್ಪ ಖಂಡಿತವಾಗಿಯೂ ಬೇಗ ಬರ್‍ತಾರೆ ಎಂದು ಸೇರ್ಮಾ ಅವನು ಪ್ರಶ್ನೆ ಕೇಳಿದಾಗಲೆಲ್ಲ ಕೊಡುವ ಉತ್ತರವಾಗಿತ್ತು.

ಅಂದು ಸಂಜೆ ಸರ್ಕಾರೀ ಕೃಷಿ ಕ್ಷೇತ್ರದ ಹಳ್ಳಿಗಳಲ್ಲೆಲ್ಲಾ ಒಂದು ಸುದ್ದಿ ಮಿಂಚಿನ ವೇಗದಲ್ಲಿ ಹರಡಿತು : ''ನಮ್ಮ ಹಳ್ಳಿಯ ಸೈನಿಕ ಹಿಂದಿರುಗಿದ್ದಾನೆ'' ವೃದ್ಧ ದಂಬನ 'ಗೆರ್'ಗೆ ಜನ ಓಡೋಡಿ ಬಂದರು. ದಂಬನ ಚಿಕ್ಕ ಮಗ ಶಾಲೆಯಲ್ಲಿ ಸೇರ್ಮಾಳ ಶಿಷ್ಯ. ಹಾಗಾಗಿ ಈ ಶಿಷ್ಯನ ಅಣ್ಣನ ಬಳಿ ತನ್ನ ಗಂಡನ ಸುದ್ದಿ ಕೇಳುವುದು ತಪ್ಪಲ್ಲವೆಂದು ಸೇರ್ಮಾ ಭಾವಿಸಿದಳು. ಅವಳು 'ಗೆರ್'ಗೆ ಬಂದಾಗ ದಂಬ ಒಲೆ ಹೊತ್ತಿಸಿ ಬೆವರನ್ನು ಒರಸಿಕೊಳ್ಳುತ್ತಿದ್ದಳು.

''ನೋಡು ನಮ್ಮ ಚಿಕ್ಕ ಹುಡುಗನ ಉಪಾಧ್ಯಾಯಿನಿ ಬಂದಿದ್ದಾರೆ'' ಎಂದು ಸಂತೋಷದಿಂದ ಆತ ಕೂಗಿದ. ''ಬನ್ನಿ ಕೂತ್ಕೊಳ್ಳಿ'' ಎಂದು ಸೇರ್ಮಾಗೆ ಹೇಳಿದ.

'ಗೆರ್'ನಲ್ಲಿ ಗೌರವದ ಸ್ಥಾನವಾದ ಖೊಯ್‌ಮೊರ್‌ನಲ್ಲಿ ಸೈನಿಕನೊಬ್ಬ ಕೂತಿದ್ದ. 'ಆರ್ಡರ್ ಆಫ್ ದಿ ನಾರ್ತ್ ಸ್ಟಾರ್' ಪ್ರಶಸ್ತಿ ಪಟ್ಟಿ ಧರಿಸಿದ್ದ. ಅವನ ಎದೆಯ ಮೇಲೆ ಎರಡು ಪದಕಗಳು ರಂಜಿಸುತ್ತಿದ್ದವು. ಆತ ಗಟ್ಟಿಮುಟ್ಟಾದ ಆಳು. ಆತ್ಮವಿಶ್ವಾಸ ತುಂಬಿದ ಧ್ವನಿಯಲ್ಲಿ ಮಾತಾಡುತ್ತಿದ್ದ. ಜನರು ಉಸಿರು ಬಿಗಿಹಿಡಿದು ಆತ ಹೇಳುತ್ತಿದ್ದುದನ್ನು ಕೇಳುತ್ತಿದ್ದರು. 'ಖೊಯ್‌ಮೊರ್' ಬಳಿ ಹೋಗಲು ಸೇರ್ಮಾಗೆ ಜನ ಜಾಗ ಬಿಟ್ಟುಕೊಟ್ಟರು.

''ಐದು ವರ್ಷ ಸೈನ್ಯದ ಬ್ರೆಡ್ ತಿನ್ನುವುದು ಸುಲಭದ ಕೆಲಸ ಎಂದು ತಿಳಿಯಬೇಡಿ. ಹತ್ತಲು ಐದು ವರ್ಷ ಬೇಕಾಗುವ ಬೆಟ್ಟದ ಸಾಲುಗಳನ್ನು ದಾಟುವುದೂ ಒಂದೇ ಅದೂ ಒಂದೇ. ಬೇಸಿಗೆಯ ಬಿಸಿಲು, ಚಳಿಗಾಲದ ಮಂಜು ನನ್ನ ಚರ್ಮವನ್ನು ಹದ ಮಾಡಿದೆ. ಅದು ಚಿಂತೆಗಳು ಮನಸ್ಸನ್ನೆಲ್ಲಾ ಆಕ್ರಮಿಸಿದ ಕಾಲ; ಗಡಿಯ ಬಳಿ ಶತ್ರುಗಳು ನಮ್ಮನ್ನು ಸುಮ್ಮನೆ ಇರಗೊಡಲಿಲ್ಲ. ಈಗ ಶಾಂತಿಯನ್ನು ಸಾಧಿಸಿದ್ದೇವೆ. ಐದು ವರ್ಷ ಪೂರ್ಣ ಸೇವೆ ಸಲ್ಲಿಸಿದವರನ್ನು ಮತ್ತು ಐದು ತಿಂಗಳೂ ಸೇವೆಯಲ್ಲಿರದವರನ್ನೆಲ್ಲಾ ಅವರು ಈಗ ಬಿಡುಗಡೆ ಮಾಡ್ತಾ ಇದಾರೆ. ಇದೊಂದು ಹಿಗ್ಗಿನ ವಿಷಯ'' ಎಂದು ಹೇಳುತ್ತಿದ್ದ ಆ ಸೈನಿಕ.

ಈ ಮಾತುಗಳನ್ನು ಕೇಳಿ ಸೇರ್ಮಾಳ ಹೃದಯ ಅರಳಿತು. ಈ ನುರಿತ ಸೈನಿಕನ ಬಳಿ ಹಲವು ಪ್ರಶ್ನೆಗಳನ್ನು ಕೇಳಬೇಕೆನಿಸಿತು ಆಕೆಗೆ. ಆದರೆ ಧೈರ್ಯವಾಗಲಿಲ್ಲ. ವೃದ್ಧ ದಂಬನಿಗೆ ಆಕೆಯ ಭಾವನೆಗಳು ಅರ್ಥವಾಗಿ ತನ್ನ ಮಗನ ಮಾತನ್ನು ಅರ್ಧಕ್ಕೆ ತಡೆದ.

''ಮಗೂ ಸ್ವಲ್ಪ ತಡೆ. ಸಂಜಾ ವಿಷಯ ಹೇಳು. ಅವನನ್ನು ಭೇಟಿಯಾಗಿದ್ದೆಯಾ, ಆತ ಯಾವಾಗ ಬರುತ್ತಾನೆಂದು ನಿನಗೇನಾದರೂ ಗೊತ್ತಾ ?'' ಎಂದು ಕೇಳಿದ.

ಅಲ್ಲಿದ್ದವರೆಲ್ಲಾ ಈ ಉಪಾಧ್ಯಾಯಿನಿಯತ್ತ ತಮ್ಮ ದೃಷ್ಟಿ ತಿರುಗಿಸಿದರು. ಆಕೆ, ಉಸಿರು

ಬಿಗಿಹಿಡಿದು ಸೈನಿಕನತ್ತ ನೋಡಿದಳು. ತನ್ನ ಹೃದಯದ ಹುಚ್ಚು ಬಡಿತ ಎಲ್ಲರಿಗೂ ಕೇಳಿಸುತ್ತಿರುವುದು ಖಂಡಿತ ಎಂದುಕೊಂಡಳು. ದಂಬನ ಪ್ರಶ್ನೆಗೆ ಉತ್ತರ ಕೊಡಲು ಆತ ಹಿಂದೆ ಮುಂದೆ ನೋಡುತ್ತಿದ್ದಾನೆಂದು ಆಕೆ ಒಂದು ಕ್ಷಣ ಭಾವಿಸಿದಳು.

ಆದರೆ ಆತ ತನ್ನ ಮಾತನ್ನು ಮುಂದುವರಿಸಿದ :

''ನಿಜ. ಯುದ್ಧ ಒಂದು ಆಟವಲ್ಲ, ಸಮರದಲ್ಲಿ ಹೊಗೆ ಮತ್ತು ಬೆಂಕಿಯನ್ನಲ್ಲದೆ ಬೇರೇನನ್ನೂ ನೀವು ಕಾಣಲಾರಿರಿ. ರಕ್ತ ಕೋಡಿ ಹರಿಯುತ್ತದೆ ಎನ್ನುವುದು ನೆನಪಿರಲಿ. ನಿಮಗೆಲ್ಲ ಮಂಗೋಲರು ಎಂಥವರು ಎಂದು ಗೊತ್ತು. ತಮ್ಮವನೇ ಒಬ್ಬನ ಕೊಲೆಯಾಗುವುದನ್ನು ಕಂಡಾಗ ಅವರು ತಮ್ಮನ್ನು ತಾವೇ ಮರೆಯುತ್ತಾರೆ. ಅವರ ಮನಸ್ಸಿನಲ್ಲಿ ಆಗ ಒಂದೇ ಯೋಚನೆ – ಪ್ರತೀಕಾರ ಮಾಡಬೇಕು ಮತ್ತು ಗೆಲ್ಲಬೇಕು. ನಾವು ಗಡಿ ದಾಟಿದಾಗ ನನ್ನ ನೆರೆಹೊರೆಯವರು ನನ್ನಿಂದ ತಪ್ಪಿದರು. ಯಾರು ಯಾವ ಘಟಕದಲ್ಲಿ ಸೇವೆಯಲ್ಲಿದ್ದಾರೆಂಬ ಕಲ್ಪನೆಯೇ ನನಗಿಲ್ಲ. ಸಂಜಾನನ್ನು ನಾನು ಒಮ್ಮೆಯೂ ಭೇಟಿಯಾಗಲಿಲ್ಲ. ಆದರೆ ಯುದ್ಧದಲ್ಲಿ ನಿಮ್ಮ ಪಕ್ಕದ ಮನೆಯವನನ್ನು ಭೇಟಿಯಾಗಿಯೂ ಅವನ ಪರಿಚಯ ಆಗದೆ ಹೋಗಲು ಸಾಧ್ಯ.''

ಜನ ಆ ಮಾತಿನ ಅರ್ಥ ಗ್ರಹಿಸಿದಂತೆ ಹೂಂಗುಟ್ಟಿದರು.

''ಒಂದು ಸಂದರ್ಭದಲ್ಲಿ ನಮ್ಮ ಖಡ್ಗಗಳನ್ನು ಸೆಳೆದು ದಾಳಿಗೆ ಮುನ್ನುಗ್ಗಿದೆವು. ಆಗ ನಾನು...''

ತಾನು ಹೇಗೆ ತನ್ನ ಕುದುರೆಯನ್ನೇರಿ ರಣರಂಗದಲ್ಲಿ ಶತ್ರುಗಳ ತಲೆ ತರಿಯುತ್ತಾ ಹೋದೆ, ಕಮಾಂಡರುಗಳು ಹೇಗೆ ತನ್ನನ್ನು ಹೊಗಳಿದರು, ಆರ್ಡರ್ ಆಫ್ ಮೆರಿಟ್‌ಗೆ ತನ್ನ ಹೆಸರನ್ನು ಹೇಗೆ ಸೂಚಿಸಿದರು – ಮೊದಲಾದ ತನ್ನ ಬಗೆಗಿನ ವಿವರಗಳನ್ನು ಸೈನಿಕ ರಸವತ್ತಾಗಿ ಬಣ್ಣಿಸತೊಡಗಿದ. ಅಷ್ಟರಲ್ಲೇ ಹಠಾತ್ತನೆ ತನ್ನ ಮಾತುಗಳನ್ನು ನಿಲ್ಲಿಸಿದ. ತನ್ನ ನೆರೆಯವನಾದ ಉಸ್ಯಾದ ತೇಗ್ಯಬಾಯರ್ ಎಂಬಾತ ಕುದುರೆಯಿಂದ ಬಿದ್ದು ಸತ್ತದ್ದು ಜ್ಞಾಪಕವಾಯಿತು. ತನ್ನ ಪರಾಕ್ರಮವನ್ನು ಹೀಗೆ ಕೊಚ್ಚಿಕೊಳ್ಳುವುದು ಸರಿಯಲ್ಲ ಎನಿಸಿತು ಅವನಿಗೆ.

ಆತ ಕೊಚ್ಚಿಕೊಳ್ಳುವುದನ್ನು ಸೇಮ್ರಾ ಮನಸ್ಸಿಗೆ ಹಚ್ಚಿಕೊಳ್ಳಲಿಲ್ಲ. ಆದರೆ ತನ್ನ ಮನಸ್ಸಿನಲ್ಲಿ ವಜ್ರದಂತೆ ಫಳಫಳಿಸಬಹುದಾದ ಮಾತುಗಳನ್ನು ಅವನಿಂದ ಕೇಳಬೇಕೆಂಬುದು ಅವಳ ಆಸೆಯಾಗಿತ್ತು. ಇನ್ನೂ ಯುದ್ಧದಿಂದ ಹಿಂದಿರುಗಿ ಬಾರದವರ ವಿಷಯವನ್ನು ಆತ ಹೇಳಲಿ ಎಂಬುದೇ ಎಲ್ಲರ ನಿರೀಕ್ಷೆಯಾಗಿತ್ತು.

ತನ್ನ ಗಂಡನ ಬಗ್ಗೆ ಯಾವ ವಿಷಯಗಳು ತಿಳಿಯದಿದ್ದರೂ ಸೇಮ್ರಾಳ ಹೃದಯ ಹಗುರ ವಾಯಿತು. ಆತ ಖಂಡಿತವಾಗಿಯೂ ಬದುಕಿ ಉಳಿದಿರಲೇಬೇಕು. ಬೇರೇನೂ ಆಗಿರಲಾರದು. ಎಲ್ಲ ಝರಿಗಳನ್ನೂ ವಸಂತದ ಪ್ರವಾಹ ಆವರಿಸಿದಂತೆ ಈ ಯೋಚನೆ ಅವಳನ್ನು ಸುತ್ತಿಕೊಂಡಿತು.

ಆದರೆ ಮನೆಗೆ ಬಂದಾಗ ಅವಳಿಗೆ ಒಂದು ರೀತಿಯ ಕಸಿವಿಸಿ ಪ್ರಾರಂಭವಾಯಿತು. ಆ ಸೈನಿಕನ ವರ್ತನೆ ಅಸ್ವಾಭಾವಿಕವಾಗಿತ್ತು. ಆತ ತನ್ನ ಬಗ್ಗೆ ಕೊಚ್ಚಿಕೊಳ್ಳುತ್ತಿದ್ದುದರ ಹಿಂದೆ ಏನೋ ಒತ್ತಡವಿದ್ದಂತಿತ್ತು. ಅವಳ ಹೃದಯಕ್ಕೆ ಏನೋ ಒಂದು ರೀತಿಯ ಅನಿಷ್ಟದ ಭಾವನೆ ಹೊಕ್ಕಿತ್ತು. ಏನು ಮಾಡಬೇಕೆಂದು ತೋಚದೆ ತನ್ನ ಗಂಡನ ಪತ್ರಗಳಿರುವ ಪೆಟ್ಟಿಗೆಯ ಬಾಗಿಲನ್ನು ತೆರೆದಳು. ಆ ಪತ್ರಗಳನ್ನು ಮತ್ತೆ ಮತ್ತೆ ಓದುವುದು, ಅವನ ಬೇರೆ ಬೇರೆ ಅರ್ಹತಾ ಪತ್ರಗಳನ್ನು ನೋಡುವುದೆಂದರೆ ಅವಳಿಗೆ ಇಷ್ಟ. ಖಾಲ್ ಖಿಂಗೋಲ್‌ನಲ್ಲಿ ಆತ ಗಳಿಸಿದ ಒಂದು ಅರ್ಹತಾ ಪತ್ರ ಅವಳ ನೆನಪನ್ನು ಕೆದಕಿತು. ಅದು ನಡೆದದ್ದು ಆರು ವರ್ಷಗಳ ಹಿಂದೆ.

ಆ ಘಟನೆ ಅವಳ ಮನಸ್ಸಿನಲ್ಲಿ ಅಚ್ಚಳಿಯದೆ ಇದೆ. ಎದೆಗೆ ನಕ್ಷತ್ರಾಕಾರದ ಪದಕವೊಂದನ್ನು

ಸಿಕ್ಕಿಸಿಕೊಂಡ ಮೋಜಿನ ಮನುಷ್ಯನೊಬ್ಬ ಅವರ ಮನೆಗೆ ಆಗಾಗ ಬರತೊಡಗಿದ್ದ. ಯಾವ ಕಾರಣಕ್ಕೋ ಏನೋ, ಆತ .ಬಂದಾಗಲೆಲ್ಲಾ ಅವಳ ತಂದೆ ತಾಯಿ ಅಪರಿಮಿತವಾಗಿ ಸಂತೊಷಗೊಂಡು ಅವನನ್ನು ಖುಷಿಪಡಿಸಲು ಧಾವಿಸುತ್ತಿದ್ದರು.

ಒಮ್ಮೆ ಆತ ಒಳಗೆ ಬರುತ್ತಿದ್ದಂತೆಯೇ ಅವಳ ತಾಯಿ ಹೇಳಿದಳು : ''ಮಳೆ ಬಿರುಗಾಳಿ ಬರುವ ಹಾಗಿದೆ. ಬಹುಶಃ ಈ ರಾತ್ರಿ ನೀನು ಇಲ್ಲೇ ಉಳಿಯಬಹುದಲ್ಲ ?''

ಭಯಾನಕತೆಯನ್ನು ನಟಿಸಿ ಸಂಜಾ ಜಿಗಿದು ನಿಂತ. ''ನಿಮ್ಮ ಬಳಿ ಒಂದು ಹಗ್ಗವಿದೆಯೇ ?'' ಎಂದು ಕೇಳಿದ. ''ನನ್ನನ್ನು ಹಗ್ಗದಿಂದ ಕಟ್ಟಿಹಾಕಿ; ಇಲ್ಲವಾದರೆ ಗುಡುಗು ಸಿಡಿಲಿನೊಡನೆ ಯುದ್ಧ ಮಾಡಲು ನಾನು ಮುನ್ನುಗ್ಗುತ್ತೇನೆ.''

ಈ ಆತ್ಮೀಯ ನೆನಪಿನಿಂದ ಸೇಮಾರ್ಗೆ ಮಂದಹಾಸ ಉಕ್ಕಿತು. ಮನಸ್ಸಿನಲ್ಲೇ ಅಂದುಕೊಂಡಳು:

'ಒಳ್ಳೆ ಹಾಸ್ಯಗಾರನಾಗಿದ್ದ... ನನಗೆ ಆಗ ಹದಿನೆಂಟು ವರ್ಷ, ಅಷ್ಟೆ. ಶಿಕ್ಷಕರ ತರಬೇತಿ ಕಾಲೇಜಿನಿಂದ ಆಗ ತಾನೇ ತರಬೇತಿ ಮುಗಿಸಿ ಬಂದಿದ್ದೆ. ಒಂದು ಬಗೆಯ ಗಾಂಭೀರ್ಯ ನಟಿಸುತ್ತಿದ್ದೆ. ಆಗ ನಾನು ಪಟ್ಟಣದ ಹುಡುಗಿ, ಭೂಗೋಳದ ಅಧ್ಯಾಪಕಿ. ಒಂದು ವರ್ಷದ ಬಳಿಕ ಗನ್‌ಸುಖ್ ಹುಟ್ಟಿದ.'

ಏನೋ ಬಿದ್ದು ಅಪ್ಪಳಿಸಿದ ಶಬ್ದವಾಯಿತು - ಸೇಮಾರ್ ಬೆಚ್ಚಿಬಿದ್ದು ಕಣ್ಣು ತೆರೆದಳು. ಪುಟಾಣಿ ಗನ್‌ಸುಖ್ ಕಪಾಟಿನ ಬಳಿ ದಿಗಿಲು ಬಡಿದು ನಿಂತಿದ್ದ. ಆತನ ಕಾಲಬಳಿ ಗಾಜಿನ ಕುಂಡ ಬಿದ್ದಿತ್ತು.

''ಏನು ಮಾಡಿದೆ, ನಿನ್ನ ಅಪ್ಪನ ಮೆಚ್ಚಿನ ಕುಂಡವನ್ನು ಒಡೆದು ಹಾಕಿದೆಯಾ ?'' ಎಂದು ಸೇಮಾರ್ ಕಿರುಚಿದಳು.

ಇಲ್ಲ, ಆ ಗಾಜಿನ ಕುಂಡ ಒಡೆದಿರಲಿಲ್ಲ. 'ಶುಭ ಶಕುನ' ಎಂದು ಅವಳಿಗೆ ಸಂತೋಷವಾಯಿತು.

''ಅದನ್ನ ಕೆಳಗೆ ಇಳಿಸೋಣ ಎಂದು ನೋಡಿದೆ'' ಎಂದು ತಪ್ಪು ಮಾಡಿದವನಂತೆ ಗನ್‌ಸುಖ್ ಹೇಳಿದ. ''ನಾನು ಅಪ್ಪನಿಗಾಗಿ ಉಳಿಸುವ ಸಿಹಿ ತಿಂಡಿಯನ್ನು ಅದರಲ್ಲಿ ತುಂಬುತ್ತೇನೆ, ಅಮ್ಮಾ ಪರವಾಗಿಲ್ಲವಾ ?''

''ಮುದ್ದು ಕಂದ, ಪರವಾಗಿಲ್ಲ. ಅದು ಒಳ್ಳೇ ಯೋಚನೆ ಕೂಡಾ'' ಎಂದು ಸೇಮಾರ್ ಮಗನನ್ನು ತಬ್ಬಿಕೊಂಡು, ಮುತ್ತು ಕೊಟ್ಟಳು.

''ಅಪ್ಪ ಯಾವಾಗ ಬರ್ತಾರೆ ?''

''ಬೇಗ ಬರ್ತಾರೆ. ಸ್ವಲ್ಪ ಕಾಲ ಕಾಯಬೇಕು, ಅಷ್ಟೆ.''

ಕೆಟ್ಟ ಸುದ್ದಿ ವೇಗದ ಕುದುರೆಯನ್ನೇರಿ ಧಾವಿಸುತ್ತದೆ. ತೇಗ್ಮಬಾಯರ್ ಕುರಿತ ಸುದ್ದಿ ಅದೇ ಸಂಜೆ ಅವನ ತಾಯಿಗೆ ತಲುಪಿತು. ಅದರ ಮಾರನೇ ದಿನ ಆ ಬಡ ಹೆಂಗಸು ದಂಬನ 'ಗೆರ್'ನಲ್ಲಿ ಹಾಜರಾದಳು. ಆಕೆ ಅಳುತ್ತ ಮನೆಗೆ ವಾಪಸಾದಳು. ತೇಗ್ಮಬಾಯರ್ ಯುದ್ಧದಲ್ಲಿ ಕೊಲೆಯಾಗಿ ಕುದುರೆಯಿಂದ ಬಿದ್ದಿದ್ದನ್ನು ದಂಬನ ಮಗ ಕಂಡಿದ್ದನಷ್ಟೆ. ಆದರೆ ಅದೇ ವ್ಯಕ್ತಿ ತನ್ನ ತಾಯಿ ದಂಬನ 'ಗೆರ್'ನಿಂದ ಹಿಂದಿರುಗಿದ ಮಾರನೇ ದಿನ ನೀಲಿ ಸಮವಸ್ತ್ರ ಧರಿಸಿ, ಎದೆಯ ಮೇಲೆ ಪದಕ ಸಿಕ್ಕಿಸಿಕೊಂಡು ವಾಪಸು ಬಂದಿದ್ದ. ಕೆಟ್ಟ ಸುದ್ದಿ, ಅನಿಷ್ಟ ಸೂಚನೆಗಳ ಖಂಡನೆಯ ಜೀವಂತ ನಿದರ್ಶನವಾಗಿ ಆತ ತನ್ನ ತಂದೆ ತಾಯಿಗಳ ಎದುರು ಪ್ರತ್ಯಕ್ಷನಾದ.

ತೇಗ್ಮಬಾಯರ್ ವಿಷಯ ಕೇಳಿದಾಗ ಸೇಮಾರ್ ಸಂಪೂರ್ಣ ಶಾಂತಳಾದಳು. ಆಕೆಯ ಹೃದಯ ಆಸೆಯಿಂದ ಪ್ರಫುಲ್ಲವಾಯಿತು. ಅವಳ ಎಲ್ಲ ಅನುಮಾನಗಳೂ ಮಾಯವಾದವು.

ಸಂಜೆ, ಪೂರ್ಣ ವಿಶ್ವಾಸದೊಡನೆ ತನ್ನ ಮಗನನ್ನು ಕರೆದು ತರಲು ಶಿಶುವಿಹಾರಕ್ಕೆ

ಹೋದಳು. ಗನ್‌ಸುಖ್ ಅವಳ ಮುಖವನ್ನೇ ಆಶ್ಚರ್ಯದಿಂದ ನೋಡುತ್ತ ಕೇಳಿದ :

''ಅಪ್ಪ ಬಂದಿದಾರ ?''

''ಇನ್ನೂ ಇಲ್ಲ ಗನ್‌ಸುಖ್, ಆದರೆ ಸದ್ಯದಲ್ಲೇ ಅವರು ಬರ್ತಾರೆ.''

ಈಗಾಗಲೇ ಎಲೆಗಳನ್ನು ಕಳಚಿಕೊಂಡ, ಅವರೇ ನೆಟ್ಟ ಮರಗಳನ್ನು ಗನ್‌ಸುಖ್‌ನ ಕೈ ಹಿಡಿದು ಕೊಂಡು ಆಕೆ ದಾಟಿದಳು. ಬತ್ತಲೆಯಾದ ಮರದ ಕೊಂಬೆಗಳು ಆಕಾಶದತ್ತ ಚಾಚಿದ್ದವು. ಅವು ಇನ್ನೇನು ಗೋಳಿಡುತ್ತ ಸಿಡಿದುಹೋಗುವುವೆಂದು ಗನ್‌ಸುಖ್ ಕಲ್ಪಿಸಿಕೊಂಡ. ಆತ ಮಾಮೂಲಿನಂತೆ ತಾಯಿಯ ಹತ್ತಿರ ಇನ್ನೇನೂ ಪ್ರಶ್ನೆ ಕೇಳಲಿಲ್ಲ. ಏನೋ ಮಹತ್ವವಾದುದನ್ನು ಯೋಚಿಸುತ್ತಿರುವವನಂತೆ, ವಿಚಿತ್ರ ಏಕಾಗ್ರತೆಯಿಂದ ತಾಯಿಯ ಪಕ್ಕ ನಡೆಯುತ್ತಾ ಹೋದ. ಮನೆಗೆ ಬಂದ ತಕ್ಷಣ ಆತ ತನ್ನ ಜೇಬಿನಿಂದ ಎರಡು ಸಿಹಿ ತಿಂಡಿಗಳನ್ನು ತೆಗೆದು ತನ್ನ ತಾಯಿಗೆ ತೋರಿಸಿದ.

''ಇದನ್ನು ನಾನು ಅಪ್ಪನ ಗಾಜಿನ ಕುಂಡದಲ್ಲಿ ಹಾಕ್ತೇನೆ. ಹಾಕಲಾ ?''

ಸೇರ್ಮಾ ಅವನನ್ನು ನೋಡಿದಳು. ಅವಳ ಹೃದಯ ಕರಗಿತು. ಭಾವಪರವಶತೆಯಿಂದ ನಡುಗುವ ಧ್ವನಿಯಲ್ಲಿ ''ಹಾಕು, ಹಾಕು ಕಂದಾ'' ಎಂದಳು.

ಗನ್‌ಸುಖ್ ಕಪಾಟಿನ ಬಾಗಿಲು ತೆರೆದ; ಒಂದು ಸ್ಟೂಲನ್ನು ಎಳೆದು ಅದರ ಮೇಲೆ ಹತ್ತಿದ. ತನ್ನ ಕಾಲ ಬೆರಳ ಮೇಲೆ ನಿಂತುಕೊಂಡು, ದೊಡ್ಡದಾದ ರುಚಿಯಾದ ಸಿಹಿ ಪದಾರ್ಥವನ್ನು ಆ ಕುಂಡದಲ್ಲಿ ಹಾಕಿದ. ನಂತರ ತನ್ನ ಕರ್ತವ್ಯವನ್ನು ಚೆನ್ನಾಗಿ ಮಾಡಿದೆನೆಂಬ ಅರಿವಿನಲ್ಲಿ ಸಂತೋಷದಿಂದ ತಾಯಿಯ ಬಳಿಗೆ ಓಡಿದ.

ಮಾರನೆಯ ದಿನ ಗನ್‌ಸುಖ್‌ಗೆ ತನ್ನ ತಾಯಿಯ ಗುರುತು ಹಿಡಿಯುವುದೇ ಕಷ್ಟವಾಯಿತು. ಆಕೆಯ ಮುಖ ಕಲ್ಲಿನಂತಾಗಿತ್ತು. ಅತ್ಯಂತ ಸಂಕಟಕರವಾಗಿತ್ತು. ಆಕೆಯ ಕಣ್ಣುಗಳು ಕೆಂಪಾಗಿ ಊದಿಕೊಂಡಿದ್ದವು. ಅವಳನ್ನು ಸಂತೋಷಪಡಿಸಲೆಂದು ಆ ಚಿಕ್ಕ ಹುಡುಗ ಇನ್ನೊಂದು ಸಿಹಿ ತಿಂಡಿಯನ್ನು ತಾಯಿಗೆ ತೋರಿಸಿದ.

''ನೋಡು, ನಾನು ಆ ಕುಂಡಕ್ಕೆ ಪ್ರತಿದಿನವೂ ಒಂದೊಂದು ಸಿಹಿ ಪದಾರ್ಥ ಸೇರಿಸ್ತೇನೆ. ಅಪ್ಪ ಮನೆಗೆ ಬಂದಾಗ ತುಂಬಾ ಸಿಹಿ ಪದಾರ್ಥ ಸಿಕ್ತದೆ.''

ಮನೆಗೆ ಬಂದ ಕೂಡಲೇ ಆತ ಮಾಡುತ್ತಿದ್ದ ಮೊದಲ ಕೆಲಸವೆಂದರೆ ಸ್ಟೂಲನ್ನು ಎಳೆದುಕೊಂಡು, ಅದನ್ನು ಹತ್ತಿ ಸಿಹಿ ತಿಂಡಿಯನ್ನು ಕುಂಡಕ್ಕೆ ಹಾಕುವುದು. ಆತ ಆ ಕುಂಡದ ಎದುರು ತಾನು ಮಾಡಿದ ದಾಸ್ತಾನನ್ನು ಮೆಚ್ಚುಗೆಯಿಂದ ನೋಡುತ್ತಾ ಬಹಳ ಹೊತ್ತು ನಿಂತು, ಅನಂತರ ಸ್ಟೂಲಿನಿಂದ ಇಳಿದು ತಾಯಿಯ ಬಳಿ ಹೋಗುತ್ತಿದ್ದ.

''ಅಮ್ಮ, ಅಪ್ಪ ಯಾವಾಗ ಬರ್ತಾರೆ ?'' ತಂದೆಯ ಇದ್ದಲು ಕಪ್ಪು ಕಣ್ಣುಗಳನ್ನೇ ಪಡೆದ ಆತ ತಾಯಿಯನ್ನು ನೋಡುತ್ತ ಕೇಳುತ್ತಿದ್ದ.

''ಅಪ್ಪ?'' ಅವಳು ವಿಚಿತ್ರವಾದ, ಅರ್ಥವಾಗದ ಧ್ವನಿಯಲ್ಲಿ ಅದೇ ಶಬ್ದವನ್ನು ಪುನಃ ಉಚ್ಚರಿಸುತ್ತಿದ್ದಳು. ''ಅವರು ಬರ್ತಾರೆ.... ಆ ಕುಂಡದಲ್ಲಿ ಸಿಹಿ ತಿಂಡಿ ತುಂಬಿದಾಗ...''

''ಓಹ್, ಅಷ್ಟು ದಿನ ಹಿಡಿಯುತ್ತಾ?'' ಗನ್‌ಸುಖ್ ನಿರಾಸೆಯಿಂದ ಉದ್ಗರಿಸುತ್ತಿದ್ದ.

ಸೇರ್ಮಾಳ ಗಂಟಲು ಬಿಗಿದು ಬಂತು..''ಈ ಮುಗ್ಧ ಹುಡುಗನಿಗೆ ಅದನ್ನು ಏಕೆ ಹೇಳಿದೆ ?'' ಅವಳ ಒಂದೇ ಒಂದು ಸಮಾಧಾನವೆಂದರೆ ಆ ಕುಂಡ ಬಹಳ ದೊಡ್ಡದಿತ್ತು; ಅದು ತುಂಬಲು ಬಹಳ ದಿನಗಳು ಬೇಕು.

ಆ ದಿನ ಸಂಜೆ, ಮೋಜು ನಡೆಸುವವರ ಗಲಾಟೆಯ ಶಬ್ದ ಕೇಳಿಬರುತ್ತಿದ್ದ ಒಂದು ವಿಶಾಲ 'ಗೆರ್'ನಿಂದ ಎತ್ತರದ ಹರವಾದ ಭುಜಗಳ ಮನುಷ್ಯನೊಬ್ಬ ಹೊರಬಂದ. ಆತ ಮಕ್ಕಳಿರುವಲ್ಲಿಗೆ ಬಂದು, ತುಂಬಾ ಸಿಹಿ ತಿಂಡಿಗಳನ್ನು ಕೊಟ್ಟ. ಗನ್‌ಸುಖ್ ಮನೆಗೆ ಅವಸರವಸರವಾಗಿ ಓಡಿದ.

ಬಾಗಿಲಲ್ಲೇ ನಿಂತು ''ಅಮ್ಮಾ'' ಎಂದು ಅವನು ಕೂಗಿದ. ''ಜೋರಿಗ್‌ನ ಅಪ್ಪ ಬಂದಿದ್ದಾರೆ. ನನ್ನ ಅಪ್ಪ ಯಾಕೆ ಬರ್ಲಿಲ್ಲ ?''

ಆತ ಕಪಾಟಿನ ಬಾಗಿಲು ತೆಗೆದು ಎರಡು ಸಿಹಿ ತುಂಡುಗಳನ್ನು ಹಾಕಿದ. ''ನಾನು ಸಿಹಿ ತಿನ್ನೋದೇ ಇಲ್ಲ. ಆಗ ಕುಂಡ ಬೇಗ ತುಂಬ್ತದೆ. ಆಗ ಅಪ್ಪ ವಾಪಸಾಗ್ತಾರೆ.''

ಮಾರನೆಯ ದಿನ ನಕ್ಷತ್ರ ಪದಕ ಸಿಕ್ಕಿಸಿಕೊಂಡಿದ್ದ ಟೋಪಿ ಧರಿಸಿ ಜೋರಿಗ್ ಶಿಶುವಿಹಾರಕ್ಕೆ ಬಂದ. ಗನ್‌ಸುಖ್ ಅದನ್ನು ಅಸೂಯೆಯಿಂದ ನೋಡಿದ. ''ಅದು ನಿನಗೆ ಎಲ್ಲಿ ಸಿಕ್ಕಿತು ?'' ಎಂದು ಜೋರಿಗ್‌ನನ್ನು ಕೇಳಿದ.

''ನನ್ನ ಅಪ್ಪ ಕೊಟ್ಟರು'' ಎಂದ ಜೋರಿಗ್. ''ಇದು ನಿಜವಾದ್ದು, ಗೊತ್ತಾ? ಕುಡುಗೋಲು, ಸುತ್ತಿಗೆ ಕೂಡ ಇದೆ.''

ಅಂದು ಸಂಜೆ, ಗನ್‌ಸುಖ್ ಸ್ಟೂಲನ್ನು ಹತ್ತಿ, ಕೆನ್ನೆಯ ಮೇಲೆ ಕಣ್ಣೀರು ಹರಿಯುತ್ತಿದ್ದಂತೆಯೇ ಆ ಕುಂಡವನ್ನುದ್ದೇಶಿಸಿ ಹೇಳಿದ :

''ನನ್ನ ಅಪ್ಪ, ಕೂಡ ಒಂದು ನಕ್ಷತ್ರ ಪದಕ ತರ್ತಾರೆ. ಅದನ್ನ ನಾನು ನನ್ನ ಟೋಪಿಯಲ್ಲಿ ಸಿಕ್ಕಿಸಿಕೊಳ್ತೇನೆ. ಆಗ ಅದು ಜೋರಿಗ್‌ನ ಟೋಪಿಯಷ್ಟೇ ಚೆನ್ನಾಗಿ ಕಾಣ್ತದೆ. ಅಲ್ಲದೆ ಅಪ್ಪ ನನಗೆ ಕ್ರೆಯಾನ್ ಕಡ್ಡಿಗಳನ್ನು ತರ್ತಾರೆ. ಚಿತ್ರ ಬರೆಯೋದು ನನಗೆ ಇಷ್ಟ ಅಂತ ಅವರಿಗೆ ಗೊತ್ತು. ಒಂದು ಬಂದೂಕನ್ನೂ ತರ್ತಾರೆ.''

ತನ್ನ ತಾಯಿ ಅಲ್ಲಿದ್ದುದನ್ನು ಗನ್‌ಸುಖ್ ನೋಡಿರಲಿಲ್ಲ. ಆಕೆ ಒಂದು ಕತ್ತಲೆಯ ಮೂಲೆಯಲ್ಲಿ ನಿಂತಿದ್ದಳು. ಉಮ್ಮಳಿಸಿ ಬರುವ ದುಃಖವನ್ನು ಹತ್ತಿಕ್ಕಲು ತನ್ನ ತೋಳನ್ನು ಹಲ್ಲಿನಿಂದ ಕಚ್ಚಿಕೊಂಡು ನಿಂತಿದ್ದಳು.

''ಈ ಕುಂಡ ಬೇಗ ತುಂಬ್ತದೆ'' ಎನ್ನುತ್ತಾ ಗನ್‌ಸುಖ್ ಮತ್ತೆರಡು ಸಿಹಿ ತುಂಡುಗಳನ್ನು ಹಾಕಿದ.

ಈಗ ಈ ಕುಂಡ ಸದಾ ತಾಯಿಯ ಮನಸ್ಸಿನಲ್ಲೇ ಇರುತ್ತಿತ್ತು. ಗನ್‌ಸುಖ್ ಕುಂಡದಲ್ಲಿ ಸಿಹಿ ತಿಂಡಿಗಳನ್ನು ತುಂಬುವ ಯೋಚನೆಯನ್ನು ಮರೆಯುತ್ತಾನೆಂದು ಅವಳು ಮೊದಲು ತಿಳಿದಿದ್ದಳು. ಆದರೆ ಪ್ರತಿದಿನ ಬೆಳಿಗ್ಗೆ ಎದ್ದ ಕೂಡಲೇ ಆತ ಕುಂಡದ ಎದುರು ನಿಂತುಬಿಡುತ್ತಿದ್ದ.

ಒಂದು ದಿನ ಗನ್‌ಸುಖ್‌ನನ್ನು ಶಾಲೆಯಲ್ಲಿ ಬಿಟ್ಟು ಮನೆಗೆ ಹಿಂದಿರುಗಿದಾಗ ಸೇರ್ಮಾ ಕಪಾಟಿನ ಬಳಿ ಬಂದು ಕುಂಡದ ಕಡೆ ನೋಡಿದಳು. ನೋಡಿದವಳಿಗೆ ಎದೆ ದಸಕ್ ಎಂದಿತು. ಅದು ಹೆಚ್ಚು ಕಡಿಮೆ ತುಂಬಿಬಿಟ್ಟಿತ್ತು.

''ಅಮ್ಮಾ, ನೋಡು ಕುಂಡ ತುಂಬಿದೆ !'' ಎಂದು ಸಂಭ್ರಮದಿಂದ ಹುಡುಗ ಕೂಗಿಕೊಂಡಾಗ, ಅವನಿಗೆ ಅವಳೇನು ಹೇಳಬೇಕು ? ತನ್ನ ತಂದೆಯ ಬರವಿಗಾಗಿ ಕಾತರದಿಂದ ಕಾದು ನಿಂತ ಹುಡುಗನಿಗೆ ಏನು ಹೇಳಬೇಕು ?

ಇದ್ದಕ್ಕಿದ್ದ ಹಾಗೆ, ಕೆಲವು ಸಿಹಿ ತುಂಡುಗಳನ್ನು ಕುಂಡದಿಂದ ತೆಗೆದುಬಿಡಬಹುದೆಂದು ಅವಳಿಗೆ ಹೊಳೆಯಿತು.

ಮೊದಲನೇ ಬಾರಿ ಅವಳು ಹಾಗೆ ಮಾಡಿದಾಗ ಗನ್‌ಸುಖ್ ಏನನ್ನೂ ಗಮನಿಸಲಿಲ್ಲ. ಆದರೆ ಕೆಲವು ದಿನಗಳಾದ ಮೇಲೆ ಅವನಿಗೆ ಅನುಮಾನ ಶುರುವಾಯಿತು. ''ಅದು ತುಂಬುವುದೇ ಇಲ್ಲ,

ಏಕೆ ?'' ಎಂದು ಸಿಟ್ಟಿನಿಂದ ಕೂಗಿದ. ಕುಂಡವನ್ನು ಬೇಗ ತುಂಬಿಸುವುದಕ್ಕಾಗಿ ಪ್ರತಿದಿನ ಇನ್ನೆರಡು ಸಿಹಿ ತುಂಡುಗಳನ್ನು ಹಾಕಲು ಆತ ನಿರ್ಧರಿಸಿದ. ಕಳೆದ ಕೆಲವು ದಿನಗಳಲ್ಲಿ ಆ ಕುಂಡ ಕ್ರಮೇಣ ತುಂಬುತ್ತಾ ಬಂದಿದ್ದನ್ನು ನೋಡಿ, ಪ್ರತಿದಿನ ಒಂದು ಸಿಹಿ ತುಂಡನ್ನು ತಿನ್ನಲು ಆತ ಶುರು ಮಾಡಿದ್ದ. ಈ ನಡುವೆ ಸೇರ್ಮಾ ಪ್ರತಿದಿನ ಎರಡು ಸಿಹಿ ಪದಾರ್ಥಗಳನ್ನು ಕುಂಡದಿಂದ ತೆಗೆಯುತ್ತಿದ್ದಳು.

ಹುಡುಗನಿಗೆ ಇದು ಭಾರೀ ಒಗಟಾಯಿತು. ಅವನಿಗೆ ಸಿಟ್ಟು ಬಂತು. ಕೊನೆಗೆ ಇಲಿಗಳು ತನ್ನ ಸಿಹಿ ತಿಂಡಿಯನ್ನು ತಿಂದು ಹಾಕುತ್ತಿವೆ ಎಂದು ನಿರ್ಧರಿಸಿದ. ಹುಡುಗರು ಕಾಯಿಲೆ ಮಲಗಿದಾಗ ಕೆಲವು ಬಾರಿ ಇಲಿಗಳು ಪುಟಾಣಿ ಹೂಜಿಗಳಲ್ಲಿ ಅವರಿಗೆ ನೀರು ತರುತ್ತವೆ ಎಂಬುದನ್ನು ಆತ ಕೇಳಿದ್ದ. ಇಲಿಗಳು ನೀರು ತರಬಲ್ಲವಾದರೆ, ಸಿಹಿಯನ್ನು ಕದಿಯಲೂ ಅವಕ್ಕೆ ಖಂಡಿತ ಸಾಧ್ಯ. ಒಂದು ದೊಡ್ಡ ಮರದ ಬೋಗುಣಿಯಿಂದ ಕುಂಡವನ್ನು ಮುಚ್ಚಿಡಲು ಗನ್‌ಸುಖ್ ನಿರ್ಧರಿಸಿದ.

ಒಂದು ದಿನ ಜೋರಿಗ್ ನಿಜವಾದ ಮಿಲಿಟರಿ ಬ್ಯಾಡ್ಜನ್ನು ಧರಿಸಿದ್ದ. ಅದನ್ನು ಕಂಡು ಅಸೂಯೆಯಿಂದ ಗನ್‌ಸುಖ್ ಉರಿದುಬಿದ್ದ.

''ಇದನ್ನು ನಿನ್ನಪ್ಪ ನಿನಗೇ ಅಂತ್ಲೇ ಕೊಟ್ಟುಬಿಟ್ಟಿದ್ದಾನಾ ?''

''ಇಲ್ಲ, ಒಂದು ಬಾರಿ ಮಾತ್ರ. ಆದರೆ ನೀನೇಕೆ ನಿನ್ನ ಅಪ್ಪನ ಬ್ಯಾಡ್ಜ್ ಧರಿಸುವುದಿಲ್ಲ? ಇದು ಇನ್ನೂ ಚೆನ್ನಾಗಿದೆ. ನಿನ್ನ ತಾಯಿಗೆ ಅದನ್ನ ನನ್ನಪ್ಪ ಕೊಟ್ಟಿದ್ದನ್ನ ಕಂಡಿದ್ದೇನೆ.''

''ಸಾಧ್ಯವೇ ಇಲ್ಲ'' ಎಂದು ಗನ್‌ಸುಖ್ ಯೋಚಿಸಿದ.

''ಅವಳು ಏನು ಹೇಳಿದಳು ಗೊತ್ತಾ? ಅದನ್ನ ಈಗ ಒಳಗೆ ಇಡ್ತೇನೆ; ನೀನು ಶಾಲೆಗೆ ಹೋಗುವ ವೇಳೆ ನಿನಗೆ ಕೊಡ್ತೇನೆ – ಅಂತ.''

''ನಿಜವಾಗಿಯೂ ?'' ಅದನ್ನು ಪೂರ್ತಿ ನಂಬದೆ ಗನ್‌ಸುಖ್ ಕೇಳಿದ.

''ಪ್ರಾಮಾಣಿಕವಾಗಿಯೂ, ನಾನೇ ಅದನ್ನು ನೋಡಿದೆ. ಅದು ಕೆಂಪು ಪೆಟ್ಟಿಗೆಯಲ್ಲಿದೆ.''

''ನನ್ನಪ್ಪ ಯಾವಾಗ ಬರ್ತಾನೆ ಅನ್ನೋ ವಿಷಯ ಏನಾದರೂ ನಿನ್ನ ಅಪ್ಪ ಹೇಳಿದರಾ ?''

''ಇಲ್ಲ. ಆದರೆ ನಿನ್ನ ತಾಯಿಯ ಜೊತೆ ಮಾತಾಡ್ತಿದ್ದುದು ನನಗೆ ಕೇಳಿಸ್ತು. ನಾನು ನಿದ್ದೆ ಬಂದಂತೆ ಮಲಗಿದ್ದೆ. ಆದರೆ ಎಲ್ಲ ಕೇಳಿಸಿಕೊಂಡೆ. ನನ್ನ ಅಪ್ಪ ಮತ್ತು ನಿನ್ನ ಅಪ್ಪ ಇಬ್ಬರೂ ಬೇಹುಗಾರಿಕೆ ಗಸ್ತು ತಿರುಗಲು ಹೋದರಂತೆ. ಆಗ ನಿನ್ನ ಅಪ್ಪ ಈ ಪೆಟ್ಟಿಗೆಯನ್ನು ನನ್ನ ಅಪ್ಪನಿಗೆ ಕೊಟ್ಟರಂತೆ. ನಾನು ಕಣ್ಣು ತೆರೆದಾಗ ನಿನ್ನ ಅಮ್ಮ ಅಳ್ತಿದ್ರು.''

ಕೊನೆಯ ವಾಕ್ಯಗಳನ್ನು ಜೋರಿಗ್ ಪಿಸುಮಾತಿನಲ್ಲಿ ಹೇಳಿದ. ಆದರೂ ಗನ್‌ಸುಖ್‌ಗೆ ಅವು ಸರಿಯಾಗಿ ಕೇಳಿಸಿದವು. ಆತನ ಹೃದಯ ಸ್ತಬ್ಧವಾದಂತಾಯಿತು. 'ಅಮ್ಮ ಅತ್ತಿದ್ದರೆ, ಅಪ್ಪ ಎಂದೆಂದಿಗೂ ಮನೆಗೆ ಬರೋದಿಲ್ಲ ಎಂದೇ ಅರ್ಥ' ಈಗ ಯಾವ ಗಳಿಗೆಯಲ್ಲಾದರೂ ತನ್ನ ಅಳುವಿನ ಕಟ್ಟೆ ಒಡೆಯಬಹುದೆಂದು ಗನ್‌ಸುಖ್‌ಗೆ ಅನಿಸಿತು. ಆದರೂ ಹೇಗೋ ತಡೆದುಕೊಂಡ. ''ಆದರೆ ಅಪ್ಪ ಸದ್ಯದಲ್ಲೇ ಬರ್ತಾರೆ ಅಂತ ಅಮ್ಮ ಹೇಳ್ತಾಳೆ. ಅವಳಿಗೆ ಆ ಬಗ್ಗೆ ಏನೋ ಗೊತ್ತಿದೆ. ಹೇಳೋದಿಲ್ಲ'' ಅಂದು ಸಂಜೆ ತನ್ನ ತಾಯಿಗಾಗಿ ಕಾಯದೆ ಆತ ಒಬ್ಬನೇ ಶಿಶು ವಿಹಾರದಿಂದ ಹೊರಟ.

ಅವನ ತಾಯಿ ವಿದ್ಯಾರ್ಥಿಗಳು ಬರೆದಿದ್ದ ಪುಸ್ತಕವನ್ನು ನೋಡುತ್ತ ಮೇಜಿನ ಬಳಿ ಕುಳಿತಿದ್ದಳು. ಬಾಗಿಲ ಸಂದಿಯಿಂದ ಗನ್‌ಸುಖ್ ತನ್ನ ತಾಯಿಯನ್ನು ಅರೆಕ್ಷಣ ನೋಡಿದ. ತನಗೆ ತಿಳಿದುಬಂದ ಭಯಂಕರ ವಿಷಯವನ್ನು ಕುರಿತು ತನ್ನ ತಾಯಿಯ ಬಳಿ ಎಂದಾದರೂ ಕೇಳಲು ಸಾಧ್ಯವೇ ಎಂದು ಯೋಚಿಸುತ್ತ ನಿಂತ.

ಹೊಸಿಲು ದಾಟುತ್ತಿದ್ದಂತೆಯೇ ಗನ್‌ಸುಖ್ ಬಲಾತ್ಕಾರದ ನಗೆ ತಂದುಕೊಂಡ. ಹಾಸಿಗೆಯ ಮೇಲೆ ತನ್ನ ಟೋಪಿಯನ್ನು ಎಸೆದ. ಅಭ್ಯಾಸ ಬಲದಿಂದ ಸಿಹಿ ತುಂಡಿಗಾಗಿ ಜೇಬಿಗೆ ಕೈ ಹಾಕಿದ. ಇದ್ದಕ್ಕಿದ್ದ ಹಾಗೆ ಅವನು ತನ್ನನ್ನು ತಾನೇ ಕೇಳಿಕೊಂಡ – ಸಿಹಿಯನ್ನು ಕುಂಡದಲ್ಲಿ ಹಾಕುವುದರಲ್ಲಿ ಏನಾದರೂ ಅರ್ಥವಿದೆಯೆ ? ತನ್ನ ಕಣ್ಣಿನ ಕೊನೆಯಿಂದ ತಾಯಿಯತ್ತ ನೋಡಿದ.

ಅವನ ನೋಟವನ್ನು ಕಂಡು ಸೇರ್ಮಾ ಬೆಚ್ಚಿಬಿದ್ದಳು. ತಾನು ಪರೀಕ್ಷಿಸುತ್ತಿದ್ದ ನೋಟ್ ಪುಸ್ತಕವನ್ನು ಮುಚ್ಚಿಟ್ಟು ಮೇಲಕ್ಕೆದ್ದಳು.

''ಮಗೂ ನಿನ್ನ ಬಟ್ಟೆಗಳನ್ನು ಕಳಚು'' ಎಂದು ಹೇಳಿ ಸೌದೆ ತರಲು ಅವಳು 'ಗೆರ್'ನಿಂದ ಹೊರಗೆ ಹೋದಳು. ಗನ್‌ಸುಖ್ ಸ್ಟೂಲು ಹತ್ತಿ ಕುಂಡವನ್ನು ನೋಡಿದ - ಅಲ್ಲಿ ನಿನ್ನೆಗಿಂತ ಇವತ್ತು ಕಡಿಮೆ ಸಿಹಿ ತುಂಡುಗಳಿದ್ದವು. ಮತ್ತೆ ಯಾರೋ ಅದನ್ನು ತೆಗೆಯುತ್ತಿದ್ದಾರೆ.

''ಮಗೂ, ಶಿಶುವಿಹಾರದಲ್ಲಿ ಇವತ್ತೇನು ಮಾಡಿದೆ ?'' ಸೌದೆಯೊಡನೆ ಮನೆಯ ಒಳಕ್ಕೆ ಬರುತ್ತಾ, ಅವನ ತಾಯಿ ಕೇಳಿದಳು.

ಅವಳು ಈಗ ನಗುತ್ತಿದ್ದರೂ, ತಾನು ಬರುವ ಮೊದಲು ಅಳುತ್ತಿದ್ದಳೆಂಬುದನ್ನು ಗನ್‌ಸುಖ್ ಗಮನಿಸಿದ. ಅಂದರೆ ಜೋರಿಗ್ ತನಗೆ ಹೇಳಿದ್ದು ಸತ್ಯ. ಆದರೆ ತಾನು ಅಳಬಾರದು. ಈ 'ಗೆರ್'ನಲ್ಲಿ ತಾನೊಬ್ಬನೇ ಗಂಡಸು. ತಾನು ಅಳಬಾರದು. ತಾನು ಅತ್ತರೆ, ಅಮ್ಮ ಕೂಡ ಅಳುತ್ತಾಳೆ. ತನ್ನ ತಂದೆಯ ಬ್ಯಾಡ್ಜ್ ಸಿಕ್ಕಿದರೆ ಸ್ವಲ್ಪ ಒಳ್ಳೆಯದೆನಿಸುತ್ತಿತ್ತು. ಅಮ್ಮ ಅದನ್ನು ಎಲ್ಲಿ ಅಡಗಿಸಿಟ್ಟಿರಬಹುದು ?

ಗನ್‌ಸುಖ್‌ನ ಮನಸ್ಸಿನಲ್ಲೆಲ್ಲಾ ತಂದೆಯ ಬ್ಯಾಡ್ಜ್ ತುಂಬಿಕೊಂಡಿತು. ಗುಪ್ತ ಸ್ಥಳಗಳೆಲ್ಲಿರ ಬಹುದೆಂದು ಆತ 'ಗೆರ್'ನ ಮೂಲೆ ಮೂಲೆಯನ್ನೆಲ್ಲಾ ಅರಸಿದ. ಅವನು ತನ್ನ ತಾಯಿಯನ್ನು ಕೇಳುವಂತಿಲ್ಲ. ಅವಳಿಗೆ ಹೇಳಬೇಕೆನಿಸಿದ್ದರೆ ಅವಳೇ ಹೇಳುತ್ತಿದ್ದಳು.

ಅಂದು ಸಂಜೆ ಮಕ್ಕಳೊಡನೆ ಆಟ ಆಡಲು ಗನ್‌ಸುಖ್ ಹೊರಗೆ ಹೋಗಲಿಲ್ಲ. ಶಾಲೆಯಲ್ಲಿ ಏನೋ ಕೆಲಸವಿದೆಯೆಂದು ಅಮ್ಮ ಹೊರಟು ಹೋದ ಕೂಡಲೇ ಗನ್‌ಸುಖ್ ಕಪಾಟಿನ ಮಾಮೂಲಿ ಜಾಗದಲ್ಲಿದ್ದ ಬೀಗದ ಕೈ ತೆಗೆದುಕೊಂಡು ದೊಡ್ಡ ಸೂಟ್‌ಕೇಸನ್ನು ತೆರೆದ. ಅದನ್ನೆಲ್ಲಾ ಕಿತ್ತು ಹುಡುಕಿದ ಮೇಲೆ ಅದರ ತಳದಲ್ಲಿದ್ದ ಸಣ್ಣ ಕೆಂಪು ಪೆಟ್ಟಿಗೆ ಅವನಿಗೆ ಕಾಣಿಸಿತು. ಅವನು ಅದನ್ನು ಹೊರತೆಗೆದ. ಅವನ ಕೈಗಳು ಬೆವರುತ್ತಿದ್ದವು. ತನಗೆ ಗೊತ್ತಿಲ್ಲದಂತೆಯೇ ತನ್ನ ತಂದೆಯನ್ನು ಅನುಕರಿಸಿ ಕ್ಯಾಕರಿಸಿ ಗಂಟಲನ್ನು ಸರಿಮಾಡಿಕೊಂಡ. ಅನಂತರ ಪೆಟ್ಟಿಗೆಯನ್ನು ತೆರೆದ. ನಿಜ, ಜೋರಿಗ್ ನಿಜ ಹೇಳಿದ್ದ. ಪೆಟ್ಟಿಗೆಯಲ್ಲಿ ಒಂದು ದೊಡ್ಡ, ಸುಂದರ ಬ್ಯಾಡ್ಜ್ ಇತ್ತು. ಅದರ ನೀಲಿ ಹಿನ್ನೆಲೆಯಲ್ಲಿ ರೈಫಲನ್ನು ಭುಜಕ್ಕೆ ತೂಕು ಹಾಕಿಕೊಂಡ, ಚರ್ಮದ ನಡುಪಟ್ಟಿಯಿಂದ ಖಡ್ಗ ತೂಗು ಬಿಟ್ಟುಕೊಂಡ ಸವಾರನೊಬ್ಬನ ಚಿತ್ರವಿತ್ತು. ಆತ ಬೈನಾಕ್ಯುಲರ್ ಮೂಲಕ ನೋಡುತ್ತಿದ್ದ. ಆ ಸವಾರ ಗನ್‌ಸುಖ್‌ನ ತಂದೆಯಂತೆಯೇ ಇದ್ದ.

ತನ್ನ ತೋಳಿನಿಂದ ಬ್ಯಾಡ್ಜನ್ನು ಆತ ಮೃದುವಾಗಿ ಸವರಿದ. ಅದರ ಹಿಂಬದಿಗೆ ಇದ್ದ ಮೊಳೆಯ ಸ್ಕ್ರೂವನ್ನು ತಿರುಗಿಸಿ ತೆಗೆದ. ತನ್ನ ಅಂಗಿಗೆ ಬ್ಯಾಡ್ಜನ್ನು ಸಿಕ್ಕಿಸಿಕೊಂಡಂತೆ ಮನಸ್ಸಿನಲ್ಲೇ ತನ್ನನ್ನು ಚಿತ್ರಿಸಿಕೊಂಡ. ಉಸಿರು ನಿಂತಂತಾಗಿ ಆತ ಬ್ಯಾಡ್ಜನ್ನು ಬೀಳಿಸಿದ. ನಡುಗುವ ಕೈಗಳಿಂದ ಅದನ್ನು ಮತ್ತೆ ಎತ್ತಿಕೊಂಡ. ಅವನಿಗೆ ಆಗ ಸೂಟ್‌ಕೇಸ್‌ನ ನೆನಪಾಯಿತು. ಕೆಂಪು ಪೆಟ್ಟಿಗೆಯನ್ನು ಹುಡುಕುವ ಭರದಲ್ಲಿ ಆತ ಸೂಟ್‌ಕೇಸಿನಲ್ಲಿದ್ದುದನ್ನೆಲ್ಲಾ ಚೆಲ್ಲಾಪಿಲ್ಲಿ ಮಾಡಿದ್ದ. ಅಮ್ಮ ಈ ಗಳಿಗೆಯಲ್ಲಿ ಬಂದುಬಿಟ್ಟರೇನು ಮಾಡುವುದು ? ಸೂಟ್‌ಕೇಸ್ ಮುಚ್ಚಲು ಆತ ಯತ್ನಿಸಿದ. ಆದರೆ ಅದರ ಮುಚ್ಚಳ ಸರಿಯಾಗಿ ಕೂರಲಿಲ್ಲ.

ಮನೆಗೆ ಹಿಂದಿರುಗಿದ ಸೇರ್ಮಾ ಸ್ವಲ್ಪ ಚಹಾ ಕುಡಿಯಲು ನಿರ್ಧರಿಸಿದಳು. ಅವಳು ಕಪಾಟನ್ನು ತೆರೆದಳು. ಕುಂಡದಲ್ಲಿ ಇಂದು ಗನ್‌ಸುಖ್ ಸಿಹಿ ತುಂಡುಗಳನ್ನು ಹಾಕಿಲ್ಲವೆಂಬುದನ್ನು ಅವಳು ಗಮನಿಸಿದಳು. ಇದರ ಅರ್ಥ ಏನು ? ಆತ ನಿಜವಾದ್ದೇನೆಂದು ಊಹಿಸಿರಬಹುದೇ ? ಈಗ ಆತ ಗಾಢನಿದ್ದೆಯಲ್ಲಿದ್ದ. ಸೇರ್ಮಾ ಆತನ ಹಾಸಿಗೆಯ ಬಳಿ ಬಂದು ಹೊದಿಕೆಯನ್ನು ಹೊದಿಸಿದಳು. 'ನನ್ನ ಮುದ್ದು ಮಗುವೇ, ನಿನ್ನ ತಂದೆ ಇನ್ನೆಂದೂ ನಿನ್ನ ಬಳಿ ಹಿಂದಿರುಗಲಾರ'. ತನ್ನ ಮೇಜಿನ ಬಳಿ ಕುಳಿತು ಅವಳು ತಲೆಯನ್ನು ಮೇಲೆತ್ತಿದಳು. ಬಹುಶಃ ಅವನು ನಿದ್ದೆ ಮಾಡಿರಲಿಕ್ಕಿಲ್ಲ ಎಂದು ಯೋಚಿಸಿದಳು. 'ಕುಂಡದಲ್ಲಿ ಇಂದು ಯಾಕೆ ಸಿಹಿ ಹಾಕಲಿಲ್ಲ?' ಸೇರ್ಮಾ ಯೋಚಿಸತೊಡಗಿದಳು. ಜನತೆಯ ಜೀವನವನ್ನು ಛಿದ್ರಗೊಳಿಸಿದ ಯುದ್ಧಕ್ಕೆ ಯಾವ ಕಾಳಜಿಯೂ ಇಲ್ಲ. ಈ ಹುಡುಗ ಈಗ ಅನಾಥ. ಅವನಿಗೆ ಅದು ಗೊತ್ತಾದರೆ ಆತ ಎಷ್ಟು ಅಳಬಹುದು. ಸೇರ್ಮಾ ನರಳಿದಳು. ಅವಳ ಹೃದಯವನ್ನು ನೋವು ಇರಿದು ತಿವಿಯಿತು. ಜೋರಿಗ್‌ನ ತಂದೆ ಹೇಳಿದ ಕಥೆಯ ಎಲ್ಲ ವಿವರಗಳು ಅವಳಿಗೆ ಜ್ಞಾಪಕವಾಯಿತು. ಡೊಲೋನೊರ್ ಬಳಿ ಅವರಿಬ್ಬರೂ ಬೇಹು ಗಸ್ತು ತಿರುಗುತ್ತಿದ್ದರು. ಅದರ ನಂತರ ಇನ್ನೇನು ವಾಪಸಾಗಬೇಕು. ಅಷ್ಟರಲ್ಲೇ ಗಸ್ತು ತಿರುಗುವ ಶತ್ರು ದಳವೊಂದು ಅವರಿಗೆ ಎದುರಾಯಿತು. ಅವರು ಸಂಗ್ರಹಿಸಿದ ರಹಸ್ಯ ಸಮಾಚಾರವನ್ನು ತಿಳಿಸಲು ಘಟಕಕ್ಕೆ ಹೋಗುವಂತೆ ಸಂಜಾ ಅವನಿಗೆ ಹೇಳಿ, ಅವನನ್ನು ರಕ್ಷಿಸಲು ತಾನು ಹಿಂದುಳಿದ. ಹಲವು ಶತ್ರುಗಳ ಎದುರು ಆತ ಏಕಾಕಿ. ಅವನ ಮೇಲೆ ಗುಂಡಿನ ಮಳೆಗರೆಯಿತು. ವಿದೇಶೀ ನೆಲದ ಬಟ್ಟ ಬಯಲಿನಲ್ಲಿ ಸುತ್ತುವರಿಯಲ್ಪಟ್ಟಿದ್ದಾಗ, ಏಕಾಕಿಯಾಗಿದ್ದವನು ಹೇಗೆ ತಾನೇ ಆ ಎಲ್ಲ ಗುಂಡುಗಳಿಂದ ತಪ್ಪಿಸಿಕೊಳ್ಳಲು ಸಾಧ್ಯ ? 'ಹೇಗೆ ? ಹೇಗೆ ಸಾಧ್ಯ ?' ಎಂದು ಪದೇ ಪದೇ ಹೇಳಿಕೊಳ್ಳುತ್ತಾ ಸೇರ್ಮಾ ಅಕ್ಕದಿಂದ ಪಕ್ಕಕ್ಕೆ ತೂಗಿದಳು. ನೋವಿನಲ್ಲಿ ಅರೆಮುಚ್ಚಿದ ಕಣ್ಣುಗಳಿಂದ ಮಗನನ್ನೇ ದೃಷ್ಟಿಸಿ ನೋಡಿದಳು. 'ಹಲವು ಜನ ಶತ್ರುಗಳ ಎದುರು ಒಬ್ಬ ! ಗುಂಡಿನ ಸುರಿಮಳೆ ! ಅದನ್ನು ಹೇಗೆ ತಪ್ಪಿಸಿಕೊಳ್ಳಲು ಸಾಧ್ಯವಿತ್ತು ?'

ಗಟ್ಟಿ ಮನಸ್ಸು ಮಾಡಿ, ಮನಸ್ಸಿನಲ್ಲಿ ಮೂಡಿದ್ದ ಭಯಂಕರ ದೃಶ್ಯಗಳನ್ನು ಪಕ್ಕಕ್ಕೆ ತಳ್ಳಿ, ಗಂಡನಿಂದ ಜೋರಿಗ್‌ನ ತಂದೆ ತಂದ ನೆನಪಿನ ಕಾಣಿಕೆಯತ್ತ ತನ್ನ ಮನಸ್ಸನ್ನು ಆಕೆ ತಿರುಗಿಸಿದಳು. ಅದು ಈಗ ತನ್ನ ಅತ್ಯಂತ ಪ್ರೀತಿ ಪಾತ್ರ ಆಸ್ತಿ. ಅದು 'ಅತ್ಯದ್ಭುತ ಗಡಿ ಸೇವೆ'ಗಾಗಿ ದೊರೆತ ಬ್ಯಾಡ್ಜ್. ಆಕೆಗೆ ಅದನ್ನು ಇನ್ನೊಮ್ಮೆ ನೋಡಬೇಕೆನಿಸಿ ಪೆಟ್ಟಿಗೆಯನ್ನು ತೆರೆದಳು. ಸೂಟ್‌ಕೇಸಿನ ತಳದಲ್ಲಿರುವ ಕೆಂಪು ಪೆಟ್ಟಿಗೆಯಲ್ಲಿ ಬ್ಯಾಡ್ಜ್ ಇರಲಿಲ್ಲ. ಅದು ನೀಟಾಗಿ ಮಡಿಚಿಟ್ಟ ಬಟ್ಟೆಯ ಮೇಲೆ ಇತ್ತು. ಆಕೆ ದಿಗ್ಭ್ರಮೆಯಿಂದ ಅದನ್ನೇ ನೆಟ್ಟನೋಟದಿಂದ ನೋಡಿದಳು.

ಕಳೆದ ಬೇಸಿಗೆಯಲ್ಲಿ ತಮ್ಮನ್ನು ಎಂದೆಂದಿಗೂ ಬಿಟ್ಟು ಹೊರಟು ಹೋದ ಅಜ್ಜಿಯಂತೆ, ತನ್ನ ಅಪ್ಪ ಕೂಡ ಇನ್ನೆಂದೂ ವಾಪಸು ಬರುವುದಿಲ್ಲ ಎನ್ನುವ ಕಲ್ಪನೆಗೆ ಹೊಂದಿಕೊಳ್ಳಲು ಗನ್‌ಸುಖ್‌ಗೆ ಸಾಧ್ಯವಾಗಲೇ ಇಲ್ಲ. ತನ್ನ ತಂದೆಯೂ ಅಜ್ಜಿಯಂತಾದನೆಂಬ ವಿಷಯ ಅವನಿಗೆ ಎಷ್ಟು ಭಯಂಕರವೆನಿಸಿತೆಂದರೆ, ಅವನಿಗೆ ಶಾಂತಿ ಸಮಾಧಾನವೇ ಇಲ್ಲದಂತಾಯಿತು. ಈಗ ಆತ ಕುಂಡವನ್ನು ಹೆದರಿಕೆಯಿಂದ ನೋಡುತ್ತಿದ್ದ. ಅದು ತನ್ನ ತಂದೆಯ ವಿಧಿಯನ್ನು ಕುರಿತ ಒಂದು ಭಯಾನಕ ಸಂಕೇತವಾಗಿಬಿಟ್ಟಿತು ಅವನಿಗೆ. ಅದು ತನ್ನದೇ ತಪ್ಪು. ಅದನ್ನು ತುಂಬಲು ತನ್ನಿಂದ ಸಾಧ್ಯವಾಗದೇ ಹೋಯಿತು. ಅದನ್ನು ತುಂಬಿದ್ದಿದ್ದರೆ, ಮುದುಕರು ಮಕ್ಕಳಿಗೆ ಹೇಳುವ ಯಕ್ಷ ಕತೆಗಳಲ್ಲಿ ಆದಂತೆ ತನ್ನ ತಂದೆ ಎಲ್ಲಿಂದಲೋ ಬಂದು ಬಿಡುತ್ತಿದ್ದರೋ ಏನೋ.

ಸೇರ್ಮಾ ಮನೆಗೆ ತಡವಾಗಿ ಬಂದಳು. ಆಕೆ ಕುಂಡದ ಬಳಿ ಹೋದಳು. ಒಂದೆರಡು ಸಿಹಿ ತುಂಡುಗಳನ್ನು ಅದರಿಂದ ತೆಗೆಯುವುದು ಅವಳ ಉದ್ದೇಶವಾಗಿತ್ತು. ಆದರೆ ಅರ್ಧದಲ್ಲೇ ತಡೆದಳು. ''ಇಷ್ಟು ಸಾಕು'' ಎಂದು ಯೋಚಿಸಿದಳು. ''ಈಗಲ್ಲದಿದ್ದರೆ ಮುಂದಾದರೂ ಅವನಿಗೆ ಹೇಳಲೇಬೇಕು. ಆದರೆ ಹೇಗೆ ಹೇಳುವುದು ? ನಾನು ಅಷ್ಟು ಹೇಡಿಯಾಗಬಾರದಿತ್ತು. ನಾನು ಬ್ಯಾಡ್ಜನ್ನು ಅಡಗಿಸಿಡಬಾರದಿತ್ತು. ಆಗ ಅವನಿಗೆ ಗೊತ್ತಾಗುತ್ತಿತ್ತು... ಆದರೆ ಇಲ್ಲ... ನನ್ನಿಂದ ಸಾಧ್ಯವಿಲ್ಲ. ಕಾಲ ಕಳೆದಂತೆ ಆತ ತನ್ನ ತಂದೆಯನ್ನು ಮರೆಯುತ್ತಾನೆ... ಆದರೆ ಈಚೆಗೆ ಆತ ತುಂಬ ವಿಚಿತ್ರವಾಗಿದಾನೆ. ಜೋರಿಗ್‌ನಿಂದ ಆತ ಏನಾದರೂ ಕೇಳಿ ತಿಳಿದಿರಬೇಕು. ಆದ್ದರಿಂದ ಆತ ಬ್ಯಾಡ್ಜ್‌ಗಾಗಿ ಸೂಟ್‌ಕೇಸನ್ನೆಲ್ಲಾ ಹುಡುಕಿದ್ದಾನೆ.'' ಗನ್‌ಸುಖ್ ಒಳಗೆ ಓಡಿ ಬಂದಾಗ, ಅವಳು ಕಪಾಟಿನ ಬಾಗಿಲನ್ನು ಏನೋ ತಪ್ಪು ಮಾಡಿದವರಂತೆ ಅಪ್ಪಳಿಸಿ ಮುಚ್ಚಿ ಅಲ್ಲಿಂದ ಹೊರಟಳು. ಗನ್‌ಸುಖ್ ಸ್ಟೂಲನ್ನು ಹತ್ತಿ ಎರಡು ದೊಡ್ಡ ಸಿಹಿ ತುಂಡುಗಳನ್ನು ಕುಂಡದಲ್ಲಿ ಹಾಕಿದ. ಅದು ತುಂಬಿ ಹೋಗಿದೆಯೆಂದು ಅವನಿಗೆ ತಕ್ಷಣ ಅರಿವಾಯಿತು. ''ಅಮ್ಮ , ನೋಡು, ಅದು ತುಂಬಿಹೋಗಿದೆ. ಇಂದು ಅಪ್ಪ ಬರ್‍ತಾರ ?'' ಎಂದು ಕೂಗಿದ.

ಸೇರ್ಮಾಗೆ ಆಶ್ಚರ್ಯವಾಯಿತು. ಅವಳಿಗೆ ಸುಳ್ಳು ಹೇಳುವುದೆಂದರೆ ಆಗದು. ಮಗನನ್ನು ಮೋಸ ಗೊಳಿಸಲು ಅವಳಿಗೆ ಇಷ್ಟವಿರಲಿಲ್ಲ. ''ಇಲ್ಲ ಮಗು ಅವರು ಬರುವುದಿಲ್ಲ'' ಎಂದು ನಿಜವನ್ನು ನುಡಿಯುವ ಬದಲು, ಅವಳ ಮನಸ್ಸಿನ ವಿರುದ್ಧವಾಗಿ ''ಹೌದು ಮಗು, ಅವರು ಬರ್‍ತಾರೆ'' ಎಂದು ನಾಲಗೆ ನುಡಿದುಬಿಟ್ಟಿತು.

ಅವಳ ಧ್ವನಿ ಎಷ್ಟು ಅಸ್ವಾಭಾವಿಕವಾಗಿತ್ತೆಂದರೆ, ಅದರಲ್ಲಿ ಒಂದು ಬಗೆಯ ರಕ್ತ ಹೆಪ್ಪುಗಟ್ಟಿಸುವ ಹತಾಶೆ ಅಡಗಿತ್ತು. ಇದರ ಅರಿವಾಗಿ ಗನ್‌ಸುಖ್‌ಗೆ ಸ್ಟೂಲಿನ ಮೇಲೆ ನಿಂತ ಹಾಗೇ ತಲೆತಿರುಗಿದಂತಾಗಿ ಗಾಜಿನ ಕುಂಡವನ್ನು ಗಟ್ಟಿಯಾಗಿ ಹಿಡಿದುಕೊಂಡ. ಅದು ನೆಲಕ್ಕೆ ಅಪ್ಪಳಿಸಿ ಬಿತ್ತು. ಅದರಲ್ಲಿದ್ದ ಬಣ್ಣ ಬಣ್ಣದ ಸಿಹಿ ತುಂಡುಗಳು ಮತ್ತು ಕುಂಡದ ಗಾಜಿನ ಚೂರುಗಳು ನೆಲದ ಮೇಲೆಲ್ಲ ಚೆಲ್ಲಾಪಿಲ್ಲಿಯಾಗಿ ಹರಡಿದವು.

ಗನ್‌ಸುಖ್ ಮೇಲೆದ್ದ. ಅವನು ತಡೆಹಿಡಿದಿದ್ದ ಅಳು ಕಟ್ಟೆಯೊಡೆದು ಬಂತು. ಆತನಿಗೆ ನೋವಾಗಿದ್ದಕ್ಕೆ ಅಳು ಬಂದಿದ್ದಲ್ಲ. ಗಂಡಸರು ನೋವಿನಿಂದ ಅಳುವುದಿಲ್ಲ. ಆ ಸುಂದರ ಗಾಜಿನ ಕುಂಡ ಒಡೆದದ್ದು ಅವನಿಗೆ ದುಃಖವಾಗಿತ್ತು. ನಿಜ, ಅದಕ್ಕಾಗಿ ಆತ ಅಳುತ್ತಿದ್ದ. ಆ ಕುಂಡ ಎಷ್ಟು ಸುಂದರವಾಗಿತ್ತು! ಅಮ್ಮ ಹಾಗೇ ತಿಳಿದುಕೊಳ್ಳಲಿ. ಸೇರ್ಮಾ ಮಗನನ್ನು ಅವಚಿಕೊಂಡಳು. ಹಿಂದೆ ತಾನು ಅಳುವುದನ್ನು ತನ್ನ ಮಗ ಕಾಣಬಾರದೆಂದುಕೊಂಡಿದ್ದ ಅವಳಿಗೆ ತಡೆಯಲಾಗಲಿಲ್ಲ. ಅವನ ಕಣ್ಣೀರಿನೊಂದಿಗೆ ಅವಳ ಕಣ್ಣೀರೂ ಬೆರೆತು ಹರಿಯಿತು.

ಅಗಲಿಕೆಯ ಕಹಿಯಾದ ಕಣ್ಣೀರು.

ಎಷ್ಟೋ ಕಾಲದಿಂದ ದುಃಖದಿಂದ ನರಳುತ್ತಿರುವ ನಮ್ಮ ಈ ಪ್ರಾಚೀನ ಮಂಗೋಲಿಯಾ ಭೂಮಿ ಇಂತಹ ಕಣ್ಣೀರಿನ ಸಾಗರಗಳಿಂದ ಎಷ್ಟು ತೋಯ್ದಿಲ್ಲ! ❍

❍ ಎಸ್. ಏರ್ದೇನೆ

ಕಣ್ಣುಗಳು

"ಒಂದು ಜೊತೆ ಕಣ್ಣುಗಳ ಬಗ್ಗೆ ನಿನಗೆ ಒಂದು ವಿಷಯ ಹೇಳುತ್ತೇನೆ... ನಾನು ಚಿಕ್ಕವನಾಗಿದ್ದಾಗ ಹುಡುಗಿಯರ ಕಣ್ಣುಗಳನ್ನು ನೋಡುವುದೆಂದರೆ ನನಗೆ ಪ್ರಿಯವಾದ ಕೆಲಸವಾಗಿತ್ತು. ನಾನು ಅವುಗಳ ಅಭ್ಯಾಸವನ್ನೇ ಮಾಡಿದ್ದೆ. ಬಹುಶಃ ಈ ವಿಚಿತ್ರ ಗೀಳಿನಿಂದಾಗಿಯೇ ನಾನು ನನ್ನ ಜೀವನ ಸಂಗಾತಿಯನ್ನು ಕಂಡುಕೊಂಡೆ. ಹೆಂಗಸರು, ಅದರಲ್ಲೂ ಸುಂದರ ಕಣ್ಣುಗಳಿರುವವರು ತಮ್ಮ ಒಂದು ಕುಡಿನೋಟದಿಂದ ಯಾರನ್ನಾದರೂ ಆಕರ್ಷಿಸಬಲ್ಲರು, ಅಲ್ಲವೇ?" ನನ್ನ ಸ್ನೇಹಿತ ಹೀಗೆ ಶುರು ಮಾಡಿ ಅರ್ಥಪೂರ್ಣವಾಗಿ ಮುಗುಳ್ನಕ್ಕ.

"ನನಗೆ ಇಪ್ಪತ್ತು ವರ್ಷವಷ್ಟೇ ತುಂಬಿತ್ತು. ಆಗ ಒಮ್ಮೆ, ಓವೇರ್ ಹಂಗಾಯಿಗೆ ನನ್ನ ವೃತ್ತಿಸಂಬಂಧವಾದ ಒಂದು ಕೆಲಸಕ್ಕೆ ನನ್ನನ್ನು ಕಳುಹಿಸಿದರು. ನಾನು ಎ.ಎನ್-2 ವಿಮಾನದಲ್ಲಿ ಪ್ರಯಾಣ ಮಾಡಿದೆ. ಪ್ರಯಾಣಿಕರ ಕ್ಯಾಬಿನ್‌ನಲ್ಲಿ ನಾವು ಐದು ಮಂದಿ ಇದ್ದೆವು. ಉಲಾನ್ ಬಾತೋರ್‌ನಲ್ಲಿ ಸಂಬಂಧಿಕರ ಮನೆಗೆ ಭೇಟಿಕೊಟ್ಟು ತಮ್ಮ ಮನೆಗೆ ಹಿಂದಿರುಗುತ್ತಿರುವ ಒಬ್ಬ ಮುದುಕ, ಮುದುಕಿ; ಒಂದು ಒಳ್ಳೆಯ ಕಛೇರಿ ಕೆಲಸದಲ್ಲಿರುವವನಂತೆ ಕಾಣುತ್ತಿದ್ದ ಮಧ್ಯ ವಯಸ್ಸಿನ ಒಬ್ಬ ವ್ಯಕ್ತಿ ಮತ್ತು ಒಬ್ಬ ತರುಣಿ. ವಿಮಾನವು ನಿಲ್ದಾಣ ಬಿಟ್ಟು ಮೇಲೇರುವ ಮೊದಲು ನಾನು ಅವಳನ್ನು ಗಮನಿಸಿಯೇ ಇರಲಿಲ್ಲ. ಯಾಕೆಂದರೆ ಒಂದು ಪೊಟ್ಟಣವನ್ನು ಎಲ್ಲಿಯೋ ಇಟ್ಟುಬಿಟ್ಟು ಅದಕ್ಕಾಗಿ ಗಡಿಬಿಡಿಯಿಂದ ಎಲ್ಲೆಲ್ಲೂ ಹುಡುಕಾಡುತ್ತಿದ್ದೆ. ಒಂದೇ ಒಂದು ಶಬ್ದದಲ್ಲಿ ಹೇಳುವುದಾದರೆ, ನನ್ನ ಈ ಜುಜುಬಿ ಕೆಲಸದಲ್ಲಿ ನಾನು ಮಗ್ನನಾಗಿಬಿಟ್ಟಿದ್ದೆ.

"ನಮ್ಮ ವಿಮಾನ ಮೋಡಗಳಾಚೆ ಹಾರಿ ತನ್ನ ದಾರಿಯಲ್ಲಿ ಸುಗಮವಾಗಿ ಸಾಗುತ್ತಿತ್ತು. ಆದರೆ ಇದ್ದಕ್ಕಿದ್ದಂತೆ ಅದು ಅನಿರೀಕ್ಷಿತ ರಭಸದಿಂದ ಕೆಳಕ್ಕೆ ಧುಮುಕತೊಡಗಿತು. ನನ್ನ ಪಕ್ಕದಲ್ಲಿ ಕೂತ ಹುಡುಗಿ ಹೆದರಿಕೆಯಿಂದ ಕಿರುಚಿಕೊಂಡು, ತನಗೆ ಅರಿವಿಲ್ಲದಂತೆಯೇ ನನ್ನ ತೋಳನ್ನು ಭದ್ರವಾಗಿ ಹಿಡಿದುಕೊಂಡಳು. ತಕ್ಷಣ, ಆಕಸ್ಮಿಕವಾಗಿ ಸಂಪೂರ್ಣ ಅಪರಿಚಿತನೊಬ್ಬನ ತೋಳು ಹಿಡಿದದ್ದು ಅರಿವಾಗಿ, ಅದರಿಂದ ಕಸಿವಿಸಿಗೊಂಡು, ಗೊಂದಲದಲ್ಲಿ ನನ್ನಿಂದ ಮುಖ

ತಿರುಗಿಸಿ ಆಕೆ ಕಿಟಕಿಯ ಆಚೆ ನೋಡತೊಡಗಿದಳು. ಅವಳ ಕಿವಿಗಳು ಕೊಂಚ ರಂಗೇರಿದ್ದವು. ಅವಳು ನನಗಿಂತ ಉದ್ದವಾಗಿರುವಂತೆ ಕಾಣಿಸಿದಳು. ನೇರಳೆ ಬಣ್ಣದ ರೇಷ್ಮೆ ಬಟ್ಟೆಯಿಂದ ತಯಾರಿಸಿದ ಸ್ಥಳೀಯ ಉಡುಪನ್ನು ಆಕೆ ಧರಿಸಿದ್ದಳು. ಅವಳ ಕೂದಲು ನಸುಗೆಂಪಿನಿಂದ ಕೂಡಿದ ಬಂಗಾರ ಬಣ್ಣದ್ದಾಗಿತ್ತು.

''ಅವಳ ಕಣ್ಣುಗಳ ಬಣ್ಣವೊಂದನ್ನು ಬಿಟ್ಟು ನಾನು ಉಳಿದೆಲ್ಲವನ್ನೂ ಗಮನಿಸಿದ್ದೆ. ಮತ್ತೆ ನನ್ನತ್ತ ತಿರುಗುವ ಉದ್ದೇಶ ಅವಳಿಗಿರಲಿಲ್ಲವೆಂಬುದು ಸ್ಪಷ್ಟ. 'ಬಂಗಾರ ಬಣ್ಣದ ಕೂದಲಿನ ಹುಡುಗಿಯರ ಕಣ್ಣುಗಳಲ್ಲಿ ಚಿನ್ನದ ಛಾಯೆಯಿರಲೇಬೇಕು' ಎಂದು ನಾನು ಯೋಚಿಸಿದೆ. 'ಆದರೆ ಈ ಹುಡುಗಿಯ ಕಣ್ಣುಗಳ ಬಣ್ಣವೇನು ? ಅವಳ ಕಣ್ಣಿಗೆ ಯಾವ ಬಣ್ಣ ಒಪ್ಪುತ್ತದೆ ? ಬಹುಶಃ ಸ್ಫಟಿಕದಷ್ಟು ತಿಳಿಯಾದ ಪಾಪೆಗಳ ಮೂಲಕ ಪ್ರಶಾಂತ ನೋಟ ಹರಿಸುವ ವಿಶಾಲ ಕಣ್ಣುಗಳಿರಬಹುದು ಅಥವಾ ಕಠಿಣವಾದ, ತಣ್ಣಗೆ ಕೊರೆಯುವ ತೀಕ್ಷ್ಣ ದೃಷ್ಟಿ ಬೀರುವ ಕಣ್ಣುಗಳಿರಬಹುದು.'

''ಕೆಲವು ಹುಡುಗಿಯರ ಮತ್ತು ಹೆಂಗಸರ ಕಣ್ಣುಗಳು ಥಳಥಳಿಸುತ್ತವೆ. ಅವು ತಳಮಳದ, ಚುರುಕಾದ ನೋಟ ಬೀರುತ್ತವೆ. ಉಳಿದವರಿಗೆ ಮೊದ್ದು ಮೊದ್ದಾದ ಕಣ್ಣುಗಳಿರುತ್ತವೆ. ಈ ಕಣ್ಣುಗಳ ಒಡತಿಯರು ಕಲ್ಪನಾಲೋಕದಲ್ಲಿ ವಿಹರಿಸುವ ಬದಲು ತುಂಬ ವ್ಯಾವಹಾರಿಕ ಯೋಚನೆಗಳಿರುವವರೆಂಬುದನ್ನು ಅವು ಹೊರಗೆಡವುತ್ತವೆ. 'ಅಂಥ ಕಣ್ಣುಗಳು ಒಳ್ಳೆಯ ಚಿಹ್ನೆಯಲ್ಲ' ಎಂದು ನಾನು ಯೋಚಿಸಿದೆ.

''ಈ ನಡುವೆ ನಮ್ಮ ವಿಮಾನ ತನ್ನ ಯಾನವನ್ನು ಸುಗಮವಾಗಿ ಮುಂದುವರಿಸಿತ್ತು. ನಾವು ಸ್ತಬ್ಧವಾಗಿ ನಿಂತಂತೆಯೂ ನಮ್ಮ ಕೆಳಗೆ ಭೂಮಿ ವೇಗವಾಗಿ ಹಾದು ಹೋಗುತ್ತಿರುವಂತೆಯೂ ಕಾಣುತ್ತಿತ್ತು. ವಿಮಾನ ಆಗೀಗ ಕೊಂಚ ಅಲ್ಲಾಡುತ್ತಿದ್ದುದೊಂದೇ ಅದು ಚಲಿಸುತ್ತಿದೆ ಎನ್ನುವುದರ ಸೂಚನೆಯಾಗಿತ್ತು. ಕೆಳಗಡೆ ಕೆಂಪು-ಬಂಗಾರದ ಗಿಡಗಂಟಿಗಳನ್ನು ನೀಲಿ ರಿಬ್ಬನ್ನಿನಂತೆ ಸುತ್ತಿಕೊಂಡು ಹರಿಯುವ ಟೂಲ್ ನದಿ. ಅದರ ವಿಚಿತ್ರಾಕಾರದ ದಂಡೆಗಳ ಮೇಲೆ ಚುಕ್ಕಿಗಳಂತೆ ಕಾಣುತ್ತಿದ್ದ ಪಶು ಸಂಗೋಪಕರ 'ಗೆರ್'ಗಳು. ನಾನು ಕಿಟಕಿಯತ್ತ ಬಾಗಿ ಅವುಗಳನ್ನು ಎಣಿಸ ತೊಡಗಿದೆ. ಆದರೆ ನನ್ನ ಪಕ್ಕದಲ್ಲಿದ್ದವಳ ಕಣ್ಣುಗಳ ಕುರಿತಾದ ಯೋಚನೆ ಮನಸ್ಸಿನಲ್ಲಿ ಆಳವಾಗಿ ತಳವೂರಿ ನನ್ನನ್ನು ಕಾಡುತ್ತಿದ್ದುದರಿಂದ ನನ್ನ ಎಣಿಕೆ ತಪ್ಪಿಹೋಗುತ್ತಿತ್ತು. 'ಒಂದು, ಎರಡು, ಮೂರು... ತಪ್ಪಿತು... ಮತ್ತೆ ಶುರು ಮಾಡೋಣ... ಒಂದು... ಅವಳ ಕಣ್ಣುಗಳು ಎಂಥವು ? ಎರಡು... ಅವು ಮೃದುವಾಗಿರಬಹುದು... ಮೂರು, ನಾಲ್ಕು, ಐದು... ಅವಳು ಒಮ್ಮೆ ಮಾತ್ರ ನನ್ನ ಕಡೆ ತಿರುಗಿದ್ದರೆ, ಅವಳು ಒಂದೇ ಒಂದು ನಿಮಿಷ...' ಹೀಗೆ ನನ್ನ ಪ್ರಕ್ಷುಬ್ಧ ಯೋಚನೆ ಮುಂದುವರಿಯಿತು. ಲೆಕ್ಕ ತಪ್ಪುತ್ತಲೇ ಇತ್ತು. ಮತ್ತೆ ಆರಂಭದಿಂದ ಶುರು ಮಾಡಬೇಕಾಗಿತ್ತು.

''ಆಗ ನಾನು ಕಿಟಕಿಯ ಆಚೆ ನೋಡುವುದನ್ನು ನಿಲ್ಲಿಸಿದೆ. ಆಕೆಯ ಪುಟ್ಟ ಕಿವಿಗಳು ಇನ್ನೂ ಕೊಂಚ ಕೆಂಚಾಗಿಯೇ ಇದ್ದವು. 'ಬಹುಶಃ ಅವು ಇರುವುದೇ ಹಾಗೆ'. ಆದರೆ ಅವಳು ನನ್ನತ್ತ ತಿರುಗುವಂತೆ ಏನು ಮಾಡಬೇಕು ? ಏನಾದರೂ ಒಂದು ನೆಪ ಒಡ್ಡಿ ಅವಳ ಜೊತೆ ಮಾತಾಡಿದರೂ, ಎಂಜಿನ್ನಿನ ಒಂದೇ ರೀತಿಯ ಶಬ್ದದಲ್ಲಿ ಅದು ಅವಳಿಗೆ ಕೇಳುವುದು ಅಸಾಧ್ಯ ವಾಗಿತ್ತು. ಅಲ್ಲದೆ ಒಂದೇ ಒಂದು ಶಬ್ದವನ್ನು ನಾನು ಉಚ್ಚರಿಸಬೇಕಾದರೂ ಅವಳ ಕೆಂಪಾದ ಪುಟ್ಟ ಕಿವಿಗಳಿಗೆ ನನ್ನ ತುಟಿ ಸೋಕುವಷ್ಟು ಅವಳತ್ತ ನಾನು ಬಾಗಬೇಕಾಗಿತ್ತು. ಹಾಗೆ ಮಾಡಿದರೆ ನನ್ನ ಸಹ ಪ್ರಯಾಣಿಕರು ಏನು ತಿಳಿದಾರು ? 'ಆ ರೀತಿ ಆ ಹುಡುಗಿಯನ್ನು ಪೀಡಿಸಲು ಎಂಥ ಭಂಡ ಧೈರ್ಯ !' ಅಂತ ಯಾರಾದರೂ ಹೇಳುವುದು ಖಂಡಿತ. ಅಂತೂ ಈ ಯೋಚನೆಗಳಲ್ಲಿರುವಾಗಲೇ

ನನಗೊಂದು ಉಪಾಯ ಹೊಳೆಯಿತು. ಅದು ಪೂರ್ಣ ದೋಷರಹಿತವಲ್ಲವಾದರೂ, ಆ ಬಗ್ಗೆ ಒಂದು ಪ್ರಯತ್ನವನ್ನಂತೂ ಮಾಡಿದೆ.

''ನನ್ನ ಬಲಬದಿಗೆ ಕೈಯನ್ನು ಒತ್ತಿಕೊಂಡು, ತೀವ್ರ ಹೊಟ್ಟೆ ತೊಳಸುತ್ತಿರುವವನಂತೆ ಮುಖ ಮಾಡಿದೆ. ಇದನ್ನು ನೋಡಿ, ಮಧ್ಯ ವಯಸ್ಸಿನ ವ್ಯಕ್ತಿ ಸಹಾನುಭೂತಿಯ ನಗೆ ನಕ್ಕು ತನ್ನ ತಲೆ ಆಡಿಸಿದ. ನನಗೆ ಏನೋ ಆಗಿದೆ ಎಂದು ಭಾವಿಸಿ ಹುಡುಗಿ ನನ್ನತ್ತ ತಿರುಗಿದಳು. ಆಗ ನನ್ನ ಸಂತೋಷ... ತಟ್ಟನೆ ನನ್ನ ಹೊಟ್ಟೆ ತೊಳಸುವಿಕೆ ಹೇಳಹೆಸರಿಲ್ಲದಂತೆ ಮಾಯವಾಯಿತು. ತಕ್ಷಣವೇ ನನ್ನ ಆರೋಗ್ಯ ಸುಧಾರಿಸಿತು.

''ಓ, ಎಂಥ ಕಣ್ಣು! ಅಂಥ ಕಣ್ಣುಗಳನ್ನು ನಾನೆಂದೂ ನೋಡಿರಲಿಲ್ಲ. ನಕ್ಷತ್ರಗಳಂತೆ ಮಿನುಗುವ, ವಿವರಣೆಗೆ ಸಿಕ್ಕದ ಸುಂದರ ಕಪ್ಪು ಕಣ್ಣುಗಳು. ಸೂರ್ಯನ ಸುಡುವ ಕಿರಣಗಳಂತೆ ಅವು ನನ್ನ ಇಡೀ ದೇಹವನ್ನು ದಹಿಸಿದವು. ಅವಳ ಕಣ್ಣೆವೆಗಳು ಅಪರಂಜಿ... ಅವಳ ಕಣ್ಣುಗಳು ಎಂಥ ಬಣ್ಣದ್ದೆಂದು ಸರಿಯಾಗಿ ಸೂಚಿಸುವ ಶಬ್ದವೇ ಸಿಕ್ಕದೆ ಹೋಯಿತು. ಭೂಮಿಯ ಮೇಲಿನ ಕೆಲವು ಬಣ್ಣಗಳು ಮತ್ತು ಅದರ ವಿವಿಧ ಛಾಯೆಗಳನ್ನು ಶಬ್ದಗಳಿಂದ ಸರಿಯಾಗಿ ಬಣ್ಣಿಸಲು ಸಾಧ್ಯವಿಲ್ಲವೆಂಬುದು ಈಗ ನನಗೆ ಮನದಟ್ಟಾಯಿತು. ಬಹುಶಃ ನನ್ನ ಕಲ್ಪನೆ ನನಗೆ ಕೈಕೊಟ್ಟಿರಬೇಕು. ಹೆಂಗಸರ ಕಣ್ಣುಗಳಿಗೆ ಸಂಬಂಧಿಸಿದ ಕ್ಷೇತ್ರದಲ್ಲಿ ನನ್ನ ಅನುಭವಕ್ಕೇನೂ ಕೊರತೆಯಿರಲಿಲ್ಲ. ಅವುಗಳ ಬಗ್ಗೆ ಆಗಲೂ ನಾನು ಅಧಿಕಾರವಾಣಿಯಿಂದ ಮಾತಾಡಬಲ್ಲವನಾಗಿದ್ದೆ. ಆದರೂ ಈ ಜೋಡಿ ಕಣ್ಣುಗಳನ್ನು ವಿವರಿಸಲು ಬೇಕಾದ ಕವಿಯ ಕೌಶಲ್ಯ ನನ್ನಲ್ಲಿ ಇರಲಿಲ್ಲ.

''ಮತ್ತೆ ಹೊಟ್ಟೆ ತೊಳಸತೊಡಗಿತೆಂಬ ಭಾವನೆ ಉಂಟುಮಾಡುವಂತೆ ನನ್ನ ತಲೆಯನ್ನು ಆಡಿಸಿದೆ. ಕತ್ತನ್ನು ತಿರುಚಿಕೊಂಡೆ. ಆದರೆ ಈ ಬಾರಿ ಆ ಹುಡುಗಿ ನನ್ನತ್ತ ನೋಡಿ ಸುಮ್ಮನೆ ಮುಗುಳ್ನಕ್ಕಳು. ಅವಳು ನಕ್ಕಾಗ ಅವಳ ಕಣ್ಣುಗಳು ಇನ್ನೂ ಹೆಚ್ಚಿನ ಸೊಗಸಿನಿಂದ ಹೊಳೆದವು. ಅವುಗಳ ತಳವಿಲ್ಲದ ಆಳದಿಂದ ಒಂದು ವಿಶೇಷ ರೀತಿಯ ಮಾಂತ್ರಿಕ ಶಕ್ತಿ ಹೊರ ಹೊಮ್ಮಿದಂತೆನಿಸಿತು. ಕೆಲವೊಮ್ಮೆ ಅವಳ ಮುಖದಲ್ಲಿ ಕೇವಲ ವಿಶಾಲವಾದ ಆ ಕಣ್ಣುಗಳು ಮಾತ್ರ ಇವೆಯೇನೋ ಎನಿಸುತ್ತಿತ್ತು. ಅವುಗಳಲ್ಲಿದ್ದ ನಿಷ್ಕಾಪಟ್ಯ ಮತ್ತು ಮಾರ್ದವತೆಗಳಂತೂ ಹೇಳಲಸದಳ.

''ನಿಜ, ಪ್ರಕೃತಿಯಲ್ಲಿದ್ದಂತೆ ಮನುಷ್ಯರಲ್ಲೂ ಯಾವುದಾದರೂ ಒಂದು ಅಂಗದಲ್ಲಿ ಸೌಂದರ್ಯ ಕೇಂದ್ರೀಕರಿಸಿರುತ್ತದೆ. ಇದು ಎಲ್ಲರಿಗೂ ಅನ್ವಯಿಸುವ ನಿಯಮವಲ್ಲ ಎಂದರೂ, ಅಂಥ ಸಂಗತಿ ಸಂಭವಿಸುವುದು ಅಪರೂಪವಲ್ಲವೆಂದು ಖಚಿತವಾಗಿ ಹೇಳಬಹುದು.

''ನಾವು ವಿಮಾನದಲ್ಲಿಲ್ಲದೆ ಕಾರಿನಲ್ಲಿ ಪ್ರಯಾಣ ಮಾಡುತ್ತಿದ್ದಿದ್ದರೆ ಎಂದು ನನಗೆ ನಾನೇ ಯೋಚಿಸಿದೆ. ಅವಳ ಜೊತೆ ಹೇಗೋ ಪರಿಚಯ ಬೆಳೆಸುತ್ತಿದ್ದೆ. ಇದು ಹಳೆ ಮಾದರಿಯ ವಿಮಾನವಾದರೂ ನಾವು ಮುಟ್ಟಬೇಕಾದ ಸ್ಥಳವನ್ನು ಅದು ಎರಡೇ ಗಂಟೆಗಳಲ್ಲಿ ಮುಟ್ಟುತ್ತದೆ. ಪಕ್ಕದಲ್ಲಿ ಕೂತವರ ಕಿವಿಗೆ ಕಿವಿ ಹಚ್ಚದಿದ್ದರೆ ಸಂಭಾಷಣೆ ಅಸಾಧ್ಯವಾದ ಈ 'ಪೆಟ್ಟಿಗೆ'ಯ ಬಗ್ಗೆ ನನಗೆ ಜಿಗುಪ್ಸೆ ಮೂಡತೊಡಗಿತು. ನಾನು ತುಂಬಾ ಸಂಕೋಚದ ವ್ಯಕ್ತಿಯಾಗಿಲ್ಲದಿದ್ದರೆ, ಅವಳ ಗುಲಾಬಿ ಬಣ್ಣದ ಪುಟ್ಟ ಕಿವಿಯತ್ತ ಬಗ್ಗಿ ಅವುಗಳಲ್ಲಿ ಪಿಸುಗುಡುತ್ತಿದ್ದೆ : 'ನಿನಗೆ ಎಂಥ ಸುಂದರ ಕಣ್ಣುಗಳಿವೆ !'

''ನನ್ನ ವಿಶಾಲ ನೇತ್ರ ಮಾಟಗಾತಿ ಕಿಟಕಿಗೆ ಅಂಟಿಕೊಂಡು ಕೂತಿದ್ದಳು. ನಾನು ನನ್ನ ಗಂಟಲು ನೋಯುವವರೆಗೂ ಸಿಗರೇಟನ್ನು ಎಳೆದೆ, ಪದೇ ಪದೇ ಕೈಗಡಿಯಾರವನ್ನು ನೋಡಿಕೊಂಡೆ. ಅರಬಾಯ್-ಹೀರ್‌ನಲ್ಲಿ ವಿಮಾನ ಇಳಿಯಲು ಇನ್ನು ಕೇವಲ ಹತ್ತು ನಿಮಿಷಗಳಿವೆ ಎನ್ನುವಾಗ ನನ್ನ ಸೌಂದರ್ಯ ದೇವತೆ ನನ್ನತ್ತ ತಿರುಗಿ, ತನ್ನ ಪುಟ್ಟ ಬೆರಳಿನಿಂದ ಕೆಳದಿಕ್ಕಿಗೆ ತೋರಿಸಿ

ಹೇಳಿದಳು : 'ಅದೇ ಅಲ್ಲಿ ನಮ್ಮ ಮನೆ... ನಮ್ಮ ಗೆರ್‌ಗಳು.' ಅದನ್ನು ಅವಳು ತನ್ನ ಸುಂದರ ಸ್ನಿಗ್ಧ ನಗೆಯೊಂದಿಗೆ ಹೇಳಿದಳು. ಅವಳ ಬೆಚ್ಚಗಿನ ಉಸಿರು ನನ್ನ ಕಿವಿಯನ್ನು ಸೋಕಿ ನನ್ನ ಹೃದಯ ಸ್ತಬ್ಧವಾದಂತಾಯಿತು. ಸುಖ, ಸಂತೋಷಗಳು ಒಬ್ಬ ವ್ಯಕ್ತಿಯ ಸೌಂದರ್ಯವನ್ನು ಇನ್ನಷ್ಟು ಹೆಚ್ಚಿಸುತ್ತವೆ. ಹುಡುಗಿಯ ಹೊಳೆಯುವ ಕಣ್ಣುಗಳನ್ನು ನೋಡಿದಾಗ ನನಗೆ ಇದರ ಅರಿವಾಯಿತು. ಕೆಳಗೆ ಬಂಗಾರ ಬಣ್ಣದ ಬಯಲು. ಅದರ ಮೇಲೆ ಕಡು ನೀಲಿ ಅಲೆಗಳಂತೆ ಕಾಣುವ ಕಲ್ಲು-ಬಂಡೆ ತುಂಬಿದ ಗುಡ್ಡಗಳು. ಗುಡ್ಡದ ದಕ್ಷಿಣದ ಇಳಿಜಾರಿನಲ್ಲಿ ಗೋಮಾಳದ ಕರಿ ವೃತ್ತಗಳಿಂದ ಸುತ್ತುವರಿಯಲ್ಪಟ್ಟ ಬಿಳಿಯ 'ಗೆರ್'ಗಳನ್ನು ಗುರುತಿಸಬಹುದಾಗಿತ್ತು. ಎಡ ದಿಕ್ಕಿನ 'ಗೆರ್'ನ ಹೊಗೆ ಕೊಳವೆಯಿಂದ ಸುಡುವ ಗೊಬ್ಬರದ ನೀಲಿ ಹೊಗೆ ಮೇಲೇಳುತ್ತಿತ್ತು.

''ಹೊಗೆ 'ಹೊಗೆ ಬರ್‍ತಾ ಇದೆಯಲ್ಲ, ಅದಾ ನಿನ್ನ ಮನೆ ?'

'''ಹೌದು ಹೌದು, ಅದೇ' ಹುಡುಗಿ ಖುಷಿಯಿಂದ ತಲೆ ಹಾಕಿದಳು.

''ಅದಕ್ಕೆ ವಿರುದ್ಧ ದಿಕ್ಕಿನಲ್ಲಿರುವ ಬೆಟ್ಟದ ಇಳಿಜಾರಿನಲ್ಲಿ ಒಂದು ಸಣ್ಣ ಕುರಿಮಂದೆ ಮೇಯುತ್ತಿತ್ತು. ಒಂದು ಕುದುರೆಯ ಕಡಿವಾಣ ಹಿಡಿದು ನಡೆಸುತ್ತಾ ಯಾರೋ ಒಬ್ಬರು ಆ ಮಂದೆಯ ಹಿಂದೆ ನಿಧಾನವಾಗಿ ಹೋಗುತ್ತಿದ್ದರು. ಅದು ಬಹುಶಃ ಕುರುಬರವಳಿರಬೇಕು. ಈಗ ನಮ್ಮಿಬ್ಬರ ನಡುವೆ ಒಂದು ಬಗೆಯ ಸಂಪರ್ಕ ಏರ್ಪಟ್ಟಿದ್ದರಿಂದ ಈ ಸನ್ನಿವೇಶದ ಉಪಯೋಗ ಪಡೆಯಲು ನಾನು ಹಿಂದೆ ಮುಂದೆ ನೋಡಲಿಲ್ಲ. ನನ್ನ ಮೂಗನ್ನು ಹೆಚ್ಚು ಕಡಿಮೆ ಅವಳ ಕಪೋಲಕ್ಕೆ ತಾಗಿಸಿ ನಾನು ಕೇಳಿದೆ :

'ಆ ಕುರಿಮಂದೆ ಹಿಂದಿರುವವರು ಬಹುಶಃ ನಿಮ್ಮ ತಾಯಿ ಇರಬಹುದಾ ?'

'ಹಾಂ, ಹೌದು ಅವಳೇ ಇರಬಹುದು, ನಿಜಕ್ಕೂ' ಮಗುವಿನಂತೆ ಸಂತೋಷದಿಂದ ಹುಡುಗಿ ನಕ್ಕಳು. ವೇಗವಾಗಿ ಹೋಗುವ ವಿಮಾನ ಸ್ವಲ್ಪ ನಿಧಾನವಾಗಿ ಸಾಗಲಿ ಎಂಬ ಮೌನ ಪ್ರಾರ್ಥನೆಯಲ್ಲಿರುವಂತೆ ಆಕೆ ತನ್ನ ಎದೆಯ ಮೇಲೆ ಕೈಯನ್ನು ಅಡ್ಡ ಇಟ್ಟುಕೊಂಡು ನಿಶ್ಚಲವಾಗಿ ಕುಳಿತಳು. ಅವಳ ದುಂಡು ಕಣ್ಣುಗಳಲ್ಲಿ ಬೆಚ್ಚಗಿನ, ಸುಕೋಮಲ ಭಾವ ಸ್ಫುರಿಸುತ್ತಿತ್ತು. ಆದರೆ ಕುರಿ ಮಂದೆ, ಕುದುರೆಯನ್ನು ನಡೆಸುತ್ತಿದ್ದ ಕುರುಬರವಳು, ಆ ಎರಡು ಬಿಳಿ 'ಗೆರ್'ಗಳು, ಅಲೆ ಅಲೆಯಾದ ನೀಲಿ ಬೆಟ್ಟಗಳು ಎಲ್ಲವೂ ದೂರ ದೂರ ಹೋಗಿ ಮಾಯವಾದವು.

''ಅರ್‌ಬಾಯ್ – ಹೀರ್ ಈಗ ಕೆಳಗೆ ಕಾಣುತ್ತಿತ್ತು. ಕೆಲವು ನಿಮಿಷಗಳ ಬಳಿಕ ನಮ್ಮ ವಿಮಾನ ಕೆಳಗಿಳಿಯಿತು.

''ನಾವು ಅಗಲುವ ಮೊದಲು ನನ್ನ ಸುಂದರ ಕಣ್ಣಿನ ಪ್ರಯಾಣದ ಸಂಗಾತಿಯ ಜೊತೆ ಹೇಗೋ ಕೆಲವು ಮಾತುಗಳನ್ನಾಡಲು ಅವಕಾಶ ಮಾಡಿಕೊಂಡೆ. ಅವಳು ಉಲಾನ್ ಬಾತೋರ್‌ನ ಒಂದು ಸಣ್ಣ ಕಾರ್ಖಾನೆಯಲ್ಲಿ 'ಡಿಸ್‌ಪ್ಯಾಚರ್' ಆಗಿ ಕೆಲಸ ಮಾಡುತ್ತಿರುವಳೆಂಬುದನ್ನೂ, ಈಗ ತನ್ನ ರಜೆಯನ್ನು ವೃದ್ಧಳಾದ ತಾಯಿಯೊಡನೆ ಕಳೆಯಲು ಹೋಗುತ್ತಿರುವಳೆಂಬುದನ್ನೂ ಅವಳಿಂದ ತಿಳಿದೆ.

''ನಾವು ಬೇರೆ ಬೇರೆ ಹೊರಟಾಗ, ಅವಳು ಹೇಳಿದಳು : 'ನಮ್ಮ ಹಳ್ಳಿಯ ಕಡೆ ಎಲ್ಲಾದರೂ ನೀವು ಬಂದರೆ, ನಮ್ಮ ಮನೆಗೆ ಬನ್ನಿ.'

''ನನ್ನ ಕೆಲಸದಿಂದಾಗಿ ಆ ದಿನವಿಡೀ ನಾನು ಸುಸ್ತುಹೊಡೆಯಬೇಕಾಯಿತು. ಸಂಜೆ ಹೋಟೆಲಿಗೆ ಬಂದವನೆ ಒಂದು ತುತ್ತು ಊಟ ಮಾಡಿ ನೇರ ಹಾಸಿಗೆ ಸೇರಿದೆ. ಇದ್ದಕ್ಕಿದ್ದಂತೆ ನನ್ನ ಮನಮೋಹಕ ಪ್ರಯಾಣಿಕೆ ನನ್ನ ಕಣ್ಣೆದುರು ಜೀವಂತ ಮೂಡಿದಳು... ನಾನು ಅವಳ ಮುಖ

ಲಕ್ಷಣಗಳನ್ನು ಮನಸ್ಸಿನಲ್ಲೇ ಪುನಃ ರೂಪಿಸಿಕೊಳ್ಳಲು ಯತ್ನಿಸಿದೆ. ಆದರೆ ಆಗಲೇ ಇಲ್ಲ... ಆದರೆ ಅವಳ ಮುದ್ದಾದ ದೊಡ್ಡ ಕಣ್ಣುಗಳು ನನ್ನ ಮನಸ್ಸಿನಲ್ಲೇ ಉಳಿದವು.

''ಮುಂದೆ ಕೆಲವು ದಿನ ನಾನು ಎಲ್ಲೇ ಹೋಗಲಿ, ಅವಳ ಮಾಂತ್ರಿಕ ಶಕ್ತಿಯ ಕಣ್ಣುಗಳ ಪ್ರಭಾವದಲ್ಲಿದ್ದೇನೆಂಬುದನ್ನು ಕಂಡುಕೊಂಡೆ. ನಾನು ಬಂದ ಕೆಲಸ ಮುಗಿಯಿತು. ರಾಜಧಾನಿಗೆ ಹಿಂದಿರುಗುವ ಕಾಲ ಬಂತು. ತಕ್ಷಣ ಅವಳು ವಿಮಾನ ನಿಲ್ದಾಣದಲ್ಲಿ ಅಗಲುವಾಗ ಹೇಳಿದ ಮಾತುಗಳ ಜ್ಞಾಪಕವಾಯಿತು : 'ನೀವು ನಮ್ಮ ಹಳ್ಳಿಯ ಕಡೆ ಏನಾದರೂ ಬಂದರೆ, ನಮ್ಮ ಮನೆಗೆ ಬನ್ನಿ.' ಅವಳನ್ನು ಮತ್ತೊಮ್ಮೆ ನೋಡುವ ಅವಕಾಶಕ್ಕಾಗಿ ಪರಿತಪಿಸಿದೆ. ಅವಳು ತನ್ನ ಮನೆಯಲ್ಲಿ ಎಷ್ಟು ದಿನ ಉಳಿಯಬಹುದೆಂಬುದು ನನಗೆ ಗೊತ್ತಿಲ್ಲದಿದ್ದುದರಿಂದ ಅವಳು ಇನ್ನೂ ಅಲ್ಲಿರುತ್ತಾಳೆಂಬ ಬಗ್ಗೆ ನನಗೆ ನಿಶ್ಚಿತವಿರಲಿಲ್ಲ. ಅಲ್ಲದೆ ನನ್ನ ವೇಳೆ ಮುಗಿದಿತ್ತು. ಆದರೆ ಅತ್ಯಂತ ಪ್ರಬಲ ಅಯಸ್ಕಾಂತವೊಂದು ನನ್ನನ್ನು ಸೆಳೆಯುತ್ತಿರುವಂತೆನಿಸಿತು. ಉಳಿದೆಲ್ಲವೂ ಅಸ್ತವ್ಯಸ್ತವಾಯಿತು. ಆ ಮಾರ್ಗವಾಗಿ ಹೋಗುತ್ತಿದ್ದ ಒಂದು ಲಾರಿಯನ್ನೇರಿದೆ, ಆ ನನ್ನ ಮಧುರ ಮಾಯಗಾತಿಯನ್ನು ಅರಸುತ್ತ ಹೊರಟೆ. ವಿಮಾನದಲ್ಲಿ ಆ ದೂರವನ್ನು ಕ್ರಮಿಸಲು ಕೇವಲ ಕೆಲವು ನಿಮಿಷಗಳು ಸಾಕಾಗಿತ್ತು; ಆದರೆ ಈಗ ಅದು ಅತಿ ದೀರ್ಘವಾದಂತೆನಿಸಿತು. ಹೆಚ್ಚು ಕಡಿಮೆ ಇಡೀ ದಿನ ಆ ಲಾರಿಯಲ್ಲಿ ಪ್ರಯಾಣ ಮಾಡಿ ಆ ಪರಿಚಿತ ನೀಲಿ ಬೆಟ್ಟಗಳ ಬಳಿ ಬಂದೆವು. ನಿಜವಾದ ವಿಷಯವೆಂದರೆ ವಿಮಾನದ ಕಿಟಕಿಯಿಂದ ಅದು ನೀಲಿ ಬಣ್ಣದಲ್ಲಿ ಕಾಣಿಸಿತು, ಅಷ್ಟೇ. ಈಗ ಈ ಬಂಡೆಗಲ್ಲುಗಳ ಬೆಟ್ಟಗಳು, ಈ ಇಡೀ ಪ್ರದೇಶ ನನಗೆ ಬೇರೆಯಾಗಿಯೇ ಕಾಣಿಸತೊಡಗಿತು.

''ವಯಸ್ಸಿಗೆ ಮೀರಿದ ಚಟುವಟಿಕೆಗಳುಳ್ಳ ಮುದುಕಿಯೊಬ್ಬಳು ನಮ್ಮನ್ನು ಸ್ವಾಗತಿಸಿದಳು. ಅದೇ ತಾನೇ ಕರೆದ, ಸುವಾಸನಾಭರಿತ, ಬಾಯಿ ಸುಡುವಷ್ಟು ಬಿಸಿಯಾದ ಅಯ್‌ರಾಗ್* ಕೊಟ್ಟು ಆಕೆ ನಮ್ಮನ್ನು ಸತ್ಕರಿಸಿದಳು. ನನಗೆ ಅವಳ ಮಗಳು ಗೊತ್ತು, ಅವಳು ತನ್ನ ಮನೆಯನ್ನು, ಬೆಟ್ಟಗಳನ್ನು, ಕುರಿ ಮಂದೆಯನ್ನು, ಕುರುಬರವಳನ್ನು ವಿಮಾನದಿಂದ ತೋರಿಸಿದಳು ಎಂಬುದನ್ನು ಕೇಳಿದಾಗ ಮುದುಕಿ ನಿಟ್ಟುಸಿರುಬಿಟ್ಟು ಹೇಳಿದಳು :

'ನನ್ನ ಮಗಳು ನಿನ್ನೆ ಹೊರಟು ಹೋದಳು. ಗೊಂದಲದ ಹುಡುಗಿ, ತನ್ನ ಬೆಚ್ಚಗಿನ 'ಡೀಲ್'** ಅನ್ನು ಮರೆತು ಹೋಗಿದ್ದಾಳೆ. ನೀವು ಈಗ ಪರಿಚಯದವರಾದ್ದರಿಂದ, ನೀವು ಅದನ್ನು ತೆಗೆದು ಕೊಂಡು ಹೋಗಬಹುದಲ್ಲವೇ ?'

''ಈ ಕೆಲಸವನ್ನು ಮಾಡಲು ತಕ್ಷಣವೇ ನಾನು ಒಪ್ಪಿಕೊಂಡೆ ಎಂಬುದನ್ನು ಬೇರೆ ಹೇಳಬೇಕೇ ?

''ಉಲಾನ್ ಬಾತೋರ್ ತಲುಪಲು ಇಡೀ ಎರಡು ದಿನ ಬೇಕಾಯಿತು. ಭಾರೀ ಮಳೆ ಬಂದು ರಸ್ತೆ ಹಾಳಾಗಿತ್ತು. ಕೆಸರು ದಾರಿಯಲ್ಲಿ ನಾವು ಸಾಗಬೇಕಾಗಿತ್ತು. ಮಳೆಯಿಂದ ತೋಯ್ದು ತೊಪ್ಪೆಯಾಗಿದ್ದರೂ, ಪ್ರಯಾಣದಿಂದ ಬಳಲಿದ್ದರೂ, ನನ್ನ ಸುಂದರ ಹುಡುಗಿಗೆ ಸೇರಿದ 'ಡೀಲ್' ನನ್ನ ಬಳಿ ಇದೆ ಎಂಬ ಯೋಚನೆ ನನ್ನನ್ನು ಸಮಾಧಾನಪಡಿಸುತ್ತಿತ್ತು. 'ಡೀಲ್' ಒಂದು ಬಗೆಯ ಆಹ್ಲಾದಕರ ಸುಗಂಧ ಬೀರುತ್ತಿದೆಯೆಂದು ನನಗೆ ಅನಿಸಿತು.

''ಉಲಾನ್ ಬಾತೋರ್ ತಲುಪಿದ ದಿನವೇ 'ಡೀಲ್'ಅನ್ನು ಹೊತ್ತುಕೊಂಡು ಆ ಹುಡುಗಿ ಕೆಲಸ ಮಾಡುವಲ್ಲಿಗೆ ಹೋದೆ. ಆದರೆ ಮತ್ತೆ ಅವಳು ನನಗೆ ತಪ್ಪಿದಳು. ಸರ್ಕಾರಿ ಕೃಷಿಕ್ಷೇತ್ರದಲ್ಲಿ

---

* ಕುದುರೆಯ ಹಾಲು

** ಡೀಲ್ : ಮಂಗೋಲಿಯನರ ಒಂದು ರಾಷ್ಟ್ರೀಯ ಉಡುಪು, ನಿಲುವಂಗಿ.

ಕಾಳನ್ನು ಸಂಗ್ರಹಿಸಲು ಸಹಾಯ ಮಾಡುವುದಕ್ಕಾಗಿ ಸ್ವಲ್ಪ ಬೇಗ ಕಾರ್ಖಾನೆ ಬಿಟ್ಟಳೆಂದು ಅಲ್ಲಿ ನನಗೆ ತಿಳಿಸಿದರು.

''ಅವಳು ವಾಪಸು ಬರುವವರೆಗೆ ಕಾಯುವುದನ್ನು ಬಿಟ್ಟು ಈಗ ಬೇರೇನೂ ಮಾಡಲು ಸಾಧ್ಯವಿರಲಿಲ್ಲ. ಹಲವು ದಿನಗಳು ಕಳೆದವು. ನಾನು ಮಲಗುವಾಗ ನನ್ನ ಸುಂದರ ಕಣ್ಣಿನ ಸುಂದರಿಯ 'ಡೀಲ್'ನ್ನು ನನ್ನ ದಿಂಬಿನ ಅಡಿಗೆ ಇಟ್ಟುಕೊಳ್ಳುತ್ತಿದ್ದೆ. ಹಾಸ್ಯಾಸ್ಪದ ಎನ್ನಿಸುತ್ತೆ, ಅಲ್ಲವೇ ? ಆದರೆ ನಿನಗೆ ಒಬ್ಬ ವ್ಯಕ್ತಿ ಆತ್ಮೀಯನಾದನೆಂದರೆ, ಅವನಿಗೆ ಸೇರಿದ ಎಲ್ಲ ವಸ್ತುಗಳು, ಅದರ ಬಣ್ಣ, ವಾಸನೆ ಎಲ್ಲವೂ ಏನೋ ಒಂದು ಅತೀವ ಸುಂದರವಾದ್ದು ನಮ್ಮ ಪಕ್ಕದಲ್ಲಿದೆ ಎನ್ನುವ ಸಂವೇದನೆಯುಂಟಾಗುತ್ತದೆ.

''ಒಂದು ಬೆಳಿಗ್ಗೆ ನನ್ನ ಕೋಣೆಯ ಚಳಿ ನನ್ನನ್ನು ಎಬ್ಬಿಸಿತು. ನನ್ನ ಕೋಣೆಯ ಕಿಟಕಿಯಿಂದ ಹೊರಗೆ ನೋಡಿದಾಗ, ಪಕ್ಕದ ಕಟ್ಟಡಗಳ ಕೆಂಪು ಛಾವಣಿಗಳ ಮೇಲೆ ಹೆಪ್ಪುಗಟ್ಟಿದ ಮಂಜು ಮುಚ್ಚಿದ್ದುದು ಕಾಣಿಸಿತು. ಕೂಡಲೆ ಹುಡುಗಿಯ ಬೆಚ್ಚಗಿನ ಚಳಿಗಾಲದ 'ಡೀಲ್' ಯೋಚನೆ ಬಂತು. ನನಗೆ ಬಂದ ಯೋಚನೆ ಎಂದರೆ : ಪಾಪ, ಆ ಹುಡುಗಿ ಇನ್ನೂ ಬೇಸಿಗೆಯ ಉಡುಪಿನಲ್ಲಿದ್ದಾಳೆ. ಸರ್ಕಾರಿ ಕೃಷಿ ಕ್ಷೇತ್ರದಲ್ಲಿ ಬಹಳ ಚಳಿ ಇರಬೇಕು. ಅದರಲ್ಲೂ ಅವರೆಲ್ಲಾ ಡೇರೆಗಳಲ್ಲಿ ವಾಸಿಸುತ್ತಾರೆ. ಅವಳು ಈ ಗಳಿಗೆಯಲ್ಲಿ ಅಲ್ಲಿ ಚಳಿಯಿಂದ ನಡುಗುತ್ತಿರಬಹುದು. ಅವಳ ಬೆಚ್ಚಗಿನ ಉಡುಪು ನನ್ನ ಬಳಿ ಇದೆ. ಎಂಥ ನಾಚಿಕೆಗೇಡು... ಅವಳ ಹಾಗೆ ವಯಸ್ಸಿಗೆ ಬಂದ ವ್ಯಕ್ತಿ ಬೆಚ್ಚಗಿನ ಬಟ್ಟೆ ಬರೆ ಮರೆಯುವುದೆಂದರೆ, ಎಂಥ ಬೇಜವಾಬ್ದಾರಿತನ ಎಂದು ನಾನು ಅಂದುಕೊಂಡೆ ಅನ್ನಿ. ಆದರೂ ಇಷ್ಟು ಕಾಲವೂ ಅವಳ ಬಗ್ಗೆ ಯೋಚನೆ ಮಾಡುವುದೊಂದನ್ನು ಬಿಟ್ಟು ಏನನ್ನೂ ಮಾಡದ ನಾನು ಅವಳ ಬಟ್ಟೆಯನ್ನು ಅವಳಿಗೆ ತಲುಪಿಸದ ತಪ್ಪಿನಿಂದಾಗಿ ಯಾತನೆಗೊಳಗಾದೆ. ಮತ್ತೇನೂ ಹೆಚ್ಚಿನ ಸದ್ದುಗದ್ದಲವಿಲ್ಲದೆ, ಕೆಲವು ವಸ್ತುಗಳನ್ನು ಸೇರಿಸಿಕೊಂಡು ಸರ್ಕಾರಿ ಕೃಷಿಕ್ಷೇತ್ರಕ್ಕೆ ಒಂದು ಟ್ಯಾಕ್ಸಿ ಮಾಡಿದೆ. ಅದು ರಾಜಧಾನಿಯಿಂದ ಸಾಕಷ್ಟು ದೂರವಿದೆಯೆಂಬುದು ನಂತರ ತಿಳಿಯಿತು.

''ಆಗ ನಾವು ಹೇಗೆ ಭೇಟಿಯಾದೆವು ಗೊತ್ತಾ?'' ತನ್ನ ಕಥೆಯನ್ನು ಮುಂದುವರಿಸಲು ಸಿದ್ಧನಾದ ನನ್ನ ಸ್ನೇಹಿತ ನಕ್ಕ. ಆದರೆ ಅಷ್ಟರಲ್ಲಿ ಬಾಗಿಲ ಕಡೆ ಗಂಟೆ ಶಬ್ದ ಮಾಡಿತು. ಬಾಗಿಲನ್ನು ತೆರೆಯಲು ಅವನು ತಕ್ಷಣ ಎದ್ದ. ಲಘುವಾದ ಹೆಜ್ಜೆಯ ಶಬ್ದ, ಬಂದ ವ್ಯಕ್ತಿ ಹೆಣ್ಣೆಂಬುದನ್ನು ತಿಳಿಸಿತು. ನನ್ನ ಆತಿಥೇಯನಿಗೆ ಏನನ್ನೋ ಹೇಳುತ್ತ ಅವಳು ಕೋಣೆಯನ್ನು ಹೊಕ್ಕಳು. ಎತ್ತರದ, ಗಂಭೀರ ನಿಲುವಿನ ಸಣ್ಣ ಕೋಮಲ ಮುಖದ ಹೆಣ್ಣು ಅವಳು. ಅವಳ ಕಿವಿಗಳು ಕೊಂಚ ಗುಲಾಬಿ ಬಣ್ಣದ್ದಾಗಿದ್ದವು. ಅವಳ ಕಣ್ಣುಗಳು ತೆಳುಬಣ್ಣದ್ದು. ಅದರಲ್ಲಿ ಬಂಗಾರದ ಛಾಯೆ ಎದ್ದು ಕಾಣುವಷ್ಟೇನೂ ಇರಲಿಲ್ಲ. ಅಷ್ಟೇ... ಅವಳ ಬಗ್ಗೆ ಇನ್ನೇನೂ ಹೆಚ್ಚಿನ ವಿಶೇಷವಿದ್ದಂತೆ ನನಗೆ ಕಾಣಲಿಲ್ಲ. ಆದರೆ ನನ್ನ ಆತಿಥೇಯ, ಕೊನೆಗೂ ತನ್ನ ಹೆಂಡತಿಯ ಅತ್ಯಾಕರ್ಷಕ ಕಣ್ಣುಗಳ ಸೌಂದರ್ಯದ ದರ್ಶನವನ್ನು ನನಗೆ ಮಾಡಿಸಲು ಸಾಧ್ಯವಾಯಿತಲ್ಲ ಎನ್ನುವ ಸಂತೋಷದಲ್ಲಿ ನಗೆ ಬೀರುತ್ತಿದ್ದ.

ಪ್ರೇಮದಲ್ಲಿರುವ ಮನುಷ್ಯನಿಗೆ ತಾನು ಪ್ರೀತಿಸುವ ಹೆಣ್ಣಿನ ಸಮಸ್ತವೂ ಸುಂದರ. ❍

○ ಸೋನೋಮೀನ್ ಉದ್ವಾಲ್

ನಮುಂದರೀ

ಓಂಗಿ ನದಿಯ ದಂಡೆಗಳು ಎಲ್ಲಿವೆಯೆಂದು ಕಾಣುವುದೇ ಕಷ್ಟ. ನೆರೆ ನೀರು ನುಗ್ಗಿ ದಂಡೆಗಳನ್ನು ಕೊಚ್ಚಿಹಾಕಿದ್ದರಿಂದ ಸರಿಯಾದ ದಂಡೆಗಳೇ ಇಲ್ಲ. ಈಗ ದಂಡೆ ಯಾವುದು, ಭೂಮಿ ಯಾವುದು ಎಂದ ಗುರುತಿಸುವುದು ದುಸ್ಸಾಧ್ಯವಾಗಿದೆ.

ಓಂಗಿ ನದಿ ಕೆಂಪು ಸರೋವರಕ್ಕೆ ಹರಿಯುತ್ತದೆ; ಔರ್ಖನ್ ಎಂಬ ದೊಡ್ಡ ನದಿಯಿಂದ ಇದು ಗೋಬಿ ಮೂಲಕ ಹರಿಯುತ್ತದೆ. ಈ ನದಿಯ ಉದ್ದೇಶ ಗೋಬಿ ಮರುಭೂಮಿಗೆ ನೀರುಣಿಸುವುದೇ ಅಥವಾ ಬಲವಾದ ಔರ್ಖನ್ ನದಿ ಓಂಗಿಯನ್ನು ಹೊರಕ್ಕೆ ಹಾಕಿದಾಗ ಕೆಂಪು ಸರೋವರವನ್ನು ಸೇರಿಕೊಳ್ಳಲು ಇದು ನಿರ್ಧರಿಸಿತೇ ಎಂಬ ಪ್ರಶ್ನೆ ಮೂಡುತ್ತದೆ.

ಗೋಬಿಯ ನಿವಾಸಿಗಳು ಈ ನದಿಯನ್ನು, ಅದರಲ್ಲೂ ಅದು ನೀರಿನಿಂದ ತುಂಬಿ ತುಳುಕುವಾಗ ತುಂಬ ಪ್ರೀತಿಸುತ್ತಾರೆ. ಚಳಿಗಾಲದಲ್ಲಿ ನಮುಂದರೀ ಸಾಮಾನ್ಯವಾಗಿ ಖಾನ್ ಪರ್ವತಗಳಲ್ಲಿ ವಾಸಿಸುತ್ತಾಳೆ. 1936ರ ಬೇಸಿಗೆಯನ್ನು ಓಂಗಿ ನದಿಯ ಬಳಿ ಕಳೆಯಬೇಕೆಂದು ಅವಳು ನಿರ್ಧರಿಸಿದಳು. ಅದು ಸೋಮೋನ್ ಜಿಲ್ಲೆಯ ನಾದಂ* ಕಾಲ. ನಾದಂ ಉತ್ಸವವನ್ನು ಸಾಧಾರಣವಾಗಿ ಸುಂದರವಾದ ಅಟ್ಸ್ ಬೋಗ್ದ್ ಮತ್ತು ಆಹ್‌ರಾರ್ ಕ್ಲೋರೋಮ್ಸ್‌ಗೋ ಪರ್ವತಗಳಿಗೆ ತೀರಾ ದೂರವಲ್ಲದ ನದಿಯ ದಂಡೆಗಳ ಮೇಲೆ ಆಚರಿಸಲಾಗುತ್ತದೆ. ಒಳ್ಳೆಯ ಬಿಸಿಲು ದಿನಗಳಲ್ಲಿ ಒಂದು ಕ್ಷಣ ಕಾಣಿಸಿ, ಮರುಕ್ಷಣ ಮರೆಯಾಗುವ ಮರೀಚಿಕೆಯ ಮೂಲಕ ದೂರದಲ್ಲಿ ಪರ್ವತದ ಆಕಾರ ಅಸ್ಪಷ್ಟವಾಗಿ ಗೋಚರವಾಗುತ್ತದೆ.

ನಾದಂ ಉತ್ಸವಕ್ಕೆಂದು ತನ್ನ ಗೆರ್‌ನಿಂದ ಹೊರಟ ನಮುಂದರೀ ರಜಾ ದಿನಗಳ ಬಟ್ಟೆ ಹಾಕಿಕೊಂಡಿರಲಿಲ್ಲ. ಆದರೆ ಸೋಮೋನ್‌ನಲ್ಲಿ ಬದಲಾಯಿಸಲೆಂದು ತನ್ನ ಸೊಗಸಾದ ಬಟ್ಟೆಗಳನ್ನು ಒಂದು ಚೀಲದಲ್ಲಿ ತುಂಬಿಸಿಕೊಂಡಿದ್ದಳು. ಜರ್‌ಹುಲಾಸ್ಟ್ ಆಶ್ರಮದ ಬಳಿ ಇರುವ ತಂಪಾದ ತನ್ನ ಚಿಕ್ಕ ಮನೆಯನ್ನು ಎಷ್ಟು ಬೇಗ

* ನಾದಂ : ಜನತಾ ಕ್ರಾಂತಿ ದಿನ, ಉತ್ಸವ, ಸಮಾರಂಭ

ಮುಟ್ಟಿಯೇನು, ಅಲ್ಲಿ ಹೋಗಿ ದಣಿವಾರಿಸಿಕೊಂಡೇನು ಎಂದು ನಮುಂದರೀ ಕಾತರಳಾಗಿದ್ದಳು. ಆಕೆ ಯೋಚಿಸಿದಳು : 'ಆ ಮರೀಚಿಕೆಯಂತೆಯೇ ಗಂಡಸಿನ ಹೃದಯ ಕೂಡ ಶೂನ್ಯ. ಪರ್ವತ ಸರೋವರದ ರೀತಿ ಅದು ಹಗುರ, ಮೋಡದಷ್ಟು ಕಪ್ಪು. ಪ್ರತಿಯೊಬ್ಬ ಗಂಡಸಿನ ಹೃದಯವೂ ಹಾಗೆಯೇ. ನನ್ನ ಮಗ ಈಗ ನನ್ನ ಜೊತೆ ಇದ್ದಿದ್ದರೆ, ನನ್ನ ಪ್ರಯಾಣದಲ್ಲಿ ಸೊಸೆ ಇರುತ್ತಿದ್ದಳು.'

ನಮುಂದರೀಗೆ ಮುವತ್ತೇಳು ವರ್ಷ. ಆಕೆಗೆ ಹದಿನೇಳು ವರ್ಷ ವಯಸ್ಸಾಗಿದ್ದಾಗ ಒಬ್ಬ ಯುವಕ ಅವಳನ್ನು ವಂಚಿಸಿದ. ಅವಳಿಗೆ ಮಗುವಾಯಿತು. ಅದರ ತಂದೆ ಅವಳನ್ನು ಬಿಟ್ಟುಹೋದ. ತನ್ನ ಮಗನನ್ನು ಬೆಳೆಯಿಸಲು ಅವನನ್ನು ಆಕೆ ಬೇರೊಂದು ಕುಟುಂಬಕ್ಕೆ ಕೊಡಬೇಕಾಯಿತು. ಕಳೆದ ಇಪ್ಪತ್ತು ವರ್ಷಗಳಿಂದಲೂ ಅವನ ಬಗ್ಗೆ ಅವಳಿಗೆ ಅಸಮಾಧಾನವಿದೆ. ಅದನ್ನು ಕೊಡವಿಕೊಳ್ಳುವುದು ಹೇಗೆಂದು ಅವಳಿಗೆ ತಿಳಿಯದು. ಈಗ ಗೋರ್ಡೂ ಅವಳನ್ನು ಪಡೆಯಲು ಯತ್ನಿಸುತ್ತಿದ್ದಾನೆ. ಆದರೆ ಉಪಯೋಗವಿಲ್ಲ... 'ಅದರಿಂದ ಏನು ಪ್ರಯೋಜನ ?' ಎಂದು ಯೋಚಿಸುತ್ತ ಅವಳು ತನ್ನ ಕುದುರೆಯನ್ನು ನಿಧಾನವಾಗಿ ಹೋಗಲು ಬಿಟ್ಟಳು. ತಾನು ಅವಸರದಲ್ಲಿದ್ದೇನೆಂಬುದನ್ನೂ ಅವಳು ಮರೆತಳು. ಬಹುಶಃ ತನ್ನ ಕೇಶ ವಿನ್ಯಾಸ ಹಾಳಾಗದಂತೆ ನೋಡಿಕೊಳ್ಳಲು ಅವಳು ಪ್ರಯತ್ನಪಡುತ್ತಿದ್ದಳು. ಕೂದಲು ಮಿರುಗುವಂತೆ ಎಣ್ಣೆ ಹಾಕಿ ಅದನ್ನು ಹಿಂದಕ್ಕೆ ಬಾಚಿ ಜಡೆ ಹಾಕಿಕೊಂಡಿದ್ದಳು.

ಆಕೆ ಜರಿ ಅಂಚಿನ ಮಂಗೋಲಿಯನರ ಟೋಪಿಯನ್ನು ಹಾಕಿಕೊಂಡಿದ್ದಳು. ಇದು ಅವಳ ಬಿಳಿ ಮುಖಕ್ಕೆ ಮತ್ತಷ್ಟು ಕಳೆ ನೀಡಿತ್ತು.

ನಮುಂದರೀ ಕುಶಲ ಕಸೂತಿ ಹೆಂಗಸು. ಅಲೆಮಾರಿ ಶಿಬಿರದಲ್ಲಿ ಆಕೆ ಕಷ್ಟಪಟ್ಟು ಕೆಲಸ ಮಾಡುತ್ತಿದ್ದಳು. ಅವಳು ಬಿರುಸಾಗಿ ಮಾತನಾಡುತ್ತಿದ್ದಳು. ಅವಳೊಡನೆ ಯಾರೂ ಹಗುರವಾಗಿ ನಡೆದುಕೊಳ್ಳುವಂತಿರಲಿಲ್ಲ. ತನ್ನ ಆತ್ಮಗೌರವವನ್ನು ತಾನು ಕಾಪಾಡಿಕೊಳ್ಳುವಂಥ ಸಾಮರ್ಥ್ಯ ಇದ್ದವಳು ಆಕೆ. ಆದರೂ ನಮುಂದರೀ ಹೆಣ್ಣು, ಯಾವಾಗಲೂ ಸೊಗಸಾಗಿ ಬಟ್ಟೆ ಧರಿಸುತ್ತಿದ್ದಳು. ಅವಳ ಶಿಬಿರದಲ್ಲಿರುವ ತರುಣರಿಗೆ 'ನಿನ್ನನ್ನು ಮದುವೆ ಮಾಡಿಕೊಳ್ಳುತ್ತೇವೆ' ಎಂದು ಅವಳೊಡನೆ ಹೇಳಲು ಧೈರ್ಯ ಬರುತ್ತಿರಲಿಲ್ಲ... ಆದರೆ ಕಳೆದ ಎರಡು ವರ್ಷಗಳಿಂದ ಗೋರ್ಡೂ ಆಗಾಗ ಅವಳ ಬಳಿ ಬರುತ್ತಿದ್ದ. ಅವಳಿಗೆ ಸಹಾಯ ಮಾಡುತ್ತಿದ್ದ. ಆದರೆ ಅವನೂ ಅತೃಪ್ತನಾಗಿ ಹೊರಟು ಹೋಗಬೇಕಾಯ್ತು. ಗೋಬಿಯ ನಿವಾಸಿಗಳು ವಿವೇಚನಾಶೀಲರು, ಕಾಡು ಹರಟೆಯಲ್ಲಿ ಅವರು ಕಾಲ ಕಳೆಯುವವರಲ್ಲ. ಒಬ್ಬರಿಗೊಬ್ಬರು ದೂರ ದೂರದಲ್ಲಿ ವಾಸವಾಗಿರುವುದರಿಂದ ತಮ್ಮ ಗೆರ್‌ಗಳಿಗೆ ಅತಿಥಿಗಳನ್ನು ಆಹ್ವಾನಿಸುವುದೆಂದರೆ ಅವರಿಗೆ ಖುಷಿ. ಗೋರ್ಡೂ ಬಳಿ ಬಹಳ ಪ್ರಾಣಿಗಳಿದ್ದವು. ಆತ ಒಂದು ಕಡೆಯಿಂದ ಮತ್ತೊಂದು ಕಡೆಗೆ ಅಲೆಯುವುದರಲ್ಲೇ ಕಾಲ ಕಳೆಯುತ್ತಿದ್ದ. ಆತ ಕುದುರೆಗಳು ಮತ್ತು ತಂಬಾಕು ಪೈಪ್ ವ್ಯಾಪಾರ ಮಾಡುವವನಾಗಿದ್ದ. ಗೋರ್ಡೂ ಕೊಚ್ಚಿಕೊಳ್ಳುವ ಸ್ವಭಾವದವನು. ಎಲ್ಲೆಂದರಲ್ಲಿ ಹೋಗುತ್ತಿದ್ದ. ಒಬ್ಬ ವಿಧವೆಯ ಅಥವಾ ಸ್ಥಳೀಯ ಹುಡುಗಿಯ ಕಣ್ಣಿಗೆ ಮಣ್ಣೆರಚಬಲ್ಲವನಾಗಿದ್ದ, ಆತ. ಆದರೆ ನಮುಂದರೀಯ ಬಳಿ ಅವನ ಆಟ ನಡೆಯಲಿಲ್ಲ. ನಮುಂದರೀಯನ್ನು ಗೆದ್ದರೆ ತಾನೊಬ್ಬ ಗಂಡುಗಲಿಯೆಂದು ಜನ ತನ್ನನ್ನು ಪರಿಗಣಿಸಬಹುದು ಎಂದು ಆ ಬಡಾಯಿಗಾರ ಯೋಚಿಸಿದ. ಆ ಯೋಚನೆಯನ್ನು ಮನಸ್ಸಿನಲ್ಲಿಟ್ಟುಕೊಂಡು ಆತ ಆ ಸ್ವಾಭಿಮಾನಿ ಹೆಂಗಸಿನ ಜೊತೆ ಸಂಬಂಧ ಬೆಳೆಸಲು ಪ್ರಯತ್ನಿಸಿದ.

ಕಾಲು ಕಟ್ಟಿದ ಕುದುರೆಯನ್ನು ಗೋರ್ಡೂ ಸಮೀಪಿಸಿದ್ದ. ಆದರೆ ಚೈತನ್ಯದ ಚಿಲುಮೆಯಾದ ಆ ಕುದುರೆಗೆ ಜೀನು ಹಾಕಲು ಹೆದರಿದ್ದ. ಆತ ಸೋಮಾರಿ, ಏನೂ ಕೆಲಸ ಮಾಡುತ್ತಿರಲಿಲ್ಲ. ಆದರೆ ಕುತಂತ್ರಿ. ಅವನಂತೆಯೇ ಕುದುರೆ ಏರಲು ಪ್ರಯತ್ನಿಸುವ, ಅವನ ಹಾಗೆ ಧೂಮಪಾನ

ಮಾಡಲು, ನಡೆಯಲು ಯತ್ನಿಸುವಂಥ, ಒಟ್ಟಿನಲ್ಲಿ ಅವನನ್ನೇ ಅನುಕರಿಸುವಂಥ ಯುವಕರ ಜೊತೆ ಚೆನ್ನಾಗಿ ಹೊಂದಿಕೊಂಡಿದ್ದ. ತನ್ನನ್ನು ಅನುಕರಿಸುವಂಥವರು ಯಾರೆಂದು ಗಮನಿಸಿ, ಅವರನ್ನು ತನ್ನ ಅನುಕೂಲಕ್ಕೆ ಉಪಯೋಗಿಸುತ್ತಿದ್ದ. ಅವರು ಅವನ ಕುದುರೆಗೆ ನೀರು ಹಾಕುವುದು, ಜೀನು ತೊಡಿಸುವುದು ಮೊದಲಾದ ಅವನಿಗಾಗಿ ಎಲ್ಲ ಕೆಲಸವನ್ನೂ ಮಾಡುತ್ತಿದ್ದರು.

'...ಪ್ರಿಯ ನಮುಂದರೀ ನಿನ್ನ ಕುದುರೆಗೆ ನೀರು ಹಾಕಿದೆ' ಎಂದು ಮೋಹಕವಾಗಿ ಹೇಳುತ್ತಾ, ಅವನು ಅವಳ ಗೆರ್ ಪ್ರವೇಶಿಸುತ್ತಿದ್ದ... 'ಒಳ್ಳೆಯದು' ಎಂದು ಪ್ರತ್ಯುತ್ತರ ಕೊಡುತ್ತಿದ್ದಳು ಅವಳು. ಅನಂತರ ಚಹಾಪಾನಕ್ಕೆ ಅವನನ್ನು ಕರೆಯುತ್ತಿದ್ದಳು. ಊಟ ಹಾಕುತ್ತಿದ್ದಳು, ಆತ ಅಲ್ಲೇ ಮಲಗಲು ಇಚ್ಛಿಸಿದರೆ ಒಂದು ಹಾಸಿಗೆ ಹಾಸಿ ಕೊಡುತ್ತಿದ್ದಳು ಇಷ್ಟೇ. ಅದಕ್ಕಿಂತ ಹೆಚ್ಚಿನ ಆದರಾತಿಥ್ಯವಿಲ್ಲ. ಗೋರ್ಡುಗೆ ಕೋಪ ಕುದಿಯುತ್ತಿತ್ತು. ಆತ ಯೋಚಿಸಿದ : 'ತಾಳ್ಮೆ ಇರಲಿ, ಚಳಿಗಾಲ ಬಂದಾಗ ಅವಳಿಗೆ ನನ್ನ ಅಗತ್ಯ ಕಾಣುತ್ತದೆ, ಆಗ ತಾನೇ ಶರಣಾಗ್ತಾಳೆ. ಆತ ಚಳಿಗಾಲಕ್ಕಾಗಿ ಕಾದ... 'ಒಟ್ಟಿನಲ್ಲಿ ಆತ ಕೆಟ್ಟ ಮನುಷ್ಯನಲ್ಲ' ಎಂದು ಆಕೆ ಯೋಚಿಸಿದಳು. 'ಆತ ನನ್ನನ್ನು ಮದುವೆಯಾದರೆ, ನಮಗೊಂದು ಒಳ್ಳೆಯ ಸಂಸಾರವಾಗಬಹುದು; ಆದರೆ ಅದು ಅವನಿಗೆ ಬೇಡ; ಏನೇ ಆದರೂ, ಹಕ್ಕಿಗಳೂ ಕೂಡಾ ಜೋಡಿಯಾಗಿ ಹಾಡುವಾಗ, ಚಿಗರಿಗಳು ಗುಂಪಾಗಿ ಹೋಗುವಾಗ ಮನುಷ್ಯ ತನ್ನ ಇಡೀ ಜೀವಮಾನವನ್ನು ಒಂಟಿಯಾಗಿ ಕಳೆಯುವುದು ಕಷ್ಟ. ನಮ್ಮ ಕೆಲವು ಗಂಡಸರು ನಡೆಸುತ್ತಿರುವ ಭಂಡತನದ ಬಾಳು ನನಗೆ ವಿಚಿತ್ರವಾಗಿ ಕಾಣ್ತದೆ.

'ಆದರೆ ಗೋರ್ಡೂ ತನ್ನ ಸಂಗಡಿಗರಿಗಿಂತ ಒಳ್ಳೆಯವನೂಂತ ನನಗೆ ನಂಬಿಕೆ. ಹಾಗಿದ್ದರೂ ಏನು ಮಾಡಬೇಕೋ ನನಗೆ ತೋಚೋದಿಲ್ಲ. ಸುರೇನ್ ಬಗ್ಗೆ ನನಗೆ ಮರುಕವೆನಿಸುತ್ತದೆ. ಅವಳನ್ನೂ, ಮೂರು ಮಕ್ಕಳನ್ನೂ ಬಲ್ದಾನ್ ಬಿಟ್ಟುಹೋದ. ಅವಳು ಈಗ ಒಂಟಿ ಜೀವನ ನಡೆಸುತ್ತಿದ್ದಾಳೆ. ಪಶುಪಾಲನೆ ಮತ್ತು ಮಕ್ಕಳ ಯೋಗಕ್ಷೇಮ ನೋಡಿಕೊಳ್ಳುತ್ತ, ಆಕೆ ಗೃಹಕೃತ್ಯಕ್ಕೇ ಅಂಟಿಕೊಳ್ಳಬೇಕಾಗಿದೆ. ಅವಳು ಎಲ್ಲಿಗೂ ಹೋಗುವುದಿಲ್ಲ. ಏನನ್ನೂ ನೋಡುವುದಿಲ್ಲ. ಏನನ್ನೂ ಕಲಿಯುವುದಿಲ್ಲ. ನನಗೆ ಹಂದ್‌ನ ಗಂಡ ದೋರಿನ್‌ನಂಥ ಜೊತೆಗಾರ ಸಿಗುವುದು ಹಣೆಯಲ್ಲಿ ಬರೆದಿಲ್ಲ. ದೋರಿನ್ ಹೆಂಡತಿಯ ಬಗ್ಗೆ ತುಂಬ ಮುತುವರ್ಜಿ ಇರುವ ಮನುಷ್ಯ ಮತ್ತು ಮೈ ಬಗ್ಗಿಸಿ ಕೆಲಸ ಮಾಡುವಂಥವನು' – ಎಂದೆಲ್ಲ ಆಕೆ ಯೋಚಿಸಿದಳು.

ಸುರೇನ್‌ಳಂತೆ ತೊಂದರೆಯಲ್ಲಿ ಸಿಕ್ಕಿಕೊಳ್ಳಲು ನಮುಂದರೀಗೆ ಇಷ್ಟವಿರಲಿಲ್ಲ. 'ದುರದೃಷ್ಟವಶಾತ್, ನಮ್ಮ ಶಿಬಿರದಲ್ಲಿ ದೋರಿನ್‌ನಂಥ ಗಂಡಂದಿರು ಬಹಳ ಜನರಿಲ್ಲ. ಬಾಗ್*ನ ಸಭೆಗಳಲ್ಲಿ ನಾವೆಲ್ಲರೂ ಗೋರ್ಡೂ ಮತ್ತು ಬಲ್ದಾನ್‌ರನ್ನು ಕುರಿತು ಚರ್ಚಿಸಿ, ಸುರೇನ್ ಮಾಡಿದ ತಪ್ಪನ್ನೇ ಮತ್ತೆ ಮಾಡದಂತೆ ಉಳಿದ ಹೆಂಗಸರಿಗೆ ಎಚ್ಚರಿಕೆ ಕೊಡಬೇಕು. ಸುರೇನ್ ಒಬ್ಬಳೇ ದುಃಖ ಅನುಭವಿಸುವವಳು. ಒಮ್ಮೆ ಗಾಳಿ ಬಲವಾಗಿ ಬೀಸಿ ಅವಳು ಗೆರ್ ಹಾರಿ ಹೋಯಿತು. ಎರಡು ದಿನಗಳವರೆಗೆ ಗೆರ್ ಕಟ್ಟಿಕೊಳ್ಳಲು ಅವಳಿಗೆ ಸಾಧ್ಯವಾಗಲಿಲ್ಲ. ಬಲ್ದಾನ್ ಅದರ ಕಡೆ ಲಕ್ಷ್ಯ ಕೊಡಲೇ ಇಲ್ಲ. ಅದು ತನಗೆ ಸಂಬಂಧಿಸಿದ್ದೇ ಅಲ್ಲ ಎನ್ನುವಂತೆ ಆತ ಇದ್ದುಬಿಟ್ಟಿದ್ದ.

ಬಾಗ್ ಉದ್ಘಾಟನೆಯ ದಿನ, ಸೋಮೋನ್‌ಗೆ** ಅರ್ಗಾಲ್***ಗಳನ್ನು ಕೊಂಡೊಯ್ದು

---

* ಬಾಗ್ : ಪ್ರಾಥಮಿಕ ಆಡಳಿತ ಸಮಿತಿ

** ಆಡಳಿತ ಘಟಕ - ಜಿಲ್ಲೆ

*** ಬೆರಣಿ

ಕೊಡುವ ಕೆಲಸದಿಂದ ಆಕೆಯನ್ನು ವಿಮುಕ್ತಗೊಳಿಸಿದ್ದು ಒಳ್ಳೆಯದೇ ಆಯ್ತು. ಸುರೇನ್ ಕಾಯಿಲೆ ಬಿದ್ದರೆ, ಬಲ್ದಾನ್ ಆ ಕಡೆ ಗಮನವನ್ನೇ ಕೊಡುತ್ತಿರಲಿಲ್ಲ.

ಆಗ ಮಕ್ಕಳು ಮತ್ತು ಪಶುಗಳ ಬಗ್ಗೆ ನಿಗಾ ಕೊಡುವವರಿಲ್ಲ. ಕಳೆದ ಚಳಿಗಾಲದಲ್ಲಿ ಗೋರ್ಡೂರ್ ತನ್ನನ್ನು ನೋಡಲು ಬಂದಾಗ ಅವನೊಡನೆ ಆದ ಮಾತುಕತೆಗಳನ್ನು ನಮುಂದರೀ ಜ್ಞಾಪಿಸಿಕೊಂಡಳು.

''ಗಂಡನಂತೆ ನಿನಗೆ ನಾನು ಸಹಾಯ ಮಾಡ್ತೇನೆ'' ಎಂದು ಆತ ಕೊಚ್ಚಿಕೊಂಡಿದ್ದ.

...''ವಂದನೆಗಳು''... ಎಂದಷ್ಟೇ ನಮುಂದರೀ ಪ್ರತಿಕ್ರಿಯೆ ತೋರಿದ್ದಳು.

''ನಿನ್ನ ಸಹಾಯಕ್ಕೆ ಒಂದು ಹೆಣ್ಣು ಕುದುರೆ ಕೊಡ್ತೇನೆ.''

ಗೋರ್ಡೂರ್‌ಗೆ ಅವಳ ಬಗ್ಗೆ ಕೋಪ ಬಂದಿತ್ತು. ಆದರೂ ಸಂಯಮ ತಂದುಕೊಂಡಿದ್ದ. ಮತ್ತೆ ಮಾತು ಮುಂದುವರಿದಿತ್ತು.

''ಪ್ರಿಯ ನಮುಂದರೀ, ನಾನು ನಿನ್ನನ್ನು ಮದುವೆಯಾಗಿ, ನಿನ್ನ ಗೆರ್‌ನಲ್ಲಿ ಇಬ್ಬರೂ ಒಟ್ಟಿಗಿರಬೇಕೆಂದು ನಿನ್ನ ಇಚ್ಛೆ; ಆದರೆ ನನ್ನ ತಂದೆ ತಾಯಿಗಳನ್ನು ಹೇಗೆ ಬಿಡಲಿ ? ಅದರ ಯೋಚನೆ ನೀನು ಮಾಡಿದ್ದೀಯಾ ?''

...''ಅದರಲ್ಲಿ ಯೋಚನೆ ಮಾಡುವಂಥಾದ್ದೇನೂ ಇಲ್ಲ. ತಂದೆ ತಾಯಿಗಳ ಮನೆ ಬಿಟ್ಟು, ಬೇರೊಂದು ಸಂಸಾರ ಹೂಡುವುದರಲ್ಲಿ ನೀನೇನೂ ಮೊದಲಿಗನಾಗುವುದಿಲ್ಲ'' ಎಂದಿದ್ದಳು ಅವಳು.

''ನಮಗೆ ತೆರಿಗೆ ಕೊಡೋದು ಅಸಾಧ್ಯವಾಗ್ತದೆ.''

''ನಮಗೆ ಮೀರಿದ್ದಾದರೆ ಯಾರು ಕೊಡ್ತಾರೆ ?'' ಎಂದು ಆಕೆ ಮುಂದುವರಿಸಿದ್ದಳು.

''ಆಗ ಮಕ್ಕಳನ್ನು ಬೆಳೆಸುವುದು ಕಷ್ಟವಾಗ್ತದೆ.''

''ಮಕ್ಕಳು ನಮ್ಮವೇ ಆಗ್ತವೆ. ಅವುಗಳ ಹೊಟ್ಟೆಪಾಡು ನಾನು ನೋಡಿಕೊಳ್ತೇನೆ.''

''ಅದು ಅರ್ಥವಿಲ್ಲದ್ದು. ಮಕ್ಕಳ ಪೋಷಣೆ ಸುಲಭವಲ್ಲ. ಬಾಲ್ಯದಲ್ಲಿ ಮಕ್ಕಳನ್ನು ಸರಿಯಾಗಿ ನೋಡಿಕೊಳ್ಳದಿದ್ದರೆ, ಬೆಳೆದು ದೊಡ್ಡವಾದ ಮೇಲೆ ತಂದೆ ಅವಕ್ಕೆ ಏನು ಹೇಳಿಯಾನು ? ನಿನಗೆ ವಯಸ್ಸಾದ ಮೇಲೆ ಬಂದು, 'ಮಕ್ಕಳೇ ನಾನು ಮುದುಕ, ಅಶಕ್ತ, ನನ್ನ ಯೋಗಕ್ಷೇಮ ನೋಡಿಕೊಳ್ಳಿ' ಎಂದು ಹೇಳಲು ಸಾಧ್ಯವೇ ? ಹೆಣ್ಣಿನ ಅಸಂತೋಷ ನಿನಗೆ ಅರ್ಥವಾಗೋದಿಲ್ಲ. ನೀನು ಸ್ಥಳದಿಂದ ಸ್ಥಳಕ್ಕೆ ಅಲೆಯುತ್ತೀಯ. ಎಂಥ ಮೂರ್ಖ ನೀನು !''

''ಪ್ರಿಯ ನಮುಂದರೀ, ಕೆಲವು ದಿನಗಳ ಅಗಲಿಕೆಯ ಅನಂತರ ಮತ್ತೆ ಭೆಟ್ಟಿಯಾಗುವುದು ಹೆಚ್ಚು ಸ್ವಾರಸ್ಯಕರ.''

''ನೀನು ಮತ್ತೊಮ್ಮೆ ಬಂದಾಗ, ಈ ಗೆರ್‌ನಲ್ಲಿ ಬೇರೊಬ್ಬರು ಇದ್ದರೆ, ಆಗ ನೀನು ಏನು ಮಾಡ್ತೀಯಾ ?'' ಎಂದು ಆಕೆ ತುಂಬು ನಗೆ ನಕ್ಕು ಹೇಳಿದ್ದಳು.

''ಅವನ ತಲೆಯನ್ನು ನುಚ್ಚುನೂರು ಮಾಡ್ತೇನೆ'' ಎಂದಿದ್ದ ಆತ.

''ಆ ರೀತಿ ವರ್ತಿಸಲು ನಿನಗೇನು ಹಕ್ಕಿದೆ ? ನಾನೇನು ನಿನ್ನ ಧರ್ಮಪತ್ನಿಯಲ್ಲ.''

''ನಾವಿಬ್ಬರೂ ಒಟ್ಟಿಗೇ ಇದ್ದರೆ ನಮ್ಮ ಪಶುಗಳಿಗೆ ನೀರು ಕೊಡೋದು ನಮಗೆ ಕಷ್ಟವಾಗ ಬಹುದು. ನಾವಿಬ್ಬರೂ ಒಟ್ಟಿಗೇ ಇರಬೇಕಾದ ಅಗತ್ಯವಿಲ್ಲ ಎಂದು ನನಗೆ ಅನ್ನಿಸ್ತದೆ. ನಾವು ಬೇರೆ ಬೇರೆಯಾಗೇ ಇದ್ದು, ಆಗಾಗ ಒಬ್ಬರನ್ನೊಬ್ಬರು ಭೇಟಿಯಾಗ್ತಾ, ಏನಾದರೂ ಸಹಾಯ ಬೇಕಾದರೆ ನೀಡ್ತಾ ಇರೋದೇ ಉತ್ತಮ'' ಎಂದು ಗೋರ್ಡೂರ್ ಬಾಯಲ್ಲಿ ಹೇಳುತ್ತಾ ಹೋಗಿದ್ದ.

ಆದರೆ ಮನಸ್ಸಿನಲ್ಲಿ ಬೇರೆಯೇ ಯೋಚಿಸಿದ್ದ. 'ಒಂದೇ ಗೆರ್‌ನಲ್ಲಿ ಹೆಂಡತಿಯ ಜೊತೆ ಗುಲಾಮನಂತೆ ಮೂರ್ಖ ಮಾತ್ರ ಇರಬಲ್ಲ. ಆಗ ನಾನು ಸ್ವತಂತ್ರವಾಗಿ ಹೊರಗೆ ಹೋಗಲಾರೆ. ಆದರೆ ಅವಳನ್ನು ಮದುವೆಯಾಗುವುದಾಗಿ ನಾನು ಮಾತುಕೊಟ್ಟು ನನ್ನ ಉದ್ದೇಶ ನೆರವೇರಿಸಿಕೊಳ್ಳಬಹುದು. ಅನಂತರ...'

''...ಬೇರೆ ಬೇರೆ ಇದ್ದರೆ ನಾವು ಜಗಳಾಡುವುದಿಲ್ಲ'' ಎಂದು ಆತ ಮತ್ತೆ ಮಾತು ಮುಂದುವರಿಸಿದ್ದ.

''...ನಮಗೆ ಯಾವುದು ಒಳ್ಳೆಯದೋ ಅದನ್ನು ನಾವು ಕೈಗೊಳ್ಳಬೇಕು. ನಮಗೆ ಮಕ್ಕಳಾದರೆ ನಾವು ಪ್ರತ್ಯೇಕ ಇರಲು ಸಾಧ್ಯ. ಆದರೆ ನಮಗೆ ಮಕ್ಕಳಾಗದೆ ಹೋಗಬಹುದು. ಕ್ಷಮಿಸಬೇಕು. ನಾನು ನಿನ್ನನ್ನು ಮದುವೆಯಾಗಲಾರೆ'' ಎಂದಿದ್ದಳು ನಮುಂದರೀ ಕೊನೆಗೆ.

ಗೋರ್ಡ್ಡೂ ಆಮೇಲೆ ಒಂದೂ ಮಾತಾಡದೆ ಅವಳ 'ಗೆರ್'ನಿಂದ ಹೊರಟುಹೋಗಿದ್ದ. ನಮುಂದರೀ ಅಂದು ಸಂಜೆ ಮಲಗಲು ಹೋದಾಗ ಆತ ಹಲವು ಬಾರಿ 'ಗೆರ್'ನ ಒಳಗೂ ಹೊರಗೂ ಓಡಾಡಿದ್ದ. ಆದರೆ ನಮುಂದರೀ ಅವನತ್ತ ಏನೂ ಲಕ್ಷ್ಯ ಕೊಟ್ಟಿರಲಿಲ್ಲ.

ನಮುಂದರೀ ಅಂತೂ ಕೊನೆಗೆ ತನ್ನ ಮನೆ ಸೇರಿ ಬಟ್ಟೆ ಬದಲಾಯಿಸಿದಳು. ಕುದುರೆಗೆ ನೀರು ಹಾಕಿದಳು. ಬಳಿಕ ನಾದಂ ಉತ್ಸವ ನಡೆಯುವ ಜಾಗಕ್ಕೆ ಹೊರಟಳು. ಓಂಗಿ ನದಿ ಪೂರ್ಣ ಪ್ರವಾಹದಲ್ಲಿ ಹರಿಯುತ್ತಿತ್ತು. ಇದರಿಂದ ವಿಸ್ಮಿತರಾದ ಸವಾರರ ಒಂದು ದೊಡ್ಡ ಗುಂಪು ನದಿಯ ದಂಡೆಯ ಮೇಲೆ ಸೇರಿತ್ತು. ಗೋರ್ಡೂ ತನ್ನ ಗೆಳೆಯರೊಂದಿಗೆ ಬಂದ. ಆತ ಚೆನ್ನಾಗಿ ಕುಡಿದಿದ್ದ. ಆತ ನಮುಂದರೀಯನ್ನು ಗಮನಿಸಿ, ತನ್ನ ಕುದುರೆಯನ್ನು ನಿಲ್ಲಿಸಿದ. ತನ್ನ ಕಣ್ಣುಗಳಿಂದಲೇ ಅವನು ಆಕೆಯನ್ನು ತಿಂದು ಹಾಕಿದ. 'ಮಹಾ ಘಟಿಂಗ' ಎಂದು ಆಕೆ ಮನಸ್ಸಿನಲ್ಲೇ ಅಂದುಕೊಂಡಳು. 'ಆತ ಏನು ನೋಡುತ್ತಿದ್ದಾನೆ ? ಆತನನ್ನು ಏನು ಮಾಡಲಿ ?' ಅವಳ ಹೃದಯ ಕೋಪದಿಂದ ಕುದಿಯಿತು. ಆಕೆ ತನ್ನ ಕೈಯಲ್ಲಿದ್ದ ಬಾರುಕೋಲನ್ನು ಮುಷ್ಟಿಯಲ್ಲಿ ಗಟ್ಟಿಯಾಗಿ ಹಿಡಿದಳು.

ಇಪ್ಪತ್ತು ವರ್ಷದ ಹಿಂದೆಯೇ ಬೇರೆಯವರು ದತ್ತು ತೆಗೆದುಕೊಂಡಿದ್ದ ನಮುಂದರೀಯ ಮಗನನ್ನು ಮದುವೆಯಾಗಲಿದ್ದ ತರುಣಿಯ ಜೊತೆ ಗೋರ್ಡೂ ಪ್ರೇಮ ಸಂಬಂಧ ಬೆಳೆಸಿದ್ದನೆಂಬ ಸಂಗತಿ ಗೊತ್ತಾಗಿ ಎದ್ದುದು ನಮುಂದರೀಯ ರಕ್ತವನ್ನು ಕುದಿಯುವಂತೆ ಮಾಡಿತ್ತು. ಆ ಹುಡುಗಿ ಗೋರ್ಡೂನ ಬಲೆಗೆ ಬಿದ್ದಿದ್ದಳು.

'ನಿನ್ನನ್ನು ನಾನು ತಿರಸ್ಕರಿಸಿದ್ದು ಒಳ್ಳೆಯದೇ ಆಯಿತು' ಎಂದು ನಮುಂದರೀ ಯೋಚಿಸಿದಳು. ಗೋರ್ಡೂ ತನ್ನಿಬ್ಬರು ಮಿತ್ರರಿಗೆ ಹೇಳಿದ : 'ಆ ಹೆಂಗಸು ಒಂದು ಜಂಬದ ಕೋಳಿ. ಅವಳನ್ನು ಶಿಕ್ಷಿಸಬೇಕು. ಅವಳನ್ನು ಈ ನದಿಯಲ್ಲಿ ಬೀಳಿಸುತ್ತೇನೆ. ನೀವು ಸಹಾಯ ಮಾಡಿ.' ಇಷ್ಟು ಹೇಳಿದವನೇ ತನ್ನ ಚಬಕದಿಂದ ಅವಳ ಕುದುರೆಗೊಂದು ಏಟು ಕೊಟ್ಟು, 'ನಮ್ಮನ್ನು ನೋಡಿ' ನಾವಿಬ್ಬರೂ ಪರಸ್ಪರ ಪ್ರೇಮಿಸುತ್ತೇವೆ. ಸದ್ಯದಲ್ಲೇ ಮದುವೆಯಾಗ್ತೇವೆ' ಎಂದು ಕೂಗಿದ.

ಅನಂತರ ಮುಂದೆ ಹೋಗುವಂತೆ ನಮುಂದರೀಯ ಕುದುರೆಯನ್ನು ನೂಕಿದ. ಕುದುರೆ ನೀರಿಗಿಳಿಯಿತು. ಗೋರ್ಡೂನ ಕುದುರೆ ಕೂಡ ಅದನ್ನು ಅನುಸರಿಸಿತು.

ಹೆಂಗಸರು ನಮುಂದರೀಗೆ ಕೂಗಿ ಹೇಳಿದರು.

''ಅವನನ್ನು ಬೀಳಿಸು.''

ಅಮಲಿನ ಧ್ವನಿಯಲ್ಲಿ ಗೋರ್ಡೂ ಕೂಗಿದ ''ನಿಲ್ಲು, ನಿನಗೇನಾಗಿದೆ ? ನಿನ್ನನ್ನು ಬಿಟ್ಟು ನಾನು ಬದುಕಲಾರೆ'' ಅನಂತರ ಆತ ತನ್ನ ಕುದುರೆಯಿಂದ ನೀರಿಗೆ ಬಿದ್ದ. ಸೇರಿದ್ದ ಜನ ಎಲ್ಲ ನಕ್ಕರು.

ಬಾಯಿಗೆ ನುಗ್ಗಿದ ನೀರನ್ನು ನುಂಗುತ್ತ, ಕೈ ಬೀಸುತ್ತ, ಆತ ದಡ ಸೇರಿದ. ಯಾರೂ ಆತನನ್ನು ಮೇಲೆತ್ತಿಕೊಳ್ಳಲು ಸಹಾಯ ಮಾಡಲಿಲ್ಲ.

''ಹಾಗಾದ್ದು ಅವನಿಗೆ ಒಳ್ಳೆಯ ಪಾಠ ಕಲಿಸಿದಂತಾಯಿತು'' ಎಂದು ದಡದಲ್ಲಿದ್ದವರೊಬ್ಬರು ಹೇಳಿದರು.

''ಅವರಿಬ್ಬರೂ ಪರಸ್ಪರ ಚೆನ್ನಾಗಿರೋ ಹಾಗಿದೆ'' ಎಂದ ಒಬ್ಬ.

''ಗೋರ್ಡೂ ಅವಳ ಮಗನ ಸ್ನೇಹಿತಳನ್ನು ಮೋಹಿಸಿದ್ದಾನೆ. ಆದ್ದರಿಂದ ಅವನ ಜತೆ ತುಂಬಾ ಚೆನ್ನಾಗಿರಲು ಸಾಧ್ಯವಿಲ್ಲ.''

''ಯಾವ ಮಗ ?'' ಎಂದು ಒಬ್ಬ ಕೇಳಿದ.

''ಆಕೆಗೆ ಬೆಳೆದು ದೊಡ್ಡವನಾದ ಒಬ್ಬ ಮಗನಿದ್ದಾನೆ. ಆತ ಚಿಕ್ಕವನಾಗಿದ್ದಾಗಲೇ ಬೇರೆ ಯಾರೋ ದತ್ತು ತೆಗೆದುಕೊಂಡಿದ್ದರು. ಗೋರ್ಡೂಗೆ ಅವನು ಗೊತ್ತಿಲ್ಲವೇ ?''

''ಬಹುಶಃ ಗೊತ್ತಿರಲಿಕ್ಕಿಲ್ಲ.''

''ನೋಡು, ಅವಳ ಗೋರ್ಡೂನನ್ನು ನೀರಿನಿಂದ ಮೇಲೆ ಎಳೆಯುತ್ತಿದ್ದಾಳೆ.''

''ನಮುಂದರೀಗೆ ತುಂಬಾ ಕರುಣೆ.''

''ಅವನು ಅವಳನ್ನು ಮದುವೆಯಾದರೆ ಚೆನ್ನಾಗಿರುತ್ತದೆ.''

''ಗೋರ್ಡೂ ನತದೃಷ್ಟ ವ್ಯಕ್ತಿ.''

''ಅವನ್ಯಾಕೆ ಅವಳನ್ನು ಮದುವೆಯಾಗಲು ಇಚ್ಛಿಸೋದಿಲ್ಲ.''

''ಬಹುಶಃ ಅವರು ಇನ್ನು ಮದುವೆಯಾಗ್ತಾರೆ.''

ನಮುಂದರೀ ತನ್ನ ಕುದುರೆಯ ಜೀನಿನಿಂದ ನೇತಾಡುತ್ತಿದ್ದ ಒಂದು ಚರ್ಮದ ಪಟ್ಟಿಯ ಗಂಟನ್ನು ಬಿಚ್ಚಿ ಅದರ ಒಂದು ತುದಿಯನ್ನು ಗೋರ್ಡೂನತ್ತ ಎಸೆದಳು. ಆತ ಅದನ್ನು ಹಿಡಿದುಕೊಂಡ. ಆ ಕುಡುಕನನ್ನು ಅವಳು ನೀರಿನಿಂದ ಎಳೆದು ದಡಕ್ಕೆ ಹತ್ತಿಸಿದಳು. ಅವನು ಒದ್ದೆ ಮುದ್ದೆಯಾಗಿದ್ದ ಅವಳ ರೇಶಿಮೆಯ 'ಡೆಲ್'* ಹೊಸ 'ಗುಟುಲ್'** ಮತ್ತು 'ಖೇಟ್ ಖುಟುಗ್'*** ಕೂಡ ನೆನೆದುಹೋಗಿದ್ದವು. ಅವನನ್ನು ದಡಕ್ಕೆ ಎಳೆದು ಹಾಕಿದವಳೇ ನಮುಂದರೀ ಕುದುರೆ ಏರಿ ಹೊರಟುಹೋದಳು.

ಮಾರನೆಯ ದಿನ ಗೋರ್ಡೂ ಬಲ್ದಾನ್‌ನನ್ನು ಭೇಟಿಯಾಗಿ ತನ್ನ ಗೆರ್‌ಗೆ ಕರೆದೊಯ್ದ. ಬಲ್ದಾನ್ ಹೇಳಿದ : ''ನೀನು ನನಗಿಂತ ಚಿಕ್ಕವನು. ನಿನ್ನ ಜೀವನದ ಬಗ್ಗೆ ನೀನು ಯೋಚಿಸಬೇಕಾದ ಸಮಯ ಇದು. ನಿನ್ನ ಲಂಪಟತನಕ್ಕೆ ಕೊನೆ ಹಾಕಿ ಬುದ್ಧಿ ತಿಳಿದು ವರ್ತಿಸು.''

ಗೋರ್ಡೂ ಯೋಚಿಸಿದ : 'ಈತನೂ ನನ್ನಂಥವನೇ. ನಾವಿಬ್ಬರೂ ಒಂದೇ ಹಕ್ಕಿಯ ಪುಕ್ಕಗಳು. ಆದರೂ ನನಗೆ ಬುದ್ಧಿ ಕಲಿಸಲು ನೋಡ್ತಾನೆ.''

''ನನಗೆ ಅನುಭವ ಹೆಚ್ಚು. ಅಷ್ಟಾಗಿಯೂ ಒಂದು ಸಂದಿಗ್ಧ ಸನ್ನಿವೇಶದಿಂದ ಪಾರಾಗುವುದು ಹೇಗೆಂದು ತಿಳಿಯದಾಗಿದೆ. ನಾನು ಒಂದು ಪೇಚಾಟದಲ್ಲಿ ಸಿಕ್ಕಿಕೊಂಡಿದ್ದೆ. ಅಂದರೆ ನಾನೊಂದು

---

* ಡೆಲ್ : ಮಂಗೋಲಿಯನರ ರಾಷ್ಟ್ರೀಯ ಉಡುಪು, ನಿಲುವಂಗಿ

** ಗುಟುಲ್ : ಪಾದರಕ್ಷೆ

*** ಖೇಟ್ ಖುಟುಗ್ : ಚಾಕು ಮತ್ತು ಉಕ್ಕಿನ ತುಂಡು, ಚಕಮಕಿ ಕಲ್ಲು, ಇತ್ಯಾದಿ ಬೆಂಕಿ ಹೊತ್ತಿಸುವ ಸಲಕರಣೆಗಳು

ಅಪರಾಧ ಮಾಡಿದ್ದೆನೆಂದು ತಿಳಿಯಬೇಡ. ಆದರೂ ನನ್ನನ್ನು ನಾನೇ ಶಪಿಸಿಕೊಳ್ತಿದ್ದೇನೆ.''

''ಏನು ವಿಚಾರ ?''

''ಸುರೇನ್ ಪ್ರಸವದಲ್ಲಿ ಸತ್ತಳು.''

''ಅದಕ್ಕೂ ಇದಕ್ಕೂ ಏನು ಸಂಬಂಧ ?''

''ಈ ಮಕ್ಕಳು ನನ್ನವು. ಅವಳು ಸಾಯುವುದಕ್ಕೆ ಮೊದಲು ನನ್ನನ್ನು ಜ್ಞಾಪಿಸಿಕೊಂಡಳು. ಈ ಮಕ್ಕಳ ಯೋಗಕ್ಷೇಮ ನಾನು ನೋಡಿಕೊಳ್ಳಬೇಕು ಅನ್ನೋದು ಅವಳ ಇಚ್ಛೆಯಾಗಿತ್ತು. ಹಾಗೆಂದು ನನಗೆ ತಿಳಿಸಲು ಅವಳು ಜನರಿಗೆ ಹೇಳಿದ್ದಳು. ಜಿಲ್ಲಾ ಆಡಳಿತ ನನ್ನನ್ನು ಕರೆಸಿತು. ಸುರೇನ್ ಮಕ್ಕಳನ್ನು, ಅವಳ ತಂದೆ ತಾಯಿಗಳನ್ನು ಮತ್ತು ಅವರ ಪಶುಗಳನ್ನೂ ನಾನು ನೋಡಿಕೊಳ್ಳುವಂತೆ ಸೋಮೊನ್ ಆಜ್ಞಾಪಿಸಿತು.''

''ಇದು ಭಯಂಕರ.''

''ನಿಜ. ಭಯಂಕರ.''

''ಆದರೆ ಚೆನ್‌ಹಂದ್‌ಳನ್ನು ನೀನು ಮದುವೆಯಾದೇಂತ ಕೇಳಿದೆ.''

''ಆದ್ದರಿಂದಲೇ ಈಗ ನೀನು ನಿನ್ನ ಜೀವನದ ಬಗ್ಗೆ ಯೋಚಿಸಿ, ಸರಿಯಾದ ತೀರ್ಮಾನಕ್ಕೆ ಬಾ ಎಂದದ್ದು. ಈಗ ನಾನು ಮಕ್ಕಳನ್ನು ಕರಕೊಂಡ್ಬರ್ತೇನೆ.''

ಇಷ್ಟು ಹೇಳಿ ಬಲ್ದಾನ್ ಗೋರ್ಡೂನ ಗೆರ್‌ನಿಂದ ಹೊರಟ. ಗೋರ್ಡೂನೂ ಅವನನ್ನು ಅನುಸರಿಸಿ ಹೋದ.

ಬಲ್ದಾನ್ ಖಿನ್ನನಾಗಿದ್ದವನಂತೆ ಕಂಡ. ಆತ ಮುದುಕನಾಗಿಬಿಟ್ಟಿದ್ದ. ಗೋರ್ಡೂ ಕೂಡಲೇ ಕುದುರೆಯೇರಿ ನಮುಂದರೀಯ ಮನೆಗೆ ದೌಡಾಯಿಸಿದ.

ಚೀನ

○ ಲು ಷುನ್

ಹುಚ್ಚನ ದಿನಚರಿ

ಹೈಸ್ಕೂಲಿನಲ್ಲಿ ಇಬ್ಬರು ಸಹೋದರರು ನನ್ನ ಉತ್ತಮ ಸ್ನೇಹಿತರಾಗಿದ್ದರು. ಅವರ ಹೆಸರನ್ನು ನಾನಿಲ್ಲಿ ಹೇಳುವ ಅಗತ್ಯವಿಲ್ಲ. ಆದರೆ ನಾನು ಅವರನ್ನು ಅಗಲಿ ಬಹಳ ವರ್ಷಗಳಾಗಿದ್ದು, ಕ್ರಮೇಣ ಪರಸ್ಪರ ಸಂಪರ್ಕ ತಪ್ಪಿತು. ಅವರಲ್ಲೊಬ್ಬನಿಗೆ ತೀವ್ರ ಕಾಯಿಲೆಯಾಗಿದೆ ಎಂಬ ಸುದ್ದಿ ಕೆಲವು ದಿನಗಳ ಹಿಂದೆ ನನಗೆ ಸಿಕ್ಕಿತ್ತು. ನಾನು ನನ್ನ ಹಳೆಯ ಊರಿಗೆ ಹೊರಟಿದ್ದರಿಂದ, ಆ ಸೋದರನನ್ನು ಭೇಟಿಯಾಗುವ ಸಲುವಾಗಿ ನನ್ನ ಪ್ರಯಾಣವನ್ನು ಅರ್ಧಕ್ಕೆ ನಿಲ್ಲಿಸಿದೆ. ನಾನು ಅವರಲ್ಲಿ ಒಬ್ಬನನ್ನು ಮಾತ್ರ ನೋಡಿದೆ. ಕಾಯಿಲೆಯಾದ ಮನುಷ್ಯ ತನ್ನ ತಮ್ಮ ಎಂದು ಆತ ನನಗೆ ಹೇಳಿದ.

''ನಮ್ಮನ್ನು ನೋಡಲು ಇಷ್ಟು ದೂರ ಬಂದಿದ್ದು ಸಂತೋಷ'' ಎಂದ ಆತ. ''ಆದರೆ ನನ್ನ ತಮ್ಮನ ಕಾಯಿಲೆ ಈಗ ಗುಣವಾಗಿ ಒಂದು ಸರ್ಕಾರಿ ಕೆಲಸ ಸೇರಲು ಆತ ಬೇರೆ ಊರಿಗೆ ಹೊರಟು ಹೋಗಿದ್ದಾನೆ'' ಎಂದ. ಅನಂತರ ಆತ ನಗುತ್ತಾ ತನ್ನ ತಮ್ಮ ಬರೆದಿಟ್ಟ ದಿನಚರಿಯ ಎರಡು ಸಂಪುಟಗಳನ್ನು ಹೊರತೆಗೆದ. ಈ ದಿನಚರಿಯಿಂದ ಆತನ ಹಿಂದಿನ ಕಾಯಿಲೆಯ ಸ್ವರೂಪವೇನೆಂಬುದನ್ನು ಅರಿಯಬಹುದು ; ಅಲ್ಲದೆ, ಇವುಗಳನ್ನು ಹಳೆಯ ಗೆಳೆಯನೊಬ್ಬನಿಗೆ ತೋರಿಸುವುದರಲ್ಲಿ ಯಾವ ಅಪಾಯವೂ ಇಲ್ಲ ಎನ್ನುತ್ತಾ ದಿನಚರಿಗಳನ್ನು ನನ್ನ ಕೈಗಿತ್ತ. ನಾನು ಆ ದಿನಚರಿಗಳನ್ನು ತೆಗೆದುಕೊಂಡು ಹೋಗಿ ಪೂರ್ತಿ ಓದಿದ ನಂತರ ಆತ ಒಂದು ಬಗೆಯ ಮನೋವ್ಯಾಧಿಯಿಂದ – ತನ್ನನ್ನು ಪೀಡಿಸಲು ಸದಾ ಯಾರೋ ಬೆನ್ನುಹತ್ತಿದ್ದಾರೆನ್ನುವ ಭ್ರಾಂತಿ – ನರಳುತ್ತಿದ್ದನೆಂಬುದು ಕಂಡುಬಂದಿತು. ಬರವಣಿಗೆ ತುಂಬಾ ಗೊಂದಲಮಯವಾಗಿ, ಅಸಂಬದ್ಧವಾಗಿತ್ತು. ಆತ ಹಲವು ಹುಚ್ಚುಚ್ಚಾದ ಹೇಳಿಕೆಗಳನ್ನು ಬರೆದಿದ್ದ; ಅಲ್ಲದೆ ಆತ ದಿನಾಂಕಗಳನ್ನು ಪೂರ್ತಿ ಕೈಬಿಟ್ಟಿದ್ದ. ಶಾಯಿಯ ಬಣ್ಣ ಮತ್ತು ಬರವಣಿಗೆಯಲ್ಲಿನ ವ್ಯತ್ಯಾಸದಿಂದ ಮಾತ್ರ ಅವನ್ನೆಲ್ಲಾ ಆತ ಒಟ್ಟಿಗೇ ಬರೆದಿಲ್ಲವೆಂದು ಹೇಳಬಹುದಾಗಿತ್ತು. ಆದರೆ ಕೆಲವು ಭಾಗಗಳು ಪೂರ್ಣ ಅಸಂಬದ್ಧವಾಗಿರಲಿಲ್ಲ. ವೈದ್ಯಕೀಯ ಸಂಶೋಧನೆಯ ವಸ್ತುವೆಂದು ಅದರ ಕೆಲವು ಭಾಗಗಳ ನಕಲನ್ನು ನಾನಿಲ್ಲಿ ನೀಡುತ್ತಿದ್ದೇನೆ. ದಿನಚರಿಯ ಒಂದೇ

ಒಂದು ಅತಾರ್ಕಿಕತೆಯನ್ನೂ ನಾನು ಬದಲಾಯಿಸಿಲ್ಲ. ಇದರಲ್ಲಿ ಪ್ರಸ್ತಾಪಿಸಲ್ಪಟ್ಟಿರುವ ಜನರೆಲ್ಲಾ ಹಳ್ಳಿಗಾಡಿನ ಜನರು, ಎಲ್ಲರೂ ಹೊರಜಗತ್ತಿಗೆ ಗೊತ್ತಿಲ್ಲದವರೇ. ಆದರೂ ಅವರ ಹೆಸರುಗಳನ್ನು ಮಾತ್ರ ಬದಲಾಯಿಸಿದ್ದೇನೆ. ಶೀರ್ಷಿಕೆಯನ್ನು ದಿನಚರಿ ಬರೆದವನೇ ತನ್ನ ಕಾಯಿಲೆಯಿಂದ ಗುಣವಾದ ಮೇಲೆ ಕೊಟ್ಟಿದ್ದ. ಅದನ್ನೂ ನಾನು ಬದಲಾಯಿಸಿಲ್ಲ.

1

ಇಂದು ರಾತ್ರಿ ಚಂದ್ರ ತುಂಬ ಉಜ್ವಲವಾಗಿ ಬೆಳಗುತ್ತಿದ್ದಾನೆ.

ಅವನನ್ನು ನಾನು ನೋಡದೇ ಮೂವತ್ತು ವರ್ಷಗಳ ಮೇಲಾಗಿವೆ. ಆದ್ದರಿಂದಲೇ ಇಂದು ಅವನನ್ನು ಕಂಡಾಗ ನನ್ನ ಉಲ್ಲಾಸ ಉಕ್ಕೇರಿದಂತೆನಿಸಿತು. ಕಳೆದ ಮೂವತ್ತು ಚಿಲ್ಲರೆ ವರ್ಷಗಳನ್ನು ನಾನು ಕತ್ತಲಲ್ಲೇ ಕಳೆದನೆಂಬ ಅರಿವು ಮೂಡತೊಡಗಿತು. ಆದರೆ ಈಗ ನಾನು ಅತಿ ಎಚ್ಚರದಿಂದ ಇರಬೇಕು. ಇಲ್ಲದೇ ಇದ್ದರೆ, ಚಾವ್ ಮನೆಯ ನಾಯಿ ನನ್ನನ್ನು ಎರಡು ಬಾರಿ ಯಾಕೆ ನೋಡಬೇಕಿತ್ತು ?

ನನ್ನ ಹೆದರಿಕೆಗೆ ಕಾರಣಗಳಿವೆ.

2

ಇಂದು ರಾತ್ರಿ ಚಂದ್ರನ ಸುಳಿವೇ ಇಲ್ಲ. ಇದು ಅನಿಷ್ಟದ ಸೂಚನೆಯೆಂದು ನನಗೆ ಗೊತ್ತು. ಇಂದು ಬೆಳಿಗ್ಗೆ ನಾನು ಜಾಗರೂಕತೆಯಿಂದ ಹೊರ ಹೊರಟಾಗ, ಮಿಸ್ಟರ್ ಚಾವ್‌ನ ಕಣ್ಣಿನಲ್ಲಿ ವಿಚಿತ್ರ ನೋಟವಿತ್ತು. ಆತನಿಗೆ ನನ್ನ ಬಗ್ಗೆ ಹೆದರಿಕೆ ಇದ್ದಂತೆಯೂ, ನನ್ನನ್ನು ಕೊಲೆ ಮಾಡುತ್ತಾನೇನೋ ಎನ್ನುವಂತೆಯೂ ಆ ನೋಟವಿತ್ತು. ಅಲ್ಲಿ ಇನ್ನೂ ಏಳೆಂಟು ಜನರಿದ್ದರು. ಅವರೆಲ್ಲ ನನ್ನ ವಿಷಯ ಕುರಿತು ಪಿಸುಮಾತಿನಲ್ಲಿ ಚರ್ಚಿಸುತ್ತಿದ್ದರು. ನಾನು ಅವರನ್ನು ನೋಡಿಬಿಡುತ್ತೇನೆಂದು ಹೆದರಿ ಕೊಂಡಿದ್ದರು. ನಾನು ಹಾದುಹೋದ ಪ್ರತಿಯೊಬ್ಬರೂ ಅದೇ ರೀತಿಯಲ್ಲಿದ್ದರು. ಅವರಲ್ಲಿ ಕ್ರೂರವಾಗಿ ಕಾಣುತ್ತಿದ್ದವನೊಬ್ಬ ನನ್ನನ್ನು ನೋಡಿ ಹಲ್ಲು ಕಿರಿದ. ಇವರ ಸಿದ್ಧತೆಗಳೆಲ್ಲಾ ಪೂರ್ತಿ ಮುಗಿದಿವೆಯೆಂದು ತಿಳಿದು ನಾನು ತಲೆಯಿಂದ ಕಾಲಿನ ತನಕ ಥರಥರ ನಡುಗಿದೆ.

ಇಷ್ಟಾದರೂ ನಾನೇನೂ ಹೆದರಲಿಲ್ಲ. ನಾನು ಹಾಗೇ ಮುಂದೆ ಮುಂದೆ ಹೋದೆ. ಮುಂದೆ ಇದ್ದ ಮಕ್ಕಳ ಒಂದು ಗುಂಪು ಕೂಡ ನನ್ನ ಬಗ್ಗೆಯೆ ಮಾತನಾಡುತ್ತಿದ್ದರು. ಅವರ ಕಣ್ಣುಗಳಲ್ಲೂ ಮಿಸ್ಟರ್ ಚಾವ್‌ನ ಕಣ್ಣುಗಳಲ್ಲಿದ್ದಂಥದೇ ನೋಟ. ಅವರ ಮುಖಗಳು ಭಯಂಕರವಾಗಿ ಬಿಳಿಚಿ ಕೊಂಡಿದ್ದವು. ಈ ಮಕ್ಕಳು ಹೀಗೇಕೆ ವರ್ತಿಸುತ್ತಿವೆ, ಅವರಿಗೆ ನನ್ನ ಬಗ್ಗೆ ಏನು ಕರುಬು ಇದ್ದೀತು ಎಂದು ನಾನು ಯೋಚಿಸಿದೆ. ''ಏನು ಹೇಳಿ'' ನಾನು ಕೂಗಿಯೇಬಿಟ್ಟೆ. ಆದರೆ ಅವರು ಓಡಿಹೋದರು.

ಮಿಸ್ಟರ್ ಚಾವ್‌ಗೆ ನನ್ನ ಬಗ್ಗೆ ಏನು ಅಸಮಾಧಾನ ಇರಬಹುದು, ರಸ್ತೆಯಲ್ಲಿರುವ ಜನರಿಗೆ ನನ್ನ ಬಗ್ಗೆ ಏನು ಸಿಟ್ಟು ಇರಬಹುದು ? ಇಪ್ಪತ್ತು ವರ್ಷಗಳ ಹಿಂದೆ ಮಿಸ್ಟರ್ ಖು ಚಿಉನ್* ಲೆಕ್ಕದ ಹಾಳೆಗಳನ್ನು ತುಳಿದಿದ್ದೆ. ಅದು ಅವನನ್ನು ಅತೀವ ಅಸಂತೃಪ್ತನನ್ನಾಗಿಸಿತ್ತು. ಈ ಒಂದು ವಿಷಯ ಬಿಟ್ಟು ನಾನು ಬೇರೇನನ್ನೂ ಮಾಡಿದ ನೆನಪು ಇಲ್ಲ. ಮಿಸ್ಟರ್ ಚಾವ್‌ಗೆ ಖು ಚಿಉನ ಪರಿಚಯವಿಲ್ಲದಿದ್ದರೂ ಘಟನೆಯ ಕುರಿತು ಜನರು ಮಾತಾಡಿಕೊಳ್ಳುತ್ತಿದ್ದುದನ್ನು ಆತ

---

* ಖು ಚಿಉ ಎಂದರೆ 'ಪ್ರಾಚೀನ ಕಾಲ' ಎಂದರ್ಥ. ಚೀನದಲ್ಲಿ ಪಾಳೆಯಗಾರೀ ಶೋಷಣೆಯ ದೀರ್ಘ ಇತಿಹಾಸವನ್ನು ಮನಸ್ಸಿನಲ್ಲಿಟ್ಟುಕೊಂಡು ಲು ಷುನ್‌ರವರು ಈ ಪದವನ್ನು ಉಪಯೋಗಿಸಿದ್ದಾರೆ.

ಕೇಳಿಸಿಕೊಂಡಿರಬೇಕು. ಅನಂತರ ಖ ಚಿಉನ ಪರವಾಗಿ ನನ್ನ ಮೇಲೆ ಪ್ರತೀಕಾರ ತೀರಿಸಿಕೊಳ್ಳಲು ನಿರ್ಧರಿಸಿ, ರಸ್ತೆಯಲ್ಲಿರುವ ಜನರ ಜೊತೆ ಸೇರಿ ನನ್ನ ವಿರುದ್ಧ ಪಿತೂರಿ ನಡೆಸುತ್ತಿದ್ದಾನೆ. ಆದರೆ ಮಕ್ಕಳು ? ಆಗ ಅವರಿನ್ನೂ ಹುಟ್ಟಿಯೇ ಇರಲಿಲ್ಲ, ಆದ್ದರಿಂದ ಇಂದು ಅವರು ಏಕೆ ಅಷ್ಟು ವಿಚಿತ್ರವಾಗಿ, ನನ್ನ ಬಗ್ಗೆ ಹೆದರಿಕೊಂಡವರಂತೆ, ನನ್ನನ್ನು ಕೊಲೆ ಮಾಡುವವರಂತೆ ನೋಡಬೇಕು ? ಇದು ನಿಜಕ್ಕೂ ನನ್ನನ್ನು ದಿಗಿಲುಗೊಳಿಸುತ್ತದೆ. ಇದು ನನ್ನ ಮನಸ್ಸನ್ನು ಅಸ್ತವ್ಯಸ್ತಗೊಳಿಸುವ, ದಿಗ್ಭ್ರಾಂತನನ್ನಾಗಿಸುವ ವಿಷಯ.

ನನಗೆ ಗೊತ್ತು: ಅವರು ಈ ವಿಷಯವನ್ನು ತಮ್ಮ ತಂದೆ ತಾಯಿಗಳಿಂದ ತಿಳಿದುಕೊಂಡಿರಬೇಕು.

3

ರಾತ್ರಿ ನನಗೆ ನಿದ್ದೆ ಬರುವುದಿಲ್ಲ. ಇದನ್ನೆಲ್ಲಾ ಅರ್ಥಮಾಡಿಕೊಳ್ಳಬೇಕಾದರೆ ಎಲ್ಲವನ್ನೂ ಎಚ್ಚರಿಕೆಯಿಂದ ಪರಿಶೀಲಿಸಬೇಕು.

ಈ ಜನರಲ್ಲಿ ಕೆಲವರು ನ್ಯಾಯಾಧೀಶರಿಂದ ದಂಡ ವಿಧಿಸಿಕೊಂಡು ಅವಮಾನಕ್ಕೀಡಾದವರಿದ್ದಾರೆ. ಸ್ಥಳೀಯ ಭೂಸ್ವಾಮಿಗಳಿಂದ ಕೆನ್ನೆಗೆ ಹೊಡೆತ ತಿಂದವರಿದ್ದಾರೆ. ಕೆಲವರ ಹೆಂಡತಿಯರನ್ನು 'ಜಪ್ತಿ ಮಾಡುವವರು' ಎಳೆದೊಯ್ದಿದ್ದಾರೆ. ಕೆಲವರ ತಂದೆ ತಾಯಿಯರು ಸಾಲಿಗರ ಬಾಧೆಯನ್ನು ಸಹಿಸ ಲಾರದೆ ಆತ್ಮಹತ್ಯೆ ಮಾಡಿಕೊಂಡಿದ್ದಾರೆ. ಆಗ ಕೂಡ ಈ ಜನರು ನಿನ್ನೆಯಷ್ಟು ಭಯಗ್ರಸ್ತರಾಗಿರಲಿಲ್ಲ ಮತ್ತು ಅಷ್ಟು ಕ್ರೂರವಾಗಿ ಕಾಣಿಸಿರಲಿಲ್ಲ.

''ಪಿಶಾಚಿ, ನನ್ನ ಕೋಪ ಹೋಗಲು ನಿನ್ನನ್ನು ತುಂಡು ತುಂಡಾಗಿ ಕಚ್ಚಿಹಾಕಬೇಕು'' ಎನ್ನುತ್ತಾ ರಸ್ತೆಯ ಮೇಲೆ ತನ್ನ ಮಗನನ್ನು ನಿನ್ನೆ ಹೊಡೆಯುತ್ತಿದ್ದ ಆ ಹೆಂಗಸು ಉದ್ದಕ್ಕೂ ನನ್ನನ್ನೇ ನೋಡುತ್ತಿದ್ದುದು ಒಂದ ಅಸಾಧಾರಣ ವಿಷಯ. ನಾನು ಬೆಚ್ಚಿಬಿದ್ದೆ. ನನ್ನ ಮೇಲೆ ನನಗೆ ಹಿಡಿತ ಕಷ್ಟವಾಯಿತು. ಆಗ ಆ ಹಸಿರು ಮುಖದ, ಉದ್ದ ಹಲ್ಲಿನ ಜನರೆಲ್ಲ ಅಪಹಾಸ್ಯ ಮಾಡುತ್ತ ನಗಲು ಶುರು ಮಾಡಿದರು. ಚನ್ ಮುದುಕ ಬೇಗ ಬೇಗ ಮುಂದೆ ಬಂದು ನನ್ನನ್ನು ಮನೆಗೆ ಎಳೆದೊಯ್ದು.

ಆತ ನನ್ನನ್ನು ಮನೆಗೆ ಎಳೆದೊಯ್ದು. ಮನೇಲಿದ್ದವರೆಲ್ಲ ನನ್ನ ಪರಿಚಯವೇ ಇಲ್ಲದಂತೆ ನಟಿಸಿದರು. ಉಳಿದೆಲ್ಲರಂತೆ ಅವರ ಕಣ್ಣಲ್ಲೂ ಅದೇ ನೋಟ. ನಾನು ಅಧ್ಯಯನದ ಕೋಣೆಗೆ ಹೋದಾಗ ಅವರು ಕೋಳೀಮರಿ ಅಥವಾ ಬಾತುಕೋಳಿಯನ್ನು ಕೂಡಿ ಹಾಕಿದಂತೆ ನನ್ನನ್ನು ಒಳಗೆ ಹಾಕಿ ಹೊರಗಿನಿಂದ ಬಾಗಿಲಿಗೆ ಬೀಗ ಹಾಕಿದರು. ಈ ಘಟನೆಯಿಂದ ನಾನು ಇನ್ನೂ ಕಕ್ಕಾಬಿಕ್ಕಿಯಾದೆ.

ಈ ಸಾರಿ ಬೆಳೆ ಸರಿಯಾಗಿ ಆಗಲಿಲ್ಲವೆಂದು ತಿಳಿಸಲು ತೋಳಕೂಟ ಗ್ರಾಮದಿಂದ ನಮ್ಮ ಗೇಣಿದಾರ ಕೆಲವು ದಿನಗಳ ಹಿಂದೆ ಬಂದಿದ್ದ. ತಮ್ಮ ಹಳ್ಳಿಯಲ್ಲಿ ಒಬ್ಬ ಕುಖ್ಯಾತ ವ್ಯಕ್ತಿಯನ್ನು ಹೊಡೆದು ಸಾಯಿಸಿದರೆಂದೂ, ಅನಂತರ ಕೆಲವರು ಅವನ ಹೃದಯ ಮತ್ತು ಪಿತ್ತಕೋಶವನ್ನು ಬಗೆದು ತೆಗೆದು, ತಮ್ಮ ಧೈರ್ಯವನ್ನು ಹೆಚ್ಚಿಸಿಕೊಳ್ಳುವ ಸಲುವಾಗಿ ಅವನನ್ನು ಎಣ್ಣೆಯಲ್ಲಿ ಕರಿದು ತಿಂದರೆಂದೂ ಆತ ನನ್ನ ಅಣ್ಣನಿಗೆ ಹೇಳಿದ. ನಾನು ಏನೋ ಮಧ್ಯೆ ಬಾಯಿ ಹಾಕಿದಾಗ ಅವರಿಬ್ಬರೂ ನನ್ನನ್ನು ದುರುಗುಟ್ಟಿಕೊಂಡು ನೋಡಿದರು. ಹೊರಗಿನ ಜನರ ಕಣ್ಣಲ್ಲಿದ್ದಂಥ ನೋಟವೇ ಇವರಿಬ್ಬರ ಕಣ್ಣಲ್ಲೂ ಇತ್ತೆಂಬುದು ಇಂದು ನನಗೆ ಅರಿವಾಯಿತು.

ಅದನ್ನು ಯೋಚನೆ ಮಾಡಿದರೇ ನೆತ್ತಿಯ ತುದಿಯಿಂದ, ಅಂಗಾಲಿನವರೆಗೆ ನಡುಕವಾಗುತ್ತದೆ.

ಅವರು ಮನುಷ್ಯರನ್ನು ತಿನ್ನುತ್ತಾರೆ, ಅಂದರೆ ಅವರು ನನ್ನನ್ನೂ ತಿನ್ನಬಲ್ಲರು.

''ನಿನ್ನನ್ನು ತುಂಡು ತುಂಡಾಗಿ ಕಚ್ಚಿಹಾಕಬೇಕು'' ಎನ್ನುವ ಆ ಹೆಂಗಸಿನ ಮಾತು, ಹಸಿರು ಮುಖದ, ಉದ್ದ ಹಲ್ಲಿನ ಜನರ ಆ ಅಪಹಾಸ್ಯದ ನಗೆ, ಗೇಣಿದಾರ ಹೇಳಿದ ಕಥೆ, ಎಲ್ಲವೂ ಒಂದು ಗುಪ್ತ ಸಂಜ್ಞೆ ಎಂದು ನನಗೆ ಕಾಣುತ್ತಿದೆ. ಅವರ ಮಾತಿನಲ್ಲಿರುವ ವಿಷ, ಅವರ ನಗೆಯಲ್ಲಿರುವ ಕತ್ತರಿಸುವ ಚಾಕು ನನಗೆ ಅರಿವಾಗುತ್ತದೆ. ಅವರ ಹಲ್ಲುಗಳು ಬಿಳಿಯದಾಗಿದ್ದು ಹೊಳೆಯುತ್ತಿವೆ; ಅವರೆಲ್ಲಾ ನರಭಕ್ಷಕರು.

ನಾನೊಬ್ಬ ಕೆಟ್ಟ ಮನುಷ್ಯನಲ್ಲವಾದರೂ, ಖು ಚಿಉನ ಲೆಕ್ಕದ ಹಾಳೆಗಳನ್ನು ತುಳಿದಂದಿನಿಂದಲೂ ನಾನು ಅಪಾಯದ ಅಂಚಿನಲ್ಲಿದ್ದೇನೆಂದು ಅನಿಸುತ್ತದೆ. ಅವರ ಬಳಿ ಏನೋ ಗುಟ್ಟುಗಳಿವೆ. ಆದರೆ ಅವೇನೆಂದು ನಾನು ಊಹಿಸಲಾರೆ. ಒಮ್ಮೆ ಅವರಿಗೆ ಕೋಪ ಬಂತು ಎಂದರೆ ಅವರು ಯಾರನ್ನಾದರೂ ಕೆಟ್ಟ ವ್ಯಕ್ತಿ ಎಂದು ಹೆಸರಿಸುತ್ತಾರೆ. ನನ್ನ ಅಣ್ಣ ನನಗೆ ಪ್ರಬಂಧ ರಚನೆ ಕಲಿಸುತ್ತಿದ್ದುದು ನೆನಪಾಗುತ್ತಿದೆ. ಒಬ್ಬ ಮನುಷ್ಯ ಎಷ್ಟೇ ಒಳ್ಳೆಯವನಿರಲಿ, ಅವನು ಕೆಟ್ಟವನೆಂದು ನಾನು ವಾದ ಹೂಡಿದರೆ ನನ್ನಣ್ಣ ತನ್ನ ಮೆಚ್ಚುಗೆ ಸೂಚಿಸುವಂತೆ ಆ ಭಾಗವನ್ನು ಗುರುತು ಮಾಡುತ್ತಿದ್ದ. ಕೆಡುಕು ಮಾಡುವವರನ್ನು ನಾನು ಕ್ಷಮಿಸಿದರೆ, ಆತ ಹೇಳುತ್ತಿದ್ದ : ''ಒಳ್ಳೆಯದು, ಇದು ನಿನ್ನ ಸ್ವತಂತ್ರ ಆಲೋಚನೆಯನ್ನು ತೋರಿಸ್ತದೆ.'' ಆದರೆ ಅವರು ಜನರನ್ನು ತಿನ್ನುವುದಕ್ಕೂ ಸಿದ್ಧರಾಗಿರುವಾಗ, ಅವರ ಗುಪ್ತ ಯೋಚನೆಗಳ ಬಗ್ಗೆ ನಾನು ಊಹಿಸುವುದಾದರೂ ಹೇಗೆ ?

ಇವನ್ನು ಅರ್ಥಮಾಡಿಕೊಳ್ಳಬೇಕಾದರೆ ಎಲ್ಲವನ್ನೂ ಅತ್ಯಂತ ಎಚ್ಚರಿಕೆಯಿಂದ ಪರಿಶೀಲಿಸ ಬೇಕು. ಪ್ರಾಚೀನ ಕಾಲದಲ್ಲಿ, ಜನರು ಹೆಚ್ಚಾಗಿ ಮಾನವೀಯರಾಗಿದ್ದರು ಎಂದು ನನ್ನ ನೆನಪು. ಆದರೆ ಆ ಬಗ್ಗೆ ನನ್ನ ನೆನಪು ಮಸುಕು ಮಸುಕು. ಇದು ಪುಸ್ತಕದಲ್ಲಿ ಸಿಗುತ್ತದೇನೋ ಎಂದು ಹುಡುಕಿದೆ. ಆದರೆ ನನ್ನ ಇತಿಹಾಸದಲ್ಲಿ ಕಾಲಾನುಕ್ರಮಣಿಕೆಯೇ ಇಲ್ಲ. ಪ್ರತಿಯೊಂದು ಪುಟದಲ್ಲೂ, ಹಾಳೆ ತುಂಬ 'ಸದ್ಗುಣ ಮತ್ತು ನೈತಿಕತೆ' ಎನ್ನುವ ಶಬ್ದಗಳು ಗೀಚಲ್ಪಟ್ಟಿವೆ. ನನಗೆ ನಿದ್ದೆ ಬಾರದಿರುವುದರಿಂದ ಅರ್ಧ ರಾತ್ರಿಯ ತನಕ ತೀವ್ರವಾಗಿ ಓದಿದೆ. ಆಗ ಈ ಶಬ್ದಗಳ ಮರೆಯಲ್ಲಿನ ಅರ್ಥ ಆಗತೊಡಗಿತು. ಇಡೀ ಪುಸ್ತಕ ಎರಡೇ ಶಬ್ದಗಳಿಂದ ತುಂಬಿದೆ - ''ಜನರನ್ನು ತಿನ್ನು''.

ಪುಸ್ತಕದಲ್ಲಿ ಬರೆದ ಈ ಎಲ್ಲ ಶಬ್ದಗಳು, ನಮ್ಮ ಗೇಣಿದಾರ ಆಡಿದ ಎಲ್ಲ ಮಾತುಗಳು ನನ್ನತ್ತ ನಿಗೂಢ ನಗೆಯಿಂದ ಸೃಷ್ಟಿಸುತ್ತವೆ.

ನಾನೂ ಒಬ್ಬ ಮನುಷ್ಯ ಮತ್ತು ಅವರು ನನ್ನನ್ನು ತಿನ್ನಬೇಕೆಂದಿದ್ದಾರೆ !

4

ಬೆಳಿಗ್ಗೆ ಸ್ವಲ್ಪ ಹೊತ್ತು ನಾನು ಸುಮ್ಮನೆ ಕೂತೆ. ಚೆನ್ ಮುದುಕ ಊಟ ತಂದಿದ್ದ; ಒಂದು ಬೋಗುಣಿ ತುಂಬ ತರಕಾರಿ, ಇನ್ನೊಂದು ಬೋಗುಣಿಯಲ್ಲಿ ಹಬೆಯಾಡುತ್ತಿರುವ ಬೇಯಿಸಿದ ಮೀನು. ಮೀನಿನ ಕಣ್ಣು ಬಿಳುಪಾಗಿತ್ತು, ಕ್ರೂರವಾಗಿತ್ತು, ಅದರ ಬಾಯಿ, ಮನುಷ್ಯರನ್ನು ತಿನ್ನಬಯಸುವ ಆ ಎಲ್ಲ ಜನರ ಬಾಯಿಯಂತೆಯೇ ತೆರೆದಿತ್ತು. ಒಂದೆರಡು ತುತ್ತು ತಿಂದಾದ ನಂತರ ಜಾರುತ್ತಿದ್ದ ಆ ತುತ್ತುಗಳು ಮೀನೋ ಅಥವಾ ಮನುಷ್ಯರ ಮಾಂಸವೋ ಎಂದು ಹೇಳುವುದು ಕಷ್ಟವಾಗಿತ್ತು. ಹಾಗಾಗಿ ಅವನ್ನೆಲ್ಲಾ ನಾನು ವಾಂತಿ ಮಾಡಿದೆ.

''ಚೆನ್ ಮುದುಕ, ನನಗೆ ಉಸಿರು ಕಟ್ಟಿದಂತಾಗುತ್ತಿದೆ, ತೋಟದಲ್ಲಿ ಸ್ವಲ್ಪ ಸುತ್ತಾಡ ಬೇಕೆನಿಸುತ್ತದೆ ಎಂದು ನನ್ನ ಅಣ್ಣನಿಗೆ ಹೇಳು'' ಎಂದೆ. ಚೆನ್ ಏನೂ ಮಾತಾಡದೆ ಹೊರಗೆ ಹೊರಟುಹೋದ. ಸ್ವಲ್ಪ ಹೊತ್ತಿನಲ್ಲೇ ತಿರುಗಿ ಬಂದು ಗೇಟು ತೆಗೆದ.

ನಾನು ಅಲ್ಲಾಡಲಿಲ್ಲ. ನನಗೆ ಹೊರಗೆ ಹೋಗಲು ಅವರು ಖಂಡಿತ ಬಿಡುವುದಿಲ್ಲ ಎಂಬ ಭಾವನೆಯಲ್ಲಿ, ಅವರು ನನ್ನನ್ನು ಹೇಗೆ ನೋಡುತ್ತಾರೆಂಬುದನ್ನು ಪರೀಕ್ಷಿಸಲು ಕಾಯುತ್ತ ಕೂತೆ. ನನ್ನ ಊಹೆ ನಿಜವಾಯಿತು! ನನ್ನ ಅಣ್ಣ ಒಬ್ಬ ಮುದುಕನನ್ನು ಹಿಂದೆ ಹಾಕಿಕೊಂಡು ನಿಧಾನವಾಗಿ ಒಳ ಬಂದ. ಅವನ ಕಣ್ಣುಗಳಲ್ಲಿ ಕೊಲೆಗಡುಕನ ಹೊಳಪಿತ್ತು. ನಾನು ಅದನ್ನು ನೋಡುತ್ತೇನೆಂದು ಶಂಕಿಸಿ ಆತ ತನ್ನ ತಲೆಯನ್ನು ಬಾಗಿಸಿ, ತನ್ನ ಕನ್ನಡಕದ ಬದಿಯಿಂದ ನನ್ನ ಮೇಲೆ ಕಳ್ಳ ನೋಟಗಳನ್ನು ಬೀರುತ್ತಿದ್ದ.

''ಇವತ್ತು ನಿನಗೆ ಉತ್ತಮವಾಗಿರುವಂತೆ ಕಾಣ್ತದೆ'' ಎಂದ ನನ್ನ ಅಣ್ಣ.

''ಹೂಂ'' ಎಂದೆ.

''ನಿನ್ನನ್ನು ಪರೀಕ್ಷಿಸುವುದಕ್ಕಾಗಿ ಮಿಸ್ಟರ್ ಹ ನನ್ನು ಇವತ್ತು ಕರೆದಿದ್ದೇನೆ'' ಎಂದ.

''ಆಯ್ತು'' ಎಂದೆ.

ನಿಜ ಹೇಳಬೇಕೆಂದರೆ ಈ ಮುದುಕ ವೇಷ ಮರೆಸಿಕೊಂಡ ಶಿರಚ್ಛೇದಕನೆಂದು ನನಗೆ ಚೆನ್ನಾಗಿ ಗೊತ್ತಿತ್ತು! ನಾನೆಷ್ಟು ಕೊಬ್ಬು ತುಂಬಿಕೊಂಡಿದ್ದೆನೆಂದು ನೋಡಲು ಅವನು ನನ್ನ ನಾಡಿ ಪರೀಕ್ಷೆಯನ್ನು ನೆಪಮಾಡಿಕೊಂಡಿದ್ದ ಅಷ್ಟೆ. ಇದರಿಂದ ನನ್ನ ಮಾಂಸದಲ್ಲಿ ತನಗೆಷ್ಟು ಭಾಗ ಸಿಗುತ್ತದೆಂದು ಲೆಕ್ಕ ಹಾಕುವುದೇ ಅವನ ಉದ್ದೇಶ. ಅಷ್ಟಾದರೂ ನಾನು ಹೆದರಲಿಲ್ಲ. ಅವನೇನು ಮಾಡುತ್ತಾನೆಂದು ನೋಡಲು ನನ್ನ ಎರಡು ಮುಷ್ಟಿಗಳನ್ನೂ ಚಾಚಿದೆ. ಮುದುಕ ಕೂತುಕೊಂಡ, ತನ್ನ ಕಣ್ಣುಗಳನ್ನು ಮುಚ್ಚಿದ, ಸ್ವಲ್ಪ ಹೊತ್ತು ಏನೋ ಹುಡುಕಾಡಿದಂತೆ ಮಾಡಿದ, ಮತ್ತೆ ಸ್ವಲ್ಪ ಹೊತ್ತು ನಿಶ್ಶಬ್ದವಾಗಿ ಕೂತ, ಅನಂತರ ತನ್ನ ಕಣ್ಣುಗಳನ್ನು ತೆರೆದು ''ನಿನ್ನ ಕಲ್ಪನಾಲೋಕದಲ್ಲಿ ಕೊಚ್ಚಿ ಹೋಗ್ಬೇಡ. ಕೆಲವು ದಿನ ಚೆನ್ನಾಗಿ ವಿಶ್ರಾಂತಿ ಪಡೆ, ನಿನಗೆ ಗುಣವಾಗ್ತದೆ'' ಎಂದ.

ಕಲ್ಪನಾ ಲೋಕದಲ್ಲಿ ಕೊಚ್ಚಿ ಹೋಗಬೇಡ! ಕೆಲವು ದಿನ ವಿಶ್ರಾಂತಿ ಪಡೆ! ನಾನು ಇನ್ನೂ ಕೊಬ್ಬಿದ ಮೇಲೆ ಅವರಿಗೆ ತಿನ್ನಲು ಸ್ವಾಭಾವಿಕವಾಗಿ ಹೆಚ್ಚು ಮಾಂಸ ಸಿಗುತ್ತದೆ. ಆದರೆ ಅದರಿಂದ ನನಗೇನು ಒಳ್ಳೆಯದಾಗುತ್ತದೆ, ನನಗೆ ಹೇಗೆ 'ಗುಣ'ವಾಗುತ್ತದೆ? ಎಲ್ಲ ಜನರೂ ನರಮಾಂಸ ತಿನ್ನಲು ಬಯಸುವವರೇ. ತಕ್ಷಣವೇ ಕಾರ್ಯೋನ್ಮುಖರಾಗಲು ಧೈರ್ಯವಿಲ್ಲದೆ ಒಂದು ಬಗೆಯ ಸೋಗುಹಾಕುತ್ತಾರೆ. ಇದನ್ನು ನೋಡಿ ನನಗೆ ಹೊಟ್ಟೆ ಹುಣ್ಣಾಗುವಂತೆ ನಗು ಬರುತ್ತದೆ. ಈ ಮೋಜಿನಿಂದಾಗಿ ಗಹಗಹಿಸಿ ನಗುತ್ತೇನೆ. ನನ್ನ ಧೈರ್ಯ ಮತ್ತು ಪ್ರಾಮಾಣಿಕತೆಯಿಂದ ಬೆರಗಾಗಿ ಮುದುಕ ಮತ್ತು ನನ್ನಣ್ಣ ಇಬ್ಬರೂ ಬಿಳಿಚಿಕೊಂಡರು.

ನಾನು ಧೈರ್ಯಶಾಲಿಯಾಗಿರುವುದರಿಂದಲೇ, ನನ್ನ ಧೈರ್ಯದ ಕೆಲವು ಅಂಶವನ್ನು ತಾವು ಪಡೆಯುವುದಕ್ಕಾಗಿ ಅವರು ನನ್ನನ್ನು ತಿನ್ನಲು ಇನ್ನೂ ಕಾತರರಾಗಿದ್ದಾರೆ. ಮುದುಕ ಗೇಟಿನಿಂದಾಚೆ ಹೋದ. ಆದರೆ ಸ್ವಲ್ಪ ದೂರದಲ್ಲಿ ನನ್ನ ಅಣ್ಣನಿಗೆ ಕೆಳದನಿಯಲ್ಲಿ ಹೇಳಿದ, ''ಕೂಡಲೇ ತಿಂದು ಮುಗಿಸಬೇಕು!'' ನನ್ನ ಅಣ್ಣ ತಲೆ ಹಾಕಿದ. ಓಹೋ! ನನ್ನ ಅಣ್ಣನೂ ಈ ಸಂಚಿನಲ್ಲಿ ಸೇರಿದ್ದಾನೆ! ಈ ಅದ್ಭುತ ವಿಷಯದ ಪತ್ತೆ ನನ್ನನ್ನು ಆಘಾತಗೊಳಿಸಿತಾದರೂ ನಾನು ನಿರೀಕ್ಷಿಸಿದ್ದಕ್ಕಿಂತ ಹೆಚ್ಚಿನದೇನೂ ಅಲ್ಲ; ನನ್ನನ್ನು ತಿನ್ನುವವರ ಕೂಟದಲ್ಲಿ ನನ್ನ ಅಣ್ಣನೂ ಭಾಗಿ! ನನ್ನಣ್ಣ ನರ ಮಾಂಸ ತಿನ್ನುವವ!

ನರಮಾಂಸ ತಿನ್ನುವವನ ತಮ್ಮ ನಾನು!

ನನ್ನನ್ನು ಬೇರೆಯವರು ತಿಂದುಹಾಕುತ್ತಾರೆ, ಆದರೂ ನರಮಾಂಸ ಭಕ್ಷಿಸುವವನ ತಮ್ಮ ನಾನು ಎನ್ನುವುದು ಸುಳ್ಳಾಗುವುದಿಲ್ಲ!

5

ಈ ಕೆಲವು ದಿನಗಳಿಂದ ನಾನು ಮತ್ತೆ ಯೋಚಿಸುತ್ತಿದ್ದೇನೆ: ಆ ಮುದುಕ ಮಾರುವೇಷದ ಶಿರಚ್ಛೇದಕನಾಗಿರದೆ, ನಿಜವಾದ ವೈದ್ಯನೇ ಆಗಿದ್ದರೆ? ಹಾಗಿದ್ದರೂ ಆತ ನರಮಾಂಸ ಭಕ್ಷಕನೆನ್ನುವುದು ಸುಳ್ಳಾಗುವುದಿಲ್ಲ. ಆತನ ಪೂರ್ವಜನಾದ ಲೀ ಶ ಚನ್* ಬರೆದ ಗಿಡಮೂಲಿಕೆಗಳ ಮೇಲಿನ ಪುಸ್ತಕದಲ್ಲಿ, ಮನುಷ್ಯರ ಮಾಂಸವನ್ನು ಬೇಯಿಸಿ ತಿನ್ನಬಹುದೆಂದು ಸ್ಪಷ್ಟವಾಗಿ ಹೇಳಿದೆ. ಈಗಲೂ ಆತ ತಾನು ಮನುಷ್ಯರನ್ನು ತಿನ್ನುವುದಿಲ್ಲವೆಂದು ಹೇಳಿಯಾನೆ ?

ನನ್ನ ಅಣ್ಣನ ಬಗ್ಗೆ ಹೇಳುವುದಾದರೆ, ಆತನನ್ನು ಶಂಕಿಸಲು ನನಗೆ ಒಳ್ಳೆಯ ಕಾರಣಗಳಿವೆ. ನನಗೆ ಆತ ಪಾಠ ಕಲಿಸುತ್ತಿದ್ದಾಗ, ತನ್ನ ಸ್ವಂತ ನಾಲಿಗೆಯಿಂದಲೇ ಹೇಳಿದ್ದ: ''ತಿನ್ನುವುದಕ್ಕೋಸ್ಕರ ಜನ ತಮ್ಮ ಗಂಡು ಮಕ್ಕಳನ್ನು ವಿನಿಮಯ ಮಾಡಿಕೊಳ್ಳುತ್ತಾರೆ.'' ಕೆಟ್ಟ ಮನುಷ್ಯನೊಬ್ಬನನ್ನು ಕುರಿತು ಒಮ್ಮೆ ಚರ್ಚಿಸುತ್ತಿದ್ದಾಗ, ಆತನನ್ನು ಕೊಲ್ಲುವುದಷ್ಟೇ ಅಲ್ಲ, ''ಆತನ ಮಾಂಸವನ್ನು ತಿನ್ನಬಹುದು ಮತ್ತು ಅವನ ಚರ್ಮ ಸುಲಿದು ಅದರ ಮೇಲೆ ಮಲಗಬಹುದು''** ಎಂದಿದ್ದ ನನ್ನಣ್ಣ. ಆಗ ನಾನಿನ್ನೂ ಚಿಕ್ಕವನು. ಕೆಲವು ಹೊತ್ತಿನವರೆಗೆ ನನ್ನ ಹೃದಯ ವೇಗವಾಗಿ ಬಡಿದುಕೊಂಡಿತ್ತು. ಮನುಷ್ಯನ ಹೃದಯ ಮತ್ತು ಪಿತ್ತಕೋಶವನ್ನು ತಿನ್ನುವುದರ ಬಗ್ಗೆ ನಮ್ಮ ಗ್ರಾಮದಿಂದ ಬಂದ ಗೇಣಿದಾರ ಕಥೆ ಹೇಳಿದಾಗ ನನ್ನಣ್ಣನಿಗೆ ಆಶ್ಚರ್ಯವಾಗಲೇ ಇಲ್ಲ. ಆತ ಉದ್ದಕ್ಕೂ ತಲೆ ಹಾಕುತ್ತಲೇ ಇದ್ದ. ಆತ ಹಿಂದಿನಂತೆಯೇ ಕ್ರೂರ ಮನುಷ್ಯ ಎಂದಾಯಿತು. ''ತಿನ್ನುವ ಸಲುವಾಗಿ ಮಕ್ಕಳನ್ನು ವಿನಿಮಯ ಮಾಡಿಕೊಳ್ಳುವುದು'' ಸಾಧ್ಯವಾದ್ದರಿಂದ ಯಾವುದನ್ನಾದರೂ ವಿನಿಮಯ ಮಾಡಬಹುದು ; ಯಾರನ್ನಾದರೂ ತಿನ್ನಬಹುದು. ಹಿಂದೆ ಆತ ಹೇಳುತ್ತಿದ್ದ ವಿವರಣೆಗಳನ್ನು ನಾನು ಸುಮ್ಮನೇ ಕೇಳಿ ಬಿಟ್ಟುಬಿಡುತ್ತಿದ್ದೆ. ಆದರೆ, ಆತ ಹಾಗೆ ನನಗೆ ವಿವರಿಸುತ್ತಿದ್ದಾಗ ಅವನ ತುಟಿಯ ಮೂಲೆಯಲ್ಲಿ ಮಾನವ ಮಾಂಸದ ಕೊಬ್ಬು ಇತ್ತಷ್ಟೇ ಅಲ್ಲ, ಮಾನವರನ್ನು ತಿನ್ನಲು ಆಗಲೇ ಆತ ನಿರ್ಧರಿಸಿಬಿಟ್ಟಿದ್ದನೆಂಬುದು ಈಗ ನನಗೆ ಗೊತ್ತಾಗುತ್ತಿದೆ.

6

ಕಗ್ಗತ್ತಲು. ಇದು ರಾತ್ರಿಯೋ, ಹಗಲೋ ಗೊತ್ತಾಗುತ್ತಿರಲಿಲ್ಲ. ಚಾವ್ ಕುಟುಂಬದ ನಾಯಿ ಮತ್ತೆ ಬೊಗಳಲು ಪ್ರಾರಂಭಿಸಿದೆ.

ಸಿಂಹದ ತೀಕ್ಷ್ಣತೆ, ಮೊದಲ ಅಂಜುಬುರುಕತನ, ನರಿಯ ಕುತಂತ್ರ...

7

ಅವರು ಯಾವ ಮಾರ್ಗ ಅನುಸರಿಸುತ್ತಾರೆಂದು ನನಗೆ ಗೊತ್ತು. ಅವರು ಯಾರನ್ನೂ ಸೀದಾ ಹೋಗಿ ಕೊಲ್ಲುವುದಿಲ್ಲ. ಅದರ ಪರಿಣಾಮಕ್ಕೆ ಹೆದರುವುದರಿಂದ ಹಾಗೆ ಮಾಡಲು ಧೈರ್ಯವಿಲ್ಲ. ಅದರ ಬದಲು ನನ್ನನ್ನು ನಾನೇ ಕೊಂದುಕೊಳ್ಳುವಂಥ ಪರಿಸ್ಥಿತಿಗೆ ನೂಕಲು ಅವರೆಲ್ಲರೂ ಒಟ್ಟಾಗಿ ಎಲ್ಲೆಲ್ಲೂ ಬಲೆ ಹರಡಿದ್ದಾರೆ. ಕೆಲವು ದಿನಗಳ ಹಿಂದೆ ರಸ್ತೆಯಲ್ಲಿ ಗಂಡಸರು

---

* ಒಬ್ಬ ಪ್ರಖ್ಯಾತ ಪ್ರಾಚೀನ ವೈದ್ಯ (1518-1593), ಬೆನ್-ಕಾವೊ-ಗಾಂಗ್-ಮು ಎಂಬ ಚೀನೀ ಔಷಧಿ ಕೋಶದ ಕರ್ತೃ.

** ಜುವೋ ಜುವಾನ್ ಎಂಬ ಪ್ರಾಚೀನ ಗ್ರಂಥದಿಂದ ಉದ್ಧೃತವಾದ ವಾಕ್ಯಗಳು.

ಹೆಂಗಸರು ವರ್ತಿಸುತ್ತಿದ್ದ ರೀತಿ, ಕಳೆದ ಕೆಲವು ದಿನಗಳಲ್ಲಿ ಕಂಡುಬಂದ ನನ್ನ ಅಣ್ಣನ ಧೋರಣೆ – ಇವುಗಳಿಂದ ಇದು ಸ್ಪಷ್ಟವಾಗುತ್ತದೆ. ತನ್ನ ಸೊಂಟದ ಪಟ್ಟಿಯನ್ನು ಕಳಚಿ, ಅದನ್ನು ತೊಲೆಗೆ ಕಟ್ಟಿ ಅದರಿಂದಲೇ ಒಬ್ಬ ನೇಣು ಹಾಕಿಕೊಂಡರೆ ಅವರಿಗೆ ಖುಷಿ. ಏಕೆಂದರೆ, ಆ ಮನುಷ್ಯನ ಕೊಲೆಯ ಆಪಾದನೆ ಇವರ ಮೇಲೆ ಬರುವುದಿಲ್ಲ ಮತ್ತು ಅವನನ್ನು ಚೆನ್ನಾಗಿ ತಿಂದು ಆನಂದಿಸಬಹುದು. ಸ್ವಾಭಾವಿಕವಾಗಿಯೇ ಇದು ಅವರನ್ನು ಆನಂದದ ನಗೆಯಲ್ಲಿ ಮುಳುಗಿಸಿತು. ಒಬ್ಬ ಮನುಷ್ಯ ಭಯಗ್ರಸ್ತನಾಗಿದ್ದರೆ ಅಥವಾ ಚಿಂತಾಕುಲನಾಗಿದ್ದರೆ ಅವನು ಸಣಕಲಾಗುತ್ತಾ ಹೋಗುತ್ತಾನೆ. ಆಗಲೂ ಇವರು ಸಮ್ಮತಿ ಸೂಚಕವಾಗಿ ತಲೆದೂಗುತ್ತಾರೆ.

ಅವರು ಸತ್ತವರ ಮಾಂಸವನ್ನು ಮಾತ್ರ ತಿನ್ನುತ್ತಾರೆ! ಒಂದು ಬೀಭತ್ಸ ಪ್ರಾಣಿಯನ್ನು ಕುರಿತು ಎಲ್ಲೋ ಓದಿದ ನೆನಪು. ವಿಕಾರ ರೂಪಿನ ಕಣ್ಣುಗಳುಳ್ಳ ಕತ್ತೆ ಕಿರುಬ ಎನ್ನುವ ಈ ಹೆಸರಿನ ಪ್ರಾಣಿ ಸತ್ತ ಪ್ರಾಣಿಯ ಮಾಂಸವನ್ನು ತಿನ್ನುತ್ತದೆಯಂತೆ. ದೊಡ್ಡ ದೊಡ್ಡ ಎಲುಬುಗಳನ್ನೂ ಪುಡಿ ಪುಡಿಯಾಗಿ ಅಗಿದು ಅದು ನುಂಗುತ್ತದೆ. ಇದರ ಯೋಚನೆಯೇ ನನ್ನನ್ನು ದಿಗಿಲುಗೊಳಿಸಲು ಸಾಕು. ಕತ್ತೆ ಕಿರುಬಗಳು ತೋಳಗಳಿಗೆ ಸಂಬಂಧಿ. ತೋಳಗಳು ನಾಯಿ ಜಾತಿಗೆ ಸೇರಿದವು. ಈಚೆಗೊಂದು ದಿನ ಚಾವ್ ಮನೆಯ ನಾಯಿ ನನ್ನನ್ನು ಬಹಳ ಸಾರಿ ನೋಡಿತು. ಅದು ಕೂಡ ಅವರ ಸಂಚಿನಲ್ಲಿ ಶಾಮೀಲಾಗಿದೆ ಎಂಬುದು ಸ್ಪಷ್ಟ, ಆ ಮುದುಕನ ಕಣ್ಣ ನೋಟ ನೆಲದ ಮೇಲಿತ್ತು. ಆದರೂ ಅದು ನನ್ನನ್ನು ಮೋಸಗೊಳಿಸಲಿಲ್ಲ!

ಅತ್ಯಂತ ವ್ಯಾಕುಲಗೊಳಿಸುವ ವ್ಯಕ್ತಿ ಎಂದರೆ ನನ್ನ ಅಣ್ಣ. ಆತ ಕೂಡ ಒಬ್ಬ ಮನುಷ್ಯ. ಆದದ್ದರಿಂದ ಆತನಿಗೇಕೆ ಹೆದರಿಕೆಯಾಗುವುದಿಲ್ಲ? ನನ್ನನ್ನು ತಿನ್ನಲು ಬೇರೆಯವರ ಜೊತೆ ಯಾಕೆ ಸಂಚು ಹೂಡುತ್ತಿದ್ದಾನೆ? ತಪ್ಪೆಂದು ಗೊತ್ತಿದ್ದರೂ ಅದನ್ನೇ ಮಾಡಲು ಆತ ಹೃದಯವನ್ನು ಕಠೋರ ಗೊಳಿಸಿಕೊಂಡಿರಬಹುದೇ?

ನರಭಕ್ಷಕರನ್ನು ಶಪಿಸುವಾಗ ನಾನು ನನ್ನಣ್ಣನಿಂದ ಪ್ರಾರಂಭಿಸುತ್ತೇನೆ ಮತ್ತು ನರಭಕ್ಷಣೆ ತಪ್ಪೆಂಬ ವಾದವನ್ನೂ ನನ್ನಣ್ಣನೊಂದಿಗೆ ಮೊದಲು ಮಾಡುತ್ತೇನೆ.

8

ವಾಸ್ತವವಾಗಿ, ಅಂಥ ವಾದಗಳು ಬಹಳ ಹಿಂದೆಯೇ ಅವರಿಗೆ ಮನವರಿಕೆಯಾಗಬೇಕಿತ್ತು...

ಇದ್ದಕ್ಕಿದ್ದ ಹಾಗೇ ಯಾರೋ ಒಳಗೆ ಬಂದರು. ಆತ ಸುಮಾರು 20 ವರ್ಷದ ವ್ಯಕ್ತಿ. ಆತನ ಆಕಾರ ನನಗೆ ಸ್ಪಷ್ಟವಾಗಿ ಕಾಣಲಿಲ್ಲ. ಆತನ ಮುಖದ ತುಂಬ ನಗೆ ಹರಡಿಕೊಂಡಿತ್ತು. ಆದರೆ ಆತ ನನ್ನತ್ತ ತಲೆದೂಗಿದಾಗ ಅವನ ನಗೆ ನಿಜವಾದ್ದೆಂದು ಅನಿಸಲಿಲ್ಲ. ನಾನು ಆತನನ್ನು ಕೇಳಿದೆ :

''ಮನುಷ್ಯರನ್ನು ತಿನ್ನೋದು ಸರಿಯೇ?''

ಇನ್ನೂ ನಗುತ್ತಲೇ ಆತ ಉತ್ತರ ಕೊಟ್ಟ :

''ಕ್ಷಾಮವಿಲ್ಲದೇ ಇರುವಾಗ ಹ್ಯಾಗೆ ಮನುಷ್ಯರನ್ನು ತಿನ್ತಾರೆ?''

ಆತ ಅವರಲ್ಲೊಬ್ಬ ಎಂದು ನನಗೆ ಆ ಕೂಡಲೇ ಗೊತ್ತಾಯಿತು. ಆದರೂ ನಾನು ನನ್ನೆಲ್ಲಾ ಧೈರ್ಯವನ್ನೂ ಒಟ್ಟುಗೂಡಿಸಿ ಮತ್ತೆ ಅದೇ ಪ್ರಶ್ನೆ ಕೇಳಿದೆ :

''ಅದು ಸರಿಯೇ?''

''ಅಂಥ ಪ್ರಶ್ನೆಯನ್ನು ಕೇಳುವಂಥಾದ್ದೇನಾಗಿದೆ ಈಗ? ನಿನಗೆ ನಿಜವಾಗಿಯೂ... ತಮಾಷೆಯೆಂದರೆ ಪ್ರೀತಿ.... ಇಂದು ನಿಜವಾಗಿಯೂ ಒಳ್ಳೆಯ ದಿನ.''

''ಹೌದು, ದಿನ ಚೆನ್ನಾಗಿದೆ, ಚಂದ್ರ ಪ್ರಕಾಶಮಾನವಾಗಿದ್ದಾನೆ. ಆದರೆ ನಿನ್ನ ಬಳಿ ಒಂದು ವಿಷಯ ಕೇಳಬೇಕು : ಅದು ಸರಿಯೇ ?''

ಅವನು ತಬ್ಬಿಬ್ಬಾದಂತೆ ಕಂಡ. ''ಇಲ್ಲ''... ಎಂದೇನೋ ಗೊಣಗಿದ.

''ಇಲ್ಲ? ಹಾಗಾದರೆ ಅವರೆಲ್ಲ ಅದನ್ನೇ ಇನ್ನೂ ಯಾಕೆ ಮಾಡ್ತಾ ಇದ್ದಾರೆ ?''

''ನೀನೇನು ಮಾತಾಡ್ತಾ ಇರೋದು ?''

''ನಾನೇನು ಮಾತಾಡ್ತಾ ಇದ್ದೇನೆ? ತೋಳಕೂಟ ಹಳ್ಳಿಯಲ್ಲಿ ಈಗಲೂ ಅವರು ಮನುಷ್ಯರನ್ನು ತಿನ್ತಾ ಇದ್ದಾರೆ. ಪುಸ್ತಕಗಳಲ್ಲೆಲ್ಲಾ ಹೊಚ್ಚ ಹೊಸ ಕೆಂಪು ಶಾಯಿಯಿಂದ ಅದನ್ನ ಬರೆದಿರೋದನ್ನು ನೀನು ನೋಡಬಹುದು.''

ಆತನ ಮುಖಭಾವ ಬದಲಾಯಿತು. ಅದು ಭಯಾನಕವಾಗಿ ಬಿಳಚಿಕೊಂಡಿತು. ''ಅದು ನಿಜವಿದ್ದರೂ ಇರಬಹುದು. ಅದು ಯಾವಾಗಲೂ ಹಾಗೇ ಇತ್ತು...'' ಎಂದ ನನ್ನನ್ನೇ ನೋಡುತ್ತ.

''ಅದು ಯಾವಾಗಲೂ ಹಾಗೇ ಇದೆ ಎನ್ನೋ ಕಾರಣದಿಂದ ಅದು ಸರಿ ಎನ್ನಿಸುತ್ತದೆಯಾ ?''

''ಇಂಥ ವಿಷಯಗಳನ್ನು ನಾನು ನಿನ್ನೊಡನೆ ಚರ್ಚಿಸಲು ಸಿದ್ಧನಿಲ್ಲ. ಅದೇನೇ ಇರಲಿ ನೀನು ಈ ಬಗ್ಗೆ ಮಾತನಾಡಕೂಡದು. ಆ ವಿಷಯ ಯಾರೇ ಮಾತನಾಡಲೀ ಅದು ತಪ್ಪು.''

ನಾನು ಮೇಲಕ್ಕೆ ಜಿಗಿದು, ಕಣ್ಣುಗಳನ್ನು ಅಗಲವಾಗಿ ತೆರೆದೆ, ಆದರೆ ಆ ಮನುಷ್ಯ ಮಾಯವಾಗಿದ್ದ. ನಾನು ಬೆವರಿನಿಂದ ಒದ್ದೆ ಮುದ್ದೆಯಾಗಿದ್ದೆ. ಆತ ನನ್ನಣ್ಣನಿಗಿಂತಲೂ ಚಿಕ್ಕವನು, ಆದರೂ ಆತ ಆ ಸಂಚಿನಲ್ಲಿದ್ದ. ಆತನಿಗೆ ಅವನ ತಂದೆ ತಾಯಿಗಳು ಕಲಿಸಿರಬೇಕು. ಅವನು ತನ್ನ ಮಗನಿಗೂ ಇದನ್ನು ಈಗಾಗಲೇ ಕಲಿಸಿದ್ದಾನೆಂದು ನನ್ನ ಶಂಕೆ. ಆದ್ದರಿಂದಲೇ ಆ ಮಕ್ಕಳೂ ನನ್ನನ್ನು ಅಷ್ಟು ಕ್ರೂರವಾಗಿ ನೋಡುತ್ತವೆ.

9

ಅವರೆಲ್ಲರೂ ಮನುಷ್ಯರನ್ನು ತಿನ್ನುವವರೇ, ಆದರೂ ತಮ್ಮನ್ನೇ ಯಾರಾದರೂ ತಿಂದಾರೆಂದು ಭಯ. ಹಾಗಾಗಿ ಅವರು ಒಬ್ಬರನ್ನೊಬ್ಬರು ಭಯಂಕರ ಅನುಮಾನದಿಂದ ನೋಡುತ್ತಿರುತ್ತಾರೆ...

ಇಂಥ ಹುಚ್ಚು ಭ್ರಮೆಯಿಂದ ತಪ್ಪಿಸಿಕೊಂಡು ಸಮಾಧಾನದಿಂದ ಕೆಲಸಕ್ಕೆ ಹೋಗುವುದು, ನಡೆದಾಡುವುದು, ತಿನ್ನುವುದರಲ್ಲಿ ನಿರತರಾದರೆ ಜೀವನ ಎಷ್ಟು ಸುಖಮಯವಾಗಿರುತ್ತದೆ! ಅವರು ಇದೇ ಈ ಒಂದು ಹೆಜ್ಜೆ ಇಟ್ಟರೆ ಸಾಕು. ಹಾಗಿದ್ದರೂ ಅಪ್ಪ ಮಕ್ಕಳು, ಗಂಡ ಹೆಂಡತಿ, ಅಣ್ಣ ತಮ್ಮಂದಿರು, ಸ್ನೇಹಿತರು, ಉಪಾಧ್ಯಾಯರು ಮತ್ತು ವಿದ್ಯಾರ್ಥಿಗಳು, ಹುಟ್ಟಾ ಶತ್ರುಗಳು, ಪರಸ್ಪರ ಅಪರಿಚಿತರು ಕೂಡಾ ಈ ಹೆಜ್ಜೆ ಹಾಕದಂತೆ ಒಬ್ಬರು ಮತ್ತೊಬ್ಬರನ್ನು ನಿರುತ್ತೇಜಿಸುತ್ತಾ, ತಡೆಯುತ್ತಾ, ಎಲ್ಲರೂ ನರಭಕ್ಷಕ ಪಿತೂರಿಯಲ್ಲಿ ಸೇರಿದ್ದಾರೆ.

10

ಇಂದು ಬೆಳಗಿನ ಜಾವ ನಾನು ನನ್ನಣ್ಣನನ್ನು ನೋಡಲು ಹೋದೆ. ಆತ ಜಗಲಿಯ ಹೊರಗೆ ಬಾಗಿಲಲ್ಲಿ ನಿಂತು ಆಕಾಶ ನೋಡುತ್ತಿದ್ದ. ನಾನು ಅವನ ಹಿಂದಿನಿಂದ ಹೋಗಿ ಅವನ ಮತ್ತು ಬಾಗಿಲ ನಡುವೆ ನಿಂತು ಅತ್ಯಂತ ಸೌಜನ್ಯದಿಂದ ಅವನಿಗೆ ಹೇಳಿದೆ :

''ಅಣ್ಣ, ನಿನಗೆ ನಾನೇನೋ ಒಂದು ವಿಷಯ ಹೇಳಬೇಕಾಗಿದೆ.''

''ಏನದು ?'' ತಕ್ಷಣ ನನ್ನತ್ತ ತಿರುಗಿ, ತಲೆ ಹಾಕುತ್ತಾ ಆತ ಕೇಳಿದ.

''ನಾನು ಹೇಳಬೇಕಾದ್ದು ಕೇವಲ ಸ್ವಲ್ಪ. ಆದರೆ ಅದನ್ನು ಹೇಳೋದು ನನಗೆ ಕಷ್ಟವೆನಿಸ್ತಿದೆ. ಅಣ್ಣ, ಆರಂಭದಲ್ಲಿ ಆದಿಮಾನವರು ಮೊದಲು ಬಹುಶಃ ಸ್ವಲ್ಪ ನರಮಾಂಸ ತಿನ್ನುತ್ತಿದ್ದಿರ ಬಹುದು. ಅನಂತರ ಅವರು ಒಳ್ಳೆಯವರಾಗಲು ಪ್ರಯತ್ನಿಸಿದ್ದರಿಂದ ಅವರು ಮನುಷ್ಯರಾಗಿ ಬದಲಾದರು, ನಿಜವಾದ ಮನುಷ್ಯರಾಗಿ ಬದಲಾದರು. ಆದರ ಈಗಲೂ ಕಲವರು ತಿನ್ತಾರ - ಸರೀಸೃಪಗಳಂತೆ. ಕೆಲವರು ಮೀನಾಗಿ, ಹಕ್ಕಿಯಾಗಿ, ಮಂಗಗಳಾಗಿ ಮತ್ತು ಕೊನೆಗೆ ಮಾನವರಾಗಿ ಬದಲಾದರು; ಆದರೆ ಕೆಲವರು ಒಳ್ಳೆಯವರಾಗೋದಕ್ಕೆ ಪ್ರಯತ್ನಿಸೋದಿಲ್ಲ. ಹಾಗಾಗಿ ಸರೀಸೃಪಗಳಂತೆಯೇ ಉಳಿದಿದ್ದಾರೆ. ಮನುಷ್ಯರನ್ನು ತಿನ್ನುವವರು, ಮನುಷ್ಯರನ್ನು ತಿನ್ನದವರೊಡನೆ ತಮ್ಮನ್ನು ಹೋಲಿಸಿಕೊಂಡಾಗ ಅವರಿಗೆ ಎಷ್ಟು ನಾಚಿಕೆಯಾಗಬೇಡ ! ಬಹುಶಃ ಮಂಗಗಳೆದುರು ಸರೀಸೃಪಗಳಿಗಾಗುವುದಕ್ಕಿಂತಲೂ ಹೆಚ್ಚು ನಾಚಿಕೆಯಾಗಬೇಕು.

''ಪ್ರಾಚೀನ ಕಾಲದಲ್ಲಿ ಯೀ ಯು ತನ್ನ ಮಗನನ್ನು ಬೇಯಿಸಿ ಚೋ ಮತ್ತು ಜಾವ್‌ಗೆ ತಿನ್ನಲು ಕೊಟ್ಟ.* ಆದರೆ ಅದು ಹಳೆಯ ಕಥೆ. ವಾಸ್ತವವಾಗಿ ಪಾನ್ ಕು ನಿಂದ ಸ್ವರ್ಗ, ಮರ್ತ್ಯಗಳು ಸೃಷ್ಟಿ ಯಾದಂದಿನಿಂದಲೂ, ಯೀ ಯು ನ ಮಗನ ಕಾಲದಿಂದ ಹಿಡಿದು ಹ್ಸು ಹ್ಸಿಲಿನ್** ಕಾಲದವರೆಗೂ ಮತ್ತು ಹ್ಸು ಹ್ಸಿಲಿನ್ ಕಾಲದಿಂದ ತೋಳಕೂಟ ಗ್ರಾಮದಲ್ಲಿ ಸಿಕ್ಕಿಹಾಕಿಕೊಂಡ ಮನುಷ್ಯನವರೆಗೂ, ಮನುಷ್ಯರು ಒಬ್ಬರನ್ನೊಬ್ಬರು ತಿನ್ನುತ್ತಾ ಬಂದಿದ್ದಾರೆ. ಕಳೆದ ವರ್ಷ ನಗರದಲ್ಲಿ ಅವರು ಒಬ್ಬ ಅಪರಾಧಿಯನ್ನು ಗುಂಡು ಹಾಕಿ ಕೊಂದರು. ಒಬ್ಬ ಕ್ಷಯ ರೋಗಿ ಒಂದು ತುಂಡು ಬ್ರೆಡ್ಡನ್ನು ಅವನ ರಕ್ತದಲ್ಲಿ ಅದ್ದಿ, ಅದನ್ನು ಚೀಪಿದ.

''ಅವರು ನನ್ನನ್ನು ತಿನ್ನಬೇಕೆಂದಿದ್ದಾರೆ, ಆ ಬಗ್ಗೆ ನೀನೊಬ್ಬನೇ ಏನನ್ನೂ ಮಾಡಲಾರೆ ಅನ್ನೋದು ನಿಜ. ಆದರೆ ನೀನೇಕೆ ಅವರ ಜೊತೆ ಸೇರಬೇಕು ? ನರಭಕ್ಷಕರಾಗಿ ಅವರು ಏನು ಮಾಡಲೂ ಸಮರ್ಥರು. ಅವರು ನನ್ನನ್ನು ತಿನ್ನಬಲ್ಲವರಾದರೆ, ನಿನ್ನನ್ನೂ ತಿನ್ನಬಲ್ಲರು ; ಅದೇ ಗುಂಪಿನ ಜನರು ಒಬ್ಬರು ಮತ್ತೊಬ್ಬರನ್ನು ತಿನ್ನಬಲ್ಲರು. ಆದರೆ ನೀನು ತಕ್ಷಣವೇ ನಿನ್ನ ಮಾರ್ಗವನ್ನು ಬದಲಾಯಿಸಿಕೊಂಡರೆ, ಎಲ್ಲರಿಗೂ ಶಾಂತಿ ಸಿಗ್ತದೆ. ಇದು ಅನಾದಿ ಕಾಲದಿಂದ ನಡೆದು ಬಂದಿದ್ದರೂ, ನಾವು ಒಳ್ಳೆಯವರಾಗಲು, ಈಗಿಂದೀಗಲೇ ವಿಶೇಷ ಪ್ರಯತ್ನ ಕೈಗೊಳ್ಳಬಹುದು. ಸಾಧ್ಯವಿಲ್ಲ, ಇದು ಮಾಡಬಾರದ ಕೆಲಸ ಅಂತ ಹೇಳಬಹುದು ! ನನಗೆ ಗೊತ್ತು, ಹಾಗೆ ಹೇಳುವ ಶಕ್ತಿ ನಿನಗೆ ಇದೆಯಣ್ಣ, ಅವತ್ತು ನಮ್ಮ ಗೇಣಿದಾರ ಗೇಣಿ ಕಡಿಮೆ ಮಾಡಿಕೋ ಎಂದಾಗ, ಅದು ಸಾಧ್ಯವಿಲ್ಲ ಎಂದು ನೀನು ಹೇಳಿಬಿಟ್ಟೆ.''

ಮೊದಲು ಆತ ಸಿನಿಕ ನಗೆ ನಕ್ಕ. ಅನಂತರ ಆತನ ಕಣ್ಣುಗಳಲ್ಲಿ ಕೊಲೆಗಡುಕ ಹೊಳಪು ಮೂಡಿತು. ನಾನು ಅವನ ಗುಟ್ಟುಗಳ ಬಗ್ಗೆ ಹೇಳಿದಾಗ ಆತನ ಮುಖ ಬಿಳಿಚಿಕೊಂಡಿತು. ಗೇಟಿನ ಹೊರಗೆ ಮಿಸ್ಟರ್ ಚಾವ್, ಅವನ ನಾಯಿ, ಮೊದಲಾಗಿ ಒಂದು ಗುಂಪು ಜನ ನಿಂತು ತಮ್ಮ ಕತ್ತುಗಳನ್ನು ಕೊಕ್ಕರೆಗಳಂತೆ ಚಾಚಿ ಒಳಗೆ ಹಣಕಿ ಹಾಕುತ್ತಿದ್ದರು. ಅವರು ಮುಖಕ್ಕೆ ಬಟ್ಟೆಯ

---

* ಪ್ರಾಚೀನ ದಾಖಲೆಗಳಂತೆ ಕ್ರಿ. ಪೂ. 685ರಿಂದ 643ರ ತನಕ ಚೀಯ ಅಧಿಪತಿಯಾಗಿದ್ದ ಡ್ಯೂಕ್ ಹುವಾನ್ ಎಂಬವನಿಗೆ ಯೀ ಯು ತನ್ನ ಮಗನನ್ನು ಬೇಯಿಸಿಕೊಟ್ಟಿದ್ದ. ಚ್ಯೋ ಮತ್ತು ಜಾವ್ ಅದಕ್ಕಿಂತಲೂ ಹಿಂದಿನ ಕಾಲಕ್ಕೆ ಸೇರಿದ ದುಷ್ಟ ಪ್ರಭುಗಳು. ನಮ್ಮ ಹುಚ್ಚ ಇಲ್ಲಿ ತಪ್ಪಿ ಬಿದ್ದಿದ್ದಾನೆ.

** ಹ್ಸು ಹ್ಸಿಲಿನ್, ಚಿಂಗ್ ವಂಶದ (1644-1911) ಕೊನೆಯ ಕಾಲಕ್ಕೆ ಸೇರಿದ ಒಬ್ಬ ಕ್ರಾಂತಿಕಾರಿ. ಚಿಂಗ್ ಅಧಿಕಾರಿಯೊಬ್ಬನನ್ನು ಕೊಲೆ ಮಾಡಿದುದಕ್ಕಾಗಿ 1907ರಲ್ಲಿ ಈತನನ್ನು ಗಲ್ಲಿಗೇರಿಸಲಾಗಿತ್ತು. ಅವನ ಹೃದಯಪಿಂಡ ಮತ್ತು ಪಿತ್ತಕೋಶಗಳನ್ನು ತಿನ್ನಲಾಗಿತ್ತು.

ಮುಸುಕು ಹಾಕಿಕೊಂಡಿದ್ದಂತೆ ಕಾಣಿಸಿದ್ದರಿಂದ ನನಗೆ ಅವರ ಮುಖಗಳೆಲ್ಲಾ ಕಾಣಿಸಲಿಲ್ಲ; ಅವರಲ್ಲಿ ಕೆಲವರು ತಮ್ಮ ನಗುವನ್ನು ಅಡಗಿಸಿಟ್ಟುಕೊಂಡಿದ್ದರೂ ಅವರು ಬಿಳಿಚಿಕೊಂಡಂತೆ, ಕರಾಳವಾಗಿರುವಂತೆ ಕಾಣಿಸಿದರು. ಅವರೆಲ್ಲರೂ ನರಮಾಂಸ ತಿನ್ನುವ ಒಂದು ತಂಡ ಎಂದು ನನಗೆ ಗೊತ್ತು. ಆದರೆ ಅವರೆಲ್ಲರೂ ಒಂದೇ ರೀತಿಯ ಯೋಚನೆ ಮಾಡುತ್ತಿಲ್ಲವೆಂಬುದೂ ನನಗೆ ಗೊತ್ತು. ಯಾವಾಗಲೂ ಇದನ್ನು ಮಾಡುತ್ತಲೇ ಬಂದಿರುವುದರಿಂದ ಮನುಷ್ಯರನ್ನು ತಿನ್ನುವುದೇ ಸರಿ ಎಂದು ಕೆಲವರು ಯೋಚಿಸುತ್ತಿದ್ದರು. ಕೆಲವರಿಗೆ ತಾವು ಮನುಷ್ಯರನ್ನು ತಿನ್ನಬಾರದೆಂದು ಗೊತ್ತು, ಆದರೂ ತಿನ್ನಬೇಕೆನ್ನುತ್ತಾರೆ. ಏಕೆಂದರೆ ಜನ ತಮ್ಮ ಗುಟ್ಟನ್ನು ಪತ್ತೆ ಹಚ್ಚಿಬಿಡುತ್ತಾರೆಂದು ಅವರಿಗೆ ಹೆದರಿಕೆ; ಹಾಗಾಗಿ ಅವರು ನನ್ನ ಮಾತನ್ನು ಕೇಳಿ ಕೋಪಗೊಂಡರು. ಆದರೂ ತಮ್ಮ ನಗೆಯನ್ನು, ತುಟಿ ಬಿಗಿದ ಸಿನಿಕ ನಗೆಯನ್ನು ನಕ್ಕರು.

ಇದ್ದಕ್ಕಿದ್ದ ಹಾಗೆ ನನ್ನ ಅಣ್ಣ ರುದ್ರಾವತಾರ ತಾಳಿದಂತೆ ಕಾಣಿಸಿತು. ಗಟ್ಟಿಯಾದ ಧ್ವನಿಯಲ್ಲಿ ಕಿರುಚಿದ:

''ಇಲ್ಲಿಂದ ಹೊರಟು ಹೋಗಿ, ನೀವೆಲ್ಲರೂ ! ಒಬ್ಬ ಹುಚ್ಚನನ್ನು ನೋಡುತ್ತಾ ನಿಲ್ಲೋದರಲ್ಲಿ ಏನು ಅರ್ಥವಿದೆ ?''

ಆಗ ನನಗೆ ಅವರ ಕುತಂತ್ರದ ಒಂದು ಮುಖ ಕಾಣಿಸಿತು. ಅವರು ಎಂದೂ ತಮ್ಮ ನಿಲುವನ್ನು ಬದಲಾಯಿಸಿಕೊಳ್ಳಲು ತಯಾರಿಲ್ಲ. ಅವರ ಹಂಚಿಕೆಗಳೆಲ್ಲಾ ಸಿದ್ಧವಾಗಿವೆ; ಅವರು ಈಗಾಗಲೇ ನನಗೆ ಹುಚ್ಚನೆಂಬ ಹೆಸರು ಹಚ್ಚಿದ್ದಾರೆ, ಮುಂದೆ ಅವರು ನನ್ನನ್ನು ತಿಂದಾಗ, ಅದರಿಂದ ಯಾವ ತೊಂದರೆಯೂ ಉದ್ಭವಿಸುವುದಿಲ್ಲ. ಅಷ್ಟೇ ಅಲ್ಲ, ಜನ ಬಹುಶಃ ಇವರಿಗೆ ಅದಕ್ಕಾಗಿ ಆಭಾರಿಯಾಗಿರುತ್ತಾರೆ. ಒಬ್ಬ ಕೆಟ್ಟ ವ್ಯಕ್ತಿಯನ್ನು ಹಳ್ಳಿಯವರು ತಿಂದ ವಿಷಯವನ್ನು ನಮ್ಮ ಗೇಣಿದಾರ ಹೇಳಿದನಲ್ಲ. ಅಲ್ಲೂ ಇದೇ ರೀತಿಯ ತಂತ್ರ ಉಪಯೋಗಿಸಿದ್ದಾರೆ. ಇದು ಅವರ ಹಳೆಯ ತಂತ್ರ.

ಚನ್ ಮುದುಕ ಕೂಡ ಕೋಪಗೊಂಡವನಂತೆ ಬಂದ. ಆದರೆ ಅವರು ನನ್ನ ಬಾಯಿ ಕಟ್ಟಲು ಸಾಧ್ಯವಿರಲಿಲ್ಲ. ನಾನು ಈ ಜನರಿಗೆ ಹೇಳಲೇಬೇಕು :

''ನೀನು ಬದಲಾಗ್ಬೇಕು, ನಿಮ್ಮ ಹೃದಯಾಂತರಾಳದಿಂದ ಬದಲಾಗ್ಬೇಕು ! ಇನ್ನು ಮುಂದೆ ಈ ಜಗತ್ತಿನಲ್ಲಿ ನರಭಕ್ಷಕರಿಗೆ ಎಲ್ಲೂ ಸ್ಥಳವಿಲ್ಲ ಅನ್ನೋದನ್ನು ನೀವು ತಿಳಿಯಬೇಕು.

''ನೀವು ಬದಲಾಗದಿದ್ದರೆ, ನೀವೆಲ್ಲರೂ ಒಬ್ಬರನ್ನೊಬ್ಬರು ತಿಂದು ಹಾಕ್ತೀರಿ. ತುಂಬಾ ಜನ ಹುಟ್ಟುತ್ತಾರಾದರೂ, ತೋಳಗಳನ್ನು ಬೇಟೆಗಾರರು ಹೊಡೆದುಹಾಕುವಂತೆ, ಅವರೆಲ್ಲರನ್ನೂ ನಿಜವಾದ ಮನುಷ್ಯರು ಹೊಸಕಿ ಹಾಕ್ತಾರೆ. ಸರೀಸೃಪಗಳಂತೆಯೇ !''

ಚನ್ ಮುದುಕ ಅವರೆಲ್ಲರನ್ನೂ ಸಾಗಹಾಕಿದ. ನನ್ನ ಅಣ್ಣ ಕಣ್ಮರೆಯಾದ. ಚನ್ ಮುದುಕ ನನ್ನನ್ನು ಕೋಣೆಗೆ ಹೋಗಲು ಹೇಳಿದ. ಕೋಣೆ ಕಗ್ಗತ್ತಲಲ್ಲಿತ್ತು. ತೊಲೆಗಳು, ಪಕಾಸಿಗಳು, ನನ್ನ ನೆತ್ತಿಯ ಮೇಲೆ ಕಂಪಿಸಿದವು. ಸ್ವಲ್ಪ ಹೊತ್ತು ಕಂಪಿಸಿದ ಬಳಿಕ ಅವು ದೊಡ್ಡದಾಗುತ್ತಾ ಹೋದವು. ನನ್ನ ಮೇಲೆ ಎಲ್ಲ ರಾಶಿಯಾಗಿ ಬಿದ್ದವು.

ನಾನು ಆಚೀಚೆ ಅಲ್ಲಾಡದಷ್ಟು ಅವುಗಳ ಭಾರ ನನ್ನ ಮೇಲಿತ್ತು. ನಾನು ಸಾಯಬೇಕೆಂದು ಬಹುಶಃ ಅವರ ಆಸೆ. ಈ ಭಾರ ಸುಳ್ಳು ಎಂದು ನನಗೆ ಗೊತ್ತು. ಆದ್ದರಿಂದ ನಾನು ಒದ್ದಾಡಿಕೊಂಡು ಹೊರಬಂದೆ, ಬೆವರಿನಿಂದ ಮುಳುಗಿಹೋಗಿದ್ದೆ. ಆದರೂ ನಾನು ಹೇಳಲೇಬೇಕಾಗಿತ್ತು :

''ನೀವು ತಕ್ಷಣ ಬದಲಾಗ್ಬೇಕು, ನಿಮ್ಮ ಹೃದಯಾಂತರಾಳದಿಂದ ಬದಲಾಗ್ಬೇಕು. ಇನ್ನು ಮುಂದೆ ಈ ಜಗತ್ತಿನಲ್ಲಿ ನರಭಕ್ಷಕರಿಗೆ ಎಲ್ಲೂ ಸ್ಥಾನವಿಲ್ಲ ಎಂದು ನಿಮಗೆ ತಿಳಿದಿದೆ...''

11

ಸೂರ್ಯ ಪ್ರಕಾಶಿಸುವುದಿಲ್ಲ, ಬಾಗಿಲು ತೆರೆಯುವುದಿಲ್ಲ, ಪ್ರತಿದಿನ ಎರಡು ಊಟ.

ನಾನು ನನ್ನ ಚಾಪ್‌ಸ್ಟಿಕ್ಕುಗಳನ್ನು ಕೈಗೆತ್ತಿಕೊಂಡೆ. ಕೂಡಲೇ ನನ್ನಣ್ಣನ ಯೋಚನೆ ಬಂತು. ನನ್ನ ತಂಗಿ ಹೇಗೆ ಸತ್ತಳೆಂದು ಈಗ ನನಗೆ ಗೊತ್ತಾಗಿದೆ. ಅದೆಲ್ಲ ಅವನಿಂದಲೇ ಆಗಿದ್ದು. ಆಗ ನನ್ನ ತಂಗಿಗೆ ಕೇವಲ ಐದು ವರ್ಷ. ಅವಳು ಎಷ್ಟು ಅಕ್ಕರೆಯವಳಾಗಿ, ಎಷ್ಟು ಕರುಣಾಜನಕವಾಗಿ ಕಾಣುತ್ತಿದ್ದಳೆಂಬುದು ಈಗಲೂ ನನಗೆ ನೆನಪಿದೆ. ಅಮ್ಮ ಅತ್ತೂ ಅತ್ತೂ ಇಟ್ಟಳು, ಅಳಬೇಡ ಎಂದು ಅವನು ಅವಳನ್ನು ಬೇಡಿಕೊಂಡ. ಬಹುಶಃ ತಂಗಿಯನ್ನು ಅವನೇ ತಿಂದು ಹಾಕಿದ್ದ. ಹಾಗಾಗಿ ತಾಯಿಯ ಅಳು ಅವನನ್ನು ನಾಚಿಕೆ ಪಡುವಂತೆ ಮಾಡಿತ್ತು. ಅವನಿಗೇನಾದರೂ ನಾಚಿಕೆ ಇದ್ದಿದ್ದರೆ...

ನನ್ನ ತಂಗಿಯನ್ನು ಅಣ್ಣ ತಿಂದುಹಾಕಿದ, ಆದರೆ ಈ ವಿಷಯ ಅಮ್ಮನಿಗೆ ಗೊತ್ತೇ, ಇಲ್ಲವೇ ಎನ್ನುವುದು ನನಗೆ ತಿಳಿಯದು. ಅಮ್ಮನಿಗೆ ಗೊತ್ತಿದ್ದಿರಬೇಕೆಂದು ನನ್ನ ಭಾವನೆ. ಆದರೆ ಅತ್ತಾಗ ಅದನ್ನು ಅವಳು ಬಹಿರಂಗವಾಗಿ ಹೇಳಲಿಲ್ಲ. ಬಹುಶಃ ಅವರೂ ಅದು ಸೂಕ್ತ ಎಂದೇ ತಿಳಿದಿದ್ದಿರಬೇಕು. ನನಗೆ ನಾಲ್ಕು ಅಥವಾ ಐದು ವರ್ಷಗಳಾಗಿದ್ದಾಗ ಜಗಲಿಯ ತಂಪಿನಲ್ಲಿ ಕೂತಿದ್ದುದು ನೆನಪಾಗುತ್ತಿದೆ. ಆಗ ಒಬ್ಬ ಮನುಷ್ಯನ ತಂದೆ-ತಾಯಿ ಕಾಯಿಲೆಯಾಗಿ ಮಲಗಿದ್ದರೆ, ಅವನು ಒಳ್ಳೆಯ ಮಗನೆನಿಸಿಕೊಳ್ಳಬೇಕಿದ್ದರೆ, ತನ್ನ ದೇಹದಿಂದ ಒಂದು ತುಂಡು ಮಾಂಸವನ್ನು ಕತ್ತರಿಸಿ, ಅವರಿಗೆ ಬೇಯಿಸಿಕೊಡಬೇಕೆಂದು ನನ್ನಣ್ಣ ನನಗೆ ಹೇಳುತ್ತಿದ್ದ. ಅಣ್ಣನ ಈ ಮಾತನ್ನು ಅಮ್ಮ ವಿರೋಧಿಸಲಿಲ್ಲ. ಒಂದು ತುಂಡು ನರಮಾಂಸವನ್ನು ತಿನ್ನಬಹುದಾದರೆ ಇಡೀ ಮನುಷ್ಯನನ್ನು ತಿನ್ನಬಹುದು ಎನ್ನುವುದು ಸ್ಪಷ್ಟ. ಇಷ್ಟಾಗಿಯೂ ದುಃಖ ತೋಡಿಕೊಳ್ಳುವುದನ್ನು ನೆನೆಸಿಕೊಂಡರೆ ನನ್ನ ಹೃದಯ ಕರಗಿ ನೀರಾಗುತ್ತದೆ. ಇದೊಂದು ಅತ್ಯಾಶ್ಚರ್ಯಕರ ಸಂಗತಿ !

12

ಅದರ ಬಗ್ಗೆ ಯೋಚಿಸುವುದನ್ನು ಸಹಿಸಲು ನನ್ನಿಂದ ಆಗುತ್ತಿಲ್ಲ.

ಕಳೆದ ನಾಲ್ಕು ಸಾವಿರ ವರ್ಷಗಳಿಂದಲೂ ನರಮಾಂಸವನ್ನು ಎಲ್ಲಿ ತಿನ್ನುತ್ತಾ ಬಂದಿದ್ದಾರೋ ಅದೇ ಸ್ಥಳದಲ್ಲಿ ಇಷ್ಟು ವರ್ಷಗಳಿಂದಲೂ ನಾನು ಜೀವಿಸುತ್ತಾ ಬಂದಿದ್ದೇನೆಂಬುದು ಈಗ ನನಗೆ ಅರಿವಾಗಿದೆ. ನಮ್ಮ ತಂಗಿ ಸತ್ತ ನಂತರ ಈ ಮನೆಯ ವ್ಯವಹಾರವನ್ನು ಅಣ್ಣ ವಹಿಸಿಕೊಂಡ. ಅನ್ನದಲ್ಲಿ, ಉಳಿದ ಪದಾರ್ಥಗಳಲ್ಲಿ ಅವಳ ಮಾಂಸವನ್ನು ಸೇರಿಸಿ, ನಮಗೆ ಗೊತ್ತಿಲ್ಲದಂತೆಯೇ ನಾವು ತಿನ್ನುವಂತೆ ಅಣ್ಣ ಮಾಡಿರಲೂಬಹುದು.

ನನಗೆ ಗೊತ್ತಿಲ್ಲದಂತೆ ನಾನು ನನ್ನ ತಂಗಿಯ ಮಾಂಸದ ಹಲವು ತುಣುಕುಗಳನ್ನು ತಿಂದಿರುವ ಸಾಧ್ಯತೆಯೂ ಇದೆ. ಈಗ ನನ್ನ ಸರದಿ... ನಾಲ್ಕು ಸಾವಿರ ವರ್ಷಗಳ ನರಭಕ್ಷಕರ ಇತಿಹಾಸದ ಅನಂತರ – ಮೊದಮೊದಲು ಈ ಬಗ್ಗೆ ನನಗೇನೂ ತಿಳಿದಿರಲಿಲ್ಲ. ನನ್ನಂಥ ಒಬ್ಬ ಮನುಷ್ಯ ನಿಜವಾದ ಒಬ್ಬ ಮನುಷ್ಯನನ್ನು ಎದುರಿಸುವ ಆಸೆಯಾದರೂ ಎಲ್ಲಿದೆ ?

13

ಬಹುಶಃ ಮನುಷ್ಯರನ್ನು ತಿನ್ನದ ಮಕ್ಕಳು ಇನ್ನೂ ಇದ್ದಾರೆ.

ಆ ಮಕ್ಕಳನ್ನು ರಕ್ಷಿಸಿ ... ❍

○ ಮಾವೋ ತೂನ್

ಎರಡನೇ ಪೀಳಿಗೆ

ಬರೆಯುವ ಕಾಗದವನ್ನು ನೇವರಿಸಿ ಪೆನ್ನನ್ನು ಆತ ಕೈಗೆತ್ತಿಕೊಂಡ. ಕೂತಲ್ಲಿಂದ ಬಾಗಿಲು ಕಾಣದಿದ್ದರೂ, ಅದನ್ನು ಮೆಲ್ಲಗೆ ತೆರೆಯುತ್ತಿರುವುದು ಅವನಿಗೆ ಕೇಳಿಸಿತು. ಹೆಜ್ಜೆ ಸಪ್ಪಳದಿಂದ, ಕೋಣೆಯೊಳಕ್ಕೆ ಬಂದದ್ದು ತನ್ನ ಮಗ ಹ್ಸಿಯಾಂಗ್‌ನೇ ಎಂದು ಆತ ಅರಿತ.

ಬರೆಯುವ ಮೇಜಿನ ಎದುರಿಗಿರುವ, ಮರದ ಬೀರುವಿನ ಮೇಲಿದ್ದ ಗಡಿಯಾರ ಹನ್ನೊಂದು ಗಂಟೆಯಾಗಿ, ಹನ್ನೆರಡೋ ಹದಿಮೂರೋ ನಿಮಿಷ ಮಾತ್ರ ತೋರಿಸುತ್ತಿತ್ತು. ಪುನಃ ಅದು ಮತ್ತೆ ನಿಧಾನ ಹೋಗಲು ಶುರು ಮಾಡಿದೆಯೇ ? ಎಂದು ಆತ ಯೋಚಿಸಿ ಪೆನ್ನನ್ನು ಮತ್ತೆ ಕೆಳಕ್ಕಿಟ್ಟ.

''ಅಪ್ಪಾ, ಇಂದು ಮಧ್ಯಾಹ್ನ ನಾನು ವಾಣಿಜ್ಯ ಮಂಡಳಿ ಕಟ್ಟಡಕ್ಕೆ ಹೋಗಬೇಕಾಗಿದೆ.''

ತಾನು ಬರೆಯುವ ಲೇಖನದ ಮೇಲೆ ಮನಸ್ಸಿಟ್ಟಿದ್ದ ಆತ ''ಓಹ್'' ಎಂದಷ್ಟೇ ಹೇಳಿದ. ಒಂದು ಒಕ್ಕಣೆ ಆತನಿಗೆ ಹೊಳೆದದ್ದು, ಅದರ ಬಗ್ಗೆ ಆತ ಯೋಚಿಸಿದ. ಯಾವ ಪ್ರತಿಕ್ರಿಯೆಯೂ ಬಾರದೇ ಇದ್ದುದರಿಂದ ಅವನ ಮಗ ಅಲ್ಲಿಂದ ಹೊರಡಲು ಅನುವಾದ.

ವಾಣಿಜ್ಯ ಮಂಡಳಿಗೆ, ಆಹ್ ? ಎಂದು ಯೋಚಿಸಿದ. ಮಗನ ಮಾತು ಕೊನೆಗೂ ಅವನ ಮನಸ್ಸಿನಲ್ಲಿಳಿಯಿತು. ಹ್ಸಿಯಾಂಗ್ ಯಾವಾಗಲೂ ತನ್ನ ಶಾಲಾಮಿತ್ರರೊಂದಿಗೆ ಹೊರಗೆ ಹೋಗುತ್ತಿರುತ್ತಾನೆ ಎಂದು ನಿನ್ನೆಯಷ್ಟೇ ಅವನ ಹೆಂಡತಿ ದೂರಿದ್ದಳು. ಅವರು ಕೆಲವು ಬಾರಿ ಸುಮಾರು ಏಳು ಮೈಲಿ ದೂರವಿರುವ ವೆನ್ ಮಿಯಾವೋ ಪಾರ್ಕಿನವರೆಗೂ ನಡೆದುಹೋಗಿ ಹಿಂದಿರುಗುತ್ತಿದ್ದರು. ಆ ವಯಸ್ಸಿನ ಹುಡುಗನಿಗೆ ಮೀರಿದ ಕೆಲಸ ಇದು ಎಂದು ಅವಳ ಅಭಿಪ್ರಾಯವಾಗಿತ್ತು.

''ವಾಣಿಜ್ಯ ಮಂಡಳಿಯ ಕಟ್ಟಡಕ್ಕೆ ಹೋಗಿ ನೀನೇನು ಮಾಡುತ್ತೀಯ ?'' ಎಂದು ತಂದೆ ಕೇಳಿದ.

''ಸಭೆ ನಡೆಸುತ್ತೇವೆ.''

ಹುಡುಗನ ತುಟಿಯ ಅಂಚಿನಲ್ಲಿ ಹತ್ತಿಕ್ಕಲಾರದ ಒಂದು ನಸುನಗೆಯ ಸುಳಿವು ಮಿಂಚಿತು.

ಹಾಂ, ಈಗ ಅವನಿಗೆ ನೆನಪಾಯಿತು – ಇಂದು ಮೇ ತಿಂಗಳ ಮೂವತ್ತನೇ ತಾರೀಖು.*

ಅಂದರೆ ಈಗಾಗಲೇ ಪ್ರಚಾರ ಕಾರ್ಯದಲ್ಲಿ ಪಾಲ್ಗೊಳ್ಳುವ ಮಟ್ಟಕ್ಕೆ ನೀನು ಬಂದಿದ್ದೀಯ ಎಂದ ಹಾಗಾಯಿತು ಎಂದು ಮನಸ್ಸಿನಲ್ಲೇ ಅಂದುಕೊಂಡ. ಆತ ಮಗನ ಮುಖವನ್ನು ಕೂಲಂಕಷವಾಗಿ ಪರೀಕ್ಷಿಸಿದ.

''ನಾನು ಇನ್ನಿಬ್ಬರು ಹುಡುಗರೊಂದಿಗೆ ಹೋಗುತ್ತಿದ್ದೇನೆ. ಅವರಿಬ್ಬರೂ ನನ್ನ ತರಗತಿಯವರೇ'' ಎಂದ ಹುಡುಗ. ತಾನೊಬ್ಬನೇ ಹೋಗುವುದಕ್ಕೆ ಅಪ್ಪ ಅನುಮತಿ ಕೊಡಲಾರ ಎಂಬ ಶಂಕೆ ಇಲ್ಲದೇ ಇದ್ದಿದ್ದರೆ ಆ ಹುಡುಗ ಅಷ್ಟನ್ನೂ ಹೇಳುತ್ತಿರಲಿಲ್ಲ. ತನ್ನ 'ಖಾಸಗೀ ವ್ಯವಹಾರ'ದ ಬಗ್ಗೆ ಆತ ತುಟಿ ಎರಡು ಮಾಡುವವನಲ್ಲ.

''ನಿನಗೆ ದಾರಿ ಗೊತ್ತಾ?''

''ಗೊತ್ತು. ನನ್ನ ಜೊತೆಯ ಹುಡುಗರಿಗಂತೂ ಗೊತ್ತು.''

''ಆಯ್ತು. ಆದರೆ ನೀವು ನಡೆದು ಹೋಗಬೇಡಿ. ಬಸ್ಸಿನಲ್ಲಿ ಹೋಗಿ ಬನ್ನಿ. ಬಸ್ಸಿನ ಹಣ ನಾನು ಕೊಡ್ತೇನೆ'' ಎಂದು ಹೇಳಿ ಆತ ತನ್ನ ಲೇಖನದ ಕಡೆ ತಿರುಗಿದ. ಆ ಪ್ಯಾರಾಗ್ರಾಫ್ ಮುಗಿಸಲು ಇನ್ನು ಕೆಲವೇ ಶಬ್ದಗಳು ಸಾಕಾಗಿದ್ದವು. ಅದು ಮುಗಿದರೆ ಆತ ಊಟಕ್ಕೆ ಹೋಗಬಹುದಾಗಿತ್ತು.

ಆತ ಬರೆಯಲು ಶುರು ಮಾಡಿದಂತೆ, ಪಕ್ಕದ ಕೋಣೆಯಲ್ಲಿ ಅವನ ಮಗ ಪುಸ್ತಕದ ಶೆಲ್ಫಿನಿಂದ ಒಂದು ಪುಸ್ತಕವನ್ನು ತೆಗೆದುಕೊಂಡು ಮಹಡಿಯ ಮೆಟ್ಟಲು ಇಳಿದು ಹೋದದ್ದು ಕೇಳಿಸಿತು.

ಆ ಪ್ಯಾರಾಗ್ರಾಫ್ ಮುಗಿಯಿತು. ಅದನ್ನು ಪೂರ್ತಿ ಓದಿದ. ಆತ ತನ್ನ ತಲೆಯನ್ನು ಕೊಡವಿ ಮೇಜಿನ ಮೇಲೆ ಪೆನ್ನಿಟ್ಟ.

ಹ್ಸಿಯಾಂಗ್‌ಗೆ ಕೊಡಲು 20 ಸೆಂಟುಗಳನ್ನು ತೆಗೆದುಕೊಂಡು ಆತನೂ ಮಹಡಿ ಇಳಿದು ಹೋದ.

ಸಣ್ಣ ಸಣ್ಣ ವಿಷಯಗಳನ್ನೂ ಈ ದೊಡ್ಡವರು ದೊಡ್ಡದು ಮಾಡುತ್ತಾರೆನ್ನುವಂತೆ ತುಂಟ ಮುಗುಳುನಗೆಯೊಂದನ್ನು ತುಟಿಯಂಚಿನಿಂದ ಹೊರಸೂಸುತ್ತಾ ಹ್ಸಿಯಾಂಗ್ ಬೆತ್ತದ ಕುರ್ಚಿಯಲ್ಲಿ ಕೂತಿದ್ದ.

ಹುಡುಗನ ತಾಯಿ ಬಟ್ಟೆಗಳನ್ನು ಇಸ್ತ್ರಿ ಮಾಡುತ್ತಿದ್ದಳು. ''ವಾಣಿಜ್ಯ ಮಂಡಳಿಯ ಎದುರು ನಡೆಯುವ ಸಾರ್ವಜನಿಕ ಸಭೆಗೆ ಹ್ಸಿಯಾಂಗ್ ಹೋಗಬೇಕೆಂದಿದ್ದಾನೆ. ಅವನಿಗೆ ನೀವು ಹೋಗು ಎಂದಿರಾ?'' ಎಂದು ಅವಳು ಕೇಳಿದಳು. ''ನೀವು ಬೇಡ ಎನ್ನುವುದಿಲ್ಲ ಅಂತ ಅವನಿಗೆ ಗೊತ್ತಿತ್ತು. ಅದಕ್ಕೆ ಮೊದಲು ನಿಮ್ಮ ಹತ್ತಿರ ಕೇಳಿದ. ಅವನು ಸಭೆಗೆ ಹೋಗೋದು ಒಳ್ಳೇದು ಅಂತ ನನಗೆ ಅನಿಸಲಿಲ್ಲ. ಅದು ಅಪಾಯಕಾರಿ ಆಗಬಹುದು. ಆದರೆ ನೀವು ಆಗಲೇ ಒಪ್ಪಿಗೆ ಕೊಟ್ಟಿದ್ದೀರಿ ಎಂದು ಆತ ಹೇಳ್ತಾನೆ.''

''ಅದು ಅಷ್ಟೇನೂ ಅಪಾಯಕಾರಿ ಎಂದು ನನಗನಿಸೋದಿಲ್ಲ.''

ಮಾತಾಡುತ್ತಲೇ ತಂದೆ ಮಗನ ಬಳಿಗೆ ಹೋಗಿ ಅವನನ್ನು ಎಚ್ಚರಿಕೆಯಿಂದ ನೋಡ ತೊಡಗಿದ. 'ನೀನು ಆಂದೋಲನದಲ್ಲಿ ಭಾಗವಹಿಸುವ ಮಟ್ಟಕ್ಕೆ ಬಂದ ಹಾಗಾಯಿತು' ಎಂದು ಆತ ಮತ್ತೆ ಮನಸ್ಸಿನಲ್ಲೇ ಅಂದುಕೊಂಡ 'ಅದು ಕೇವಲ ರಂಜನೆಗಾಗಿಯೋ ಅಥವಾ ನೀನು ನಿಜಕ್ಕೂ...?'

---

* ಮೇ 30, 1925ರಂದು ಶಾಂಘಾಯ್‌ನ ಬ್ರಿಟಿಷ್ ವಲಯದಲ್ಲಿ ಕಾರ್ಮಿಕರು ಮತ್ತು ವಿದ್ಯಾರ್ಥಿಗಳು, ಮುಷ್ಕರ ಹೂಡಿದ್ದ ಜವಳಿ ಕಾರ್ಮಿಕರನ್ನು ಬೆಂಬಲಿಸಿ ಮತಪ್ರದರ್ಶನ ನಡೆಸಿದಾಗ ಬ್ರಿಟಿಷ್ ಪೊಲೀಸರು ಅವರ ಮೇಲೆ ಗುಂಡು ಹಾರಿಸಿದರು. ಹಲವರು ಗುಂಡಿಗೆ ಆಹುತಿಯಾದರು, ಇಲ್ಲವೇ ಗಾಯಗೊಂಡರು.

''ಅವರು ನಿನ್ನನ್ನು ಬಂಧಿಸಿದರು ಅಂತಿಟ್ಕೊ, ಆಗ ನೀನೇನು ಹೇಳ್ತೀಯಾ ?'' ಎಂದು ಹ್ಸಿಯಾಂಗ್‌ನನ್ನು ತಾಯಿ ಕೇಳಿದಳು.

''ನಾನು ಬರೀ ಸಭೆ ನೋಡೋಕೆ ಬಂದಿದ್ದೆ ಎಂದು ಹೇಳ್ತೀನಿ'' ಎಂದ ಹುಡುಗ. ಮತ್ತೆ ಅವನ ತುಟಿಯಂಚಿನಲ್ಲಿ ಅದೇ ಚುರುಕು ಬುದ್ಧಿ ಸೂಚಿಸುವ ನಗೆ.

''ನೋಡಿ'' ಎನ್ನುತ್ತಾ ತಾಯಿ ತಕ್ಷಣ ತಂದೆಯತ್ತ ತಿರುಗಿದಳು. ''ಏನೇನು ಹೇಳ ಬೇಕೆಂಬುದನ್ನೆಲ್ಲಾ ಅವರು ಸಿದ್ಧ ಮಾಡಿಟ್ಟುಕೊಂಡಿದ್ದಾರೆ. ನಾನು ಹೇಳ್ತೀನಿ, ಕೇಳಿ, ಅವರು ಸಂಘಟಿತರಾಗಿದ್ದಾರೆ. ಪೊಲೀಸರ ಜೊತೆ ಘರ್ಷಣೆಯನ್ನೂ ಅವರು ನಿರೀಕ್ಷಿಸಿದ್ದಾರೆ.''

ತಂದೆ ಏನೂ ಹೇಳಲಿಲ್ಲ. ಮಗ ಮೌನ ಮುರಿದ.

''ಹೆಚ್ಚು ಹಣ ಇಟ್ಟುಕೊಳ್ಳಬೇಡಿ ಅಂತ ಅವರು ನಮಗೆ ತಿಳಿಸಿದ್ದಾರೆ. ಕಾಗದ, ಪೆನ್ಸಿಲ್ ತರಬೇಡಿ ಎಂತಲೂ ಹೇಳಿದ್ದಾರೆ.''

''ಅಂದರೆ, ನೀವು ಅಲ್ಲಿಗೆ ಹೋಗುವಂತೆ ನಿಮ್ಮ ಶಾಲೆ ತಿಳಿಸಿದೆಯೇ ?'' ಎಂದು ತಂದೆ ಕೇಳಿದ.

''ಅಲ್ಲ.''

''ಮತ್ತೆ, ಯಾರು ಹೇಳಿದ್ದು? ಇವತ್ತು ವಾಣಿಜ್ಯ ಮಂಡಳಿಯ ಬಳಿ ಸಾರ್ವಜನಿಕ ಸಭೆ ಇದೆ ಎಂದು ನಿನಗೆ ಹೇಗೆ ಗೊತ್ತು ?''

''ಸಭೆಗೆ ಹೋಗಲು ಅವರ ಶಾಲೆಯವರು ನೇರವಾಗಿ ಹೇಳಿಲ್ಲ. ಆದರೆ ಹೋಗಲು ಒಂದು ರೀತಿಯ ಪ್ರೋತ್ಸಾಹ ಕೊಡುತ್ತಿದ್ದಾರೆ. ಅವರು ಸಭೆಗೆ ಹೋದರೆ ಗೈರುಹಾಜರಿ ಬೀಳೋದಿಲ್ಲ. ಕೆಲವು ಅಧ್ಯಾಪಕರೂ ಹೋಗ್ತಿದ್ದಾರೆ'' ಎಂದು ತಾಯಿ ಹೇಳಿದಳು.

''ಆದರೆ ನಾವು ಒಟ್ಟಿಗೆ ಹೋಗುವುದಿಲ್ಲ. ನಮ್ಮ ಅಧ್ಯಾಪಕರು ಬೇರೆ ತಂಡದಲ್ಲಿರ್ತಾರೆ.''

''ಆಹ್ !'' ಎಂದು ತಂದೆ ತಾಯಿಯತ್ತ ನೋಡಿದ. ಅವಳು ಊಹಿಸಿದ್ದು ಸರಿಯಾಗಿತ್ತು. ಪೊಲೀಸರ ಜೊತೆ ಘರ್ಷಣೆ ಆಗಬಹುದೆಂದು ವಿದ್ಯಾರ್ಥಿಗಳು ನಿರೀಕ್ಷಿಸಿದ್ದಾರೆ, ಘರ್ಷಣೆ ಇಲ್ಲದಿರಲು ಹೇಗೆ ಸಾಧ್ಯ ? ಇದು 1936ನೇ ಇಸವಿಯ ಕೂಮಿಂಟಾಂಗ್ ಚೀನಾ !

ಇಸ್ತ್ರಿ ಕೆಲಸವನ್ನು ಮುಗಿಸಿದ ಹುಡುಗನ ತಾಯಿ, ವಿದ್ಯುತ್ತಿನ ಇಸ್ತ್ರೀ ಪೆಟ್ಟಿಗೆಯ ಪ್ಲಗ್ಗನ್ನು ಕಳಚಿದಳು. ''ಅವನು ಹೋಗೋದು ಒಳ್ಳೇದಲ್ಲ ಅನ್ನೋದು ಈಗಲೂ ನನ್ನ ಅನಿಸಿಕೆ. ಆತ ಇನ್ನೂ ಚಿಕ್ಕವನು !'' ಎಂದಳು.

''ಅಮ್ಮ, ನನಗೆ ಸ್ವಲ್ಪ ಅನ್ನ ಮತ್ತು ಮೊಟ್ಟೆಗಳನ್ನು ಕೊಡ್ತೀಯಾ ? ನನ್ನ ತಂಡದ ಸಭೆ ಹನ್ನೆರಡಕ್ಕೆ ಇದೆ'' ಎಂದು ಹುಡುಗ ಒತ್ತಾಯಿಸಿದ.

''ಇನ್ನೂ ಹನ್ನೆರಡಾಗಿಲ್ಲವೆ ?'' ಎಂದು ತಂದೆ ಕೇಳಿದ. ಹ್ಸಿಯಾಂಗ್ ಸಾಧಾರಣವಾಗಿ ಮಧ್ಯಾಹ್ನದ ವರೆಗೂ ಊಟಕ್ಕೆ ಮನೆಗೆ ಬರುತ್ತಿರಲಿಲ್ಲ.

''ಇಂದು ಒಂದು ಗಂಟೆ ಮೊದಲೇ ಅವರನ್ನು ಶಾಲೆಯಿಂದ ಬಿಟ್ಟರು'' ಎಂದಳು ತಾಯಿ. ''ಇದು ತರಗತಿಯನ್ನು ಅರ್ಧದಲ್ಲೇ ಬಿಟ್ಟಂತೆ ಅಂತ ಲೆಕ್ಕದಲ್ಲಿ ದಾಖಲಾಗುವುದೂ ಇಲ್ಲ'' ಎಂದು ಹೇಳುತ್ತ ಅವಳು ಅಡಿಗೆಮನೆಗೆ ಹೋದಳು.

ಮಗನನ್ನೇ ನೋಡುತ್ತಾ, ಹನ್ನೊಂದು ವರ್ಷಗಳ ಹಿಂದಿನ ಮೇ ಮೂವತ್ತನೇ ತಾರೀಖನ್ನು ತಂದೆ ಜ್ಞಾಪಿಸಿಕೊಂಡ. ಹ್ಸಿಯಾಂಗ್‌ಗೆ ಆಗ ಕೇವಲ ಎರಡು ವರ್ಷ. ಆಗ ತಾನೇ ನಡೆಯುವುದನ್ನು ಕಲಿತಿದ್ದ. ಆ ದಿನ ಸಂಜೆ ನಾನ್‌ಕಿಂಗ್ ರಸ್ತೆ ರಕ್ತದಲ್ಲಿ ತೊಯ್ದಿತ್ತು. ಆ ಕಗ್ಗೊಲೆಯ ವಿರುದ್ಧ ಪ್ರತಿಭಟಿಸಲು ಅಂಗಡಿಗಳನ್ನೆಲ್ಲಾ ಮುಚ್ಚುವಂತೆ ಒತ್ತಾಯಪಡಿಸುವುದಕ್ಕಾಗಿ ವಾಣಿಜ್ಯ

ಮಂಡಳಿಯ ಎದುರು ನಡೆದ ಸಾರ್ವಜನಿಕ ಸಭೆಗೆ ಹ್ಸಿಯಾಂಗ್‌ನ ತಾಯಿ ಮತ್ತು ಅವಳ ಇಬ್ಬರು ಗೆಳತಿಯರು ಹೋಗಿದ್ದರು. ಅವಳು ಹಿಂದಿರುಗಿ ಬಂದಾಗ, ಮಗನನ್ನು ತಬ್ಬಿಕೊಂಡಿದ್ದಳು.

''ನಮ್ಮ ದಳದ ಹಿಂದೆ ಕೆಲವು ಶಾಲಾ ವಿದ್ಯಾರ್ಥಿಗಳಿದ್ದರು'' ಎಂದು ಅವಳು ಉದ್ರಿಕ್ತಳಾಗಿ ಹೇಳತೊಡಗಿದ್ದಳು. ''ಕುದುರೆ ಏರಿದ ಪೊಲೀಸರು ನಮ್ಮ ಮುಂದಿನ ಸಾಲನ್ನು ಮುರಿದು ಮುನ್ನುಗ್ಗಿದ್ದರು. ಹಲವು ಮಕ್ಕಳು ಕುದುರೆಗಳ ಕಾಲ್ತುಳಿತಕ್ಕೆ ಸಿಕ್ಕಿದರು. ಒಬ್ಬ ಹುಡುಗ – ಆತನಿಗೆ ಹನ್ನೆರಡು ಹದಿಮೂರು ವರ್ಷಕ್ಕಿಂತ ಹೆಚ್ಚಿರಲಾರದು. ಕುದುರೆ ಕಾಲಡಿಗೆ ಬಿದ್ದುದನ್ನು ಕಂಡೆ. ಅದೃಷ್ಟವಶಾತ್, ನಮ್ಮ ದಳದ ಒಬ್ಬರು ಸಕಾಲದಲ್ಲಿ ಅವನನ್ನು ಎತ್ತಿಕೊಂಡರು. ನನಗೆ ನಮ್ಮ ಹ್ಸಿಯಾಂಗ್‌ನ ಯೋಚನೆ ಬಂತು. ಆತ ಬೆಳೆದು ದೊಡ್ಡವನಾದಾಗ ಈ ಜಗತ್ತು ಬೇರೆಯಾಗಿರುತ್ತದೆಂದು ಆಶಿಸೋಣ.''

ಅದರ ನಂತರ ಪ್ರತಿಯೊಂದು ಮತಪ್ರದರ್ಶನವಾದಾಗಲೂ, ಶಾಲಾ ಮಕ್ಕಳನ್ನು ಚಾವಟಿಯಿಂದ ಹೊಡೆದಾಗಲೂ, ಮಕ್ಕಳು ಕುದುರೆಯ ಗೊರಸಿನ ಕೆಳಗೆ ತುಳಿಯಲ್ಪಟ್ಟಾಗಲೂ ಆ ತಾಯಿ ಮನೆಗೆ ಹಿಂದಿರುಗಿದ ಕೂಡಲೇ ಹ್ಸಿಯಾಂಗ್‌ನನ್ನು ತನ್ನೆದೆಗೆ ಗಟ್ಟಿಯಾಗಿ ತಬ್ಬಿಕೊಳ್ಳುತ್ತಿದ್ದಳು. ಪ್ರತಿಯೊಂದು ಬಾರಿಯೂ ಅವಳು ತನ್ನ ಅದೇ ಪ್ರಾರ್ಥನೆಯನ್ನು ಮತ್ತೆ ಮತ್ತೆ ಹೇಳುತ್ತಿದ್ದಳು.

ಡಿಸೆಂಬರ್ 16, 1935* ರಂದು ಪೀಕಿಂಗ್‌ನಲ್ಲಿ ನಡೆದ ಮತಪ್ರದರ್ಶನದಲ್ಲಿ ಗಾಯಗೊಂಡ ವಿದ್ಯಾರ್ಥಿಗಳ ಚಿತ್ರಗಳನ್ನು ಇತ್ತೀಚೆಗೆ ಅವಳು ನೋಡಿದ್ದಳು. ಅವಳು ಆ ಚಿತ್ರಗಳನ್ನು ಹ್ಸಿಯಾಂಗ್‌ಗೆ ತೋರಿಸಿದ್ದಳು.

''ಹ್ಸಿಯಾಂಗ್, ಬ್ಯಾಂಡೇಜ್ ಕಟ್ಟಿದ ತೋಳಿನ ಹುಡುಗನನ್ನು ನೋಡು. ಅವನು ನಿನಗಿಂತ ಏನೂ ದೊಡ್ಡವನಲ್ಲ. ಅಯ್ಯೋ ಮಕ್ಕಳನ್ನು ಎಷ್ಟು ಕ್ರೂರವಾಗಿ ಹಿಂಸಿಸ್ತಾರೆ'' ಎಂದಿದ್ದಳು ಅವಳು.

ಈಗ, ಹ್ಸಿಯಾಂಗ್ ಕೂಡ ಆಂದೋಲನದಲ್ಲಿ ಭಾಗವಹಿಸುತ್ತಿದ್ದಾನೆ. ಹನ್ನೊಂದು ವರ್ಷಗಳ ಹಿಂದೆ ಹ್ಸಿಯಾಂಗ್‌ನಂತೆ ಪುಟಾಣಿಗಳಾಗಿದ್ದ ಅಸಂಖ್ಯಾತ ಮಕ್ಕಳು ಇಂದು ಅವನಂತೆಯೇ ಕುತೂಹಲಿಗಳಾಗಿ, ಆವೇಶಭರಿತರಾಗಿ ಮೊದಲ ಬಾರಿಗೆ ಮತಪ್ರದರ್ಶನದಲ್ಲಿ ಸೇರುವುದರಲ್ಲಿದ್ದರು.

ಈ ಯೋಚನೆ ತಂದೆಯ ಮನಸ್ಸನ್ನು ಕಲಕಿತಾದರೂ, ಅದು ಒಂದು ರೀತಿಯ ಸಮಾಧಾನವನ್ನೂ ಅವನಿಗೆ ಕೊಟ್ಟಿತು.

ಹುರಿದ ಅನ್ನ ಮತ್ತು ಮೊಟ್ಟೆಗಳನ್ನು ಗಬಗಬನೆ ಮುಕ್ಕುತ್ತಿದ್ದ ಹ್ಸಿಯಾಂಗ್‌ನನ್ನು ನೋಡುತ್ತಾ ತಂದೆ ತಾಯಿ ಕೂತಿದ್ದರು. ಹುಡುಗನಿಗೆ ಏನಾದರೂ ಹೇಳಬೇಕೆಂದು ತಂದೆಗೆ ಅನಿಸಿತು. ಆದರೆ ಎಲ್ಲಿಂದ ಶುರು ಮಾಡಬೇಕೆಂದು ಅವನಿಗೆ ಗೊತ್ತಾಗಲಿಲ್ಲ. ಅವನಿಗೆ ಅರ್ಥವಾಗುವಂತೆ ಹೇಳುವುದು ಹೇಗೆ ? ಎಷ್ಟೆಂದರೂ ಹ್ಸಿಯಾಂಗ್ ಇನ್ನೂ ಚಿಕ್ಕ ಹುಡುಗ.

ಹುಡುಗನ ತಾಯಿ ಮೊದಲು ಮಾತು ಶುರು ಮಾಡಿದಳು. ''ಸಭೆಯ ನಂತರ ಮೆರವಣಿಗೆ ಇದ್ದರೆ, ಅದರಲ್ಲಿ ನೀನು ಸೇರಿಕೋಬೇಡ. ಹ್ಸಿಯಾಂಗ್, ನಾನು ಹೇಳಿದ್ದು ಕೇಳಿಸ್ತಾ?''

ಅನ್ನದ ತಟ್ಟೆಯ ಮೇಲೆ ಹ್ಸಿಯಾಂಗ್ ಮನಸ್ಸನ್ನು ಕೇಂದ್ರೀಕರಿಸಿದ್ದ.

''ನಿನ್ನ ತಾಯಿ ಹೇಳೋದು ಸರಿ'' ಎಂದು ತಂದೆಯೂ ದನಿಗೂಡಿಸಿದ. ''ನಿನ್ನ ಶ್ವಾಸಕೋಶದ

---

* ಡಿಸೆಂಬರ್ 16, 1935ರಂದು ''ಅಂತರ್ಯುದ್ಧ ನಿಲ್ಲಿಸು; ಜಪಾನನ್ನು ಎದುರಿಸಲು ಒಗ್ಗಟ್ಟಾಗು'' ಎಂದು ಚಿಯಾಂಗ್ ಕೈ-ಶೇಕ್‌ನನ್ನು ಒತ್ತಾಯಪಡಿಸಲು ಚೀನೀ ಕಮ್ಯೂನಿಸ್ಟ್ ಪಕ್ಷದ ನೇತೃತ್ವದಲ್ಲಿ ಸುಮಾರು 3,000 ಮಂದಿ ಪೀಕಿಂಗ್ ವಿದ್ಯಾರ್ಥಿಗಳು ಒಂದು ಬೃಹತ್ ಮತಪ್ರದರ್ಶನ ನಡೆಸಿದ್ದರು.

ಕಾಯಿಲೆ ಈಗ ತಾನೇ ಗುಣವಾಗಿದೆ. ತುಂಬ ನಡೆದಾಡುವುದು ನಿನಗೆ ಒಳ್ಳೆಯದಲ್ಲ. ಮೆರವಣಿಗೆ ಅಸ್ತವ್ಯಸ್ತವಾಗಿ ನಗರದ ಯಾವುದಾದರೂ ಅಪರಿಚಿತ ಭಾಗಕ್ಕೆ ಚದರಿ ಹೋದರೆ ನಿನಗೆ ದಾರಿ ತಪ್ಪಬಹುದು. ಮನೆಗೆ ಹೇಗೆ ದಾರಿ ಹುಡುಕಿಕೊಂಡು ಬರುತ್ತೀಯೇ ?''

ಕಣ್ಣುಗಳಲ್ಲಿ ಅದೇ ಚುರುಕುನೋಟವನ್ನು ತುಳುಕಿಸುತ್ತಾ ಹುಡುಗ ಬೇಗ ಬೇಗ ತಿನ್ನುತ್ತಿದ್ದ. ಆದರೆ ತಂದೆಯ ಪ್ರಶ್ನೆಯಿಂದ ನೊಂದು ಪ್ರತ್ಯುತ್ತರ ಕೊಟ್ಟ.

''ನೀವು ಏಕೆ ಹೆದರುತ್ತಿದ್ದೀರಿ ? ನಾನು ದಾರಿ ತಪ್ಪಿದರೆ ಬೇರೆಯವರನ್ನು ಕೇಳುತ್ತೀನಿ. ಒಂದು ರಿಕ್ಷಾ ಹತ್ತಿ ಬರಬಹುದು'' ಇಷ್ಟು ಹೇಳಿ ತನ್ನ ಕೈಯನ್ನು ಮುಂದೆ ಚಾಚಿ, ''ನನ್ನ ಬಸ್ಸಿನ ದುಡ್ಡು...'' ಎಂದ.

ತಂದೆ ಅವನಿಗೆ 20 ಸೆಂಟುಗಳನ್ನು ಕೊಟ್ಟ. ಹ್ಸಿಯಾಂಗ್ ಅಲ್ಲಿಂದ ಹೊರಟ. ಆ ಓಣಿಯ ತುದಿಯ ಗೇಟನ್ನು ಹ್ಸಿಯಾಂಗ್ ದಾಟಿ ಹೋಗುವವರೆಗೂ ಅವನ ತಾಯಿ ಬಾಗಿಲಲ್ಲೇ ನಿಂತಿದ್ದಳು.

ಮತ್ತೆ ಕೋಣೆಯೊಳಕ್ಕೆ ಬರುತ್ತಾ ಗಂಡನನ್ನು ದೂರುವ ಧ್ವನಿಯಲ್ಲಿ ಅವಳು ಹೇಳಿದಳು : ''ಅವನು ಹಾಗೆ ಹೋಗುವುದಕ್ಕೆ ನೀವು ಬಿಡಬಾರದಾಗಿತ್ತು.''

''ಈ ಬಾರಿ ಅವನಿಗೆ ಅನುಮತಿ ಕೊಡದೇ ಇದ್ದಿದ್ದರೆ ಮುಂದಿನ ಸಾರಿ ಅವನು ನಮಗೆ ತಿಳಿಸದೆಯೇ ಹೋಗಬಹುದು.''

''ಆದರೆ ಅವನಿನ್ನೂ ಚಿಕ್ಕವನು'' ಎಂದು ಅವಳು ನಿಟ್ಟುಸಿರುಬಿಟ್ಟಳು.

ತಂದೆ ತಲೆಯನ್ನು ಕೊಡವಿ ಒಂದು ಸಿಗರೇಟು ಹಚ್ಚಿದ. ಅವನ ಮನಸ್ಸು ಇನ್ನೂ ಮುಗಿಯದ ಆ ಲೇಖನದತ್ತ ಹೊರಳಿತು. ಅದನ್ನು ಇವತ್ತು ರಾತ್ರಿಯೇ ಕೊಡಬೇಕಾಗಿತ್ತು.

ಅವರಿಬ್ಬರೂ ಊಟ ಮಾಡುತ್ತಿರುವಾಗ ಇಡೀ ಮನೆ ವಿಚಿತ್ರವಾಗಿ ಶಾಂತವಾಗಿತ್ತು.

''ಮೊದಲು, ನಾನು ಅವನ ಜೊತೆ ಹೋಗೋಣ ಅಂತ ಯೋಚಿಸಿದೆ'' ಎಂದು ತಾಯಿ ತನಗೆ ತಾನೇ ಹೇಳಿಕೊಳ್ಳುವಂತೆ ಹೇಳಿದಳು. ''ಸಭೆ ಮುಗಿದ ಮೇಲೆ ಮೆರವಣಿಗೆ ಇದ್ದರೆ, ಅವನನ್ನು ವಾಪಸು ಕರೆತಂದರಾಯಿತು ಎಂದುಕೊಂಡಿದ್ದೆ. ಆದರೆ, ಹೋಗೋದು ಬೇಡ ಅಂತ ಅನಂತರ ನಿರ್ಧರಿಸಿದೆ. ಅಲ್ಲಿ ಹೋದರೆ ನಮ್ಮನ್ನು ಗೊತ್ತಿರುವ ತುಂಬ ಜನರನ್ನು ನಾನು ಭೇಟಿಯಾಗುವುದು ಖಂಡಿತ, ಅಲ್ಲದೆ, ಅವನು ನನ್ನ ಜೊತೆ ಬಹುಶಃ ವಾಪಸ್ಸು ಬಾರದೆಯೂ ಹೋಗಬಹುದು.''

ತಂದೆ ಗಟ್ಟಿಯಾಗಿ ನಕ್ಕ.

''ಖಂಡಿತ. ಆತ ಜನಸಮೂಹದ ಜೊತೆ ಹೋಗೋದಕ್ಕೆ ಇಚ್ಛಿಸ್ತಾನೆ - ತಾಯಿಯ ಸೆರಗಿಗೆ ಅಂಟಿಕೊಳ್ಳೋದು ಅವನಿಗೆ ಬೇಕಾಗಿಲ್ಲ.''

''ಆದರೆ ಅವನಿಗೆ ಏನೂ ಅರ್ಥವಾಗೋದಿಲ್ಲ. ಅವನು ತನ್ನ ಹೃದಯದಿಂದ ಯೋಚಿಸ್ತಾನೆ. ಒಂದು ಥರ ಕುರುಡು ಧೈರ್ಯ. ಅವನಿಗೆ ನೀವು ಸ್ವಲ್ಪ ಬುದ್ಧಿ ಹೇಳ್ಬೇಕು.''

''ಹೇಗೆ ? ಏನು ಬುದ್ಧಿ ಹೇಳ್ಬೇಕು ? ನಿರುಪಯುಕ್ತ ತ್ಯಾಗಗಳನ್ನು ಬಿಟ್ಟು ಬಿಡು ಅಂತ ಹೇಳಲೇ ? ಆತ ತುಂಬಾ ಚಿಕ್ಕವನು. ಬಹುಶಃ ಅದು ಅವನಿಗೆ ಅರ್ಥವಾಗಲಾರದು.''

ಪುನಃ ಆತ ಗಟ್ಟಿಯಾಗಿ ನಕ್ಕ. ಆದರೆ ಆತನ ಮುಖದ ಚರ್ಮ ಬಿಗಿದುಕೊಂಡಿದ್ದ.

ಅವರು ಹ್ಸಿಯಾಂಗ್ ಬಗ್ಗೆ ಮತ್ತೆ ಮಾತಾಡದೆ ಊಟ ಮುಗಿಸಿದರು.

ಅವನು ಸಿಗರೇಟು ಹಚ್ಚಿ ಅತ್ತಿಂದಿತ್ತ, ಇತ್ತಿಂದತ್ತ ನಿಧಾನವಾಗಿ ಅಡ್ಡಾಡುತ್ತಾ ಆಗಾಗ್ಗೆ ನಿಂತು

ತನ್ನ ಹೆಂಡತಿಯ ಕಡೆ ದೃಷ್ಟಿ ಬೀರುತ್ತಿದ್ದ. ಅವನ ಕೆನ್ನೆಗಳ ಮೇಲೆ ಉದ್ರಿಕ್ತಗೊಂಡಾಗ ಕಾಣುವ ಒಂದು ಬಗೆಯ ರಂಗು ಕಾಣಿಸಿತು. ಕೊನೆಗೆ ಆತ ಹೆಂಡತಿಯ ಬಳಿ ಬಂದು ನಿಂತ.

''ಹ್ಸಿಯಾಂಗ್‌ನಿಗೆ ಮಗುವಾಗಿ, ಆ ಮಗು ಶಾಲೆಗೆ ಹೋಗುವವರೆಗೂ ಬಹುಶಃ ಈ ಸಾರ್ವಜನಿಕ ಸಭೆಗಳು ಈಗಿನಷ್ಟೇ ಅಪಾಯಕಾರಿಯಾಗಿ ಮುಂದುವರಿಯುತ್ತವೆ ಅಂತ ನನ್ನ ಶಂಕೆ. ಚೀನಾದ ಕ್ರಾಂತಿ ಅತ್ಯಂತ ದೀರ್ಘವಾದ ಕಠಿಣ ಹೋರಾಟ.''

''ಹ್ಸಿಯಾಂಗ್ ಧೈರ್ಯಶಾಲಿಯಾಗುತ್ತಾನೇಂತ ನನಗೆ ಗೊತ್ತು. ಅವನಿಗೆ ಇಪ್ಪತ್ತು ವರ್ಷಗಳಾಗಿಬಿಟ್ಟಿದ್ದಿದ್ದರೆ ನನಗೆ ಚಿಂತೆ ಇರ್‍ತಿರಲಿಲ್ಲ. ಆದರೆ ಅವನಿಗಿನ್ನೂ ಹದಿಮೂರು ವರ್ಷ ! ಈ ಗಳಿಗೆಯಲ್ಲಿ ಅವನು ಇಪ್ಪತ್ತರ ಹರೆಯದವನಾಗಿದ್ದಿದ್ದರೆ...''

''ಚಿಂತೆ ಮಾಡ್ಬೇಡ, ಕೆಲವು ಸಾರಿ ದಿನಗಳು ಬಹಳ ಬೇಗ ಕಳೆದುಹೋಗ್ತವೆ.''

ತಂದೆ, ತಾಯಿ ಒಬ್ಬರನ್ನೊಬ್ಬರು ನೋಡಿಕೊಂಡು ನಸುನಕ್ಕರು. ಇಬ್ಬರ ಕಣ್ಣುಗಳೂ ತೇವವಾಗಿದ್ದವು. ಅನಂತರ ಅವರ ನಗು ಸಂತೋಷದ ನಗುವಾಗಿ, ಸಹಜ ನಗುವಾಗಿ ಪರಿವರ್ತನೆಗೊಂಡಿತು.

ಅವರಿಗೆ ಗೊತ್ತಿಲ್ಲದಂತೆಯೇ ಮಧ್ಯಾಹ್ನ ಕಳೆದುಹೋಯಿತು. ಆದರೆ ಆರು ಗಂಟೆಯ ಬಳಿಕ ಕಾಲ ವಿಚಿತ್ರವಾಗಿ ವರ್ತಿಸುತ್ತಿರುವಂತೆ ತೋರತೊಡಗಿತು. ಹುಡುಗನ ಬಗ್ಗೆ ಎಲ್ಲಿ ವಿಚಾರಿಸಬೇಕು ಯಾರನ್ನು ಸಹಾಯಕ್ಕಾಗಿ ಕೇಳಬೇಕು ಎಂದು ತಾಯಿ ಯೋಚಿಸತೊಡಗಿದಳು.

ರಾತ್ರಿ ಎಂಟು ಗಂಟೆಯ ಹೊತ್ತಿಗೆ ತಂದೆಗೆ ಕೂಡಾ ಚಿಂತೆ ಶುರುವಾಯಿತು. ಒಬ್ಬ ಸ್ನೇಹಿತ ಮನೆಗೆ ಭೇಟಿಕೊಟ್ಟ. ಸಾರ್ವಜನಿಕ ಸಭೆಯಲ್ಲಿ ಸಿಕ್ಕಿದ ಹಲವಾರು ಕರಪತ್ರಗಳೊಂದಿಗೆ ಅವನು ಬಂದ. ಏನೂ ಘರ್ಷಣೆ ನಡೆಯಲಿಲ್ಲವೆಂದು ಆತ ತಿಳಿಸಿದ. ಹ್ಸಿಯಾಂಗ್‌ನ ತಾಯಿಗೆ ಕೊಂಚ ಸಮಾಧಾನವಾಯಿತು.

ಆದರೆ ಅವಳಿಗೆ ಬೇರೆ ಯೋಚನೆಗಳು ಬಂದು ಚಿಂತೆ ಶುರುವಾಯಿತು.

ಆತ ಎಲ್ಲಾದರೂ ದಾರಿ ತಪ್ಪಿದನೆ ? ಕಾಲಿನಡಿಗೆ ಬಿದ್ದು ಬಿಟ್ಟಿದ್ದರೆ ? ತಾಯಿಗೆ ತನ್ನ ಮಗು ಯಾವಾಗಲೂ ಆದೇ ತಾನೆ ಹುಟ್ಟಿದ ಕುರಿ ಮರಿಯಷ್ಟು ಅಸಹಾಯಕ.

ಅಂತೂ ಹುಡುಗ ಮನೆಗೆ ಹಿಂದಿರುಗಿದಾಗ ಒಂಬತ್ತೂ ಹದಿನೈದಾಗಿತ್ತು. ಆತ ಒಳಗೆ ಬಂದು, ಮೇಜಿನ ಮೇಲಿದ್ದ ಕರಪತ್ರಗಳನ್ನು ಕಂಡ ಕೂಡಲೇ, ''ಇವು ನಿಮಗೆ ಎಲ್ಲಿ ಸಿಕ್ಕಿದವು ?'' ಎಂದು ಕಿರುಚಿದ.

ತಕ್ಷಣವೇ ತನ್ನ ಜೇಬಿನಿಂದಲೂ ಒಂದು ಕಟ್ಟು ಕರಪತ್ರವನ್ನು ಹೊರತೆಗೆದ.

ಆತನ ತಂದೆ ತಾಯಿಗಳು ಗಟ್ಟಿಯಾಗಿ ನಕ್ಕರು. ಅವನ ತಾಯಿ ಮಗನನ್ನು ತೋಳಿನಿಂದ ಬಾಚಿಕೊಂಡಳು.

''ಮೆರವಣಿಗೆ ಹೇಗಿತ್ತು ? ಅಮ್ಮನಿಗೆ ಎಲ್ಲ ಹೇಳು.''

''ಮೇ ಮೂವತ್ತರ ಹುತಾತ್ಮರ ಗೋರಿಗಳಿಗೆ ನಾವು ಮೆರವಣಿಗೆಯಲ್ಲಿ ಹೋದೆವು. ಅನಂತರ ಉತ್ತರ ರೈಲ್ವೆ ನಿಲ್ದಾಣಕ್ಕೆ ಹೋಗಬೇಕೆಂದಿದ್ದೆವು. ಆದರೆ ನಮ್ಮನ್ನು ಸೈನಿಕರು ತಡೆದರು. ನಾವೆಲ್ಲ ಚದುರಿದೆವು. ನನ್ನ ಕಾಲು ಸ್ವಲ್ಪ ಕೂಡಾ ನೋಯುತ್ತಿಲ್ಲ'' ಎಂದು ಹೇಳಿ ಕೆಂಪು ಅಕ್ಷರದಲ್ಲಿ ಮುದ್ರಿಸಿದ್ದ ಒಂದು ಕಾಗದದ ಚೀಟಿಯನ್ನು ಹೊರತೆಗೆದ.

''ಇವು ನಮ್ಮ ಘೋಷಣೆಗಳು. ಇವತ್ತು ಈ ಘೋಷಣೆಗಳನ್ನು ಸರಿಯಾಗಿ ಕೂಗಿದೆವು !''

○ ಚಿ ಷ್ವೇ ಪೆಯ್

ಇಬ್ಬರು ದಳ ನಾಯಕರು

ಕೃಷಿ ದಳಕ್ಕೆ ಸೇರಿದ್ದ ಗೋದಿ ಸಸಿಗಳನ್ನು ವೆಯ್ ಚಿಕ್ಕಮ್ಮನ ಕುರಿಗಳು ಮೇಯುತ್ತಿದ್ದವು. ಕಾಮಗಾರಿ ಸ್ಥಳದ ಮೇಲುಸ್ತುವಾರಿ ನೋಡಿಕೊಳ್ಳುತ್ತಿದ್ದ ಲಿಉ ಖ್ವಾಯ್-ಹೋ ಅವುಗಳನ್ನು ಹಿಡಿದ. ನಿಯಮದ ಪ್ರಕಾರ, ಹೊಲಕ್ಕೆ ನುಗ್ಗಿ ಬೆಳೆಯನ್ನು ಹಾಳು ಮಾಡಿದ ಒಂದೊಂದು ಕುರಿಗೂ ವಿಧಿಸಲಾಗುವ ದಂಡ ಒಂದು ಯುವಾನ್.

ಇದರ ಬಗ್ಗೆ ಭಾರೀ ಗಲಾಟೆಯೇ ಆಗಲಿದೆ ಎಂಬುದೂ ಅವನಿಗೆ ಗೊತ್ತು.

ವೆಯ್ ಚಿಕ್ಕಮ್ಮ ಆ ಗ್ರಾಮದಲ್ಲಿ ಬಯ್ಯುವುದರಲ್ಲಿ ಎತ್ತಿದ ಕೈ. ಅವಳಿಗೆ ನೂರರ ಅನಂತರ ಅಂಕಿಗಳನ್ನು ಹೇಳಲು ತಿಳಿಯುವುದಿಲ್ಲ. ಆದರೆ ವಾದಕ್ಕೆ ನಿಂತಳೆಂದರೆ ಅವಳಿಗೆ ಸರಿಗಟ್ಟುವವರು ಯಾರೂ ಇಲ್ಲ. ಅಗತ್ಯ ಬಿದ್ದರೆ ದಿನಗಟ್ಟಲೆ ಆಕೆ ಏರು ಧ್ವನಿಯಲ್ಲಿ ಯಾರೊಡನಾದರೂ ವಾದ ಮಾಡುತ್ತಿದ್ದಳು. ಹೀಗಾಗಿ ಅವಳೆಂದರೆ, ಎಲ್ಲರೂ ದಿಗಿಲು ಬೀಳುತ್ತಿದ್ದರು. ಹಳ್ಳಿಯಲ್ಲಿ ಅವಳಿಗೆ ಈ ಕಾರಣಕ್ಕಾಗಿಯೇ 'ಹಳ್ಳಿಯ ಪೆಡಂಭೂತ' ಎಂದು ಅಡ್ಡ ಹೆಸರೇ ಬಿದ್ದಿದೆ.

ಖ್ವಾಯ್-ಹೋಗೆ ಮಾತ್ರ ಅವಳ ಬಗ್ಗೆ ಸ್ವಲ್ಪವೂ ಹೆದರಿಕೆ ಇಲ್ಲ. ಆತನಿಗೆ ಇನ್ನೂ ಹದಿನೇಳೇ ವರ್ಷವಾಗಿದ್ದರೂ, ಮುಖದ ಮೇಲೆ ಯೌವನದ ನಸುನಗೆ ಹಾಗೇ ಇದ್ದರೂ ಆತ ದೊಡ್ಡವನೇ ಆಗಿದ್ದ, ವಿವೇಕಶಾಲಿಯಾಗಿದ್ದ. ಆತ ತನ್ನಷ್ಟಕ್ಕೆ ತಾನೇ ಯೋಚಿಸಿದ : 'ನಾವೇ ಆ ನಿಯಮಗಳನ್ನು ಹಾಕಿಕೊಂಡಿದ್ದರಿಂದ ಪ್ರತಿಯೊಬ್ಬರೂ ತಮ್ಮ ತಮ್ಮ ಕುರಿಗಳ ಬಗ್ಗೆ ನಿಗಾ ಇಟ್ಟಿರುತ್ತಾರೆ. ಆದರೆ ನಮ್ಮ 'ಹಳ್ಳಿಯ ಪೆಡಂಭೂತ' ಮಾತ್ರ ಅವನ್ನೆಲ್ಲಾ ನಿರ್ಲಕ್ಷಿಸಿದ್ದಾಳೆ. ಈ ಬಾರಿ ಅವಳನ್ನು ಹಾಗೇ ಬಿಟ್ಟರೆ, ಈ ಕಾನೂನಿನ ಬಗ್ಗೆ ಇನ್ನು ಮುಂದೆ ಯಾರೂ ತಲೆಕೆಡಿಸಿಕೊಳ್ಳುವುದಿಲ್ಲ ಸರಿ. ಈ ಸಾರಿ ಆಕೆ ತನ್ನ ಕತ್ತನ್ನು ತುಂಬಾ ಮುಂದೆ ಚಾಚಿದ್ದಾಳೆ. ಆದ್ದರಿಂದ ಅದು ಕತ್ತರಿಸಿ ಹೋಗಲಿ. ಅವಳನ್ನೇ ಒಂದು ಉದಾಹರಣೆಯನ್ನಾಗಿ ಮಾಡೋಣ.

ಆತ ಆ ಎರಡು ಕುರಿಗಳನ್ನು ದಳದ ಕಚೇರಿಗೆ ಹೊಡೆದೊಯ್ದ. ಅಲ್ಲಿ ದಳದ ಉಪನಾಯಕ ಲಿಉ ಜಿನ್‌ವು ಮಾತ್ರ ಇದ್ದ. ಉತ್ಸಾಹದಲ್ಲಿದ್ದ ಹುಡುಗ ಗೇಟಿನ ಒಳಗೆ ಕಾಲಿಡುತ್ತಲೇ ಕೂಗಿಕೊಂಡ: ''ಉಪನಾಯಕರೇ, ನೋಡಿ, ನಾನು ಕೆಲವು ಕಳ್ಳರನ್ನು ಹಿಡಿದಿದ್ದೇನೆ.''

ಐವತ್ತರಲ್ಲಿದ್ದರೂ, ಲಿಉ ಇನ್ನೂ ಹೆಚ್ಚು ವಯಸ್ಸಾದವನಂತೆ ಕಾಣುತ್ತಿದ್ದ. ಅವನ ರೀತಿ ನೀತಿಗಳೆಲ್ಲ ಕೊಂಚ ಮುದುಕಿಯರ ಥರ. ಒಂದು ಬಂಡಿಯ ದುರಸ್ತಿಯ ಬಗ್ಗೆ ಗಮನ ಹರಿಸಿದ್ದ ಲಿಉ ಗೇಟಿಗೆ ಬೆನ್ನು ಬಾಗಿಸಿ ನಿಂತಿದ್ದ. ಖ್ವಾಯ್-ಹೋನ ಕೂಗಿನಿಂದ ಆತ ಬೆಚ್ಚಿ ಬಿದ್ದು, ಗದರಿದ: ''ಯಾವ ಕಳ್ಳರು ?''

ಖ್ವಾಯ್-ಹೋ ಕಣ್ಣು ಮಿಟುಕಿಸಿದ. ಕುರಿಗಳತ್ತ ಮುಖ ತಿರುಗಿಸಿ ದೊಡ್ಡದಾಗಿ ನಕ್ಕ. ''ಇವೇ ಆ ಇಬ್ಬರು ಕಳ್ಳರು. ಇವು ಗೋಧಿ ಹೊಲದ ಉತ್ತರ ಭಾಗಕ್ಕೆ ಕಳ್ಳತನದಿಂದ ನುಗ್ಗಿ ಕಳ್ಳತನದಿಂದ ನುಸುಳಿ, ಹೊಟ್ಟೆ ತುಂಬುವಷ್ಟು ಸಸಿಗಳನ್ನು ಮೇಯುತ್ತಿದ್ದವು. ನೋಡಿ, ಎಷ್ಟು ಹೊಟ್ಟೆ ತುಂಬಿಸಿಕೊಂಡಿದ್ದಾವೆ ಅಂತ.''

ಲಿಉ ಕೊಂಚ ಸಮಾಧಾನಗೊಂಡ. ಆ ಪ್ರಾಣಿಗಳನ್ನು ಪರೀಕ್ಷಕ ದೃಷ್ಟಿಯಿಂದ ನೋಡಿದ. ಅವುಗಳ ಹೊಟ್ಟೆಗಳು ಸೋರೆಬುರುಡೆಯಂತೆ ಉಬ್ಬಿದ್ದವು. ಅವುಗಳ ಹಲ್ಲು ಹಸಿರುಗಟ್ಟಿತ್ತು. ಅವು ಖಂಡಿತಕ್ಕೂ ಗೋಧಿ ಸಸ್ಯಗಳನ್ನು ಚೆನ್ನಾಗಿ ಮೇದಿದ್ದವು. ಬಳಿಕ ಆತ ಕೇಳಿದ : ''ಅವು ವೆಯ್ ಚಿಕ್ಕಮ್ಮನ ಹೆಮ್ಮೆಯ ಕುರಿಗಳಲ್ಲವೇ ?''

''ಅವು ಯಾರದ್ದಾದರೂ ಆಗಲಿ, ನನಗೇನಂತೆ'' ಎಂದು ಖ್ವಾಯ್-ಹೋ ಪ್ರತ್ಯುತ್ತರ ಕೊಟ್ಟ. ''ಅವು ದಳಕ್ಕೆ ಸೇರಿದ ಗೋಧಿ ಸಸಿ ತಿಂದಿವೆ. ಅಂದ ಮೇಲೆ ದಂಡ ವಿಧಿಸಬೇಕು'' ಎಂದು ಹೇಳುತ್ತಾ ಆತ ಅವುಗಳನ್ನು ಒಂದು ಮರಕ್ಕೆ ಕಟ್ಟಿಹಾಕಿದ.

ಲಿಉ ನಿಟ್ಟುಸಿರು ಬಿಟ್ಟ. ಒಂದು ರೀತಿ ಕಿರಿಕಿರಿಯಾಗಿ ಒಳಗೊಳಗೆ ಹುಡುಗನನ್ನು ಬಯ್ದ.

''ಎಲೆ ಹುಡುಗ, ನೀನು ಎಲ್ಲಾ ಹಾಳು ಮಾಡಿ ಹಾಕಿದೆ. ಅಂಥ ಹೆಂಗಸಿನ ಜೊತೆ ಜಗಳವಾಗುವಂತೆ ನೀನೇಕೆ ಮಾಡಿದೆ ? ಇದು ಅವಳಿಗೆ ಗೊತ್ತಾಯಿತೆಂದರೆ ಬಂದು ದೊಡ್ಡ ಬೊಬ್ಬೆ ಹಾಕುತ್ತಾಳೆ...''

ಈ ಮಾತುಗಳನ್ನು ಆತ ಇನ್ನೂ ಬಾಯಿಬಿಟ್ಟು ಹೇಳಿರಲಿಲ್ಲ. ಅಷ್ಟರಲ್ಲೇ 'ಹಳ್ಳಿಯ ಪೆಡಂಭೂತ'ದ ಆರ್ಭಟದ ಧ್ವನಿ ಕೇಳಿಸಿತು : ''...ಆ ಪಿಶಾಚಿ ಯಾರು ? ನನಗೆ ತೊಂದರೆ ಕೊಡಬೇಕೂಂತ ಅವನಿಗೆ ಕೈ ತುರಿಸ್ತಾ ಇದೆಯಾ ? ನನ್ನ ಮುದ್ದು ಪ್ರಾಣಿಗಳು ಅವನಿಗೇನು ಮಾಡಿದವು ? ಸ್ವಲ್ಪ ಇರು. ಅಜ್ಜಿ ಈ ಕೂಡಲೇ ಎಲ್ಲ ಸರಿಮಾಡ್ತಾಳೆ !''

ಪರಿಸ್ಥಿತಿ ತುಸು ಬಿಗಡಾಯಿಸಿಕೊಂಡಿತೆಂಬುದನ್ನು ಅರಿತ ಲಿಊ ಅವಸರವಸರವಾಗಿ ಖ್ವಾಯ್-ಹೋಗೆ ಹೇಳಿದ :

''ನಾವ್ಯಾರೂ ಇಲ್ಲಿಲ್ಲ ಅಂತ ಅವಳಿಗೆ ಹೇಳಿಬಿಡು.''

ಹಾಗೆ ಹೇಳುತ್ತಾ ಬಡಗು ದಿಕ್ಕಿನ ಕೋಣೆಗೆ ಪಲಾಯನ ಮಾಡಿದ.

ಖ್ವಾಯ್-ಹೋಗೆ ನಗಬೇಕೋ, ಕೋಪ ಮಾಡಿಕೊಳ್ಳಬೇಕೋ ತಿಳಿಯದಾಯಿತು. ಆದರೆ ಲಿಉ ಎಷ್ಟು ಅಂಜುಬುರುಕನೆಂಬುದು ಗೊತ್ತಿದ್ದ ಆತ ತನ್ನ ಬೆಲ್ಟನ್ನು ಬಿಗಿಯಾಗಿ ಕಟ್ಟಿಕೊಂಡು 'ಹಳ್ಳಿಯ ಪೆಡಂಭೂತ' ತನ್ನ ಮೇಲೆ ಎರಗುವುದನ್ನು ಕಾಯುತ್ತಾ ನಿಂತ.

ಆಕೆ ಬಿರುಗಾಳಿಯಂತೆ ಒಳಗೆ ನುಗ್ಗಿದಳು. ತಮಾಷೆ ನೋಡುವುದಕ್ಕಾಗಿ ಅವಳ ಹಿಂದೆಯೇ ಚಿಕ್ಕ ಹುಡುಗರ ಒಂದು ಗುಂಪೇ ಕುತೂಹಲದಿಂದ ಬಂದಿತು. ಸುಮಾರು ನಲವತ್ತು ವರ್ಷದ ಕುಳ್ಳ ಹೆಂಗಸು ವೆಯ್ ಚಪ್ಪಟೆ ಮುಖದವಳು. ಅಸಮಾಧಾನದಿಂದ ಅವಳ ಹುಬ್ಬು ಗಂಟುಹಾಕಿಕೊಂಡಿತ್ತು. ಮೂತಿ ಉದ್ದವಾಗಿತ್ತು.

ಅವಳ ದಾಳಿಯನ್ನು ಎದುರಿಸಲು ಸಿದ್ಧನಾಗಿ ಖ್ವಾಯ್-ಹೋ ಕೆಲವು ಹೆಜ್ಜೆ ಹಿಂದೆ ಸರಿದ.

ಆದರೆ ಅದು ತೀರಾ ಅನಗತ್ಯವಾಗಿತ್ತು. ಅಲ್ಲಿದ್ದುದು ಖ್ವಾಯ್-ಹೋ ಮಾತ್ರ ಎಂಬುದನ್ನು ನೋಡಿದ ಆಕೆ, ಅವನ ಕಡೆ ಒಂದು ದೃಷ್ಟಿಯನ್ನೂ ಹರಿಸದೆ, ತನ್ನ ಕುರಿಗಳನ್ನು ಬಿಚ್ಚಿಕೊಳ್ಳಲು ಹೋದಳು.

''ಏಯ್, ಸ್ವಲ್ಪ ಇರು!'' ಎಂದು ಖ್ವಾಯ್ ಹೋ ಪ್ರತಿಭಟಿಸಿ, ಅವಳನ್ನು ತಡೆಯಲು ಯತ್ನಿಸಿದ. ''ಹಾಗೆ ನೀನು ಅವನ್ನ ಬಿಚ್ಚಿಕೊಂಡು ಹೋಗೋಹಾಗಿಲ್ಲ'' ಎಂದ.

''ನಿನ್ನ ಕೆಲಸ ನೀನು ನೋಡು'' ಎಂದು 'ಪೆಡಂಭೂತ' ಅವನಿಗೆ ಖಾರವಾಗಿ ಹೇಳಿದಳು. ತುಟಿ ಕಚ್ಚಿಕೊಂಡ ಹುಡುಗ ನಕ್ಕು ಅವಳನ್ನು ಕೇಳಿದ : ''ನಿನ್ನ ಕುರಿ ಮೇಯಲಿಕ್ಕಾಗಿಯೇ ನಮ್ಮ ದಳ ಗೋಧಿ ಬೆಳೆಸ್ತಾ ಇದೆ ಅಂತ ತಿಳ್ಕಂಡಿದ್ದೀಯಾ ?''

''ನೀನು ಹಾಳಾಗಿ ಹೋಗು ! ನನ್ನ ಕುರಿಗಳು ನನ್ನ ಮನೆ ಅಂಗಳದಲ್ಲಿ ಸುರಕ್ಷಿತವಾಗಿದ್ದುವು. ಅವು ಗೋಧಿ ತಿನ್ನಲು ಹೇಗೆ ಸಾಧ್ಯ ? ಎಂಥ ಕೊಳಕು ಆಪಾದನೆ !'' ಎಂದು ಅವಳು ಅರಚಿಕೊಂಡಳು.

''ಅಂದರೆ, ಇವು ನಿನ್ನ ಕುರಿಗಳಲ್ಲ ಅನ್ನು.''

''ಏನು ಹಾಗೆಂದರೆ ? ಅವು ಯಾಕೆ ನನ್ನ ಕುರಿಗಳಲ್ಲ ?''

''ಯಾಕೆಂದರೆ, ಇವುಗಳನ್ನ ಹೊಲದಲ್ಲಿ ಮೇಯುತ್ತಿದ್ದಾಗ ನಾನು ಹಿಡಿದೆ. ಅಂದ ಮೇಲೆ ಅವು ಹೇಗೆ ನಿನ್ನದಾಗ್ತವೆ ?''

ಈಗ ಕೋಪ ಏರುತ್ತಿದ್ದ 'ಹಳ್ಳಿಯ ಪೆಡಂಭೂತ' ಹುಡುಗನ ಕಡೆ ಒಂದು ಹೆಜ್ಜೆ ಇಟ್ಟು ಕೇಳಿದಳು : ''ಖ್ವಾಯ್-ಹೋ ನಿನಗೇನಾಗಿದೆ ? ನೀನ್ಯಾಕೆ ತೊಂದರೆ ಕೊಡೋಕೆ ನೋಡ್ತೀಯಾ ? ನಿನ್ನ ಮುದ್ದು ಮಗುವನ್ನೇನಾದರೂ ನಾನು ಬಾವಿಗೆ ತಳ್ಳಿದ್ದೇನಾ, ಹೇಗೆ ?''

''ಹಾಗೆ ಮಾಡೋದಕ್ಕೆ ನನಗಿನ್ನೂ ಒಬ್ಬ ಹೆಂಡತಿನೇ ಇಲ್ಲ'' ಎಂದು ಖ್ವಾಯ್-ಹೋ ಮುಗುಳ್ನಕ್ಕ.

''ಇದು ಒಂದು ತತ್ವದ ಪ್ರಶ್ನೆ ಅನ್ನೋದು ನಿನಗೆ ಗೊತ್ತು'' ಎಂದ.

ಅವನನ್ನು ಮಾತಿನಲ್ಲಿ ಮರಳುಗೊಳಿಸುವುದರಲ್ಲಿ ಸೋತ 'ಹಳ್ಳಿಯ ಪೆಡಂಭೂತ' ಈಗ ಅವನನ್ನು ಬೆದರಿಸತೊಡಗಿದಳು. ''ಅವನ್ನ ನಾನು ಮನೆಗೆ ಹೊಡೆದುಕೊಂಡು ಹೋಗೋದಕ್ಕೆ ಬಿಡ್ತೀಯೋ, ಇಲ್ಲವೋ ?''

''ಬಿಡದೇ ಏನು, ಆದರೆ ದಳದ ನಾಯಕ ಬರೋವರೆಗೆ ಬಿಡೋಕೆ ಆಗೋಲ್ಲ.''

''ಹಾಗಾದರೆ ನಿನ್ನ ಜೊತೆ ನಿನ್ನ ಅಜ್ಜಿ ಜಗಳಾಡಬೇಕಾಗ್ತದೆ.''

ಹೀಗೆ ಹೇಳಿ ಆಕೆ ಹುಡುಗನನ್ನು ಪಕ್ಕಕ್ಕೆ ತಳ್ಳಲು ಯತ್ನಿಸಿದಳು. ಆದರೆ ಖ್ವಾಯ್-ಹೋ ಅವಳಿಂದ ತಪ್ಪಿಸಿಕೊಂಡು ಕುರಿಯನ್ನು ಕಟ್ಟಿ ಹಾಕಿದ ಹಗ್ಗವನ್ನು ಗಟ್ಟಿಯಾಗಿ ಹಿಡಿದುಕೊಂಡ. ಹಗ್ಗವನ್ನು ಅವನ ಮುಷ್ಟಿಯಿಂದ ಬಿಡಿಸಲು ಆಕೆ ಎಲ್ಲಿಲ್ಲದ ಪ್ರಯತ್ನ ಮಾಡಿದಳು.

ಮಕ್ಕಳ ಗುಂಪಿಗೆ ಖುಷಿಯೋ ಖುಷಿ. ಕೇಕೆ ಹಾಕಿ ನೆಗೆದಾಡ್ತಾ ಅವರು ಕೂಗುತ್ತಿದ್ದರು : ''ಖ್ವಾಯ್-ಹೋ ಅಣ್ಣ, ಗಟ್ಟಿ ಹಿಡಕೋ, ಬಿಡಬೇಡ !''

''ಹಾಂ... ಅವಳು ಬಿಡಿಸಿಕೊಂಡ ಹಾಗೇ !'' ಎಂದು ಸ್ವಲ್ಪ ದೊಡ್ಡ ಹುಡುಗನೊಬ್ಬ ನಕ್ಕ.

ಈ ಕಿತ್ತಾಟದಲ್ಲಿ 'ಹಳ್ಳಿಯ ಪೆಡಂಭೂತ'ಕ್ಕೆ ಸೋಲಾಯಿತು. ಕೈ ಕೈ ಬಡಿದುಕೊಂಡು ಅಳುತ್ತಾ ಆಕೆ ಅಂಗಳದ ತುಂಬಾ ಅಡ್ಡಾಡಿದಳು :

''ಎಲ್ಲಿ ನಮ್ಮ ದಳದವರು ? ಎಲ್ಲಿ ಹಾಳಾಗಿದ್ದಾರೆ ಈ ದಳದವರು ? ಓ ದೇವರೇ ! ನನ್ನನ್ನು ಗೋಳು ಹೊಯ್ದುಕೊಳ್ಳಲು ಈ ಹುಡುಗನನ್ನು ನನ್ನ ಮೇಲೆ ಛೂ ಬಿಟ್ಟಿದ್ದಾರೆ'' ಎನ್ನುತ್ತಾ ದಳದವರಿಗಾಗಿ ಆ ಕೋಣೆಯನ್ನು ಹುಡುಕಲು ಶುರು ಮಾಡಿದಳು.

ಈ ಅವಕಾಶವನ್ನು ಉಪಯೋಗಿಸಿಕೊಂಡು ಖ್ವಾಯ್-ಹೋ ದಪ್ಪಗಿದ್ದ ಒಬ್ಬ ಹುಡುಗನಿಗೆ

ಮೂಡಣ ಹಳ್ಳದ ಬಳಿಯಿಂದ ಚೆನ್-ಚಿ ಚಿಕ್ಕಪ್ಪನನ್ನು ಕರೆತರುವಂತೆ ಹೇಳಿದ.

''ಬೇಗ ಬೇಗ'' ಎಂದು ಆಜ್ಞಾಪಿಸಿದ.

ಆ ಹುಡುಗ ಒಂದು ವಿಜಯೋತ್ಸಾಹದ ಕೇಕೆ ಹಾಕಿ ತನ್ನ ಆಟದ ಸಂಗಾತಿಗಳೊದನೆ ಅಲ್ಲಿಂದ ಕಾಲು ಕಿತ್ತ.

ಸ್ವಲ್ಪ ಹೊತ್ತಿನ ಬಳಿಕ, 'ಹಳ್ಳಿಯ ಪೆಡಂಭೂತ' ಉತ್ತರದ ಕೋಣೆಯಿಂದ ಹೊರಬಿದ್ದಳು. ಅತ್ಯಾಶ್ಚರ್ಯ ! ಅಲ್ಲಿ ಅವಳಿಗೆ ಲಿಉ ಕಾಣಿಸಿರಲಿಲ್ಲ. ಇಷ್ಟಾದರೂ ತನ್ನ ಸೋಲನ್ನು ಒಪ್ಪಿಕೊಳ್ಳಲು ಆಕೆ ಸಿದ್ಧಳಿರಲಿಲ್ಲ. ಅವಳು ಖ್ವಾಯ್-ಹೋನತ್ತ ಕಿರುಚಿದಳು. ''ಸ್ವಲ್ಪ ಹೊತ್ತು ಇರು ! ದಳದ ನಾಯಕನನ್ನು ಕರೆದು ತಂದು ನಿನ್ನ ಲೆಕ್ಕ ಚುಕ್ತಾ ಮಾಡ್ತೇನೆ, ಹುಡುಗ!'' ಎಂದು ಕೋಪೋದ್ರಿಕ್ತಳಾಗಿ ಅಲ್ಲಿಂದ ಗಾಡಿ ಬಿಟ್ಟಳು.

ಇದರಿಂದ ಖ್ವಾಯ್-ಹೋ ಏನೂ ಹೆದರಿಕೊಳ್ಳಲಿಲ್ಲ. ಆತ ಸರಸಚಿತ್ತನಾಗಿಯೇ ಅವಳ ಕಡೆ ಕೂಗಿ ಹೇಳಿದ :

''ಆಗಲಿ, ಆಗಲಿ ಎಷ್ಟು ಬೇಗ ಆದರೆ, ಅಷ್ಟು ಒಳ್ಳೆಯದು !''

ಆಗ ಮೈ ತುಂಬ ಧೂಳು ಮೆತ್ತಿಕೊಂಡಿದ್ದ ಲಿಉ ಕೋಣೆಯಿಂದ ಹೊರಬಿದ್ದ. ಖ್ವಾಯ್-ಹೋಗೆ ನಗು ತಡೆಯಲಾಗಲಿಲ್ಲ. ಲಿಉ ಹುಬ್ಬು ಗಂಟುಹಾಕಿಕೊಂಡು ಅವನನ್ನು ಬಯ್ದ :

''ದರಿದ್ರದವನೇ ! ಎಂಥ ಒಂದು ದರಿದ್ರ ಗಲಾಟೆ ಹುಟ್ಟಿಸಿದೆ.''

''ಖ್ವಾಯ್-ಹೋ ಪ್ರತಿಭಟಿಸಿದ – ''ನನ್ನ ಬಯ್ಬೇಡಿ ನಾನೇನು ಕಾನೂನುಗಳನ್ನು ಮಾಡುವವನಲ್ಲ. ದಳದ ಸದಸ್ಯರು ಅವನ್ನೆಲ್ಲಾ ಮಾಡಿಟ್ಟಿದ್ದಾರೆ.''

ಲಿಉ ಹುಡುಗನ ಕಡೆಗೆ ತನ್ನ ಬೆರಳು ತೋರಿಸಿ ಹೇಳಿದ :

''ನಿಯಮಗಳನ್ನು ಮಾಡುವುದರ ಹಿಂದಿನ ಮನೋಧರ್ಮವನ್ನು ನೀನು ಚೆನ್ನಾಗಿ ತಿಳಿದುಕೊಳ್ಳಬೇಕು.

ಸ್ವಲ್ಪ ಹೊತ್ತಿನ ಬಳಿಕ ಮತ್ತೆ ಹೇಳಿದ.

''ತಮ್ಮ ಕುರಿಗಳ ಕಡೆ ನಿಗಾ ಇಡಲು ಜನರನ್ನು ಪ್ರೇರೇಪಿಸೋದೇ ನಮ್ಮ ಉದ್ದೇಶ. ಅವರ ಮೇಲೆ ದಂಡ ವಿಧಿಸಬೇಕಾದ ಅಗತ್ಯವಿಲ್ಲ ಅಂತ ನನಗನಿಸುತ್ತದೆ. ನಿನಗೆ ಅದು ಗೊತ್ತಾಗಲ್ವ ?''

ಈ ಒಗಟು ಅರ್ಥವಾಗದೆ ಖ್ವಾಯ್-ಹೋ ನಗುತ್ತಾ ಕೇಳಿದ :

''ಅವರು ತಮ್ಮ ಕುರಿಗಳನ್ನು ಸರಿಯಾಗಿ ನೋಡಿಕೊಳ್ಳದೇ ಹೋದರೆ ?''

''ಅದು ಅವರ ಅಂತಃಸಾಕ್ಷಿಗೆ ಬಿಟ್ಟಿದ್ದು.''

''ಆದರೆ ವೆಯ್ ಚಿಕ್ಕಮ್ಮನಿಗೆ ಅದರ ಬಗ್ಗೆ ಯೋಚನೆಯೇ ಇಲ್ಲ... ಆಕೆ ನಿಯಮ ಮುರಿದಳು...''

''ಓಹ್, ಅವಳು ಒಬ್ಬಳೇ ಒಬ್ಬಳು ಹಾಗೆ ಮಾಡೋದು'' ಎಂದ ಲಿಉ.

''ಆದರೆ, ಈ ಒಬ್ಬ ವ್ಯಕ್ತಿಯ ಬಗ್ಗೆ ನಾವು ಏನು ಮಾಡಬೇಕೂಂತ ಹೇಳಿ'' ಎಂದು ಖ್ವಾಯ್–ಹೋ ಪಟ್ಟುಬಿಡದೆ ಕೇಳಿದ.

ಲಿಉ ಸ್ವಲ್ಪ ಹೊತ್ತು ಯೋಚನೆ ಮಾಡಿ ಹೇಳಿದ :

ಅಂದರೆ, ನಾವು ಹೀಗೆ ಮಾಡಬಹುದು. ಈ ಕುರಿಗಳನ್ನು ಅವಳಿಗೆ ತೆಗೆದುಕೊಂಡು ಹೋಗಿ ಕೊಟ್ಟು, ಎಚ್ಚರಿಕೆ ಮಾತು ಹೇಳು. ಅದರಿಂದ ಇನ್ನೊಮ್ಮೆ ಆಕೆ ಇಷ್ಟು ಅಜಾಗರೂಕಳಾಗೋದಿಲ್ಲ.''

ಅದರಿಂದೇನೂ ಉಪಯೋಗವಿಲ್ಲ! ಈ ಬಾರಿ ನಾವು ನಿಯಮವನ್ನು ಅಲಕ್ಷಿಸಿದರೆ, ಮುಂದೆ

ಎಲ್ಲರೂ ಉಪೇಕ್ಷಿಸ್ತಾರೆ. ಈಗಷ್ಟೇ ಗೋಧಿ ಸಸಿ ಬೆಳೆದಿದೆ, ಹಳ್ಳಿಯಲ್ಲೋ, ಬೇಕಾದಷ್ಟು ಕುರಿಗಳಿವೆ. ಉಳಿದ ಕುರಿಗಳು ಬೆಳೆ ಹಾಳು ಮಾಡಿದರೆ ಏನು ಮಾಡೋದು ?'' ಎಂದು ಹೇಳಿ ಸ್ವಲ್ಪ ಹೊತ್ತು ಮಾತು ನಿಲ್ಲಿಸಿದ.

ಆತ ತನ್ನೊಳಗೆ ಯೋಚಿಸಿದ :

''ಈ ಬಾರಿ ನಮ್ಮ 'ಹಳ್ಳಿಯ ಪೆಡಂಭೂತ'ವನ್ನು ಸುಲಭವಾಗಿ ಬಿಟ್ಟುಬಿಟ್ಟರೆ, ನಮ್ಮ ತತ್ವಗಳನ್ನು, ಸಾಮೂಹಿಕ ಕೃಷಿ ಕ್ಷೇತ್ರದ ಹಿತಗಳನ್ನು ಬಲಿಕೊಟ್ಟಂತೆಯೇ ಸರಿ.''

ಖ್ವಾಯ್-ಹೋ ಒಬ್ಬ ಪ್ರಾಮಾಣಿಕ, ನೇರ ನಡತೆಯ ಹುಡುಗ. ತನಗೆ ಖಂಡಿತ ಎನಿಸದೆ ಯಾವುದರ ಬಗೆಗೂ ಆತ ಹಟ ಹಿಡಿಯುವುದಿಲ್ಲ.

''ನೀವೇ ಹೋಗಿ ಆ ಕುರಿಗಳನ್ನು ಅವಳಿಗೆ ಕೊಡಿ. ಅವಳಿಗೆ ಬುದ್ಧಿ ಹೇಳಲು ನನ್ನಿಂದ ಸಾಧ್ಯವಿಲ್ಲ.''

ಬೆಂಕಿ ತಟ್ಟಿದ ಬೆಕ್ಕಿನಂತೆ ಲಿಉ ಹಿಂದಕ್ಕೆ ಜಿಗಿದು, ಅವಸರವಸರವಾಗಿ ಹೇಳಿದ :

''ಇಲ್ಲ, ಇಲ್ಲ. ಆ ಕೆಲಸಕ್ಕೆ ನೀನೇ ಸರಿಯಾದ ವ್ಯಕ್ತಿ. ಎಷ್ಟೆಂದರೂ, 'ಗಂಟೆ ಕಟ್ಟಿದವನೆ ಅದನ್ನು ಬಿಚ್ಚಬೇಕು' ಅನ್ನೋ ಹಳೆಯ ನಾಣ್ಣುಡಿ ನಿನಗೆ ಗೊತ್ತೇ ಇದೆ.''

ಖ್ವಾಯ್-ಹೋಗೆ ಇದ್ದಕ್ಕಿದ್ದ ಹಾಗೆ ಹೊಳೆಯಿತು : ''ಲಿಉ ಯಾರನ್ನೂ ನೋಯಿಸೋದಕ್ಕೆ ಇಷ್ಟಪಡೋದಿಲ್ಲ.''

ಅಷ್ಟರಲ್ಲಿ 'ಹಳ್ಳಿಯ ಪೆಡಂಭೂತ' ದೂರದಲ್ಲಿ ಅರಚಿಕೊಳ್ಳುತ್ತಿರುವುದು ಕೇಳಿಸಿತು. ಲಿಉ ಉಪದೇಶಿಸಿದ :

''ಅವಳು ಕುರಿ ತೆಗೆದುಕೊಂಡು ಹೋಗಲು ಬಂದರೆ, ಅವನ್ನ ತೆಗೆದುಕೊಂಡು ಹೋಗಲಿ.''

ಖ್ವಾಯ್-ಹೋ ಗಟ್ಟಿ ಮನಸ್ಸು ಮಾಡಿ ಲಿಉನ ತೋಳನ್ನು ಹಿಡಿದುಕೊಂಡ.

''ಅವಳು ಬಂದರೆ, ನೀವು ಅವಳಿಗೆ ಕಟುವಾಗಿ ಒಂದಿಷ್ಟು ಮಾತು ಹೇಳಿ.''

''ಇಲ್ಲ! ಆ ಕೆಲಸ ನೀ ಮಾಡೋದೇ ಒಳ್ಳೆಯದು, ನನಗೇನೋ ತುಂಬ ಮುಖ್ಯವಾದ ಕೆಲಸ ಇದೆ'' ಎನ್ನುತ್ತಾ ಖ್ವಾಯ್-ಹೋನಿಂದ ಹೇಗೋ ತೋಳು ಬಿಡಿಸಿಕೊಂಡು ಮತ್ತೆ ಕೋಣೆಗೆ ಓಡಿ ಹೋದ, ಲಿಉ.

ಆದರೆ ಈಗ ಹೆದರಿಕೊಳ್ಳಬೇಕಾದ್ದಿರಲಿಲ್ಲ. ಒಳಗೆ ಬಂದ ವ್ಯಕ್ತಿ ಬೇರೆ ಯಾರೂ ಅಲ್ಲ. ಆತ ದಳದ ನಾಯಕ ಲಿಉ ಚನ್-ಚಿ.

ಈತ ಇನ್ನೂ ಮೂವತ್ತರ ಹರೆಯದಲ್ಲಿರುವ ಸರಳ, ಪ್ರಾಮಾಣಿಕ, ದೃಢವಾದ ಮೈಕಟ್ಟಿನ ವ್ಯಕ್ತಿ. ಆತ ಸದಾ ಸಂತೋಷದಿಂದಲೂ ಚುರುಕಾಗಿಯೂ ಇರುವಂತೆ ಕಾಣುತ್ತಿದ್ದ.

ಖ್ವಾಯ್-ಹೋ ಸಂತೋಷದಿಂದ ಹಿಗ್ಗಿಹೋದ. ''ಓ ದೇವರೇ, ಅಂತೂ ನೀವು ಬಂದಿರಲ್ಲ!''

ಬರುತ್ತಿರುವಂತೆಯೇ ನಗುತ್ತಾ ಚನ್-ಚಿ ಕೇಳಿದ :

''ಕೊಂಚ ತೊಂದರೆ ಆಗಿದೆಯಾ ? ಆ ಕುರಿಗಳನ್ನು ಹಿಡಿದು ಇಲ್ಲಿಗೆ ತಂದು ನೀನು ಒಳ್ಳೇ ಕೆಲಸವನ್ನೇ ಮಾಡಿದೆ. ಈ ಬಾರಿ ಅವಳ ಕುರಿಗಳನ್ನು ಹಿಡಿಯದೇ ಹೋಗಿದ್ದಿದ್ದರೆ, ಮುಂದೆ ಅದೊಂದು ಸಮಸ್ಯೆಯೇ ಆಗುತ್ತಿತ್ತು. ಗೋಧಿ ಹೊಲದ ಬಹಳ ಭಾಗವನ್ನು ಈ ಕುರಿಗಳು ಹಾಳು ಮಾಡಿವೆ.''

''ನೀವು ಅದನ್ನು ನೋಡಿಕೊಂಡು ಬಂದಿರಾ !'' ಎಂದು ಖ್ವಾಯ್-ಹೋ ಕೇಳಿದ.

''ಮತ್ತೆ!'' ಎಂದು ಚನ್-ಚಿ ನಿಟ್ಟುಸಿರುಬಿಟ್ಟ. ಅನಂತರ ಲಿಉ ಒಳಗೆ ಇದಾನಾ ಎಂದು ವಿಚಾರಿಸಿಕೊಂಡ.

ಖ್ವಾಯ್-ಹೋ ತನ್ನ ಗಲ್ಲವನ್ನು ಚಾಚಿ ಆತನಿರುವ ಕೋಣೆಯನ್ನು ಸೂಚಿಸಿ, ಪಿಸುದನಿಯಲ್ಲಿ ಹೇಳಿದ: ''ಆ ಕುರಿಗಳನ್ನು ಅವಳಿಗೆ ವಾಪಸು ಕೊಡುವಂತೆ ನನಗೆ ಹೇಳ್ತಿದ್ದಾರೆ.''

''ಆದರೆ ತಾನು ತಪ್ಪು ಮಾಡಿದ್ದೇನೆಂದು ಆಕೆ ಒಪ್ಪಿಕೊಂಡಿದ್ದಾಳಾ ?''

''ಏನು ! ನಿಮಗೆ ಅಂಥ ಯೋಚನೆ ಬರುವುದಕ್ಕೂ ಸಾಧ್ಯವೇ ?'' ಎನ್ನುತ್ತ ಖ್ವಾಯ್-ಹೋ ಜೋಲು ಮೋರೆ ಹಾಕಿದ. ''ಆಕೆ ಎಂಥ ಗಲಾಟೆ ಎಬ್ಬಿಸಿದಳು ಅಂದ್ರೆ, ಆಕಾಶವೇ ಕಳಚಿ ಬಿತ್ತೂಂತ ನಾವು ತಿಳಿದೆವು.''

''ಹಾಗಾದರೆ, ನಾವೇಕೆ ಅವಳ ಕುರಿಯನ್ನ ವಾಪಸು ಕೊಡಬೇಕು ?''

ಇಷ್ಟು ಹೊತ್ತಿಗೆ ಲಿಉ ಹೊರಗೆ ಬಂದು ಚನ್-ಚಿಯನ್ನು ಕೋಣೆಯತ್ತ ಎಳೆದುಕೊಂಡು ಹೋಗೋದಕ್ಕೆ ಶುರು ಮಾಡಿದ. ಹೋಗುವಾಗ ಸಣ್ಣ ಧ್ವನಿಯಲ್ಲಿ ಪಿಸುಗುಡುತ್ತಿದ್ದ: ''ಬೇಗ ! ಏನೋ ಮುಖ್ಯವಾದ ವಿಷಯ ನಿನಗೆ ಹೇಳ್ಬೇಕು.''

ಕೋಣೆಯೊಳಗೆ ಹೊಕ್ಕ ಕೂಡಲೇ ಚನ್-ಚಿಗೆ ಲಿಉ ವಿವರಿಸತೊಡಗಿದ :

''ಚನ್-ಚಿ, ಈ 'ಹಳ್ಳಿಯ ಪೆಡಂಭೂತ' ಎಂಥ ನಾಯಿ ಮುಂಡೆ ಎನ್ನುವುದು ನಿನಗೆ ಗೊತ್ತೇ ಇದೆ. ಇದನ್ನ ನಾವು ಸರಿಯಾಗಿ ಬಗೆಹರಿಸದಿದ್ದರೆ, ಅವಳೊಂದು ದೊಡ್ಡ ರಂಪವನ್ನೇ ಎಬ್ಬಿಸುತ್ತಾಳೆ. ಅದರಿಂದ ನಮ್ಮ ಉತ್ಪಾದನೆಗೆ ತೊಂದರೆಯಾಗ್ತದೆ. ಆಗ ನಮ್ಮ ದಳದ ಸದಸ್ಯರನ್ನ ಸರಿಯಾಗಿ ಸಂಘಟಿಸಲಿಲ್ಲ ಅಂತ ಉಳಿದವರು ನಮ್ಮನ್ನು ದೂಷಿಸ್ತಾರೆ. ಆದ್ದರಿಂದ... ನಾವು... ಆಂ... ಇದೊಂದು ಸಣ್ಣ ವಿಷಯ ಅಂತ ತಿಳಿದು... ಅವಳನ್ನ ಹಾಗೇ ಬಿಟ್ಟು ಬಿಡೋದು ಒಳ್ಳೆಯದು.''

ಚನ್-ಚಿ ಅವನನ್ನು ಮಧ್ಯದಲ್ಲೇ ತಡೆದ: ''ಉಳಿದವರೂ ಅವಳ ಈ ಒಳ್ಳೆಯ ಉದಾಹರಣೆಯನ್ನೇ ಅನುಸರಿಸಿದರೆ ?''

ಚನ್-ಚಿ ಯ ಭುಜವನ್ನು ತಡವುತ್ತಾ ಲಿಉ ಅಂದ :

''ನನ್ನ ಪ್ರಿಯ ಬಂಧು, ಇಲ್ಲಿರೋರನ್ನೆಲ್ಲಾ ಒಂದು ಕೈ ಬೆರಳುಗಳಲ್ಲಿ ಎಣಿಸಬಹುದು. ಆ ಮುದುಕಿಯಂಥವರು ಬೇರೆ ಯಾರಾದರೂ ಈ ಹಳ್ಳಿಯಲ್ಲಿದ್ದಾರಾ ?''

ಚನ್-ಚಿ ಕುಲು ಕುಲು ನಕ್ಕ : ''ಎಂಥ ಅದ್ಭುತ ಯೋಚನೆ ! ನಮ್ಮ ಪ್ರಾಮಾಣಿಕ ಕ್ಷಮಾಪಣೆಯೊಂದಿಗೆ ಕುರಿಗಳನ್ನು ಅವಳಿಗೆ ಹಿಂದಿರುಗಿಸೋದು. ಆಮೇಲೆ ಎಲ್ಲಾ ಸರಿಯಾಗ್ತದೆ, ಚಿಕ್ಕಪ್ಪಾ, ನಮ್ಮ ದಳದ ಸದಸ್ಯರು ಇದಕ್ಕಾಗಿ ನಮ್ಮನ್ನು ಅಭಿನಂದಿಸ್ತಾರೇಂತ ತಿಳಿದಿದ್ದೀಯಾ ?''

''ಆದರೆ ಏನಾಯಿತೂಂತ ನಾವು ಅವರಿಗೆ ವಿವರಿಸಬಹುದು, ಅಲ್ವಾ ?'' ಸ್ವಲ್ಪ ತಡೆದು ಆತ ಮುಂದುವರಿಸಿದ : ''ಬಹುಶಃ ನಾನು ಅಷ್ಟು ಮುಚ್ಚುಮರೆ ಇಲ್ಲದೆ ಹೇಳಬಾರದು, ಆದರೂ ಒಂದು ಹಳೇ ನಾಣ್ನುಡಿ ಇದೆ, ಗೊತ್ತಾ? 'ಒಬ್ಬ ವ್ಯಕ್ತಿಯ ಮನಸ್ಸು ನೋಯಿಸೋದೆಂದರೆ, ನಿನ್ನೆದುರು ಒಂದು ಗೋಡೆಯನ್ನು ಕಟ್ಟಿಕೊಂಡಂತೆ' ಅಂತ. ನಾವು ನಮ್ಮ ಜೀವಮಾನವೆಲ್ಲ ಈ ದಳದಲ್ಲೇ ಉಳಿಯುವವರಲ್ಲ ಮತ್ತು...''

''ಅಂದರೆ, ನಿನ್ನ ಪ್ರಕಾರ, ದಳದವರು ನಿರುಪಯುಕ್ತರೂ ನಿಷ್ಪರಿಣಾಮಕಾರಿಗಳೂ ಆಗಿರ್ಬೇಕು.''

ಚನ್-ಚಿ ಹರಿತವಾದ ಧ್ವನಿಯಲ್ಲಿ ಕೇಳಿದ :

''ನಮ್ಮ ಹಳ್ಳಿಗಳು ಈ ದಳದ ಕೆಲಸವನ್ನು ನಮಗೇಕೆ ಒಪ್ಪಿಸ್ಬೇಕು ?''

ನಾಚಿಕೆಯಾಗಿ, ಲಿಉ ಸಣ್ಣದಾಗಿ ಕೆಮ್ಮಿದ.

''ಚಿಕ್ಕಪ್ಪಾ, ನಿನ್ನ ಉಪದೇಶವನ್ನು ನಾನು ಒಪ್ಪಿಕ್ಕೊಳ್ಳೋದು ಸಾಧ್ಯವಿಲ್ಲ'' ಎಂದು ಚನ್-ಚಿ ಗಂಭೀರವಾಗಿ ಉತ್ತರಕೊಟ್ಟ. ''ಆ ಹಳೇ ಮುದುಕಿಯ ಜೊತೆ ಒಳ್ಳೆಯವರಾಗಿರಲು ನಾವು

ನಮ್ಮ ಸಾಮೂಹಿಕ ಕ್ಷೇತ್ರದ ಹಿತಾಸಕ್ತಿಗಳನ್ನು ಬಲಿಕೊಡ್ಬೇಕೂಂತ ಅದರ ಅರ್ಥ. ನಿನ್ನ ಪ್ರಕಾರ, ನಾವು ಎಲ್ಲರ ಜೊತೆಗೂ ಹಾಗೇ ಇರಬೇಕು. ಆದರೆ ಅದೆಲ್ಲಾ ಆಗದ ಮಾತು. ಅಲ್ಲದೆ ನೀನು ನಿನ್ನ ಬಗ್ಗೆ ಮಾತ್ರ ಯೋಚನೆ ಮಾಡ್ತಾ ಇದ್ದೀಯೆ : ಅಷ್ಟೇ ಹೊರತು, ಸಾಮೂಹಿಕ ಕ್ಷೇತ್ರದ ಬಗ್ಗೆ ಅಲ್ಲ. ಅದು ಸಮಸ್ಯೆಗೆ ಉತ್ತರವಲ್ಲ. ತಪ್ಪು ಮಾಡಿದವರನ್ನು ಬಿಡುವ ಬದಲು ನಾನು ಆಕೆಯ ಕೋಪ ಎದುರಿಸೋದಕ್ಕೆ ಸಿದ್ಧ.''

ಲಿಉ ನಾಚಿ ನೀರಾದ, ತನ್ನ ಕತ್ತನ್ನು ಕೆರೆದುಕೊಳ್ಳುತ್ತಾ, ಗಾಬರಿಯಾಗಿ ಗೊಣಗಿದ.

''ಆಯ್ತು. ಈಗ ನಾನು ಹೇಳಿದ್ದನ್ನು ಮರೆತು ಬಿಡು. ಆದರೆ ನಾನು ಹೇಳೋದು ಕೇಳು. ಆ ಮುದುಕಿಗೆ ಅರ್ಥವಾಗುವಂತೆ ವಿವರಿಸೋದು ಬಹಳ ಕಷ್ಟದ ಕೆಲಸ.''

''ನಾವು ಪ್ರಯತ್ನ ಪಡೋಣ. ಅವಳೂ ಮನುಷ್ಯಳು, ಕಲ್ಲಲ್ಲ.''

ಅಷ್ಟು ಹೊತ್ತಿಗೆ, ''ಅವಳು ಬರ್‍ತಾ ಇದ್ದಾಳೆ'' ಎಂದು ಕೂಗುತ್ತಾ ಖ್ವಾಯ್-ಹೋ ಕೋಣೆಯೊಳಕ್ಕೆ ನುಗ್ಗಿ ಬಂದ. ಅವರು ಹೊರಗೆ ಬರುವ ಹೊತ್ತಿಗಾಗಲೇ ಆಕೆ ಅಂಗಳದಲ್ಲಿದ್ದಳು. ದಳದ ಇಬ್ಬರನ್ನು ಕಾಣುತ್ತಲೇ ಆಕೆ ಕೈಗಳನ್ನು ಬೀಸುತ್ತಾ, ಕಿರುಚುತ್ತಾ ಮುಂದೆ ನುಗ್ಗಿದಳು : ''ಓಹ್, ನನ್ನ ದಳದವರೇ! ನಾನೆಂಥ ನತದೃಷ್ಟೆ. ನನ್ನ ಎರಡೂ ಕುರಿಗಳು ಅಂಗಳದಲ್ಲಿ ಸುರಕ್ಷಿತವಾಗಿದ್ದವು. ಆದರೆ ಯಾರೋ ತೊಂದರೆ ಕೊಡಲು ಯತ್ನಿಸಿ ನನ್ನ ಮೇಲೆ ದೂರು ಹೊರಿಸಲು ನೋಡ್ತಿದ್ದಾರೆ. ಆದರೆ ನೀವು ನ್ಯಾಯವಂತರು. ನೀವು ಈ ವಿಷಯ ಬಗೆಹರಿಸಿ.''

ಲಿಉ ಕೊಂಚ ಹಿಂದೆ ಸರಿದು ಕೆಮ್ಮಲು ತೊಡಗಿದ.

ಚನ್-ಚಿ ಮುಗುಳ್ನಗುತ್ತಾ ತಾನು ನಿಂತಲ್ಲೇ ನಿಂತಿದ್ದ. ಆತ ಏನೂ ಮಾತಾಡದೆ, ಅವಳನ್ನೇ ಮಾತಾಡಲು ಬಿಟ್ಟ. ಇದೊಂದು ಒಗಟಾಗಿ ಆಕೆ ತನ್ನ ಮಾತನ್ನು ನಿಲ್ಲಿಸಿ ವಿಸ್ಮಯದಿಂದ ಕೇಳಿದಳು :

''ಸರಿ, ನೀವೇಕೆ ಏನೂ ಮಾತಾಡೋದೇ ಇಲ್ಲ?''

ತಕ್ಷಣ, ವೆಯ್ ಚಿಕ್ಕಮ್ಮನಿಗಾಗಿ ಒಂದು ಕುರ್ಚಿ ತಂದು ಹಾಕುವಂತೆ ಚನ್-ಚಿ ಖ್ವಾಯ್- ಹೋಗೆ ಹೇಳಿದ.

ಹುಡುಗನಿಗೆ ತುಸು ಆಶ್ಚರ್ಯವಾಯಿತು. ಆದರೆ ಪರಿಸ್ಥಿತಿ ಏನೆಂದು ಅರ್ಥ ಮಾಡಿಕೊಂಡು, ಕಚೇರಿಯೊಳಕ್ಕೆ ಧಾವಿಸಿ ಹೋಗಿ, ಒಂದು ದೊಡ್ಡ ಆರಾಮ ಕುರ್ಚಿಯನ್ನು ತಂದು ಅವಳೆದುರು ಇಟ್ಟ. ''ಚಿಕ್ಕಮ್ಮಾ, ನೀನು ಇಲ್ಲಿಗೆ ಧಾವಿಸಿ ಬಂದು ಸುಸ್ತಾಗಿದ್ದೀಯಾ, ದಯವಿಟ್ಟು ಕೂತುಕೋ'' ಎಂದ.

ಆಗ, ಚನ್-ಚಿ ಇನ್ನೊಂದು ಆಜ್ಞೆ ಹೊರಡಿಸಿದ, ''ಖ್ವಾಯ್-ಹೋ ದಯವಿಟ್ಟು ನಮಗೆ ಒಂದಿಷ್ಟು ಚಹಾ ತಗೊಂಬಾ.''

''ಇಗೋ ತಂದೆ'' ಎನ್ನುತ್ತಲೇ ಹುಡುಗ, ತಕ್ಷಣ ಕೆಲವು ಕಪ್ಪುಗಳನ್ನೂ ಚಹಾ ಪಾತ್ರೆಯನ್ನೂ ಎದುರಿಗಿಟ್ಟ.

ವೆಯ್ ಚಿಕ್ಕಮ್ಮನ ಬಟ್ಟಲಿಗೆ ಚಹಾ ಹಾಕುತ್ತಾ, ಚನ್-ಚಿ ಸೌಜನ್ಯಪೂರ್ಣವಾಗಿ ಕೂತುಕೊಳ್ಳುವಂತೆ ಆಕೆಯನ್ನು ಬಿನ್ನವಿಸಿಕೊಂಡ. ಆಕೆ ಕಕ್ಕಾಬಿಕ್ಕಿಯಾಗಿ ಏನು ಮಾಡಬೇಕೆಂದು ತೋರದಾದಳು. ಅವರು ಹಲವು ಬಾರಿ ಕೇಳಿಕೊಂಡ ಮೇಲೆ, ಆಕೆ ಕೂತುಕೊಂಡಳು. ಚಹಾ ಕಪ್ಪು ಹಿಡಿದುಕೊಂಡ ಆಕೆಗೆ ಅದನ್ನು ಕುಡಿಯಲು ಆಗದಷ್ಟು ಗಾಬರಿ.

ಇನ್ನೂ ಎರಡು ಬೆಂಚುಗಳನ್ನು ತಂದು ಹಾಕಿಕೊಂಡು ಚನ್-ಚಿ ಮತ್ತು ಇತರರು ಅದರ ಮೇಲೆ ಕೂತರು. ಚಹಾ ಕಪ್ಪನ್ನು ಕೈಯಲ್ಲಿ ಹಿಡಿದುಕೊಂಡು, ಚನ್-ಚಿ ಮುಗುಳ್ನಗುತ್ತಾ

ನಿಧಾನವಾಗಿ ಶುರು ಮಾಡಿದ. ''ನಮಗೆ ಹೀಗೆ ಮಾತುಕತೆಯಾಡುವುದಕ್ಕೆ ಅವಕಾಶ ಸಿಗೋದೇ ಕಡಿಮೆ. ಆದ್ದರಿಂದ ಈಗ ನಮ್ಮ ಕೆಲಸದ ಬಗ್ಗೆ ನಿನ್ನ ಟೀಕೆಗಳೇನೇ ಇದ್ದರೂ ಮುಚ್ಚುಮರೆ ಇಲ್ಲದೆ ಹೇಳು.''

ಅವರನ್ನು ಸರಿಯಾಗಿ ತರಾಟೆಗೆ ತೆಗೆದುಕೊಳ್ಳಬೇಕೆಂದು ಗೃಹ ನಿರ್ಮಾಣದಿಂದ ಕಚೇರಿಗೆ ಬಂದಾಗ ವೆಯ್ ಚಿಕ್ಕಮ್ಮ ಭಯಂಕರ ಕೋಪದಲ್ಲಿದ್ದಳು. ಆದರೆ ಈಗ ಅವಳ ಬಾಯಿ ಕಟ್ಟಿದಂತಾಗಿತ್ತು. ಏನು ಹೇಳಬೇಕೆಂದು ತೋರದೆ, ತನ್ನ ಚಹಾ ಕಪ್ಪನ್ನೇ ನೋಡುತ್ತಾ, ಅಸ್ಪಷ್ಟವಾಗಿ ಗೊಣಗಿದಳು : ''ಓಹ್ ! ಇಲ್ಲಿಯವರೆಗೆ ಎಲ್ಲಾ ಒಳ್ಳೆಯದೇ ಆಗಿದೆ.''

''ಹಾಗಾದರೆ ಗೋಧಿ ಹೊಲಗಳ ಬಗ್ಗೆ ನಾವು ಆ ನಿಯಮಗಳನ್ನು ಅನುಸರಿಸಿರುವುದು ಸರಿಯಾದ ಕ್ರಮ ಎಂದು ನೀನು ಭಾವಿಸುತ್ತೀಯಾ.''

ಮೌನ.

''ನಾವು ಸರಿಯಾದ ಕ್ರಮ ಅನುಸರಿಸಿದ್ದೇವೆಂದು ನಿನಗನಿಸುತ್ತಾ?'' ಎಂದು ಚನ್-ಚಿ ಮತ್ತೆ ಕೇಳಿದ.

''ಹೌದು.''

''ನೀನು ನ್ಯಾಯವಾದ ಮಾತಿಗೆ ಹೌದು ಎನ್ನುವವಳು ಎಂದು ನನಗೆ ಗೊತ್ತು. ಇನ್ನೂ ಸ್ವಲ್ಪ ಚಹಾ ತಗೋ'' ಎಂದು ಚನ್-ಚಿ ಅವಳನ್ನು ಹುರಿದುಂಬಿಸಿದ. ತನ್ನ ಕಪ್ಪಿನಿಂದ ಒಂದು ಗುಟುಕು ಚಹಾ ಕುಡಿದು ಕೈಯಿಂದ ನಿಧಾನವಾಗಿ ಬಾಯಿಯನ್ನು ಒರೆಸಿಕೊಳ್ಳುತ್ತಾ, ಆತ ಮಾತು ಮುಂದುವರಿಸಿದ !

''ನಾವು ಆ ನಿಯಮಗಳನ್ನು ಯಾವಾಗ ಅಂಗೀಕರಿಸಿದೆವು ?'' ತನಗೆ ಆ ದಿನಾಂಕ ಮರೆತು ಹೋದಂತೆ ಚನ್-ಚಿ ಹಠಾತ್ತನೆ ಮಾತು ನಿಲ್ಲಿಸಿದ.

''ನವೆಂಬರ್ ನಾಲ್ಕನೇ ತಾರೀಖು ರಾತ್ರಿ'' ಎಂದು ಖ್ವಾಯ್-ಹೋ ಉತ್ಸಾಹದಿಂದ ಉತ್ತರ ಒದಗಿಸಿದ.

''ನಿಜ, ನಿಜ. ನೀನು ಹೇಳಿದ್ದು ಸರಿ'' ಎಂದು ವೆಯ್ ಚಿಕ್ಕಮ್ಮನ ಮುಖಭಾವವನ್ನು ಎಚ್ಚರಿಕೆಯಿಂದ ಗಮನಿಸುತ್ತಾ ಚನ್-ಚಿ ಹೇಳಿದ. ''ಹಾಂ... ಈಗ ನೆನಪಾಗ್ತಾ ಇದೆ. ಆ ರಾತ್ರಿ ನಡೆದ ಸಭೆಯಲ್ಲಿ ವೆಯ್ ಚಿಕ್ಕಮ್ಮಾ ನೀನೂ ಇದ್ದೆ, ಅಲ್ಲವಾ ? ನೀನೂ ಆ ನಿಯಮಗಳಿಗೆ ಮತವಿತ್ತೆ ಅಲ್ಲವಾ ?''

''ಹೌದು, ಆ ನಿಯಮಗಳೆಲ್ಲಾ ಸರ್ವಾನುಮತದಿಂದ ಅಂಗೀಕೃತವಾದವು'' ಚನ್-ಚಿಯ ಮಾತಿನ ಸುಳಿವು ತಿಳಿದು, ಆಕೆ ಏನಾದರೂ ಆ ಬಗ್ಗೆ ನಿರಾಕರಿಸಬಹುದೆಂದು ಹೆದರಿ ಖ್ವಾಯ್-ಹೋ ಅವಳಿಗಿಂತ ಮೊದಲೆ ಉತ್ತರ ಕೊಟ್ಟ.

ವೆಯ್ ಚಿಕ್ಕಮ್ಮ ಏನೂ ಹೇಳಲಿಲ್ಲ. ಸ್ವಲ್ಪ ಹೊತ್ತಾದ ಮೇಲೆ ಆಕೆ ತನ್ನ ಮೌನವನ್ನು ಮುರಿದು, ತಲೆಯನ್ನು ಕೊಡವಿ, ಅತ್ಯಂತ ನಿರ್ಧಾರದ ಧ್ವನಿಯಲ್ಲಿ ಹೇಳಿದಳು : ''ಏನೇ ಇರಲಿ, ನನ್ನ ಕುರಿಗಳು ಅಂಗಳದಲ್ಲಿ ಸುರಕ್ಷಿತವಾಗಿದ್ದವು.''

ಖ್ವಾಯ್-ಹೋ ಏನೋ ಉತ್ತರ ಕೊಡಲು ಬಾಯಿ ತೆರೆದ. ಆಗ ಚನ್-ಚಿ ಅವನನ್ನು ತಡೆದು, ಒಂದು ಮುಗುಳ್ನಗೆ ನಕ್ಕು ಕೇಳಿದ :

''ಹಾಗಿದ್ದ ಮೇಲೆ, ಅವು ಗೋಧಿ ತೋಟಕ್ಕೆ ನುಗ್ಗಿದ್ದು ಹೇಗೆ ?''

''ಯಾರಿಗೆ ಗೊತ್ತು ? ಅವಕ್ಕೆ ಕಾಲುಗಳಿವೆ, ಅಲ್ಲವೇ ?''

ಖ್ವಾಯ್-ಹೋ ದೊಡ್ಡದಾಗಿ ನಕ್ಕ. ಚನ್-ಚಿ ತನ್ನ ಮಾತುಗಳನ್ನು ಮುಂದುವರಿಸಿದ : ''ಅಂದರೆ ಅವು ಗೋಧಿ ಸಸಿಗಳನ್ನು ತಿಂದವೆಂಬುದನ್ನು ನೀನು ಒಪ್ಪಿಕೊಳ್ಳುತ್ತೀಯೇ ?''

ವೆಯ್ ಚಿಕ್ಕಮ್ಮ ತುಟಿ ಬಿಗಿದುಕೊಂಡು, ದೀರ್ಘ ಉಸಿರು ತೆಗೆದುಕೊಂಡಳು.

''ಬೆಳೆಯನ್ನು ಹಾಳುಮಾಡಿದ್ದು ನಿನ್ನ ಕುರಿಗಳೇ ಆದ್ದರಿಂದ, ನೀನು ಆ ಬಗ್ಗೆ ಏನು ಹೇಳ್ತೀಯಾ ?'' ಎಂದು ಚನ್-ಚಿ ಸ್ವಲ್ಪ ಹೊತ್ತು ಬಿಟ್ಟು ಕೇಳಿದ.

ಆಕೆ ಅವನ ಕಡೆ ನೋಡಿ, ಪ್ರತಿಪ್ರಶ್ನೆ ಕೇಳಿದಳು : ''ಮೊದಲು ನೀನು ಹೇಳೋದು ಏನು ? ಅದನ್ನು ಹೇಳು ?''

''ನಾನು ಹೇಳುವುದೇನೆಂದರೆ'' ಚನ್-ಚಿ ತನ್ನ ಎರಡು ಬೆರಳುಗಳನ್ನು ಮೇಲೆತ್ತಿ ತೋರಿಸಿ, ಸಣ್ಣದಾಗಿ ನಗುತ್ತಾ ಹೇಳಿದ: ''ನಿಯಮದ ಪ್ರಕಾರ ನಿನಗೆ ಎರಡು ಯುವಾನ್ ದಂಡ ವಿಧಿಸಲಾಗಿದೆ.''

ಆಕೆ ''ಆಗಲಿ... ನಾನು ಕೊಡ್ತೇನೆ'' ಎನ್ನುತ್ತಾ ಚಹಾ ಕಪ್ಪನ್ನು ಕೆಳಗಿಟ್ಟು ಆಕೆ ತನ್ನ ಕುರಿಗಳನ್ನು ಬಿಚ್ಚಿಕೊಳ್ಳಲು ಹೋದಳು.

ಲಿಉಗೆ ಮುಗುಳ್ನಗದೇ ಇರಲು ಸಾಧ್ಯವಾಗಲಿಲ್ಲ. ಆತ ಚನ್-ಚಿಯ ಕಿವಿಯಲ್ಲಿ ಪಿಸುಗುಟ್ಟಿದ : ''ಒಳ್ಳೇ ಕೆಲಸ ಮಾಡಿದೆ. ಕೊನೆಗೂ ಅವಳನ್ನು ಬಗ್ಗು ಬಡಿದೆ.''

ಚನ್-ಚಿ ಲಿಉ ಕಡೆ ನೋಡಿ ಅರ್ಥಗರ್ಭಿತವಾಗಿ ಹೇಳಿದ :

''ನ್ಯಾಯ ಸಲ್ಲಬೇಕಾದಾಗ ದಳದವರು ಜನರ ಮನಸ್ಸನ್ನು ನೋಯಿಸಲು ಹೆದರಬಾರದು.''

ಅವರೇನು ಮಾತಾಡಿಕೊಳ್ಳುತ್ತಿದ್ದಾರೆಂಬ ಬಗ್ಗೆ ಖ್ವಾಯ್-ಹೋಗೆ ಗಮನವಿರಲಿಲ್ಲ. ಆತ ಏನೋ ಯೋಚನೆಯಲ್ಲಿ ಮುಳುಗಿ, ತನ್ನೊಳಗೆ ತಾನೇ ನಸುನಕ್ಕು ಹೇಳಿಕೊಂಡ : 'ನಮ್ಮ ದಳದ ನಾಯಕ ಅಸಾಧ್ಯ ವ್ಯಕ್ತಿ.'

○ ಲಿಉ ಜಿನ್‌ವು

ಪ್ರೇಮಕ್ಕೆ ಸ್ಥಾನ

ಮೊದಲಿನ ಪಾಳಿ ಕೆಲಸ ಮುಗಿಯುತ್ತಿದ್ದಂತೆಯೇ, ಕಾರ್ಯಾಗಾರದ ಮೂಲೆಯಲ್ಲಿದ್ದ ಪ್ಲೈವುಡ್ ಕಟಾಂಜನದ ತನ್ನ ಕಚೇರಿಗೆ ನಮ್ಮ ಕಾರ್ಯಾಗಾರದ ಫೋರ್‌ಮನ್ ವೈ ಅಜ್ಜ ನನ್ನನ್ನು ಕರೆದ.

ಕಚೇರಿಯತ್ತ ಹೋಗುತ್ತಿದ್ದ ಅವನನ್ನು ನಾನು ಅನುಸರಿಸಿದೆ. ಆತ ನನ್ನತ್ತ ತಿರುಗಿದಾಗ ಅವನ ಕಣ್ಣಲ್ಲಿ ಒಂದು ವಿಚಿತ್ರ ನೋಟ ಇದ್ದಂತೆ ಕಾಣಿಸಿತು. ನನ್ನನ್ನು ಮೊಟ್ಟಮೊದಲ ಬಾರಿಗೆ ನೋಡುತ್ತಿರುವವನಂತೆ, ನಾನೇನೋ ತಪ್ಪು ಮಾಡಿದೆನೇನೋ ಎನ್ನುವಂತೆ ಆತ ದಿಟ್ಟಿಸುತ್ತಿದ್ದ. ಆತನ ಮುಖಭಾವ ನೋಡಿ ನನಗೆ ನಗು ತಡೆಯಲಾಗಲಿಲ್ಲ.

''ಮಂಗ್ ಷ್ಯಾವ್-ಯು'' ಎಂದಾತ ಉದ್ಗರಿಸಿದ. ಕಾಲದ ಹೊಡೆತಕ್ಕೆ ಸಿಕ್ಕಿ ಸುಕ್ಕುಗಟ್ಟಿದ ಆತನ ಮುಖದಲ್ಲಿನ ಹೊಳೆಯುವ ಕಣ್ಣುಗಳಲ್ಲಿ ಹತಾಶೆ ಮತ್ತು ಒಂದು ಬಗೆಯ ಕಾಳಜಿ ಇತ್ತು. ಚರ್ಮ ಜಡ್ಡುಗಟ್ಟಿದ ತನ್ನ ಕೈಗಳನ್ನು ಬೀಸಿ ಆತ ಮುಂದುವರಿಸಿದ : ''ನೀನು ಕೂಡ ಪ್ರೇಮ ಪಾಶಕ್ಕೆ ಸಿಕ್ತೀಯಾ ಎಂದು ನಾನೆಂದೂ ಭಾವಿಸಿರಲಿಲ್ಲ. ನೀನಿನ್ನೂ ತುಂಬಾ ಚಿಕ್ಕವಳು ! ಯಾಕಿಷ್ಟು ಅವಸರ ? ಯಾ-ಮೈಯಷ್ಟು ವಯಸ್ಸಾಗುವವರೆಗೆ ನೀನು ತಾಳು. ಆಗ ನಾನೇ ನಿನ್ನನ್ನು ಒಳ್ಳೆಯ ತರುಣನೊಬ್ಬನಿಗೆ ಪರಿಚಯ ಮಾಡಿಸ್ತೇನೆ. ನಿನಗೆ ಯಾವ ರೀತಿಯ ವ್ಯಕ್ತಿ ಬೇಕು ? ಆ ಕಾಲ ಬಂದಾಗ ನನಗೆ ಹೇಳು. ಆದರೆ ಈಗ ಅದನ್ನು ಶುರು ಮಾಡೋದೆಂದರೆ...''

ನನಗೆ ಆಶ್ಚರ್ಯವಾಯಿತು. ಆತನಿಗೆ ನನ್ನ ಗುಟ್ಟನ್ನು ಹೇಳಿದವರು ಯಾರು ? ಅಥವಾ ನಾನೇ ಎಲ್ಲೋ ಅಜಾಗರೂಕತೆಯಿಂದ ಗುಟ್ಟನ್ನು ಬಿಟ್ಟುಕೊಟ್ಟೆನೇ ? ಖಂಡಿತ ಇಲ್ಲ. ಆದ್ದರಿಂದ ಒಂದು ರೀತಿಯ ಅನಾಸಕ್ತಿಯನ್ನು ನಟಿಸಿ ನಾನು ಮಾರುತ್ತರ ಕೊಟ್ಟೆ:

''ನಿಜವಾಗಿಯೂ, ನೀನೇನು ಮಾತಾಡ್ತೀಂತ ತಿಳೀದು ನನಗೆ. ಅದೆಲ್ಲಾ ಅರ್ಥವಿಲ್ಲದ್ದು.''

ವೈ ತನ್ನ ತಲೆಯನ್ನು ನಿಧಾನವಾಗಿ ಕೊಡವಿ, ನಿಟ್ಟುಸಿರು ಬಿಟ್ಟು ತನ್ನ ಜೇಬಿನಿಂದ ಒಂದು ಲಕೋಟೆ ಹೊರತೆಗೆದ. ಅದನ್ನು ನನ್ನ ಕೈಗಿತ್ತು, ಆತ ಹೇಳಿದ :

''ಗೇಟನ್ನು ಕಾಯುವ ಹೋ ಮುದುಕ ವೃತ್ತಪತ್ರಿಕೆಗಳನ್ನು ತಂದಾಗ ಇದನ್ನೂ ತನಗೆ ಕೊಟ್ಟ. ನಿನ್ನ ಪ್ರೇಮಿ ಅಂಚೆ ಕಚೇರಿಯನ್ನೂ ನಂಬೋದಿಲ್ಲ. ಆತ ಗೇಟಿನವರೆಗೆ ಬಂದು ತಾನೇ ಇದನ್ನು ಕೊಟ್ಟುಹೋದ.''

ಮುಚ್ಚಿದ ಆ ಲಕೋಟೆಯನ್ನು ನಾನು ಆತನಿಂದ ಕಸಿದುಕೊಂಡೆ. ಪರಿಚಿತವಾದ, ನನ್ನ ಪ್ರೀತಿ ಪಾತ್ರವಾದ ಕೈ ಬರಹವನ್ನು ನೋಡುತ್ತಿದ್ದಂತೆಯೇ ನನ್ನ ಹೃದಯ ಹುಚ್ಚುಹುಚ್ಚಾಗಿ ಬಡಿದುಕೊಳ್ಳ ತೊಡಗಿತು. 'ಮಂಗ್ ಷ್ಯಾವ್-ಯುಗೆ' ಎಂದು ಮೇಲಿತ್ತು. ಲಕೋಟೆಯನ್ನು ಹರಿದು ಒಳಗಿನ ಆ ಕೆಲವು ಸಾಲುಗಳನ್ನು ಕಾಣುತ್ತಲೇ ನನ್ನ ಮುಖ ಲಜ್ಜೆಯಿಂದ ಕೆಂಪಾಗುತ್ತಿದೆ ಎನಿಸಿತು :

''ಬೃಹತ್ ಚೀನೀ ಸಿನಿಮಾದಲ್ಲಿ ನಡೆಯುತ್ತಿರುವ 'ನಿಯಾನ್ ದೀಪದ ಕೆಳಗೆ ಕಾವಲು' ಎಂಬ ಚಿತ್ರದ 3-15ರ ಪ್ರದರ್ಶನಕ್ಕೆ ನಾನು ಎರಡು ಟಿಕೆಟ್‌ಗಳನ್ನು ಕೊಂಡಿದ್ದೇನೆ. ತಡಮಾಡಬೇಡ.''

ನನ್ನ ದೃಷ್ಟಿ ಕೈಗಡಿಯಾರದ ಕಡೆ ತಾನಾಗಿ ಹರಿಯಿತು. ಆಗಲೇ ಎರಡು ಗಂಟೆಯಾಗಿ ಎಂಟು ನಿಮಿಷಗಳಾಗಿದ್ದವು. ನಾನು ಅಲ್ಲಿಂದ ಹೊರಡಲು ತಿರುಗಿದೆ. ಆಗ ವೈ ಕೊಂಚ ಕೆಮ್ಮಿ ನಾನು ಅವನ ಕಡೆ ತಿರುಗುವಂತೆ ಮಾಡಿದ.

''ವೈ, ಪ್ರಾಮಾಣಿಕವಾಗಿಯೂ, ನಾನು ನಾಳೆ ಎಲ್ಲ ವಿಷಯಗಳನ್ನೂ ಹೇಳ್ತೇನೆ'' ಎಂದೆ.

ಆತ ನನ್ನನ್ನು ನಂಬದೇ ಇದ್ದರೂ, ನನಗೆ ಅವನಲ್ಲಿ ಯಾವಾಗಲೂ ವಿಶ್ವಾಸವಿತ್ತು. ಅವನಿಗೆ ಏನು ಅನಿಸ್ತಾ ಇದೆ ಎನ್ನುವುದು ಸರಿಯಾಗಿ ನನಗೆ ಅರ್ಥವಾಗಿತ್ತು. ಸಾಂಸ್ಕೃತಿಕ ಕ್ರಾಂತಿಯ ದಿನಗಳಲ್ಲಿ ಅವನ ಕಾರ್ಯಾಗಾರ ಸೇರಿದ ನಾವು ಏಳೆಂಟು ಮಂದಿ ಯುವಜನರ ಬಗ್ಗೆ ಆತ ಯಾವಾಗಲೂ ವಿಶೇಷ ಕಾಳಜಿ ತೋರುತ್ತಿದ್ದ. ನಮ್ಮ ಕೆಲಸದಲ್ಲಿ, ನಮ್ಮ ದಿನವಹಿ ಬದುಕಿನಲ್ಲಿ ಆತ ಸಹಾಯ ಮಾಡುತ್ತಿದ್ದ. ಆತನ ಕರುಣೆ ಒಂದು ಇಡೀ ಪುಸ್ತಕವನ್ನೇ ತುಂಬಬಹುದು. ನಮ್ಮಲ್ಲಿ ಅಭಿಪ್ರಾಯ ಭೇದಗಳಿವೆಯೆಂಬುದೇನೋ ನಿಜ. ಆದರೂ ಆತನ ಬೆನ್ನ ಹಿಂದೆ ಯಾರೂ ಆತನ ಬಗ್ಗೆ ಒಂದು ಕೆಟ್ಟಮಾತೂ ಆಡುತ್ತಿರಲಿಲ್ಲ.

ನಾನು ಲಾಕರ್- ರೂಮಿಗೆ ಧಾವಿಸಿದಾಗ ಯಾ-ಮೈ ಬಿಟ್ಟು, ಉಳಿದೆಲ್ಲರೂ ಹೊರಟು ಹೋಗಿದ್ದರು. ಆಕೆ ಅಲ್ಲಿದ್ದ ಒಂದೇ ಒಂದು ಕನ್ನಡಿಯ ಎದುರು ನಿಂತು ಎಚ್ಚರಿಕೆಯಿಂದ ತನ್ನ ಕೂದಲು ಬಾಚಿಕೊಳ್ಳುತ್ತಿದ್ದಳು. ನಮ್ಮ ಯುವ ಕಾರ್ಮಿಕರಲ್ಲಿ ಆಕೆ ಸ್ವಲ್ಪ ವಯಸ್ಸಾದವಳು. ಹೆಚ್ಚು ಕಡಿಮೆ ಆಕೆಗೆ ಇಪ್ಪತ್ತೆಂಟು ವರ್ಷ ವಯಸ್ಸು. ಅವಳು ಒಬ್ಬನಲ್ಲಿ ಅನುರಕ್ತಳಾಗಿದ್ದಳು. ಎಲ್ಲರೂ ಅವಳ ತರುಣ ಮಿತ್ರನನ್ನು ಒಪ್ಪಿಕೊಂಡಿದ್ದರು. ನಮ್ಮ ಜೊತೆ ಯಾವಾಗಲೂ ಕಟ್ಟುನಿಟ್ಟಾಗಿ ವರ್ತಿಸುತ್ತಿದ್ದ ವೃದ್ಧ ವೈಯೇ ಈಗ ಆರು ತಿಂಗಳ ಕೆಳಗೆ ಯಾ-ಮೈಗೆ ಒಬ್ಬ ತರುಣನನ್ನು ಪರಿಚಯ ಮಾಡಿಕೊಟ್ಟಿದ್ದ. ಯಾ-ಮೈಗೆ ಮೊದಲ ನೋಟದಲ್ಲೇ ಅವನು ಮೆಚ್ಚುಗೆಯಾಗಿದ್ದ. ಅನಂತರ, ಆತನಿಗೆ ಒಬ್ಬ ಅಶಕ್ತ ತಾಯಿ, ಅವನೇ ನೋಡಿಕೊಳ್ಳಬೇಕಾದ ಒಂದು ದೊಡ್ಡ ಕುಟುಂಬ ಇದೆ ಎಂಬುದು ತಿಳಿದಾಗ ಆಕೆ ಅವನ ಜೊತೆ ಸಂಬಂಧ ಕಡಿದುಕೊಂಡಳು. ಆಮೇಲೆ ತನಗೆ ಸರಿಹೊಂದುವಂತಹ ಒಬ್ಬ ಹುಡುಗನನ್ನು ಅವಳು ಕಂಡುಕೊಂಡಳು. ಅವನ ಉತ್ತಮ ಗುಣಗಳ ಬಗ್ಗೆ ಇತ್ತೀಚೆಗೆ ಆಕೆ ಎಷ್ಟು ಬಾರಿ ಮಾತನಾಡಿದ್ದಾಳೆಂದರೆ ಅವು ನನಗೆ ಕಂಠಪಾಠವಾಗಿವೆ.

''ಆತ ಒಬ್ಬ ಕಾಲೇಜ್ ಪದವೀಧರ. ಅವನನ್ನು ಅವಲಂಬಿಸಿ ಯಾರೂ ಇಲ್ಲ. ತನ್ನ ಬ್ಯಾಂಕ್ ಠೇವಣಿಯಲ್ಲಿ ಈಗಾಗಲೇ ಆತ ಹಲವು ನೂರು ಯುವಾನ್‌ಗಳನ್ನು ಉಳಿಸಿದ್ದಾನೆ. ಆತ ಸಹಾಯಕ್ಕೆ ಒದಗುವಂಥವನು. ಒಂದು ಸುಂದರ ಬಟ್ಟೆ-ಕಪಾಟು, ಒಂದು ಸೋಫಾ, ಆರಾಮ ಕುರ್ಚಿಗಳು, ಐದು ಡ್ರಾಯರ್ ಇರುವ ಡೆಸ್ಕ್ ಮೊದಲಾದವನ್ನೆಲ್ಲಾ ಮಾಡಿಸಿಟ್ಟಿದ್ದಾನೆ. ಆತ ಕೆಲಸ

ಮಾಡುವ ಘಟಕದಲ್ಲಿರುವ ಫ್ಲಾಟಿನಲ್ಲಿ ಕೆಲವು ಖಾಲಿ ಕೊಠಡಿಗಳಿವೆ. ಮದುವೆಯಾದ ಮೇಲೆ ಆತ ಅವನ್ನು ಪಡೆಯಬಹುದು. ಆತನ ಸೋದರ ಸಂಬಂಧಿಯೊಬ್ಬ ನಾಟಕದ ಕಂಪನಿಯೊಂದರಲ್ಲಿ ಕೆಲಸ ಮಾಡುತ್ತಿದ್ದಾನೆ. ಹಾಗಾಗಿ ನಾಟಕ ಪ್ರದರ್ಶನಗಳಿಗೆ ಬೇಕಾದರೆ ಟಿಕೆಟ್ ಸುಲಭವಾಗಿ ಸಿಗುತ್ತದೆ.

ಬಟ್ಟೆಗಳನ್ನು ಬದಲಾಯಿಸಿದ ಆನಂತರ ಕೆದರಿದ ಕೂದಲನ್ನು ಓರಣ ಮಾಡಿಕೊಳ್ಳಲು ನಾನು ಕನ್ನಡಿಯ ಬಳಿ ಹೇಗೋ ದಾರಿ ಮಾಡಿಕೊಂಡು ಹೋದೆ. ಯಾ-ಮೈ ನನ್ನನ್ನು ಸೆಳೆದುಕೊಂಡು ಉತ್ಸಾಹದ ಧ್ವನಿಯಲ್ಲಿ ಹೇಳಿದಳು : ''ನಿನ್ನ ಫೋಟೋ ಯಾವಾಗ ತೆಗೆಯಬೇಕು ಹೇಳು. ನನಗೆ ಹೇಳಿಡು. ಆತ ಒಂದು ಹೊಸ ಸೀಗಲ್ ಕ್ಯಾಮರಾ ತೆಗೆದುಕೊಂಡಿದ್ದಾನೆ.''

ನಾನು ನಸುನಕ್ಕೆ. ಏನೋ ಹೇಳಲು ಹೊರಟವಳು, ತಡೆದುಕೊಂಡೆ, ನಿಜಕ್ಕೂ ಅವಳನ್ನು ಕೇಳಬೇಕೆನಿಸಿತ್ತು : 'ನಿನ್ನ ಸ್ನೇಹಿತ ಯಾವ ಥರದ ಮನುಷ್ಯ ? ನಿಜಕ್ಕೂ ಆತ ನಿನಗೆ ಗೊತ್ತಾ? ನಿಜವಾಗಿಯೂ ಆತನನ್ನು ಪ್ರೀತಿಸ್ತೀಯಾ ? ಯಾ-ಮೈ ನೀನು ಆತನನ್ನು ಮದುವೆಯಾಗ್ತೀಯೇ ಹೊರತು, ಆತನ ಕ್ಯಾಮರವನ್ನಲ್ಲ, ಅವನ ಬ್ಯಾಂಕ್ ಠೇವಣಿಯನ್ನೋ, ಮತ್ತೊಂದನ್ನೋ ಅಲ್ಲ. ಅವೆಲ್ಲಕ್ಕಿಂತ ಆತ ಮುಖ್ಯ. ನಿನ್ನ ಜೀವಮಾನದುದ್ದಕ್ಕೂ ನೀನು ಆತನೊಡನೆ ಬದುಕಬೇಕು. ಆತನ ಹಣ ಖರ್ಚಾಯಿತು ಅಥವಾ ಆತನ ಬಟ್ಟೆ-ಕಪಾಟಿಗೇನೋ ಆಯಿತು ಅಂತಿಟ್ಟುಕೋ, ಆಗಲೂ ಆತನ ಬಗ್ಗೆ ನಿನಗೆ ವ್ಯಾಮೋಹ ಇರುತ್ತಾ?'

ಅವಳ ಮನಸ್ಸನ್ನು ನೋಯಿಸಲಿಚ್ಛಿಸದೆ ನಾನು ಸುಮ್ಮನಾದೆ. ತನ್ನ ಕೈಚೀಲದಿಂದ ಯಾ-ಮೈ ಒಂದು ಉದ್ದನೆಯ ಉಣ್ಣೆಯ ಸ್ಕಾರ್ಫ್ ಹೊರ ತೆಗೆದು ತನ್ನ ತಲೆಗೆ ಸುತ್ತಿಕೊಂಡು, ಕನ್ನಡಿಯ ಬಳಿ ನನ್ನನ್ನು ಕರೆದೊಯ್ದು ಕೇಳಿದಳು : ''ಇದು ಹ್ಯಾಗಿದೆ? ನನ್ನ ಕೋಟಿಗೆ ಇದು ಸರಿಹೊಂದುತ್ತದೆಯಾ ?''

ನನಗೆ ದಿಗಿಲಾಯಿತು. ಸ್ಕಾರ್ಫಿನ ಕಡು ಕೆಂಪು ಬಣ್ಣ ಆಕೆಯ ಓವರ್‌ಕೋಟಿನ ನೀಲಿಯೊಂದಿಗೆ ಯಾವ ರೀತಿಯಲ್ಲೂ ಹೊಂದುತ್ತಿರಲಿಲ್ಲ. ನನ್ನ ಅಭಿರುಚಿ ಸೌಮ್ಯವಾದ್ದು. ಅಷ್ಟಾದರೂ, ಹತ್ತರಲ್ಲಿ ಏಳು ಮಂದಿ ಹುಡುಗಿಯರು ಆಕೆಯ ಬಣ್ಣದ ಹೊಂದಾಣಿಕೆಯ ಅಭಿರುಚಿ ತೀರಾ ಶೋಕಿಯದೆಂದೇ ಪರಿಗಣಿಸುತ್ತಾರೆ. ಆದರೆ ನಮ್ಮ ಯುವ ಸಂಘದ ಗುಂಪಿನ ನಾಯಕಿಯಾಗಿ ಅಂಥ ಸಣ್ಣ ವಿಷಯದ ಬಗ್ಗೆ ವಾದ ಮಾಡುವ ಇಚ್ಛೆ ನನಗಿರಲಿಲ್ಲ. ಏನೂ ಹೇಳದೆ, ತಲೆ ಆಡಿಸಿದ.

ತನ್ನದೇ ಆದ ಸಂತೋಷ ಸಾಗರದಲ್ಲಿ ಮುಳುಗಿದ್ದ ಯಾ ಮೈಯನ್ನು ಕೊನೆಗೂ ಬಿಟ್ಟು ಹೊರಟೆ. ಬೃಹತ್ ಚೀನಾ ಸಿನಿಮಾಕ್ಕೆ ಟ್ರಾಲಿ ಬಸ್ ಹಿಡಿದು ಹೊರಟಾಗ ಆಗಲೇ ಎರಡೂವರೆಯಾಗಿತ್ತು.

*　　*　　*

ಬಸ್ಸಿನಲ್ಲಿ ಜಾಗವಿದ್ದರೂ ನಾನು ಕೂರುತ್ತಿರಲಿಲ್ಲ. 'ನಾಲ್ವರ ಕೂಟ'ದ ಕಾಲದಲ್ಲಿ ನಮ್ಮ ಸಾಮಾಜಿಕ ನಡೆವಳಿಕೆ ಮತ್ತು ನೀತಿ ತೀವ್ರವಾಗಿ ಅವನತಿ ಹೊಂದಿದ್ದವು. ನನ್ನ ವಯಸ್ಸಿನವರೇ ಆದ ಹಲವು ಯುವಕರು ಬಸ್ ನಿಲ್ದಾಣದಲ್ಲಿ ಕ್ಯೂ ಬಿಟ್ಟು ಬಸ್ ಹತ್ತುವುದು ಅಥವಾ ಖಾಲಿ ಜಾಗೆಗಳನ್ನು ಗಬಕ್ಕನೆ ಹಿಡಿದುಕೊಳ್ಳುವುದು, ವಯಸ್ಸಾದವರು ಮತ್ತು ಮಕ್ಕಳನ್ನು ಎತ್ತಿಕೊಂಡ ಮಹಿಳೆಯರಿಗೆ ಜಾಗ ಬಿಟ್ಟುಕೊಡದೇ ಇರುವುದು – ಮೊದಲಾದ ಅಸಭ್ಯ ವರ್ತನೆಗಳನ್ನು ಬೆಳೆಸಿಕೊಂಡಿದ್ದರು. 1976ರ ಆಗಸ್ಟ್‌ನಲ್ಲಿ ಒಂದು ಮಧ್ಯಾಹ್ನ ಕೆಲಸ ಮುಗಿಸಿಕೊಂಡು ನಾನು ನನ್ನ ಬಸ್ ಹತ್ತಿದೆ. ಖಾಲಿ ಇರುವ ಒಂದು ಸೀಟಿಯಲ್ಲಿ ಮೀಸೆ ಹೊತ್ತ ತರುಣನೊಬ್ಬ ಕೂತಿರುವುದು ನನ್ನ ಗಮನಕ್ಕೆ ಬಂತು. ಅವನ ಹತ್ತಿರವೇ ಅಸ್ವಸ್ಥ ಮುದುಕನೊಬ್ಬ ಚರ್ಮದ ಪಟ್ಟಿಯನ್ನು ಹಿಡಿದು ಜೋಲಾಡುತ್ತಿದ್ದ ಅವನೇನು ಇನ್ನು ಕುಸಿದು ಬಿದ್ದೇ ಬಿಡುತ್ತಾನೆ ಎನ್ನುವ ಹಾಗಿದ್ದ. ಆ ತರುಣ ತನ್ನ

ಬಿಳುಪಾದ ಅಂಗಿಗೆ ಮುದುಕನ ಕೊಳೆ ಬಟ್ಟೆ ಎಲ್ಲಿ ತಾಕುತ್ತದೆಯೋ ಎಂದು ಮುಜುಗರ ಪಟ್ಟುಕೊಳ್ಳುತ್ತಾ ಅವನ ಕಡೆಗೇ ನೋಡುತ್ತಿದ್ದ. ಇವನಿಗೇನು ಮಾಡಬೇಕೆಂದು ನಾವು ಹಲವು ಮಂದಿ ಪ್ರಯಾಣಿಕರು ಯೋಚಿಸುತ್ತಿದ್ದೆವು. ನಿನ್ನ ಜಾಗವನ್ನು ಆ ಮುದುಕನಿಗೆ ಬಿಟ್ಟುಕೊಡು ಎಂದು ತರುಣನನ್ನು ಕೇಳಿಯೇ ಬಿಡಬೇಕೆಂದು ನಾನು ಧೈರ್ಯ ತಂದುಕೊಳ್ಳುತ್ತಿದ್ದೆ. ಅಷ್ಟರಲ್ಲೇ ಗಟ್ಟಿಯಾದ ಒಂದು ಗಂಭೀರ ಧ್ವನಿ ಕೇಳಿಸಿತು :

''ಕಾಮ್ರೇಡ್, ನೀನು ನಿಂತುಕೊಂಡು ಈ ಮುದುಕ ಕಾಮ್ರೇಡ್‌ಗೆ ಕೂರಲು ಜಾಗಕೊಡು.''

ನಾನು ಆ ಧ್ವನಿಯ ಕಡೆ ನೋಡಿದೆ. ಬೂದು ಬಣ್ಣದ ಅಂಗಿ ತೊಟ್ಟ ಹರವಾದ ಭುಜಗಳ ಒಬ್ಬ ತರುಣ ಆತ. ವಿಶಾಲ ಹಣೆ, ಒಂದು ಜೊತೆ ಹೊಳೆಯುವ ಕಣ್ಣುಗಳು.

ತನ್ನ ಜಾಗ ಬಿಟ್ಟು ಕದಲದೆ ಆ ತರುಣ ಕೈ ಕಟ್ಟಿಕೊಂಡು ನಿರ್ಲಕ್ಷ್ಯದಿಂದ ಹೇಳಿದ :

''ಇಲ್ಲ, ನಾನು ಜಾಗ ಬಿಡೋಲ್ಲ. ಕೂತವನು ನಾನೊಬ್ಬನೇ ಅಲ್ಲ, ಯಾರಿಗಾದರೂ ಇಷ್ಟ ಇದ್ದರೆ ಬಿಟ್ಟುಕೊಡಬಹುದು. ನನ್ನಿಂದ ಸಾಧ್ಯವಿಲ್ಲ.''

ಆಗ ಆ ಮುದುಕ ಮಧ್ಯ ಪ್ರವೇಶಿಸಿದ.

''ಯಾಕೆ ವಾದ ಮಾಡ್ತೀರಿ. ನಾನು ಆರೋಗ್ಯವಾಗಿದ್ದೇನೆ, ನಾನು ನಿಂತುಕೊಳ್ಳಬಲ್ಲೆ.''

ತಕ್ಷಣ ತಲೆನರೆತ ವೃದ್ಧ ಹೆಂಗಸೊಬ್ಬಳು ತನ್ನ ಜಾಗದಿಂದ ಎದ್ದು, ಹೇಳಿದಳು :

''ಹುಚ್ಚುತನ ! ನೀನು ಬಂದು ನನ್ನ ಜಾಗದಲ್ಲಿ ಕೂತ್ಕೋ.''

ಮುದುಕ ಅತ್ಯಂತ ಕೃತಜ್ಞನಾಗಿ ಆ ಜಾಗದಲ್ಲಿ ಕೂತು ದೊಡ್ಡ ಉಸಿರು ಬಿಟ್ಟ. ಅಲ್ಲಿಗೆ ಅದು ಮುಗಿಯಿತು.

ಆದರೆ ಬೂದು ಬಣ್ಣದ ಅಂಗಿಯವ ಇನ್ನೊಬ್ಬ ತರುಣನನ್ನು ಕೋಪದಿಂದ ನೋಡುತ್ತಲೇ ಇದ್ದ. ''ನೀನ್ಯಾಕೆ ಅವರಿಗೆ ಜಾಗ ಕೊಡಲಿಲ್ಲ, ದಯವಿಟ್ಟು ಹೇಳು'' ಎಂದ ಆತ. ಆತನ ಧ್ವನಿ ಈಗ ಕೊಂಚ ಮೃದುವಾಗಿತ್ತು, ಸ್ನೇಹಪರವಾಗಿತ್ತು.

ಆ ತರುಣ ಭುಜಕುಣಿಸಿ ಮೈಮೇಲೆ ಎರಗುವಂತೆ ಉತ್ತರಕೊಟ್ಟ:

''ನಾನು ಅವನಿಗ್ಯಾಕೆ ಜಾಗ ಕೊಡಬೇಕು ? ಯಾರಿಗ್ಗೊತ್ತು, ಬಹುಶಃ ಆತ ಒಬ್ಬ ಜಮೀನ್ದಾರ ನಾಗಿರಬಹುದು, ಶ್ರೀಮಂತ ರೈತನಿರಬಹುದು ಅಥವಾ ಒಬ್ಬ ಪ್ರತಿಗಾಮಿಯಾಗಿರಬಹುದು. ನೀನು ಅಷ್ಟೊಂದು ಒಳ್ಳೆಯವನಾಗಬೇಡ !''

ಈ ಮುಂಚೆ ನಾನು ಈ ಬಗೆಯ ಜನರನ್ನು ಭೇಟಿಯಾಗಿದ್ದೆ. ಆದರೆ ಯಾರೂ ಇವನಷ್ಟು ಒರಟನಾಗಿರಲಿಲ್ಲ. ಉಳಿದ ಬಹುತೇಕ ಪ್ರಯಾಣಿಕರದ್ದೂ ಇದೇ ಅಭಿಪ್ರಾಯವಾಗಿತ್ತು. ಅವನ ಕಡೆ ಕೋಪದಿಂದ ನೋಡುತ್ತಾ ಅವರು ಗೊಣಗಿದರು :

''ನಿಜಕ್ಕೂ ಅತ್ಯಂತ ಅಪಹಾಸ್ಯಕರ...''

ನಾನು ಬೂದು ಬಣ್ಣದ ಅಂಗಿಯ ತರುಣನತ್ತ ನೋಡಿದೆ. ಆತನ ನಡೆವಳಿಕೆ ನನಗೆ ಹಿಡಿಸಿತ್ತು. ಹುಬ್ಬು ಗಂಟು ಹಾಕಿಕೊಂಡು ಆತ ಸೀಟಿನಲ್ಲಿದ್ದ ತರುಣನಿಗೆ ಹೇಳಿದ :

''ಒಂದಲ್ಲ ಒಂದು ದಿನ ನಿನಗೆ ನಿನ್ನ ತಪ್ಪಿನ ಅರಿವಾಗುತ್ತದೆ.''

ಮುಂದಿನ ಸ್ಟಾಪಿನಲ್ಲಿ ಬೂದು ಬಣ್ಣದ ಅಂಗಿಯ ತರುಣ ಇಳಿದಾಗ ಉಳಿದ ಪ್ರಯಾಣಿಕರು ಆತನನ್ನು ಮೆಚ್ಚುಗೆಯಿಂದ ನೋಡಿದರು. ಆತ ಕಣ್ಮರೆಯಾಗುವವರೆಗೂ ನಾನು ಅವನನ್ನು ಕಿಟಕಿಯ ಮೂಲಕ ನೋಡುತ್ತಿದ್ದೆ. ಆತ ನನ್ನ ಮನಸ್ಸಿನ ಮೇಲೆ ಬೀರಿದ ಪ್ರಭಾವವನ್ನು ಆ ರಾತ್ರಿ ದಿನಚರಿಯಲ್ಲಿ ಬರೆದೆ.

ಬಳಿಕ, ನನಗೆ ಹಗಲಿನ ಪಾಳಿಯ ಕೆಲಸ ಬಿದ್ದಾಗ ಆಗಾಗ ಆ ತರುಣನನ್ನು ನಾನು ಬಸ್ಸಿನಲ್ಲಿ ಕಾಣುತ್ತಿದ್ದೆ. ಬಸ್ಸು ಹತ್ತಿದ ಕೂಡಲೇ ಆತ ಹಿಂದೆ ಹೋಗಿ ಜೇಬಿನಿಂದ ಒಂದು ಕಟ್ಟು ಚೀಟಿಗಳನ್ನು ಹೊರ ತೆಗೆದು ಅದರಲ್ಲಿ ಬರೆದುಕೊಂಡಿದ್ದ ವಿದೇಶೀ ಶಬ್ದಗಳನ್ನು ಉರು ಹಾಕಿಕೊಳ್ಳಲು ಶುರು ಮಾಡುತ್ತಿದ್ದ. ಆತ ಎಲ್ಲಿ ಕೆಲಸ ಮಾಡುತ್ತಿರಬಹುದು, ಆತ ತಂತ್ರಜ್ಞನಿರಬಹುದೇ ಎಂದು ನಾನು ಯೋಚಿಸುತ್ತಿದ್ದೆ.

'ನಾಲ್ವರ ಕೂಟ'ದ ಆಡಳಿತವನ್ನು ಕೊನೆಗಾಣಿಸಿದ ಅನಂತರ 1977ರ ಆದಿ ಭಾಗದಲ್ಲಿ ಒಂದು ದಿನ ಆತ ಬಸ್ಸು ಹತ್ತಿದ. ಯಥಾಪ್ರಕಾರ ತನ್ನ ಮಾಮೂಲೀ ಜಾಗಕ್ಕೆ ಹೋಗಿ ನಿಂತ. ಆದರೆ ಈ ಬಾರಿ ಆತ ಚೀಟಿಯ ಕಟ್ಟುಗಳ ಬದಲು ತನ್ನ ಜೇಬಿನಿಂದ, ಹಾಳೆಗಳ ಮಧ್ಯದಲ್ಲಿ ಒಂದು ಪೆನ್ಸಿಲನ್ನು ಸಿಕ್ಕಿಸಿದ್ದ ವಿದೇಶಿ ಭಾಷೆಯ ಒಂದು ಚಿಕ್ಕ ಪುಸ್ತಕವನ್ನು ಹೊರ ತೆಗೆದ. ಅದನ್ನು ತೆಗೆದು, ಅದರಲ್ಲಿ ಆಗಾಗ ಪೆನ್ಸಿಲಿನಿಂದ ಗುರುತು ಮಾಡಿಕೊಳ್ಳುತ್ತಾ ಸಣ್ಣ ಧ್ವನಿಯಲ್ಲಿ ಓದ ತೊಡಗಿದ. ಆತ ಸಂಶೋಧನಾ ಕೇಂದ್ರದ ಒಬ್ಬ ಪ್ರತಿಭಾವಂತ ತರುಣನಿರಬಹುದೆಂದು ನಾನು ಭಾವಿಸಿದೆ.

ಸಣ್ಣ ಮಳೆ ಹನಿಯುತ್ತಿದ್ದರೂ ಬಸ್ಸಿನಲ್ಲಿ ನೂಕು ನುಗ್ಗಲು ಇರಲಿಲ್ಲ. ಕಂಡಕ್ಟರ್ ನಮ್ಮಿಬ್ಬರಿಗೂ ಕೂತುಕೊಳ್ಳುವಂತೆ ಕಣ್ಣು ಸನ್ನೆ ಮಾಡಿದಳು.

ನಾನು ನಸು ನಕ್ಕು ಕೂರಲು ನಿರಾಕರಿಸಿದೆ. 'ನಾಲ್ವರ ಕೂಟ'ದ ಕೆಟ್ಟ ಪ್ರಭಾವವನ್ನು ಧಿಕ್ಕರಿಸುವುದಕ್ಕೆ ಎಂದಲ್ಲ, ಅಭ್ಯಾಸ ಬಲದಿಂದ ಹಾಗೆ ನಿರಾಕರಿಸಿದೆ.

ಕಂಡಕ್ಟರ್ ಒಬ್ಬ ಹಸನ್ಮುಖಿ, ದಪ್ಪ ಹೆಂಗಸು. ನಮ್ಮಿಬ್ಬರನ್ನೂ ನಿಷ್ಕಪಟ ಭಾವದಿಂದ ನೋಡಿ, ನಕ್ಕು ಹೇಳಿದಳು : ''ನೀವಿಬ್ಬರೂ ಒಂದು ವಿಚಿತ್ರ ಜೋಡಿ'' ಇದರಿಂದಾಗಿ ನಮ್ಮಿಬ್ಬರ ದೃಷ್ಟಿಗಳೂ ಮೊದಲ ಬಾರಿಗೆ ಬೆರೆತವು. ಆತ ಮುಗುಳ್ನಕ್ಕ. ''ನಮ್ಮಿಬ್ಬರದೂ ಒಂದೇ ಅಭ್ಯಾಸ ಎಂದ ಹಾಗಾಯಿತು'' ಎಂದು ಹೇಳುವಂತಿತ್ತು ಆತನ ನಗೆ. ನಾನು ನಾಚಿ ಮುಖ ಕೆಳಗೆ ಹಾಕಿದೆ.

ಇದಾದ ನಂತರ, ನಾವು ಬಸ್ಸಿನಲ್ಲಿ ಸಂಧಿಸಿದಾಗೆಲ್ಲ ಆತ ನಕ್ಕು, ಹಿಂದೆ ಹೋಗಿ ಅಭ್ಯಾಸ ನಿರತನಾಗುತ್ತಿದ್ದ.

ನಿಜವಾದ ಪ್ರೇಮ, ವಿಧಿಯ ಆಟದಿಂದಾಗಿ ಒಮ್ಮೊಮ್ಮೆ ಸಣ್ಣ ಪುಟ್ಟ ಘಟನೆಗಳ ಮೂಲಕ ಅರಳುತ್ತದೆ ಎನ್ನುತ್ತಾರೆ. ಆದರೆ ನನಗೆ ತೋರುವುದೆಂದರೆ ಆ ಆಕಸ್ಮಿಕ ಘಟನೆ ಅನಿವಾರ್ಯವಾಗಿಯೇ ಸಂಭವಿಸಿತ್ತು. ಅದು ಏಪ್ರಿಲ್ ತಿಂಗಳ ಮಧ್ಯಭಾಗ. ಅಧ್ಯಕ್ಷ ಮಾವೋ ಅವರ ಬರವಣಿಗೆಯ ಐದನೇ ಸಂಪುಟ ಆ ಬೆಳಿಗ್ಗೆ ಮಾರಾಟಕ್ಕೆ ಬಂದಿತ್ತು. ಪೀಕಿಂಗ್‌ನ ವಾಂಗ್ ಫು ಜಂಗ್ ರಸ್ತೆಯಲ್ಲಿರುವ ಜಿನ್‌ವ ಪುಸ್ತಕದಂಗಡಿಯನ್ನು ನಾನು ಮುಟ್ಟುವಷ್ಟರಲ್ಲೇ ಅದರ ಎದುರು ಉದ್ದ ಕ್ಯೂ ಬೆಳೆದಿತ್ತು. ನಾನು ತಡವಾಗಿ ಬಂದದ್ದಕ್ಕೆ ಬಯ್ದುಕೊಂಡೆ. ನನ್ನ ಪರಿಚಿತರು ಯಾರಾದರೂ ಇದ್ದಾರಾ ಎಂದು ಕ್ಯೂ ಉದ್ದಕ್ಕೂ ಕಣ್ಣು ಹಾಯಿಸಿದೆ. ಕ್ಯೂ ಬಿಟ್ಟು ಮೋಸದಿಂದ ಮುಂದೆ ಹೋಗುವುದು ನನಗೆ ಇಷ್ಟವಿರಲಿಲ್ಲ. ಆದರೆ ಯಾರಾದರೂ ಸ್ನೇಹಿತರಿದ್ದರೆ ಅವರು ಒಂದು ಪ್ರತಿಯನ್ನು ನನಗಾಗಿ ಕೊಳ್ಳಬಹುದೆಂದು ಆಸೆ ಇತ್ತು. ಅಲ್ಲಿ, ಆ ಸಾಲಿನಲ್ಲಿ 26ನೆಯವನಾಗಿ ನನ್ನ ತರುಣ ನಿಂತಿದ್ದ. ಆತನೂ ನಾನಿರುವುದನ್ನು ಗಮನಿಸಿದ. ನಾವಿಬ್ಬರೂ ಪರಸ್ಪರ ನಸುನಕ್ಕೆವು.

''ನಾನು ಬಂದಿದ್ದು ತಡವಾಯಿತು ನೋಡಿ...'' ನಾನು ಆತನ ಜೊತೆ ಆಡಿದ ಮೊದಲ ಮಾತು ಇದು.

''ಪರವಾಗಿಲ್ಲ, ನಿನಗೊಂದು ಪ್ರತಿ ಕೊಳ್ಳುತ್ತೇನೆ'' ಎಂದು ತಕ್ಷಣ ಆತ ಹೇಳಿದ.

ನಮ್ಮಿಬ್ಬರ ಪರಿಚಯವಾದ್ದು ಹೀಗೆ, ಪುಸ್ತಕದಂಗಡಿಯಿಂದ ಹೊರಗೆ, ಐದನೇ ಸಂಪುಟವನ್ನು

ಕೈಯಲ್ಲಿ ಹಿಡಿದುಕೊಂಡು ನಾವಿಬ್ಬರೂ ಛಾಂಗ್ ಆನ್ ಬೂಲೆವಾದಲ್ಲಿ ನಡೆಯುತ್ತಾ ಮಾತು ಶುರು ಮಾಡಿದೆವು. ಆತನಿಗೂ ಆ ದಿನ ಬೆಳಿಗ್ಗೆ ಕೆಲಸವಿರಲಿಲ್ಲ. ಅದನ್ನು ಕೇಳಿ ನನಗೆ ಖುಷಿಯಾಯಿತು. ಒಬ್ಬರ ಬಗ್ಗೆ ಮತ್ತೊಬ್ಬರು ಪ್ರಶ್ನೆಗಳನ್ನು ಕೇಳಿದೆವು. 1976ರ ಜನವರಿಯಲ್ಲಿ ಛಾಂಗ್ ಆನ್ ಬೂಲೆವಾದಲ್ಲಿ ಪ್ರಧಾನಿ ಚೌ ಸ್ಮಶಾನಯಾತ್ರೆ ಆದಾಗ ಅದನ್ನ ನೀನು ವೀಕ್ಷಿಸಿದೆಯಾ ? ನೀನೆಲ್ಲಿ ನಿಂತಿದ್ದೆ? ಪ್ರಧಾನಿ ಚೌ ಸ್ಮರಣಾರ್ಥ ಹೊರತಂದ ಕವನ ಸಂಕಲನದ ಪ್ರತಿಯನ್ನು ನೀನು ದೊರಕಿಸಿಕೊಂಡೆಯಾ ? ಅದರಲ್ಲಿ ನಿನಗೆ ಹೆಚ್ಚು ಇಷ್ಟವಾದದ್ದು ಯಾವುದು ? 'ನಾಲ್ವರ ಕೂಟ'ದ ಅವನತಿಯ ಬಗ್ಗೆ ಮೊದಲು ನಿನಗೆ ಗೊತ್ತಾದ್ದು ಯಾವಾಗ ?

ನಾವು ಮಾತಾಡುತ್ತಾ ಹೋದಂತೆ ನಮ್ಮಿಬ್ಬರಿಗೂ ಹಲವಾರು ವಿಷಯಗಳಲ್ಲಿ ಸಾಮ್ಯ ಇದೆ ಎಂಬುದು ಗೊತ್ತಾಯಿತು. ನನಗಿನ್ನೂ ಮಾತಾಡಬೇಕೆಂದಿತ್ತು. ಅಷ್ಟರಲ್ಲಿ ಹತ್ತನೇ ನಂಬರ್ ಬಸ್ ಬರುವ ಜಾಗವನ್ನು ತಲುಪಿದ್ದೆವು. ಆತ ತಕ್ಷಣ ನಿಂತು, ''ಈ ಬಸ್ಸಿಗೆ ನಾನು ಹೋಗಬೇಕು. ಏನೋ ತುಸು ಕೆಲಸ ಇದೆ.'' ಎನ್ನುತ್ತಾ ಹೊರಟು ಹೋದ.

ನಾನು ಏಕಾಕಿಯಾದೆ ಅನಿಸಿತು. ಆದರೂ ವಿಚಿತ್ರ ರೀತಿಯಲ್ಲಿ ನನ್ನ ಮನಸ್ಸು ಉಲ್ಲಸಿತವಾಗಿತ್ತು. ಪೋಪ್ಲಾರ್ ಮರಗಳು, ನೀಲಿ ಆಕಾಶದ ಹಿನ್ನೆಲೆಯಲ್ಲಿ ಸೂರ್ಯರಶ್ಮಿಗೆ ಹೊಳೆಯುವ ಅವುಗಳ ಹಸಿರು ಎಲೆಗಳು, ಮೊಗ್ಗುಗಳ ಕಡೆ ನೋಡಿದೆ. ಕೊನೆಗೂ ನಾನು ಪ್ರೇಮದ ಸೆಳೆತಕ್ಕೆ ಸಿಕ್ಕಿದೆ ಎಂದು ನನಗೆ ಗೊತ್ತಾಯಿತು.

ಮಾರನೆಯ ದಿನ ಬಸ್ಸಿನಲ್ಲಿ ನಾವು ಭೇಟಿಯಾದಾಗ, ಎಂದಿನಂತೆ ಮುಗುಳ್ನಕ್ಕೆವು. ಆದರೆ ಕೂಡಲೇ ಹರಟಲು ಶುರುಮಾಡಿದೆವು.

''ನೀನೂ ಒಂದು ವಿದೇಶೀ ಭಾಷೆ ಕಲೀತಾ ಇದೀಯಾ ?'' ಎಂದು ಒಂದು ಇಂಗ್ಲಿಷ್ ಪುಸ್ತಕವನ್ನು ಹೊರತೆಗೆಯುತ್ತಾ ಆತ ಕೇಳಿದ.

''ಹೌದು ರೇಡಿಯೋ ಸಹಾಯದಿಂದ ಜಪಾನೀ ಭಾಷೆ ಕಲಿತಾ ಇದ್ದೀನಿ. ನನ್ನ ಚಿಕ್ಕಪ್ಪ ಜಪಾನೀ ಭಾಷೆಯಿಂದ ಅನುವಾದಿಸುತ್ತಾನೆ. ಆತ ನನಗೆ ಸಹಾಯ ಮಾಡ್ತಾನೆ. ಆದರೆ ನನಗೆ ಸಾಹಿತ್ಯಾಭ್ಯಾಸ ದಲ್ಲೇ ಕಾಲ ಕಳೆಯೋದು ಇಷ್ಟ. ಅದರಲ್ಲೂ, ಆಧುನಿಕವಿರಲಿ, ಪ್ರಾಚೀನವಿರಲಿ, ಚೀನೀ ಭಾಷೇದೇ ಇರಲಿ ಅಥವಾ ಇನ್ನಾವುದೇ ಭಾಷೇದೇ ಇರಲಿ, ಸಣ್ಣ ಕಥೆಗಳೆಂದರೆ ನನಗೆ ಬಹಳ ಇಷ್ಟ.''

''ನೀನೇ ಕಥೆಗಳನ್ನ ಬರೀತೀಯಾ ?''

ಸ್ವಲ್ಪ ಸಂಕೋಚದಿಂದ ತಲೆಹಾಕಿದೆ.

ನನ್ನ ನಾಚಿಕೆ ಸ್ವಭಾವವನ್ನು ಗಮನಿಸಿದ ಆತ ಪ್ರೋತ್ಸಾಹದ ನುಡಿಗಳನ್ನಾಡಿದ : ''ನನಗೂ ಸಾಹಿತ್ಯ ಎಂದರೆ ಇಷ್ಟ. ಆದರೆ ಸದ್ಯಕ್ಕೆ ಒಳ್ಳೇ ಕಥೆಗಳು ಹೆಚ್ಚಿಲ್ಲ. ಚೆಕಾಫ್, ಮೋಪಾಸಾ, ಓ ಹೆನ್ರಿ ಕಥೆಗಳು ಮತ್ತು ಲಿ ಚುನ್‌ನ 'ಲಿ ಶುವಾಂಗ್-ಶುವಾಂಗ್ ಕಥೆ' ವಾಂಗ್ ವೆನ್-ಶಿಯ 'ವಸಂತದ ರಾತ್ರಿ', ಸುನ್-ಲಿಯ 'ಪರ್ವತ ಪ್ರದೇಶದ ನೆನಪುಗಳು' ಮೊದಲಾದ ಕಥೆಗಳೆಂದರೆ ನನಗೆ ಇಷ್ಟ. ಅವನ್ನ ನಾನು ಮತ್ತೆ ಮತ್ತೆ ಓದುತ್ತೇನೆ.''

ಬೆಚ್ಚನೆಯ ಸೂರ್ಯ ರಶ್ಮಿಗೆ ಮೈಕೊಟ್ಟಂತೆ ನನಗೆ ಸುಖವೆನಿಸಿತು. ನನ್ನ ಪೀಳಿಗೆಯವರಲ್ಲಿ, ತನ್ನ ಕೆಲವೇ ಶಬ್ದಗಳಿಂದ ನನ್ನ ಹೃದಯವನ್ನು ಸ್ಪರ್ಶಿಸಿದ ಒಬ್ಬನೇ ಒಬ್ಬ ತರುಣನೆಂದರೆ ಈತ.

ಸಾಧಾರಣವಾಗಿ ಬಸ್ಸಿನಿಂದ ಆತ ಮೊದಲು ಇಳಿಯುತ್ತಿದ್ದ. ಈ ಬಾರಿ ಬಸ್ಸಿಳಿಯುವ ಮೊದಲು, ಮಾರನೇ ದಿನ ಬೆಳಿಗ್ಗೆ ಪೀಕಿಂಗ್ ಪುಸ್ತಕ ಭಂಡಾರಕ್ಕೆ ಹೋಗಲು ನನ್ನ ಜೊತೆ ಗೊತ್ತು ಮಾಡಿಕೊಂಡು ಹೋದ.

ನಮ್ಮ ಮುಂದಿನ ಭೇಟಿಯೆಲ್ಲ ಆ ಪುಸ್ತಕ ಭಂಡಾರದಲ್ಲೇ ಆದುವು. ಆತ ಯಾವಾಗಲೂ ಸಮಯಕ್ಕೆ ಸರಿಯಾಗಿ ಬರುತ್ತಿದ್ದ. ಮೊದಮೊದಲು ನಾವಿಬ್ಬರೂ ಪುಸ್ತಕ ಭಂಡಾರಕ್ಕೆ ಒಂದೇ ವೇಳೆ ಬರುತ್ತಿದ್ದೆವು. ಒಮ್ಮೆ ನನ್ನ ವಾಚು ಸ್ವಲ್ಪ ಮುಂದೆ ಇತ್ತು. ಆ ದಿನ ಸುಮಾರು ಕಾಲುಗಂಟೆ ಮೊದಲೇ ಬಂದಿದ್ದೆ. ಸೈಪ್ರೆಸ್ ಮರಗಳ ಸಾಲಿನ ನಡುವೆ ಹಾದುಹೋಗುವ ಸಣ್ಣ ಕಾಲು ಹಾದಿಯಲ್ಲಿ ನಾನು ಹೋಗುತ್ತಿದ್ದಾಗ ಪ್ರವೇಶದ್ವಾರದ ಕಡೆಯೇ ಕಾತರದಿಂದ ನೋಡುತ್ತಾ ಒಂದು ಕಂಬದ ಬಳಿ ನಿಂತಿದ್ದ ಆತ ಕಾಣಿಸಿದ. ಆತ ನನ್ನನ್ನು ನೋಡದೆ ಇದ್ದುದರಿಂದ ಒಂದು ರೀತಿಯ ಅನಿರ್ವಚನೀಯ ಭಾವನೆಯಿಂದ ಹಾಲಿಗೆ ಮೆಲ್ಲನೆ ನುಸುಳಿದೆ. ಆತ ಬೇಗ ಬರುತ್ತಾನೆಂದು ನಾನೆಣಿಸಿದ್ದೆ. ಆದರೆ ಆತ ಬರಲಿಲ್ಲ. ನಾವು ಗೊತ್ತುಮಾಡಿಕೊಂಡ ವೇಳೆಯವರೆಗೂ ಆತ ಕಾದಿದ್ದು, ಅನಂತರ ಇದೇ ತಾನೇ ಬಂದವರಂತೆ ಒಳಗೆ ಬಂದ. ನಾನೂ ಏನೂ ಹೇಳಲಿಲ್ಲ. ಆದರೂ ನನ್ನ ಹೃದಯ ಆನಂದದಿಂದ ಹಾಡುತ್ತಿತ್ತು.

ನಾವು ಅಗಲುವಾಗಲೆಲ್ಲ, ಮುಂದಿನ ಭೇಟಿ ಯಾವಾಗ ಎಂಬ ನಿರೀಕ್ಷೆಯಲ್ಲೇ ಇರುತ್ತಿದ್ದೆವು. ಪುಸ್ತಕ ಭಂಡಾರದಲ್ಲಿ, ಪ್ರಶಾಂತವಾದ ಪಠಣ-ಕೊಠಡಿಗೆ ಹೋಗಿ, ನಮಗೆ ಮೆಚ್ಚುಗೆಯಾದ ಪುಸ್ತಕಗಳನ್ನು ಓದುತ್ತಿದ್ದೆವು. ಕೆಲವು ಬಾರಿ ಅನುದ್ದೇಶಿತವಾಗಿ ನಮ್ಮ ಕಣ್ಣುಗಳು ಕೂಡುತ್ತಿದ್ದವು. ಅದರಿಂದ ಇಬ್ಬರಲ್ಲೂ ಇನ್ನೂ ಹೆಚ್ಚಿನ ಅಭ್ಯಾಸಕ್ಕೆ ಶಕ್ತಿ ಸಂಚಾರವಾದಂತಾಗುತ್ತಿತ್ತು.

ನಮ್ಮ ಅರಿವಿಗೆ ಬಾರದೆಯೇ ಪೈಹಾಯ್ ಪಾರ್ಕಿನ ಹೆಬ್ಬಾಗಿಲ ಮುಂದೆ ಇರುವ ಮರಗಳ ಎಲೆಗಳು ಹಳದಿಯಾಗುತ್ತಿದ್ದವು. ಜನರೆಲ್ಲಾ ವಿಶ್ವವಿದ್ಯಾನಿಲಯ ಮತ್ತು ಕಾಲೇಜು ಪ್ರವೇಶದ ಬಗ್ಗೆ ಚರ್ಚಿಸುತ್ತಿದ್ದರು. ಒಂದು ದಿನ ಪುಸ್ತಕ ಭಂಡಾರ ಬಿಟ್ಟ ಮೇಲೆ ನಾವು ಪೈಹಾಯ್ ಸೇತುವೆ ದಾಟಿ ಥ್ವಾನ್‌ಚೆಂಗ್‌ಗೆ ಬಂದೆವು. ಅಲ್ಲಿ ಗೋಡೆಯ ಬಳಿ ಮರದ ಕೆಳಗೆ ನಿಂತು ನಮ್ಮ ಭವಿಷ್ಯದ ಯೋಚನೆಗಳ ಬಗ್ಗೆ ಮಾತಾಡಿದೆವು.

ನಾನೆಂದೆ :

''ನಮ್ಮ ರಾಷ್ಟ್ರದ ಆಧುನೀಕರಣಕ್ಕಾಗಿ ಯುವಜನರು ಶ್ರಮಪಟ್ಟು ದುಡಿಯುವ ಹಾಗೆ ಅವರನ್ನು ಪ್ರೋತ್ಸಾಹಿಸುವುದಕ್ಕಾಗಿ ಯುವ ಕಾರ್ಮಿಕರನ್ನು ಕುರಿತು ನಾನು ಕಥೆಗಳನ್ನು ಬರೆಯಬೇಕೆಂದಿದ್ದೇನೆ. ಚೀನೀ ಸಾಹಿತ್ಯವನ್ನು ವಿಶ್ವವಿದ್ಯಾನಿಲಯಕ್ಕೆ ಹೋಗಿ ಕಲಿಯಬಾರದೆಂದು ನಾನು ನಿರ್ಧರಿಸಿದ್ದೇನೆ. ನನ್ನ ಕಾರ್ಖಾನೆ ಮತ್ತು ಸಮಾಜವೇ ನನ್ನ ವಿಶ್ವವಿದ್ಯಾನಿಲಯ ಆಗಬೇಕೂಂತ ನನ್ನ ಇಚ್ಛೆ'' ಎಂದೆ.

ಆತ ಅದನ್ನು ಒಪ್ಪಿ ತನ್ನ ತಲೆಯನ್ನು ಜೋರಾಗಿ ಅಲ್ಲಾಡಿಸಿದ. ಆತನ ಕೂದಲು ಮೇಲೆ ಕೆಳಗೆ ಹಾರಿದವು. ''ಅದ್ಭುತ ಯೋಜನೆ'' ಎಂದ ಆತ್ಮೀಯವಾಗಿ. ''ನಾನು ಯಾವುದಾದರೂ ಒಂದು ಸಂಸ್ಥೆಯಲ್ಲಿ ವಿದೇಶೀ ಭಾಷೆಯ ಅಧ್ಯಯನಕ್ಕೆ ಪ್ರಯತ್ನಿಸೋಣ ಅಂತ ಅಂದ್ಕೊಂಡಿದ್ದೀನಿ. ಪ್ರವೇಶ ಪರೀಕ್ಷೆಯಲ್ಲೇ ನಾನು ಅನುತ್ತೀರ್ಣನಾದರೆ, ಮೊದಲಿನ ಕೆಲಸವನ್ನೇ ಮುಂದುವರಿಸುತ್ತೇನೆ. ವಿಶ್ವವಿದ್ಯಾನಿಲಯದ ಪದವೀಧರರು ಸಮಾಜದ ಸಾರಸತ್ವವೆಂದೇನೂ ಅಲ್ಲ, ಸ್ವಯಂ-ಶಿಕ್ಷಣ ಪಡೆದವರು ನಿರುಪಯೋಗಿಗಳು ಎಂದೂ ಅಲ್ಲ. ಪದವಿ ತರಬೇತಿಗಳನ್ನು ರದ್ದು ಮಾಡುವುದು ಎಷ್ಟು ಹಾಸ್ಯಾಸ್ಪದವೋ, ಅದನ್ನು ಅಂಧಶ್ರದ್ಧೆಯಿಂದ ಪೂಜಿಸುವುದೂ ಅಷ್ಟೇ ಮೂರ್ಖತನ. ಬರಹಗಾರರ ವಿಷಯ ಹೇಳಬೇಕೆಂದರೆ, ಕಾಲೇಜಿನಲ್ಲಿ ಸಾಹಿತ್ಯಾಭ್ಯಾಸ ಮಾಡಿದವರಿಗಿಂತ ಸ್ವಯಂ-ಶಿಕ್ಷಣ ಪಡೆದವರೇ ಸಾಧಾರಣವಾಗಿ ಉತ್ತಮ ಲೇಖಕರಾಗಿರ್ತಾರೆ.''

ಆತನ ಮಾತಿನಿಂದ ನನಗೆ ಹರ್ಷವಾಯಿತು. ನಾನು ಪ್ರವೇಶ ಪರೀಕ್ಷೆಗೆ ಕೂರುವುದಿಲ್ಲ

ಎಂದು ಯಾ-ಮೈಗೆ ಹೇಳಿದಾಗ ಆಕೆ ಆಶ್ಚರ್ಯದಿಂದ ಉದ್ಗರಿಸಿ ''ನೀನೊಬ್ಬ ಮೂರ್ಖಳು'' ಎಂದು ನನ್ನ ಬೆನ್ನನ್ನು ತಿವಿದದ್ದು ಜ್ಞಾಪಕವಾಯಿತು. ಆಕೆ ಮತ್ತೂ ಅಂದಿದ್ದಳು : ''ನಿನ್ನ ತಲೆಯನ್ನು ನನಗೆ ಕೊಡು. ನಿನಗಾಗಿ ನಾನು ಪರೀಕ್ಷೆಗೆ ಕೂರ್ತೇನೆ. ಕಾಲೇಜ್ ಪದವಿ ಪಡೆದರೆ ನನಗೆ ನಾಲ್ಕನೇ ದರ್ಜೆ ಕಾರ್ಮಿಕನ ಸಂಬಳ ಸಿಗ್ತದೆ.''

ಇವನಿಗೂ ಆಕೆಗೂ ಎಂಥ ವ್ಯತ್ಯಾಸ. ನನಗೆ ತಿಳಿದಿರುವ ಎಲ್ಲರಿಗಿಂತಲೂ ಈತ ನನ್ನನ್ನು ಹೆಚ್ಚು ಅರ್ಥ ಮಾಡಿಕೊಂಡಿದ್ದಾನೆನಿಸಿತು.

ನಿಷಿದ್ಧ ನಗರದ ಸುತ್ತ ಇರುವ ಕಂದಕದ ಬಳಿ ನಾವು ಬಂದಾಗ ಮುಸ್ಸಂಜೆ. ಗಾಳಿಯಲ್ಲಿ ಅಲೆಯಾಗಿ ಬಂದ ಮಿಮೋಸಾದ ಸುಗಂಧವನ್ನು ಆಘ್ರಾಣಿಸಿದೆವು. ಆತ ಮೃದುವಾಗಿ ನನ್ನ ಕೈಯನ್ನು ಮುಚ್ಚಿ, ಬಹಳ ಹೊತ್ತು ಭದ್ರವಾಗಿ ಹಿಡಿದುಕೊಂಡಿದ್ದ, ಬಹಳ ಹೊತ್ತು...

ಅದೇ ರಾತ್ರಿ ನಾನು ಮನೆಗೆ ವಾಪಸಾಗುವಾಗ ನಾನಿರುವ ಕಟ್ಟಡದಲ್ಲೇ ವಾಸವಾಗಿರುವ ಫಾಂಗ್ ಚಿಕ್ಕಮ್ಮ ಅಕಸ್ಮಾತ್ ಸಿಕ್ಕಳು. ಆಕೆಗೆ ಅರವತ್ತಾರು ವರ್ಷ ಇರಬಹುದು. ಆಕೆಗೆ ಯಾವ ಸಂಸಾರವೂ ಇಲ್ಲ. ಅವಳನ್ನು ಕಂಡರೆ ನನಗೆ ಪಾಪ ಅನ್ನಿಸುತ್ತಿತ್ತು. ಅವಳ ಕೈಯಿಂದ ಚೀಲವನ್ನು ತೆಗೆದುಕೊಂಡು, ಅವಳನ್ನು ಅವಳ ಮನೆಗೆ ಕರೆದೊಯ್ದೆ. ಅವಳಿಗಾಗಿ ಇನ್ನೂ ಏನಾದರೂ ಮಾಡಬೇಕೆಂದು ನಿರ್ಧರಿಸಿದೆ. ನನ್ನಲ್ಲಿ ಸಂತೋಷ ತುಂಬಿ ತುಳುಕುತ್ತಿದ್ದುದರಿಂದ, ನನಗಿಂತ ಕಡಿಮೆ ಅದೃಷ್ಟಶಾಲಿಗಳಾದವರಿಗೆ ಸಹಾಯ ಮಾಡಬೇಕೆಂಬ ಉತ್ಸಾಹದಲ್ಲಿದ್ದೆ.

ಎರಡು ದಿನಗಳ ನಂತರ ಆತ ಬಸ್ಸಿನಲ್ಲಿ ಸಿಕ್ಕಾಗ, ನಮ್ಮೆಲ್ಲ ಸುಖ ಸಂತೋಷಗಳಿಗೆ ಬೆನ್ನು ತಿರುಗಿಸಲು ಕಾತರಳಾಗಿದ್ದೇನೆ ಎನ್ನುವಂತೆ ಹೇಳಿದೆ :

''ಇನ್ನು ಒಂದು ತಿಂಗಳು ಪುಸ್ತಕ ಭಂಡಾರದಲ್ಲಿ ನಾನು ನಿನ್ನನ್ನು ಭೇಟಿ ಆಗೋಲ್ಲ.''

ಆತ ಕೊಂಚ ಚಕಿತನಾದ. ನಸುನಗುತ್ತಾ ಕೇಳಿದ : ''ಯಾಕೆ ? ಕಥೆ ಬರೀಬೇಕೂಂತ ಇದೆಯಾ ?''

ನಗುತ್ತಲೇ ಗಂಭೀರವಾಗಿ ಹೇಳಿದೆ.

''ಅದಕ್ಕೆ ಈಗ ಸಮಯವಿಲ್ಲ. ನಮ್ಮ ಕಾರ್ಯಾಗಾರದಲ್ಲಿ ತಾಂತ್ರಿಕ ಆವಿಷ್ಕಾರದ ಒಂದು ಅಧ್ಯಯನ ತಂಡವನ್ನು ನಾವು ರಚಿಸಿಕೊಂಡಿದ್ದೇವೆ. ಪ್ರತಿದಿನ ನಮ್ಮ ಪಾಳಿ ಮುಗಿದ ಮೇಲೆ ಒಂದೊಂದು ಸಮಸ್ಯೆಯನ್ನು ಕುರಿತು ಅಭ್ಯಾಸ ಮಾಡಬೇಕು. ಅದನ್ನು ಬಗೆಹರಿಸಲು ಹಲವಾರು ಸಂಜೆಗಳೇ ಬೇಕಾಗುತ್ತವೆಂದು ಅಜ್ಜ ಕಾರ್ಯಾಗಾರಕ್ಕೆ ತನ್ನ ಹಾಸಿಗೆಯನ್ನೇ ತಂದುಬಿಟ್ಟಿದ್ದಾನೆ. ಈ ತಂಡಕ್ಕೆ ಸೇರುವಂತೆ ಆತ ನನ್ನನ್ನೂ ಕೇಳಿದ್ದ. ಮೊದಲು ನಾನು ಹಿಂದೆಗೆದರೂ, ಕೊನೆಗೆ ಒಪ್ಪಿಕೊಂಡೆ.''

''ಮೊದಲೇಕೆ ಹಿಂದೆ ಮುಂದೆ ನೋಡಿದೆ ?''

''ಅಷ್ಟು ಮೂರ್ಖನಾಗಬೇಡ'' ಎಂದೆ. ಅವನನ್ನು ನೋಡುತ್ತ,

ಮೊಟ್ಟ ಮೊದಲ ಬಾರಿಗೆ ಆತ ನಾಚಿ ಕೆಂಪಾದದ್ದು ಕಂಡೆ.

ಇಡೀ ಒಂದು ತಿಂಗಳು ನಾವು ಒಬ್ಬರನ್ನೊಬ್ಬರು ನೋಡಲಿಲ್ಲ. ಆದರೆ ಅವನ ಬಗ್ಗೆ ಯೋಚಿಸುವುದನ್ನು ನಿಲ್ಲಿಸಲಾಗಲಿಲ್ಲ. ಆತನಲ್ಲಿರುವ ಪ್ರೇಮ ಇನ್ನಷ್ಟು ಬೆಳೆಯಿತು.

ಅಧ್ಯಯನ ತಂಡದಲ್ಲಿ ನಾನು ಮಾಡಿದ ಕೆಲಸದ ಬಗ್ಗೆ ವೈ ಅಜ್ಜ ತುಂಬಾ ಹೊಗಳಿದ. ''ಷ್ಯಾವ್-ಯು, ನೀನು ನಿಜಕ್ಕೂ ಇಬ್ಬರು ಮಾಡುವಷ್ಟು ಕೆಲಸ ಮಾಡುತ್ತಿರುವೆ'' ಎನ್ನುತ್ತಿದ್ದ.

ನಾನು ನಕ್ಕು, ನನ್ನಷ್ಟಕ್ಕೆ ಯೋಚಿಸುತ್ತಿದ್ದೆ: ''ವೈ ಅಜ್ಜ ನೀನು ಹೇಳುವುದು ಎಷ್ಟು ಸರಿಯಾಗಿದೆ !''

* * *

ಬೃಹತ್ ಚೀನೀ ಸಿನಿಮಾ ಮಂದಿರಕ್ಕೆ ಟ್ರಾಲಿ-ಬಸ್ಸು ಹೋಗುವ ದಾರಿಯಲ್ಲಿ ಒಟ್ಟು ಏಳು ಸ್ಟಾಪ್‌ಗಳಿವೆ. ಇದರಿಂದ ಎಲ್ಲ ವಿಷಯಗಳನ್ನೂ ಕೂಲಂಕಷವಾಗಿ ಯೋಚಿಸಲು ಅವಕಾಶ ಸಿಕ್ಕಿತು.

ಹೆಚ್ಚು ಹೆಚ್ಚು ಯೋಚಿಸಿದಂತೆಲ್ಲಾ ಹೆಚ್ಚು ಹೆಚ್ಚು ಪ್ರಶ್ನೆಗಳೇಳುತ್ತಿದ್ದವು. ಕ್ರಾಂತಿಕಾರಿಗಳಾದ ನಮ್ಮ ಜೀವನದಲ್ಲಿ ಪ್ರೇಮಕ್ಕೆ ಎಡೆ ಇದೆಯೇ ? ಇದ್ದರೆ ಅದಕ್ಕೆ ಎಂಥ ಸ್ಥಾನವಿದೆ ?

ಈ ಹಿಂದೆಯೂ ನನ್ನಲ್ಲಿ ಕೆಲವು ಪ್ರಶ್ನೆಗಳು ಎದ್ದಿದ್ದವು. ನಮ್ಮ ಚಲನಚಿತ್ರಗಳು, ನಾಟಕಗಳಲ್ಲಿ ಪ್ರೇಮವನ್ನು ಎಂದೂ ಚಿತ್ರಿಸಿಲ್ಲ ಏಕೆ? ಈ ಸಿನಿಮಾ, ನಾಟಕಗಳ ವಸ್ತುವಿನ ದಂಪತಿಗಳ ಚಿತ್ರಣವಿಲ್ಲ ಏಕೆ ? ಜೀವನ ಆ ರೀತಿ ಇರುವುದಿಲ್ಲ, ಅಲ್ಲವೇ ?

ನಾನು ಯಾ-ಮೈಗಿಂತ ಹೆಚ್ಚು ಅದೃಷ್ಟವಂತೆ. ಉದಾಹರಣೆಗೆ, ನನ್ನ ಅಪ್ಪ, ಅಮ್ಮ, ಮನೆಯಲ್ಲಿದ್ದ ಚೀನೀ ಮತ್ತು ವಿದೇಶೀ ಭಾಷೆಯ ಹಾಗೂ ಪ್ರಾಚೀನ ಮತ್ತು ಆಧುನಿಕ ಕಾಲದ ಕೆಲವು ಮಹತ್ವದ ಸಾಹಿತ್ಯ ಕೃತಿಗಳನ್ನು ಓದಲು ನನಗೆ ಅವಕಾಶ ಕೊಟ್ಟಿದ್ದರು. ನನ್ನ ಕೆಲವು ಪ್ರಶ್ನೆಗಳಿಗೆ ಅವರು ಉತ್ತರ ಕೊಟ್ಟಿದ್ದರು. ಇದು, ತನ್ನ ಫಾಸಿಸ್ಟ್ ನೀತಿಗಳಿಂದಾಗಿ 'ನಾಲ್ವರ ಕೂಟ' ನಮ್ಮ ಸಾಂಸ್ಕೃತಿಕ ಜೀವನವನ್ನು ಸಂಕುಚಿತಗೊಳಿಸಿದಂಥ ಕಾಲದಲ್ಲಿ.

'ಅಗ್ನಿದೀಕ್ಷೆ' ಎಂಬ ರಷ್ಯನ್ ಕಾದಂಬರಿಯ ಪಾವೆಲ್ ಮತ್ತು ತಾನ್ಯಾ ಹಾಗೂ ಪಾವೆಲ್ ಮತ್ತು ಲೀನಾ ಪಾತ್ರಗಳು ಎಷ್ಟು ಆಳವಾಗಿ ನನ್ನ ಹೃದಯವನ್ನು ಕಲಕಿದ್ದವು ಎನ್ನುವುದು ನನಗೆ ಸ್ಪಷ್ಟವಾಗಿ ನೆನಪಿದೆ. ಆದರೂ ಆ ಬಗ್ಗೆ ನನ್ನ ಮನಸ್ಸಿನಲ್ಲಿ ಕೊಂಚ ಅಳಕೂ ಇತ್ತು. ಪಾವೆಲ್ ನಿಜವಾಗಿಯೂ ಒಬ್ಬ ಶ್ರಮಜೀವಿ ನಾಯಕನೇ? ತಾನ್ಯಾಳಂಥ ಜನರ ಬಗ್ಗೆ ಆತ ಕಳಕಳಿ ತೋರುವುದು ಹೇಗೆ ಸಾಧ್ಯ ? ಲೀನಾ ಜೊತೆ ಒಬ್ಬ ಕಾಮ್ರೆಡ್ ಜೊತೆಗಿರುವುದಕ್ಕಿಂತ ಹೆಚ್ಚಿನ ಸಂಬಂಧ ಅವನಿಗೆ ಹೇಗೆ ಸಾಧ್ಯ? ನಮ್ಮ ಶ್ರಮಜೀವಿ ಹೀರೋಗಳು ನಮ್ಮ ಚಲನಚಿತ್ರಗಳಲ್ಲಿ ತೋರಿಸುವ ಪಾತ್ರಗಳಂತೆಯೇ ಇರಬೇಕೇ? ಅವರಿಗೆ ಮೂವತ್ತು, ನಲವತ್ತು ವರ್ಷಗಳ ಮೇಲಾಗಿದ್ದರೂ ತಮ್ಮ ತಾಯಂದಿರ ಜೊತೆಯೇ ಇರುತ್ತಾರಲ್ಲ? ಶ್ರಮಜೀವಿ ಕ್ರಾಂತಿಕಾರಿಗಳ ಬದುಕಿನಲ್ಲಿ ಪ್ರೇಮಕ್ಕೆ ಸ್ಥಾನವೇ ಇಲ್ಲ ಎಂದು ಆಗ ತೋರಿತ್ತು.

ನಮ್ಮ ಸಾಂಸ್ಕೃತಿಕ ಜೀವನದಿಂದ ಪ್ರೇಮವನ್ನು ತೊಡೆದುಹಾಕಿದ್ದರಿಂದ ಎರಡು ರೀತಿಯ ದುಷ್ಪರಿಣಾಮಗಳಾದವು. ಕೆಲವು ಯುವಜನರು ತಮ್ಮ ದೈಹಿಕ ಅವಶ್ಯಕತೆಗಳನ್ನು ಪ್ರೇಮವೆಂದು ತಪ್ಪು ತಿಳಿದರು. ಅವರಲ್ಲಿ ಕೆಲವರು ಪುಂಡಾಟಿಕೆಯ ಮಟ್ಟಕ್ಕಿಳಿದರು. ಆದರೆ ಇಲ್ಲಿ ನಾನು ಆ ವಿಷಯವನ್ನು ಹೆಚ್ಚು ಹೇಳುವುದಿಲ್ಲ. ಹಲವು ಜನರು ತಾವು ಮದುವೆಯ ಬಗ್ಗೆ ಯೋಚಿಸಿದ್ದನ್ನು ಮಾತ್ರ ಒಪ್ಪಿಕೊಳ್ಳುತ್ತಾರೆ. ಆದರೆ ಪ್ರೇಮದ ಬಗ್ಗೆ ಮಾತಾಡಲು ನಿರಾಕರಿಸುತ್ತಾರೆ. ಯುವಜನರು ಇಪ್ಪತ್ತೈದು ವರ್ಷಕ್ಕೆ ಕಾಲಿಡುತ್ತಲೇ ಅವರ ತಂದೆ ತಾಯಿ, ಸಹೋದ್ಯೋಗಿಗಳು, ನೆರೆ ಹೊರೆಯವರು ಮತ್ತು ಸ್ವತಃ ಅವರೂ ಜೀವನದ ಜೊತೆಗಾತಿ ಅಥವಾ ಜೊತೆಗಾರನನ್ನು ಹುಡುಕುವ ಬಗ್ಗೆ ಯೋಚಿಸಲು ತೊಡಗುತ್ತಿದ್ದರು. ಅವರು ಬರೀ ಮಾತನಾಡುತ್ತಿರಲಿಲ್ಲ, ಅದರ ಬಗ್ಗೆ ಕಾರ್ಯೋನ್ಮುಖರೂ ಆಗುತ್ತಿದ್ದರು.

ಪ್ರೇಮಕ್ಕೆ ಒಳಗಾಗುವ ಹಲವಾರು ಮಾರ್ಗಗಳಿವೆ ಎಂದು ತೋರುತ್ತದೆ. ಕೆಲವೊಮ್ಮೆ ಅದು ಪ್ರಥಮ ನೋಟದಲ್ಲೇ ಪ್ರೇಮವಾಗಬಹುದು; ಕೆಲವು ಬಾರಿ ಸಮಾನ ಆಸಕ್ತಿಗಳಿಂದಾಗ ಬಹುದು; ಸ್ನೇಹಿತರು ಪರಿಚಯ ಮಾಡಿಸಿಕೊಟ್ಟನಂತರ ಆಗಬಹುದು; ಅಥವಾ ಒಟ್ಟಿಗೇ ದುಡಿಯುವುದರಿಂದ ಮೂಡುವ ಮೈತ್ರಿಯಿಂದ ಪ್ರೇಮ ಬೆಳೆಯಬಹುದು. ಅಂಥ ಪ್ರೇಮ ಸುಖಮಯವಾದ ಮದುವೆಗೆ, ಸಂತೋಷಮಯವಾದ ಕುಟುಂಬಕ್ಕೆ ದಾರಿ ಮಾಡಿಕೊಡಬಹುದು.

ಪ್ರೇಮಕ್ಕೆ ಸ್ಥಾನವಿಲ್ಲದ ಮದುವೆಗೆ ಸದಾ ನನ್ನ ವಿರೋಧವಿದೆ. ನಾನು ಒಂದು ಉಣ್ಣೆಯ ಸ್ವೆಟರನ್ನು ಆಯ್ಕೆ ಮಾಡುತ್ತಿದ್ದೇನೇನೋ ಎನ್ನುವಂತೆ ವೈ ಅಜ್ಜ ಕೂಡ ನನಗೆ ಎಂಥ ತರುಣ ಬೇಕೆಂದು ಕೇಳುತ್ತಾನೆ!

ಕೆಲವು ಪ್ರೇಮಿಗಳು ಎಲ್ಲೋ ಯೋಚನೆ ಮಾಡುತ್ತಲೋ, ಇಲ್ಲ ವೇಷ ಭೂಷಣ ಮಾಡಿಕೊಳ್ಳುತ್ತಲೋ ಕಾಲ ಕಳೆದು, ಕೆಲಸಕ್ಕೆ ತಡವಾಗಿ ಬರುತ್ತಿದ್ದರು ಅಥವಾ ಅವಧಿಗೆ ಮೊದಲೇ ಹೊರಟು ಹೋಗುತ್ತಿದ್ದರು. ಆದರೆ ನಾನೆಂದೂ ಆ ರೀತಿ ನಡೆದುಕೊಂಡಿರಲಿಲ್ಲ. ಹಾಗಾಗಿ ವೈ ಅಜ್ಜನಿಗಾಗಲೀ, ಯಾ-ಮೈಗಾಗಲೀ ನನ್ನ ಗುಟ್ಟು ತಿಳಿಯಲಿಲ್ಲ. ಆದರೆ ನನ್ನ ಅಪ್ಪ, ಅಮ್ಮನಿಗೆ ಆ ಬಗ್ಗೆ ಏನೋ ಸುಳಿವು ಸಿಕ್ಕಿರಬೇಕು. ಅವರು ನನ್ನ ಕಡೆ ನೋಡುವ ರೀತಿಯಿಂದ ತಾವು ತಾವೇ ಒಬ್ಬರನ್ನೊಬ್ಬರು ನೋಡಿಕೊಳ್ಳುವ ರೀತಿಯಿಂದ ಇದನ್ನು ನಾನು ಊಹಿಸಿದೆ. ಈ ಬಗ್ಗೆ ನಾನು ಅವರಿಗೆ ಸದ್ಯದಲ್ಲೇ ಎಲ್ಲ ಹೇಳಬೇಕಾಗುತ್ತದೆ ಎಂದು ನಾನು ಬಲ್ಲೆ...

* * *

ನಾನು ಬಸ್ಸಿನಿಂದ ಇಳಿಯುತ್ತಲೆ ನನಗಾಗಿ ಕಾತರದಿಂದ ಕಾಯುತ್ತಿದ್ದ ಆತ ಕಾಣಿಸಿದ. ಗುಂಪಿನ ನಡುವೆ ದಾರಿ ಬಿಡಿಸಿಕೊಳ್ಳುತ್ತಾ ಅವನತ್ತ ನಾನು ಓಡಿದೆ.

''ಏಯ್ ಪೆದ್ದ ಚೀಟಿ ಕಳಿಸುವ ಬದಲು ನನಗೆ ಫೋನ್ ಯಾಕೆ ಮಾಡಲಿಲ್ಲ?'' ಎಂದು ಅವನನ್ನು ದೂರಿದೆ.

''ಫೋನ್ ಮಾಡಿದ್ದೆ. ನನಗೆ ಟಿಕೆಟ್ ಸಿಕ್ಕ ಕೂಡಲೇ ಟೆಲಿಫೋನ್ ಬೂತಿಗೆ ಧಾವಿಸಿ ಹೋಗಿ ನಿನಗೆ ಫೋನ್ ಮಾಡಿದೆ. ಆದರೆ ಎಷ್ಟು ಹೊತ್ತಾದರೂ ಎಂಗೇಜ್ ಆಗಿಯೇ ಇತ್ತು. ಹಾಗಾಗಿ ನೀನು ಫೋನಿನಲ್ಲಿ ನನಗೆ ಸಿಗಲಿಲ್ಲ. ಅದೃಷ್ಟವಶಾತ್, ಇಂದು ಬೆಳಿಗ್ಗೆ ಏನೋ ಕೆಲಸದ ಮೇಲೆ ನಾನು ನಿನ್ನ ಕಾರ್ಯಾಗಾರದ ಎದುರೇ ಹಾದು ಹೋಗಬೇಕಾಯಿತು. ಹಾಗಾಗಿ ನಿನಗೆ ಚೀಟಿ ಕಳಿಸಿದೆ. ತಪ್ಪಾಯಿತಾ ?''

ನನಗೆ ಸಮಾಧಾನವೆನಿಸಿತು. ಆ ಸಿನಿಮಾ ಮತ್ತೆ ಪ್ರದರ್ಶನಕ್ಕೆ ಬಂದಾಗ ಅದನ್ನು ನಾವಿಬ್ಬರೂ ನೋಡಬೇಕೆಂದು ಆತ ನನ್ನ ಜೊತೆ ಬಹಳ ಹಿಂದೆಯೇ ತಿಳಿಸಿದ್ದ. ನಾವು ಪ್ರಾಥಮಿಕ ಶಾಲೆಯಲ್ಲಿದ್ದಾಗಲೇ ಆ ಸಿನಿಮಾವನ್ನು ಇಬ್ಬರೂ ನೋಡಿದ್ದೆವು. ಆದರೆ ಆಗ ಅದು ಅಷ್ಟಾಗಿ ಅರ್ಥವಾಗಿರಲಿಲ್ಲ. ಈಗ ದೊಡ್ಡವರಾದ ಮೇಲೆ ಅದನ್ನು ಮತ್ತೆ ನೋಡಬೇಕೆನಿಸಿತು. ಅದೂ ಅಲ್ಲದೆ 'ನಾಲ್ವರ ಕೂಟ' ಆ ಚಿತ್ರವನ್ನು ಹತ್ತು ವರ್ಷ ನಿಷೇಧಿಸಿದ್ದರಿಂದ ನಮ್ಮ ಆಸಕ್ತಿ ಇನ್ನೂ ಹೆಚ್ಚಿತ್ತು. ಅತ್ಯುತ್ತಮವಾದ, ಉತ್ಸಾಹದಾಯಕವಾದ ಈ ಚಿತ್ರವನ್ನು ನಾವು ನೋಡಲು ಆಸೆಪಟ್ಟಿದ್ದೆವು. ಹಾಗಾಗಿ ಅದರ ಬಗ್ಗೆ ನನಗೆ ತಿಳಿಸಬೇಕೆಂದು ಆತನಿಗೆ ಆತುರವಾದ್ದನ್ನು ನಾನು ಅರ್ಥ ಮಾಡಿಕೊಳ್ಳಬಲ್ಲೆ. ನಸುನಕ್ಕು ಹೇಳಿದೆ :

''ಇಲ್ಲ ಏನೂ ಆಗಲಿಲ್ಲ. ಸಿನಿಮಾಕ್ಕೆ ಹೋಗೋಣ.''

ಆತನ ಮುಖದಲ್ಲಿ ಏನೋ ವಿಚಿತ್ರ ಭಾವವಿತ್ತು. ಚಿತ್ರಮಂದಿರದಿಂದ ಸ್ವಲ್ಪ ದೂರದಲ್ಲಿರುವ ಒಂದು ಅಂಗಡಿಯ ಕಿಟಕಿಯ ಬಳಿ ನನ್ನನ್ನು ಕರೆದೊಯ್ದು, ಏನೋ ತಪ್ಪು ಮಾಡಿದವನಂತೆ ಹೇಳಿದ :

''ನೋಡು ಈಗ ಒಂದು ಸಮಸ್ಯೆ ಉಂಟಾಗಿದೆ. ನನ್ನ ಸಹ ಕಾರ್ಮಿಕ ಹೋ ಮುದುಕ ಇದ್ದಾನಲ್ಲ, ಆತನ ಮಗುವಿಗೆ ಕಾಯಿಲೆಯಂತೆ, ಹಾಗಾಗಿ ನಾಲ್ಕು ಗಂಟೆಗೆ ಪ್ರಾರಂಭವಾಗುವ ಅವನ ಪಾಳಿಯ ಕೆಲಸವನ್ನು ಮಾಡಲು ಇಂದು ಮಧ್ಯಾಹ್ನ ಬಂದು ಕೇಳಿಕೊಂಡ. ನಾನು ಒಪ್ಪಿಕೊಂಡೆ. ಕೋಪಿಸಿಕೊಳ್ಳಬೇಡ. ಆದರೆ ಈ ಸಿನಿಮಾ ನೀನೊಬ್ಬಳೇ ನೋಡಬೇಕಾಯಿತಲ್ಲಾ?''

ನನಗೆ ತೀರಾ ನಿರಾಸೆಯಾಯಿತು. ಒಬ್ಬಳೇ ನೋಡುವುದು! ಅದು ಹೇಗೆ ಸಾಧ್ಯ ? ನಾನು

ಪ್ರೇಮಿಸಿದವನ ಜೊತೆ ಕೂತು ನೋಡುವುದು ಹೇಗೆ ? ಇದು ಹೇಗೆ ? ಆ ಹೋ ಮುದುಕ ನಮ್ಮ ಜೀವನದಲ್ಲಿ ಹೀಗೆ ಮಧ್ಯೆ ತಲೆ ಹಾಕಬಹುದೇ ? ನಾನೇನೂ ಕೋಪಿಸಿಕೊಳ್ಳಲಿಲ್ಲ. ಆದರೆ ಹೋ ಮುದುಕನ ಮಗು ಕಾಗಿಣೀ ಬೀಳಲು ಬೇರೆ ದಿನ ಆರಿಸಿಕೊಳ್ಳಬಹುದಿತ್ತು ಎಂದುಕೊಂಡೆ. ನಾನು ಈ ಗಳಿಗೆಯಲ್ಲಿ ಯಾರ ಜೊತೆ ಇರಲು ಇಷ್ಟಪಡುತ್ತೇನೋ ಆ ವ್ಯಕ್ತಿಯನ್ನು ಬಿಟ್ಟು ಹೋ ಮುದುಕ ಬೇರೆ ಯಾರನ್ನಾದರೂ ಯಾಕೆ ಕೇಳಲಿಲ್ಲ ?

ನನ್ನ ಮುಖದಲ್ಲಾಗುತ್ತಿದ್ದ ಸೂಕ್ಷ್ಮ ಬದಲಾವಣೆಗಳನ್ನು ಗಮನಿಸುತ್ತಿದ್ದ ಆತ ಹಿಂಜರಿಕೆಯ ದನಿಯಲ್ಲಿ ಹೇಳಿದ : ''ನಿನಗೆ... ನಿನಗೆ ಕೋಪ ಬಂದಿದ್ದರೆ, ಬೇರೆ ಯಾರನ್ನಾದರೂ ಕೇಳುವಂತೆ ಅವನಿಗೆ ಫೋನ್ ಮಾಡುತ್ತೇನೆ. ಆದರೆ ಅದು ತುಂಬಾ ಕಷ್ಟವಾಗಬಹುದು...''

ಆತ ಮಾತಾಡುತ್ತಿರುವಂತೆಯೇ, ತನ್ನ ಕೈಯಲ್ಲಿದ್ದ ಎರಡು ಟಿಕೆಟ್‌ಗಳನ್ನು ಹಿಸುಕಿ ಮುದ್ದೆ ಮಾಡಿದ. ''ಹುಚ್ಚನಂತೆ ಆಡಬೇಡ'' ಎಂದು ಹೇಳಿ, ಅವನ ಕೈಯಿಂದ ಟಿಕೆಟ್‌ಗಳನ್ನು ಕಸಿದುಕೊಂಡು, ಆ ಸಿನಿಮಾಕ್ಕೆ ಟಿಕೆಟ್ ಸಿಗದೆ ಹತಾಶರಾಗಿದ್ದ ಒಂದು ದಂಪತಿಯ ಬಳಿಗೆ ಹೋದೆ. ''ಇಗೊಳ್ಳಿ, ಇಲ್ಲಿ ಟಿಕೆಟ್ ಇವೆ'' ಎಂದು ಹೇಳಿ, ಚೆಲುವೆ ಹುಡುಗಿಯ ಕೈಯಲ್ಲಿ ಟಿಕೆಟ್‌ಗಳನ್ನು ತುರುಕಿದೆ. ತುಂಬಾ ಸಂತೋಷದಿಂದ ಅವನ್ನು ಹುಡುಗಿ ತೆಗೆದುಕೊಂಡಳು. ಅವರಿಬ್ಬರೂ ನಮ್ಮ ಬಗ್ಗೆ ಬಹಳ ಕೃತಜ್ಞರಾಗಿರುವಂತೆ ಕಾಣಿಸಿತು.

ಅವರು ನನಗೆ ಟಿಕೆಟ್ಟಿನ ದುಡ್ಡು ಕೊಟ್ಟರು. ನನ್ನ ಈ ಶ್ರಮದಿಂದ ನನ್ನ ಪ್ರಿಯತಮ ಬೆಕ್ಕಸಬೆರಗಾಗಿದ್ದ. ನಾನು ಅವನ ತೋಳನ್ನು ತಳ್ಳಿ, ಅವನನ್ನು ಆಕ್ಷೇಪಿಸುವಂತೆ ಹೇಳಿದೆ ''ನೀನೆಂಥ ಹುಚ್ಚ.''

ಆತ ಏನೇ ಇರಬಹುದು, ಆದರೆ ಮೂರ್ಖನಲ್ಲ. ಅವನ ಕಣ್ಣುಗಳು ಸಂತೋಷದಿಂದ ಹೊಳೆದವು. ನನ್ನ ವರ್ತನೆ ಅವನಿಗೆ ಅರ್ಥವಾಗಿತ್ತು. ಆತ ಕೆಲಸ ಮಾಡುತ್ತಿದ್ದ ಜಾಗಕ್ಕೆ ನಾವು ನಡೆದು ಹೊರಟಾಗ ನಾವು ಮೊದಲಿಗಿಂತಲೂ ಹೆಚ್ಚು ಹತ್ತಿರ ಬಂದಿದ್ದೆವು. ನಾಲ್ಕು ಗಂಟೆಗೆ ಇನ್ನೂ ಹೊತ್ತಿದ್ದುದರಿಂದ ನಾವು ಸ್ವಲ್ಪ ಹೊತ್ತು ಹಾಗೇ ಅಡ್ಡಾಡಿದೆವು.

* * *

ನಾವು ವಿದಾಯ ಹೇಳುವ ಸಮಯವಾಗಿತ್ತು. ಆದರೂ ನಾವು ಮಾತಾಡಿಕೊಳ್ಳಬೇಕಾದ ವಿಷಯ ತುಂಬಾ ಉಳಿದಿತ್ತು. ನಾನು ಬರೆಯಬೇಕೆಂದು ಯೋಚಿಸಿದ್ದ ಕಥೆಯ ಬಗ್ಗೆ ನಡೆಸುತ್ತಿದ್ದ ಬಿಸಿ ಬಿಸಿ ಚರ್ಚೆಯನ್ನು ಮಧ್ಯದಲ್ಲೇ ನಿಲ್ಲಿಸುವುದು ನಮಗಿಬ್ಬರಿಗೂ ಇಷ್ಟವಿರಲಿಲ್ಲ. ಆದರೆ ನಾವೇನೂ ಮಾಡುವಂತಿರಲಿಲ್ಲ. ನಮ್ಮಿಬ್ಬರ ಕೈಗಡಿಯಾರಗಳೂ ಸರಿಯಾಗಿ ನಾಲ್ಕು ಗಂಟೆಗೆ ಮೂರು ನಿಮಿಷಗಳಿವೆಯೆಂದು ತೋರಿಸುತ್ತಿದ್ದವು.

ನಾಳೆ ಮತ್ತೆ ಭೇಟಿಯಾಗುವ ಯೋಜನೆ ಹಾಕಿಕೊಂಡಿದ್ದರಿಂದ ಹೆಚ್ಚು ಕಷ್ಟವಿಲ್ಲದೆ ಅಗಲಿದೆವು. ಒಂದು ಔಷಧಾಲಯ ಮತ್ತು ಅಂಗಡಿಯ ನಡುವೆ ಇದ್ದ ರೆಸ್ಟುರಾ ಕಡೆ ಆತ ಹೆಜ್ಜೆ ಹಾಕಿದ. ಅದೊಂದು ತೀರಾ ಸಾಧಾರಣ ಸ್ಥಳ. ಅದರ ಗಿರಾಕಿಗಳೆಲ್ಲಾ ಬೇಗ ಬೇಗ ಬಂದು ಊಟ ಮಾಡಿ ಹೋಗುವ ಅವಸರದಲ್ಲಿರುವ ದಾರಿಹೋಕರು. ಅಲ್ಲಿಯ ಸ್ವಚ್ಛ ನೆಲ, ಶುದ್ಧವಾದ ಮೇಜು, ಕುರ್ಚಿಗಳನ್ನು ಗಿರಾಕಿಗಳು ಮೆಚ್ಚುತ್ತಿದ್ದರೆಂಬ ಬಗ್ಗೆ ನನಗೆ ಅನುಮಾನವೇ ಇಲ್ಲ. ರುಚಿಕರವಾದ ಹುರಿದ ನೂಡ್ಲ್ಸ್ ಮತ್ತು ಸೊಗಸಾದ ಕಂದುಬಣ್ಣದ ಕೇಕುಗಳ ವಿಷಯವನ್ನಂತೂ ಹೇಳುವುದೇ ಬೇಡ.

ನನ್ನ ಗೆಳೆಯ ಈ ರೆಸ್ಟುರಾದಲ್ಲಿ ಅಡಿಗೆಯವ.

ರೆಸ್ಟುರಾ ಒಳಗೆಹೋಗಿ ಆತ ಮಾಯವಾಗುವವರೆಗೂ, ಪ್ರೀತಿಯಿಂದ ಅವನನ್ನೇ ನೋಡುತ್ತಾ ನಿಂತಿದ್ದಾಗ ಯಾರೋ ನನ್ನ ತೋಳನ್ನು ಅಮುಕಿ ಹಿಡಿದರು.

ನಾನು ಬೆಚ್ಚಿಬಿದ್ದೆ.

ಅದು ಬೇರೆ ಯಾರೂ ಅಲ್ಲ, ಯಾ-ಮೈ ! ಕೆಂಪು ಸ್ಕಾರ್ಫ್ ಕಟ್ಟಿಕೊಂಡ ಅವಳ ಮುಖದಲ್ಲಿ ಪ್ರಶ್ನಾರ್ಥಕ ಭಾವವಿತ್ತು. ಅವಳ ಕಣ್ಣುಗಳು ಕುತೂಹಲದಿಂದ ಹೊರಗೆ ಹಾರಿ ಹೋಗಿಬಿಡುವಂತೆ ಕಾಣಿಸಿದುವು : ''ಷ್ಯಾವ್-ಯು, ನೀನು ಪ್ರೇಮಿಸುವ ಹುಡುಗ ಇವನೇನಾ ?''

ನಾನು ಮೌನವಾಗಿ ಅವಳನ್ನು ನೋಡಿದೆ.

ಯಾವುದೋ ಭಯಂಕರ ಅಪಾಯದಿಂದ ನನ್ನನ್ನು ರಕ್ಷಿಸುವಂತೆ ಅವಳು ನನ್ನನ್ನು ರೆಸ್ಟುರಾದಿಂದ ದೂರ ಎಳೆದೊಯ್ದಳು.

''ಆತ ಲು ಯು-ಜುನ್ ಅಲ್ಲವಾ ? ನನಗೆ ಆತ ಗೊತ್ತು. ಒಮ್ಮೆ ನಾವಿಬ್ಬರೂ ನೆರೆಹೊರೆಯವರಾಗಿದ್ದೆವು. ಅವನ ತಾಯಿಗೆ ತುಂಬಾ ಕಾಲದಿಂದ ಪಕ್ಷವಾತ. ಉಳಿದ ಮಟ್ಟಿಗೆ ಅವಳ ಆರೋಗ್ಯ ಸರಿಯಾಗಿದೆ ಎನ್ನು. ಇನ್ನೂ ಐದಾರು ವರ್ಷ ಬದುಕಬಹುದು. ಆತ ಪದವೀಧರನಾದ ಮೇಲೆ ಅವಳಿಂದಾಗಿ ಈ ಚಿಕ್ಕ ಕೊಳಕು ರೆಸ್ಟುರಾದಲ್ಲಿ ಕೆಲಸ ಹಿಡಿಯಬೇಕಾಯಿತು. ಇದನ್ನೆಲ್ಲಾ ಆತ ಹೇಳಲಿಲ್ಲವಾ ? ಅಶಕ್ತ ಅತ್ತೆಯ ಯೋಗಕ್ಷೇಮ ನೋಡಿಕೊಳ್ಳೋದು, ಅವಳ ಕೊಳೆ ಬಟ್ಟೆಗಳನ್ನು ಒಗೆದು ಹಾಕೋದು ಮೊದಲಾದ ಕೆಲಸ ಮಾಡಬೇಕೆ ನೀನು ? ನಿನಗೇನು ಹುಚ್ಚು ಹಿಡಿದಿದೆಯಾ ? ನೀನು ವಿಶ್ವವಿದ್ಯಾನಿಲಯಕ್ಕೆ ಸುಲಭವಾಗಿ ಹೋಗಬಹುದಿತ್ತು. ಅಷ್ಟಾದರೂ ಪರೀಕ್ಷೆಗೆ ಕೂರಲು ನಿರಾಕರಿಸಿದೆ. ಈಗ ಹೋಗಿ ಹೋಗಿ ಒಬ್ಬ ಅಡಿಗೆಯವನನ್ನು ಆರಿಸಿಕೊಂಡಿದ್ದೀಯೆ. ಆತ ಒಳ್ಳೆಯ ಕೆಲಸಗಾರ ಅಡಿಗೆಯವ ಇರಬಹುದು. ಆದರೆ ಅದರಿಂದ ನಿನಗೇನಾಯಿತು ? ನೀನು ಆಕರ್ಷಕ ಹುಡುಗಿ, ಬರವಣಿಗೆಯ ಪ್ರತಿಭೆ ಇದೆ ನಿನ್ನಲ್ಲಿ. ಒಬ್ಬ ನಟನೋ ಅಥವಾ ಅದೇ ರೀತಿಯ ಬೇರೆ ಯಾರಾದರೂ ನಿನಗೆ ಸಿಗುವುದು ಕಷ್ಟವೇನೂ ಅಲ್ಲ.''

ನನ್ನ ಕೆನ್ನೆ ಕೆಂಪಾಗುತ್ತಿದೆ, ಹೃದಯ ಉದ್ರೇಕದಿಂದ ಬಡಿದುಕೊಳ್ಳುತ್ತಿದೆ ಎಂದು ತೋರಿತು. ಅವಳ ಬಗ್ಗೆ ಪಾಪ ಅನಿಸಿತು. ಪ್ರೇಮ, ಮದುವೆ ಮತ್ತು ಕುಟುಂಬ ಜೀವನದ ಬಗ್ಗೆ ಯುವ ಜನರಿಗೆ ಬೋಧಿಸುವಂಥ ಪುಸ್ತಕಗಳು ಯಾವುದೂ ಇಲ್ಲದಿರುವುದು ಎಂಥಾ ಅನ್ಯಾಯ ! ಅವಳಿಗೆ ಮನದಟ್ಟು ಮಾಡಲು ಯಾವುದೇ ಪುಸ್ತಕದ ಉದಾಹರಣೆ ಕೊಡಲು ನನ್ನಿಂದ ಸಾಧ್ಯವಿರಲಿಲ್ಲ. ಆದರೂ ನೇರ ಮಾತಾಡಿದೆ :

''ಅವನನ್ನು ನಾನು ಚೆನ್ನಾಗಿ ಬಲ್ಲೆ. ಆತ ನನ್ನಿಂದ ಏನನ್ನೂ ಮುಚ್ಚಿಡೋದಿಲ್ಲ, ಯಾ-ಮೈ, ನಾನು ಕೇವಲ ಒಬ್ಬ ಸಂಗಡಿಗನಿಗಾಗಿ ಬೇಟೆಯಾಡ್ತಿಲ್ಲ. ನಾನು ಅವನನ್ನು ನಿಜವಾಗಿಯೂ ಪ್ರೇಮಿಸ್ತೇನೆ.''

ಇದು ಅವಳ ಬಾಯಿ ಮುಚ್ಚಿಸಿತು. ನನ್ನ ತೋಳಿನಿಂದ ಅವಳ ಹಿಡಿತ ಸಡಿಲವಾಯಿತು. ಒಂದು ಯುವಕ ಸಂಘದ ನಾಯಕಳಾದವಳಿಗೆ ಪ್ರೇಮದ ಬಗ್ಗೆ ಮಾತಾಡಲು ಎಷ್ಟು ಧೈರ್ಯ ಎಂದು ಆಕೆ ನನ್ನನ್ನೇ ನೆಟ್ಟ ನೋಟದಿಂದ ನೋಡುತ್ತಿದ್ದಳು. ಗೆಳೆಯ, ಗಂಡ, ಮದುವೆ ಮತ್ತು ರೆಜಿಸ್ಟರ್ ಮೊದಲಾದ ಶಬ್ದಗಳು ಅವಳಿಗೆ ಒಪ್ಪಿತವಾದಂಥವು. ಪ್ರೇಮ ಅನ್ನುವುದು ಅಶ್ಲೀಲವಲ್ಲವಾದರೂ ಆಕೆಯ ಪಾಲಿಗೆ ಕೆಟ್ಟ ಅರ್ಥ ಕೊಡುವಂಥದ್ದಾಗಿತ್ತು. ಪ್ರೇಮದ ಕಲ್ಪನೆಗೇ ಅವಳ ಮನಸ್ಸಿನಲ್ಲಿ ಯಾಕೆ ಸ್ಥಾನವಿಲ್ಲ ? ಅವಳಂಥ ಒಳ್ಳೆಯ, ಕಷ್ಟಪಟ್ಟು ದುಡಿಯುವ ಹುಡುಗಿ ಪ್ರೇಮದ ಬಗ್ಗೆ ಯಾಕೆ ಇಷ್ಟೊಂದು ಒರಟಾಗುತ್ತಾಳೆ ? ಇದು ಎಂಥ ನಾಚಿಕೆಗೇಡು !

ಅವಳ ತೋಳನ್ನು ಗಟ್ಟಿಯಾಗಿ ಹಿಡಿದುಕೊಳ್ಳುವ ಕೆಲಸ ಈಗ ನನ್ನ ಪಾಲಿನದಾಯಿತು. ಅವಳಿಗೆ ತುಂಬಾ ವಿಷಯ ಹೇಳಬೇಕೆನಿಸಿತು. ಹಾಗಾಗಿ ಮುಚ್ಚುಮರೆಯಿಲ್ಲದೆ ಮಾತಾಡಿದೆ :

''ನೀನು ನಿನ್ನ ಗೆಳೆಯನ ಬಗ್ಗೆ ಬೇಕಾದಷ್ಟು ಮಾತಾಡಿದ್ದೀಯೆ. ಅವನು ಕೊಂಡಿರುವಂಥ ಪೀಠೋಪಕರಣಗಳು ಇರುವುದು ಒಳ್ಳೆಯದೆಂದು ನಾನು ಒಪ್ತೇನೆ. ನಾನು ಮದುವೆಯಾದ ಮೇಲೆ, ಸಾಧ್ಯವಾದಾಗ ನಾವು ಒಂದಿಷ್ಟು ಕೊಳ್ತೀವೆ. ಆದರೆ ಎಲ್ಲಕ್ಕಿಂತ ಮುಖ್ಯವಾದ್ದೆಂದರೆ ಮನುಷ್ಯ. ಆತ ಯಾವ ತರಹೆಯವನು ? ನೀನು ಆ ಬಗ್ಗೆ ಮಾತಾಡುವುದಿಲ್ಲ. ಅವನನ್ನು ನೀನು ಪ್ರೀತಿಸ್ತೀಯಾ ? ಅವನಿಗಿಂತಲೂ ಹೆಚ್ಚು ವಸ್ತುಗಳಿರುವ ಮನುಷ್ಯ ಸಿಕ್ಕರೆ ಇವನನ್ನು ಬಿಟ್ಟು ಅವನನ್ನು ಮದುವೆಯಾಗ್ತೀಯಾ ? ನಿನ್ನ ಜೊತೆ ಒರಟಾಗಿ ಮಾತಾಡ್ತಿದ್ದೇನಂತ ತಿಳಿಬೇಡ ಯಾ-ಮೈ. ಆದರೆ ಈ ಬಗ್ಗೆ ನೀನು ಗಂಭೀರವಾಗಿ ಯೋಚಿಸ್ಬೇಕು.''

ಆಕೆ ಒಳ್ಳೇ ಸ್ವಭಾವದ ಹುಡುಗಿ. ನನ್ನ ಮಾತಿನಿಂದ ಅವಳು ತಪ್ಪರ್ಥ ಮಾಡಿಕೊಳ್ಳಲಿಲ್ಲ. ''ಇನ್ನೂ ಒಳ್ಳೆಯ ವ್ಯಕ್ತಿ ಸಿಕ್ಕರೆ ಅವನನ್ನೇ ಮದುವೆಯಾಗುತ್ತೇನೆಂದೇನೂ ಅಲ್ಲ'' ಎಂದಳು ಪ್ರಾಮಾಣಿಕವಾಗಿ. ''ನೋಡು ನಿನಗಿಂತ ನನಗೆ ವಯಸ್ಸಾಗಿದೆ. ಹಾಗಾಗಿ ಇನ್ನು ಹೆಚ್ಚು ಕಾಲ ನಾನು ಕಾಯಲಾರೆ. ನಾನು ಒಬ್ಬನನ್ನು ಬಿಟ್ಟು ಮತ್ತೊಬ್ಬನನ್ನು, ಅವನನ್ನು ಬಿಟ್ಟು ಇನ್ನೊಬ್ಬನನ್ನು ಆರಿಸುತ್ತಲೇ ಹೋದರೆ ನನಗೆ ಈಗ ಸಿಕ್ಕಿರುವವನನ್ನೂ, ನಾನು ಕಳೆದುಕೊಳ್ಳಬಹುದು. ನೀನು ಕೂಡ ಇನ್ನೂ ಕೊಂಚ ವ್ಯಾವಹಾರಿಕ ವಾಗಿರ್ಬೇಕು.''

ನಾನು ಅವಳ ಜೊತೆ ವಾದ ಹೂಡುವುದರಲ್ಲಿದ್ದೆ. ಅಷ್ಟರಲ್ಲೇ ಆಕೆ ತನ್ನ ಕೈಗಡಿಯಾರ ನೋಡಿಕೊಂಡು ಓಹ್, ಎಂದು ಉದ್ಗರಿಸಿದಳು. ನನ್ನನ್ನು ದುರ್ವಿಧಿಯಿಂದ ಪಾರುಮಾಡುವ ಎಲ್ಲಾ ವಿಚಾರಗಳನ್ನೂ ಅವಳು ಮರೆತಳು. ''ನಾನು ಆತನ ಸಂಬಂಧಿಯೊಬ್ಬನನ್ನು ಐದು ಗಂಟೆಗೆ ಭೇಟಿಯಾಗ್ಬೇಕು. ಈಗ ಐದು ಗಂಟೆಯಾಗ್ತಾ ಬಂತು'' ಎಂದಳು. ಬಸ್ ಸ್ಟಾಪಿನತ್ತ ಅವಸರವಾಗಿ ಹೊರಟವಳು ನನ್ನ ಕಡೆ ತಿರುಗಿ ಮತ್ತೆ ಕೂಗಿ ಹೇಳಿದಳು : ''ನನ್ನನ್ನು ನಂಬು, ನೀನು ವ್ಯವಹಾರ ಪ್ರಜ್ಞೆಯನ್ನು ಬೆಳೆಸಿಕೋಬೇಕು.''

*   *   *

ಯಾ-ಮೈಗೆ ನನ್ನ ಗುಟ್ಟು ಗೊತ್ತಾದ್ದರಿಂದ, ನಾಳೆಯಾಗುವ ಹೊತ್ತಿಗೆ ಆ ಸುದ್ದಿ ಇಡೀ ಕಾರ್ಯಾಗಾರದಲ್ಲೆಲ್ಲಾ ಹರಡಿರುತ್ತದೆ. ವೈ ಅಜ್ಜ ಕೂಡ ನನ್ನ ಬಗ್ಗೆ ವ್ಯಥೆ ಪಡಬಹುದು. ಎಲ್ಲ ಬಗೆಯ ಕುಹಕದ ನೋಟಗಳು, ಪ್ರಶ್ನೆಗಳು ಮತ್ತು ತಮಾಷೆಗಳನ್ನು ನಾನು ಎದುರಿಸ ಬೇಕಾಗುತ್ತದೆ. ನನ್ನ ಅಪ್ಪ ಅಮ್ಮ ಕೂಡ ನನ್ನನ್ನು ಪಾಟೀಸವಾಲಿಗೆ ಗುರಿ ಮಾಡುವುದು ಖಂಡಿತ. ಬಹುಶಃ ಇಂದು ರಾತ್ರಿಯೇ ಊಟವಾದ ಮೇಲೆ ಆಗಬಹುದು.

ನನಗೆ ಹೆದರಿಕೆಯಾಗಿದೆ ಎಂದಲ್ಲ, ಪ್ರೇಮದ ಬಗ್ಗೆ ನನ್ನ ಮನೋಧರ್ಮವನ್ನು ಅವರು ಅರ್ಥ ಮಾಡಿಕೊಳ್ಳಬೇಕೆಂಬುದು ನನ್ನ ಅಪೇಕ್ಷೆಯಾಗಿತ್ತು.

ನನ್ನ ಗೆಳೆಯ ಒಬ್ಬ ಅಡಿಗೆಯವ ಎಂದರೆ ಕೆಲವರಿಗೆ ಆಶ್ಚರ್ಯವಾಗಬಹುದು, ಮರುಕವಾಗ ಬಹುದು ಮತ್ತು ನಿರಾಶೆಯೂ ಆದೀತು ಅಥವಾ ನನ್ನ ಬೆನ್ನ ಹಿಂದೆ ಗೇಲಿ ಮಾಡಿ ನಕ್ಕರೂ ನಗಬಹುದು.

ನಾನು ಒಂದು ವಿಷಯವನ್ನು ಸ್ಪಷ್ಟಪಡಿಸಬೇಕಾಗಿತ್ತು. ನಮ್ಮ ಸಂಬಂಧ ಹಣವನ್ನಾಗಲೀ, ಸಾಮಾಜಿಕ ಸ್ಥಾನಮಾನ ಎನ್ನುತ್ತಾರಲ್ಲ, ಅದನ್ನಾಗಲೀ ಅವಲಂಬಿಸಿಲ್ಲ ಅಥವಾ ನನಗೆ ತುರ್ತಾಗಿ ಒಬ್ಬ ಗಂಡ ಬೇಕಾಗಿದ್ದಾನೆಂಬ ಕಾರಣವನ್ನೂ ಅವಲಂಬಿಸಲಿಲ್ಲ ನಿಜ. ಆತ ಒಬ್ಬ ಅಡಿಗೆಯವ.

ಜೀವಮಾನವೆಲ್ಲ ಹಾಗೇ ಇದ್ದಾನು ಕೂಡ. ಆದರೇನಂತೆ? ಆತ ಎಲ್ಲಿಯವರೆಗೆ ನೇರ ನಡೆಯವನಾಗಿದ್ದು ಪ್ರಾಮಾಣಿಕ ಮತ್ತು ಸುವಿಚಾರಿಯಾಗಿರುತ್ತಾನೋ ಅಲ್ಲಿಯವರೆಗೂ ನಾನು ಸದಾ ಸುಖಿಯಾಗಿರುತ್ತೇನೆ, ಅವನ ಜತೆ ಉಳಿಯುತ್ತೇನೆ. ನಾನು ಅವನನ್ನು ಪ್ರೇಮಿಸುತ್ತೇನೆ; ಅವನ ಕೆಲಸವನ್ನಲ್ಲ ಅಥವಾ ಆಸ್ತಿಪಾಸ್ತಿಗಳನ್ನಲ್ಲ.

ನನ್ನ ಅರಿವಿಲ್ಲದಂತೆಯೇ ಮನೆಯನ್ನು ತಲುಪಿದ್ದೆ. ನಮ್ಮ ಅಪಾರ್ಟ್‌ಮೆಂಟ್ ಬ್ಲಾಕ್‌ನ ಕಿಟಕಿಗಳ ಹಿಂದೆ ಹೆಚ್ಚು ಪಾಲು ಸುಖವಾಗಿಯೇ ಇರುವ, ಸಾಮರಸ್ಯವಿರುವ ಎಲ್ಲಾ ಬಗೆಯ ಸಂಸಾರಗಳೂ ಇದ್ದವು. ಆದರೆ ಕೆಲವು ಸುಖವಿಲ್ಲದ ಸಂಸಾರಗಳೂ ಇದ್ದವು. ಒಂದು ದಿನ ಹೊಸದಾಗಿ ಮದುವೆಯಾಗಿದ್ದ ಗಂಡ ಹೆಂಡಿರ ನಡುವೆ ಜಗಳವಾಗಿ ಮೊದಲನೇ ಮಹಡಿಯ ಕಿಟಕಿಯಿಂದ ಚಹದ ಬಟ್ಟಲು ಹೊರಗೆ ಹಾರಿ ಬಂತು. ನಾನು ಅವರ ಮನೆಯನ್ನು ನೋಡಿದ್ದೆ. ಅವರ ಬಳಿ ಎಲ್ಲಾ ಪೀಠೋಪಕರಣಗಳೂ, ಅವರಿಗೆ ಬೇಕು ಬೇಕಾದ ವಸ್ತುಗಳೂ ಇದ್ದವು. ಆದರೆ ಅಲ್ಲಿ ಏನೋ ಒಂದು ಕೊರತೆ ಇತ್ತು. ಅದು ಪ್ರೇಮ. ಅವರ ಜಗಳಕ್ಕೆ ಹಲವು ಕಾರಣಗಳಿದ್ದವು. 'ನಾಲ್ವರ ಕೂಟವು' ವಿಷಯ ಲಂಪಟತೆ ಮತ್ತು ಭೋಗಜೀವನದಲ್ಲಿ ಕಾಲ ಕಳೆಯುತ್ತಿದ್ದು, ಪ್ರೇಮ ಮತ್ತು ಮದುವೆಯ ಸಮಸ್ಯೆಗಳನ್ನು ಕುರಿತ ಸಾಹಿತ್ಯವನ್ನು ನಿಷೇಧಿಸಿದ್ದು ಅವುಗಳಲ್ಲಿ ಒಂದು ಕಾರಣ. ಸಾರ್ವಜನಿಕವಾಗಿ ಅದರ ಬಗ್ಗೆ ಮಾತನಾಡುವುದೆಂದರೆ ಟೀಕೆಗೆ ಆಹ್ವಾನ ಕೊಟ್ಟಂತೆ. ನಮ್ಮ ಜೀವನದಲ್ಲಿ ಪ್ರೇಮಕ್ಕೆ ಯಾವುದೇ ಸ್ಥಾನವೂ ಇರಲಿಲ್ಲ.

ಆದರೆ ನನ್ನ ನಿಲುವು ಸರಿಯೇ ? ಬಹುಶಃ ಒಬ್ಬ ಒಳ್ಳೆಯ ಕ್ರಾಂತಿಕಾರಿ ನನ್ನ ಯೋಚನೆಯನ್ನು ಅರ್ಥಹೀನ ಎಂದು ತಳ್ಳಿಹಾಕಬಹುದು. ಬಹುಶಃ ಪ್ರೇಮಕ್ಕೆ ಸ್ಥಾನವಿಲ್ಲ.

ಈ ವಿಚಾರಗಳನ್ನು ನನ್ನ ಮನಸ್ಸಿನಲ್ಲೇ ಮೆಲುಕು ಹಾಕುತ್ತಾ ಮೆಟ್ಟಿಲನ್ನು ಹತ್ತಿದೆ. ಮೊದಲನೆಯ ಮಹಡಿಯನ್ನು ತಲುಪಿದಾಗ ಅಲ್ಲಿ ವಾಸವಾಗಿದ್ದ ಫಾಂಗ್ ಚಿಕ್ಕಮ್ಮನ ನೆನಪಾಯಿತು. ಆಕೆ ಒಬ್ಬ ಒಳ್ಳೆಯ ಕ್ರಾಂತಿಕಾರಿಯಲ್ಲವೇ ? ಅವಳ ಜೀವನದಲ್ಲಿ ಪ್ರೇಮಕ್ಕೆ ಸ್ಥಾನವಿರಲಿಲ್ಲ.

1935ರ ಹೊತ್ತಿಗೇ, ಡಿಸೆಂಬರ್ 9ರ ವಿದ್ಯಾರ್ಥಿ ಚಳುವಳಿ ನಡೆದಾಗ, ಫಾಂಗ್ ಚಿಕ್ಕಮ್ಮ ತನ್ನ ವಿಶ್ವವಿದ್ಯಾನಿಲಯದ ಭೂಗತ ಪಕ್ಷದ ನಾಯಕರಲ್ಲಿ ಒಬ್ಬಳಾಗಿದ್ದಳು. ಅವಳು ಅಸಾಮಾನ್ಯ ಬದುಕು ನಡೆಸಿದ್ದಳೆಂಬುದು ಅವಳು ವಿವರಿಸಿದ ಹಲವಾರು ಪ್ರಕರಣಗಳಿಂದ ನನಗೆ ತಿಳಿದಿತ್ತು. ವಿಮೋಚನೆಯ ಅನಂತರ ಅವಳು ಒಂದು ಪ್ರಕಾಶನ ಸಂಸ್ಥೆಯಲ್ಲಿ ಕೆಲಸ ಮಾಡುತ್ತಿದ್ದಳು. 'ನಾಲ್ವರ ಕೂಟ' ಅಧಿಕಾರದಲ್ಲಿದ್ದ ಕಾಲದಲ್ಲಿ ಆಕೆ ಸ್ವಾಭಾವಿಕವಾಗಿಯೇ ಅವರ ಕೋಪಕ್ಕೆ ಗುರಿಯಾದಳು. ಆದರೆ ಅವಳ ವಿರುದ್ಧ ಇರುವ ಸಾಕ್ಷ್ಯಗಳೆಲ್ಲಾ ದೃಢವಾಗಿಲ್ಲದೆ ಇದ್ದುದರಿಂದ ಆಕೆಯ ಬಗ್ಗೆ ಅವರಿಗೆ ಏನೂ ಮಾಡಲಾಗಲಿಲ್ಲ. 'ಕೂಟ'ದ ಪತನದ ಅನಂತರ ಅವಳು ತನ್ನ ಉದ್ಯೋಗದ ಸ್ಥಳದಲ್ಲಿ ಒಬ್ಬ ಸಲಹೆಗಾರಳಾಗಿದ್ದಳು.

ನಮ್ಮ ಕಟ್ಟಡದಲ್ಲಿ ಎಲ್ಲರೂ ಅವಳನ್ನು ಗೌರವಿಸುತ್ತಿದ್ದರು. ಆದರೆ ಅವಳ ವೈಯಕ್ತಿಕ ಜೀವನ ಮಾತ್ರ ಎಲ್ಲರಿಗೂ ರಹಸ್ಯವಾಗಿತ್ತು. ಅವಳು ಯಾಕೆ ಮದುವೆಯಾಗಲಿಲ್ಲ? ನಾವು ತರುಣಿಯರಿಗೆ ಆ ಬಗ್ಗೆ ಹರಟೆ ಹೊಡೆಯದೇ ಇರುವುದು ಸಾಧ್ಯವಾಗುತ್ತಿರಲಿಲ್ಲ. ಅವಳು ಚಿಕ್ಕವಳಾಗಿದ್ದಾಗ ಅವಳನ್ನು ಮದುವೆಯಾಗಲು ಯಾರಾದರೂ ಮುಂದೆ ಬಂದಿರಲೇಬೇಕು. ಯಾಕೆಂದರೆ ಅವಳು ಅಷ್ಟು ಒಳ್ಳೆಯ ವ್ಯಕ್ತಿ. ಆಗ ಅವಳು ಪ್ರೇಮಿಸುವುದನ್ನು ಯಾಕೆ ನಿರಾಕರಿಸಿದಳು ? ಅವಳು ಪ್ರೇಮಿಸುತ್ತಿದ್ದ ಒಬ್ಬ ವ್ಯಕ್ತಿಯೂ ಇಲ್ಲವೇ ? ನಿಜವಾದ ಕ್ರಾಂತಿಕಾರಿಯ ಜೀವನದಲ್ಲಿ ಪ್ರೇಮಕ್ಕೆ ಸ್ಥಾನವಿಲ್ಲ ಎಂಬುದನ್ನು ತೋರಿಸಲು ಆಕೆ ಹೀಗೆ ಮಾಡಿದಳೇ ? ಒಬ್ಬಂಟಿ ಹೆಣ್ಣಾಗಿಯೇ ಉಳಿದು

ತನ್ನ ಧ್ಯೇಯಕ್ಕೆ ಹೆಚ್ಚು ನಿಷ್ಠಳಾಗಿರಲು ಸಾಧ್ಯ ಎಂಬುದನ್ನು ತೋರಿಸಲು ಹೀಗೆ ಮಾಡಿದಳೇ ?

ಹಠಾತ್ತನೆ ಅವಳ ಜೊತೆ ನನಗೆ ಮಾತಾಡಬೇಕೆನಿಸಿತು. ಹಾಗಾಗಿ ಅವಳ ಮನೆಯ ಬಾಗಿಲನ್ನು ಬಡಿದೆ.

* * *

ಫಾಂಗ್ ಚಿಕ್ಕಮ್ಮನ ಒಂದೇ ಕೋಣೆಯ ಫ್ಲಾಟನ್ನು ನಾನು ಪ್ರವೇಶಿಸಿದಾಗ, ಅವಳ ಆರಾಮ ಕುರ್ಚಿಯಲ್ಲಿ ಆಕೆ ನನ್ನನ್ನು ಕೂರಿಸಿದಳು. ಅವಳು ಒಂದು ತೀರಾ ಅನಿರೀಕ್ಷಿತ ಪ್ರಶ್ನೆ ಕೇಳಿದಳು: ''ಹ್ಯಾವ್ ಯು, ನಿನಗೇನಾಗಿದೆ ? ನೀನು ಯಾರನ್ನೋ ಪ್ರೇಮಿಸ್ತಾ ಇದೀಯೇ, ಅಲ್ವೇ ?''

ಸಿಹಿ ತಿಂಡಿಯನ್ನು ಕದಿಯುತ್ತಿರುವಾಗಲೇ ಸಿಕ್ಕಿಹಾಕಿಕೊಂಡ ಮಗುವಿನಂತೆ ನಾನು ನಾಚಿಕೆಯಿಂದ ತಲೆ ತಗ್ಗಿಸಿದೆ.

ಅಷ್ಟರಲ್ಲಿ ಅವಳು ಒಂದು ಬಟ್ಟಲು ಚಹಾ ಸುರಿದು, ಕೇಳಿದಳು : ''ಆತ ಎಂಥ ವ್ಯಕ್ತಿ? ನನ್ನ ಬಳಿ ಅವನ ವಿಷಯ ಹೇಳಬಹುದಾ ?''

ನಾನು ತಲೆ ಎತ್ತಿದೆ. ಅವಳ ಅನುಕಂಪದ ನೋಟ, ನನ್ನ ನೋಟ ಸಂಧಿಸಿದವು. ಅವಳ ಕೂದಲು ಆಗಲೇ ಬಿಳಿಯಾಗುತ್ತಿತ್ತು. ಆದರೆ ಮೈ ಬಣ್ಣ ಇನ್ನೂ ಚೆನ್ನಾಗಿಯೇ ಇತ್ತು. ನಾನು ಅವನ ಬಗ್ಗೆ ಹೇಳುತ್ತಾ ಹೋದೆ. ನಮ್ಮ ವಾದಗಳು, ಕನಸುಗಳು ಮತ್ತು ಸಂಶಯಗಳು ಎಲ್ಲವನ್ನೂ, ನನ್ನ ಎದುರು ಕೂತು ನಾನು ಹೇಳುತ್ತಿದ್ದುದನ್ನೆಲ್ಲಾ ಆಕೆ ಕೇಳುತ್ತಿದ್ದಳು. ಕತ್ತಲಾಗುವವರೆಗೂ ನಾನು ಮಾತಾಡುತ್ತಲೇ ಹೋದೆ. ಸೂರ್ಯಾಸ್ತದ ರಶ್ಮಿಗಳು ಆ ಕೋಣೆಯಲ್ಲಿ ಒಂದು ಬಗೆಯ ಗುಲಾಬಿಯ ಹೊಳಪನ್ನು ಉಂಟುಮಾಡಿದವು. ಯಾ-ಮೈ ಜೊತೆ ಆಡಿದ ಮಾತುಗಳು ಮತ್ತು ವೈ ಅಜ್ಜ ಆ ಬಗ್ಗೆ ಹೇಳಿದ್ದನ್ನೂ ನಾನು ಅವಳಿಗೆ ತಿಳಿಸಿದೆ. ಕೊನೆಗೆ, ನಮ್ಮ ಜೀವನದಲ್ಲಿ ಪ್ರೇಮಕ್ಕೆ ಸ್ಥಾನವಿದೆಯೇ ಎಂದು ಅವಳನ್ನು ಕೇಳಿದೆ.

ನಾನು ಮಾತು ನಿಲ್ಲಿಸಿದೆ. ಆದರೂ ಆಕೆ ಚಹಾ ಕಪ್ಪನ್ನು ಕೈಯಲ್ಲಿ ಹಿಡಿದು, ಧ್ಯಾನ ಮಾಡುವವರಂತೆ ಕಣ್ಣುಗಳನ್ನು ಅರೆ ಮುಚ್ಚಿ ವಿಚಿತ್ರ ಮೌನ ತಾಳಿದಳು. ಆಕೆ ಒಂದೆರಡು ನಿಮಿಷ ಅದೇ ರೀತಿ ಮೌನವಾಗಿ ಕೂತಳು.

ನಾನು ಒಂದು ರೀತಿಯ ಮುಜುಗರದಲ್ಲಿ ಕಾದು ಕೂತೆ. ಕೊನೆಗೆ ಆಕೆ ಚಹಾ ಕಪ್ಪನ್ನು ಕೆಳಗಿಟ್ಟು, ಕೂತಲ್ಲಿಂದ ಮೇಲೆದ್ದು, ಬೆನ್ನ ಹಿಂದೆ ಕೈ ಕಟ್ಟಿಕೊಂಡು ಕೋಣೆಯಲ್ಲಿ ಶತಪಥ ಹಾಕತೊಡಗಿದಳು. ನಂತರ ಶತಪಥ ನಿಲ್ಲಿಸಿ, ತನಗೆ ತಾನೇ ಮಾತಾಡಿಕೊಳ್ಳುವಂತೆ ಹೇಳಿದಳು : ''ನಿಜ, 'ನಾಲ್ವರ ಕೂಟ' ನಮ್ಮ ಬದುಕನ್ನು ಹಾಳು ಮಾಡಿದ ರೀತಿ ಆಘಾತವುಂಟು ಮಾಡುವಂಥದು. ಅದರಲ್ಲೂ ನಮ್ಮ ಯುವ ಜನರ ಮನಸ್ಸಿನಲ್ಲಂತೂ ಅವರು ವಿಷ ತುಂಬಿಬಿಟ್ಟರು. ಪುಸ್ತಕ ಪ್ರಕಾಶನದ ಬಗ್ಗೆ ಇತ್ತೀಚಿನ ಸಮ್ಮೇಳನದಲ್ಲಿ ರೂಪಿಸಿದ ನೀತಿಗಳನ್ನು ಹೇಗೆ ಜಾರಿಗೆ ತರಬೇಕೂಂತ ಸಧ್ಯದಲ್ಲೇ ಒಂದು ಸಭೆ ಸೇರಿ ನಾವು ಚರ್ಚಿಸಲಿದ್ದೇವೆ. ಅಲ್ಲಿ ನಾನು ಈ ವಿಷಯವನ್ನು ಎತ್ತುತ್ತೇನೆ. ಪ್ರೇಮ, ಮದುವೆ ಮತ್ತು ಕುಟುಂಬ ಜೀವನಗಳ ಕುರಿತು ಯುವ ಜನರಿಗೆ ಬೋಧಪ್ರದವಾದಂಥ ಪುಸ್ತಕಗಳನ್ನು ಪ್ರಕಟಿಸಲು ನಾವು ಕೂಡಲೇ ಶುರು ಮಾಡ ಬೇಕು. ಈ ಸಮಸ್ಯೆಗಳನ್ನು ಕುರಿತು ಕಾದಂಬರಿಗಳನ್ನೂ, ಕಥೆಗಳನ್ನೂ ನಾವು ಹೊರತರಬೇಕು.''

ಇದರಿಂದ ನನಗೇನೂ ಸಮಾಧಾನವಾಗಲಿಲ್ಲ. ನಾನು ಮತ್ತೆ ಕೇಳಿದೆ : ''ಫಾಂಗ್ ಚಿಕ್ಕಮ್ಮ, ಪ್ರೇಮ, ಅದರಲ್ಲೂ ಒಳ್ಳೇ ಪ್ರೇಮ ಒಂದು ಹೊರೆಯೆ ಅಥವಾ ಒಂದು ಅನವಶ್ಯ ವಸ್ತುವೇ? ಕ್ರಾಂತಿಕಾರಿಯ ಜೀವನದಲ್ಲಿ ಅದು ನಿರ್ವಹಿಸಬಹುದಾದ ಪಾತ್ರ ಏನಾದರೂ ಇದೆಯೇ ?''

ನಾನು ಅಂಥ ವಿಚಾರಗಳನ್ನು ಬಾಯಿ ಬಿಟ್ಟು ಹೇಳಿದೆನೆಂದು ಅವಳಿಗೆ ಆಶ್ಚರ್ಯವಾಯಿತು. ''ಇಂಥ ಅರ್ಥಹೀನ ವಿಚಾರಗಳನ್ನು ಯಾರು ನಿನ್ನ ತಲೆಗೆ ತುಂಬಿದರು ?'' – ಆಕೆ ಹುಬ್ಬು ಏರಿಸಿ, ಉತ್ತರ ಕೊಡುವ ಬದಲು ನನಗೆ ಪ್ರಶ್ನೆಯನ್ನೇ ಕೇಳಿದಳು.

''ಯಾರೂ ಇಲ್ಲ'' ಎಂದೆ. ''ಆದರೆ ಅದು ಹಾಗೇ ಇರಬೇಕೆಂದು ಏನೋ ಒಂದು ಭಾವನೆ ನನ್ನಲ್ಲಿದೆ. ನಾನು ಓದಿದ್ದರಲ್ಲಿ ಮತ್ತು ಕೇಳಿದ್ದರಲ್ಲಿ ಅದು ನಿಜ ಎನ್ನುವಂತೆ ತೋರ್ತದೆ. ನಮ್ಮ ಸಮಕಾಲೀನ ಕಥೆ, ಕಾದಂಬರಿಗಳಲ್ಲಿ ಪ್ರೇಮದ ವಿಚಾರವೇ ಇಲ್ಲ. ಅದೊಂದು ಪರಿಷ್ಕರಣವಾದದ ಮತ್ತು ಅವನತಿಯ ಲಕ್ಷಣ ಎನ್ನುವಂತೆ ಚಿತ್ರಿಸಲಾಗಿದೆ. ಅದರ ಬಗ್ಗೆ ಬರೆಯಲು ಯಾರಿಗೂ ಧೈರ್ಯವಿಲ್ಲ.''

ಫಾಂಗ್ ಚಿಕ್ಕಮ್ಮ ಮತ್ತೆ ಕೂತಳು. ತನ್ನ ಆರಾಮ ಕುರ್ಚಿಯ ತೋಳುಗಳನ್ನು ತನ್ನ ಕೈಯಿಂದ ಬಡಿಯುತ್ತಾ, ಆಕೆ ಕೋಪದಿಂದ ಹೇಳಿದಳು : ''ಕ್ರಾಂತಿಕಾರಿಯ ಬದುಕಿನಲ್ಲಿ ಪ್ರೇಮಕ್ಕೆ ಸ್ಥಾನ ನಿರಾಕರಿಸುವುದೇ ಪರಿಷ್ಕರಣವಾದದ ಮತ್ತು ಅವನತಿಯ ಲಕ್ಷಣ.''

''ಆದರೆ ನೀನು ಅದರ ಗೋಜಿಲ್ಲದೆ ಸುಖ ಜೀವನವನ್ನೇ ನಡೆಸುವಂತೆ ಕಾಣುತ್ತದೆ ಮತ್ತು ನೀನು ನಿಜವಾದ ಕ್ರಾಂತಿಕಾರಿ'' ಎಂದು ತಡೆಯಲಾರದೆ ನನ್ನ ಬಾಯಿಂದ ಮಾತು ಹೊರಬಿದ್ದೇ ಬಿಟ್ಟಿತು. ಆಗ ಈ ಪ್ರಮಾದದ ಬಗ್ಗೆ ಕ್ಷಮೆ ಕೇಳಬೇಕೋ, ಬೇಡವೋ ಎನ್ನುವುದು ನನಗೆ ತಿಳಿಯದಾಯಿತು.

ಒಮ್ಮೆಗೇ ಅವಳ ಮುಖ ಕಪ್ಪಿಟ್ಟಿತು. ನನ್ನ ಮಾತು ಅವಳಿಗೆ ನೋವುಂಟುಮಾಡಿರಬಹುದೇ ಎಂದು ಶಂಕೆಯಾಯಿತು. ತಾನೊಬ್ಬಳು ಅಪವಾದ ಎಂದು ಬಹುಶಃ ಆಕೆ ವಿವರಿಸುತ್ತಾಳೆಂದು ನಾನು ಯೋಚಿಸಿದೆ. ನನ್ನ ಯೋಚನೆ ತಪ್ಪಾಗಿತ್ತು. ಆಕೆ ಕಣ್ಣು ಮುಚ್ಚಿ ಸ್ವಲ್ಪ ಹೊತ್ತು ಯೋಚಿಸುತ್ತಾ ಕೂತಳು. ಅನಂತರ ಆಜ್ಞಾಪಿಸುವಂತೆ ಹೇಳಿದಳು: ''ಷ್ಯಾವ್-ಯು, ದಯವಿಟ್ಟು ಆ ಪರದೆಯ ಹಿಂದೆ ಹೋಗು.''

ಅವಳ ಕೋಣೆಯ ಸುಮಾರು ಐದನೇ ಒಂದು ಭಾಗವನ್ನು ಒಂದು ಎತ್ತರದ ನೇರಳೆ ಬಣ್ಣದ ಪರದೆ ಮುಚ್ಚಿತ್ತು. ಅವಳು ತನ್ನ ಸೂಟ್‌ಕೇಸ್‌ಗಳು ಮತ್ತು ಇತರೆ ವಸ್ತುಗಳನ್ನೆಲ್ಲಾ ಅಲ್ಲಿಟ್ಟಿದ್ದಳೆಂದು ನಾನು ಊಹಿಸಿದ್ದೆ.

ಏನೊಂದೂ ಅರ್ಥವಾಗದೆ ನಾನು ಪರದೆಯ ಹಿಂದೆ ಹೋದೆ. ನಾನು ಊಹಿಸಿದಂತೆ ಅಲ್ಲಿ ಸೂಟ್‌ಕೇಸ್‌ಗಳಿದ್ದವು, ಅಲ್ಲದೆ ಖಾನೆಗಳಿರುವ ಒಂದು ಪೆಟಾರಿಯೂ ಇತ್ತು. ಕತ್ತಲಾದ್ದರಿಂದ ಅವೇನೆಂದು ಸ್ಪಷ್ಟವಾಗಿ ಕಾಣಲಿಲ್ಲ. ಅವಳಿಗೆ ರಕ್ತದ ಒತ್ತಡ ಹೆಚ್ಚಿ, ಆ ಪೆಟಾರಿಯಿಂದ ಔಷಧ ತರಲು ಸೂಚಿಸಿರಬಹುದೇ ಎಂದು ನನ್ನಲ್ಲಿ ಪ್ರಶ್ನೆ ಎದ್ದಿತು.

ಅವಳು ಮತ್ತೆ ಗಡುಸಾದ ಧ್ವನಿಯಲ್ಲಿ ಆಜ್ಞಾಪಿಸಿದಳು : ''ಅಲ್ಲಿ ದೀಪ ಹತ್ತಿಸು. ಹಾಗೇ ಸುತ್ತ ಸರಿಯಾಗಿ ನೋಡು.''

ಪೆಟಾರಿಯ ಮೇಲಿದ್ದ ದೀಪ ಕಾಣಿಸಿತು. ಅದನ್ನು ಹತ್ತಿಸಿದೆ. ಕೂಡಲೇ ಕಂದುಬಣ್ಣದ ಚೌಕಟ್ಟಿನಲ್ಲಿದ್ದ ಒಂದು ದೊಡ್ಡ ಭಾವಚಿತ್ರ ನನ್ನ ಕಣ್ಣಿಗೆ ಬಿತ್ತು. ಉದ್ದ ಚೀನೀ ನಿಲುವಂಗಿ ತೊಟ್ಟ, ಒಂದು ಉಣ್ಣೆಯ ಸ್ಕಾರ್ಫನ್ನು ಕತ್ತಿನ ಸುತ್ತ ಕಟ್ಟಿಕೊಂಡ ಒಬ್ಬ ಚುರುಕಾದ ಯುವಕನ ಚಿತ್ರ. ಆತ ಮುಗುಳ್ನಗುತ್ತಿದ್ದ. ಗಾಳಿಯಿಂದ ಅವನ ಕೂದಲು ಕೆದರಿತ್ತು. ಇದರ ಪಕ್ಕದಲ್ಲಿ ಕಟ್ಟು ಹಾಕಿಸಿಟ್ಟ ಫಾಂಗ್ ಚಿಕ್ಕಮ್ಮನ ಕೈ ಬರಹ ಇತ್ತು. 'ಸಂತಸದ ಭೇಟಿಗಳು' ಎಂಬ ಶೀರ್ಷಿಕೆಯ ಒಂದು ಪದ್ಯ ಅದು. ಅದು ಹೀಗಿದೆ :

ಕನಸಿನಲಿ ನೀನು ಕಾಣುವೆ ಹಲವು ಬಾರಿ,
ನನ್ನ ಕಣ್ಗಳಲಿ ಸುಖದ ಕಣ್ಣೀರು ಸೋರಿ.

ತೂಗಿಹೋದಗೆಲ್ಲ ಆ ದೈತ್ಯ ಮಾನವರು,
ಜಾರಿಹೋದವೆಲ್ಲ ಆ ಕಪ್ಪು ಮೋಡಗಳು,
ಹಾರುತಿಹುದೊಂದೆ ನಮ್ಮ ಕೆಂಪು ಧ್ವಜವು.

ತಪ್ಪುಗಳನ್ನೆಲ್ಲ ತಿದ್ದಬೇಕು ನಾವು,
ಮತ್ತೆ ತರಬೇಕು ನಮ್ಮೀ ನೆಲಕೆ ಕಾಯ್ದೆ ಕಾನೂನು.

ನಗಬೇಡ ನಿನ್ನೀ ನರೆ-ಗೂದಲ ಹುಡುಗಿಯತ್ತ,
ತನ್ನಾತ್ಮ ಭಾವನೆಗಳ ತೋಡಿಕೊಳ್ಳುತಿರಲು!

ನಿನ್ನಾ ಸಾವು ಬರಿ ವಿಫಲವಲ್ಲ,
ಸದಾ ಸ್ಫೂರ್ತಿ ನೀನೇ ನನಗೆಲ್ಲ!

ನಮ್ಮೀ ನಾಡ ಯೋಜನೆಗಳೆಲ್ಲ ಕೈಗೂಡಿದಾಗ,
ಕನಸಲ್ಲಿ ನಾವು ಕೂಡೋಣ, ಆಚರಿಸೋಣ ನಮ್ಮ ವಿಜಯ.

ಅದನ್ನು ನಾನು ಮತ್ತೊಮ್ಮೆ ಓದಿದೆ. ಅದರ ಸತ್ಯ ನನ್ನ ತಲೆಯಲ್ಲಿ ಇದ್ದಕ್ಕಿದ್ದಂತೆ ಗೋಚರಿಸಿತು. ಒಬ್ಬಂಟಿಯಾಗಿ, ಪ್ರೇಮವಿಹೀನೆಯಾಗಿ ಇರುವ ಫಾಂಗ್ ಚಿಕ್ಕಮ್ಮನ ಬಗ್ಗೆ ನನಗೆ ಮರುಕ ಅನಿಸಿತು. ಈಗಲೂ ಆಕೆ ತನ್ನ ಪ್ರೇಮವನ್ನು ಕಾಯ್ದಿಟ್ಟುಕೊಂಡು, ಅದರಿಂದ ಸ್ಫೂರ್ತಿ ಪಡೆಯುತ್ತಿದ್ದಾಳೆ. ಇದು ನಿಜವಾಗಿಯೂ ಒಬ್ಬ ಕ್ರಾಂತಿಕಾರಿಯ ಪ್ರೇಮ! ಅದು ಎಷ್ಟು ಪ್ರಭಾವಶಾಲಿ ಮತ್ತು ನಿಜವಾದ್ದು ಎಂದರೆ ಆಕೆಗೆ ತಾನೆಂದೂ ಒಬ್ಬಂಟಿ ಅನಿಸುವುದಿಲ್ಲ, ಖಿನ್ನ ಭಾವನೆಗೆ ಆಕೆ ಸಿಕ್ಕುವುದಿಲ್ಲ. ಈ ಗಳಿಗೆಯಲ್ಲಿ ನನ್ನ ಮಿತ್ರ ನನ್ನ ಜೊತೆ ಇರಬಾರದಾಗಿತ್ತೇ ಎನಿಸಿತು. ಆತ ನನ್ನ ಬಳಿ ಇದ್ದಿದ್ದರೆ ಆ ಭಾವಚಿತ್ರ ಮತ್ತು ಪದ್ಯದಿಂದ ಎಷ್ಟೋ ಕಲಿಯಬಹುದಾಗಿತ್ತು.

ನೀರು ತುಂಬಿದ ಕಣ್ಣುಗಳಿಂದ ನಾನು ಮತ್ತೆ ಆಕೆಯ ಬಳಿ ಹೋದೆ. ಆ ಬಗ್ಗೆ ನನಗೆ ಎಲ್ಲ ಹೇಳುವಂತೆ ಅವಳನ್ನು ಬೇಡಿಕೊಂಡೆ. ಅವಳು ತಲೆಯಾಡಿಸಿದಳು :

''ನನಗೆ ಇಪ್ಪತ್ತು ವರ್ಷ ವಯಸ್ಸಾಗಿದ್ದಾಗ, ನನ್ನ ತಂದೆ ತಾಯಿ ನನ್ನೊಬ್ಬ ದೂರದ ಸಂಬಂಧಿಗೆ ನನ್ನ ಕೊಟ್ಟು ಮದುವೆ ಮಾಡಿದರು. ಅವನಲ್ಲಿ ನನಗೆ ಪ್ರೀತಿ ಇರಲಿಲ್ಲ. ಆತ ಒಬ್ಬ ಸಾಧುಸ್ವಭಾವದ ಮನುಷ್ಯ. ಒಂದು ಕಚೇರಿಯಲ್ಲಿ ಗುಮಾಸ್ತ. ನಾವಿಬ್ಬರೂ ಒಬ್ಬರನ್ನೊಬ್ಬರು ಸೌಜನ್ಯದಿಂದಲೇ ನೋಡುತ್ತಿದ್ದೆವು. ಆದರೆ ನನಗೆ ಬೇಸರವಾಗತೊಡಗಿತು. ಒಂಬತ್ತು ತಿಂಗಳ ನಂತರ ಕ್ರಾಂತಿಕಾರಿ ಬಂಡಾಯದ ಸುದ್ದಿ ನಮಗೆ ತಲಪಿತು. ನನಗೆ ಏನಾದರೂ ಮಾಡಬೇಕೆಂಬ ಬಯಕೆ ಮನಸ್ಸನ್ನಾವರಿಸಿತು. ನಾವಿಬ್ಬರೂ ಒಟ್ಟಿಗೇ ಈ ಕ್ರಾಂತಿಯಲ್ಲಿ ಸೇರೋಣ, ಇಲ್ಲವೇ ನಾನು ನಿನ್ನನ್ನು ಬಿಟ್ಟು ಹೋಗುತ್ತೇನೆ ಎಂದು ಅವನಿಗೆ ಹೇಳಿದೆ. ಆತನಿಗೆ ಇದರಿಂದ ಆಘಾತವಾಯಿತು. ಆತ ಅತ್ತ. ಆದರೆ ನನ್ನೊಡನೆ ಬರಲು ನಿರಾಕರಿಸಿದ. ಹಾಗಾಗಿ ನಾವಿಬ್ಬರೂ ವಿಚ್ಛೇದನ ಪಡೆದೆವು.

''ನನಗೆ ಚೆನ್ನಾಗಿ ನೆನಪಿದೆ. ಮಳೆ ಸುರಿಯುತ್ತಿದ್ದ ಶರತ್ಕಾಲದ ಒಂದು ದಿನ, ಮೇಪಲ್ ಮರದ ಎಲೆಗಳು ಗಾಳಿಯಲ್ಲಿ ಪಟಪಟಗುಟ್ಟುತ್ತಿದ್ದವು. ಒಂದು ಸಣ್ಣ ಸೂಟ್‌ಕೇಸಿನೊಂದಿಗೆ

ನಾನು ನಮ್ಮ ಉಸಿರುಕಟ್ಟುವ ಮನೆಯಿಂದ ಹೊರಬಿದ್ದೆ. ಮಳೆಯಲ್ಲಿ ನೆನೆಯುತ್ತಿದ್ದೇನೆಂದು ಆತ ಒಂದು ಕೊಡೆ ಬಿಚ್ಚಿ ಹಿಡಿದು ನನ್ನ ಜೊತೆ ಬಂದ. ನಾವು ಆ ಓಣಿಯ ಉದ್ದಕ್ಕೂ ನಡೆದೆವು. ನಾನು ಹೊರಟು ಹೋಗುವುದು ಇಷ್ಟವಿಲ್ಲದೆ ಆತ ನನ್ನ ಜೊತೆ ಬಂದಿದ್ದಲ್ಲ. ಓಣಿಯ ತಿರುವಿನಲ್ಲಿರುವ ಅಂಗಡಿಗೆ ಆತ ಹೊರಟಿದ್ದ. ಆತನನ್ನು ನೋಡಿದ್ದು ಅದೇ ಕೊನೆಯ ಬಾರಿ. ಅನಂತರ ಆತನ ಬಗ್ಗೆ ನಾನು ಯೋಚಿಸಿದ್ದು ತೀರಾ ಕಮ್ಮಿ. ಈಗ ನೀನು ಕೇಳದೆ ಇದ್ದಿದ್ದರೆ ಆತನ ಯೋಚನೆ ನನ್ನ ಮನಸ್ಸಿನಲ್ಲಿ ಸುಳಿಯುತ್ತಿರಲಿಲ್ಲ.

''ಆ ಬಳಿಕ ವಿಶ್ವವಿದ್ಯಾನಿಲಯದಲ್ಲಿ ನಾನು ಕೆಲವು ತರಗತಿಗಳಿಗೆ ಹಾಜರಾದೆ. ಕ್ರಮೇಣ ನಮ್ಮ ಸಮಾಜದಲ್ಲಿ ಆಗುತ್ತಿದ್ದ ಪ್ರಕ್ಷುಬ್ಧ ಬದಲಾವಣೆಯಲ್ಲಿ ಸಿಕ್ಕಿಕೊಂಡೆ. ಅಂತೂ ಕೊನೆಗೆ ಕಮ್ಯೂನಿಸ್ಟ್ ಪಕ್ಷದ ಜೊತೆ ನಾನು ಸಂಪರ್ಕ ಬೆಳೆಸಿದೆ. ನನಗೆ ನಿಜವಾದ ಪ್ರೇಮ ಕಾಣಿಸಿದ್ದು ಆಗಲೇ...'' ಈಗ ಆಕೆ ಬೇಗ ಬೇಗ ಮಾತಾಡತೊಡಗಿದಳು. ''1935ರಲ್ಲಿ ಡಿಸೆಂಬರ್ ಒಂಬತ್ತರ ಚಳವಳಿ ನಡೆದ ಕಾಲದಲ್ಲಿ ಆತ ಆ ಚಿತ್ರದಲ್ಲಿ ಕಾಣುತ್ತಿದ್ದಾನಲ್ಲ, ಹಾಗೇ ಇದ್ದ. ಯಾವುದೇ ಗಾಳಿ, ಯಾವುದೇ ನೀರು ಆರಿಸಲಾಗದಂಥ ಬೆಂಕಿಯ ಜ್ವಾಲೆಯಂತಿದ್ದ ಆತ. ಅಂಥ ಒಂದು ಬದಲಾವಣೆಯ ಗತಿಯಲ್ಲಿ ಸಾಗುತ್ತಿದ್ದ ಕಾಲದಲ್ಲಿ ನಾವು ಮದುವೆಯಾಗಲು ನಿರ್ಧರಿಸಿದೆವು. ಹೋರಾಟದಲ್ಲಿ ಒಬ್ಬರಿಗೊಬ್ಬರು ಸ್ಫೂರ್ತಿಯಾಗಿದ್ದೆವು. ಪಕ್ಷದ ಅನುಮತಿ ಪಡೆದ ಸ್ವಲ್ಪ ಕಾಲದಲ್ಲೇ ನಾವು ಮದುವೆಯಾದೆವು. ಚುಟುಕಾಗಿ ಮುಗಿದ, ಆದರೆ ಸುಂದರ ವಿವಾಹ ಸಮಾರಂಭದ ನಂತರ ನಾವು ನಮ್ಮ ಅತಿಥಿಗಳೊಡನೆ ಬೀದಿಗಿಳಿದು ಮೆರವಣಿಗೆಯಲ್ಲಿ ಸೇರಿ ಜಪಾನ್ ವಿರೋಧಿ ಸಮರಗೀತೆಗಳನ್ನು ಹಾಡಿದೆವು.

''1937ರ ಶರತ್ ಕಾಲದ ಒಂದು ರಾತ್ರಿ ಆತ ಮನೆಗೆ ಬಂದು ಕ್ರಾಂತಿಕಾರಿಗಳ ನೆಲೆಯಾದ ಯೆನಾನ್‌ಗೆ ನಾನು ಹೋಗಬೇಕೆಂದೂ, ಆತ ಇಲ್ಲೇ ಇದ್ದು ಭೂಗತ ಚಟುವಟಿಕೆಯನ್ನು ಮುಂದುವರಿಸಬೇಕೆಂದೂ ಪಕ್ಷ ನಿರ್ಧರಿದೆ ಎಂದ. ಶರತ್‌ಕಾಲದ ಧೂಳು ತುಂಬಿದ ಗಾಳಿ, ಕಾಗದ ಅಂಟಿಸಿದ ನಮ್ಮ ಕಿಟಕಿಯನ್ನು ಅಪ್ಪಳಿಸಿತು. ಸುಖ, ದುಃಖಗಳ ಮಿಶ್ರಭಾವ ನನ್ನಲ್ಲಿ, ಯೆನಾನ್‌ನಲ್ಲಿ ಅಧ್ಯಕ್ಷ ಮಾವೋ ಮತ್ತು ಕೇಂದ್ರ ಸಮಿತಿಯ ಜೊತೆ ಇರಬೇಕೆಂದು ನನ್ನ ಹೆಬ್ಬಯಕೆಯಾಗಿತ್ತು. ಆದರೆ ಆತನೂ ನನ್ನ ಜೊತೆ ಬರುವಂತಾಗಿದ್ದಿದ್ದರೆ... ಪರಿಸ್ಥಿತಿ ಕಠಿಣವೆಂಬುದನ್ನೂ, ಆತನ ಅಗತ್ಯ ಇಲ್ಲಿ ಹೆಚ್ಚಾಗಿದೆ ಎಂಬುದನ್ನೂ ನಾನು ಅರಿತೆ. ಆ ರಾತ್ರಿ ನಾವಿಬ್ಬರೂ ನಿದ್ದೆ ಮಾಡಲಿಲ್ಲ. ಮುಂದೆ ಒಬ್ಬರಿಗೊಬ್ಬರು ಕಾಗದ ಬರೆಯುವುದು ಕೂಡ ಅಸಾಧ್ಯವಾದ್ದರಿಂದ, ಆತನನ್ನುದ್ದೇಶಿಸಿ ನಾನು ನನ್ನ ದಿನಚರಿಯಲ್ಲಿ ಪತ್ರ ಬರೆದಿಡಬೇಕು. ನಂತರ ಯೆನಾನ್‌ನಲ್ಲಿ ನಾವಿಬ್ಬರೂ ಪುನಃ ಸಂಧಿಸಿದಾಗ ಅದನ್ನು ಆತನಿಗೆ ತೋರಿಸಬೇಕು ಎಂದು ಒಪ್ಪಂದ ಮಾಡಿಕೊಂಡೆವು.

''ನಾನು ನನ್ನ ಮಾತನ್ನು ಉಳಿಸಿಕೊಂಡೆ. ಆತನಿಗೆ ನನ್ನ ದಿನಚರಿಯಲ್ಲಿ ಕಾಗದಗಳನ್ನು ಬರೆದೆ. ಆತನ ಕುರಿತು ಯಾವುದೇ ಸುದ್ದಿಯೂ ಇಲ್ಲ. ಶತ್ರು-ಸ್ವಾಧೀನ ಪ್ರದೇಶದ ಪರಿಸ್ಥಿತಿಯಲ್ಲಿ ಆತ ಹೇಗಿರಬಹುದೆಂದು ಊಹಿಸಲು ನಾನು ಪ್ರಯತ್ನಿಸಿದೆ. ಆತನ ನೋಟ, ನಗೆ, ಶತ್ರುಗಳ ಮೇಲಿನ ದ್ವೇಷ, ಕಾಮ್ರೇಡ್‌ಗಳ ಜೊತೆಗಿನ ಆತನ ವಿನೋದಪ್ರವೃತ್ತಿಗಳನ್ನೆಲ್ಲಾ ನಾನು ಚಿತ್ರಿಸಿಕೊಂಡೆ. 1940ರ ಚಳಿಗಾಲದ ಒಂದು ಬೆಳಿಗ್ಗೆ, ನನ್ನ ದಿನಚರಿಯಲ್ಲಿ ಆತನಿಗೆ 25ನೇ ಕಾಗದ ಬರೆಯುವುದರಲ್ಲಿ ನಿರತನಾಗಿದ್ದೆ. ಒಬ್ಬ ಪ್ರಮುಖ ಕಾಮ್ರೇಡ್ ಸದ್ದಿಲ್ಲದೆ ಒಳಗೆ ಬಂದು ಯೆನಾನ್‌ಗೆ ಶತ್ರು ಪ್ರದೇಶದಿಂದ ಕೈಯಿಂದ ಕೈಗೆ ದಾಟಿ ಬಂದ ಒಂದು ಭಾಂಗಿಯನ್ನು ನನಗೆ ಕೊಟ್ಟ. ಅದು ಆತನಿಂದ ಬಂದಿತ್ತು! ನಡುಗುವ ಕೈಗಳಿಂದ ಕಟ್ಟನ್ನು ಬಿಚ್ಚಿದೆ. ಅದರೊಳಗೆ ನೀನು ನೋಡಿದೆಯಲ್ಲಾ ಆ ಭಾವಚಿತ್ರವಿತ್ತು. ನನ್ನ ಕೆನ್ನೆಗಳ ಮೇಲೆ ನೀರು ಧಾರೆಧಾರೆಯಾಗಿ ಹರಿಯಿತು.

ಅಳುವನ್ನು ನುಂಗಿಕೊಂಡೆ. ಇಡೀ ಬೆಳಿಗ್ಗೆ ಎಲ್ಲಾ ಆ ಕಾಮ್ರೇಡ್ ನನ್ನೊಡನೆ ಮಾತಾಡಿದ. ಆರು ತಿಂಗಳ ಮೊದಲು ನನ್ನ ಗಂಡ ಸೆರೆ ಸಿಕ್ಕಿದ್ದ. ಆತ ವೀರ ಮರಣವನ್ನಪ್ಪಿದ್ದ.

''ನಾನು ಮತ್ತೆಂದೂ ಆತನನ್ನು ನೋಡುವುದಿಲ್ಲವಾದರೂ, ಆತನ ಮೂರ್ತಿ ನನ್ನ ಹೃದಯದಲ್ಲಿ ಸದಾ ನೆಲೆಸಿರುತ್ತದೆ. ಆತನ ಉಳಿದ ಕಾಮ್ರೇಡ್‌ಗಳೂ ಆತನನ್ನು ಮರೆಯಲಿಲ್ಲ. ಅದೇ ಮಧ್ಯಾಹ್ನ ನನ್ನ ದಿನಚರಿಯಲ್ಲಿ ಆತನಿಗೆ 26ನೇ ಕಾಗದ ಬರೆದೆ. ಅದು ಹೇಗೋ ಆತನಿಗೆ ಗೊತ್ತಾಗುತ್ತದೆ ಎನ್ನುವ ಭಾವನೆ ನನ್ನಲ್ಲಿತ್ತು. ಅದಾಗಿ 30 ವರ್ಷಗಳಾಗಿವೆ. ಈಗಲೂ ಕೂಡಾ, ಈಗಿನ ಪರಿಸ್ಥಿತಿ ಹೇಗಿದೆ ಎಂಬುದನ್ನು ವಿವರಿಸಿ ಅವರಿಗೆ ಕಾಗದ ಬರೆಯುತ್ತಿರುತ್ತೇನೆ. ನನಗೇನಾದರೂ ಸಮಸ್ಯೆಗಳು ಉದ್ಭವಿಸಿದರೆ, ನನಗೆ ಸಂತೋಷವೆನಿಸಿದರೆ, ಒಳ್ಳೆಯದು, ಕೆಟ್ಟದ್ದು ಎಲ್ಲವನ್ನೂ ಅವನೊಡನೆ, ಹಂಚಿಕೊಳ್ಳಲು ಅವನಿಗೆ ಕಾಗದ ಬರೆಯುತ್ತೇನೆ. ನೀನು ನೋಡಿದೆಯಲ್ಲ ಆ ಕವನ, ಅದನ್ನು 1976ರಲ್ಲಿ 'ನಾಲ್ವರ ಕೂಟ'ದ ಪತನವಾದ ನಂತರ ಅವನಿಗೆ ನಾನು ಬರೆದ ಒಂದು ಕಾಗದದಿಂದ ಆಯ್ದದ್ದು...''

ನಾನು ಮೈಯೆಲ್ಲಾ ಕಿವಿಯಾಗಿ ಕೇಳಿದೆ. ಆ ಕತ್ತಲಲ್ಲಿ ಆಕೆಯ ಮುಖ ಮಸುಕು ಮಸುಕಾಗಿತ್ತು. ಆದರೆ ಅವಳ ಕಣ್ಣು ಯೌವನದ ಹೊಳಪಿನಿಂದ ಹೊಳೆಯುತ್ತಿರುವುದು ನನಗೆ ಸ್ಪಷ್ಟವಾಗಿ ಕಾಣುತ್ತಿತ್ತು.

ಅವಳು ಮುಂದುವರಿಸಿದಳು : ''ಷ್ಯಾವ್-ಯು, ಪ್ರೇಮ ತುಂಬ ಸಂಕೀರ್ಣವಾದದ್ದು. ಅದು ಒಂದು ಸಮಾನ ಧ್ಯೇಯ, ಹಿತಾಸಕ್ತಿಗಳ ಮೇಲೆ ನಿಲ್ಲಬೇಕು. ಅದು ಎಲ್ಲ ಪರೀಕ್ಷೆಗಳನ್ನೂ ಎದುರಿಸಬೇಕು. ಕಾಲ ಕಳೆದಂತೆ ಅದು ಗಟ್ಟಿಯಾಗುತ್ತಾ ಹೋಗಬೇಕು. ವೈಯಕ್ತಿಕ ಗುಣಾವಗುಣಗಳು, ರೂಪ ಮತ್ತು ನಡೆವಳಿಕೆ ಎಲ್ಲವೂ ಮುಖ್ಯ ನಿಜ. ಆದರೆ ಎಲ್ಲಕ್ಕೂ ಮಿಗಿಲಾದ ಎತ್ತರದಲ್ಲಿ ಪ್ರೇಮವನ್ನು ಇರಿಸಬಾರದು. ಅದು ನೀನು ಕ್ರಾಂತಿಯನ್ನು ಮರೆಯುವಂತೆ ಮಾಡಿದರೆ, ನಿನ್ನ ಜೀವನದಲ್ಲಿ ಅದಕ್ಕೆ ಒಂದು ತಪ್ಪು ಸ್ಥಾನ ಕೊಟ್ಟಂತೆ. ಇನ್ನೂ ಉತ್ತಮವಾಗಿ ಕೆಲಸ ಮಾಡಲು ಅದು ಪ್ರೋತ್ಸಾಹಿಸುವಂತಿದ್ದರೆ, ಅದು ಸರಿಯಾದ ಸ್ಥಾನದಲ್ಲಿದೆ ಎಂದು ಅರ್ಥ. ಆಗ ಮಾತ್ರ ನಿಜವಾದ ಸಂತೋಷದ ಅನುಭವವಾಗುತ್ತದೆ. ಕ್ರಾಂತಿಕಾರಿಯ ಜೀವನದಲ್ಲಿ ಪ್ರೇಮಕ್ಕೆ ತುಂಬಾ ಮಹತ್ವದ ಸ್ಥಾನವಿದೆಯೆಂದು ಗೊತ್ತಾಯಿತಲ್ಲ!''

ಆಕೆ ಭಾವೋದ್ವಿಗ್ನತೆಯಿಂದ ಮಾತನಾಡುತ್ತಿದ್ದಳು. ಮಾತನ್ನು ನಿಲ್ಲಿಸಿ ಅವಳು ಮೇಲೆದ್ದಳು. ಅವಳ ಕೈಯನ್ನು ಹಿಡಿದುಕೊಂಡು ನಾನು ಹೇಳಿದೆ : ''ಈಗ ನನಗೆ ಹೇಳಿದ್ದರ ಬಗ್ಗೆ ದಯವಿಟ್ಟು ಏನಾದರೂ ಬರಿ. ಯುವ ಜನತೆಗೆ ಅದು ತುಂಬಾ ಸಹಾಯಕವಾಗ್ತದೆ.''

ಅವಳು ತಲೆಯಾಡಿಸಿ ಹೇಳಿದಳು : ''ನಾನು ಪ್ರಯತ್ನ ಮಾಡ್ತೇನೆ. ಲಿ ಯು-ಜುನ್ ಮೇಲಿನ ನಿನ್ನ ಪ್ರೇಮ ಒಳ್ಳೆಯದೇ, ನಿನ್ನ ಯೋಜನೆ ಕುರಿತು ನೀನು ಮುಂದುವರಿ.''

ಅವಳನ್ನು ನಾನು ಅಪ್ಪಿಕೊಂಡೆ. ನನ್ನೆಲ್ಲಾ ಅನುಮಾನಗಳು ಮಾಯವಾಗಿದ್ದವು. ನನಗೆ ಅಷ್ಟೊಂದು ಸಂತೊಷವಾಗಿತ್ತು.

ಕೆಲವು ನಿಮಿಷಗಳ ಬಳಿಕ ನಾನು ಅಲ್ಲಿಂದ ಹೊರಟು ರೆಕ್ಕೆಗಳಿರುವಂತೆ ಮಹಡಿಯ ಮೇಲಕ್ಕೆ ಓಡಿದೆ. ಈ ರಾತ್ರಿ ನನ್ನ ಅಪ್ಪ ಅಮ್ಮ ಪ್ರಶ್ನೆ ಕೇಳಲಿ, ಕೇಳದೆ ಇರಲಿ, ನಾನು ಎಲ್ಲವನ್ನೂ ಹೇಳುತ್ತೇನೆ. ಅವರಿಗೆ ತುಂಬಾ ಸಂತೋಷವಾಗುವುದರಲ್ಲಿ ನನಗೆ ಸಂಶಯವಿರಲಿಲ್ಲ. ಮಾರನೆಯ ದಿನ ಕಾರ್ಖಾನೆಗೆ ಹೋದ ಕೂಡಲೇ ವೈ ಅಜ್ಜನಿಗೂ ಎಲ್ಲವನ್ನೂ ವಿವರಿಸುತ್ತೇನೆ. ಆತ ತನ್ನ ಗಂಟು ಕಟ್ಟಿದ ಕೈ ಬೆರಳುಗಳನ್ನು ನನ್ನ ಮೂಗಿನತ್ತ ತೋರಿಸುತ್ತಾ ಸಂತೋಷದ ಧ್ವನಿಯಲ್ಲಿ 'ತುಂಟ ಹುಡುಗಿ' ಎಂದು ಹೇಳುವುದನ್ನು ಮನಸ್ಸಿನಲ್ಲೇ ಚಿತ್ರಿಸಿಕೊಂಡೆ.

○ ತ್ಸಾವ್ ಚ್ಯಾ ಚ್ಯೇನ್

ಕಿರುಕುಳದ ಒಡ್ಡು

ಚ್ಯಾವ್ ನದಿಯ ಉದ್ದಕ್ಕೂ ಇರುವ ಒಡ್ಡು ದಾರಿಯಲ್ಲಿ ಒಂದು ವಿಭಾಗದ ಹೊರತು ಉಳಿದ ಎಲ್ಲ ಕಡೆಗಳಲ್ಲಿಯೂ ಮಳೆ ನಿಂತ ಕೂಡಲೇ ನೀರು ಸಲೀಸಾಗಿ ಹರಿದು ಹೋಗುತ್ತಿತ್ತೆಂಬುದು ಎಲ್ಲರಿಗೂ ತಿಳಿದ ವಿಷಯವಾಗಿತ್ತು. ಈ ಒಡ್ಡು ದಾರಿಯ ಉಸ್ತುವಾರಿ ನೋಡಿಕೊಳ್ಳುವ ಸುಮಾರು 50 ವರ್ಷದ ಮುದುಕ ಜಾಂಗ್ ತ್ಸಾಯ್ ಆ ಒಂದು ವಿಭಾಗವನ್ನು 'ಕಿರುಕುಳದ ಒಡ್ಡು' ಎಂದು ಕರೆಯುತ್ತಿದ್ದ. ಮರಳು ಮತ್ತು ಜಲ್ಲಿ ಕಲ್ಲಿನ ಕೊರತೆಯಿಂದಾಗಿ ಈ ಒಡ್ಡಿನ ಮೇಲೆ ಹೊಸದಾಗಿ ಜೇಡಿ ಮಣ್ಣು ಹಾಕಿ ದಮಾಸು ಮಾಡಲಾಗಿತ್ತು. ಅದರಿಂದಾಗಿ ನೀರು ಸರಿಯಾಗಿ ಹರಿದು ಹೋಗುತ್ತಿರಲಿಲ್ಲ. ಅದರ ಮೇಲೆ ವಾಹನಗಳು ಹಾದು ಹೋದಾಗ ಅಲ್ಲಿ ಅಡ್ಡಾದಿಡ್ಡಿ ಹಳ್ಳ ತಿಟ್ಟುಗಳಾಗುತ್ತಿದ್ದವು. ಇದು ಅಲ್ಲಿರುವ ಯಾವನೇ ಮೇಲುಸ್ತುವಾರಿ ಮನುಷ್ಯನಿಗೂ ಅವಮಾನವಾಗುವಂಥ ವಿಷಯ. ಈ ಒಡ್ಡಿನ ಉಸ್ತುವಾರಿ ನೋಡಿಕೊಳ್ಳುವ ಜಾಂಗ್ ಈ ಕಾರಣಕ್ಕಾಗಿಯೇ ಹಲವು ಬಾರಿ ವಾಹನ ಚಾಲಕರ ಜೊತೆ ವಾದ ಮಾಡಬೇಕಾಗಿಯೂ ಬರುತ್ತಿತ್ತು. ಒಮ್ಮೊಮ್ಮೆ ಅವಸರದಲ್ಲಿರುವ ಚಾಲಕರನ್ನು ಜಾಂಗ್ ತಡೆದು ನಿಲ್ಲಿಸುತ್ತಿದ್ದ. ಆ ಚಾಲಕ ಒಳ್ಳೇ ಮಾತಿನಲ್ಲಿ ಬೇರೆ ದಾರಿಯಲ್ಲಿ ಹೊಗಲು ಒಪ್ಪಿದರೆ ಸರಿ, ಇಲ್ಲದಿದ್ದರೆ ವಾದ ಕಾವೇರುತ್ತಾ ಹೋಗಿ, ಮನಸ್ಸಿನ ಹತೋಟಿ ಕಳೆದುಕೊಂಡು ಒಬ್ಬರಿಗೊಬ್ಬರು ಕೂಗಾಡುತ್ತಿದ್ದರು. ಜಾಂಗ್ ತನ್ನ ಒಡ್ಡಿನ ಬಗ್ಗೆ ಕಟ್ಟುನಿಟ್ಟಾಗಿದ್ದರೂ, ಒಂದೇ ಕಾಲದಲ್ಲಿ ಒಡ್ಡಿನ ಎರಡೂ ಕಡೆ ಕಾವಲು ಕಾಯಲು ಸಾಧ್ಯವಿರಲಿಲ್ಲ. ಒಂದು ಬದಿ ಜಾಂಗ್ ಇಲ್ಲ ಎಂದು ಕಂಡು ಬಂದರೆ, ಅಲ್ಲಿಂದ ಬರುವ ವಾಹನ ಚಾಲಕರು ಒಡ್ಡನ್ನು ದಾಟಿ ಹೋಗಲು ಪ್ರಯತ್ನಿಸುತ್ತಿದ್ದರು. ಜಾಂಗ್ ಕೊನೆಗೊಮ್ಮೆ ಒಂದು ಉಪಾಯ ಮಾಡಿದ. ನೆರೆ-ನಿಯಂತ್ರಣ ಕಚೇರಿಯ ಅನುಮತಿ ಪಡೆದು, ಎರಡೂ ಕಡೆ ಕಾಂಕ್ರೀಟಿನ ಕಂಬ ನಿಲ್ಲಿಸಿ, ಆ ಕಂಬಗಳ ನಡುವೆ ಒಂದು ಕಬ್ಬಿಣದ ಅಡ್ಡಪಟ್ಟಿ ಹಾಕಿ, ಅದಕ್ಕೆ ಬೀಗ ಹಾಕುವ ವ್ಯವಸ್ಥೆ ಮಾಡಿ ಒಂದು ತಡೆ ನಿರ್ಮಿಸಿದ.

ಮಂಜು ಬಿದ್ದು ಕರಗಿ ಹೋದ ಅನಂತರ ದಿನ

ಸುಂದರವಾಗಿತ್ತು. ಮುಸ್ಸಂಜೆಯ ಹೊತ್ತಿಗೆ ಒಡ್ಡಿನ ಬಹು ಭಾಗವನ್ನು ಮಂಜು ತೆಗೆದು ಸ್ವಚ್ಛ ಮಾಡಲಾಗಿತ್ತು. ಆದರೆ ಈ 'ಕಿರುಕುಳ ಒಡ್ಡಿ'ನ ಮೇಲೆ ಮಾತ್ರ ಸ್ವಲ್ಪ ಕೆಸರು ಮಂಜು ಹಾಗೇ ಉಳಿದಿತ್ತು. ಕಬ್ಬಿಣದ ಅಡ್ಡಪಟ್ಟಿ ಹಾಕಿ, ಬೀಗ ಜಡಿಯುವುದಲ್ಲದೆ ಜಾಂಗ್ ಬೇರೇನೂ ಮಾಡುವಂತಿರಲಿಲ್ಲ.

ನದಿಯ ಪಶ್ಚಿಮ ದಿಕ್ಕಿನ ಅರಣ್ಯಗಳ ಹಿಂದೆ ಸೂರ್ಯ ಮುಳುಗುವ ಹೊತ್ತಿಗೆ ಸರಿಯಾಗಿ ಜಾಂಗ್‌ನ ಊಟ ಸಿದ್ಧವಾಗಿತ್ತು. ಇನ್ನೇನು ಅವನು ಊಟ ಮಾಡಬೇಕು, ಅಷ್ಟು ಹೊತ್ತಿಗೆ ಒಡ್ಡಿನ ಪೂರ್ವದ ಬದಿಯಿಂದ ಒಂದು ವಾಹನದ ಹಾರ್ನ್‌ನ ಶಬ್ದ ಕೇಳಿಸಿತು. ಆತ ಅದನ್ನು ನಿರ್ಲಕ್ಷಿಸಿದ. ಅಡ್ಡ ತಡೆಗಳನ್ನು ಹಾಕಿಬಿಟ್ಟಿದ್ದರಿಂದ ಆ ಚಾಲಕ ತುಂಬಾ ಶಬ್ದ ಮಾಡಿದ. ತಡೆಯನ್ನು ತೆಗೆಯಲಿ ಎಂದು. ಹಾರ್ನ್ ಎಷ್ಟೇ ಶಬ್ದ ಮಾಡಲಿ ಜಾಂಗ್ ತಡೆಯನ್ನು ತೆಗೆಯುವವನಲ್ಲ. ಕಚೇರಿಯ ಬಳಿ ಇರುವ ಉಗ್ರಾಣದಲ್ಲಿ ಜಾಂಗ್ ವಾಸಿಸುತ್ತಾನೆಂದು ಚಾಲಕನಿಗೆ ಗೊತ್ತಾದರೆ, ಆತ ವಾಹನದಿಂದ ಇಳಿದು ತನಗೆ ಸಹಾಯ ಮಾಡುವಂತೆ ಜಾಂಗ್‌ನ ಮನವೊಲಿಸುತ್ತಾನೆ. ವಿಭಾಗೀಯ ವಾಣಿಜ್ಯ ಸಂಸ್ಥೆಯ ವಾಹನ ಚಾಲಕ ಗಡ್ಡಧಾರೀ ವ್ಯಾಂಗ್‌ನನ್ನು ಹತ್ತರಲ್ಲಿ ಒಂಬತ್ತು ಸಲ ಈ ಅಡ್ಡಪಟ್ಟಿ ತಡೆಯುತ್ತಿತ್ತು. ಇತ್ತೀಚೆಗೆ ಒಂದು ಬೆಳಿಗ್ಗೆ, ಕೃಷಿ ಉತ್ಪಾದನಾ ದಳಕ್ಕೆ ಬೇಕಾಗುವ ಸರಬರಾಜುಗಳನ್ನು ಲಾರಿಯಲ್ಲಿ ತುಂಬಿಕೊಂಡು ಹೊರಟ ವ್ಯಾಂಗ್‌ನನ್ನು ಜಾಂಗ್ ತಡೆದಾಗ ಇಬ್ಬರ ನಡುವೆಯೂ ಬಿಸಿ ಬಿಸಿ ಮಾತುಕತೆಗಳಾಗಿದ್ದವು. ಕೋಳಿ ಮರಿಯ ಮೇಲೆ ಎರಗುವ ಹದ್ದಿನಂತೆ ವ್ಯಾಂಗ್ ಚಾಂಗ್‌ನತ್ತ ಧಾವಿಸಿದ್ದ.

'' 'ತಾಚಾಯಿಯಿಂದ ಬೇಸಾಯದ ಕಲಿಕೆ' ಎಂಬ ಬಗ್ಗೆ ಪೀಕಿಂಗ್‌ನಲ್ಲಿ ಎರಡನೇ ರಾಷ್ಟ್ರೀಯ ಸಮ್ಮೇಳನ ನಡೆದದ್ದು ನಿನಗೆ ಗೊತ್ತಿಲ್ಲವೇ ? ಬೇರೆ ಬೇರೆ ಕೃಷಿ ದಳಗಳ ಬೆಂಬಲಕ್ಕಾಗಿ ವಸ್ತುಗಳನ್ನು ತುಂಬಿಕೊಂಡು ಹೊರಟಿದ್ದೇನೆ. ನನ್ನನ್ನು ತಡೆದು ವಿಳಂಬ ಮಾಡಲು ನಿನಗೆಷ್ಟು ಧೈರ್ಯ !'' ಎಂದು ಆತ ಸವಾಲು ಹಾಕಿದ್ದ.

''ಅಂದರೆ, ನೆರೆ-ನಿಯಂತ್ರಣಕ್ಕಾಗಿ ಹಾಕಿದ ಒಡ್ಡನ್ನು ಮುರಿದು ಹಾಕುವುದು ಕೃಷಿ ಉತ್ಪಾದನೆಗೆ ಸಹಾಯವಾಗುತ್ತದೆ ಎಂದು ನಿನ್ನರ್ಥವೇ ?'' ಎಂದು, ಕುತ್ತಿಗೆಯ ಮೇಲೆ ನರ ಉಬ್ಬಿನಿಂತ ಚಾಂಗ್ ಪ್ರತಿ ಸವಾಲು ಹಾಕಿದ್ದ. ''ಒಡ್ಡನ್ನು ಒಡೆದು ಹಾಕುವುದೆಂದರೆ ಬೆಳೆಯನ್ನು ಹಾಳುಮಾಡಿದಂತೆ'' ಎಂದೂ ಸೇರಿಸಿದ್ದ.

''ನೀನು ನನ್ನ ಮೇಲೆ ದಬ್ಬಾಳಿಕೆ ನಡೆಸಬಹುದೆಂದು ತಿಳಿದಿದ್ದೀಯೆ. ನಮ್ಮ ಪ್ರಾದೇಶಿಕ ಪಕ್ಷದ ಕಾರ್ಯದರ್ಶಿ ಚಾಂಗ್ ಪೀಕಿಂಗ್‌ನಿಂದ ಬರುವವರೆಗೆ ನಿನ್ನ ಆಟ ನೋಡ್ತಿರು. ಅವರು ಬಂದ ಬಳಿಕ ನಿನ್ನ ಮೇಲೆ ದೂರು ತರದಿದ್ದರೆ ಕೇಳು.''

ಆದರೆ ವ್ಯಾಂಗ್‌ನ ಬೆದರಿಕೆಯಿಂದ ಜಾಂಗ್ ಹೆದರಲಿಲ್ಲ. ಏಕೆಂದರೆ ಈ ಹೊಸ ಕಾರ್ಯದರ್ಶಿಯನ್ನು ಆತ ಬಲ್ಲವನಲ್ಲವಾದರೂ ಆತ ತನ್ನನ್ನು ಬೆಂಬಲಿಸುವುದು ಖಚಿತವೆಂದು ಆತನ ಅನಿಸಿಕೆಯಾಗಿತ್ತು.

''ಹೋಗು, ಹೋಗಿ ನನ್ನ ಮೇಲೆ ದೂರು ಹೇಳು. ಈಗ ಕಿರಿಚೋದನ್ನ ನಿಲ್ಲಿಸು. ನಂತರ ಆ ಬಳಸು ದಾರಿಯನ್ನು ಹಿಡಿದು ಹೋಗಬಹುದು'' ಎಂದು ಜಾಂಗ್, ವ್ಯಾಂಗ್‌ನತ್ತ ಬೆರಳು ತೋರಿಸಿ ಹೇಳಿದ್ದ.

ಇನ್ನೇನು ತುತ್ತನ್ನು ಬಾಯಿಗಿಡಬೇಕು. ಅಷ್ಟರಲ್ಲಿ ಮತ್ತೆ ಹಾರ್ನ್ ಬಾರಿಸಿದ ಶಬ್ದ ಕೇಳಿಸಿತು. ಟ್ರಾಕ್ಟರ್ ಅಥವಾ ಲಾರಿಗಳ ಹಾರ್ನಿನಷ್ಟು ಕರ್ಕಶವಾದ, ಆಳವಾದ ಶಬ್ದವಲ್ಲ. ಈ ಪ್ರದೇಶಗಳಲ್ಲಿ

ಅಪರೂಪವೆನಿಸುವಂಥ ಸ್ಪಷ್ಟವಾದ, ಕೊಂಚ ಮಾರ್ದವವಾದ ಶಬ್ದ. ಕುತೂಹಲಗೊಂಡು ಜಾಂಗ್ ತನ್ನ ಬಟ್ಟೆಲನ್ನು ಕೆಳಗಿಟ್ಟು ಹೊರಗೆ ಹೋದ. ಆ ಮಸುಕು ಬೆಳಕಿನಲ್ಲಿ, ಪೂರ್ವದ ಬದಿಯ ತಡೆಯ ಹತ್ತಿರ ಒಂದು ಸೆಡಾನ್ ಕಾರು ಬಂದು ನಿಲ್ಲುತ್ತಿರುವುದು ಆತನಿಗೆ ಕಾಣಿಸಿತು. ಆ ಕಾರಿನ ಬಳಿ ಒಬ್ಬ ನಿಂತು ಅತ್ತಿತ್ತ ದೃಷ್ಟಿ ಹಾಯಿಸುತ್ತಿದ್ದ. ಕೆಲವು ಪ್ರಾದೇಶಿಕ ನಾಯಕರು ಅಂಥ ಸೆಡಾನ್‌ಗಳಲ್ಲಿ ಬಂದು ಆ ಒಡ್ಡನ್ನು ಈ ಹಿಂದೆ ಹಲವು ಬಾರಿ ಪರೀಕ್ಷಿಸಿದ್ದನ್ನು ಜಾಂಗ್ ಕಂಡಿದ್ದ. ಅವರು ಆತ ತಡೆ ನಿರ್ಮಿಸಿದ್ದನ್ನು ಒಪ್ಪುತ್ತಿದ್ದರು. ಈಗ ಬಂದವನೂ ಅಂಥ ಒಬ್ಬ ಅಧಿಕಾರಿ ಇರಬಹುದೆಂದು ಜಾಂಗ್ ಭಾವಿಸಿದ. ಆದರೂ ಇಷ್ಟು ಅಪವೇಳೆಯಲ್ಲಿ ಆತ ಇಲ್ಲಿಗೇಕೆ ಬಂದ ಎಂದು ಪ್ರಶ್ನಿಸಿಕೊಂಡ. ಕುತೂಹಲ ತಡೆಯಲಾರದೆ ಆತ ಆ ಬದಿಯ ತಡೆಯತ್ತ ಅವಸರದಿಂದ ನಡೆದ.

ಸುಮಾರು 25 ವರ್ಷದ ಕಳೆಗುಂದಿದ ಮುಖದ ತರುಣನೊಬ್ಬ ತನ್ನತ್ತ ಬರುವುದನ್ನು ಜಾಂಗ್ ಕಂಡ. ಆತ ರೈತನಾಗಲೀ, ಕಾರ್ಮಿಕನಾಗಲೀ ಅಲ್ಲ, ಒಬ್ಬ ಬುದ್ಧಿಜೀವಿ ಎಂದು ಅವನನ್ನು ನೋಡಿ ಹೇಳಬಹುದಿತ್ತು.

''ಹಲೋ ಕಾಮ್ರೇಡ್, ಈ ತಡೆ ಯಾರು ಹಾಕಿದ್ದು ಎಂದು ಹೇಳಬಲ್ಲೆಯಾ ?'' ಎಂದು ಆ ತರುಣ ಸೌಜನ್ಯದಿಂದ ಕೇಳಿದ.

''ನಾನು'' ಎಂದ ಜಾಂಗ್ ಕೊಂಚ ಕಸಿವಿಸಿಯಿಂದ. ''ಈ ಒಡ್ಡನ್ನು ನೀವು ದಾಟಿ ಹೋಗಬೇಕಾಗಿದೆಯೇ ? ಆದರೆ ಅದು ಕೆಸರಾಗಿದೆ'' ಎಂದು ಹೇಳುತ್ತ ಆತ ಕಾರಿನತ್ತ ಹೋದ. ಕಾರಿನಲ್ಲಿ ಒಬ್ಬ ಮೈ ಕೈ ತುಂಬಿಕೊಂಡ ಚಾಲಕ ಕೂತಿದ್ದ. ಚಾಲಕರ ಭಾವನೆಗಳು, ಮನಃಸ್ಥಿತಿ ಹೇಗಿರುತ್ತವೆಂಬುದನ್ನು ಜಾಂಗ್ ಚೆನ್ನಾಗಿ ಬಲ್ಲ. ಆದರೆ ಕಾರಿನ ಹಿಂದಿನ ಸೀಟಿನಲ್ಲಿ ಕೂತ ನಾಯಕ ಯಾರೆಂದು ತಿಳಿಯುವ ಕುತೂಹಲ ಅವನಲ್ಲಿ ಬೆಳೆಯಿತು. ಒಂದು ಕುರ್ತಾ ತೊಟ್ಟು, ಕತ್ತಿನ ಸುತ್ತ ಬೂದು ಬಣ್ಣದ ಸ್ಕಾರ್ಫ್ ಕಟ್ಟಿಕೊಂಡ. ಸೊಂಟದ ಸುತ್ತ ಒಂದು ನೀಲಿ ವಸ್ತ್ರ ಬಿಗಿದುಕೊಂಡ, ರೈತನಂತೆ ಕಾಣುವ ಒಬ್ಬ ಸಣಕಲು ಮನುಷ್ಯ ಅಲ್ಲಿ ನಿದ್ದೆ ಮಾಡುತ್ತಿರುವುದನ್ನು ಕಂಡು ಆಶ್ಚರ್ಯವಾಯಿತು. ಆ ಮನುಷ್ಯನ ಕಾಲ ಮೇಲೆ ಒಂದು ಮಳೆ ಅಂಗಿ ಕೂಡಾ ಇತ್ತು. ಆತನ ಪಕ್ಕದಲ್ಲಿ ಮೆಟ್ಟು, ಬೂಟು, ಗುದ್ದಲಿ, ಹಾಸಿಗೆ ಸುರುಳಿ, ಹೊರಗೆ ಉಪಯೋಗಿಸುವಂಥ ಒಂದು ಟೆಲಿಫೋನ್ ಮತ್ತು ನಕಲು ಪ್ರತಿ ತೆಗೆಯುವ ಯಂತ್ರಗಳಿದ್ದವು. ಒಟ್ಟಿನಲ್ಲಿ ಆ ಕಾರು ಒಂದು ಜಲಾಶಯವನ್ನು ಕಟ್ಟಲು ಹೊರಟ ಕೆಲಸಗಾರರ ಲಾರಿಯಂತೆ ಕಾಣಿಸಿತು. ಆ ಚಾಲಕ ತನ್ನ ಸಂಬಂಧಿಗಳನ್ನು ಕಳಿಸಿಕೊಡಲು ಬಂದವನಿರಬೇಕೆಂದುಕೊಂಡ ಜಾಂಗ್. ಆತ ತಡೆಯನ್ನು ತೆಗೆಯಬಾರದೆಂದು ನಿರ್ಧರಿಸಿದ.

ಜಾಂಗ್‌ನ ಅನಿಶ್ಚಯತೆಯನ್ನು ಗಮನಿಸಿ ಚಾಲಕ ಕೆಳದನಿಯಲ್ಲಿ ಕೇಳಿದ :

''ನೀನು ಈ ಒಡ್ಡಿನ ಮೇಲುಸ್ತುವಾರಿಯಲ್ಲಿದೀಯಾ ? ನಾವು ಈ ಒಡ್ಡನ್ನು ಯಾವಾಗ ದಾಟಬಹುದು ?''

''ಈಗ ಕತ್ತಲಾಗುತ್ತಿದೆ, ದಯವಿಟ್ಟು ಬೀಗ ತೆಗಿ'' ಎಂದು ತರುಣ ಮೃದುವಾಗಿ ಕೇಳಿದ.

''ಅದಿನ್ನೂ ಮಂಜಿನ ಕೆಸರಿನಿಂದ ಒದ್ದೆಯಾಗಿದೆ. ನಾಳೆ ಬೆಳಿಗ್ಗೆ ಅದು ಗಟ್ಟಿಯಾಗುವವರೆಗೆ ನೀವು ಕಾಯಲೇಬೇಕಾಗುತ್ತದೆ'' ಎಂದು ಜಾಂಗ್ ಗಟ್ಟಿಯಾಗಿ ಹೇಳಿದ.

''ಶ್‌ಶ್‌ಶ್'' ಎಂದು ತರುಣ ಕಾರಿನಲ್ಲಿ ಮಲಗಿದ ಕಾಮ್ರೇಡ್‌ನತ್ತ ಬೆರಳು ತೋರಿದ. ''ಸ್ವಲ್ಪ ಮೆತ್ತಗೆ ಮಾತಾಡು. ಆತನಿಗೆ ನಿದ್ದೆಯಿಲ್ಲದೆ ಹಲವು ರಾತ್ರಿಗಳಾದವು. ಈಗ ಹಾರ್ನ್ ಮಾಡದೆ ಬೇರೆ ದಾರಿಯೇ ಇರಲಿಲ್ಲ ನಮಗೆ. ಅದೃಷ್ಟವಶಾತ್...''

''ದರಿದ್ರ !'' ಎಂದು ಚಾಲಕ ಕೋಪದಿಂದ ಹುಬ್ಬು ಗಂಟುಹಾಕಿಕೊಂಡ.

ಜಾಂಗ್‌ಗೆ ಈಗಾಗಲೇ ಚಾಲಕರೆಂದರೆ ಮನಸ್ಸು ಮುರಿಯುತ್ತಿತ್ತು.

''ಆ ರೀತಿ ಹುಬ್ಬು ಗಂಟು ಹಾಕಿಕೊಳ್ಳುವುದಾಗಲೀ, ಕೋಪದಿಂದ ನೋಡುವುದಾಗಲೀ ಅಗತ್ಯವಿಲ್ಲ. ಅದು ಈ ವಿಭಾಗದ ಒಂದು ಕಾನೂನು, ಒಡ್ಡು ಒದ್ದೆಯಾಗಿರುವ ತನಕ ಇಲ್ಲಿ ವಾಹನಗಳ ಸಂಚಾರ ನಿಷಿದ್ಧ'' ಎಂದು ಹೇಳಿ ಜಾಂಗ್ ಅಲ್ಲಿಂದ ತಿರುಗಿ ಹೊರಡುವುದರಲ್ಲಿದ್ದ.

''ಕಾಮ್ರೇಡ್'' ಎನ್ನುತ್ತಾ ಆ ತರುಣ ಜಾಂಗ್‌ನನ್ನು ತಡೆದ.

''ದಯವಿಟ್ಟು ಹೋಗಬೇಡ. ನೀನು ನಮಗೆ ಹೋಗಲು ಬಿಟ್ಟರೆ, ಅನಂತರ ಏನಾದರೂ ಆದರೆ ಅದಕ್ಕೆ ನಾವೇ ಜವಾಬ್ದಾರರಾಗುತ್ತೇವೆ. ಆಯ್ತಾ?'' ಎಂದ.

''ನಿಮ್ಮನ್ನು ನಾನು ಮತ್ತೆಲ್ಲಿ ಹುಡುಕಲಿ ? ಇಲ್ಲ, ಅದೆಲ್ಲ ಆಗೋಲ್ಲ.''

''ಓಹ್, ಆತ ಹೋದರೆ ಹೋಗಲಿ, ನಮಗೆ ಅವನ ಅಗತ್ಯವಿಲ್ಲ. ನನಗೆ ಒಂದು ಉಪಾಯ ಹೊಳೆದಿದೆ'' ಎನ್ನುತ್ತಾ ಆ ಧಡೂತಿ ಚಾಲಕ ಕಾರಿನಿಂದ ಇಳಿದ.

ಕೆಲವು ಚಾಲಕರು ಬಹಳ ಉಪಾಯಗಾರರು, ಅವರು ಎಷ್ಟೇ ಕಷ್ಟದ ಬೀಗವನ್ನಾದರೂ ತೆಗೆಯಬಲ್ಲರು ಎಂದು ಜಾಂಗ್‌ಗೆ ಗೊತ್ತು. ಇತ್ತೀಚೆಗೆ ಆ ಕಬ್ಬಿಣದ ಪಟ್ಟಿಯ ಬೀಗವನ್ನು ಒಮ್ಮೆ ತೆಗೆದು ಮತ್ತೆ ಹಾಕಲಾಗಿತ್ತು. ಒಡ್ಡಿನ ಮೇಲೆ ವಾಹನ ಚಕ್ರದ ಗುರುತು ಇದ್ದುದರಿಂದಷ್ಟೇ ಆ ವಿಷಯ ಅವನಿಗೆ ಗೊತ್ತಾಗಿತ್ತು.

''ನನ್ನ ಬೀಗವನ್ನು ತೆಗೆದು ನೋಡು !'' ಎಂದು ಜಾಂಗ್ ಚಾಲಕನತ್ತ ತಿರುಗಿ ಕಿರಿಚಿದ.

ಜಾಂಗ್‌ನ ಕಿರಿಚುವಿಕೆಯಿಂದ ಕಾರಿನಲ್ಲಿ ಮಲಗಿದ್ದ ಮನುಷ್ಯ ಅಂತೂ ಎಚ್ಚರಗೊಂಡ. ಎದ್ದು ಕೂತು, ಕಣ್ಣು ಹೊಸಕಿಕೊಂಡು, ಸಶಬ್ದವಾಗಿ ಆಕಳಿಸಿದ.

''ಏನಾಯ್ತು?'' ಎಂದು ಆತ ನಿದ್ದೆಗಣ್ಣಿನಲ್ಲೇ ಕೇಳಿದ.

ಚಾಲಕ ಜಾಂಗ್ ಕಡೆ ತಿರುಗಿ ಮುಖ ಮುರಿದು, ತನ್ನ ಕಾರಿಗೆ ಹೋಗಿ ಕೂತು ಒಂದು ಸಿಗರೇಟ್ ಹತ್ತಿಸಿದ.

''ಜಾಂಗ್ ಅವರೇ ನೀವು ನಿದ್ದೆ ಮಾಡಿ'' ಎಂದ ತರುಣ.

ಕಾರಿನಲ್ಲಿದ್ದ ಜಾಂಗ್ ಮುದುಕ, ಗಾಳಿ ಸುಯ್ಯುವುದನ್ನು ಕೇಳಿ, ತನ್ನ ಭುಜದ ಸುತ್ತ ಮಳೆ-ಅಂಗಿಯನ್ನು ಎಳೆದುಕೊಂಡು, ತನ್ನ ಚೀಲದಿಂದ ಟಾರ್ಚನ್ನು ಹೊರತೆಗೆದು ನಿಧಾನವಾಗಿ ಕಾರಿನಿಂದ ಇಳಿದ.

ಜಾಂಗ್ ತ್ಸಾಯ್‌ಯತ್ತ ಒಂದು ನಗೆ ಬೀರಿ, ಕಬ್ಬಿಣದ ಪಟ್ಟಿಯ ತಡೆಯತ್ತ ತನ್ನ ಟಾರ್ಚ್ ಬೆಳಕನ್ನು ಬೀರಿದ ಜಾಂಗ್ ಮುದುಕನಿಗೆ ಕಾಂಕ್ರೀಟ್ ಕಂಬದ ಮೇಲೆ ಕೆಂಪು ಬಣ್ಣದಲ್ಲಿ ಬರೆದಿದ್ದ ಎರಡು ಸಾಲು ಬರವಣಿಗೆ ಕಾಣಿಸಿತು. ಅದರ ಹತ್ತಿರ ಹೋಗಿ ಆತ ಅದನ್ನು ಮೆಲ್ಲನೆ ಓದಿದ : ''ಒಡ್ಡನ್ನು ರಕ್ಷಿಸುವುದು ಪ್ರತಿಯೊಬ್ಬರ ಕರ್ತವ್ಯ. ಅದು ಕೆಸರಿನಿಂದ ತುಂಬಿದಾಗ ಎಲ್ಲ ವಾಹನಗಳ ಸಂಚಾರ ನಿಷಿದ್ಧ.'' ಅದನ್ನು ಓದಿದ ನಂತರ ಒಡ್ಡಿನ ಆ ಭಾಗದತ್ತ ತನ್ನ ಟಾರ್ಚನ್ನು ಬೆಳಗಿಸಿದ. ಅದಿನ್ನೂ ಒದ್ದೆಯಾಗಿ, ಮಂಜಿನ ಕೆಸರಿನಿಂದ ತುಂಬಿದ್ದುದು ಆತನಿಗೆ ಕಾಣಿಸಿತು. ಅನಂತರ ಆತ ಜಾಂಗ್‌ನತ್ತ ತಿರುಗಿ ಸ್ನೇಹದ ಧ್ವನಿಯಲ್ಲಿ ಕೇಳಿದ : ''ಕಾಮ್ರೇಡ್, ನೀನು ಈ ಒಡ್ಡಿನ ಉಸ್ತುವಾರಿಯಲ್ಲಿದ್ದೀಯ ?'' ಆಯಾಸದಿಂದ ಆತನ ಧ್ವನಿ ಭಾರವಾಗಿತ್ತು, ಆದರೆ ಆತ ಚುರುಕುಮತಿಯವನಾಗಿ ಕಂಡ.

''ಹೌದು. ಒಡ್ಡು ಒದ್ದೆಯಾಗಿರುವ ತನಕ ಯಾವ ಕಾರೂ ಅದರ ಮೇಲೆ ಹೋಗಲು ಸಾಧ್ಯವಿಲ್ಲ.

ವಿಷಾದದಿಂದ ಹೇಳ್ತಿದ್ದೇನೆ. ಅದೊಂದು ನಿಯಮ ಇಲ್ಲಿ.'' ಚಳಿಗಾಳಿ ಬೀಸುತ್ತಿತ್ತು. ಜಾಂಗ್‌ಗೆ ಚಳಿಯಾಯಿತು. ಆದ್ದರಿಂದ ಈ ವಿಷಯವನ್ನು ಬೇಗ ಬೇಗ ಮುಗಿಸಬೇಕೆಂದುಕೊಂಡ ಆತ.

ಮತ್ತೊಬ್ಬ ತಲೆಯಾಡಿಸಿದ. ''ಆದರೆ ಒಡ್ಡಿನ ಈ ವಿಭಾಗದಲ್ಲಿ ಮಾತ್ರ ಯಾಕೆ ಮಂಜಿನ ಕೆಸರನ್ನು ಇನ್ನೂ ತೆಗೆದೇ ಹಾಕಿಲ್ಲ?''

''ಈ ವಿಭಾಗವನ್ನು ಇತ್ತೀಚೆಗಷ್ಟೇ ಜೇಡಿಮಣ್ಣಿನಿಂದ ರಿಪೇರಿ ಮಾಡಿದ್ದಾರೆ. ಅದರಿಂದಾಗಿ ನೀರು ಬೇಗ ಜಾರಿ ಹೋಗುವುದಿಲ್ಲ'' ಎಂದು ಜಾಂಗ್ ತ್ಸಾಯ್ ವಿವರಿಸಿದ.

ಕಾರಿನಿಂದಿಳಿದಿದ್ದ ಜಾಂಗ್ ಮುದುಕ ಸ್ವಲ್ಪ ಹೊತ್ತು ಸುಮ್ಮನಿದ್ದು, ''ಇದಕ್ಕೆ ಏನಾದರೂ ಪರಿಹಾರ ಇದೆಯಾ ?'' ಎಂದು ಕೇಳಿದ.

''ಇದೆ. ಇದರ ಮೇಲೆ ಇನ್ನೊಂದು ಹಾಸು ಮರಳು ಮತ್ತು ಜಲ್ಲಿಯನ್ನು ಹಾಕಬೇಕು. ಆಗ ಇಲ್ಲಿ ನೀರು ನಿಲ್ಲೋದಿಲ್ಲ. ಆದರೆ ಹತ್ತಿರದಲ್ಲೆಲ್ಲೂ ಮರಳು, ಜಲ್ಲಿ ಸಿಕ್ಕೋದಿಲ್ಲ. ಇಲ್ಲಿಂದ ಹತ್ತಾರು ಮೈಲಿ ದೂರ ಹೋಗಿ ಅವನ್ನು ತರಬೇಕು. ಈಗ 'ತಾಚಾಯಿಯಿಂದ ಕೃಷಿ ಕಲಿಕೆ'ಯ ಚಳವಳಿ ಭರದಿಂದ ಸಾಗಿದೆ. ಕೃಷಿ ದಳದವರೆಲ್ಲ ಗುಡ್ಡಗಳನ್ನು ಸಮತಟ್ಟು ಮಾಡುವುದರಲ್ಲಿ, ನದಿಯ ನೀರಿನ ಬಳಕೆಯನ್ನು ಸರಿಯಾಗಿ ಯೋಜಿಸೋದರಲ್ಲಿ ನಿರತರಾಗಿದ್ದಾರೆ. ಹೀಗಾಗಿ ನಮ್ಮ ಸಹಾಯಕ್ಕೆ ಬರಲು ಅವರಿಗೆ ಅವಕಾಶವಿಲ್ಲ. ಅದೇ ಈಗಿನ ಸಮಸ್ಯೆ.''

ಆ ಅಪರಿಚಿತ ಮನುಷ್ಯ ಜಾಂಗ್‌ನ ಮಾತನ್ನು ಗಂಭೀರವಾಗಿ ಪರ್ಯಾಲೋಚಿಸಿದ. ''ನಿನ್ನ ಒಡ್ಡು, ಜನರನ್ನು ರಕ್ಷಿಸುವ ರಕ್ಷಣಾಕ್ರಮದ ಮುಂಚೂಣಿಯಲ್ಲಿದೆ. ತಾಚಾಯಿಯಿಂದ ಕಲಿಯಲು ಅವರಿಗೆ ಸಹಾಯಕವಾಗಿದೆ. ಆದ್ದರಿಂದ ನಿನ್ನ ಕಾವಲನ್ನು ಸಡಿಲಗೊಳಿಸಬೇಡ. ಆ ಒದ್ದೆಯಾದ ವಿಭಾಗವನ್ನು ಹೋಗಿ ನೋಡಬಹುದೇ ?''

ಜಾಂಗ್ ತ್ಸಾಯ್-ಷಿಗೆ ಆತನ ಮಾತು ಆಪ್ಯಾಯಮಾನವೆನಿಸಿತು. ಆತನಿಗೆ ತನ್ನ ಕೆಲಸ ಮಹತ್ವದ್ದೆಂದು ತಿಳಿದಿತ್ತು. ಆದರೆ ಅದನ್ನು ವ್ಯಕ್ತಗೊಳಿಸಲು ಆತನಿಗೆ ಶಬ್ದಗಳು ಸಿಕ್ಕುತ್ತಿರಲಿಲ್ಲ. ಈಗ ಈ ಅಪರಿಚಿತ ವ್ಯಕ್ತಿ ತನಗೆ ಬೇಕಾದ ಶಬ್ದಗಳನ್ನು ಕೊಟ್ಟಿದ್ದಲ್ಲದೆ, ಆ ಒದ್ದೆ ವಿಭಾಗದ ಕುರಿತು ಕಾಳಜಿಯನ್ನೂ ವ್ಯಕ್ತಪಡಿಸಿದ್ದ. ಜಾಂಗ್‌ಗೆ ಸಂತೋಷವಾಗಿ, ಒಡ್ಡು ತೋರಿಸಲು ಒಪ್ಪಿದ.

ಅನಂತರ ಆ ಮನುಷ್ಯ ತನ್ನ ಸಂಗಾತಿಗಳತ್ತ ತಿರುಗಿ ಹೇಳಿದ, ''ನಾನು ಬರುವವರೆಗೆ ಇಲ್ಲೇ ಇರಿ.''

''ಜಾಂಗ್ ಅವರೇ ನಾನು ನಿಮ್ಮ ಜೊತೆ ಬರುತ್ತೇನೆ'' ಎಂದ ಯುವಕ ಲೀ.

ಮಣ್ಣು ಮತ್ತು ಮಂಜಿನ ಕೆಸರಿನಲ್ಲಿ ಅವರು ಹೆಜ್ಜೆ ಹಾಕಿದಂತೆ ಅದು ಕಚಕ್ ಪಚಕ್ ಶಬ್ದ ಮಾಡಿತು. ತನ್ನ ಮಳೆ ಅಂಗಿಯನ್ನು ತೆಗೆದು ಆ ಅಪರಿಚಿತ ವ್ಯಕ್ತಿ ಜಾಂಗ್‌ನ ಭುಜದ ಮೇಲೆ ಅದನ್ನು ಹಾಕುತ್ತಾ ಹೇಳಿದ, ''ನನಗಿಂತ ನಿನಗೆ ವಯಸ್ಸಾಗಿದೆ. ನೀನೇ ಇದನ್ನು ಹಾಕಿಕೋ. ಚಳಿಯನ್ನು ತಡೆಯುತ್ತೆ.''

ಕಾರಿನಲ್ಲಿ ಕೂತ ಚಾಲಕ ದೊಡ್ಡ ಲೀಗೆ ಆ ಮೂವರು ಒಡ್ಡಿನ ಮೇಲೆ ಟಾರ್ಚ್ ಬೆಳಕು ಬೀರುತ್ತಿರುವುದು ಕಾಣಿಸಿತು. ಅವರ ಹಿಂದೆ ಹೋಗಬೇಕೆಂದು ಅವನಿಗೂ ಅನಿಸಿತು. ಆದರೆ ಕಾರು ಬಿಟ್ಟು ಹೋಗಲು ಅವನಿಗೆ ಇಷ್ಟವಿರಲಿಲ್ಲ. ''ಇವನ ಕಾರು ನಡೆಸುವುದೆಂದರೆ ಯಾವಾಗಲೂ ಹೀಗೇನೆ. ಇಂದು ರಾತ್ರಿ ಹಾಸಿಗೆ ಸೇರುವಂತಿಲ್ಲ.'' ಆತ ತನಗೆ ತಾನೇ ನಕ್ಕು ಶಿಳ್ಳೆ ಹಾಕಲು ಶುರುಮಾಡಿದ. ಆದರೆ ಸ್ವಲ್ಪ ಹೊತ್ತಿನಲ್ಲೇ ಗೊರಕೆ ಹೊಡೆಯತೊಡಗಿದ.

''ಕಂಬಳಿಯಲ್ಲಿ ಸೇರಿಕೊಂಡ ತಗಣೆಯಂತೆ ಬೆಚ್ಚಗಿದ್ದೀಯ'' ಎಂದು ಚಿಕ್ಕ ಲೀ ಚಾಲಕನನ್ನು ಎಬ್ಬಿಸಿದ. ಆತ ಮರಳಿ ಬಂದ ಸದ್ದು ದೊಡ್ಡ ಲೀಗೆ ಕೇಳಿಸಿರಲಿಲ್ಲ.

''ಹಾಂ, ತುಂಬಾ ಹೊತ್ತು ಕಾಯಿಸಿದಿರಿ'' ಎಂದು ಮಂಪರಿನಲ್ಲಿ ಕಣ್ಣುಜ್ಜುತ್ತಾ ಚಾಲಕ ಹೇಳಿದ. ಅನಂತರ ಆತ ಕಾರಿನ ಬಾಗಿಲನ್ನು ತೆರೆದು ಹೆಡ್‌ಲೈಟನ್ನು ಹಾಕಿದ. ಇನ್ನೂ ಕಬ್ಬಿಣದ ಪಟ್ಟಿ ಅಡ್ಡ ಇತ್ತು. ''ಏನು ಸಮಾಚಾರ ? ಅದನ್ನ ಇನ್ನೂ ಯಾಕೆ ತೆಗೆದೇ ಇಲ್ಲ ?''

''ಬೇಗ ಬೇಗ ! ಈ ವಸ್ತುಗಳನ್ನು ಸಾಗಿಸಲು ನನಗೆ ಸಹಾಯ ಮಾಡು'' ಎನ್ನುತ್ತಾ ಚಿಕ್ಕ ಲೀ, ಮೆಟ್ಟು, ಹಾಸಿಗೆ, ಸುರುಳಿ, ಟೆಲಿಫೋನ್, ನಕಲು ಪ್ರತಿ ತೆಗೆಯುವ ಯಂತ್ರ, ಗುದ್ದಲಿ ಮುಂತಾದವನ್ನು ಕಾರಿನಿಂದ ಹೊರತೆಗೆದ.

ದೊಡ್ಡ ಲೀಗೆ ಬೆರಗಾಯಿತು. ''ಏನಾಗ್ತಾ ಇದೆ ?''

''ದೊಡ್ಡ ಜಾಂಗ್ ಹೇಳೋದು ಕಾನೂನಿಗೆ ಅಪವಾದಗಳಿಲ್ಲ ಎಂದು. ನೆರೆ ನಿಯಂತ್ರಣ ಕಚೇರಿ ಆ ಕಾನೂನನ್ನು ಮಾಡಿದೆ; ಉಳಿದವರು ಹೇಗೋ, ಹಾಗೆ ನಾವೂ ಅದನ್ನು ಪಾಲಿಸ್ಬೇಕು.''

''ಅಂದರೆ... ಇವತ್ತು ನಾವು ಸ್ಟೋನ್‌ಗೋರ್ಜ್‌ಗೆ ಹೋಗುವುದಿಲ್ಲ, ಅಲ್ಲವೇ ?''

''ಅಲ್ಲಿಗೆ ಹೋಗೇ ಹೋಗ್ತೀವಿ'' ಎಂದ ಚಿಕ್ಕ ಲೀ. ''ನಾಲ್ವರ ಕೂಟವನ್ನು ಖಂಡಿಸಲು ನಾಳೆ ಅಲ್ಲಿ ಹತ್ತು ಸಾವಿರ ಜನರ ಸಭೆ ಸೇರಲಿದೆ. ದೊಡ್ಡ ಜಾಂಗ್ ಆ ಸಭೆಯ ಅಧ್ಯಕ್ಷತೆ ವಹಿಸ್ತಾರೆ. ಸಭೆಯ ನಂತರ ಜನರು ದಿಬ್ಬಗಳನ್ನು ಫಲವತ್ತಾದ ಹೊಲಗಳನ್ನಾಗಿ ಪರಿವರ್ತಿಸಲು ಪಣ ತೊಡ್ತಾರೆ.''

''ಈಗ ಅರ್ಥವಾಯಿತು. ನಾವೀಗ ಅಲ್ಲಿಗೆ ನಡೆದುಹೋಗಬೇಕೆಂದು ನಿನ್ನ ಅರ್ಥ ಅಲ್ಲವೇ ?''

''ನಿಜ.'' ಚಿಕ್ಕ ಲೀ ''ಮೊದಲು ಭೂಸುಧಾರಣೆ ಮತ್ತು ಸಹಕಾರ ಚಳುವಳಿಯಲ್ಲಿ ನಾವು ಭಾಗವಹಿಸಿರಲಿಲ್ಲವೇ, ಅದೇ ರೀತಿ ಈಗ ತಾಚಾಯಿಯಿಂದ ಕಲಿಯುವುದರಲ್ಲಿ ನಮ್ಮೆಲ್ಲ ಶಕ್ತಿಯನ್ನೂ ತೊಡಗಿಸಬೇಕು ಅಂತ ದೊಡ್ಡ ಜಾಂಗ್ ಹೇಳ್ತಾನೆ.''

ಕಾರಿನಲ್ಲಿರುವ ವಸ್ತುಗಳನ್ನು ಹೊರಗೆ ತೆಗೆಯಲು ದೊಡ್ಡ ಲೀ ಸಣ್ಣ ಲೀಗೆ ಸಹಾಯ ಮಾಡಿದ. ಆಗ ಇಬ್ಬರು ಜಾಂಗ್‌ರೂ ಕಾರಿನ ಬಳಿ ವಾಪಸು ಬಂದರು.

''ಕಾರಿನಿಂದ ವಸ್ತುಗಳನ್ನೆಲ್ಲಾ ಯಾಕೆ ಇಳಿಸ್ತಾ ಇದ್ದೀರಿ ?'' ಎಂದು ಜಾಂಗ್ ತ್ಸಾಯ್ ವಿಸ್ಮಿತನಾಗಿ ಕೇಳಿದ.

''ನೀನು ನಮ್ಮ ಕಾರನ್ನು ನಿಲ್ಲಿಸಿದೆ. ಈಗ ಈ ವಸ್ತುಗಳನ್ನು ಇಳಿಸುವುದನ್ನೂ ತಡೆಯುತ್ತೀಯಾ ?'' ಎಂದು ಚಾಲಕ ಹೇಳಿದ.

ಜಾಂಗ್ ತ್ಸಾಯ್‌ಗೆ ಪಶ್ಚಾತ್ತಾಪವಾಯಿತು. ಆತ ಎಷ್ಟೋ 'ವಾಹನ ಚಾಲಕರನ್ನು ತಡೆದು ನಿಲ್ಲಿಸಿದ್ದ. ಆದರೆ ಈ ಅಪರಿಚಿತ ವ್ಯಕ್ತಿಯಷ್ಟು ನ್ಯಾಯಾನ್ಯಾಯ ಬಲ್ಲವರನ್ನು ಆತ ಭೇಟಿಯಾದ್ದು ತೀರಾ ವಿರಳ. ಆತ ತನ್ನ ಕೆಲಸದ ಬಗ್ಗೆ ಕಾಳಜಿ ತೋರಿಸಿ ಬೆಂಬಲ ಕೊಟ್ಟಿದ್ದಷ್ಟೇ ಅಲ್ಲ; ಒಡ್ಡಿನ ಆ 'ಕಿರುಕುಳ ವಿಭಾಗ'ವನ್ನು ಪರೀಕ್ಷಿಸಿಯೂ ಇದ್ದ. ಆತ ನೋಡಲು ಒಬ್ಬ ರೈತನಂತಿದ್ದ, ಬಹುಶಃ ಒಂದು ಕೃಷಿ ದಳದ ನಾಯಕ. ನೀನು ಯಾರೆಂದು ನೇರವಾಗಿ ಕೇಳಲು ಜಾಂಗ್‌ಗೆ ಸಂಕೋಚವಾಗಿತ್ತು. ಅವನ ಸ್ಥಾನಮಾನಗಳ ಬಗ್ಗೆ ಚಿಕ್ಕ ಲೀಯನ್ನು ಕೇಳಿದಾಗ, ಆತ ಪ್ರಾದೇಶಿಕ ನಾಯಕ ಜಾಂಗ್ ಎಂದು ಹೇಳಿದ್ದ. ಗಡ್ಡಧಾರಿ ವ್ಯಾಂಗ್ ದೂರು ಕೊಡುತ್ತೇನೆಂದು ಬೆದರಿಸಿದ ಕಾರ್ಯದರ್ಶಿ ಜಾಂಗ್ ಇವನೇ ಇರಬಹುದೇ ? ಕಾರ್ಯದರ್ಶಿ ಜಾಂಗ್ ಪೀಕಿಂಗ್‌ನಿಂದ ಹೊರಟು ಕಮ್ಯೂನ್‌ಗಳನ್ನೂ, ಹಳ್ಳಿಗಳನ್ನೂ ಸಂದರ್ಶಿಸುತ್ತಾ ಬರುತ್ತಿದ್ದಾನೆಂದು ಸುದ್ದಿ ಇತ್ತು. ಈ ಮನುಷ್ಯನೇ ಅವನಿರಬೇಕು. ಆದರೆ ಈತ ಗುದ್ದಲಿ ಮತ್ತು ಈ ಹುಲ್ಲಿನ ಮೆಟ್ಟುಗಳನ್ನು ಯಾಕೆ ಜೊತೆಗೆ ತಂದಿದ್ದಾನೆ ? ಆತ ಯಾರೇ ಇರಲಿ, ಅವರಿಗೆ ತುಂಬಾ ಕೆಲಸವಿರಬೇಕು. ಆದ್ದರಿಂದ ಇಂದು ರಾತ್ರಿ ಅವರ ಕಾರನ್ನು ತಡೆಯಬಾರದು ಎಂದು ತೆಗೆಯಲು ನಿರ್ಧರಿಸಿದ. ಕಾರನ್ನು

ತಡೆದರೆ ಅವರು ಈ ಎಲ್ಲ ವಸ್ತುಗಳನ್ನೂ ಹೊತ್ತುಕೊಂಡು ಕತ್ತಲಲ್ಲಿ ನಡೆದು ಹೋಗಬೇಕಾಗುತ್ತದೆ. ಭುಜ ಪಟ್ಟಿಗಳಿಗೆ ವಸ್ತುಗಳನ್ನು ಬಿಗಿದು ಕಟ್ಟುತ್ತಿದ್ದ ಚಿಕ್ಕ ಲೀಯ ಬಳಿ ಜಾಂಗ್ ತಿರುಗಿ ಹೋದ.

''ನಿಮಗೆ ಈಗ ಹೆಚ್ಚು ಸಮಯವಿಲ್ಲದೆ ಇರೋದರಿಂದ, ನಿಮ್ಮ ವಸ್ತುಗಳನ್ನೆಲ್ಲ ಕಾರಿನಲ್ಲಿಟ್ಟುಕೊಂಡು, ಈ ಒಡ್ಡಿನ ಮೂಲಕ ಕಾರನ್ನು ತೆಗೆದುಕೊಂಡು ಹೋಗಿ. ಒಡ್ಡಿಗೆ ಏನಾದರೂ ಆದರೆ ನಾನು ರಿಪೇರಿ ಮಾಡ್ತೇನೆ'' ಎಂದ ಜಾಂಗ್ ತ್ಸಾಯ್-ಷಿ ಕಬ್ಬಿಣದ ಪಟ್ಟಿಗೆ ಹಾಕಿದ ಬೀಗವನ್ನು ತೆಗೆಯಲು ಕೀಲಿಕೈನ್ನು ಹೊರತೆಗೆದ. ಆಗ ಟಾರ್ಚ್ ದೀಪದಲ್ಲಿ ತನ್ನ ಟಿಪ್ಪಣಿ ಪುಸ್ತಕದಲ್ಲಿ ಏನನ್ನೋ ಬರೆದುಕೊಳ್ಳುತ್ತಿದ್ದ ಇನ್ನೊಬ್ಬ ಜಾಂಗ್ ಇವನನ್ನು ತಡೆದ.

''ನಮ್ಮ ಕಾರನ್ನು ನೀನು ಬಿಡುತ್ತೀಯಾ ?''

''ಹೂಂ, ದಯವಿಟ್ಟು ನಿಮ್ಮ ಕಾರಿನಲ್ಲಿ ಕೂತುಕೊಳ್ಳಿ. ದೊಡ್ಡ ಜಾಂಗ್'' ಎಂದ.

''ಕಾನೂನಿನ ಗತಿ ?'' ಎಂದು ದೊಡ್ಡ ಜಾಂಗ್ ಗಂಭೀರವಾಗಿ ಪ್ರಶ್ನಿಸಿದ.

ಜಾಂಗ್ ತ್ಸಾಯ್‌ಗೆ ಏನು ಉತ್ತರ ಕೊಡಬೇಕೋ ತಿಳಿಯದಾಯಿತು.

''ಮುಖ್ಯ ಕಚೇರಿ ಈ ಕಾನೂನನ್ನು ಮಾಡಿದೆ ಎಂದು ನೀನು ಹೇಳಿದೆ. ಯಾರಿಗೇ ಆಗಲಿ ಈ ತಡೆಯನ್ನು ನೀನು ತೆಗೆಯಬೇಕೆಂದರೆ, ಕಚೇರಿಯ ಅನುಮತಿ ಪಡೆಯಬೇಕಲ್ಲವೇ ?'' ಅನಂತರ ಆ ಜಾಂಗ್ ತನ್ನ ಚಾಲಕನಿಗೆ ಏನೋ ಹೇಳಿದ. ತನ್ನ ಹಾಸಿಗೆ ಸುರುಳಿಯನ್ನು ಬೆನ್ನಿಗೆತ್ತಿಕೊಂಡು ಗುದ್ದಲಿಯನ್ನು ಹೆಗಲಿಗೆ ಹಾಕಿಕೊಂಡ. ತನ್ನ ಸಹಾಯಕನನ್ನು ಕರೆದು ಹೇಳಿದ, ''ಹೊರಡೋಣ. ಹನ್ನೆರಡು ಲಿ ಗಳೆಂದರೆ ಮಹಾ ಹೊತ್ತು ಹಿಡಿಯುವುದಿಲ್ಲ.''

ಕಾರಿನ ಚಾಲಕ ಮತ್ತು ಜಾಂಗ್ ತ್ಸಾಯ್‌ಗೆ ವಿದಾಯ ಹೇಳಿ ಚಿಕ್ಕ ಲೀ ದೊಡ್ಡ ಜಾಂಗ್ ಜೊತೆ ಆ ಕೆಟ್ಟ ಒಡ್ಡಿನ ಮೇಲೆ ಹೊರಟ.

ಕೆಲವು ಕಾಲದ ನಂತರ ಜಾಂಗ್ ತ್ಸಾಯ್ ಮೌನವನ್ನು ಮುರಿದು ಕೇಳಿದ. ''ದೊಡ್ಡ ಲೀ, ನೀನು ಎಲ್ಲಿಗೆ ಹೋಗ್ತೀಯಾ ?''

ಸಿಗರೇಟು ಸೇದುತ್ತಿದ್ದ ಚಾಲಕ ಸಿಗರೇಟನ್ನು ಆರಿಸಿ ತನ್ನ ಕೈ ಬೀಸಿ ''ಒಳಗೆ ಬಾ'' ಎಂದ.

''ನಾನಾ ?''

''ಹೌದೌದು. ಈ ರಾತ್ರಿ ನಿನ್ನ ಉಗ್ರಾಣದಲ್ಲಿ ನಾನು ಉಳೀತೇನೆ. ನಿನ್ನ ಹಾಸಿಗೆಯಲ್ಲೇ ನನಗೂ ಪಾಲಿರಲಿ. ನಾಳೆ ಬೆಳಗಾಗುವವರೆಗೆ ನಾನೇನು ಪಟ್ಟಣಕ್ಕೆ ಹಿಂದಿರುಗೋದಿಲ್ಲ'' ಎಂದು ಚಾಲಕ ನಕ್ಕ.

''ಒಳ್ಳೆಯದು'' ಜಾಂಗ್ ತ್ಸಾಯ್-ಷಿ ಸೆಡಾನ್‌ನಲ್ಲಿ ಕೂತಿದ್ದು ಅದೇ ಮೊದಲ ಸಲ.

* * *

ಎರಡು ದಿನಗಳ ನಂತರ ವಾಣಿಜ್ಯ ಸಂಸ್ಥೆಯ ಲಾರಿ ಆ ಒಡ್ಡಿನ ಬಳಿ ಬಂದು ನಿಂತಿತು. ಒಡ್ಡಿನ ಕಟ್ಟೆಗಳನ್ನು ಸರಿ ಮಾಡುತ್ತಿದ್ದ ಜಾಂಗ್ ತ್ಸಾಯ್-ಷಿ ಬೆಚ್ಚಿಬಿಟ್ಟ.

ಲಾರಿಯ ಚಾಲಕ ಬೇರೆ ಯಾರೂ ಅಲ್ಲ, ಅದೇ ಗಡ್ಡಧಾರಿ ವ್ಯಾಂಗ್. ''ಹಾಂ, ಹಾಂ. ನೀನು ಇಷ್ಟು ಸುಲಭವಾಗಿ ಸಿಗುತ್ತೀ ಅಂತ ನಾನೆಣಿಸಿರಲಿಲ್ಲ.''

''ಯಾಕೆ ? ಇಂದು ನಿನ್ನ ವಾಹನವನ್ನೇನೂ ನಾನು ತಡೆಯುತ್ತಿಲ್ಲವಲ್ಲ.''

ವ್ಯಾಂಗ್ ನಗುತ್ತಾ ಹೇಳಿದ; ''ನಮ್ಮ ಜಗಳ ಮರೆತುಬಿಡೋಣ. ಇದನ್ನು ಎಲ್ಲಿ ಇಳಿಸಬೇಕು, ಹೇಳು.''

ಕತ್ತೆತ್ತಿನೋಡಿದಾಗ ಒಂದು ಲಾರಿ ತುಂಬ ಮರಳು, ಜಲ್ಲಿ ತುಂಬಿದ್ದುದು ಜಾಂಗ್‌ಗೆ ಕಾಣಿಸಿತು.

ಇದು ನಿಜವೇ ಎಂದು ನಂಬಲು ಆಗದೇ ಜಾಂಗ್ ಕೇಳಿದ : ''ನಿನ್ನ ಹುಚ್ಚಾಟಗಳನ್ನೆಲ್ಲ ನಿಲ್ಲಿಸು, ಅದು ನಿಮ್ಮ ಸಂಸ್ಥೆಯ ಯೋಜನೆಗಾಗಿ ಅಲ್ಲವೇ ?''

ಹಾಗೆ ಹೇಳಿ ತನ್ನ ಕೆಲಸದಲ್ಲಿ ಮತ್ತೆ ನಿರತನಾದ.

ವ್ಯಾಂಗ್ ತನ್ನ ಕೈಗವಸುಗಳನ್ನು ತೆಗೆದು, ಮುಖ ಒರೆಸಿಕೊಳ್ಳುತ್ತ ಹೇಳಿದ : ''ನಿಜ, ಕೃಷಿ ಸಲಕರಣೆ ಸರಬರಾಜು ಮಾಡುವುದರಲ್ಲಿ ನಮಗೆ ಬಿಡುವಿಲ್ಲದಿರುವಾಗ ನಿನ್ನ ಜೊತೆ ತಮಾಷೆ ಮಾಡಲು ವೇಳೆಯಾದರೂ ಎಲ್ಲಿದೆ? ನನ್ನ ಲಾರಿ ಖಾಲಿಯಾಗಿ ಹಿಂದಿರುಗೋದು ಕಾರ್ಯದರ್ಶಿ ಜಾಂಗ್‌ಗೆ ಇಷ್ಟವಿಲ್ಲ. ಆದ್ದರಿಂದ ಇಗೋ ನಾನಿಲ್ಲಿದ್ದೇನೆ.''

ಕಣ್ಣು ಹೊಳೆಸುತ್ತಾ ಜಾಂಗ್ ಪ್ರಶ್ನಿಸಿದ.

''ಅವರಿಗೇ ಅಲ್ಲವೇ ನೀನು ನನ್ನ ಬಗ್ಗೆ ದೂರು ಕೊಡುತ್ತೇನೆ ಎಂದಿದ್ದು?''

ವ್ಯಾಂಗ್‌ಗೆ ಪೇಚಾಟಕ್ಕಿಟ್ಟುಕೊಂಡಿತು. ''ಬೇಗ ಹೇಳು, ಇದನ್ನು ಎಲ್ಲಿ ಇಳಿಸಲಿ? ನಾನು ಇದನ್ನು ಇಳಿಸಿ ಪೇಟೆಗೆ ಹೋಗಿ ಬುಟ್ಟಿಗಳನ್ನು ತರಬೇಕು'' ಎಂದ.

''ಇದು ಸ್ಟೋನ್‌ಗೋರ್ಜ್‌ನಿಂದ ಬಂದಿದ್ದಾ?'' ಎಂದು ಜಾಂಗ್ ಕೇಳಿದ. ಆತನಿಗ ದೊಡ್ಡ ಜಾಂಗ್‌ನ ನೆನಪಾಯಿತು.

''ಹೌದು. ಪೀಕಿಂಗ್‌ನಿಂದ ಬಂದ ಮೇಲೆ ಕಾರ್ಯದರ್ಶಿ ಜಾಂಗ್ 'ತಾಚಾಯಿಯಿಂದ ಕಲಿಕೆ' ಚಳುವಳಿಯ ನಾಯಕತ್ವ ವಹಿಸಿರುವುದು ನಿನಗೆ ತಿಳಿಯದೆ? ಸಂಜೆ ಹೊತ್ತು ಕಾರ್ಯದರ್ಶಿಯವರು 'ನಾಲ್ವರ ಕೂಟ'ವನ್ನು ಖಂಡಿಸ್ತಾರೆ. ಹಗಲು ಅವರು ಜನರ ಜೊತೆ, ಕಾಳು ಮತ್ತು ಹತ್ತಿ ಬೆಳೆಗೆ ಭೂಮಿಯನ್ನು ಸಮತಟ್ಟು ಮಾಡುವ ಕೆಲಸದಲ್ಲಿ ನಿರತರಾಗಿರುತ್ತಾರೆ. ಅವರು ತಮ್ಮ ಭೂಮಿಯಿಂದ ಮರಳು ಮತ್ತು ಕಲ್ಲನ್ನು ತೆಗೆದು ನಿನ್ನ ಒಡ್ಡಿಗೆ ಕಳಿಸಲು ನಿರ್ಧರಿಸಿದ್ದಾರೆ. ಆದ್ದರಿಂದ ಪೂರ್ವಕ್ಕೆ ಬರುವ ಖಾಲಿ ಲಾರಿ ಚಾಲಕರಿಗೆ ಮರಳು ಮತ್ತು ಕಲ್ಲನ್ನು ಒಯ್ದು ನಿನಗೆ ಮುಟ್ಟಿಸಲು ತಿಳಿಸಿದ್ದಾರೆ.''

ಜಾಂಗ್ ಸಂತೋಷದಿಂದ ಹಲ್ಲು ಕಿರಿದು ಕೈತಟ್ಟಿ ಹೇಳಿದ - ''ಆ ಪ್ರಾದೇಶಿಕ ಪಕ್ಷದ ಕಾರ್ಯದರ್ಶಿ ಜಾಂಗ್ ನಾನು ಈ ಮುಂಚೆ ಭೇಟಿಯಾದ ತೆಳ್ಳಗಿರುವ ವ್ಯಕ್ತಿಯಲ್ಲವೇ ?''

''ಹೌದು. ಹೌದು, ಅವರಿಗೆ ನಿನ್ನ ವಿಷಯವೆಲ್ಲಾ ಗೊತ್ತು. ಆದರೆ ನೋಡು, ಇದನ್ನು ಎಲ್ಲಿ ಸುರಿಯಲಿ? ಸ್ವಲ್ಪ ಹೊತ್ತಿನಲ್ಲೇ ಬೇರೆ ಲಾರಿಗಳು ಬರುತ್ತವೆ. ಈ ವಿಭಾಗದ ಒಡ್ಡಿಗೆ ಸುಮಾರು 80 ಲಾರಿ ಮರಳು, ಜಲ್ಲಿ ಬೇಕಾಗ್ತವೇಂತ ಜಾಂಗ್ ಹೇಳಿದರು.''

''ಅದು ನಿಜ. ಆ ರಾತ್ರಿ ಈ ವಿಭಾಗವನ್ನು ಪರೀಕ್ಷಿಸಲು ನಾನೇ ಕರೆದೊಯ್ದಿದ್ದೆ. ನಿನ್ನ ಲೋಡನ್ನು ಅಲ್ಲಿ ಇಳಿಸು.''

ಜಾಂಗ್‌ನ ಕಣ್ಣುಗಳು ಒದ್ದೆಯಾಗಿದ್ದವು. ಜಾಂಗ್ ಮತ್ತು ವ್ಯಾಂಗ್ ಲಾರಿಯನ್ನೇರಿ, ಅದರ ಹಿಂದಿನ ತಡಿಕೆಯನ್ನು ತೆಗೆದು ಮರಳು ಮತ್ತು ಜಲ್ಲಿಯನ್ನು ಹೊರಗೆಳೆದು ಹಾಕಲು ಶುರು ಮಾಡಿದರು. ಆಗ, ಅದನ್ನೆಲ್ಲಾ ಒಂದೇ ಕಡೆ ಸುರಿದರೆ, ಮುಂದೆ ಜಾಂಗ್‌ಗೆ ಕೆಲಸದ ಹೊರೆ ತುಂಬಾ ಆಗುತ್ತದೆ. ಅದಕ್ಕಾಗಿ ತಾನು ನಿಧಾನವಾಗಿ ಲಾರಿಯನ್ನು ಚಲಿಸುತ್ತಾ ಹೋದಂತೆ, ಜಾಂಗ್ ಮರಳು ಜಲ್ಲಿಯನ್ನು ಎಳೆದುಹಾಕಬಹುದು ಎಂದು ವ್ಯಾಂಗ್ ಸಲಹೆ ಮಾಡಿದ. ವ್ಯಾಂಗ್‌ನ ವಿವೇಕಕ್ಕೆ ಜಾಂಗ್ ಚಕಿತನಾದ. ಅವನೊಡನೆ ಹಿಂದೆ ಜಗಳವಾಡಿದ ಬಗ್ಗೆ ಅವನಿಗೆ ವಿಷಾದವೆನಿಸಿತು.

ಲಾರಿಯಾದ ಮೇಲೆ ಲಾರಿಗಳಲ್ಲಿ ಮರಳು ಮತ್ತು ಜಲ್ಲಿ ಬಂದುಬಿದ್ದವು. ಈಗ ಈ ಕಿರುಕುಳ

ಕೊಡುವ ಒಡ್ಡಿನ ವಿಭಾಗ ಸರಿ ಹೋಗಿ ಅದನ್ನು ಒಳ್ಳೆಯ ರಸ್ತೆಗೆ ಹೋಲಿಸಬಹುದಾಗಿತ್ತು. ಎಂಥ ಹವಾಮಾನವೇ ಇರಲಿ, ನೀರು ಸರಿಯಾಗಿ ಹರಿದು ಹೋಗಿಬಿಡುತ್ತದೆ. ಹೊಸ ಕಾರ್ಯದರ್ಶಿಯ ಬಗ್ಗೆ ಜಾಂಗ್ ತುಂಬ ಕೃತಜ್ಞನಾದ. ಸ್ಟೋನ್‌ಗೋರ್ಜ್‌ಗೆ ಹೋಗಿ ಆತನನ್ನು ಒಮ್ಮೆ ಭೇಟಿ ಮಾಡಬೇಕೆಂದು ಆತ ನಿರ್ಧರಿಸಿದ. ಒಂದು ದಿನ ಆತ ಅಲ್ಲಿಗೆ ಹೋದ. ಅಲ್ಲಿ ಅದ್ಭುತ ಮಾರ್ಪಾಡು ಆಗುತ್ತಿರುವುದನ್ನು ಕಂಡ. ಕೇವಲ ಎರಡು ವಾರದ ಹಿಂದೆ ಒಡ್ಡಿನ ದಾರಿಯ ಉದ್ದಕ್ಕೂ ಮರಳಿನ ದಿಬ್ಬಗಳು ಬಿಸಿಲಿನಲ್ಲಿ ಹೊಳೆಯುತ್ತಿದ್ದವು. ಗಾಳಿ ಬೀಸಿದಾಗ ಮರಳು ಜನರ ಕಣ್ಣಿಗೆ ತೂರುತ್ತಿತ್ತು. ಮಳೆಗಾಲದಲ್ಲಿ ನೀರಿನಿಂದ ಕೊಚ್ಚಿಹೋದ ಮರಳು ಬೆಳೆಯನ್ನು ಹಾಳು ಮಾಡುತ್ತಿದ್ದವು. ಈಗ ಆ ದಿಬ್ಬಗಳು ರಣರಂಗದಂತೆ ಕಾಣುತ್ತಿದ್ದವು. ಮನುಷ್ಯರು ಪ್ರಕೃತಿಯನ್ನೇ ಪರಿವರ್ತಿಸುತ್ತಿದ್ದರು. ಎಲ್ಲೆಲ್ಲೂ ಕೆಂಪು ಘೋಷಣಾ ಫಟಕಗಳು, ಬಾವುಟಗಳು ಹಾರಾಡುತ್ತಿದ್ದವು. 'ನಾಲ್ವರ ಕೂಟ'ವನ್ನು ಖಂಡಿಸುವ ಘೋಷಣೆಗಳು ಎಲ್ಲೆಲ್ಲೂ ಕಾಣುತ್ತಿದ್ದವು. ಎಲ್ಲ ಕಡೆ ರೈತರು ತಮ್ಮ ಗುದ್ದಲಿ, ಪಿಕಾಸಿಗಳಿಂದ ಅಗೆಯುತ್ತಿದ್ದರು. ಎಲ್ಲೆಲ್ಲೂ ಕಾರ್ಮಿಕರ ತಂಡ. ರಸ್ತೆ, ಅಣೆಕಟ್ಟೆ, ಒಡ್ಡುಗಳನ್ನು ಕಟ್ಟಲು ಮರಳುದಿಬ್ಬ ಮತ್ತು ಕಲ್ಲುಬಂಡೆಗಳನ್ನು ಟ್ರಾಕ್ಟರು, ಬುಲ್‌ಡೋಜರ್‌ಗಳು ತೆಗೆಯುತ್ತಿದ್ದವು. ಆದರೆ ಕಾರ್ಯದರ್ಶಿ ಜಾಂಗ್ ಎಲ್ಲಿದ್ದಾರೆ ? ಅವರನ್ನು ಅಂದು ರಾತ್ರಿ ಭೇಟಿ ಯಾಗಿದ್ದಾಗ, ಅವರೊಬ್ಬ ತೆಳ್ಳಗಿನ, ಮಧ್ಯವಯಸ್ಸಿನ, ಭಾರವಾದ ಧ್ವನಿಯ ವ್ಯಕ್ತಿ ಎಂದಷ್ಟೇ ಜಾಂಗ್ ಗಮನಿಸಿದ್ದ. ಅವರ ಮುಖ ಲಕ್ಷಣಗಳನ್ನು ಆತ ಅಷ್ಟಾಗಿ ಲಕ್ಷಿಸಿರಲಿಲ್ಲ. ಅಲ್ಲಿ ಇಲ್ಲಿ ವಿಚಾರಿಸಿದಾಗ ಅವರು ಪೂರ್ವ ದಿಕ್ಕಿನಲ್ಲಿ ಒಂದು ಹೊಲವನ್ನು ಸಮತಟ್ಟು ಮಾಡುವ ಕೆಲಸದಲ್ಲಿದ್ದಾರೆಂದು ಒಬ್ಬ ಹೇಳಿದ. ಇನ್ನೂ ಒಬ್ಬ ಅವರು ಮುಖ್ಯ ಕಚೇರಿಯಲ್ಲಿ ಒಂದು ಸಭೆ ನಡೆಸುತ್ತಿದ್ದಾರೆಂದ.

ಅಲ್ಲೇ ಹತ್ತಿರದಲ್ಲಿದ್ದ ಒಬ್ಬ ರೈತನ ಮನೆಯಲ್ಲೇ ಇರುವ ಕಚೇರಿಗೆ ಹೋಗಲು ಜಾಂಗ್ ನಿರ್ಧರಿಸಿದ. ಆತ ಕಚೇರಿಯನ್ನು ಪ್ರವೇಶಿಸಿದಾಗ ಫೀಲ್ಡ್ ಟೆಲಿಫೋನ್, ನಕಲು ತೆಗೆಯುವ ಯಂತ್ರ ಮೇಜಿನ ಮೇಲಿದ್ದುದು ಕಾಣಿಸಿತು. ಒಂದು ಹಾಸಿಗೆ ಮತ್ತು ಹಾಸಿಗೆ ಸುರುಳಿ. ಅವುಗಳನ್ನು ನೋಡಿ ದೊಡ್ಡ ಚಾಂಗ್‌ನ ಭೇಟಿಯ ನೆನಪು ಜಾಂಗ್‌ನಲ್ಲಿ ಮರುಕಳಿಸಿತು. ಒಂದು ಇಳಿಜಾರು ಮೇಜಿನ ಮೇಲೆ 'ನಾಲ್ವರ ಕೂಟ'ವನ್ನು ಟೀಕಿಸುವ ನಕಲು ತೆಗೆದ ಕರಪತ್ರಗಳ ಕಟ್ಟು. ಓದಲು ಒಂದು ಕರಪತ್ರವನ್ನು ಇನ್ನೇನು ತೆಗೆದುಕೊಳ್ಳಬೇಕು ಎನ್ನುವಷ್ಟರಲ್ಲಿ ಚಿಕ್ಕ ಲೀ ಪ್ರವೇಶಿಸಿದ. ಬಯಲಿನಲ್ಲಿ ಕೆಲಸ ಮಾಡಿ ಕಂದುಬಣ್ಣಕ್ಕೆ ತಿರುಗಿದ ಚರ್ಮದ ಈ ತರುಣ ನಗುತ್ತ ಒಳಗೆ ಬಂದು ಜಾಂಗ್‌ನ ಕೈಕುಲುಕಿದ.

''ನಿನ್ನ ತೊಂದರೆ ಕೊಡುವ ಒಡ್ಡು ಈಗ ತೊಂದರೆ ಕೊಡುತ್ತಿರಲಿಕ್ಕಿಲ್ಲ, ಅಲ್ಲವೇ ?'' ಎಂದು ನಗುತ್ತಾ ಆತ ಕೇಳಿದ. 'ತಾಚಾಯಿಯಿಂದ ಬೇಸಾಯದ ಕಲಿಕೆ' ಚಳವಳಿಯಲ್ಲಿ ರಕ್ಷಣೆಯ ಮಂಚೂಣಿಯಾಗಿರುವುದರ ಬಗ್ಗೆ ಕಾರ್ಯದರ್ಶಿ ಜಾಂಗ್‌ಗೆ ಯಾವಾಗಲೂ ಕಾಳಜಿ. ನಿನ್ನನ್ನು ನೋಡಬೇಕೂಂತ ಅವರು ಹೇಳುತ್ತಿದ್ದರು.''

''ಅವರ ಸಹಾಯಕ್ಕೆ ನಾನು ತುಂಬಾ ಕೃತಜ್ಞ'' ಎಂದ ಜಾಂಗ್. ''ಆ ಒಡ್ಡಿನ ತೊಂದರೆ ಕೊಡುವ ವಿಭಾಗದ ಮೇಲೆ ಮರಳು, ಜಲ್ಲಿ ಹಾಕಿ ಸರಿಮಾಡಲಾಗಿದೆ. ಈಗ ನಿಮ್ಮ ಕಾರು ಯಾವ ಹೊತ್ತಿನಲ್ಲಿ ಬೇಕಾದರೂ ಅದರ ಮೇಲೆ ಹಾದುಹೋಗಬಹುದು.'' ಇದನ್ನು ಹೇಳುತ್ತಿರುವಾಗ ಜಾಂಗ್ ಚಿಕ್ಕ ಲೀಯ ಮುಖವನ್ನು ನೆಟ್ಟ ನೋಟದಿಂದ ನೋಡಿದ. ''ನಾವು ಭೇಟಿಯಾಗಿ ಎರಡು ವಾರಗಳಷ್ಟೇ ಆಗಿವೆ. ಆದರೆ ನಿನ್ನ ಪರಿಚಯ ಸಿಗದಷ್ಟು ನೀನು ಬಿಸಿಲಿನಲ್ಲಿ ಬೆಂದು ಹೋಗಿದ್ದೀಯೆ.''

ಜಾಂಗ್‌ಗೆ ಒಂದು ಬಟ್ಟಲು ನೀರು ಬಗ್ಗಿಸಿಕೊಟ್ಟು ಚಿಕ್ಕ ಲೀ ಕರಪತ್ರಗಳನ್ನು ಎತ್ತಿಕೊಂಡು ಹೇಳಿದ:

''ದಯವಿಟ್ಟು ನೀನು ವಿಶ್ರಾಂತಿ ತಗೋ. ಇದನ್ನು ಕೊಟ್ಟು ಬಿಟ್ಟು ಕೂಡಲೇ ಬರುತ್ತೇನೆ.''

''ಇಲ್ಲ. ನನಗೇನೂ ಸುಸ್ತಾಗಿಲ್ಲ. ಕಾರ್ಯದರ್ಶಿ ಜಾಂಗ್‌ರನ್ನು ನಾನು ನೋಡಬೇಕು. ಅವರೆಲ್ಲಿ ಇದ್ದಾರೆ ?''

''ಯಾಕಿಷ್ಟು ಅವಸರ ? ಆಯ್ತು ಬಾ ನನ್ನ ಜತೆ.''

ಭೂಮಿಯನ್ನು ಸಮತಟ್ಟು ಮಾಡುತ್ತಿದ್ದ ಒಂದು ಜಾಗಕ್ಕೆ ಬಂದ ಕೂಡಲೇ ಮಣ್ಣು ಸಾಗಿಸುವ ರೈತರ ಜತೆ ಕೆಲಸ ಮಾಡುತ್ತಿದ್ದ, ಹುಲ್ಲಿನ ಮೆಟ್ಟು ಧರಿಸಿದ, ಏಪ್ರನ್ ಕಟ್ಟಿಕೊಂಡಿದ್ದ ಕೃಶಕಾಯದ ಒಬ್ಬ ವ್ಯಕ್ತಿಯನ್ನು ಚಿಕ್ಕ ಲೀ ಕರೆದ.

''ನೀವು ಯಾವಾಗಲೂ ಹೇಳುತಿದ್ದ ಜಾಂಗ್ ನಿಮ್ಮನ್ನು ನೋಡಲು ಬಂದಿದ್ದಾನೆ.''

ಕಾರ್ಯದರ್ಶಿ ಜಾಂಗ್ ತಕ್ಷಣ ಮಣ್ಣಿನ ಬುಟ್ಟಿಯನ್ನು ಒಯ್ದು ಒಂದು ಜಾಗದಲ್ಲಿ ಮಣ್ಣನ್ನು ಸುರಿದು ತಿರುವಿ ನೋಡಿದ. ಅವನ ಪಕ್ಕದಲ್ಲಿ ಜಾಂಗ್ ತ್ಸಾಯ್-ಷಿ ನಿಂತಿದ್ದ.

''ರೈತರ ಜೊತೆ ನೀವೂ ಬಿಡುವಿಲ್ಲದೆ ಕೆಲಸ ಮಾಡುತ್ತಿದ್ದೀರಿ ಕಾರ್ಯದರ್ಶಿಗಳೇ'' ಎಂದು ಜಾಂಗ್ ಉದ್ಗರಿಸಿದ.

ಹೊಸ ಕಾರ್ಯದರ್ಶಿ ಜಾಂಗ್‌ನ ಕೈಯನ್ನು ತನ್ನ ಕೈಯಲ್ಲಿ ಭದ್ರವಾಗಿ ಹಿಡಿದುಕೊಂಡು, ಅವನ ಭುಜದ ಮೇಲೆ ತಮಾಷೆಯಾಗಿ ಒಂದು ಏಟು ಹಾಕಿದ. ''ಕಾಮ್ರೇಡ್ ಜಾಂಗ್ ನಾನು ನಿನ್ನ ಬಗ್ಗೆಯೇ ಯೋಚಿಸುತ್ತಿದ್ದೆ'' ಎಂದು ಹೇಳಿ, ಜಾಂಗ್‌ಗೆ ಒಂದು ಸಿಗರೇಟು ಕೊಟ್ಟು, ತಾನೂ ಒಂದನ್ನು ಹತ್ತಿಸಿಕೊಂಡ. ''ನಿನ್ನ ಕೆಲಸ ತುಂಬಾ ಮಹತ್ವದ್ದು. ನಿನ್ನ ಒಡ್ಡು ಗಟ್ಟಿಯಾಗಿಲ್ಲದಿದ್ದರೆ ಅಥವಾ ನಿನ್ನ ಕೆಲಸವನ್ನು ನೀನು ಸರಿಯಾಗಿ ಮಾಡದಿದ್ದರೆ, ನಮ್ಮ ಹೊಲಗಳನ್ನು ಫಲವತ್ತಾದ ಭೂಮಿಯನ್ನಾಗಿ ನಾವು ಪರಿವರ್ತಿಸಿದರೂ ಅವು ತಾಚಾಯಿ ರೀತಿ ಆಗುವುದಿಲ್ಲ ಅಲ್ಲವೇ ?''

''ನಿಜ, ಈಗ ಆ ಒಡ್ಡು ಗಟ್ಟಿಮುಟ್ಟಾಗಿದೆ. ಅದು ಸುಲಭಕ್ಕೆ ಒಡೆಯುವುದಿಲ್ಲ.''

''ತುಂಬಾ ಒಳ್ಳೆಯದಾಯಿತು'' ಎಂದ ಕಾರ್ಯದರ್ಶಿ ಸಂತೋಷದಿಂದ. ''ಒಡ್ಡುಗಳನ್ನು ಸರಿಯಾಗಿ ನೋಡಿಕೊಳ್ಳೋದು ಹೇಗೆ ಎಂಬ ಬಗ್ಗೆ ತಾಚಾಯಿ ಮನೋಧರ್ಮದ ಕುರಿತು ನಿನ್ನೊಡನೆ ಮಾತಾಡಲು ಬರಬೇಕೆಂದು ನಾನು ಸಮಯಾವಕಾಶಕ್ಕಾಗಿ ಕಾಯುತ್ತಿದ್ದೆ. ಇದ್ದಕ್ಕಿದ್ದ ಹಾಗೆ ಕಾರ್ಯದರ್ಶಿ ಜಾಂಗ್‌ಗೆ ಟೆಲಿಫೋನ್ ಕರೆ ಇದೆ ಅಂತ ಧ್ವನಿವರ್ಧಕದಲ್ಲಿ ಸಾರಿದ್ದು ಕೇಳಿಸಿತು.

''ನಾವು ಒಟ್ಟಿಗೆ ಅಲ್ಲಿಗೆ ಹೋಗೋಣ. ಹೋಗುತ್ತಾ ಮಾತಾಡೋಣ.''

ಜಾಂಗ್ ಹೆಸರಿನ ಇಬ್ಬರೂ, ಕೆಲಸಗಾರರ ನಡುವೆ ಜಾಗ ಮಾಡಿಕೊಳ್ಳುತ್ತಾ ಮುಖ್ಯ ಕಚೇರಿಯತ್ತ ಹೆಜ್ಜೆ ಹಾಕಿದರು.

ಜಪಾನ್

ಹಡಗು ಕಟ್ಟೆ

ಉದ್ದ, ಎಷ್ಟೊಂದು ಉದ್ದ... ಈ ಹಡಗು ಕಟ್ಟೆ...

ಅದೊಂದು ಉಕ್ಕಿನ ಸೇತುವೆ. ಮಕ್ಕಳು ನುಡಿಸುವ ಕ್ಸೈಲೋಫೋನ್ ವಾದ್ಯದ ಕಂಬಿಗಳಂತಿರುವ ಅದರ ಉದ್ದನೆಯ ಮತ್ತು ಗಿಡ್ಡನೆಯ ಅಡ್ಡ ಕಂಬಿಗಳ ಮೇಲೆ ನಾಲ್ಕು ರೈಲು ಮಾರ್ಗಗಳ ರೈಲು ಹಳಿಗಳು ನೇರವಾಗಿ, ಓರೆಯಾಗಿ ಹಾದುಹೋಗುತ್ತವೆ. ಬೂಟುಗಳ ಹಿಮ್ಮಡಿ ಸಿಕ್ಕಿಕೊಳ್ಳಬಹುದಾದಂಥ ಅಡ್ಡ ಕಂಬಿಗಳ ಬಿರುಕಿನಲ್ಲಿ ಅಲ್ಲಿ, ಇಲ್ಲಿ ಕೆಳಗಿನ ನೀರಿನ ಅಲೆಗಳು ಕಾಣುತ್ತವೆ. ಆಗೊಮ್ಮೆ ಈಗೊಮ್ಮೆ ಸೂರ್ಯರಶ್ಮಿ ಬಿದ್ದು ಅವು ಬೆಳ್ಳಗೆ ಹೊಳೆಯುತ್ತವೆ.

ಆಕಾಶ ಅಚ್ಚ ನೀಲಿ ಬಣ್ಣಕ್ಕೆ ತಿರುಗಿತ್ತು. ಇಂದೇ ಪ್ರಯಾಣ ಮಾಡುವ ಗಂಡನ ಜತೆ ಟ್ರೇನಿನೊಳಗೆ ಕೂತ ಆಕೆ ಹೊರಗೆ ಗಾಳಿ ಬೀಸುತ್ತಿದೆಯೆಂದು ಯೋಚಿಸಲಿಲ್ಲ.

ಯೋಕೋಹಾಮಾ ನಿಲ್ದಾಣದಿಂದ ಇಲ್ಲಿಯ ತನಕ ಬಂದ ಜಿನ್‌ರಿಕಿಷಾದಿಂದ ಇಳಿದು ಹಡಗು ಕಟ್ಟೆಯ ಮೇಲೆ ನಿಂತಾಗ, ಮಾರ್ಚ್ ಐದರ ಗಾಳಿ ಚರ್ಮವನ್ನು ಚುಚ್ಚುವಂತೆ ಇನ್ನೂ ಬೀಸುತ್ತಿರುವುದು ಅವಳಿಗೆ ಗೊತ್ತಾಯಿತು. ಗಾಳಿಯಲ್ಲಿ ಅವಳ ಆಜುಮಾ ಕೋಟಿನ ಕೆಳಹೊದಿಕೆ ಪಟಪಟನೆ ಬಡಿದುಕೊಳ್ಳುತ್ತಿತ್ತು.

ಆಕೆ ಮೈಮೇಲೆ ಸಡಿಲವಾಗಿ ತೊಟ್ಟ ಬೆಳ್ಳಿಯ ಬಿಳುಪಿನ ಆ ಕೋಟಿನಿಂದ ಮುಚ್ಚಲ್ಪಟ್ಟಿರುವ ಆಕೆಯ ಹೊಟ್ಟೆಯಲ್ಲಿ ಇಂದು ಪ್ರಯಾಣ ಹೊರಡಲಿರುವ ತನ್ನ ಗಂಡನ ಮಗುವಿದೆ. ಇಂದಿನಿಂದ, ಅಂದರೆ ಆತ ಹೊರಡಲಿರುವ ಈ ದಿನದಿಂದ ಹೆರಿಗೆಯ ಸಮಯಕ್ಕೆ ತುಂಬಾ ದೂರವಿಲ್ಲ.

ಸೊಕುಹಸ್ತು ಮಾದರಿಯ ಕೇಶಾಲಂಕಾರ ಮಾಡಿಕೊಂಡು ಬಂದಿದ್ದಾಳೆ. ಬಿಳಿ ಉಷ್ಟ್ರಪಕ್ಷಿಯ ತುಪ್ಪಳದಿಂದ ಮಾಡಿದ ಕೊರಳ ಬಟ್ಟೆ. ಗೊಂಡೆಗಳಿರುವ ತಿಳಿಹಸಿರು ಬಣ್ಣದ ಛತ್ರಿಯನ್ನು ಹಿಡಿದುಕೊಂಡು ಅವಳು ನಾಲ್ಕು ಅಥವಾ ಐದು ಮಂದಿ ಸೇವಕಿಯರ ಮಧ್ಯೆ ನಡೆಯುತ್ತಾ ಹೋದಳು.

ಉದ್ದ, ಎಷ್ಟೊಂದು ಉದ್ದ ಈ ಹಡಗುಕಟ್ಟೆ...

ಹಡಗುಕಟ್ಟೆಯ ಎಡಕ್ಕೆ, ಬಲಕ್ಕೆ ದೊಡ್ಡ ದೊಡ್ಡ ಹಡಗುಗಳು

ಲಂಗರು ಹಾಕಿ ನಿಂತಿವೆ. ಕೆಲವು ಹಡಗುಗಳಿಗೆ ಕಪ್ಪು, ಕೆಲವಕ್ಕೆ ಬಿಳಿ ಬಣ್ಣ ಹಾಕಿದ್ದಾರೆ.

ಲಂಗರು ಹಾಕಿದ ಹಡಗುಗಳು ಗಾಳಿಗೆ ತಡೆಯಾಗಿವೆ. ಹಡಗುಗಳಿರುವ ಜಾಗದಿಂದ ಆಕೆ ಕದಲಿದಾಗೆಲ್ಲ ರಪ್ಪನೆ ಗಾಳಿ ಬೀಸಿ ಅವಳ ಆಜುಮಾ ಕೋಟಿನ ಕೆಳ ಮೈ ಪಟಪಟ ಬಡಿದುಕೊಳ್ಳುತ್ತದೆ.

ಎರಡು ವರ್ಷದ ಕೆಳಗೆ, ವಿಶ್ವವಿದ್ಯಾನಿಲಯದಿಂದ ಸಾಹಿತ್ಯದಲ್ಲಿ ಪದವಿ ಪಡೆದ ಕೂಡಲೇ, ಅವಳ ಗಂಡ, ಕೌಂಟ್ ಅವಳನ್ನು ಮದುವೆಯಾಗಿದ್ದ. ಹಿಂದಿನ ವರ್ಷ ಅವಳು ತನ್ನ ಮೊದಲ ಮಗುವಿಗೆ, ರತ್ನದಂತಹ ರಾಜಕುಮಾರಿಗೆ, ಜನ್ಮವಿತ್ತಿದ್ದಳು. ವರ್ಷದ ಕೊನೆಯಲ್ಲಿ ಅವಳ ಗಂಡ ಆಸ್ಥಾನದಲ್ಲಿ ಸಮಾರಂಭಗಳ ಮೇಲುಸ್ತುವಾರಿ ನೋಡಿಕೊಳ್ಳುವ ಅಧಿಕಾರಿಯಾದ. ಈಗ ಅಧಿಕೃತ ಕೆಲಸದ ಮೇಲೆ ಆತ ಲಂಡನ್ನಿಗೆ ಪ್ರಯಾಣ ಹೊರಟಿದ್ದಾನೆ.

ಹೊಸದಾಗಿ ಹೊಲಿದ ಬೂದು ಬಣ್ಣದ ಓವರ್‌ಕೋಟ್ ಧರಿಸಿ ಕಮಾನಾಗಿ ಬಗ್ಗಿದ ಹಿಡಿಕೆಯ ಬೆತ್ತವನ್ನು ತಿರುಗಿಸುತ್ತಾ ಅವಳ ಗಂಡ ಹಡಗು ಕಟ್ಟೆಯ ಮೇಲೆ ಶೀಘ್ರಗತಿಯಲ್ಲಿ ನಡೆಯುತ್ತಿದ್ದಾನೆ. ಅವನಿಗಿಂತ ಕೊಂಚ ಎತ್ತರವಿರುವ, ಅವನ ಜತೆಯೇ ಲಂಡನ್ನಿಗೆ ಹೊರಟ, ಅದೇ ರೀತಿಯ ಬಣ್ಣದ ಸೂಟು ಧರಿಸಿದ ವೈಕೌಂಟ್ ಕೂಡಾ ಅವನ ಪಕ್ಕದಲ್ಲಿ ಅಷ್ಟೇ ಶೀಘ್ರಗತಿಯಲ್ಲಿ ನಡೆಯುತ್ತಿದ್ದಾನೆ.

ಅವಳ ಗಂಡ ವಿದೇಶಕ್ಕೆ ಪ್ರಯಾಣ ಮಾಡಲಿರುವ ಫ್ರೆಂಚ್ ಹಡಗು, ಹಡಗು ಕಟ್ಟೆಯ ಬಲಬದಿಯ ತುಟ್ಟತುದಿಯಲ್ಲಿ ಲಂಗರು ಹಾಕಿ ನಿಂತಿತ್ತು.

ಟ್ರಾಲಿಯ ತಂತಿಗಳನ್ನು ರಿಪೇರಿ ಮಾಡಲು ಉಪಯೋಗಿಸುವಂಥ ಒಂದು ಸ್ಟೂಲನ್ನು ಹಡಗು ಕಟ್ಟೆಯ ಮೇಲೆ ಸ್ಥಾಪಿಸಿದ್ದರು. ಅದರಿಂದ ಹಡಗಿನ ಕಟಕಟೆಗೆ ಒಂದು ಹಲಗೆಯನ್ನು ಹಾಕಲಾಗಿದೆ.

ನಿಧಾನವಾಗಿ ನಡೆಯುತ್ತಾ ತನ್ನ ಗಂಡ ಮತ್ತು ಅವನ ಸಂಗಡಿಗ ವೈಕೌಂಟ್ ಆ ಹಲಗೆಯ ಮೇಲೆ ನಡೆದು ಹಡಗಿನೊಳಕ್ಕೆ ಹೋದದ್ದು ಅವಳಿಗೆ ಕಾಣಿಸಿತು.

ಅವರನ್ನು ನೋಡಿಕೊಳ್ಳುವ ಜನರ ಗುಂಪು ಹಡಗು ಕಟ್ಟೆಯ ಮೇಲೆ ಅಲ್ಲಿ ಇಲ್ಲಿ ನಿಂತಿದ್ದಾರೆ. ಹೆಚ್ಚು ಕಡಿಮೆ ಅವರೆಲ್ಲರೂ ಅವಳ ಗಂಡ ಮತ್ತು ವೈಕೌಂಟ್‌ನನ್ನು ಬೀಳ್ಕೊಡಲು ಬಂದವರು. ಬಹುಶಃ ಈ ಹಡಗಿನಲ್ಲಿ ಹೊರಟ ಇನ್ನು ಯಾವ ಪ್ರಯಾಣಿಕರೂ ಇವರಷ್ಟು ಪ್ರಮುಖರಿರಲಿಕ್ಕಿಲ್ಲ. ಇವರನ್ನು ನೋಡುವಷ್ಟು ಜನ ಬೇರೆಯವರ ಪಾಲಿಗೆ ಇರಲಿಕ್ಕಿಲ್ಲ.

ಕಟಕಟೆಗೆ ಹಾಕಿದ ಹಲಗೆಯನ್ನು ಹೊತ್ತ ಸ್ಟೂಲಿನ ಬುಡದ ಬಳಿ ಕೆಲವರು ಹೋಗುತ್ತಾರೆ. ಅಲ್ಲಿ ತಮ್ಮ ಸಂಗಡಿಗರಿಗಾಗಿ ಕಾಯುತ್ತಾರೆ. ಇನ್ನು ಕೆಲವರು ಸ್ಟೂಲಿಗಿಂತ ಸ್ವಲ್ಪ ಮುಂದೆ, ಮರದ ಕೊರಡು ಮತ್ತು ಹಗ್ಗಗಳನ್ನು ಇಟ್ಟ ಜಾಗದಲ್ಲಿ ನಿಂತಿದ್ದಾರೆ.

ಆ ಜನರಲ್ಲಿ ಕೆಲವರನ್ನಾದರೂ ಅವಳ ಗಂಡ ಆತ್ಮೀಯವಾಗಿ ಬಲ್ಲವನಿರಬೇಕು. ಇನ್ನು ಕೆಲವರ ಪರಿಚಯ ಕೊಂಚ ಮಾತ್ರ ಇರಬಹುದು. ಆದರೆ ಇಲ್ಲಿ, ಈ ಸ್ವಚ್ಛ ಆಕಾಶದಡಿಯಲ್ಲಿ ನಿಂತ ಅವರೆಲ್ಲರೂ ಖಿನ್ನರಾಗಿದ್ದಂತೆ ಕಾಣಿಸಿತು; ಅಥವಾ ಅದು ತನ್ನ ಭ್ರಮೆಯೇ ?

ಉದ್ದ, ಎಷ್ಟೊಂದು ಉದ್ದ ಈ ಹಡಗುಕಟ್ಟೆ...

ಅವರ ಹಿಂದೆ ನಿಧಾನವಾಗಿ ಹೆಜ್ಜೆ ಹಾಕುತ್ತಾ ಬರುತ್ತಿದ್ದ ಅವಳ ಕಣ್ಣುಗಳು ಅವಳಿಗೆ ಅರಿವಿಲ್ಲದಂತೆಯೇ ಬಲಬದಿಗೆ ತಿರುಗಿದವು. ಹಡಗಿನ ಬದಿಯಲ್ಲಿರುವ ಹಲವು ದುಂಡು ಕಿಟಕಿಗಳು ಕಾಣಿಸಿದವು. ಆ ದುಂಡು ಕಿಟಕಿಗಳೊಂದರ ಮೂಲಕ ಹೆಂಗಸರ ಮುಖಗಳು ಮತ್ತು ಎದೆಗಳು ತೋರಿಬಂದವು. ಅವರಲ್ಲಿ ಮೂರು ಮಂದಿಗೆ ಮೂವತ್ತರಿಂದ ನಲವತ್ತರ ವಯಸ್ಸು:

ಎಲ್ಲರೂ ಎದೆಯ ಮೇಲೆ ಬಿಳಿಯ ಉತ್ತರೀಯಗಳನ್ನು ಧರಿಸಿದ್ದಾರೆ. ಅವರೆಲ್ಲ ಹಡಗಿನ ಪರಿಚಾರಿಕೆಯವರಿರಬೇಕು. ಅವಳ ಗಂಡ ಏರಿದ ಹಡಗಿನ ಪ್ರಯಾಣಿಕರನ್ನು ಉಪಚರಿಸುವ ಪರಿಚಾರಿಕೆಯರು ಅವರು ಎಂದು ಭಾವಿಸಿಕೊಂಡು, ಆ ಸಾಮಾನ್ಯ ಹೆಂಗಸರ ಬಗೆಗೂ ಅವಳಿಗೆ ಅಸೂಯೆ ಎನಿಸಿತು.

ಉದ್ದ, ಎಷ್ಟೊಂದು ಉದ್ದ ಈ ಹಡಗು ಕಟ್ಟೆ...

ಅಂತೂ ಆಕೆ ಕಟಕಟೆಗೆ ಚಾಚಿದ ಹಲಗೆಯ ಬುಡಕ್ಕೆ ಬಂದಳು. ಆಜುಮಾ ಕೋಟಿನ ಒಳಗೆ ಹೊಟ್ಟೆಯಲ್ಲಿ ತನ್ನ ಗಂಡನ ಎರಡನೆಯ ಶಿಶುವನ್ನು ಹೊತ್ತ ದೇಹವನ್ನು ಎಚ್ಚರಿಕೆಯಿಂದ ಆ ಹಲಗೆಯ ಮೇಲೆ ಸಾಗಿಸಿ, ಆ ದೊಡ್ಡ ಕಪ್ಪು ಬಣ್ಣದ ಹಡಗಿನ ಕಟಕಟೆಯ ಮೇಲೆ ಹೋಗಿ ಇಳಿದಳು. ಅವಳು ತನ್ನ ಸೇವಕಿಯೊಬ್ಬಳಿಗೆ ಛತ್ರಿಯನ್ನು ಕೊಟ್ಟಳು.

ವಿದಾಯ ಹೇಳುವ ಸಲುವಾಗಿ ಈಗಾಗಲೇ ಹಡಗಿನ ಮೇಲೆ ಹೋದವರ ಹಿಂದೆ, ಕಟಕಟೆಯ ಉದ್ದಕ್ಕೂ ಆಕೆ ನಡೆದಳು. ಆ ದಾರಿಯ ತುದಿಯಲ್ಲಿ ಪ್ರಯಾಣಿಕರಿಗಾಗಿ ಕೊಠಡಿಗಳಿವೆ. ಅವುಗಳ ಸಂಖ್ಯೆ ಇಪ್ಪತ್ತೇಳರಿಂದ ಇಪ್ಪತ್ತೊಂಬತ್ತಕ್ಕೆ ಏರಿದೆ.

ಪ್ರವೇಶ ದ್ವಾರದಲ್ಲಿ ವೈಕೌಂಟ್ ನಿಂತಿದ್ದಾನೆ. ಅವಳನ್ನು ಸಂಬೋಧಿಸುತ್ತಾನೆ :

''ಮದಾಂ, ಇದೇ ಕೊಠಡಿ.''

ಇಣುಕಿ ನೋಡಿದಾಗ ಅವಳಿಗೆ ಎರಡು ಮಂಚಗಳು ಕಾಣುತ್ತವೆ. ಅವುಗಳಡಿಯಲ್ಲಿ ಪರಿಚಿತವಾದ ಗಂಟು ಮೂಟೆ, ಟ್ರಂಕುಗಳನ್ನು ಇಡಲಾಗಿದೆ. ಒಂದು ಮಂಚದ ಬಳಿ ಅವಳ ಗಂಡ ನಿಂತಿದ್ದಾನೆ.

''ಸರಿಯಾಗಿ ನೋಡಿ, ಮದಾಂ, ಹೀಗಿದೆ ಅದು.''

ಇದೇ ಕೊಠಡಿ; ಅವಳು ಅದನ್ನು ಲಕ್ಷ್ಯಗೊಟ್ಟು ನೋಡಬೇಕು. ತನ್ನ ಗಂಡನ ದೀರ್ಘ ಯಾನದಲ್ಲಿ ತನ್ನ ಕನಸುಗಳು ಬಂದು ಹೋಗಬೇಕಾದ ಕೊಠಡಿ ಇದು.

ಕ್ಯಾಪ್ಟನ್‌ನಂತೆ ಕಾಣುವ ಒಬ್ಬಾತ ಬರುತ್ತಾನೆ, ತನ್ನ ಗಂಡನನ್ನು ಫ್ರೆಂಚ್ ಭಾಷೆಯಲ್ಲಿ ಮಾತಾಡಿಸುತ್ತಾನೆ. ಹಡಗಿನ ಭೋಜನಶಾಲೆಯತ್ತ ಅವನನ್ನು ಕರೆದೊಯ್ಯುತ್ತಾನೆ. ಅವಳು ತನ್ನ ಗಂಡ ಮತ್ತು ವೈಕೌಂಟ್‌ನನ್ನು ಅನುಸರಿಸುತ್ತಾಳೆ ಮತ್ತು ಆ ಕೋಣೆಯನ್ನು ಪ್ರವೇಶಿಸುತ್ತಾಳೆ.

ಇದು ವಿಶಾಲವಾದ, ಸುಂದರ ಕೋಣೆ. ಹಲವಾರು ಮೇಜುಗಳನ್ನು ವ್ಯವಸ್ಥಿತವಾಗಿ ಇಡಲಾಗಿದೆ. ಪ್ರತಿಯೊಂದು ಮೇಜಿನ ಮೇಲೂ ಒಂದೊಂದು ಹೂದಾನಿ... ಬೀಳ್ಕೊಡಲು ಬಂದ ಜನ ಕ್ರಮೇಣ ಈ ಕೋಣೆಯಲ್ಲಿ ಸೇರುತ್ತಾರೆ.

ಕ್ಯಾಪ್ಟನ್‌ನಂತೆ ಕಾಣುವ ಈ ಮನುಷ್ಯನ ಆಜ್ಞೆಯಂತೆ ಒಬ್ಬ ಪರಿಚಾರಕ 'ಮಾರ್ನಿಂಗ್ ಗ್ಲೋರಿ'ಯ ಆಕಾರದ ಹಲವು ಬಟ್ಟಲುಗಳನ್ನು ತರುತ್ತಾನೆ. ಅದರಲ್ಲಿ ಶಾಂಪೇನ್ ಸುರಿದು ಅವನು ಅದನ್ನು ಅಲ್ಲಿರುವ ಜನರಿಗೆ ಹಂಚುತ್ತಾನೆ. ಇನ್ನೊಬ್ಬ ಪರಿಚಾರಕ ಕೇಕುಗಳನ್ನು ತರುತ್ತಾನೆ. ಐಸ್‌ಕ್ರೀಂ ಜೊತೆ ತರುತ್ತಾರಲ್ಲ ಆ ರೀತಿಯದು. ಅವನ್ನು ಒಂದು ತಟ್ಟೆಯ ಮೇಲೆ ಒಳ್ಳೆಯ ಆಕಾರದಲ್ಲಿ ರಾಶಿ ಮಾಡುತ್ತಾನೆ. ಬಳಿಕ ಜನರಿಗೆ ಹಂಚುತ್ತಾನೆ.

ಶಾಂಪೇನ್ ಬಟ್ಟಲನ್ನು ಪಡೆದ ಜನರು ಒಬ್ಬರಾದ ಮೇಲೊಬ್ಬರು ಅಲ್ಲಿಂದ ಹೊರಟು ಅವಳ ಗಂಡ ಮತ್ತು ವೈಕೌಂಟ್ ಎದುರು ನಿಲ್ಲುತ್ತಾರೆ, ಅವರಿಗೆ ಸುಖ ಪ್ರಯಾಣ ಕೋರುತ್ತಾರೆ; ಅನಂತರ ಬಟ್ಟಲಿನಿಂದ ಶಾಂಪೇನ್ ಹೀರುತ್ತಾರೆ.

ಮೇಜಿನ ಬಳಿಯ ಒಂದು ಸಣ್ಣ ಕುರ್ಚಿಯ ಮೇಲೆ ಆಕೆ ಕೂತು, ಈ ಅಭಿನಂದನೆಗಳೆಲ್ಲ

ಮುಗಿಯುವುದು ಯಾವಾಗ ಎಂದು ಕಾಯುತ್ತಿದ್ದಾಳೆ. ತನಗೆ ಬಿಡುವಿಲ್ಲದಿದ್ದರೂ ಅವಳ ಗಂಡ ಆಗ ಈಗ ಅವಳತ್ತ ಕಣ್ಣೆತ್ತಿ ನೋಡುತ್ತಾನೆ.

ಏನೇ ಆದರೂ, ಅಷ್ಟೆಲ್ಲ ಜನರ ಎದುರು ಅವಳಿಗೆ ಹೇಳುವುದು ಏನೂ ಅವನಲ್ಲಿ ಉಳಿದಿರಲಿಲ್ಲ. ಅಲ್ಲದೆ ಅಷ್ಟೆಲ್ಲ ಜನರ ಎದುರು ಅವನಿಗೆ ಹೇಳುವುದು ಅವಳಲ್ಲೂ ಇರಲಿಲ್ಲ.

ಗಂಟೆ ಬಾರಿಸುತ್ತಾರೆ. ಅವಳ ಗಂಡ ಮತ್ತು ವೈಕೌಂಟ್‌ಗೆ ವಿದಾಯ ಹೇಳಿದ ಜನರು ಒಬ್ಬೊಬ್ಬರಾಗಿ ಹೊರಗೆ ಹೋಗುತ್ತಾರೆ. ಅವಳೂ ಅವರನ್ನು ಅನುಸರಿಸುತ್ತಾಳೆ, ಗಂಡನಿಗೆ ಮತ್ತು ವೈಕೌಂಟ್‌ಗೆ ನಮಸ್ಕಾರ ಹೇಳಿ.

ಮತ್ತೆ ಅಪಾಯಕರ ಹಲಗೆಯ ಮೇಲೆ ಹಾದು ಅವಳು ಹಡಗು ಕಟ್ಟೆಗೆ ಇಳಿಯುತ್ತಾಳೆ. ತನ್ನ ಸೇವಕಿಯ ಕೈಯಿಂದ ಆ ತೆಳು ಹಸಿರು ಛತ್ರಿಯನ್ನು ಇಸಿದುಕೊಂಡು ಅದನ್ನು ಬಿಚ್ಚುತ್ತಾಳೆ.

ಅವಳ ಗಂಡ ಮತ್ತು ವೈಕೌಂಟ್ ಇವಳು ಹೋದ ದಿಕ್ಕಿನಲ್ಲೇ ನೋಡುತ್ತಾ, ಕಟಕಟೆಯ ಮೇಲೆ ನಿಂತಿದ್ದಾರೆ. ಬಿಚ್ಚಿದ ಕೊಡೆಯ ಕೆಳಗಿಂದ ಬಗ್ಗಿ ಅವಳು ಅವರನ್ನು ನೋಡುತ್ತಾಳೆ. ಮೇಲೆ ನೋಡುತ್ತಿರುವಂತೆಯೇ ತನ್ನ ಕಣ್ಣುಗಳು ಕ್ರಮೇಣ ಹೆಚ್ಚು ಹೆಚ್ಚು ದೊಡ್ಡದಾಗುತ್ತ ಹೋಗುತ್ತಿದೆಯೆಂದು ಅವಳಿಗೆ ಅನಿಸುತ್ತದೆ.

ಪುನಃ ಗಂಟೆ ಬಾರಿಸಿತು. ಕೆಲವು ಫ್ರೆಂಚ್ ನಾವಿಕರು ಹಲಗೆಗೆ ಕಟ್ಟಿದ ಹಗ್ಗವನ್ನು ಬಿಚ್ಚ ತೊಡಗುತ್ತಾರೆ. ಟ್ರಾಲಿಯನ್ನು ರಿಪೇರಿ ಮಾಡಲು ಉಪಯೋಗಿಸುವಂಥ ಸ್ಟೂಲಿನ ಮೇಲೆ ಜಪಾನಿ ಕೆಲಸಗಾರ ಒಬ್ಬ ನಿಂತಿದ್ದಾನೆ. ಆ ಹಲಗೆಯನ್ನು ಕೆಳಗಿಳಿಸಿಕೊಳ್ಳಲು ಸನ್ನಾಹ ಮಾಡುತ್ತಿದ್ದಾನೆ. ಆತ ಚಕ್ರಕ್ಕೆ ಸುತ್ತಿದ್ದ ಹಗ್ಗವನ್ನು ಎಳೆದಂತೆ, ಅದಕ್ಕೆ ಜೋತುಬಿದ್ದ ಹಲಗೆ, ನಿಧಾನವಾಗಿ ಕಟಕಟೆ ಬಿಟ್ಟು ಸರಿಯುತ್ತದೆ.

ಯೋಕೋಹಾಮಾ ನಗರದ ನಡು ಹಗಲಿನ ತೋಪು ಮಾರ್ಮೊಳಗಿತು. ಈ ಸನ್ನೆಯಾದೊಡನೆ, ಇದುವರೆಗೂ ಒಂದು ಬಗೆಯ ಶಬ್ದವನ್ನು ಹೊರಡಿಸುತ್ತಿದ್ದ ಹಡಗು ನಿಶ್ಶಬ್ದವಾಗಿ ಚಲಿಸತೊಡಗಿತು.

ವಿವಾಹಿತ ದಂಪತಿಗಳಂತೆ ಕಾಣುವ ವಯಸ್ಸಾದ ಯುರೋಪಿಯನ್ನರು ಕಟಕಟೆಯ ಬಳಿ ನಿಂತಿದ್ದಾರೆ. ಹಗ್ಗವನ್ನು ಎಳೆಯಲು ಉಪಯೋಗಿಸುವ ಯಾವುದೋ ಒಂದು ಉಪಕರಣದ ಮೇಲೆ ಹಡಗು ಕಟ್ಟೆಯಲ್ಲಿ ನಿಂತ ಬಿಳಿಗೂದಲ ಒಬ್ಬ ಮುದುಕನ ಜೊತೆ ಅವರು ಏನೋ ಬಹಳ ಖುಷಿಯಾದ ವಿಚಾರವನ್ನು ಮಾತನಾಡುತ್ತಿದ್ದಾರೆ. ಈ ಅಗಲಿಕೆಯಿಂದ ಅವರಿಗೆ ದುಃಖವಾದಂತೆ ತೋರುತ್ತಿಲ್ಲ.

ಹಡಗು ಚಲಿಸುವಂತೆ ಕಾಣುತ್ತದೆ. ಹಡಗುಕಟ್ಟೆ ಚಲಿಸುವಂತೆ ಕಾಣುತ್ತದೆ. ಅವಳ ಗಂಡ ಮತ್ತು ವೈಕೌಂಟ್ ನಿಂತಿರುವ ಜಾಗಕ್ಕೂ ಅವಳು ನಿಂತಿರುವ ಜಾಗಕ್ಕೂ ಬಹಳ ಅಂತರವಿರುವಂತೆ ಕಾಣಿಸಿತು. ಅವಳಿಗೆ ತನ್ನ ಕಣ್ಣುಗಳು ದೊಡ್ಡದಾಗುತ್ತಾ ಹೋದಂತೆ ಭಾವನೆ.

ಅವರನ್ನು ನೋಡಲು ಬಂದ ಹಲವರು ಹಡಗುಕಟ್ಟೆಯ ತುದಿಗೆ ಓಡಿದರು. ಅಂಥ ಒಂದು ಅಸಭ್ಯ ಕೆಲಸವನ್ನು ಆಕೆ ಮಾಡಲಾರಳು. ಇದ್ದಕ್ಕಿದ್ದ ಹಾಗೆ ಏನೋ ಬಿಳಿಯ ವಸ್ತುವೊಂದನ್ನು ಕಟಕಟೆಯ ಕಡೆಗೆ ಬೀಸಿದಂತಾಯಿತು. ಅದು, ಬಿಳಿಯ ಬಟ್ಟೆಯಿಂದ ಅಲಂಕರಿಸಲ್ಪಟ್ಟ ಒಂದು ದೊಡ್ಡ ಟೋಪಿಯನ್ನು ಧರಿಸಿದ ಒಬ್ಬ ಹೆಣ್ಣಿನ ಕೈಯಿಂದ ಬೀಸಲ್ಪಟ್ಟ ಕರವಸ್ತ್ರ. ಹಡಗು ಕಟ್ಟೆಯ ತುದಿಯಲ್ಲಿ ಒಬ್ಬ ಎತ್ತರದ ಮನುಷ್ಯ ಕೆಂಪು ವೇಸ್ಟ್‌ಕೋಟ್ ಮತ್ತು ಕಂದು ಬೂಟುಗಳನ್ನು ಧರಿಸಿ ನಿಂತಿದ್ದ. ಈ ಮನುಷ್ಯನ ಕೈಯಿಂದಲೂ ಒಂದು ಬಿಳಿಯ ಕರವಸ್ತ್ರ ಬೀಸಲ್ಪಟ್ಟಿತು. ಮಾನವ ಜೀವನದಲ್ಲಿ ಇದೂ ಒಂದು ರೀತಿಯ ಅಗಲಿಕೆ ಇರಬೇಕು.

ಈ ಇಬ್ಬರು ವ್ಯಕ್ತಿಗಳು ಹೀಗೆ ಒಂದು ಮೇಲ್ಪಂಕ್ತಿ ಹಾಕಿಕೊಟ್ಟಂತಾಯಿತು. ಅಲ್ಲಿ ಇಲ್ಲಿ ಹಲವು ಕೈಗಳು ಬಿಳಿಯ ಕರವಸ್ತ್ರಗಳನ್ನು ಬೀಸತೊಡಗಿದವು. ಕೌಂಟ್‌ನ ಸುತ್ತ ಸೇರಿದ ಜನರ ಕಡೆಯಿಂದಲೂ ಬಿಳಿಯ ವಸ್ತುಗಳು ಬೀಸಲ್ಪಟ್ಟವು. ಅವಳು ತನ್ನ ತೋಳಿನಲ್ಲಿಟ್ಟುಕೊಂಡಿದ್ದ ಕರವಸ್ತ್ರವನ್ನು ಕೈಯಲ್ಲಿ ತೆಗೆದುಕೊಂಡಳು. ಆದರೆ ಅವಳು ಅಂಥ ಅಸಭ್ಯ ವರ್ತನೆಯನ್ನು ತೋರಲು ಸಾಧ್ಯವಿಲ್ಲ.

ಹಡಗು ಕಟ್ಟೆಯನ್ನು ಬಿಟ್ಟಂತೆ ಕಾಣಿಸಿದಾಗ ಅದರ ಮೂತಿ ಕೊಂಚ ಬಲಕ್ಕೆ ತಿರುಗಿತು. ಅವಳ ಗಂಡ ಮತ್ತು ವೈಕೌಂಟ್ ನಿಂತಿದ್ದ ಸ್ಥಳ ಕೊನೆಗೂ ಕಣ್ಮರೆಯಾಯಿತು.

ಈಗಲೂ, ಹಡಗಿನ ಹಿಂಭಾಗದಲ್ಲಿ, ಒಂದು ಬಗೆಯ ನೀಲಿಯ ಬ್ಲೌಸಿನ ಥರದ ಬಟ್ಟೆ ತೊಟ್ಟ ಹದಿನೈದು ಹದಿನಾರರ ವಯಸ್ಸಿನ ಹುಡುಗನೊಬ್ಬ ನಿಂತಿರುವುದನ್ನು ಆಕೆ ಕಾಣಬಲ್ಲಳು. ಫ್ರಾನ್ಸಿನಲ್ಲಿ ಅವನಿಗಾಗಿ ಯಾವ ತಾಯಿ ಕಾಯುತ್ತಿರಬಹುದು ? ಅಥವಾ ಅವನಿಗೆ ತಂದೆ ತಾಯಿಗಳಿಲ್ಲವೋ ? ಹಡಗಿನ ಹಿಂಭಾಗದಲ್ಲಿ ಕಟಕಟೆಯ ಬಳಿ ನಿಂತು ಆತ ತನ್ನನ್ನು ನೋಡುತ್ತಿರಬಹುದು ?

ಅವಳು ನಿಧಾನವಾಗಿ ಹೆಜ್ಜೆಯನ್ನು ತಿರುಗಿಸಿ, ತನ್ನನ್ನು ಮುತ್ತಿಕೊಂಡ ಸೇವಕಿಯರ ಜೊತೆ ನಡೆಯತೊಡಗಿದಳು.

ಉದ್ದ, ಎಷ್ಟೊಂದು ಉದ್ದ... ಈ ಹಡಗು ಕಟ್ಟೆ....

ಸ್ವಲ್ಪ ಹೊತ್ತಿನವರೆಗೂ ಕಪ್ಪು ಬಣ್ಣದ ಹಡಗು ಲಂಗರು ಹಾಕಿ ನಿಂತಿದ್ದ ಜಾಗದಲ್ಲಿ ನೀರು ಮೀನಿನ ರೆಕ್ಕೆಗಳಂತೆ ಹೊಳೆಯುತ್ತದೆ. ಮಂಕು ಸೂರ್ಯರಶ್ಮಿಗಳು ಕಿರುದೆರೆಗಳಲ್ಲಿ ಪ್ರತಿಫಲಿತವಾಗುತ್ತವೆ. ❍

○ ಸಾತಾ ಇನೇಕೋ

ಮಣ್ಣಿನ ಬೊಂಬೆ

ಯಾಶಿಮಾ ಕುಟುಂಬಕ್ಕೆ ತೋಶಿಕೊ ನಿಸ್ಸಂಶಯವಾಗಿಯೂ ಒಂದು ಹೊರೆ. ಅವಳ ತಾಯಿ ಓಸಾಕಿಗೆ ಅವಳ ಬಗ್ಗೆ ಎಷ್ಟೇ ಕರುಣೆ ಇದ್ದರೂ, ಕುಂಠಿತ ಬುದ್ಧಿಯ ಮಗಳೊಬ್ಬಳ ಬಗ್ಗೆ ಸಬಲ ಮನಸ್ಸಿನ ತಾಯಿಗಿರುವ ಪ್ರೇಮ ಒಂದು ರೀತಿಯ ಕಿರಿಕಿರಿಯ ರೂಪದಲ್ಲೇ ಕಾಣಿಸುತ್ತದೆ. ತೋಶಿಕೊಳನ್ನು ಮದುವೆಯಾಗಲು ಅಂತೂ ಕೊನೆಗೊಬ್ಬನನ್ನು ಅವರು ಹುಡುಕಿದಾಗ ಅವಳಿಗೆ ಇಪ್ಪತ್ತೆರಡು ವರ್ಷ. ಕುಟುಂಬದ ಏಕಮಾತ್ರ ಮಗಳನ್ನು ''ಮದುವೆಯಾಗಲು ಒಬ್ಬನನ್ನು ಹುಡುಕಿದರು'' ಎಂದು ಹೇಳುವುದು ವಿಚಿತ್ರವಾಗಿ ಕಾಣಿಸಿದರೂ ಯಾಶಿಮಾ ಕುಟುಂಬದ ಮಟ್ಟಿಗೆ ಅದು ಅಪ್ಪಟ ನಿಜವಾದ ಮಾತಾಗಿತ್ತು. ತೋಶಿಕೊಳನ್ನು ಮದುವೆಯಾಗಲಿರುವ ಸ್ಥಳೀಯ ಇದ್ದಿಲು ಮಾರುವ ಮನುಷ್ಯನನ್ನು ಮೊದಲು ಕಂಡು ಮಾತುಕತೆ ನಡೆಸಿದ್ದು ಓಸಾಕಿ ಎನ್ನುವುದು ಖಂಡಿತ. ಆ ಸಮಯದಲ್ಲಿ ಇಡೀ ಕುಟುಂಬವನ್ನು ಸಾಕುವ ಹೊಣೆ, ಒಂದು ಬೃಹತ್ ನೌಕಾಂಗಣದಲ್ಲಿ ಕೆಲಸ ಮಾಡುತ್ತಿದ್ದ ಹಿರಿಯ ಮಗ ಕಾನೆಯುಕಿಯೊಬ್ಬನ ಮೇಲೇ ಇತ್ತು. ಅವರಿಗೆ ಇನ್ನಾವುದೇ ಆಸ್ತಿಯೂ ಇರಲಿಲ್ಲ. ಹೀಗಾಗಿ ವರದಕ್ಷಿಣೆಯ ಪ್ರಶ್ನೆ ದೂರವೇ ಉಳಿಯಿತು. ತೋಶಿಕೋಗೆ ಅರ್ಪಿಸಿಕೊಳ್ಳಲು ಇದ್ದುದು ಅವಳ ದೇಹವೊಂದೆ. ಅದನ್ನು ಬಿಟ್ಟು ಬೇರೇನೂ ಇರಲಿಲ್ಲ. ಇವಳನ್ನು ಮದುವೆಯಾಗಲಿರುವ ವ್ಯಕ್ತಿಯ ಹೆಸರು ಹಾರಾದಾ. ಒಂದಲ್ಲ ಒಂದು ಕಡೆಯಿಂದ ಇದ್ದಿಲನ್ನು ತಂದು ಆ ಜಿಲ್ಲೆಯ ಅವರಿವರ ಮನೆಗಳಿಗೆ ಅದನ್ನು ಮಾರುವ ವೃತ್ತಿಯಲ್ಲಿದ್ದವ. ಆತ ವ್ಯಾಪಾರಿ ಎಂದೂ ಹೇಳುವಂತಿಲ್ಲ. ಒಬ್ಬ ಇದ್ದಿಲು ಮಾರುವವ ಎನ್ನುವುದರ ಜತೆಗೆ ಬೇರೆ ಯಾವುದೇ ಸಂಬಂಧಿಕರಿಲ್ಲ ಎನ್ನುವುದೂ ಸೇರಿದ್ದರಿಂದ ಓಸಾಕಿ ಮದುವೆಯ ಪ್ರಸ್ತಾಪ ಮಾಡಿದಾಗ, ಅವಳು ತನ್ನ ಬಗ್ಗೆ ಕೃಪೆ ತೋರುತ್ತಿದ್ದಾಳೆಂಬ ಸೂಚನೆಯನ್ನೂ ಹಾರಾದಾ ಸೂಕ್ಷ್ಮವಾಗಿ ಕೊಟ್ಟ. ತೋಶಿಕೋಳ ಈ ಭಾವಿ ಪತಿಯ ಬಗ್ಗೆ ಕಾನೆಯುಕಿ ಯಾವುದೇ ಲಕ್ಷ್ಯವನ್ನೂ ಕೊಡಲಿಲ್ಲ. ಆದರೆ ಓಸಾಕಿಗೆ ಮತ್ತು ಕಾನೆಯುಕಿಗೆ ಕೂಡಾ ತೋಶಿಕೊಳನ್ನು ಮದುವೆಯಾಗಲು ಒಬ್ಬ ಒಪ್ಪಿದ್ದಾನೆಂಬುದು

ಒಂದು ದೊಡ್ಡ ಸಮಾಧಾನದ ಸಂಗತಿಯಾಗಿತ್ತು. ಕಾನೆಯುಕಿಯ ಐದು ವರ್ಷದ ಮಗಳಿಗೂ ಈ ವಿಷಯ ಗೊತ್ತು.

ಮದುವೆಯ ದಿನ, ಅವರು ತೋಶಿಕೊಳ ತಲೆಯನ್ನು ಬಾಚಿ ಸಾಂಪ್ರದಾಯಿಕ ಕೇಶಾಲಂಕಾರ ಮಾಡಿದರು. ವಿಶೇಷ ಕಿಮೋನೋದಲ್ಲಿ ಅವಳನ್ನು ಅಲಂಕರಿಸಿದರು. ಹಾರಾದಾ ಬಂದು ಕರೆದೊಯ್ಯುವ ತನಕ ಕಾಯಲು ಅವಳನ್ನು ಅತ್ಯುತ್ತಮ ಕೊಠಡಿಯಲ್ಲಿ ಕೂರಿಸಿದರು. ಓಸಾಕಿಯಂತೆಯೇ ತೋಶಿಕೊ ಗಿಡ್ಡ ನಿಲುವಿನವಳು. ಆದರೆ ಓಸಾಕಿಯ ಮೈ ಅಚ್ಚುಕಟ್ಟಾಗಿ ಓರಣವಾಗಿದ್ದರೆ, ತೋಶಿಕೊ ದಪ್ಪ, ಉರುಟುರುಟಾದ ಮೈಯವಳಾಗಿದ್ದಳು. ಅವಳ ಮೂಗು ಕಾನೆಯುಕಿ ಮತ್ತು ಓಸಾಕಿಯ ಮೂಗುಗಳಂತೆ ನೇರವಾಗಿತ್ತು. ಆದರೆ ಅವಳ ಕೆನ್ನೆ ಉಬ್ಬಿಕೊಂಡಿತ್ತು ಮತ್ತು ಅವಳ ಬಾಯಿ ದುಂಡು ಆಕಾರ ತಾಳಿತ್ತು. ಸಾಂಪ್ರದಾಯಿಕ ಶೈಲಿಯ ಕೇಶಾಲಂಕಾರಕ್ಕೆ ಸಹಾಯಕವಲ್ಲದಂಥ ಗುಂಗುರು ಗುಂಗುರು ಕೂದಲು ಅವಳಿಗೆ. ಕೆಂಪು ವಿನ್ಯಾಸದ ನಡುಪಟ್ಟಿಯಿಂದ ಬಿಗಿದುಕೊಂಡ ಕಿಮೋನೋ ಧರಿಸಿ ಕೂತ ದುಂಡು ತೋಳುಗಳ ತೋಶಿಕೊ ಇಡೀ ಜಗತ್ತಿಗೆ ಯಾವುದೇ ಹಳ್ಳಿಯ ಒಂದು ಮಣ್ಣಿನ ಬೊಂಬೆಯಂತೆ ಕಾಣುತ್ತಿದ್ದಳು. ಆ ಕಡೆಯ ಹಳ್ಳಿಗಳಲ್ಲಿ ತೆಳುಬಣ್ಣದ ಆವೆ ಮಣ್ಣಿನಲ್ಲಿ ಒಂದು ವಿಧದ ಬೊಂಬೆಯನ್ನು ಮಾಡುತ್ತಾರೆ. ಆವೆ ಮಣ್ಣನ್ನು ಮುದ್ದೆ ಮಾಡಿ ಒರಟೊರಟಾಗಿ ಈ ಮೂರ್ತಿಯನ್ನು ಮಾಡಿ ಅದಕ್ಕೆ ಒಂದು ಕೆಂಪು ಬಣ್ಣ ಬಳಿದಿರುತ್ತಾರೆ. ತೋಶಿಕೊ ಈ ಬೊಂಬೆಯಂತೆಯೇ ಕಾಣುತ್ತಿದ್ದಳು. ಹಾಗಿದ್ದರೂ, ಇನ್ನೂ ಮಗುವಾಗಿರುವ ಹಿರೋಕೊಗೆ ತೋಶಿಕೊ ಒಂದು ದೇದೀಪ್ಯಮಾನ ವಸ್ತುವಾಗಿದ್ದಳು. ಆಕೆ ಮತ್ತು ಅವಳ ತಮ್ಮ ತೋಶಿಕೊಳನ್ನು ಕೂರಿಸಿದ ಕೋಣೆಯ ಸುತ್ತ ಉಲ್ಲಾಸ ಉತ್ಸಾಹಗಳಿಂದ ಓಡಾಡುತ್ತಿದ್ದರು.

ಮನೆಯ ವಿಶಾಲ ಮೊಗಸಾಲೆಯ ಆಚೆ ತೋಟವಿದೆ. ಅಲ್ಲಿ ಚಕ್ಕೋತದ ಗಿಡ, ಒಂದು ಪರ್ಷಿಯನ್ ಮರ ಮತ್ತು ಕೊಂಬೆಗಳಲ್ಲಿ ಹಣ್ಣು ಬಿಟ್ಟ ದಾಳಿಂಬೆ ಗಿಡಗಳಿವೆ. ಚಕ್ಕೋತದ ಗಿಡದ ಕೆಳಗೆ ಒಂದು ಚಿಕ್ಕ ಶಿಂಟೋ ಗುಡಿ ಇದೆ. ಹಬ್ಬಗಳಲ್ಲಿ ಅತಿಥಿಗಳಿಗೆ ನೀಡುವ ಕೆಂಪು ಅನ್ನ ತುಂಬಿದ ಚಿಕ್ಕ ಬೋಗುಣಿಯನ್ನು ಈ ಮದುವೆಯ ಜ್ಞಾಪಕಾರ್ಥವಾಗಿ ಈ ಗುಡಿಯ ಎದುರು ಇಡಲಾಗಿದೆ. ಆದರೆ ಅತಿಥಿಗಳು ಮಾತ್ರ ಯಾರೂ ಇರಲಿಲ್ಲ. ಹಾರಾದಾ ಬಂದು ತೋಶಿಕೊಳನ್ನು ತನ್ನ ಜೊತೆ ಕರೆದೊಯ್ದ, ಅಷ್ಟೇ. ಆತ ಎತ್ತರದ ಒರಟಾಗಿ ಕಾಣುವ ಮನುಷ್ಯ. ಆದರೆ ಆತನ ವ್ಯಕ್ತಿತ್ವ ಒಳ್ಳೆಯದೆಂಬುದರ ಬಗ್ಗೆ ಸಂಶಯವಿಲ್ಲ.

ಒಟ್ಟಿನಲ್ಲಿ, ಮೀನುಗಾರಿಕೆಯ ನಗರದ ಒಂದು ಓಣಿಯಲ್ಲಿ ಬಾಡಿಗೆಗೆ ಹಿಡಿದ ಕೋಣೆಯೇ ಆದರೂ ತೋಶಿಕೊಗೆ ತನ್ನದೇ ಆದ ಒಂದು ಮನೆ ಆಯಿತು. ಸ್ವಲ್ಪ ಕಾಲದಲ್ಲಿ ಒಂದು ಗಂಡು ಮಗುವನ್ನೂ ಆಕೆ ಹೆತ್ತಳು. ಆ ಮಗು ಚುರುಕು ಬುದ್ಧಿಯ, ಲವಲವಿಕೆಯ ಹುಡುಗನಾಗಿ ಬೆಳೆಯಿತು. ಆತನ ಪಕ್ಕದಲ್ಲಿ ಶೂನ್ಯ ಮನಸ್ಕಳಾಗಿ ಕುಳಿತುಕೊಳ್ಳುವ ತೋಶಿಕೊ ಆ ಹುಡುಗನ ತಾಯಿಯೆಂಬುದನ್ನು ಯೋಚಿಸಿದರೆ ವಿಚಿತ್ರವಾಗಿ ಕಾಣುತ್ತಿತ್ತು.

''ಇಚಿರೊ ನೋಡು, ನೋಡು. ನೀನು ಅಷ್ಟೊಂದು ಚೇಷ್ಟೆ ಮಾಡಬಾರದು'' ಎಂದು ಆಕೆ ತನ್ನ ದಟ್ಟವಾದ ಗ್ರಾಮ್ಯ ಉಚ್ಚಾರದಲ್ಲಿ ಸೌಮ್ಯವಾಗಿ ಖಂಡಿಸುತ್ತಿದ್ದಳು. ಒಂದು ಕಡೆ ನಿಧಾನವಾಗಿ ಮಾತಾಡುವ ಅವಳು, ಇನ್ನೊಂದು ಕಡೆ ತನ್ನಲ್ಲಿ ಉಕ್ಕಿ ಹರಿಯುವ ಮಿತಿ ಮೀರಿದ ಸಾಮರ್ಥ್ಯವನ್ನು ಹೊರಹಾಕುವಂತೆ ಕೈ, ಕಾಲುಗಳನ್ನು ಬೀಸುತ್ತಾ ಅತ್ತಿತ್ತ ಚಟುವಟಿಕೆಯಿಂದ ಹರಿದಾಡುವ ಹುಡುಗ – ಇದೊಂದು ವಿಚಿತ್ರ ವೈದೃಶ್ಯವಾಗಿತ್ತು. ಈ ಎಲ್ಲ ಸಂಗತಿಗಳು ಏನೇ

ಇದ್ದರೂ, ಆ ಹುಡುಗನಿಗೆ ಎರಡು, ಮೂರು ವರ್ಷಗಳಾಗುವವರೆಗೆ ತೋಶಿಕೊ ಒಂದು ರೀತಿಯಲ್ಲಿ ತನ್ನದೇ ಆದ ಒಂದು ಬದುಕನ್ನು ರೂಪಿಸಿಕೊಳ್ಳಲು ಸಮರ್ಥಳಾದಳು. ಆದರೆ ಅವಳ ಬಗ್ಗೆ ಹಾರಾದಾಗೆ ಅತೃಪ್ತಿಯೆನಿಸಲು ಆರಂಭವಾಯಿತು. ಸಂಸಾರದ ಹಣಕಾಸಿನ ನಿರ್ವಹಣೆಯ ಸಮೇತ ಎಲ್ಲ ವಿಷಯಗಳಲ್ಲೂ ವ್ಯಕ್ತವಾಗುತ್ತಿದ್ದ ಅವಳ ಮಂದಬುದ್ಧಿ ಅವರ ದಿನನಿತ್ಯದ ಬದುಕನ್ನು ಕಷ್ಟಮಯವಾಗಿಸಿತ್ತು. ಇಷ್ಟಾದರೂ ಆತನಿಗೆ ತನ್ನ ಮಗುವೆಂದರೆ ಪ್ರೀತಿ. ಹಾಗೆಯೇ ತೋಶಿಕೋಳನ್ನು ಅವಳ ತಾಯಿಯ ಮನೆಗೆ ವಾಪಸು ಕಳುಹಿಸಲೂ ಆತನ ಮನಸ್ಸು ಹಿಂಜರಿಯುತ್ತಿತ್ತು. ಹೀಗಾಗಿ ಆತನ ಎಲ್ಲ ಕಿರಿಕಿರಿಗಳನ್ನೂ ಆಕೆ ಸಹಿಸಬೇಕಾಗಿತ್ತು. ಪ್ರತಿದಿನವೂ ಆತ ಅವಳನ್ನು ಹೊಡೆಯುತ್ತಿದ್ದ. ಆಗೆಲ್ಲಾ ಯಾತನಾಮಯ ಪ್ರಾಣಿಯಂತೆ ಕಿರಿಚುತ್ತಾ ತೋಶಿಕೊಳ ತುಂಬಿಕೊಂಡ ದೇಹ ಬಾಗಿಲ ಹತ್ತಿರ ಉರುಳಾಡುತ್ತಿತ್ತು. ತನಗೇಕೆ ಈ ಏಟುಗಳು ಬೀಳುತ್ತಿವೆ ಎಂಬುದು ಕೂಡಾ ಬಹುಶಃ ಅವಳಿಗೆ ತಿಳಿದಿರುತ್ತಿರಲಿಲ್ಲ. ಅನಂತರ ಅವಳು ತನ್ನ ಪೂರ್ವಸ್ಥಿತಿಗೆ ಹಿಂತಿರುಗುತ್ತಿದ್ದಳು. ತನ್ನ ಮೈಮುಖಗಳ ಮೇಲಿನ ಗಾಯಗಳನ್ನು ಬಿಟ್ಟರೆ ಅವಳು ಮತ್ತೆ ಮೊದಲಿನಂತೆ ನಿರ್ಭಾವದ ಸಂವೇದನಾರಹಿತ ತೋಶಿಕೊಳಾಗುತ್ತಿದ್ದಳು.

''ತೋಶಿಕೊ ಚಿಕ್ಕ ಹುಡುಗಿಯಾಗಿದ್ದಾಗ, ಅವಳನ್ನು ಎತ್ತಿಕೊಂಡಿದ್ದ ದಾದಿ ಮೊಗಸಾಲೆಯಿಂದ ಕೆಳಕ್ಕೆ ಕೆಡವಿಬಿಟ್ಟಳು. ಹಾಗಾಗಿ ಅವಳು ಸ್ವಲ್ಪ ಪೆದ್ದಳಾಗಿದ್ದಾಳೆಂದು ಹೇಳ್ತಾರೆ'' ಎಂದು ಓಸಾಕಿ ತನ್ನ ಮೊಮ್ಮಗಳು ಹಿರೋಕೊಗೆ ಹೇಳುತ್ತಿದ್ದಳು.

ತೋಶಿಕೊಳ ತಂದೆ ವೈದ್ಯನಾಗಿದ್ದ. ಅವನು ಜೀವಿಸಿರುವವರೆಗೆ ಅವರು ಚೆನ್ನಾಗಿಯೇ ಇದ್ದರು. ಆದ್ದರಿಂದ ಓಸಾಕಿ ಹೇಳಿದ ದಾದಿಯ ಸಂಗತಿ ಕೇವಲ ಆಲಂಕಾರಿಕ ಮಾತಾಗಿರಲಿಲ್ಲ. ಅದರೂ ಯಾವುದೇ ಮಗುವಿನ ಬುದ್ಧಿಯ ಬೆಳವಣಿಗೆ ಕುಂಠಿತವಾಗಿದ್ದರೆ, ಅದು ಶಿಶುವಾಗಿದ್ದಾಗ ಯಾರೋ ಬೀಳಿಸಿದ್ದೇ ಕಾರಣ ಎಂದು ಹೇಳುವುದು ಹೆಚ್ಚು ಕಡಿಮೆ ಒಂದು ಸಾಮಾಜಿಕ ರೂಢಿಯಾಗಿತ್ತು. ಓಸಾಕಿ ಮತ್ತು ಅವಳ ಮೂರು ಮಕ್ಕಳಿರುವ ಒಂದು ಹಳೆಯ ಫೋಟೋ ಇತ್ತು. ಆಕೆ ವಿಧವೆಯಾದ ಸ್ವಲ್ಪ ಕಾಲದಲ್ಲೇ ತೆಗೆಸಿದ್ದ ಆ ಫೋಟೋದಲ್ಲಿ ಓಸಾಕಿ ಇನ್ನೂ ಚಿಕ್ಕವಳಾಗಿ ಕಾಣುತ್ತಿದ್ದಳು. ಬೆನ್ನು ಬಾಗಿಸದೆ ನಿಂತ, ಗಾಂಭೀರ್ಯ ತುಳುಕುವ, ತುಟಿಗಳನ್ನು ಭದ್ರವಾಗಿ ಮುಚ್ಚಿಕೊಂಡ, ಜಗತ್ತಿನಲ್ಲಿ ತನ್ನ ದಾರಿಯನ್ನು ಕಂಡುಕೊಳ್ಳುವ ದೃಢನಿರ್ಧಾರದ ಓಸಾಕಿ, ಆ ಫೋಟೋದಲ್ಲಿ ಕಾಣುತ್ತಿದ್ದಳು. ಬೇಸಿಗೆಯ ಕೀಮೋನೊ ಜೊತೆ ಮಾಮೂಲಿ ಸ್ಕರ್ಟ್ ತೊಟ್ಟ ಬಾಲಕ ಕಾನೆಯುಕಿ ಕೂಡಾ, ತಲೆ ಎತ್ತಿಕೊಂಡು, ಚುರುಕು ಸೂಸುತ್ತ ನಿಂತಿದ್ದ. ತಾಯಿಯ ತೊಡೆಯ ಮೇಲೆ ಒಂದು ಕೈಯನ್ನಿಟ್ಟುಕೊಂಡು ತೋಶಿಕೊಳ ತಮ್ಮ ನಾವೋಯುಕಿಯ ಕಣ್ಣುಗಳಲ್ಲೂ ಚುರುಕುತನ ಕಾಣುತ್ತಿತ್ತು. ಆದರೆ, ಗುಂಪಿನ ಅಂಚಿನಲ್ಲಿ ನಿಂತ ತೋಶಿಕೋಳ ಮುಖದಲ್ಲಿ ಪೆದ್ದುಕಳೆ ಸ್ಪಷ್ಟವಾಗಿತ್ತು. ಅವಳ ನೀಟಾದ ಬಟ್ಟೆಗಳೂ ಈ ಪೆದ್ದುಕಳೆಯನ್ನು ಮುಚ್ಚಲು ಸಾಧ್ಯವಾಗಿರಲಿಲ್ಲ. ಈ ನಾಲ್ಕು ಜನರಲ್ಲಿ, ಅವಳೊಬ್ಬಳೇ ಬೇರೆ ಎನ್ನುವಂತೆ ಕಾಣುತ್ತಿದ್ದಳು. ಅವಳು ಪೆದ್ದು ಎಂದು ಹೇಳಿದರೆ, ಅವಳ ವರ್ತನೆ ವಿಚಿತ್ರವಾಗಿತ್ತು ಎಂದು ಅರ್ಥವಲ್ಲ. ಇನ್ನೇನಲ್ಲದಿದ್ದರೂ, ಓಸಾಕಿ ಸರಿಯಾದ ಸೂಚನೆ ಕೊಟ್ಟರೆ, ಅವಳು ಅಡಿಗೆಮನೆಯ ಕೆಲಸವನ್ನು ಸರಿಯಾಗಿ ಮಾಡುತ್ತಿದ್ದಳು. ಆದರೆ ಇದೇ ಓಸಾಕಿಯ ಕಿರಿಕಿರಿಯನ್ನು ಇನ್ನಷ್ಟು ಹೆಚ್ಚಿಸುತ್ತಿತ್ತು. ಅವಳು ಸದಾ ಗೊಣಗುತ್ತಲೇ ಇರುತ್ತಿದ್ದಳು. ಈ ವ್ಯವಹಾರದಲ್ಲಿ ಕಾನೆಯುಕಿಯೂ ಭಾಗಿಯಾಗಿದ್ದ. ನಾವೋಯುಕಿ ಕೂಡಾ ಅದೇ ರೀತಿ. ತೋಶಿಕೊ ಮಟ್ಟಿಗೆ ಹೇಳುವುದಾದರೆ

ಅವರಲ್ಲಿ ಒಬ್ಬ ಅವಳ ಅಣ್ಣ, ಇನ್ನೊಬ್ಬ ತಮ್ಮ ಅಷ್ಟೇ ವ್ಯತ್ಯಾಸ.

ತೋಶಿಕೊಳ ಊದಿದ ಮುಖ ಮತ್ತು ಗಾಯಗಳನ್ನು ನೋಡಿ, ಅವಳನ್ನು ಹಾರಾದಾ ಕೆಟ್ಟದಾಗಿ ನೋಡಿಕೊಳ್ಳುತ್ತಿದ್ದಾನೆ ಎಂದು ತಿಳಿದುಕೊಂಡು ಓಸಾಕಿ ಕಾನೆಯುಕಿಯನ್ನು ಕೇಳಿಕೊಂಡಳು :

''ಅವಳ ಮುಖ ಎಲ್ಲ ಬಾತುಹೋಗಿದೆ. ಪಾಪದ ಹುಡುಗಿಯನ್ನು ನಿಷ್ಕರುಣೆಯಿಂದ ಆತ ಥಳಿಸಿರಬೇಕು. ಅವನಿಗೆ ನೀನೇಕೆ ಸ್ವಲ್ಪ ಬುದ್ಧಿ ಹೇಳಬಾರದು ?''

''ನಾನು ಏನಾದರೂ ಹೇಳುವುದರಿಂದ ಏನು ಪ್ರಯೋಜನವಿದೆ? ಅವಳಿಗೆ ಬುದ್ಧಿ ಬೆಳೆದಿಲ್ಲ. ಅದೇ ತೊಂದರೆ.''

''ಅವಳು ಪೆದ್ದು ಎಂದು ನನಗೆ ಗೊತ್ತು. ಆದರೆ ಈ ಘಟ್ಟದಲ್ಲಿ ಹಾರಾದಾ ಆ ಬಗ್ಗೆ ದೂರುವಂತಿಲ್ಲ ಅಲ್ವಾ ?

''ನಾನು ಮೊದಲಿನಿಂದಲೂ ಹೇಳಿದ್ದೆ, ತೋಶಿಕೊಳನ್ನು ಅಂಥ ಮನುಷ್ಯನಿಗೆ ಕೊಡುವುದು ಬೇಡ ಎಂದು. ನಾನು ಹೇಳಿರಲಿಲ್ಲವಾ ? ಅದು ನೀನೇ ಮಾಡಿದ್ದು ಅಲ್ವಾ ?''

''ಅದು ನಿಜ. ಆದರೆ ಅವಳನ್ನು ಬೇರೆ ಯಾರು ಮದುವೆಯಾಗುತ್ತಿದ್ದರು ? ಅಂಥ ಒಬ್ಬಾತ ಮಾತ್ರ ಆಗಲು ಸಾಧ್ಯವಿತ್ತು. ಆದರೆ ಈಗೀಗ ತನ್ನನ್ನು ವಂಚಿಸಿದ್ದಾರೆ ಎಂದು ಅವರಿವರಿಗೆ ಹೇಳುತ್ತಾ ಆತ ಓಡಾಡುತ್ತಿದ್ದಾನಂತೆ. ಆತ ತಾನು ಬಹಳ ದೊಡ್ಡವನೆಂದು ತಿಳಿಯಹತ್ತಿದ್ದಾನೆ. ಅದೇ ಇಲ್ಲಿರುವ ತೊಂದರೆ.''

''ಮತ್ತೆ ಆ ಬಗ್ಗೆ ಈಗ ಇಲ್ಲದ ಗಲಾಟೆ ಯಾಕೆ ? ಅವಳನ್ನು ಮತ್ತೆ ಮನೆಗೆ ವಾಪಸ್ಸು ಯಾಕೆ ಕರೆತರೋದಿಲ್ಲ? ಹಾರಾದಾನಂಥ ಒಬ್ಬ ವ್ಯಕ್ತಿ ನಿನ್ನನ್ನು ಮೂರ್ಖಳಂತೆ ಮಾಡಬೇಕಾದ ಅಗತ್ಯವಿಲ್ಲ. ಈಗಲೇ ಹೋಗಿ ಅವಳನ್ನು ಕರೆದುಕೊಂಡು ಬಾ. ಅದೇ ಒಳ್ಳೆಯ ದಾರಿ.''

ಓಸಾಕಿ ಮೇಲಿನ ಅಸಮಾಧಾನದಿಂದ, ಹಾರಾದಾನಿಗೆ ಬುದ್ಧಿ ಕಲಿಸಬೇಕೆಂಬ ಹಂಬಲದಿಂದ ಮತ್ತು ತೋಶಿಕೊಳ ಪೆದ್ದುತನದ ಬಗ್ಗೆ ಬಂದ ಸಿಟ್ಟಿನಿಂದ ಕಾನೆಯುಕಿ ಈ ರೀತಿ ಮಾತನಾಡಿದ್ದ. ಒಟ್ಟಿನಲ್ಲಿ ಕಾನೆಯುಕಿ ಹೇಳಿದ್ದು ಅವನ ಸ್ವಾರ್ಥಪರ ಭಾವನೆಯಿಂದ ಹುಟ್ಟಿದ್ದೇ ಆಗಿತ್ತಲ್ಲದೆ ಬೇರೆಯಲ್ಲ. ಆದರೂ ತೋಶಿಕೊಳನ್ನು ಕೆಲದಿನದ ಮಟ್ಟಿಗಾದರೂ ಮನೆಗೆ ಕರೆತರುವ ಯತ್ನಕ್ಕೆ ಓಸಾಕಿ ಮನಸ್ಸು ಮಾಡಿದ್ದಳು. ಹಾಗೆ ಮಾಡಿದರಾದರೂ ಹಾರಾದಾ ಸರಿಹೋಗಬಹುದು ಎಂದು ಅವಳ ಯೋಚನೆ. ಇದರ ಪರಿಣಾಮವಾಗಿ ಇಚಿರೋನನ್ನು ಅಲ್ಲೇ ಬಿಟ್ಟು ತೋಶಿಕೊಳನ್ನು ಮನೆಗೆ ಕರೆತಂದರು. ನಿರೀಕ್ಷಿಸಿದಂತೆ ಕಣ್ಣು ಕೆಂಪಗಾಗುವವರೆಗೂ ತೋಶಿಕೊ ಅತ್ತಳು. ಆದರೆ ಆಕೆ ಯಾವಾಗಲೂ ತನ್ನ ಬಗ್ಗೆ ಬೇರೆಯವರು ತಮಗೆ ಮನಸ್ಸು ಬಂದಂತೆ ನಡೆದುಕೊಳ್ಳಲು ಅವಕಾಶ ಕೊಡುತ್ತಿದ್ದಳಾದ್ದರಿಂದ ಅವಳ ತಾಯಿ ಅವಳನ್ನು ಮನೆಗೆ ಕರೆತಂದ ಅನಂತರ, ತನ್ನ ಮಗುವಿನ ಬಳಿಗೆ ಧಾವಿಸಿ ಹೋಗಲು ಅವಳಲ್ಲಿ ಶಕ್ತಿ ಇರಲಿಲ್ಲ.

ಹತ್ತು ದಿನಗಳ ಬಳಿಕ ಒಂದು ರಾತ್ರಿ ಇಚಿರೋನನ್ನು ಬೆನ್ನಿಗೆ ಕಟ್ಟಿಕೊಂಡು ಹಾರಾದಾ ಕ್ಷಮೆ ಯಾಚಿಸಲು ಬಂದ. ಹಾರಾದಾ ಮನೆಯ ಜಗಲಿಯಲ್ಲಿ ನಿಂತಾಗ ಇಚಿರೋ ಅಪ್ಪನ ಹೆಗಲ ಮೇಲಿನಿಂದ ಮನೆಯ ಸುತ್ತಮುತ್ತ ಕಣ್ಣಾಡಿಸಿದ. ಕಾನೆಯುಕಿ ಮನೆಯಲ್ಲಿಲ್ಲವೆಂದು ಹೇಳಿ ಓಸಾಕಿ ಹಾರಾದಾನನ್ನು ಮನೆಯೊಳಕ್ಕೆ ಬಿಡಲಿಲ್ಲ. ಹಾರಾದಾ ಅಂದು ತನ್ನ ಮನೆಗೆ ಹಾಗೇ ಮರಳ ಬೇಕಾಯಿತು. ಇಷ್ಟೆಲ್ಲಾ ನಡೆಯುವಾಗ, ತನ್ನ ತಲೆಯನ್ನು ಜೋಲಿಸಿಕೊಂಡು, ಮೊದಲಿಗಿಂತಲೂ ಹೆಚ್ಚಾಗಿ ಭುಜಗಳನ್ನು ಬಾಗಿಸಿಕೊಂಡು ತೋಶಿಕೊ ಜಾರು ಬಾಗಿಲಿನ ಮತ್ತೊಂದು ಬದಿಗೆ ಕೂತಿದ್ದಳು.

ಇದಾದ ಸ್ವಲ್ಪ ಸಮಯದಲ್ಲೇ ಇಲ್ಲಿನ ಮನೆ ಖಾಲಿ ಮಾಡಿ, ನಾವೋಯುಕಿ ಮೊದಲೇ ಹೋಗಿ ನೆಲೆಸಿದ್ದ ಟೋಕಿಯೋಕ್ಕೆ ಇಡೀ ಕುಟುಂಬ ಹೊರಟುಹೋಯಿತು. ಇದರಿಂದಾಗಿ ತೋಶಿಕೊ ತನ್ನ ಗಂಡ ಮತ್ತು ಮಗುವನ್ನು ಮತ್ತೆ ನೋಡಲಿಲ್ಲ. ಹಾರಾದಾನ ಮನೆಯಿಂದ ತೋಶಿಕೊಳನ್ನು ವಾಪಸ್ಸು ಕರೆ ತರಬೇಕೆಂದು ತಾಯಿಗೆ ಕಾನೆಯುಕಿ ಸಲಹೆ ಮಾಡಿದ್ದು ಆ ಒಂದು ಕ್ಷಣದಲ್ಲಿ ಹುಟ್ಟಿದ ಭಾವನೆಯಿಂದಾಗಿದ್ದರೂ, ಈಗ ತಾವೆಲ್ಲರೂ ಟೋಕಿಯೋಕ್ಕೆ ಹೋಗಿ ನೆಲೆಸಬೇಕೆಂದು ಆತ ಕೊಟ್ಟ ಸೂಚನೆ, ಇಲ್ಲೇ ಇದ್ದರೆ ತೋಶಿಕೊಳನ್ನು ಮತ್ತೆ ಅವಳ ಗಂಡನ ಬಳಿಗೆ ಕಳಿಸಬೇಕಾದೀತೆನ್ನುವ ಹೆದರಿಕೆಯಿಂದಲೇ ಹೆಚ್ಚು ಪಾಲು ಪ್ರೇರೇಪಿತವಾದ್ದಾಗಿತ್ತು. ಹೀಗಾಗಿ ಉಳಿದವರು ಒಂದು ಕ್ಷಣದಲ್ಲಿ ಮಾಡಿ ಮುಗಿಸಬಹುದಾದಂಥ ಕೆಲಸಕ್ಕೆ ತೊತ್ತಿನಂತೆ ದುಡಿಯುವ ಸಲುವಾಗಿ ತೋಶಿಕೊಳನ್ನು ಒಸಾಕಿ ಟೋಕಿಯೋಕ್ಕೆ ಸಾಗಿಸಿಕೊಂಡು ಹೋದಳು. ಬಡ ಯಾಶಿಮಾ ಕುಟುಂಬದಲ್ಲಿ ತೋಶಿಕೊಳ ಭವಿಷ್ಯ ಮತ್ತೆ ಹೆಚ್ಚು ಹೆಚ್ಚಾಗಿ ತೊಡಗಿಕೊಂಡಿತು.

ಒಸಾಕಿ, ಹಿರೋಕೊ ಮತ್ತು ತನ್ನ ಇನ್ನೊಂದು ಮಗು ಹಾಗೂ ತನ್ನ ತಂಗಿ ತೋಶಿಕೊ ಜೊತೆ ಟೋಕಿಯೋಕ್ಕೆ ಹೋಗಿ ನೆಲೆಸಲು ಕಾನೆಯುಕಿ ಹಠಾತ್ತನೆ ನಿರ್ಧರಿಸಿದ್ದಕ್ಕೆ, ಭಾಗಶಃ ಅವನ ಹೆಂಡತಿಯ ಸಾವು ಕಾರಣ. ಅಷ್ಟೇ ಪ್ರಬಲವಾದ ಇನ್ನೊಂದು ಕಾರಣವೆಂದರೆ ಆತನಿಗೆ ತನ್ನ ಕೆಲಸದ ಬಗ್ಗೆ ಬೆಳೆದ ಒಂದು ವಿಲಕ್ಷಣ ಜಿಗುಪ್ಸೆ. ಆದರೆ 1929ರ ಆರ್ಥಿಕ ಮುಗ್ಗಟ್ಟಿನ ಕಾಲದಲ್ಲಿ ಅಪರಿಚಿತ ಜಿಲ್ಲೆಯೊಂದರಲ್ಲಿ ಕೆಲಸ ದೊರಕಿಸಿಕೊಳ್ಳುವುದು ಕಷ್ಟವಾಗಿತ್ತು. ಒಂದು ಕುಟುಂಬ ನಡೆಸುತ್ತಿದ್ದ ಕಬ್ಬಿಣದ ಕಾರ್ಖಾನೆಯಲ್ಲಿ ಆತ ಸ್ವಲ್ಪ ಕಾಲ ಗುಮಾಸ್ತನಾಗಿದ್ದ. ಅನಂತರ ಸ್ವಲ್ಪ ಕಾಲ ವಿಮಾ ಏಜೆಂಟ್ ಆಗಿ ಕೆಲಸ ಮಾಡಿದ. ಆಮೇಲೆ ವೃತ್ತಪತ್ರಿಕೆಯ ಜಾಹಿರಾತುಗಳ ಮೂಲಕ ಸಿಕ್ಕಿದ ಹಲವು ಕೆಲಸಗಳನ್ನು ಮಾಡಿದ. ಆದರೆ ಯಾವುದೂ ತುಂಬ ದಿನ ನಡೆಯಲಿಲ್ಲ. ಇದರಿಂದಾಗಿ ಉಕ್ಕುತ್ತಿದ್ದ ಅವನ ರೋಷಕ್ಕೆ ಬಲಿಯಾಗುತ್ತಿದ್ದವಳು ತೋಶಿಕೊ. ಹಿಂದೆ ಹಾರಾದಾ ಆಕೆಯ ಬಗ್ಗೆ ಕ್ರೌರ್ಯದಿಂದ ವರ್ತಿಸುತ್ತಿದ್ದ ಎಂಬುದೇ ಅವಳನ್ನು ಗಂಡನಿಂದ ದೂರಮಾಡಿ ಇಲ್ಲಿಗೆ ಕರೆತರಲು ಎದ್ದು ಕಾಣುವ ಕಾರಣವಾಗಿತ್ತು. ಆದರೆ ಈಗ ಕಾನೆಯುಕಿ ಕುಡಿದಾಗ ತಂಗಿಯ ಮೇಲೆ ತಾನೇ ಕೋಪ ತೀರಿಸಿಕೊಳ್ಳತೊಡಗಿದ. ತೋಶಿಕೊ ಸದಾ ಹೆದರಿಕೆಯಲ್ಲೇ ಇರುತ್ತಿದ್ದಳು. ಅವಳ ಅಣ್ಣ ಹತ್ತಿರದಲ್ಲಿ ಇದ್ದಷ್ಟು ಹೊತ್ತೂ, ತನ್ನ ಜೋತುಬಿದ್ದ ಕಣ್ಣೆವೆಗಳ ಕೆಳಗಿನಿಂದ ಅವನನ್ನು ತೋಶಿಕೊ ಆತಂಕದಿಂದ ನೋಡುತ್ತಾ ಇರುತ್ತಿದ್ದಳು. ಅವಳ ಈ ಭಾವನೆಯನ್ನು ಆಕ್ಷೇಪಿಸಿ ಆತ ಅವಳ ಕಿವಿ ಹಿಂಡಿದಾಗ ಅವಳು ನೆಲದ ಮೇಲೆ ಚೆಂಡಿನಂತೆ ಉರುಳಾಡುತ್ತಾ, ಸಣ್ಣ ಹುಡುಗಿಯಂತೆ ನೋವಿನಿಂದ ಕಿರಿಚುತ್ತಿದ್ದಳು.

''ನಾನೇನು ಮಾಡಿದೆ ?'' ಎನ್ನುತ್ತಾ ಅವಳು ರೋದಿಸುತ್ತಿದ್ದಳು. ಅವಳ ಕಣ್ಣೆವೆಗಳ ಭಾರವಾದ ಮಡಿಕೆಗಳು ಇನ್ನೂ ದೈನ್ಯಾಸವಾಗಿ ಜೋತುಬೀಳುತ್ತಿದ್ದವು. ''ನನ್ನನ್ನೇಕೆ ಹೊಡೀತೀಯ ?'' ಎನ್ನುವ ಅವಳ ಮಾತಿಗೆ ಆತ ಮತ್ತೆ ಕೋಪಾವಿಷ್ಟನಾಗಿ ಅವಳನ್ನು ಶಪಿಸುತ್ತಿದ್ದ. ಅವಳು ನೋವಿನಿಂದ ಮುಲುಕುತ್ತಾ, ಮುಖವನ್ನು ಕೈಗಳಿಂದ ಮುಚ್ಚಿಕೊಂಡು, ತನ್ನ ಮಂಡಿಗಳಿಂದ ತೆವಳುತ್ತಾ ಕೋಣೆಯ ಮೂಲೆಯನ್ನು ಸೇರುತ್ತಿದ್ದಳು.

''ತಪ್ಪಾಯ್ತು ಕ್ಷಮಿಸು !''

''ಯಾವುದಕ್ಕೆ ನೀನು ಕ್ಷಮೆ ಯಾಚಿಸ್ತೀಯಾ ?'' ಎಂದು ಅವಳ ಜೋಲುಮೋರೆಯ ದರ್ಶನವೇ ಮತ್ತೆ ಸಿಟ್ಟನ್ನು ಭುಗಿಲೆಬ್ಬಿಸಿದಂತೆ ಆತ ಕೂಗುತ್ತಿದ್ದ.

''ನಿಂದು ತಪ್ಪು ಎಂದು ನಿನಗನಿಸಿದರೆ, ಎಲ್ಲಾದರೂ... ಎಲ್ಲಾದರೂ ಹೋಗಿ ಒಂದು ಕೆಲಸ ಹುಡುಕಿಕೋ. ನಿನ್ನ ಪಾಡು ನೋಡಿಕೊಳ್ಳಲು ಏನಾದರೂ ಮಾಡದೆ ಇರುವವಳು ಎಂದರೆ ನೀನೊಬ್ಬಳೇ. ಈ ದಿನಗಳಲ್ಲಿ ನಿನ್ನನ್ನೂ ಸಾಕುವುದು ನಮ್ಮ ಕೈಯಿಂದ ಆಗುತ್ತಿಲ್ಲ.''

ಇದನ್ನು ಮೌನವಾಗಿ ವೀಕ್ಷಿಸುತ್ತ ಕೂಡುವುದು ಓಸಾಕಿಗೆ ಸಾಧ್ಯವಾಗುವುದಿಲ್ಲ. ಚಿಲ್ಲರೆ ಖರ್ಚಿಗೆ ಕೊಂಚ ಹಣ ಗಳಿಸುವ ಉದ್ದೇಶದಿಂದ ಅವಳು ಕೈಗೊಂಡಿದ್ದ ಹೊಲಿಗೆ ವಸ್ತುಗಳನ್ನು ತನ್ನ ತೊಡೆಯ ಮೇಲಿಂದ ಸರಿಸಿ ಆಕೆ ಕಾನೆಯುಕಿ ಕಡೆ ತಿರುಗುತ್ತಾಳೆ.

''ಅಂಥ ಮಾತನ್ನು ಹೇಳುವುದರಿಂದ ಏನು ಪ್ರಯೋಜನ? ನಿನಗೆ ಮನಸ್ಸು ಕೆಟ್ಟಾಗ ಅದನ್ನು ತೋಶಿಕೋ ಮೇಲೆ ತೀರಿಸಿಕೊಳ್ತೀಯ. ಹಾಗೆ ತೀರಿಸಿಕೊಂಡಾಗ ನಿನ್ನ ಮನಸ್ಸು ಸರಿಹೋಗುತ್ತದೆ ಅಲ್ವಾ ?''

''ಅಮ್ಮಾ, ಇದೆಲ್ಲಾ ನಿನಗೆ ಅರ್ಥವಾಗೋದಿಲ್ಲ.''

''ನನಗೆ ಅರ್ಥವಾಗೋದಿಲ್ಲ ಎಂದರೆ ಏನರ್ಥ ? ತೋಶಿಕೊ ತನ್ನದೇ ಆದ ರೀತಿಯಲ್ಲಿ ಕೆಲಸ ಮಾಡ್ತಾಳೆ, ಇಲ್ಲವೇ ?''

''ಏನು ಮಾಡ್ತಾಳೆ ಅವಳು ? ತಿನ್ನಾಳೆ ಮತ್ತು ನಿನ್ನ ಸೆರಗಿಗೆ ಅಂಟಿಕೊಂಡಿರ್ತಾಳೆ.''

''ನೀನು ತುಂಬ ಮಾತಾಡ್ತಾ ಇದೀಯೆ.''

''ಇಲ್ಲ, ನಾನೇನೂ ಮಾತಾಡ್ತಾ ಇಲ್ಲ!'' ಎಂದು ಹೇಳುತ್ತಾ, ''ನೀನು... ನೀನು...'' ಎಂದು ಮತ್ತೆ ತೋಶಿಕೊ ಮೇಲೆ ರೇಗಲು ಶುರು ಮಾಡಿದ. ಓಸಾಕಿ ಅವನನ್ನು ತಡೆದು, ತೋಶಿಕೊಳನ್ನು ಕುರಿತು ಕೂಗಾಡಿದಳು. ''ಇಲ್ಲಿಂದ ಎಲ್ಲಾದರೂ ನೀನೇಕೆ ತೊಲಗಬಾರದು ? ಇದೆಲ್ಲಾ ನಿಂದೇ ತಪ್ಪು! ಇಲ್ಲೇ ಅಂಟಿಕೊಂಡಿದ್ದರೆ...''

ಆದರೆ ತೋಶಿಕೋಗೆ ಅಲ್ಲಿಂದ ಎಲ್ಲಿ ಹೋಗಲೂ ಜಾಗವಿರಲಿಲ್ಲ. ಅಡಿಗೆಮನೆಯ ಸಿಂಕ್ ಬಳಿ ಅವರೆಲ್ಲರ ದೃಷ್ಟಿಗೆ ಪೂರ್ತಿ ಗೋಚರವಾಗುತ್ತಾ ಮುದುಡಿ ಕೂತುಕೊಂಡು ಅವಳು ಕರುಣಾಜನಕವಾಗಿ ಗೊಳೋ ಎಂದು ಅಳುತ್ತಿದ್ದಳು.

ಕಾಲೇಜು ವ್ಯಾಸಂಗ ಇನ್ನೂ ಅರ್ಧದಲ್ಲೇ ಇದ್ದಾಗ ಕಾನೆಯುಕಿಯ ತಮ್ಮ ನಾವೋಯುಕಿ ಯಾವುದೋ ಒಂದು ವಿದ್ಯಾರ್ಥಿ ಚಳವಳಿಯಲ್ಲಿ ಭಾಗವಹಿಸಲು ಪ್ರಾರಂಭಿಸಿ, ತಾಕಿನೊಕಾವಾದಲ್ಲಿದ್ದ ಅಣ್ಣನ ಮನೆಗೆ ಬರುತ್ತಿದ್ದುದೇ ಅಪರೂಪವಾಗಿತ್ತು. ತಮ್ಮನ ವಿಷಯದಲ್ಲಿ ಅಣ್ಣ ಮೆತ್ತಗಿದ್ದ. ಸೈದ್ಧಾಂತಿಕ ವಿಚಾರಗಳನ್ನು ಕುರಿತು ತಮ್ಮ ಕೆಳದನಿಯಲ್ಲಿ ಮಾತಾಡುತ್ತಾ ಹೋದರೆ ಕಾನೆಯುಕಿ ಅದಕ್ಕೆ ಕಿವಿಕೊಟ್ಟು ಕೂರುತ್ತಿದ್ದ. ಆದರೆ ಮನೆಯವರ ಮತ್ತು ಮಕ್ಕಳ ಆಹಾರಕ್ಕಾಗಿ ಮೀಸಲಾದ ಹಣವನ್ನು ಆತ ತನ್ನ ಸ್ವಂತ ವೆಚ್ಚಕ್ಕೆ ಸಂತೋಷದಿಂದಲೇ ಬಳಸಿಕೊಂಡು, ಕುಡಿತಕ್ಕೆ ಖರ್ಚು ಮಾಡುತ್ತಿದ್ದ. ಕುಡಿದಾಗ ಅವನ ಸಿಡುಕು ಇನ್ನೂ ಹೆಚ್ಚಾಗುತ್ತಿತ್ತು.

ಮೂರು ಬಾರಿ ತೋಶಿಕೊಳನ್ನು ತಮ್ಮ ಗುರುತಿನ ಕೆಲವರ ಮನೆಗಳಿಗೆ ಕೆಲಸಕ್ಕಾಗಿ ಕಳುಹಿಸಲಾಗಿತ್ತು. ಆದರೆ ಅವಳಿಗೆ ಏನೂ ಹೇಳದೆ ಕೇಳದೆ ಬಿಟ್ಟರೆ ಏನು ಮಾಡಬೇಕೆಂದು ಗೊತ್ತಾಗುತ್ತಿರಲಿಲ್ಲ. ಹಾಗಾಗಿ ಅವಳಾಗಿಯೇ ಮನೆಗೆ ವಾಪಸು ಬಂದುಬಿಡುತ್ತಿದ್ದಳು ಅಥವಾ ಅವರೇ ಅವಳನ್ನು ಮನೆಗೆ ಕಳುಹಿಸುತ್ತಿದ್ದರು. ಇದು ಓಸಾಕಿಗೂ ಸಮಾಧಾನ ಉಂಟುಮಾಡುವ ವಿಷಯವೇ ಸರಿ. ತೋಶಿಕೋ ನಿಷ್ಪ್ರಯೋಜಕಳು ಎಂದು ಅವಳು ಗೊಣಗುತ್ತಿದ್ದರೂ, ಅವಳು ಮನೆಯಲ್ಲಿದ್ದರೆ ಓಸಾಕಿಯ ಬಿಡುವಿಲ್ಲದ ದುಡಿಮೆಗೆ ಕೊಂಚ ವಿರಾಮ ಸಿಗುತ್ತಿತ್ತು. ಅವಳು

ಹೊಲಿದ ಕಿಮೋನೋಗಳನ್ನು ಒಂದು 'ಸರ್ವ ಸಾಮಗ್ರಿಗಳ ಅಂಗಡಿ'ಕೊಳ್ಳುತ್ತಿತ್ತು. ಅದಕ್ಕೆ ಬದಲಾಗಿ ಉತ್ತಮ ವಸ್ತುಗಳು ಸಿಗುತ್ತಿದ್ದವು. ಹಾಗಾಗಿ ತನ್ನ ಕೈಗಳನ್ನು ಒರಟು ಮಾಡಿಕೊಳ್ಳಲು ಓಸಾಕಿಗೆ ಇಷ್ಟವಿರಲಿಲ್ಲ. ಹಾಗಾಗಿ ಒಂದು ಅರ್ಥದಲ್ಲಿ ಉಳಿದೆಲ್ಲರಿಗಿಂತಲೂ ಹೆಚ್ಚು ಹಣ ಗಳಿಸುತ್ತಿದ್ದ ಓಸಾಕಿಯ ಆದಾಯ ಹೆಚ್ಚಲು ತೋಶಿಕೋ ಮನೆಗೆಲಸಗಳನ್ನು ಮಾಡಿಕೊಂಡು ಹೋಗುತ್ತಿದ್ದುದು ಕಾರಣವಾಗಿತ್ತು. ಆದರೆ ಈ ವಿಷಯ ಅವರ್‍ಯಾರಿಗೂ, ಓಸಾಕಿಗೂ ಕೂಡ ಹೊಳೆದಿರಲಿಲ್ಲ. ತನ್ನ ಅಲ್ಪಾವಧಿಯ ಕೆಲಸಗಳ ನಡುವಣ ನಿರುದ್ಯೋಗ ಸ್ಥಿತಿಯಲ್ಲಿ ಕಾನೆಯುಕಿ ತೋಶಿಕೊಳ, ಕೆಲವೊಮ್ಮೆ ಮಕ್ಕಳ, ಬಟ್ಟೆಗಳನ್ನು ಮಾರಿಯೋ, ಅಡವಿಟ್ಟೋ ಹಣ ಪಡೆಯುತ್ತಿದ್ದ. ತೋಶಿಕೊ ಕೆಲಸಗಿತ್ತಿಯಾಗಿ ದುಡಿದ ಹಣವನ್ನು ಸ್ವಂತಕ್ಕೆ ಬಳಸಿಕೊಳ್ಳುತ್ತಿದ್ದ. ತೋಶಿಕೋಗೆ ದೂರುವ ಕಲೆ ಗೊತ್ತಿಲ್ಲ. ಎಲ್ಲಿಯವರೆಗೆ ಅಂಥ ಯಾವ ತೊಂದರೆಯೂ ಇಲ್ಲವೋ ಅಲ್ಲಿಯವರೆಗೆ ಆಕೆ ಅದೇ ನಿರ್ಭಾವ ಸ್ಥಿತಿಯಲ್ಲಿ ಇದ್ದುಬಿಡುತ್ತಿದ್ದಳು. ಅವಳಿಗೂ ಕೆಲವೊಮ್ಮೆ ಜನರೊಂದಿಗೆ ಮಾತನ್ನಾಡಬೇಕು ಎನಿಸುತ್ತಿತ್ತು. ಒಂದು ದಿನ ಆಕೆ ಪಕ್ಕದ ಮನೆಯವರೊಬ್ಬರ ಜೊತೆ ಮಾತಾಡುತ್ತಾ ಕೂತದ್ದು ಕಾನೆಯುಕಿಗೆ ಕಾಣಿಸಿತು. ಇದರಿಂದ ಅವಳಿಗೆ ಮತ್ತೆ ಏಟುಗಳು ಬಿದ್ದವು. ಇದರ ನಂತರ ಆಕೆ ಹೆಚ್ಚು ಕಡಿಮೆ ತನ್ನೆಲ್ಲ ಕಾಲವನ್ನೂ ಓಸಾಕಿ ಬಳಿ, ವೃತ್ತಪತ್ರಿಕೆಗಳಿಂದ ಕಾಗದದ ಚೀಲಗಳನ್ನು ಮಾಡುತ್ತಾ ಕಾಲ ಕಳೆಯುತ್ತಿದ್ದಳು.

ತನ್ನ ಗಂಡ ಹಾರಾದಾ ಮತ್ತು ಮಗು ಇಚಿರೋ ಬಗ್ಗೆ ತನಗೇನು ಭಾವನೆಗಳಿವೆ ಎಂಬುದನ್ನು ಆಕೆ ಎಂದೂ ತಾನಾಗಿಯೇ ವ್ಯಕ್ತಪಡಿಸಿದವಳೂ ಅಲ್ಲ. ಎಲ್ಲಾದರೂ ಅಪರೂಪಕ್ಕೊಮ್ಮೆ ಅವರೆಲ್ಲ ಈಗ ಏನು ಮಾಡುತ್ತಿರಬಹುದೆಂದು ಓಸಾಕಿ ಪ್ರಸ್ತಾಪ ಮಾಡಿದಾಗ ತೋಶಿಕೊಳ ಮುಖ ಅರಳುತ್ತಿತ್ತು. ಇಚಿರೋ ಬಗ್ಗೆ ಅವಳು ಮಾತಾಡಲು ಶುರು ಮಾಡುತ್ತಿದ್ದಳು. ಇಚಿರೋನ ಗತಿ ಏನಾಗಿರಬಹುದೆಂದು ಚಿಂತಿಸುವಷ್ಟು ಅವಳ ಮೆದುಳು ಕೆಲಸ ಮಾಡುತ್ತಿರಲಿಲ್ಲ. ಗತಕಾಲದ ಸ್ಮರಣೆಯೊಂದರಿಂದಲೇ ಅವಳು ಸುಖಿಯಾಗುತ್ತಿದ್ದಳು.

''ನಾವಿದ್ದ ಪಟ್ಟಣದ ಮನೆಯ ಬಳಿ ಯೋಶಿಕಾವಾ ಎಂಬ ಒಂದು ಕುಟುಂಬವಿತ್ತು, ಗೊತ್ತಾ. ಒಂದು ದಿನ ನಮಗಾರಿಗೂ ಗೊತ್ತಿಲ್ಲದಂತೆ ಇಚಿರೋ ಅವರ ಮನೆಗೆ ಹೊರಟುಹೋಗಿದ್ದ. ನಾನು ಅವನಿಗೆ ಊರೆಲ್ಲ ಹುಡುಕಿದೆ ಎಂದು ನೆನಪನ್ನು ಮೆಲುಕುತ್ತಿದ್ದಳು.

''ಹಾರಾದಾಗೆ ಮಗುವನ್ನೂ ನೋಡಿಕೊಳ್ಳುವುದು ಈಗ ಕಷ್ಟವಾಗಿರಬಹುದು. ಅವನಿಗೆ ಸರಿಯಾದ್ದೇ ಆಯ್ತು'' ಎಂದು ಓಸಾಕಿ ಹೇಳುತ್ತಿದ್ದಳು.

''ಆದರೂ ಆತ ಮಗುವನ್ನು ಪ್ರೀತಿಸುತ್ತಿದ್ದ. ಆತ ಕೆಟ್ಟವನಲ್ಲ. ಅಲ್ವಾ ? ಸ್ವಲ್ಪ ಶೀಘ್ರಕೋಪಿ ಅಷ್ಟೇ...'' ಹೀಗೆ ಹೇಳುತ್ತಾ ತೋಶಿಕೋ ಶೂನ್ಯವನ್ನು ದಿಟ್ಟಿಸಿ ನೋಡುತ್ತಿದ್ದಳು. ಕೆಲಸ ಮಾಡುವುದನ್ನು ಅವಳು ನಿಲ್ಲಿಸಿಬಿಡುತ್ತಿದ್ದಳು.

''ನೋಡು, ನೀನು ಕೆಲಸ ನಿಲ್ಲಿಸಿದೆ. ಒಂದು ಸಣ್ಣ ನೆಪ ಸಿಕ್ಕರೂ ಕೆಲಸ ನಿಲ್ಲಿಸಿಬಿಡ್ತೀಯೆ, ನೀನು'' ಎಂದ ಓಸಾಕಿ ಬಯ್ಯುತ್ತಿದ್ದಳು.

ತೋಶಿಕೋ ತಾನು ಮಾಡುತ್ತಿದ್ದ ಕೆಲಸಕ್ಕೆ ಮತ್ತೆ ಕೈ ಹಚ್ಚುತ್ತಿದ್ದಳು. ಮುಂದೆ ಸಂಭಾಷಣೆ ಅಸಾಧ್ಯವೆನಿಸಿದಾಗ, ವೃತ್ತಪತ್ರಿಕೆಯನ್ನು ಕತ್ತರಿಸುವುದು, ಮಡಿಕೆ ಮಾಡುವುದು ಮೊದಲಾದ ಕೆಲಸವನ್ನು ಮೌನವಾಗಿ ಮುಂದುವರಿಸುತ್ತಿದ್ದಳು. ಆದರೆ ಅವಳ ಮುಖದ ಅಸ್ಪಷ್ಟ ಭಾವನೆ ಹಾಗೇ ಉಳಿಯುತ್ತಿತ್ತು.

ಕೊನೆಗೆ, ಕಾನೆಯುಕಿಗೆ ಒನೊಮಿಚಿಯಲ್ಲಿರುವ ಹಡಗು - ನಿರ್ಮಾಣ ಕಾರ್ಖಾನೆಯಲ್ಲಿ

ಕೆಲಸ ಸಿಕ್ಕಿತು. ಅವನು ಮೊದಲು ಕೆಲಸ ಮಾಡುತ್ತಿದ್ದ ಹಡಗು - ನಿರ್ಮಾಣ ಕಾರ್ಖಾನೆಯಲ್ಲೇ ಇದ್ದ ಅವನ ಗೆಳೆಯನೊಬ್ಬ ಈ ಕಾರ್ಖಾನೆಗೆ ಇವನನ್ನು ಪರಿಚಯಿಸಿದ್ದ. ಈಗ ಹೆಂಗಸರು ಅವರ ಪಾಡಿಗೆ ಅಪರಾದರು. ಕಾನೆಯುಕಿಯ ಮಗಳು ಹಿರೋಕೊ, ಇನ್ನೂ ಮಾಧ್ಯಮಿಕ ಶಾಲೆಯಲ್ಲಿದ್ದರೂ, ಓಸಾಕಿಯ ಹೊಲಿಗೆ ಕೆಲಸದಲ್ಲಿ ತನ್ನ ಕುಶಲ ಹಸ್ತದ ನೆರವು ನೀಡುತ್ತಿದ್ದಳು. ಕಾನೆಯುಕಿ ಕಳಿಸಬೇಕಾದ ಹಣ, ಬರುವುದೇ ಇಲ್ಲವೆಂದು ಹಟತೊಟ್ಟಂತಿತ್ತು. ಇದು ಓಸಾಕಿಯ ಸದಾ ಕಿರಿಕಿರಿಯ ಮೂಲ. ಮತ್ತೆ ಕಾನೆಯುಕಿಯ ಗೈರುಹಾಜರಿಯಲ್ಲಿ ಓಸಾಕಿ ತನ್ನ ನಾಲಗೆಯನ್ನು ಸಡಿಲಬಿಡುತ್ತಿದ್ದಳು. ದಿನಾ ಬೆಳಿಗ್ಗೆ ಹಿರೋಕೊ ಏಳುವ ಹೊತ್ತಿಗೆ ಓಸಾಕಿ ತೋಶಿಕೊ ಬಗ್ಗೆ ಗೊಣಗುತ್ತಿದ್ದುದು ಕೇಳುತ್ತಿತ್ತು. ಅವಳ ಹದಿನಾಲ್ಕು ವರ್ಷದ ತಮ್ಮ, ಈ ಎಲ್ಲ ಗೊಣಗಾಟಕ್ಕೆ ಕಿವುಡನಾಗಿ ತಲೆತುಂಬ ದುಪ್ಪಟಿಯ ಮುಸುಕೆಳೆದುಕೊಂಡು ಮಲಗಿಯೇ ಇರುತ್ತಿದ್ದ.

''ಈ ರೀತಿ ಬಳಲಿಕೆಯ ಸೋಗು ಹಾಕಿಕೊಂಡಿದ್ದರೆ ಯಾವ ಕೆಲಸವೂ ಆಗೋದಿಲ್ಲ. ನಾನು ನಿನ್ನೆ ನಿನಗೆ ಹೇಳಿದ್ದೆ, ಅಲ್ವಾ ? ಮೊದಲು ಇದನ್ನು ಮಾಡು, ಅನಂತರ ಅದನ್ನು ಮಾಡು ಅಂತ ಎಲ್ಲ ಸರಿಯಾಗಿ ಹೇಳಿದ್ದೆ. ಈ ಕೊಚ್ಚುವ ಮಣೆಯನ್ನು ನೀನು ತೊಳೆದದ್ದು ಯಾವಾಗ ? ಎಲ್ಲ ಲೋಳೆಗಟ್ಟಿದೆ. ನೀನು ಎಷ್ಟು ವರ್ಷಗಳಿಂದ ಅಡಿಗೆಮನೆ ಕೆಲಸ ಮಾಡಿದ್ದೀಯೆ, ಹೇಳು ? ಸ್ವಲ್ಪ ಯೋಚನೆ ಮಾಡು - ಇಷ್ಟು ವಯಸ್ಸಾದರೂ ಹೇಳಿದ ಕೆಲಸವನ್ನು ಸರಿಯಾಗಿ ನಿನಗೆ ಮಾಡೋಕೆ ಬರೋದಿಲ್ಲ. ನೀನು ಮಾಡೋದೆಲ್ಲ ಏನೆಂದರೆ ನನಗೆ ಇನ್ನಷ್ಟು ಕೆಲಸಕ್ಕೆ ದಾರಿ. ಹಿರೋಕೊಳನ್ನು ನೋಡು. ಅವಳು ನಿನಗಿಂತ ಎಷ್ಟು ಚಿಕ್ಕವಳು. ಅದರ ಬಗ್ಗೆ ಸ್ವಲ್ಪ ಯೋಚನೆ ಮಾಡು.''

ಓಸಾಕಿಯ ಈ ದೂರುಗಳು ಅಂಥ ದೂರುಗಳೇನೂ ಅಲ್ಲ. ಜಗಳಾಡುವಂತೆ ಮಾಡುವ ಬೆಳಗಿನ ಮಾಮೂಲೀ ಸಿಡುಕುಗಳು ಅವು. ಅವಳ ಬಾಯಿಯಿಂದ ಶಬ್ದಗಳು ಉರುಳುತ್ತಾ ಇರುತ್ತವೆ. ಆ ಧ್ವನಿಯೇ ಒಂದು ರೀತಿ ಮನಸ್ಸನ್ನು ಮುದುಡುವಂತೆ ಮಾಡುವಂಥದು. ಆದರೆ ಉತ್ತರ ರೂಪವಾಗಿ ತೋಶಿಕೊಳಿಂದ ಒಂದೇ ಒಂದು ಶಬ್ದವೂ ಹೊರ ಬೀಳುತ್ತಿರಲಿಲ್ಲ. ಅಂದರೆ ಈ ಎಲ್ಲ ಮಾತುಗಳನ್ನೂ ತೋಶಿಕೋ ಸಂಪೂರ್ಣ ನಿರ್ಲಕ್ಷ್ಯದಿಂದ ಕೇಳುತ್ತಿದ್ದಳೆಂದು ಅರ್ಥವಲ್ಲ. ಅಂಥ ಸಮಯದಲ್ಲಿ ಆಕೆ ಯಾವ ಕೆಲಸದಲ್ಲಿ ತೊಡಗಿರುತ್ತಿದ್ದಳೋ. ಅದನ್ನೇ ಮತ್ತೆ ಮತ್ತೆ ಮಾಡುತ್ತಿದ್ದಳು. ಉಪ್ಪಿನಕಾಯಿ ಜರಡಿಯನ್ನು ತೊಳಸುತ್ತಿದ್ದರೆ, ಅದರ ಮುಂದಿನ ಕೆಲಸಕ್ಕೆ ಹೋಗದೆ ಒಂದು ಬಗೆಯ ಪೇಚಾಟದ ಭಾವದಿಂದ ತೊಳಸುತ್ತಲೇ ಇರುತ್ತಿದ್ದಳು. ಅವಳು ಏನೂ ಪ್ರತ್ಯುತ್ತರ ಕೊಡದೆ ಇರುತ್ತಿದ್ದುದರಿಂದ ಓಸಾಕಿಯ ಗೊಣಗಾಟ ಅಡೆತಡೆಯಿಲ್ಲದೆ ಮುಂದುವರಿಯುತ್ತಿತ್ತು. ಅವಳದೇ ಮಾತಿನ ಸದ್ದು ಅವಳ ಕೋಪದ ಜ್ವಾಲೆಗೆ ಎಣ್ಣೆಯಂತಾಗಿ, ಕೊನೆಗೆ ಅವಳ ಧ್ವನಿ ಉನ್ಮಾದಾವಸ್ಥೆಗೆ ಏರುತ್ತಿತ್ತು.

''ನೀನೇನು ದಿನವೆಲ್ಲ ತೊಳಸ್ತಾನೇ ಇರ್ತೀಯಾ – ಸ್ವಲ್ಪ ಉಪ್ಪಿನಕಾಯಿ ಮಾಡಲು. ದಿನ ಎಲ್ಲ ನಮಗೆ ಅದೊಂದೇ ಕೆಲಸ ಅಲ್ಲ ಇರೋದು. ಈ ಕೆಲಸ ಮುಗಿಸಿ ಮತ್ತೊಂದಕ್ಕೆ ಶುರು ಮಾಡ್ಬೇಕು. ಇಲ್ದೇ ಇದ್ರೆ ನಾವು ದಿನ ದೂಡೋಕೇ ಆಗೋಲ್ಲ. ಕಾನೆಯುಕಿಯಂತೂ ನಮ್ಮನ್ನು ಮರೆತೇ ಬಿಟ್ಟಿದ್ದಾನೆ. ನಾವೋಯುಕಿ ಪೊಲೀಸ್ ತೊಂದರೆಯಲ್ಲಿದ್ದಾನೆ. ಇದೆಲ್ಲದರಿಂದ ಮುಂದೆ ನಮ್ಮ ಗತಿ ಏನಾದೀತು ? ನೀವೆಲ್ಲ ನನ್ನೊಬ್ಬಳನ್ನೇ ಅವಲಂಬಿಸಿದೀರಿ. ತೋಶಿಕೊ ನಾನಿಲ್ಲದೇ ಇದ್ದರೆ ನಿಮ್ಮ ಗತಿ ಏನು ಎಂದು ಯೋಚನೆ ಮಾಡಿದ್ದೀಯಾ ? ನೀನೂ ಬೇರೆ ಜನರ ಥರ ಆಗ್ಬೇಕು. ಆಮೇಲೆ ವ್ಯಥೆ ಪಡಬೇಕಾದೀತು. ನೋಡು, ನೋಡು... ನೀನು ನೀರನ್ನೆಲ್ಲ ಚೆಲ್ತಾ ಇದ್ದೀಯೆ !''

ಹಿರೋಕೊ ತಿಳಿವಳಿಕೆಯುಳ್ಳ ಹುಡುಗಿ. ಓಸಾಕಿಯ ಈ ಗೊಣಗಾಟ ಬೆಳಗಿನ ಒಂದು ಮಾಮೂಲಿ ಅಭ್ಯಾಸವೆಂದೂ, ಮುಂಜಾನೆ ಎಚ್ಚರವಾಗುವ ಹೊತ್ತು ಮತ್ತು ಹಾಸಿಗೆಯಿಂದ ಏಳುವ ಹೊತ್ತಿನ ನಡುವೆ ಯೋಚನೆ ಮಾಡಿದ್ದನ್ನೆಲ್ಲಾ ಹೊರಹಾಕುವ ಒಂದು ಕ್ರಮ ಇದೆಂದು, ಇವನ್ನೆಲ್ಲಾ ಮನಸ್ಸಿಗೆ ಹಚ್ಚಿಕೊಳ್ಳದೇ ಇರಲು ಹಿರೋಕೊ ನೋಡಿದಳು. ಓಸಾಕಿಯ ಈ ಮಾಮೂಲಿ ಸಿಡುಕಿಗೆ ತೋಶಿಕೋ ಒಂದು ಪೂರ್ವ ನಿರ್ದೇಶಿತ ಗುರಿ. ಅವಳ ಮಂದ ಚಲನೆ ಮತ್ತು ತುಂಬಿಕೊಂಡ ಮುಖ ಕಾನೆಯುಕಿ ಮತ್ತು ಓಸಾಕಿಯ ಕುದಿಯುವ ಮನಸ್ಸಿಗೆ ಕಿಡಿ ಹಚ್ಚುತ್ತಿದ್ದವು. ತನ್ನನ್ನು ಹೊಡೆಯಲು, ತನ್ನ ಬಗ್ಗೆ ಗೊಣಗಾಡಲು ಏನು ಕಾರಣ ಎಂಬುದು ತೋಶಿಕೋಗೆ ಅರ್ಥವಾಗುತ್ತಿರಲಿಲ್ಲ. ಅವಳಿಗೆ ಗೊತ್ತಿರುವುದೆಲ್ಲ ತಾನು ಬೇರೆಯವರಂತಿಲ್ಲ ಎಂಬುದು. ಈ ಮಾತನ್ನು ಓಸಾಕಿ ಬೇರೆ ಜನರ ಎದುರು ಹೇಳಿದಾಗ, ''ಅವಳು ಹೇಳುತ್ತಿರೋದು ನಿಜ'' ಎನ್ನುವಂತೆ ಮುಖ ಮುದ್ರೆ ಮಾಡಿ, ಒಂದು ರೀತಿಯ ಪೆಚ್ಚುನಗು ನಗುತ್ತಾ ಆಕೆ ನಿಲ್ಲುತ್ತಿದ್ದಳು.

ಹಿರೋಕೊ ಬೆಳೆದು ದೊಡ್ಡವಳಾದಂತೆ, ಅವಳು ಹೆಚ್ಚು ಹೆಚ್ಚು ಭರವಸೆ ತೋರುತ್ತಿರುವಂತೆ, ಓಸಾಕಿ ಬೇರೆಯವರೆದುರು ಅವಳನ್ನು ಹೊಗಳಿ, ತೋಶಿಕೊಳನ್ನು ನಿಂದಿಸಲು ಶುರು ಮಾಡಿದಳು. ಒಂದು ಸಂದರ್ಭದಲ್ಲಿ ತೋಶಿಕೊಳ ಬಗ್ಗೆ ಕರುಣೆ ತಾಳಿದ ಒಬ್ಬ ವ್ಯಕ್ತಿ ಹೇಳಿದ :

''ಉಳಿದ ನೀವೆಲ್ಲರೂ ಜಾಣರಾಗಿರುವುದರಿಂದ ತೋಶಿಕೊ ಬೇರೆ ಎನ್ನುವಂತೆ ಕಾಣುತ್ತಾಳೆ. ಅವಳ ಬಗ್ಗೆ ನಿಜಕ್ಕೂ ನನಗೆ ಮರುಕವಾಗ್ತದೆ. ಅವಳ ಸುತ್ತ ಎಲ್ಲರೂ ಬುದ್ಧಿವಂತರೇ ಇರುವಾಗ ಅವಳ ಸ್ಥಿತಿ ಕಠಿಣವಾಗ್ತದೆ ಅವಳು ಪೆದ್ದಿಯಂತೆ ಕಾಣ್ತಾಳೆ. ಯಾಕೆ, ತೋಶಿಕೋ ಕೆಲಸ ಕಾರ್ಯಗಳನ್ನು ಚೆನ್ನಾಗಿಯೇ ನಿರ್ವಹಿಸುತ್ತಾಳೆ. ಅಲ್ವಾ ತೋಶಿಕೋ ?''

ಆ ಒಂದು ಸಂದರ್ಭದಲ್ಲಿ ತೋಶಿಕೋ ಉಳಿದ ಯಾವುದೇ ಒಬ್ಬ ಸಾಧಾರಣ ವ್ಯಕ್ತಿಯಂತೆ ಉತ್ತರ ಕೊಟ್ಟಿದ್ದಳು :

''ಹಿರೋಕೊಳಂತೆ ಇರಬೇಕು ಅಂತ ನನ್ನ ಆಸೆ. ಆದರೆ ಯಾವಾಗಲೂ ನಾನು ಸ್ವಲ್ಪ ಹಿಂದುಳಿದವಳು.''

ಆದರೆ ಬರಬರುತ್ತಾ ಓಸಾಕಿ ಸದಾ ಕೊಡುವ ಹೋಲಿಕೆಯಿಂದಾಗಿ ತೋಶಿಕೊಳಲ್ಲಿ ಒಂದು ಬಗೆಯ ಸ್ಪರ್ಧೆಯ ಮನೋಭಾವ ಹುಟ್ಟಿತು. ಶರತ್ಕಾಲದಲ್ಲಿ ಜಾರು ಬಾಗಿಲುಗಳ ಹಳೆಯ ಕಾಗದಗಳನ್ನು ಕಿತ್ತು ಹೊಸ ಕಾಗದ ಅಂಟಿಸುವ ಸಮಯ. ಒಂದು ದಿನ ಬಾಗಿಲಿನಿಂದ ಹಳೆಯ ಕಾಗದಗಳನ್ನೆಲ್ಲಾ ತೋಶಿಕೊ ಕಿತ್ತು ತೆಗೆದು ಬಾಗಿಲನ್ನು ತೊಳೆದು ಎಲ್ಲ ಸಿದ್ಧ ಮಾಡಿಟ್ಟಳು. ಆದರೆ, ಹಿರೋಕೊ ಅಂದು ಸಂಜೆ ಆ ಬಾಗಿಲಿಗೆ ಹೊಸ ಕಾಗದ ಅಂಟಿಸುತ್ತಾಳೆಂದು ಅವಳಿಗೆ ಹೇಳಿದಾಗ, ಅವಳ ಹಣೆಯ ಮೇಲಿನ ನರಗಳು ನೀಲಿಗಟ್ಟಿ ಉಬ್ಬಿನಿಂತವು.

''ಕೆಲವು ಜಾರು ಬಾಗಿಲಿಗೆ ನಾನೂ ಕಾಗದ ಅಂಟಿಸಬಲ್ಲೆ'' ಎಂದು ಹೇಳಿ, ಓಸಾಕಿ ಪ್ರತಿಭಟಿಸುತ್ತಿದ್ದರೂ, ಕಾಗದವನ್ನು ತಂದಳು. ಆದರೆ ಅದು ಅವಳಿಗೆ ಮೀರಿದ ಕೆಲಸವಾಗಿತ್ತು.

''ಇತ್ತೀಚೆಗೆ ತೋಶಿಕೊಳಲ್ಲಿ ಏನೋ ಬದಲಾವಣೆಯಾಗಿದೆ. ಬಾಗಿಲುಗಳಿಗೆ ತಾನೇ ಕಾಗದ ಅಂಟಿಸುತ್ತೇನೆಂದು ಹಠ ಹಿಡಿದಿದ್ದು, ಆ ಭಾವನೆ ಬಂದದ್ದೇ, ಒಂದು ಆಶ್ಚರ್ಯ !'' ಎಂದು ಓಸಾಕಿ ಹಿರೋಕೊಳಲ್ಲಿ ಗುಟ್ಟಾಗಿ ಹೇಳಿದಳು.

ತೋಶಿಕೊಳಲ್ಲಿ ತನ್ನ ಬಗ್ಗೆ ಒಂದು ಬಗೆಯ ಪ್ರತಿಸ್ಪರ್ಧಿ ಭಾವನೆ ಬೆಳೆಯುತ್ತಿದೆ ಎಂಬುದು ಹಿರೋಕೊಗೆ ಈಗಾಗಲೇ ಅರಿವಿಗೆ ಬಂದಿತ್ತು. ಹಿರೋಕೊ ಬೆಳೆದಂತೆ, ತೋಶಿಕೊಳ ಪ್ರಜ್ಞೆಗೆ

ಅರಿವಿಲ್ಲದಂತೆ ಅವಳಲ್ಲಿ ಅಸೂಯೆ ಬೆಳೆದಿತ್ತು. ಆದರೆ ಹಿರೋಕೊ ಜೊತೆಗಿನ ಸಂಬಂಧದ ಮೇಲೆ ಪರಿಣಾಮ ಬೀರುವಂಥ ರೀತಿಯ ಅಸೂಯೆ ಅದಾಗಿರಲಿಲ್ಲ. ಬುದ್ಧಿಮತ್ತೆಯಲ್ಲಿ ಹಿರೋಕೊ ತೋಷಿಕೊಗಿಂತ ಎಷ್ಟು ಮೇಲಕ್ಕೆ ಹೋಗಿದ್ದಳೆಂದರೆ, ವೈಮನಸ್ಯಕ್ಕೆ ಯಾವ ಅವಕಾಶವೂ ಉಳಿದಿರಲಿಲ್ಲ. ಜಾರು ಬಾಗಿಲುಗಳಿಗೆ ಹೊಸ ಕಾಗದಗಳನ್ನು ತಾನೇ ಅಂಟಿಸುತ್ತೇನೆಂದು ಮುಖ ಕೆಂಪಗೆ ಮಾಡಿಕೊಂಡು ನಿಂತ ತೋಶಿಕೊಳನ್ನು ಚಿತ್ರಿಸಿಕೊಂಡಾಗ ಹಿರೋಕೊಗೆ ಅನಿಸಿದ್ದೆಲ್ಲಾ ಅವಳ ಬಗ್ಗೆ ಒಂದು ಬಗೆಯ ಮರುಕ. ಈ ಭಾವನೆಯಲ್ಲಿ ಒಂದು ರೀತಿಯ ಅಹಂಕಾರವೂ ಸೇರಿದ್ದಿರಬಹುದು. ಆದರೆ ತಾನು ತನ್ನ ಅತ್ತೆಯನ್ನು ಮೀರಿಸಿದವಳೆಂಬ ಭಾವನೆ ಇಲ್ಲದೆ, ಹಿರೋಕೊ ನಿಶ್ಚಿಂತ ಮನಸ್ಸಿನಿಂದ ಬಾಗಿಲಿಗೆ ಕಾಗದ ಅಂಟಿಸುವ ಕೆಲಸವನ್ನು ಪೂರ್ತಿ ಮಾಡಿದಳು. ಹಿರೋಕೊ ಈ ಕೆಲಸ ಮಾಡುತ್ತಿದ್ದಾಗ ತೋಶಿಕೊ ಅವಳ ಬಳಿ ನಿಂತಿದ್ದಳು. ಸೋಲಿನ ಪ್ರಜ್ಞೆಯನ್ನು ಹತ್ತಿಕ್ಕುವ ಯತ್ನದಲ್ಲಿ ಅವಳ ರಭಸದ ಉಸಿರಾಟಕ್ಕೆ ಭುಜಗಳು ಏರಿಳಿಯುತ್ತಿದ್ದವು.

ತನ್ನ ಅತ್ತೆ ಹತ್ತಿರ ಬಂದಾಗ ಏನೋ ವಾಸನೆ ಬರುತ್ತದೆಂದು ಕೆಲವೊಮ್ಮೆ ಹಿರೋಕೊಗೆ ಅನ್ನಿಸುತ್ತಿತ್ತು. ಅಂಥ ಸಮಯದಲ್ಲೆಲ್ಲಾ ಅವಳು ಮುಖ ಸೊಟ್ಟಗೆ ಮಾಡಿಕೊಳ್ಳುತ್ತಿದ್ದಳು ಮತ್ತು ಎರಡು ವರ್ಷದ ಹಿಂದೆ ಚಳಿಗಾಲದ ಒಂದು ಮಧ್ಯಾಹ್ನ ನಡೆದದ್ದನ್ನು ನೆನಪಿಸಿಕೊಳ್ಳುತ್ತಿದ್ದಳು. ಶಾಲೆಯಿಂದ ತಡವಾಗಿ ಮನೆಗೆ ಬಂದಾಗ, ಮನೆ ಕತ್ತಲಲ್ಲಿತ್ತು. ಹಿರೋಕೊಗೆ ಒಳಗಿನಿಂದ ಮಾತಿನ ಧ್ವನಿ ಕೇಳಿಸುತ್ತಿತ್ತು – ತೋಶಿಕೊಳ ಪ್ರತಿಭಟನೆಯ ಆತಂಕ ತುಂಬಿದ ಧ್ವನಿ ಮತ್ತು ಅವಳ ಪ್ರತಿರೋಧವನ್ನು ಜಯಿಸುವ ಯತ್ನದ ಒಬ್ಬ ಗಂಡಸಿನ ಮೆದುವಾದ ಧ್ವನಿ. ಬೆರಗು ಬಡಿದ ಹಿರೋಕೊ ಹಿಂದೆ ಸರಿದಿದ್ದಳು. ಗಂಡಸಿನ ಧ್ವನಿ ನಿಸ್ಸಂಶಯವಾಗಿಯೂ ಪಕ್ಕದ ಮನೆಯವನದು. ನಡೆಯುತ್ತಿದ್ದುದರ ಅರ್ಥ ಹಿರೋಕೊಗೆ ಆಯಿತು. ಆಕೆ ಮುಖ್ಯ ರಸ್ತೆಯಲ್ಲಿ ಸಾಗುತ್ತಾ, ಆಗಲೇ ತೆರೆದ ರಾತ್ರಿ ಅಂಗಡಿಗಳನ್ನು ದಾಟುತ್ತಾ ಹೋದಂತೆ, ಅವಳ ಕಣ್ಣೆದುರು ಪಕ್ಕದ ಮನೆಯ ಗಾರೆ ಕೆಲಸದ ಗಂಡಸಿನ ಪೇಲವವಾದ, ಒಂದು ಬಗೆಯ ಚಿಂತಾಕ್ರಾಂತ ಮುಖ ಮೂಡಿಬಂತು. ತನ್ನ ಅತ್ತೆ ಎಷ್ಟೇ ಪೆದ್ದಿಯಾಗಿ ಹುಟ್ಟಿದರೂ, ಗಂಡಸಿನ ಕಣ್ಣಲ್ಲಿ ಆಕೆ ಇನ್ನೂ ಹೆಣ್ಣೇ ಎಂಬ ವಿಷಯ ಅವಳಿಗೆ ತಟಕ್ಕನೆ ಅರಿವಾಯಿತು. ಆ ಗಂಡಸಿನ ಅಪೇಕ್ಷೆಯನ್ನು ಸುಮ್ಮನೆ ಪ್ರತಿರೋಧಿಸುತ್ತಿದ್ದ ತೋಶಿಕೊಳ ಹೆಣ್ಣುತನಕ್ಕೆ ಬೇರೆ ಆಧಾರ ಬೇಕಿರಲಿಲ್ಲ.

ಏನೋ ಕೆಲಸದ ಮೇಲೆ ಹೊರಗೆ ಹೋಗಿದ್ದ ಓಸಾಕಿ ಆ ದಿನ ಸಂಜೆ ಮನೆಗೆ ಬಂದಾಗ ರಾತ್ರಿಯ ಅಡುಗೆ ಸಿದ್ಧವಾಗಿಲ್ಲದಿರುವುದನ್ನು ಕಂಡು ಕೋಪಗೊಂಡಳು. ಯಥಾಪ್ರಕಾರ ತೋಶಿಕೊ ಏನೂ ಮಾತಾಡಲಿಲ್ಲ. ಅಡಿಗೆಯ ಸಿದ್ಧತೆಗೆ ಆಕೆ ಪಾತ್ರೆಗಳನ್ನು ಎತ್ತಿಡತೊಡಗಿ ಶಬ್ದ ಮಾಡಿದಳು. ಅತ್ತೆಯ ಕಣ್ಣುಗಳನ್ನು ಸಂಧಿಸದೇ ಇರಲು ಹಿರೋಕೊ ತನ್ನ ಶಕ್ತಿಮೀರಿ ಪ್ರಯತ್ನಿಸಿದಳು. ಇದಾದ ನಂತರ ಪಕ್ಕದ ಮನೆಯ ಗಾರೆ ಕೆಲಸಗಾರ ಅಂದು ಏನಾದರೂ ನಡೆಯಿತೆನ್ನುವ ಯಾವ ಸೂಚನೆಯನ್ನೂ ಕೊಡದೆ, ಮೊದಲಿನಂತೆಯೇ ತನ್ನ ಚಿಂತಾಕ್ರಾಂತ, ಪೇಲವ ಮುಖಮುದ್ರೆ ಹೊತ್ತು ಅಡ್ಡಾಡುತ್ತಿದ್ದ. ಆತನ ಹೆಂಡತಿಗೆ ಈ ವಿಷಯವೊಂದೂ ತಿಳಿಯದು. ಈ ಕೆಲಸಗಾರ ಮತ್ತು ಆತನ ಹೆಂಡತಿಯನ್ನು ಒಟ್ಟಿಗೆ ನೋಡಿದಾಗೆಲ್ಲ ಅಂದು ಏನು ನಡೆಯಿತೆಂದು ನೆನಪಾಗುತ್ತಿದ್ದುದು ಹಿರೋಕೊ ಒಬ್ಬಳಿಗೇ. ಒಮ್ಮೆ ಹಿರೋಕೊ ತನ್ನ ಅತ್ತೆಯೊಡನೆ ಸ್ನಾನದ ಮನೆಯಿಂದ ಹಿಂದಿರುಗುತ್ತಿದ್ದಾಗ ರಸ್ತೆಯಲ್ಲಿ ಅವರು ಆ ಗಾರೆ ಕೆಲಸಗಾರನನ್ನು

ಸಂಧಿಸಿದರು. ತೋಶಿಕೊ ನೆಲ ನೋಡುತ್ತಾ ಮುಂದೆ ಸಾಗಿದಳು. ಗಾರೆ ಕೆಲಸಗಾರ ಇವರ ಪರಿಚಯವಿಲ್ಲದಂತೆ ಹಾದುಹೋದ.

ತನ್ನ ಅತ್ತೆಯ ದೇಹದಿಂದ ಏನೋ ವಾಸನೆ ಬರುತ್ತಿದೆಯೆನಿಸಿದಾಗೆಲ್ಲ ಹಿರೋಕೊಗೆ ಈ ಘಟನೆ ನೆನಪಾಗುತ್ತಿತ್ತು. ಆದರೆ ಆಕೆ ಏನೂ ಹೇಳುತ್ತಿರಲಿಲ್ಲ. ಆದರೆ ಈಗೀಗ ಅಂದರೆ ಉದಾಹರಣೆಗೆ, ಊಟವಾದ ನಂತರ ತೋಶಿಕೊ ತನ್ನ ಹಲ್ಲುಗಳನ್ನು ಚಪ್ಪರಿಸಿ ಒಂದು ರೀತಿಯ ದೊಡ್ಡ ಶಬ್ದ ಹೊರಡಿಸಿದಾಗೆಲ್ಲ, ಊಟದ ಸಮಯದಲ್ಲಿ ಮುಖ ಹಿಂಡಿಕೊಂಡು ಕಾನೆಯುಕಿ ಏಕೆ ತೋಶಿಕೊಳನ್ನ ನೋಡುತ್ತಿದ್ದ ಎನ್ನುವುದು ಹಿರೋಕೊಗೆ ಅರ್ಥವಾದಂತಾಗುತ್ತಿತ್ತು. ಹಿರೋಕೊ ತನ್ನೆಲ್ಲ ಬಟ್ಟೆಗಳನ್ನು ಒಳವಸ್ತ್ರವನ್ನೂ ಕೂಡ ತೊಳೆಯುವ ಕೆಲಸವನ್ನು ತೋಶಿಕೊಗೆ ಬಿಡುತ್ತಿದ್ದಳು – ಅದು ಸ್ವಾಭಾವಿಕ ಎನ್ನುವಂತೆ. ಟೋಕಿಯೋದಲ್ಲಿ ಒಂದು ವ್ಯಾಪಾರೀ ಕಂಪೆನಿಯಲ್ಲಿ ಆಕೆ ದುಡಿಯಲು ಆರಂಭಿಸಿದಂದಿನಿಂದ ತನ್ನ ಸ್ವಂತ ಕೆಲಸವೊಂದನ್ನೂ ಮಾಡಿಕೊಳ್ಳುತ್ತಿರಲಿಲ್ಲ. ಒಂದರ್ಥದಲ್ಲಿ ತೋಶಿಕೋಗೆ ಇನ್ನೊಬ್ಬ ಯಜಮಾನಿತಿ ಸಿಕ್ಕಂತಾಯಿತು. ಆದರೆ ಓಸಾಕಿಯಂತೆ ಹಿರೋಕೊ, ತೋಶಿಕೊ ಬಗ್ಗೆ ಗೊಣಗುತ್ತಿರಲಿಲ್ಲ. ಹಾಗೆ ನೋಡಿದರೆ ಅವಳು ತೋಶಿಕೊಗೆ ಮರದ ಪಾದುಕೆಗಳು ಮತ್ತಿತರ ಅಗತ್ಯ ವಸ್ತುಗಳನ್ನು ಕೊಂಡುಕೊಡುತ್ತಿದ್ದಳು. ತನ್ನ ರಜೆಯ ದಿನ ಓಸಾಕಿ ಮತ್ತು ತೋಶಿಕೊಳನ್ನು ಸಿನಿಮಾಕ್ಕೆ ಕಳಿಸುತ್ತಿದ್ದಳು. ಅಂಥ ಸಂದರ್ಭದಲ್ಲಿ ತೋಶಿಕೊ ಒಬ್ಬ ಕೆಲಸಗಿತ್ತಿ ಎನ್ನುವಂಥ ಭಾವನೆ ಬರುವಂತೆ ಓಸಾಕಿ ಅವಳನ್ನು ತನ್ನ ಜೊತೆ ಕರೆದೊಯ್ಯುತ್ತಿದ್ದಳು.

ಏನು ಕಾರಣವೋ ಏನೋ, ಅಂತೂ ಒಂದು ದಿನ ತೋಶಿಕೊ ಪ್ರತಿಭಟಿಸುವ ತನಕ ಪ್ರತಿದಿನ ಬೆಳಿಗ್ಗೆ ಮಾಮೂಲಿನಂತೆ ಓಸಾಕಿಯ ಗೊಣಗಾಟ ಮುಂದುವರಿದೇ ಇತ್ತು. ಆ ದಿನ ತೋಶಿಕೋ ಹುಚ್ಚು ಹಿಡಿದಂತೆ ಕಿರುಚುತ್ತಾ ಅಡಿಗೆಮನೆಯ ಚೂರಿಯನ್ನು ಎತ್ತಿಕೊಂಡು ಅದನ್ನ ಓಸಾಕಿಯ ಎದುರು ಝುಳಪಿಸಿದಳು. ತೋಶಿಕೊಳ ಈ ಅಸಾಧಾರಣ ಬದಲಾವಣೆಯಿಂದ ಭಯಗ್ರಸ್ತಳಾಗಿ ಓಸಾಕಿ ಅಲ್ಲಿಂದ ಓಡಿದಳು. ಓಸಾಕಿ ಓಡುತ್ತಿರುವುದರಿಂದ ಇನ್ನೂ ಉದ್ರೇಕಿತಳಾದಂತೆ ತೋಶಿಕೊ ಅವಳ ಹಿಂದೆಯೇ ಬೆನ್ನಟ್ಟಿ ಹೋದಳು. ಓಸಾಕಿ ಬರೀ ಪಾದದಲ್ಲೆ ಹೊರಗೆ ಓಡಿದಳು. ಓಣಿಯಲ್ಲಿ ಭಾರೀ ಜನ ಜಾತ್ರೆಯೇ ಸೇರಿತು. ತನ್ನ ರಾತ್ರಿಯ ಉಡುಪಿನಲ್ಲೇ ಹಿರೋಕೊ ಓಡಿಬಂದಾಗ ಎದುರು ಮನೆಯ ಮುದುಕನೊಬ್ಬ ತೋಶಿಕೊಳನ್ನು ಗಟ್ಟಿಯಾಗಿ ಹಿಡಿದುಕೊಂಡಿದ್ದ. ತೋಶಿಕೊ ಅವನ ಹಿಡಿತದಿಂದ ಕೊಸರಿಕೊಳ್ಳಲು ಶತಪ್ರಯತ್ನ ಮಾಡುತ್ತ, ಬಿಕ್ಕಿ ಬಿಕ್ಕಿ ಅಳುತ್ತಾ ಏದುಸಿರುಬಿಡುತ್ತಿದ್ದಳು.

''ಪ್ರತಿದಿನ, ನಾನು ಏನೂ ಹೇಳೋದಿಲ್ಲ, ಆದರೂ ಅಮ್ಮ ನನ್ನನ್ನ ಸದಾ ಬಯ್ತಿರ್ತಾಳೆ. ಓಹ್, ನಾನೇನು ಮಾಡ್ಲಿ, ಓಹ್ ನಾನೇನು ಮಾಡ್ಲಿ! ನಂದೇ ಆದ ರೀತೀಲಿ ನನ್ನ ಶಕ್ತಿ ಮೀರಿ ನಾನು ಕೆಲಸ ಮಾಡ್ತೀನಿ, ಓಹ್ ನಾನು ಸತ್ತು ಹೋದರೆ ಒಳ್ಳೇದು !''

ಸ್ವಲ್ಪ ದೂರದಲ್ಲಿ ಒಂದು ಸಣ್ಣ ಗುಂಪಿನ ನಡುವೆ ಅಡಗಿಕೊಂಡಿದ್ದ ಓಸಾಕಿ ಜನರ ನಡುವಿನಿಂದ ತೋಶಿಕೊಳತ್ತ ಇಣುಕಿ ನೋಡಿದಳು. ಅವಳ ಮುಖ ರಾವು ಬಡಿದಂತಾಗಿತ್ತು. ಅವಳ ಒಣಕಲು ದೇಹ ಇನ್ನಷ್ಟು ಕುಗ್ಗಿತ್ತು. ಈ ಘಟನೆಗಿಂತ ಎಷ್ಟೋ ದಿನಗಳ ಮೊದಲೇ ಆ ಗಾರೆ ಕೆಲಸದವನು ನಗರದ ಬೇರೆ ಪ್ರದೇಶಕ್ಕೆ ಮನೆ ಬದಲಾಯಿಸಿದ್ದ.

ಈ ರೀತಿ ಹಿಂದೆಂದೂ ನಡೆದದ್ದನ್ನು ಯಾರೂ ಕೇಳಿಯೂ ಇರಲಿಲ್ಲ. ಸಾಮಾನ್ಯವಾಗಿ ಕೊಂಚ ಮುನಿಸನ್ನೂ ತೋರಿಸದೇ ಇರುವಂಥ ತೋಶಿಕೊ ಚಾಕುವನ್ನು ಝುಳಪಿಸುತ್ತಾ ಓಸಾಕಿಯನ್ನು

ಬೆನ್ನಟ್ಟಬೇಕಾಗಿದ್ದರೆ ಅವಳ ಅಂತರಾಳದಲ್ಲಿ ಎಷ್ಟೊಂದು ಅದುಮಿಟ್ಟ ಭಾವನೆಗಳಿರಬೇಕೆಂದು ಹಿರೋಕೋ ಯೋಚಿಸಿದಳು. ಆದರೆ ಹಿರೋಕೊ ಮೇಲಿನ ತನ್ನ ಅಸೂಯೆಯನ್ನು ತೋಶಿಕೊ ಹೀಗೆ ಹೊರಗೆಡವಿದ್ದಾಳೆಂಬ ವಿಷಯ ಹಿರೋಕೊಗಾಗಲೀ, ಓಸಾಕಿಗಾಗಲೀ ಹೊಳೆಯಲಿಲ್ಲ.

ಯಾಶಿಮಾ ಕುಟುಂಬ ಟೋಕಿಯೋಗೆ ಬಂದು ಹತ್ತು ವರ್ಷಗಳು ಕಳೆದಿದ್ದವು. ಕಾನೆಯುಕಿ ಮತ್ತೆ ಮದುವೆಯಾಗಿ ಒನೊಮಿಚಿಯಲ್ಲೇ ಇನ್ನೂ ವಾಸಿಸುತ್ತಿದ್ದ. ಆತ ತನ್ನ ಹೆಂಡತಿಯೊಡನೆ ಟೋಕಿಯೋಕ್ಕೂ ಬಂದಿದ್ದ. ಆಗ, ಅವರೆಲ್ಲ ಹೇಗೆ ಬದುಕುತ್ತಿದ್ದಾರೆಂದು ಕಣ್ಣಾರೆ ಕಂಡಿದ್ದ. ತಾನು ಆ ಸಂಸಾರಕ್ಕೆ ಏನೂ ಮಾಡಲಿಲ್ಲ ಎಂಬ ವಿಷಯವನ್ನು ಅಲಕ್ಷಿಸಿ ಆತ ಹೇಳಿದ್ದ:

''ಏನೇ ಆಗಲಿ, ಎಲ್ಲಾ ಒಳ್ಳೆಯದೇ ಆಗಿದೆ. ಆದರೆ ತೋಶಿಕೋ ವಿಷಯದಲ್ಲಿ ಮಾತ್ರ ಪಾಪ ಅನಿಸ್ತದೆ. ಅವಳ ಜೀವಮಾನವೆಲ್ಲ ಈ ಮನೆಯಲ್ಲೇ ಕಾಲ ಕಳೆಯಬೇಕಲ್ಲಾ ಎಂದು ವ್ಯಸನವಾಗ್ತದೆ.''

ಆತ ಸ್ವಲ್ಪಮಟ್ಟಿನ ಶಾಂತ ಸ್ವಭಾವವನ್ನು ರೂಢಿಸಿಕೊಂಡಿದ್ದ. ಅದಕ್ಕೆ ತಕ್ಕಂತೆ ಅವನ ವರ್ತನೆಯಲ್ಲಿ ಒಂದು ಬಗೆಯ ಕೃತಕ ಗಾಂಭೀರ್ಯವನ್ನೂ ಗಳಿಸಿಕೊಂಡಿದ್ದ.

ಇದಕ್ಕೆ ಸುಮಾರು ಐದು ವರ್ಷಗಳ ಹಿಂದೆ ನಾವೋಯುಕಿ ಹೆಚ್ಚು ಕಡಿಮೆ ಒಂದು ವರ್ಷ ವಿಚಾರಣೆಯಿಲ್ಲದೆ ಜೈಲಿನಲ್ಲಿದ್ದ. ಜೈಲಿನಿಂದ ಬಿಡುಗಡೆ ಆದ ಬಳಿಕ ಒಂದು ಪ್ರಕಾಶನ ಸಂಸ್ಥೆಯಲ್ಲಿ ಕೆಲಸ ಸಿಕ್ಕಿತ್ತು. ಮದುವೆಯಾದ. ಈಗ ಅವನಿಗೂ ಮಕ್ಕಳಾಗಿವೆ. ಹಿರೋಕೊಳ ತಮ್ಮ ಕೆನಿಚಿ ಮಾಧ್ಯಮಿಕ ಶಾಲೆಯನ್ನು ಮುಗಿಸಿ, ಓಜಿಯಲ್ಲಿ ಒಂದು ಅಂಚೆ ಕಚೇರಿಯಲ್ಲಿ ಕೆಲಸ ಹಿಡಿದ. ಅಷ್ಟರಲ್ಲೇ ಎಲ್ಲರ ತಲೆಯ ಮೇಲೂ ಯುದ್ಧದ ಭೀತಿ ತೂಗಾಡತೊಡಗಿತ್ತು.

ಈಗ ತೋಶಿಕೋಗೆ ಮುವತ್ತೈದಕ್ಕೂ ಹೆಚ್ಚು ವಯಸ್ಸು. ಆದರೂ ಅದೇ ತರಹ ಕಾಣುತ್ತಿದ್ದಳು. ಅವಳ ದೇಹ ಮೊದಲಿನಷ್ಟೇ ದುಂಡು ದುಂಡಾಗಿತ್ತು. ಅವಳ ಮೈ ಬಣ್ಣದಲ್ಲಷ್ಟೇ ಕೊಂಚ ವ್ಯತ್ಯಾಸ ಕಾಣುತ್ತಿದ್ದುದು. ಮೊದಲು ಕೊಂಚ ಗೌರವರ್ಣದವಳಾಗಿದ್ದ ಆಕೆಯ ಮೈಬಣ್ಣ ಈಗ ಕೊಂಚ ಕಪ್ಪಾಗಿತ್ತು. ಆಕೆ ಯಾವಾಗಲೂ ಒಂದು ಬಿಳಿಯ ಏಪ್ರನ್ ಕಟ್ಟಿಕೊಳ್ಳುತ್ತಿದ್ದಳು, ಕೊಂಚ ಬೆನ್ನು ಬಗ್ಗಿಸಿ ನಡೆಯುವಂತೆ ಕಾಣುತ್ತಿದ್ದಳು.

ತೋಶಿಕೊಳನ್ನು ಕೆಲವು ಕಾಲದ ಮಟ್ಟಿಗೆ ಒನೊಮಿಚಿಗೆ ಕಳಿಸಿಕೊಡಬೇಕೆಂಬ ಅಪೂರ್ವ ಕೋರಿಕೆಯೊಂದು ಕಾನೆಯುಕಿಯಿಂದ ಬಂತು. ಆತನ ಎರಡನೇ ಹೆಂಡತಿಗೆ ತೀರಾ ತಡವಾಗಿ ಮೊದಲ ಬಾರಿಗೆ ಮಗುವೊಂದು ಹುಟ್ಟಲಿದೆ. ಆದ್ದರಿಂದ ಸಾಧ್ಯವಾದ ಎಲ್ಲ ಮುನ್ನೆಚ್ಚರಿಕೆಯನ್ನೂ ಕೈಗೊಳ್ಳಬೇಕೆಂದು ಅವರ ಅಪೇಕ್ಷೆ, ಅಂದರೆ ಅರ್ಥ, ತೋಶೀಕೊ ಒಬ್ಬ ಕೆಲಸದಾಕೆಯಾಗಿ ಅಲ್ಲಿ ಹೋಗಬೇಕಾಗಿದೆ. ತನ್ನ ಹಿರೇ ಮಗ ತಮ್ಮೆಲ್ಲರ ಯೋಗಕ್ಷೇಮವನ್ನು ನೋಡಿಕೊಳ್ಳ ಬೇಕಾದ್ದು ಅವನ ಧರ್ಮ ಎಂದು ಓಸಾಕಿ ತನ್ನ ಮನಸ್ಸಿನಲ್ಲಿ ನಂಬಿದವಳು. ಅವನಿಂದ ಅದನ್ನು ಮಾಡಿಸಲು ಇದೊಂದು ಅವಕಾಶ ಎಂದು ಅವಳು ಯೋಚಿಸಿದಳು. ಆದರೆ ಹಿರೋಕೊ ಮತ್ತು ಅವಳ ತಮ್ಮನಿಗೆ ಇದರಿಂದ ಅಸಮಾಧಾನವಾಯಿತು. ತನ್ನೆಲ್ಲ ಕೆಲಸ ಬೊಗಸೆಗಳನ್ನೂ ತೋಶಿಕೊಳಿಂದಲೇ ಮಾಡಿಸಿಕೊಂಡು ಮನೆಯ ಚಿಕ್ಕ ಯಜಮಾನಿಯಂತೆ ಮೆರೆಯುತ್ತಿರುವ ಹಿರೋಕೊಗೆ ತೋಶಿಕೋ ಇಲ್ಲದೆ ಇದ್ದರೆ ತನಗೆ ಆಗುವ ಅನಾನುಕೂಲಗಳ ಬಗ್ಗೆ ಚಿಂತೆಯಾಯಿತು. ಆದರೆ ಅವಳು ಇದನ್ನೆಲ್ಲಾ ಹೊರಗೆಡಹಲಿಲ್ಲ. ತನ್ನ ತಂದೆ ಅವನ ಸ್ವಂತ ಹಿತಾಸಕ್ತಿಗಳಿಗೆ ಮಾತ್ರ ಗಮನ ಕೊಡುತ್ತಾನೆ ಎಂಬ ಅತೃಪ್ತಿಯೊಂದೆ ಅವಳು ಬಹಿರಂಗವಾಗಿ ತೋರಿಸಿದ ಭಾವನೆ.

''ಅವನು ನಮಗಾಗಿ ಏನನ್ನೂ ಮಾಡದೇ ಇರುವಾಗ ಈಗ ಹೀಗೆ ಕೇಳುವುದು ಸ್ವಾರ್ಥವೇ ಸರಿ, ತನ್ನ ಅನುಕೂಲಕ್ಕಾಗಿ ಮಾತ್ರ ತೋಶಿಕೋ ಅತ್ತೆಯನ್ನು ಬರಹೇಳಿದ್ದಾಳೆ. ನಾವೊಯುಕಿ ಚಿಕ್ಕಪ್ಪನೂ ಅಷ್ಟೇ. ಅವರಿಗೆ ಮಗುವಾಗುವ ಸಂದರ್ಭದಲ್ಲಿ ಸಹಾಯಕ್ಕಾಗಿ ಅತ್ತೆಯನ್ನು ಕರೆಸಿಕೊಂಡಿದ್ದರು. ಹಂಗಾಮಿ ಸಹಾಯಕಳಾಗಿ ಮಾತ್ರ ಆಕೆ ಬೇಕು. ಇದಕ್ಕೆಲ್ಲಾ ಅವರು ನಿನಗೆ ಕೊಡುವುದು ಏನು? ಒಂದು ಜೊತೆ ಮರದ ಪಾದರಕ್ಷೆಗಳು ಮಾತ್ರ. ಅದೂ ಅಗ್ಗವಾದ್ದನ್ನ ನೋಡಿ ಕೊಡ್ತಾರೆ. ಅಪ್ಪನ ಉದ್ದೇಶವೂ ಅಷ್ಟೇ ಎಂದು ನಾನು ನಿನಗೆ ಖಂಡಿತ ಹೇಳಬಲ್ಲೆ.''

''ಅದು ನಿಜವೇ ಆಗಿದ್ದರೂ, ಅದಕ್ಕೀಗ ಏನೂ ಮಾಡಲಾಗುವುದಿಲ್ಲ. ನಿನ್ನ ಮದುವೆ ಆದ ಮೇಲೆ, ಏನೇ ಆಗಲೀ, ಆತನೇ ನಮ್ಮನ್ನು ನೋಡಿಕೊಳ್ಳಬೇಕಾದವನು.''

''ಈ ವಯಸ್ಸಿನಲ್ಲಿ ಅಪ್ಪನಿಗೆ ಒಂದು ಮಗುವಾದರೂ ಯಾಕೆ ಬೇಕಿತ್ತೋ ನನಗೆ ತಿಳಿಯದು'' ಎಂದು ಹಿರೋಕೊ ಬಿರುಸಿನಿಂದ ನುಡಿದಳು.

ಓಸಾಕಿ ಒಂದು ರೀತಿ ಅಸಮಾಧಾನದಿಂದ ಹೂಂಕರಿಸಿ, ನೆಲ ನೋಡತೊಡಗಿದಳು. ಅವಳಿಗೆ ಏನು ಉತ್ತರ ಕೊಡಬೇಕೋ ತಿಳಿಯದಾಯಿತು. ಹಿರೋಕೊಳ ಅಭಿಪ್ರಾಯ ಅವಳಿಗೂ ಅರ್ಧ ಸಮ್ಮತವೇ. ಹಿರೋಕೊ ತನ್ನ ತಂದೆಯ ವಿರುದ್ಧ ಹೀಗೆ ಬಹಿರಂಗವಾಗಿ ಮಾತನಾಡುವುದಕ್ಕೆ, ಅವಳ ಬಾಲ್ಯಾವಸ್ಥೆಯಿಂದಲೂ ಆತ ಅವಳನ್ನು ಅಲಕ್ಷಿಸಿರುವುದರಿಂದ ಉಂಟಾದ ಅಸಮಾಧಾನವೇ ಪ್ರೇರಣೆಯಿರಬೇಕೆಂದು ಓಸಾಕಿ ಊಹಿಸಿದಳು. ಇಷ್ಟಾಗಿಯೂ ಓಸಾಕಿಯದು ಒಂದು ವಿಚಿತ್ರ ಮನಸ್ಸು. ಒಟ್ಟಿಗೇ ಇದ್ದಾಗ ಆಕೆ ಕಾನೆಯುಕಿಯ ಜೊತೆ ಸದಾ ಜಗಳಾಡಿದರೂ, ಆತ ದೂರದಲ್ಲಿದ್ದಾಗ ಅವನ ಪಕ್ಷ ವಹಿಸುವುದು ಅವಳ ವಿಲಕ್ಷಣ ರೀತಿ. ಓಸಾಕಿಯ ಮನಸ್ಸಿಗೆ ಕೂಡ ಒಮ್ಮೊಮ್ಮೆ ಕಿರಿಕಿರಿಯಾಗುವಷ್ಟು ಹಿರೋಕೊಳ ಪ್ರಾಬಲ್ಯ ಮನೆಯಲ್ಲಿ ಹೆಚ್ಚಾಗುತ್ತಿದ್ದುದೇ ಇದಕ್ಕೆ ಕಾರಣವಾಗಿತ್ತು.

ಕೊನೆಗೆ, ಒನೊಮಿಚಿಗೆ ತೋಶಿಕೊಳನ್ನು ತಾನೆ ಖುದ್ದು ಕರೆದುಕೊಂಡು ಹೋಗುವುದೆಂದು ಓಸಾಕಿ ನಿರ್ಧರಿಸಿದಳು. ಈ ವಿಷಯವನ್ನು ಕುರಿತು ಆಕೆ ಮತ್ತು ಹಿರೋಕೊ ಮಾತುಕತೆಯಾಡಿದರು. ಆದರೆ ತೋಶಿಕೊಳ ಇಷ್ಟಾನಿಷ್ಟಗಳೇನೆಂದು ಯಾರೂ ಕೇಳಲಿಲ್ಲ. ಅವಳು ತನ್ನ ಭಾವನೆಯನ್ನು ಯಾರಿಗೂ ಹೊರಗೆಡಹಲಿಲ್ಲ.

''ನಾನೇನು, ಬೇಗ ಬಂದುಬಿಡ್ತೇನೆ, ಆಂ?'' ಎಂದು ಹಿರೋಕೊಗೆ ಸಮಾಧಾನ ಪಡಿಸುವಂತೆ ಹೇಳಿ ತೋಶಿಕೊ ಹೊರಟಳು.

ಆರು ತಿಂಗಳ ನಂತರ ಆಕೆ ಹಿಂತಿರುಗಿದಳು. ಕಾನೆಯುಕಿಯ ಹೆಂಡತಿ ದಿನ ತುಂಬುವ ಮೊದಲೇ ಹಡೆದಳು. ಆ ಮಗು ಹೆಚ್ಚು ಕಾಲ ಉಳಿಯಲಿಲ್ಲ. ಯಾವ ರೀತಿಯ ಸನ್ಮಾನವೂ ಇಲ್ಲದೆ ತೋಶಿಕೊಳನ್ನು ಹಿಂದಕ್ಕೆ ಕಳುಹಿಸಲಾಯಿತು. ಟೋಕಿಯೋದಲ್ಲಿ ಅವರ ಸಂಸಾರ ಕಾಲದ ಸುಳಿಗೆ ಸಿಕ್ಕಿತ್ತು. ಕೆನಿಚಿಯನ್ನು ಸೈನ್ಯಕ್ಕೆ ಭರ್ತಿ ಮಾಡಿಕೊಳ್ಳಲಾಗಿತ್ತು. ಅಂದರೆ ಆ ಕಾಲದಲ್ಲಿ ಆತನನ್ನು ಯುದ್ಧರಂಗಕ್ಕೆ ಕಳಿಸುತ್ತಾರೆಂದೂ ಆತ ನಿರೀಕ್ಷಿಸಬೇಕೆಂದು ಅದರ ಅರ್ಥ. ಓಸಾಕಿಗೆ ತನ್ನೊಬ್ಬಳ ಯತ್ನದಿಂದಲೇ ಸಂಸಾರ ನಿರ್ವಹಿಸುವುದು ಕಷ್ಟವಾಗಿತ್ತು. ತನ್ನ ಪ್ರೀತಿಯ ಕೆನಿಚಿ ಸೈನ್ಯಕ್ಕೆ ಭರ್ತಿಯಾದ ಮತ್ತು ಇನ್ನೊಂದು ವರ್ಷದಲ್ಲಿ ಯುದ್ಧಭೂಮಿಗೆ ಆತ ಹೋಗಬೇಕಾಗುತ್ತದೆ ಎಂಬ ಕಲ್ಪನೆಯೇ ಆಕೆಯನ್ನು ನಿರುತ್ಸಾಹಗೊಳಿಸಲು ಸಾಕಾಗಿತ್ತು. ಈಗ ಕಾನೆಯುಕಿಯ ರಕ್ಷಣೆಗೆ ತನ್ನನ್ನು ಒಪ್ಪಿಸಿಕೊಳ್ಳಲೂ ಆಕೆ ತಯಾರಾಗಿದ್ದಳು.

''ತೋಶಿಕೊ ಅತ್ತೆಯೊಬ್ಬಳ ವಿಚಾರವಾದರೆ, ನನ್ನ ಮದುವೆಯಾದ ಮೇಲೆ ನಾನು ನನ್ನೊಂದಿಗೆ ಕರೆದೊಯ್ಯಬಲ್ಲೆ'' ಎಂದಳು ಹಿರೋಕೊ. ಇದರ ಅರ್ಥ ಓಸಾಕಿ ತನ್ನ ಹಿರಿಯ ಮಗನ ಮನೆಗೆ ಹೋಗಬೇಕು ಎಂದೇ ಆಗಿತ್ತು. ಈ ಬಾರಿ ಒನೊಮಿಚಿಯಿಂದ ಕರೆ ಬರಲು ಕಾಯದ ಅವಳು ತಾನಾಗಿಯೇ ಅಲ್ಲಿಗೆ ಹೋಗಬಿಡುವುದೆಂದು ನಿರ್ಧರಿಸಲಾಯಿತು. ಹಿಂದಿನ ಬಾರಿ ತೋಶಿಕೊಳನ್ನು ಕರೆದುಕೊಂಡು ಹೋಗಿದ್ದಾಗ ಕಾನೆಯುಕಿಯ ಮನೆ ಅವಳಿಗೆ ಬಹಳ ಹಿಡಿಸಿಬಿಟ್ಟಿತ್ತು. ಆದುದರಿಂದ ಹಿರೋಕೊ ಮದುವೆ ಸಮಾರಂಭ ಮುಗಿದ ಕೂಡಲೇ ತೋಶಿಕೊಳನ್ನು ಎಂದಿನಂತೆ ತನ್ನ ಅನುಚರಳನ್ನಾಗಿಸಿಕೊಂಡು ಓಸಾಕಿ ಹೊರಟಳು. ಊಟದ ಸಮಯದಲ್ಲಿ ಕಾನೆಯುಕಿ ತನ್ನ ಕಡೆ ಅಸಹ್ಯವಾಗಿ ನೋಡುತ್ತಿದುದು ನೆನಪಾಗಿ, ತೂಗಿಬಿದ್ದ ಕಣ್ಣೆವೆಗಳ ಕೆಳಗಿಂದ ಮೇಲ್ಮುಖವಾಗಿ ಹೀನ ನೋಟಗಳನ್ನು ಬೀರುವ ತೋಶಿಕೊಳ ಹಳೆಯ ಅಭ್ಯಾಸ ಮತ್ತೆ ಚಿಗುರಿತು. ಈಚೆಗೆ ಆಕೆ ಈ ಅಭ್ಯಾಸ ಮರೆತಿದ್ದಳು. ಇನ್ನು ಮೇಲೆ ಓಸಾಕಿ ಕೂಡ ಕಾನೆಯುಕಿಯನ್ನು ಅವಲಂಬಿಸಿರಬೇಕಾದ್ದರಿಂದ ತೋಶಿಕೊ ಏನೂ ಆಕ್ಷೇಪಿಸುವಂತೆಯೇ ಇರಲಿಲ್ಲ. ಅವರು ಹೊರಟ ರಾತ್ರಿ ಟೋಕಿಯೋ ನಿಲ್ದಾಣದಲ್ಲಿ ಚಳಿ ಗಾಳಿ ಬೀಸುತ್ತಿತ್ತು. ಎಲ್ಲೆಲ್ಲೂ ಯುದ್ಧರಂಗಕ್ಕೆ ಹೊರಟ ಸೈನಿಕರನ್ನು ಬೀಳ್ಕೊಡುವ ಜನರ ಗುಂಪು. ಇವೆಲ್ಲಾ ತೋಶಿಕೊಳ ಮೇಲೆ ಯಾವುದೇ ಪರಿಣಾಮ ಬೀರಲಿಲ್ಲ. ಆದರೆ ಇವರನ್ನು ಬೀಳ್ಕೊಡಲು ಬಂದಿದ್ದ ಹಿರೋಕೊ ಅವಳನ್ನು ಒಂದು ರೀತಿಯ ಆತಂಕದಿಂದ ನೋಡುತ್ತಿದ್ದಳು. ಅವಳ ಗಂಡ ಕುವಾಕಿ ಒಬ್ಬ ಔಷಧ ವ್ಯಾಪಾರಿ. ಟೋಕಿಯೋ ಉಪನಗರದಲ್ಲಿ ತನ್ನದೇ ಆದ ಒಂದು ಸಣ್ಣ ಅಂಗಡಿಯನ್ನು ಆಗ ತಾನೇ ತೆರೆದಿದ್ದ. ಪರ್ಲ್ ಹಾರ್ಬರ್ ದಾಳಿ ನಡೆದು ಬ್ರಿಟನ್ ಮತ್ತು ಅಮೆರಿಕಗಳ ಮೇಲೆ ಯುದ್ಧ ಶುರುವಾಗುವ ವೇಳೆಗೆ ಅವರ ವೈವಾಹಿಕ ಜೀವನ ಮೂರನೇ ವರ್ಷದಲ್ಲಿತ್ತು. ಹಿರೋಕೊ ಗರ್ಭಿಣಿಯಾದಳು. ಉಳಿದೆಲ್ಲರಂತೆ ತೋಶಿಕೊಳನ್ನು ಕರೆಸಿಕೊಳ್ಳಬೇಕೆಂದು ಈ ಬಾರಿ ಯೋಚಿಸಿದವಳು, ಹಿರೋಕೊ. ಕಾನೆಯುಕಿ ಮನೆಯಲ್ಲಿ ಓಸಾಕಿ ಮತ್ತು ತೋಶಿಕೊ ಯಾವ ಏರಿಳಿತಗಳೂ ಇಲ್ಲದ ಜೀವನ ನಡೆಸುತ್ತಿದ್ದರು. ಆದರೆ ಕೆಲವೊಮ್ಮೆ ಪೆನ್ಸಿಲ್ಲಿನಲ್ಲಿ ಬರೆದ ಕಾಗದದಲ್ಲಿ ದೂರುಗಳು ಇರುತ್ತಿದ್ದವು. ಸಂಜೆಯ ಹೊತ್ತು ಮದ್ಯದ ಬಾಟ್ಲಿಯೊಡನೆ ಕೂತಾಗ ಕಾನೆಯುಕಿ ತೋಶಿಕೊಳ ಬಗ್ಗೆ ಗೊಣಗುತ್ತಿರುವುದು ಅಂಜಿಕೆ ಹುಟ್ಟಿಸುವಂಥದು ಎಂದು ಅವರ ಪತ್ರದಲ್ಲಿರುತ್ತಿತ್ತು. ತಾನು ಕೆಲಸಕ್ಕೆ ಹೋದ ಮೇಲೆ ಮೂರು ಮಂದಿ ಹೆಂಗಸರು ಇಡೀ ದಿನ ಏನು ಮಾಡುತ್ತೀರಿ ಎಂದು ಅವನು ಕೇಳುತ್ತಿದ್ದ. ಅಲ್ಲದೆ ಆ ಮೂವರೂ ಸೋಮಾರಿತನದಿಂದ ಕಾಲ ಕಳೆದರೋ ಎನ್ನುವಂತೆ ಅವನು ದುರುಗುಟ್ಟಿ ನೋಡುತ್ತಿದ್ದ. ನಂತರ ತೋಶಿಕೊ ಓಡಾಡುವುದರಲ್ಲೇ ಏನೋ ಒಂದು ತಪ್ಪು ಹುಡುಕುತ್ತಿದ್ದ. ಆಕೆ ಮನೆಯನ್ನು ಸ್ವಚ್ಛಗೊಳಿಸಿದಾಗ, ಅವಳ ಕೆಲಸ ಮನೆಯನ್ನು ಇನ್ನಷ್ಟು ಗಲೀಜು ಮಾಡಿತು ಎನ್ನುವಂತೆ ಆಪಾದಿಸುತ್ತಿದ್ದ. ತಾನೇ ಒಂದು ಕಾಲದಲ್ಲಿ ಹೇಗೆ ಬೆಳಗಿನ ಹೊತ್ತು ಗೊಣಗಾಡುತ್ತಿದ್ದೆ ಎನ್ನುವುದು ಈಗ ಓಸಾಕಿಗೆ ಮರೆತು ಹೋದಂತೆ ಕಾಣಿಸುತ್ತಿತ್ತು.

ಹೊಸ ವರ್ಷ ಕಾಲಿರಿಸಿದ ಕೂಡಲೇ ತೋಶಿಕೋ ಒಬ್ಬಳೇ ಟೋಕಿಯೋಕ್ಕೆ ಬಂದಳು. ತೋಶಿಕೊ ನೋಡುವುದಕ್ಕೂ ಮೊದಲೇ ರೈಲಿನ ಕಿಟಕಿಯ ಮೂಲಕ ಅವಳನ್ನು ಹಿರೋಕೊ ನೋಡಿದಳು. ತೋಶಿಕೊಳ ಮುಖ ದಪ್ಪವಾಗಿ, ಶೂನ್ಯ ಕಳೆಯಿಂದ ಕೂಡಿತ್ತು. ಆಕೆಯ ಕಣ್ಣಲ್ಲಿ ಒಂದು ಬಗೆಯ ದಿಗಿಲು ತುಂಬಿತ್ತು. ಆದರೆ ಹಿರೋಕೊಳನ್ನು ಕಂಡಕೂಡಲೇ ಅವಳ ಮುಖದಲ್ಲಿ ನಿಧಾನ ನಗೆಯೊಂದು ಪಸರಿಸಿತು.

''ನಿನ್ನ ಅಜ್ಜಿ ತನ್ನ ಆಶೀರ್ವಾದ ತಿಳಿಸಿದ್ದಾಳೆ. ನೀನು ಗರ್ಭಿಣಿ ಎಂದು ಆಕೆ ಹೇಳಿದಳು'' ಎಂದಳು ತೋಶಿಕೊ.

ತೋಶಿಕೊಳ ಧ್ವನಿ ವಯಸ್ಸಾದವರ ಧ್ವನಿಯಂತಿತ್ತು. ಅವಳು ಮಾತಾಡುವ ರೀತಿಯೂ ಮುದುಕಿಯರದಂತಿತ್ತು. ಅವಳ ಗುಂಗುರು ಕೂದಲು ತೆಳ್ಳಗಾಗತೊಡಗಿತ್ತು. ಅವಳಿಗಿನ್ನೂ ನಲವತ್ತು ವರ್ಷ ವಯಸ್ಸು. ಅವಳ ತುಂಬಿಕೊಂಡ ತೋಳುಗಳು, ಸೊಂಟ ತಮ್ಮ ಆಕಾರವನ್ನು ಕಳೆದುಕೊಳ್ಳದಿದ್ದರೂ, ದೇಹದ ಮೇಲೆ ಹೆಚ್ಚು ಬಿಗಿಯಾಗಿ ಕೂತಂತೆ ಕಾಣಿಸುತ್ತಿದ್ದವು.

ಹಿರೋಕೊ ಒಂದು ಗಂಡು ಮಗುವನ್ನು ಹೆತ್ತಳು. ಅದೃಷ್ಟವಶಾತ್ ಅವಳಿಗೆ ತೋಶಿಕೊಳ ಜೊತೆ ಹೇಗೆ ನಡೆದುಕೊಳ್ಳಬೇಕೆಂದು ಗೊತ್ತಿತ್ತಾದ್ದರಿಂದ, ಓಸಾಕಿ ಮತ್ತು ಕಾನೆಯುಕಿಯರಂತೆ ಅವಳ ಗಂಡ ತೋಶಿಕೊಳ ಬಗ್ಗೆ ಕಿರಿಕಿರಿಪಟ್ಟುಕೊಳ್ಳಲಿಲ್ಲ. ತನ್ನ ಕೈಗಳೇ ಗಿಡ್ಡವೇನೋ ಎನ್ನುವಂತೆ ತೋಶಿಕೊ ಮಗುವನ್ನು ಒಡ್ಡೊಡ್ಡಾಗಿ ಎತ್ತಿಕೊಳ್ಳುತ್ತಿದ್ದಳು. ಮಗು ಓಡಾಡಲು ಶುರು ಮಾಡಿದಾಗ, ಅವನನ್ನು ನಿಲ್ದಾಣದ ಎದುರು ಬಯಲಲ್ಲಿ ಆಡಲು ಕರೆದೊಯ್ಯುತ್ತಿದ್ದಳು. ಕೆಲವೊಮ್ಮೆ ಹಿರೋಕೊ ಏನೋ ಕೆಲಸದ ಮೇಲೆ ಅಂಗಡಿಗೆ ಹೋಗುತ್ತಿದ್ದಳು. ಆಗ ಆ ಬಯಲು ತಮ್ಮ ಮನೆಯಂಗಳವೋ ಎಂಬಂತೆ ತನ್ನ ಪಾಡಿಗೆ ತಾನು ಹರಿದಾಡುತ್ತಾ, ಅಂಬೆಗಾಲಿಡುತ್ತಾ ಇರುವ ಮಗುವನ್ನು ಕಾಣುತ್ತಿದ್ದಳು. ತೋಶಿಕೋ ಇವ್ಯಾವುದರ ಪರಿವೆಯೂ ಇಲ್ಲದೆ, ಇನ್ನೊಂದು ಮಗುವಿನ ಉಸ್ತುವಾರಿಯಲ್ಲಿರುವ ಒಬ್ಬ ಮುದುಕನೊಡನೆ ಹರಟೆ ಹೊಡೆಯುತ್ತಿರುತ್ತಿದ್ದಳು. ಕೆಲವೊಮ್ಮೆ ಬೆಳಿಗ್ಗೆ ಮೊದಲು ಮಗು ಎಚ್ಚರವಾಗುತ್ತಿತ್ತು. ಆಗ ಅವನನ್ನು ತೋಶಿಕೊಗೆ ಕೊಟ್ಟು ಹಿರೋಕೊ ತಾನು ಇನ್ನೊಂದು ನಿದ್ದೆ ತೆಗೆಯುತ್ತಿದ್ದಳು. ಹುಡುಗ ಅಡಿಗೆಮನೆಯ ನೆಲದ ಮೇಲೆ ಕೂತು ಗ್ಲಾಸನ್ನು ಅಥವಾ ಕೈಗೆ ಸಿಕ್ಕುವ ಇನ್ನೇನಾದರೂ ವಸ್ತುವನ್ನು ನೆಲಕ್ಕೆ ಅತ್ತಿತ್ತ ಎಸೆಯುತ್ತಾ ತನಗೆ ತಾನೇ ಆಟವಾಡಿಕೊಳ್ಳುತ್ತಿದ್ದ.

''ತುಂಟ ಹುಡುಗ, ನಿನ್ನಮ್ಮ ನಿನ್ನ ಬಯ್ತಾಳೆ ನೋಡು'' ಎಂದು ತೋಶಿಕೊ ಮಂಕಾಗಿ ಹೇಳುತ್ತಿದ್ದಳು. ಆದರೆ ಅವನ ಕೈಗೆ ಸಿಗುವಂತಿರುವ ಗ್ಲಾಸುಗಳನ್ನು ತೆಗೆದಿಡುವ ಯತ್ನವನ್ನೂ ಅವಳು ಮಾಡುತ್ತಿರಲಿಲ್ಲ. ಹಾಗಾಗಿ ಅಳಿದುಳಿದ ಗ್ಲಾಸುಗಳೂ ಅವನ ಕೈಗೆ ಸಿಕ್ಕಿ ಒಡೆದು ನುಚ್ಚು ನೂರಾಗುತ್ತಿದ್ದವು.

''ಏನ್ಮಾಡ್ತಾ ಇದ್ದೀಯ ?'' – ಈ ಶಬ್ದವನ್ನು ಕೇಳಿ ಮಹಡಿಯಿಂದಲೇ ಹಿರೋಕೊ ಕೇಳುತ್ತಿದ್ದಳು.

''ಆತ ಗ್ಲಾಸನ್ನೆಲ್ಲಾ ಒಡೆದು ಹಾಕ್ತಾ ಇದ್ದಾನೆ'' ಎಂದು ನಿರ್ಲಕ್ಷ್ಯದಿಂದ, ಅದೆಲ್ಲ ಮಗುವಿನದೇ ತಪ್ಪು ಎನ್ನುವಂತೆ, ತೋಶಿಕೋ ಉತ್ತರ ಕೊಡುತ್ತಿದ್ದಳು.

ಆಹಾರದ ಅಭಾವ ಪ್ರಾರಂಭವಾಗಿತ್ತು. ತೋಶಿಕೊಳ ಹಸಿವು ಒಮ್ಮೊಮ್ಮೆ ಹಿರೋಕೊಳಿಗೆ ಕಿರಿಕಿರಿ ಉಂಟುಮಾಡುತ್ತಿತ್ತು. ಆ ರೀತಿ ಕಿರಿಕಿರಿಯಾಗುತ್ತಿದ್ದುದಕ್ಕೆ ತನ್ನ ಬಗ್ಗೆಯೇ ಹಿರೋಕೊಗೆ ಅಸಹ್ಯವಾಗುತ್ತಿತ್ತು. ತೋಶಿಕೊಗೆ ಇಂಥದ್ದೇ ಆಹಾರ ಬೇಕೆಂದೇನೂ ಇಲ್ಲ. ಬರೀ ಗೆಣಸಾದರೂ ಅವಳಿಗೆ ಬೇಸರವಿಲ್ಲ. ಆದರೆ ಅದನ್ನು ತಿನ್ನುವ ಪ್ರಮಾಣ ಹಿರೋಕೊಗೆ ಕಿರಿಕಿರಿ ಉಂಟುಮಾಡುತ್ತಿತ್ತು.

''ಏನು-ಎಲ್ಲಾ ಖರ್ಚಾಗಿ ಹೋಯ್ತಾ ?'' ಎಂದು ಬುಟ್ಟಿಯಲ್ಲಿ ಹಣಿಕಿ ನೋಡಿ, ಹಿರೋಕೊ ಕೊಂಚ ಸಿಡುಕುತ್ತಾ ಉದ್ಗಾರ ತೆಗೆಯುತ್ತಿದ್ದಳು.

ಸೈನ್ಯಕ್ಕೆ ಸೇರುವ ಸರದಿ ಕುವಾಕಿಗೂ ಬಂತು. ಆಗ ತೋಶಿಕೊ ಮನೆಯಲ್ಲಿದ್ದುದು ಒಂದು

ದೊಡ್ಡ ದೈವಕೃಪೆಯೆಂದೇ ಹಿರೋಕೊಗೆ ಕಂಡಿತು. ಮೊದಲ ಬಾರಿ ವಾಯುದಾಳಿ ನಡೆದಾಗ, ತೋಶಿಕೊ ಎಲ್ಲರಿಗಿಂತ ಮೊದಲು ಹೋಗಿ ಕಪಾಟಿನಲ್ಲಿ ಚಕ್ಕಳಮಕ್ಕಳ ಹಾಕಿ ಕೂತು ಕೊಂಡಿದ್ದಳು. ಏದುಸಿರು ಬಿಡುತ್ತಾ, ಪ್ರತಿಯೊಂದು ಸ್ಫೋಟವಾದಾಗಲೂ ಅವಳು ಗೋಳಿನ ಧ್ವನಿ ತೆಗೆಯುತ್ತಿದ್ದಳು. ಅವಳ ಗೋಳಾಟದ ಧ್ವನಿ ಎಷ್ಟು ನಿಯಮಿತವಾಗಿ ಬರುತ್ತಿತ್ತೆಂದರೆ, ಅವಳ ಜೊತೆಯೇ ಕಪಾಟಿನಲ್ಲಿದ್ದ ಹಿರೋಕೊಗೆ ನಗು ತಡೆಯಲಾಗುತ್ತಿರಲಿಲ್ಲ. ನಗೆಯನ್ನು ತಡೆಯುವ ಯತ್ನದಲ್ಲಿ ಅವಳ ಕಣ್ಣಲ್ಲಿ ನೀರು ತುಂಬುತ್ತಿತ್ತು.

ಕಾಲಕ್ರಮೇಣ ತೋಶಿಕೊ ಪರಿಸ್ಥಿತಿಗೆ ಹೊಂದಿಕೊಂಡಳು. ಅವಳ ಕೂಗಾಟ ಅರೆ-ಮನಸ್ಸಿನ ದಾಯಿತು. ಅವರ ಮನೆಯ ಬಳಿಯೇ ಒಂದು ವಿಮಾನ ಕಾರ್ಖಾನೆ ಇತ್ತು. ಹಾಗಾಗಿ ವಿಮಾನ ದಾಳಿ ಆ ಭಾಗದಲ್ಲಿ ತೀವ್ರವಾಗಿತ್ತು. ಇಷ್ಟಾದರೂ ಮನೆಗೆ ಯಾವುದೇ ಜಖಂ ಆಗದೆ ಅವರು ಯುದ್ಧದ ಕೊನೆ ತಲುಪಿದರು. ಯುದ್ಧರಂಗಕ್ಕೆ ಕಳಿಸಲಾಗಿದ್ದ ಕುವಾಕಿಯೂ ಸುರಕ್ಷಿತವಾಗಿ, ಆರೋಗ್ಯಕರವಾಗಿ ಮನೆಗೆ ಹಿಂದಿರುಗಿದ.

ಆಹಾರ ಅಭಾವ ದಿನ ದಿನಕ್ಕೂ ಹೆಚ್ಚಾಯಿತು. ಒಂದು ದಿನ ಹಿರೋಕೊ ಅಂಗಡಿಯಿಂದ ಮನೆಯ ಹಿಂಭಾಗಕ್ಕೆ ಬಂದಾಗ ವೆರಾಂಡದಲ್ಲಿ ಪಾಲಿಷ್ ಮಾಡದ ಅಕ್ಕಿ ತುಂಬಿದ ಬೀರ್ ಬಾಟ್ಲಿ ಇತ್ತು, ಆದರೆ ಅಲ್ಲೆಲ್ಲೂ ತೋಶಿಕೊಳ ಸುಳಿವಿರಲಿಲ್ಲ. ಅಕ್ಕಿ ಪಾಲಿಶ್ ಮಾಡಿಸುವುದನ್ನು ಮರೆತು ತೋಶಿಕೊ ಎಲ್ಲೋ ಹೋಗಿರಬೇಕೆಂದು ಭಾವಿಸಿ ಹಿರೋಕೊ ಮನೆಯ ಸುತ್ತಮುತ್ತ ಸುಮ್ಮನೆ ಕಣ್ಣಾಡಿಸುತ್ತಿದ್ದಾಗ, ಶೌಚಗೃಹದಿಂದ ಆಳವಾದ ನರಳಾಟದ ಧ್ವನಿ ಕೇಳಿಸಿತು. ಅವಳು ಬಾಗಿಲು ತೆಗೆದು ಕಣ್ಣು ಕಿರಿದುಗೊಳಿಸಿ ಒಳಗೆ ನೋಡಿ, ಅಯ್ಯೋ ಎಂದು ಕಿರಿಚಿ ಗಂಡನನ್ನು ಕೂಗಿದಳು. ತೋಶಿಕೊ ಒಳಗೆ ನರಳುತ್ತಾ ಕೂತಿದ್ದಳು. ತೋಶಿಕೊಗೆ ಪಾರ್ಶ್ವವಾಯು ಬಡಿದು ಪ್ರಜ್ಞಾಹೀನಳಾಗಿದ್ದಳು. ಅವರು ಅವಳನ್ನು ಹಾಸಿಗೆಯಲ್ಲಿ ಮಲಗಿಸಿದರು. ಅವಳು ಯುದ್ಧಕಾಲದಲ್ಲಿ ಎಲ್ಲ ಹೆಂಗಸರೂ ತೊಡುತ್ತಿದ್ದ ಒಂದು ದೊಗಳೆ ಶರಾಯಿ ಹಾಕಿಕೊಂಡಿದ್ದಳು. ಅವಳ ನರಳಾಟ ನಿಲ್ಲಲೇ ಇಲ್ಲ. ತೋಶೀಕೊಗೆ ಪ್ರಜ್ಞೆ ಬಾರದಿದ್ದರೂ ಮಾರನೆಯ ದಿನವೂ ಅವಳ ನರಳಾಟ ಮುಂದುವರಿಯಿತು. ಕ್ರಮೇಣ ಈ ನರಳಾಟದ ಧ್ವನಿ ದೊಡ್ಡದಾಗುತ್ತಾ, ಅಶುಭ ಸೂಚಕವಾಗಿ ಬೆಳೆಯಿತು. ಈಗ ಆ ನರಳಾಟ ಸುತ್ತಮುತ್ತಲ ಮನೆಯವರಿಗೂ ಕೇಳಿಸುವಂತಿತ್ತು. ತೋಶಿಕೊಳ ಮುಖವನ್ನು ಖಿನ್ನಳಾಗಿ ನೋಡುತ್ತಿರುವಾಗ ಹಿರೋಕೊಳ ಮನಸ್ಸಿನಲ್ಲಿ ಒಂದು ಭಯಾನಕ ಯೋಚನೆ. ಅವಳು ತಡೆಯುವುದಕ್ಕಿಂತಲೂ ಮೊದಲೇ, ಥುತ್ತೆಂದು ಎದ್ದಿತು. ತೋಶಿಕೊಗೆ ಪ್ರಜ್ಞೆ ಮರಳಿದರೂ ಅವಳು ಪಾರ್ಶ್ವವಾಯು ಬಡಿದವಳೇ ಆಗಿದ್ದರೆ, ಅವಳನ್ನು ಹಾಸಿಗೆಯಲ್ಲೇ ಇರಿಸಿ ಉಪಚರಿಸಬೇಕಾದಂಥ ಪರಿಸ್ಥಿತಿ ಬಂದರೆ? ಆ ಘಳಿಗೆಯಲ್ಲಿ ನರಳಾಟವನ್ನು ಹೊರಸೂಸುತ್ತಿದ್ದ ಮೂಗು ಮತ್ತು ಬಾಯಿಯನ್ನು ಮುಚ್ಚಬೇಕೆಂದು ಹಿರೋಕೊಳಿಗೆ ಮನಸ್ಸಾಯಿತು. ತಾನು ಹಾಗೆ ಮಾಡಿದರೆ ತೋಶಿಕೊಳ ದೃಷ್ಟಿಯಿಂದಲೂ ಅದು ಅತ್ಯಂತ ಸಂತೋಷಕರ ಸಂಗತಿಯಾದೀತು ಎಂದೂ ಹಿರೋಕೊ ಭಾವಿಸಿದಳು. ಆದರೆ ಮರುಕ್ಷಣವೇ ತನ್ನ ಭಯಂಕರ ಯೋಚನೆಯ ಬಗ್ಗೆ ಅವಳಿಗೇ ಜಿಗುಪ್ಸೆಯಾಯಿತು.

ತೋಶಿಕೊ ಮೂರನೆಯ ದಿನ ಕೊನೆಯುಸಿರೆಳೆದಳು. ನಾವೋಯುಕಿ ಬಂದು ಶವಸಂಸ್ಕಾರದ ಎಲ್ಲಾ ವ್ಯವಸ್ಥೆಗಳನ್ನೂ ನೋಡಿಕೊಂಡ. ಚುಟುಕಾಗಿ ಮುಗಿದ ಶವಸಂಸ್ಕಾರದ ಅನಂತರ, ತೋಶಿಕೊಳ ಚಿತಾಭಸ್ಮ ತುಂಬಿದ ಕುಂಭವನ್ನು ಕೈಯಲ್ಲಿ ಹಿಡಿದುಕೊಂಡು,

ರುದ್ರಭೂಮಿಯಿಂದ ಮನೆಗೆ ಹಿಂದಿರುಗಿದಾಗ, ತೋಶಿಕೊ ಅತ್ತೆಗೆ ತಾವು ಎಷ್ಟು ಕೃತಜ್ಞರಾಗಿದ್ದರೂ ಸಾಲದೆಂದು ಹಿರೋಕೊಗೆ ಮೊದಲ ಬಾರಿಗೆ ಹೊಳೆಯಿತು. ತೋಶಿಕೊಳನ್ನು ಇನ್ನು ಅವಳ ಜೀವಮಾನ ಪರ್ಯಂತ ತಾವೇ ನೋಡಿಕೊಳ್ಳಬೇಕಾಗುತ್ತದೆ ಎಂದು ಅವಳು ಅಸ್ವಸ್ಥಳಾಗಿದ್ದಾಗ ಕಾನೆಯುಕಿ ಹೇಳಿದ್ದ. ಆಗ ಅವಳ ಅಭಿಪ್ರಾಯಕ್ಕೆ ತನ್ನದೂ ಅರೆ ಒಪ್ಪಿಗೆಯಿದ್ದುದು ಹಿರೋಕೊ ಮನಸ್ಸಿನಲ್ಲಿ ಸುಳಿಯಿತು. ಇದು ಗಟ್ಟಿಮುಟ್ಟಾಗಿರುವ ಮಾನವರು ದುರ್ಬಲರ ಬಗ್ಗೆ ತಳೆಯುವ ಸಾಧಾರಣ ಹಮ್ಮಿನ ಧೋರಣೆ. ಆದರೂ, ಒಟ್ಟಾರೆ ತೋಶಿಕೊಳನ್ನು ಉಪಯೋಗಿಸಿಕೊಂಡವರು ತಾವೇ ಎಂದು ಹಿರೋಕೊಗೆ ಕೊನೆಗೆ ಅನ್ನಿಸಿತು. ಇವರು ಹೇಳಿದ್ದನ್ನು ಸದ್ದಿಲ್ಲದೆ ಮಾಡುತ್ತಾ, ಉಳಿದವರಿಗೆ ತನ್ನಿಂದ ಯಾವ ತೊಂದರೆಯೂ ಆಗದಂತಿರಲು ಪ್ರಯತ್ನಿಸುತ್ತಾ ಇದ್ದ ತೋಶಿಕೊಳ ಉಪಯೋಗ ಆದದ್ದು ಇವರಿಗೆ. ತೋಳಿನಲ್ಲಿದ್ದ ಚಿತಾಭಸ್ಮದ ಕುಂಭ ಭಾರವಾದಂತೆನಿಸಿ ಹಿರೋಕೊ ತನ್ನ ಕಣ್ಣು ಮುಚ್ಚಿ ಪ್ರಾರ್ಥಿಸಿದಳು. ಅದು, ಒಂದು ರೀತಿಯಲ್ಲಿ ತೋಶಿಕೊಳಲ್ಲಿ ಅವಳು ಯಾಚಿಸಿದ ಕ್ಷಮೆ.

O

ಕೊರಿಯ

○ ಓವ್ ದಾನ್ ಉಂಗ್

'ಕ್ರೇನ್' ಪಥ

ಚೋನ್ ಚಾಂಗ್ ಮಿನ್ ಯೋಚನಾಮಗ್ನರಾಗಿ ಹೊರಗೆ ನೋಡುತ್ತಾ ಕಿಟಕಿಯ ಬಳಿ ಮೌನವಾಗಿ ನಿಂತಿದ್ದರು. ಪ್ರತಿದಿನ ಬೆಳಿಗ್ಗೆ ಕೆಲಸ ಕೈಗೊಳ್ಳುವ ಮುನ್ನ ಯೋಚನಾಮಗ್ನರಾಗಿ ಕಿಟಕಿಯಿಂದಾಚೆ ನೋಡುತ್ತಾ ನಿಲ್ಲುವುದು ಅವರ ರೀತಿ. ಈಗ ಸ್ಥಾಪಿತವಾಗುತ್ತಿರುವ ಹೊಸ ಲೋಹ ಕಾರ್ಖಾನೆಯ ಒಂದು ಮುಖ್ಯ ವಿಭಾಗದ ನಿರ್ಮಾಣದಲ್ಲಿ ತೊಡಗಿರುವ ಕಟ್ಟಡ ನಿರ್ಮಾಣ ಮಂಡಳಿಯ ನಿರ್ದೇಶಕರಾದ ಮಿನ್ ಅವರ ಈ ಅಭ್ಯಾಸ ಅವರು ಯುದ್ಧರಂಗದಲ್ಲಿ ಒಂದು ತುಕಡಿಯ ನಾಯಕರಾಗಿ ಸೈನ್ಯದಲ್ಲಿದ್ದಾಗ ಬಹುಶಃ ಬೆಳೆದುಬಂದದ್ದು.

ಹೊರಗೆ ಬೆಳಗಿನ ಸೂರ್ಯ ಮತ್ತು ನೀಲಿ ಸಮುದ್ರಗಳೆಲ್ಲವೂ ದಟ್ಟ ಮಂಜಿನಿಂದ ಆವೃತವಾಗಿದ್ದವು. ಇನ್ನೂ ಛಾವಣಿಯಾಗದ ಬೀಡು ಕಬ್ಬಿಣದ ಮಿಕ್ಸರ್‌ನ ಆಸರೆ ಕಟ್ಟುಗಳು ಮತ್ತು ಕೋನಾಕೃತಿಯ ಟವರ್ ಕ್ರೇನ್‌ಗಳ ಛಾಯಾರೂಪಗಳು ಮಾತ್ರ ಅಸ್ಪಷ್ಟವಾಗಿ ಕಾಣುತ್ತಿದ್ದವು. ಎಲ್ಲಿಂದಲೋ ಒಂದು ಶಿಳ್ಳೆಯ ಕೀಚು ಶಬ್ದ ಕೇಳಿ ಬಂದು, ಅದರೊಡನೆಯೇ ಒಂದು ವಸ್ತು ಹಠಾತ್ತನೆ ಮೇಲೆದ್ದು ಬಂತು. ಕ್ರೇನ್ ತುದಿಯಿಂದ ಜೋತು ಬಿದ್ದ ಈ ಕರಿಯ ವಸ್ತುವಿನ ಸುತ್ತ ಬೂದು ಬಣ್ಣದ ಮಂಜು ಸುಳಿಯುತ್ತಿತ್ತು. ಈಗ ನಿಧಾನವಾಗಿ ದಪ್ಪ ಉಕ್ಕಿನ ಹಲಗೆಯನ್ನು ಛಾವಣಿಯ ಮೇಲೆ ಇಳಿಸಲಾಯಿತು. ಆಸರೆಕಟ್ಟಿನ ಮೇಲೆ ಸರಿಯಾಗಿ ಹಲಗೆಯನ್ನು ಕೂರಿಸುವಾಗ ಆದ ಭಯಂಕರ ಶಬ್ದ ಕಚೇರಿಯ ಕಿಟಕಿ ಬಾಗಿಲುಗಳನ್ನೂ ಅಪ್ಪಳಿಸಿ ಇಡೀ ನಿರ್ಮಾಣ ಜಾಗದ ಖಾಲಿ ನಿವೇಶನದಲ್ಲಿ ಪ್ರತಿಧ್ವನಿಗೊಂಡಿತು.

ನಿರ್ದೇಶಕರು ಕಿಟಕಿಯನ್ನು ಬಿಟ್ಟು, ಬೇಸರದ ಮುಖಮುದ್ರೆಯಿಂದ ಮೇಜಿನ ಬಳಿ ಬಂದು ಕುರ್ಚಿಯಲ್ಲಿ ಕುಳಿತರು. ಅಲ್ಲಿ ಐದು ಟೆಲಿಫೋನುಗಳಿದ್ದವು. ತಿರುಚಿಕೊಂಡ ಅವುಗಳ ತಿಳಿ ಹಸಿರು ತಂತಿಗಳು ಮೇಜಿನ ಅಡ್ಡಬಿದ್ದುಕೊಂಡಿದ್ದವು. ಅವರು ಒಂದು ಫೋನನ್ನು ಎತ್ತಿಕೊಂಡು ಕೇಳಿದರು. ''ದಯವಿಟ್ಟು ಪ್ರಧಾನ ಎಂಜಿನಿಯರ್ ಅವರನ್ನ ಕೊಡಿ.''

ಒಂದು ಕೈಯಲ್ಲಿ ರಿಸೀವರನ್ನು ಕಿವಿಗೆ ಆನಿಸಿ ಹಿಡಿದುಕೊಂಡು ಇನ್ನೊಂದು ಕೈಯಲ್ಲಿದ್ದ ಕೆಂಪು ಪೆನ್ಸಿಲಿನಿಂದ ಮೇಜಿನ ಮೇಲೆ

ಬಿಡಿಸಿಟ್ಟ ಬ್ಲೂಪ್ರಿಂಟ್‌ನ ತೊಡಕು ತೊಡಕಾದ ಗೆರೆಗಳ ಮೇಲೆ ಮತ್ತೆ ಗೆರೆ ಎಳೆಯುತ್ತಾ ನಿರ್ದೇಶಕರು ನಿಂತರು.

ಆ ಕಡೆಯಿಂದ ಟೆಲಿಫೋನನ್ನು ಯಾರೂ ಎತ್ತಿಕೊಳ್ಳಲಿಲ್ಲ. ಮತ್ತೆ ಸಿಡುಕಿನಿಂದ ನಿರ್ದೇಶಕರು ಗುಂಡಿಯನ್ನೊತ್ತಿ ಸಿಗ್ನಲ್ ಮಾಡಿದರು. ಅಷ್ಟು ಹೊತ್ತಿಗೆ ಬಾಗಿಲನ್ನು ಯಾರೋ ಬಡಿದರು. ಬಾಗಿಲು ತೆರೆದು, ಎತ್ತರದ ವ್ಯಕ್ತಿಯಾಗಿದ್ದ ಪ್ರಧಾನ ಎಂಜಿನಿಯರಿಂಗ್ ಕೊಠಡಿಯೊಳಕ್ಕೆ ಪ್ರವೇಶಿಸಿದರು.

''ಫೋನಿನಲ್ಲಿ ನಿಮ್ಮೊಡನೆ ಮಾತಾಡಲು ಆಗಿನಿಂದ ನಾನು ಪ್ರಯತ್ನಿಸುತ್ತಾ ಇದ್ದೆ'' ಎಂದು ಹೇಳಿ ನಿರ್ದೇಶಕರು ಹುಬ್ಬು ಗಂಟುಹಾಕಿಕೊಂಡು ರಿಸೀವರನ್ನು ಕೆಳಗಿಟ್ಟರು. ಪ್ರಧಾನ ಎಂಜಿನಿಯರ್ ಕುರ್ಚಿಯಲ್ಲಿ ಕೂಡುವ ಮೊದಲೇ ನಿರ್ದೇಶಕರು ಕೇಳಿದರು : ''ಈ ಕ್ರೇನಿನ ವಿಷಯ ಏನು ?''

ಪ್ರಧಾನ ಎಂಜಿನಿಯರ್ ಏನೂ ಮಾತಾಡದೆ ಸ್ವಲ್ಪ ಹೊತ್ತು ನಿಂತೇ ಇದ್ದರು. ಅವರು ಕುರ್ಚಿಯಲ್ಲಿ ಕೂತಮೇಲೆ ಏನೂ ಮಾತಾಡಲಿಲ್ಲ. ಅವರು ಬಹಳ ಆಯಾಸಗೊಂಡವರಂತೆ ಕಾಣಿಸಿದರು.

''ಇನ್ನೂ ಯಾವ ಪರಿಹಾರವೂ ಕಾಣಲಿಲ್ಲ'' ಎಂದರು ಅವರು. ''ತಾಂತ್ರಿಕ ಇಲಾಖೆಯ ಮುಖ್ಯಸ್ಥರ ಸಲಹೆಗಳನ್ನು ನಾನು ಪರೀಕ್ಷಿಸಿದೆ. ಕ್ರೇನ್ ನಿರುಪಯೋಗಿ ಅಂತ ತೀರ್ಮಾನಿಸಲು ಏನೂ ಆಧಾರ ಇಲ್ಲ ಅಂತ ನನ್ನ ಅಭಿಪ್ರಾಯ.''

''ಅಂದರೆ ನಿಮ್ಮ ಅರ್ಥದಲ್ಲಿ 25 ಟನ್ ಕ್ರೇನನ್ನು 15 'ರಿ' ದೂರ ಸಾಗಿಸಲು ನಾಲ್ಕು ತಿಂಗಳು ಬೇಕೇ ಬೇಕು ಎಂದಾಯಿತು ?'' ಎಂದು ನಿರ್ದೇಶಕರು ಗುಡುಗಿದರು.

''ಅದನ್ನು ಮೊದಲು ನಾವಿಲ್ಲಿಗೆ ತರುವಾಗ ಆರು ತಿಂಗಳು ಹಿಡಿದಿತ್ತೆಂಬುದು ನಿಮಗೆ ಗೊತ್ತೇ ಇದೆ, ಅಲ್ಲವೇ ? ಈಗ ಅದು ಇನ್ನೂ ಕಡಿಮೆ ಅವಧಿ ತಗೊಳ್ತಿದೆ...'' ಪ್ರಧಾನ ಎಂಜಿನಿಯರ್ ತಮ್ಮ ಮಾತನ್ನು ಪೂರ್ಣಗೊಳಿಸಲಿಲ್ಲ.

ನಿರ್ದೇಶಕರು ಹಣೆಗೆ ಕೈ ಕೊಟ್ಟು ಕೂತಿದ್ದರು. ಅವರ ದಪ್ಪ ಹುಬ್ಬುಗಳು ಒಂದಕ್ಕೊಂದು ಕೂಡಿಕೊಂಡಂತಿದ್ದವು. ಹಣೆಯ ಮೇಲೆ ಆಳವಾದ ನಿರಿಗೆಗಳು. ಮೌನ ಆವರಿಸಿತ್ತು. ಇದ್ದಕ್ಕಿದ್ದ ಹಾಗೆ ಟೆಲಿಫೋನ್ ಗಂಟೆ ದೊಡ್ಡ ಶಬ್ದ ಮಾಡಿತು. ಆ ಕರೆ ಬಂದದ್ದು ನಿರ್ಮಾಣ ಬ್ಯೂರೋದ ಮುಖ್ಯಸ್ಥರಿಂದ. ಆಕ್ಸಿಜನ್ ಫರ್ನೇಸ್‌ನ ಕಟ್ಟಡದ ನಿರ್ಮಾಣ ಯಾವಾಗ ಶುರುವಾಗುತ್ತದೆ ಎಂದು ಕೇಳುತ್ತಿದ್ದರು, ಅವರು. ಏನು ಉತ್ತರ ಕೊಡಬೇಕೆಂದು ನಿರ್ದೇಶಕರು ಗೊಂದಲದಲ್ಲಿ ಬಿದ್ದರು. ಸ್ವಲ್ಪ ಹೊತ್ತು ಹಿಂದೆ ಮುಂದೆ ನೋಡಿದ ಅವರು, ಅನಂತರ ಹೇಳಿದರು :

''ಆ ಬಗ್ಗೆ ಕೆಲಸ ಸದ್ಯದಲ್ಲೇ ಆರಂಭವಾಗ್ತದೆ. ಆದರೆ ಈಗಿನ ತೊಂದರೆ ಎಂದರೆ ಎತ್ತುವ ಯಂತ್ರದ ಸಾಮರ್ಥ್ಯ ತುಂಬಾ ಕಡಿಮೆ ಇರೋದು. 25 ಟನ್ ಕ್ರೇನನ್ನು ಬಳಸಲು ನಾವು ಯೋಚಿಸ್ತಿದ್ದೇವೆ. ಅದನ್ನು ಈ ನಿವೇಶನಕ್ಕೆ ಸಾಗಿಸಲು ಸ್ವಲ್ಪ ಸಮಯ ಹಿಡೀತದೆ. ಈ ಸಮಸ್ಯೆ ಪರಿಹಾರವಾದ ಕೂಡಲೇ ಕೆಲಸ ಖಚಿತವಾಗಿ ಯಾವಾಗ ಶುರುವಾಗ್ತದೆ ಅನ್ನೋದನ್ನು ನಾವು ನಿಮಗೆ ತಿಳಿಸ್ತೇವೆ.''

ಟೆಲಿಫೋನನ್ನು ಕೆಳಗಿಟ್ಟ ಬಳಿಕ ನಿರ್ದೇಶಕರು ಟೋಪಿಯ ಗೂಟದಿಂದ ತಮ್ಮ ಕೆಲಸದ ಟೋಪಿಯನ್ನು ತೆಗೆದು ಅದನ್ನು ತಲೆಯ ಮೇಲಿಟ್ಟು ಕಣ್ಣಿನವರೆಗೂ ಎಳೆದುಕೊಂಡರು. ಅನಂತರ ಕೆಲಸದ ಬಟ್ಟೆ ಧರಿಸಿದರು. ಪ್ರಧಾನ ಎಂಜಿನಿಯರ್ ತಮ್ಮ ಟಿಪ್ಪಣಿ ಪುಸ್ತಕವನ್ನು ಕೈಗೆತ್ತಿಕೊಂಡು, ಕುರ್ಚಿ ಬಿಟ್ಟು ಎದ್ದುನಿಂತರು.

''ಈ ಕ್ರೇನಿನ ಸಮಸ್ಯೆ ಕುರಿತು ನಾನು ಇನ್ನೂ ಸ್ವಲ್ಪ ಅಭ್ಯಾಸ ನಡೆಸ್ತೇನೆ'' ಎಂದು ತಮ್ಮತ್ತ ಬೆನ್ನು ತಿರುಗಿಸಿ ಬಟ್ಟೆ ಧರಿಸುತ್ತಿದ್ದ ನಿರ್ದೇಶಕರಿಗೆ ಹೇಳಿದರು.

ಆಗಗೆ ನಿರ್ದೇಶಕರು ತಮಗೇನೂ ಕೇಳಿಸಲಿಲ್ಲ ಎನ್ನುವಂತೆ ಮೌನವಾಗಿ ಬಾಗಿಲತ್ತ ಹೆಜ್ಜೆ ಹಾಕಿದರು. ಅರ್ಧದಲ್ಲೇ ನಿಂತು ಅವರು ಹೇಳಿದರು :

''ನೀವು ನಿಮ್ಮ ಸ್ಥಾನದ ಬಗ್ಗೆ ಯೋಚಿಸ್ಬೇಕು, ನೀವೆಲ್ಲಿ ಇದ್ದೀರಿ ಎಂದು ಯೋಚಿಸ್ಬೇಕು. ನೀವೀಗ ಒಂದು ಚಿಕ್ಕ ತುಕಡಿಯನ್ನೋ ಅಥವಾ ದಳವನ್ನೋ ನಡೆಸುತ್ತಿಲ್ಲ. ಈಗ ನೀವು ಒಂದು ದೊಡ್ಡ ಸೇನಾ ವಿಭಾಗದ ಪ್ರಧಾನ ಅಧಿಕಾರಿ.''

ಇಷ್ಟು ಹೇಳಿ, ನಿರ್ದೇಶಕರು ತಲೆ ತಗ್ಗಿಸಿಕೊಂಡು ತಮ್ಮ ಕೆಲಸದ ಪೋಷಾಕಿನ ಬದಿ ಕಿಸೆಯಲ್ಲಿ ಕೈ ತೂರಿಸಿಕೊಂಡು ಸರಸರನೆ ಮೆಟ್ಟಿಲಿಳಿಯತೊಡಗಿದರು.

ಕಟ್ಟಡ ನಿರ್ಮಾಣ ಮಂಡಲಿಯ ಎದುರಿನ ಅಂಗಳದಲ್ಲಿ ಮಾಮೂಲಿನಂತೆ ಜನ, ಕಾರುಗಳು ತುಂಬಿದ್ದವು. ರೇಡಿಯೋ ಪ್ರಸಾರ ಸಮಿತಿಯ ವರದಿಗಾರನೊಬ್ಬ ಧ್ವನಿಮುದ್ರಣದ ಸಲಕರಣೆ ಇರುವ ಕಾರಿನೊಂದಿಗೆ ಆಗಷ್ಟೇ ಆಗಮಿಸಿ ಕಚೇರಿಗೆ ಹೋಗುವ ಮೆಟ್ಟಲುಗಳನ್ನು ಓಡುತ್ತಾ ಹತ್ತುತ್ತಿದ್ದ. ತನ್ನ ಕೈಯಲ್ಲಿ ಬ್ಲೂಪ್ರಿಂಟ್‌ನ ಸುರುಳಿಯೊಂದನ್ನು ಹಿಡಿದುಕೊಂಡಿದ್ದ ವಿನ್ಯಾಸಕಾರನೊಬ್ಬ ಅಂಗಳದ ಅಡ್ಡ ಓಡುತ್ತಿದ್ದ. ನಿರ್ಮಾಣಕ್ಕೆ ಬೇಕಾಗುವ ವಸ್ತುಗಳನ್ನು ಸರಬರಾಜು ಮಾಡುವ ಕೆಲಸಗಾರರು ಮತ್ತು ಪತ್ರಕರ್ತರು ಕಚೇರಿಯ ಕಟ್ಟಡದ ಒಳಗೂ, ಹೊರಗೂ ಓಡಾಡುತ್ತಿದ್ದರು. ಕಟ್ಟಡದ ಕೆಲಸಗಾರರಿಗೆ ಉತ್ತೇಜನ ಕೊಡುವ ಸಲುವಾಗಿ ತಮ್ಮ ಕಲಾಪ್ರದರ್ಶನ ನೀಡಲು ಬಂದ ಕಲಾವಿದರೂ ನಟ ನಟಿಯರೂ ಕಚೇರಿಯಿಂದ ಹೊರಬರುವುದನ್ನೇ ಕಾಯುತ್ತಾ ಅವರೆಲ್ಲ ಅಂಗಳದಲ್ಲಿ ಅಲ್ಲಲ್ಲಿ ಕೂತಿದ್ದರು.

ಟೋಪಿ ಮತ್ತು ಕೆಲಸದ ಉಡುಪಿನಲ್ಲಿದ್ದ ಚೋನ್ ಚಾಂಗ್ ಮಿನ್ ಕಟ್ಟಡದ ಬಾಗಿಲಲ್ಲಿ ಕಾಣಿಸಿಕೊಳ್ಳುತ್ತಿದ್ದಂತೆಯೇ ನಿರ್ದೇಶಕರ ಕಾರಿನ ಚಾಲಕ ಕೂಡಲೇ ಕಾರನ್ನು ಚಾಲೂ ಮಾಡಿ ಬಾಗಿಲ ಬಳಿಗೆ ತಂದು ನಿಲ್ಲಿಸಿದ.

ನಿರ್ದೇಶಕರು ಇನ್ನೇನು ಕಾರಿನೊಳಕ್ಕೆ ಹೋಗಿ ಕೂರಬೇಕು. ಅಷ್ಟರಲ್ಲಿ ಯೋಜನಾ ಇಲಾಖೆಯ ಸೂಚನಾಧಿಕಾರಿ ಕೈಯಲ್ಲಿ ಒಂದು ಕಾಗದ ಹಿಡಿದುಕೊಂಡು ಕಚೇರಿ ಕಟ್ಟಡದಿಂದ ಓಡಿ ಬರುತ್ತಿದ್ದುದು ಅವರಿಗೆ ಕಾಣಿಸಿತು. ಕಾರಿನಲ್ಲಿ ಒಂದು ಕಾಲಿಟ್ಟ ಅವರು ತಮ್ಮ ಕತ್ತನ್ನು ಆ ಅಧಿಕಾರಿಯ ಕಡೆಗೆ ತಿರುಗಿಸಿ ''ಏನದು ?'' ಎಂದು ಕೇಳಿದರು.

ಓಡಿ ಬಂದ ಕಾರಣ, ಸೂಚನಾಧಿಕಾರಿ ಏದುಸಿರು ಬಿಡುತ್ತಿದ್ದ. ಆತ ಕೊಟ್ಟ ಕಾಗದವನ್ನು ಓದಿ ನೋಡಿ ತಮ್ಮ ಮೊಣಕಾಲ ಮೇಲಿಟ್ಟುಕೊಂಡು ಅದಕ್ಕೆ ಸಹಿ ಹಾಕಿ ನಿರ್ದೇಶಕರು ವಾಪಸು ಕೊಟ್ಟರು. ಬಳಿಕ ಅವರು ತಮ್ಮ ಕಾರಿನಲ್ಲಿ ಕೂತರು.

''ಕಾಮ್ರೇಡ್ ನಿರ್ದೇಶಕರೇ ನೀವು ಯಾವಾಗ ಹಿಂದಿರುಗುವಿರಿ! ನೀವು ಸಹಿ ಮಾಡಬೇಕಾದ ಕಾಗದಗಳು ಇನ್ನೂ ಹಲವಾರಿವೆ'' ಎಂದು ಸೂಚನಾಧಿಕಾರಿ ಹೇಳಿದ.

''ಸಂಜೆಯವರೆಗೆ ಕಾಯಿರಿ'' ಎಂದು ಹೇಳುತ್ತಾ ನಿರ್ದೇಶಕರು ಕಾರಿನ ಬಾಗಿಲನ್ನು ಹಾಕಿಕೊಂಡರು.

ಮುಂದೆ ಮುಂದೆ ಹೋಗುತ್ತಾ ಇದ್ದ ಕಾರನ್ನು ಕಳವಳದಿಂದ ನೋಡುತ್ತಾ ಸೂಚನಾಧಿಕಾರಿ ನಿಂತ.

ನಿರ್ಮಾಣ ನಿವೇಶನದ ಮರಳು ಭೂಮಿಯಲ್ಲಿ ಹೊಸದಾಗಿ ನಿರ್ಮಿಸಿದ ರಸ್ತೆಯ ಮೇಲೆ

ಕಾರು ವೇಗವಾಗಿ ಓಡಿತು. ಈ ಭೂಮಿಯಲ್ಲಿ ಅಲ್ಲಿ, ಇಲ್ಲಿ ಉಕ್ಕಿನ ಕಂಬಗಳು ಬೃಹತ್ ವೃಕ್ಷಗಳಂತೆ ನಿಂತಿದ್ದವು. ಈ ಉಕ್ಕಿನ ಕಂಬಗಳ ಅರಣ್ಯದಲ್ಲಿ ಕಾರು ಸುತ್ತಿಕೊಂಡು ಓಡಿತು. ಒಂದು ಬೃಹತ್ ಪ್ರಮಾಣದ ಕಂದು ಬಣ್ಣದ ಕಂಬವನ್ನು ಅದು ಹಾದುಹೋಯಿತು.

ಸೂರ್ಯನ ಬೆಳಕಿನಲ್ಲಿ ಕಣ್ಣಿಗೆ ಥಳಥಳ ಹೊಳೆಯುವ ಮಹಾದ್ವಾರ. ಇನ್ನೂ ಹೊಗೆ ಹಾಯದ ಹೊಸ ಹೊಗೆ ಕೊಳವೆಗಳು. ಆಕಾಶವನ್ನು ಚುಚ್ಚಿನಿಂತ ಎತ್ತರದ ಕ್ರೇನುಗಳು. ಎಲ್ಲೆಲ್ಲೂ ಕಬ್ಬಿಣದ ಕಂಬಿಗಳಿಗೆ ಬೆಸುಗೆ ಹಾಕುವಾಗ ಹೊರಹೊಮ್ಮುವ ವಿದ್ಯುತ್ತಿನ ನೀಲಿ ಕಿಡಿಗಳು. ಆ ನಿವೇಶನದಲ್ಲೆಲ್ಲಾ ಗಾಳಿಗೆ ಹಾರಾಡುವ ಬಗೆ ಬಗೆ ಬಣ್ಣದ ಬಾವುಟಗಳು. ಧೂಳಿನ ದಟ್ಟ ಮೋಡವನ್ನು ಎಬ್ಬಿಸುತ್ತಾ ಆ ಮಾರ್ಗದಲ್ಲಿ ಲಾರಿಗಳ ಸಾಲು ಸಾಗುತ್ತಿತ್ತು. ಅಗೆಯುವ ಯಂತ್ರಗಳು ಮತ್ತು ನಿಗರಿ ನಿಂತ ಬಂದೂಕದ ಕೊಳವೆಗಳಿಂದ ಕೂಡಿದ ಟ್ಯಾಂಕುಗಳಂತೆ ಕಾಣುವ ಕ್ರೇನ್ ಸಾಗಿಸುವ ವಾಹನಗಳು ತಮ್ಮ ಬೃಹತ್ ದೇಹಗಳನ್ನು ತೂಗಾಡಿಸುತ್ತಾ ಸಾಗುತ್ತಿದ್ದವು. ಬೆಸುಗೆಯ ಮುಖವಾಡವನ್ನು ಕೈಯಲ್ಲಿ ಹಿಡಿದುಕೊಂಡು ವಾಹನಗಳಿಗೆ ದಾರಿ ಬಿಟ್ಟು ಹಾದಿಯ ಬಳಿ ಒಬ್ಬ ವಯಸ್ಸಾದ ಕಾರ್ಮಿಕ ನಿಂತಿದ್ದ. ಈ ಮುದುಕನನ್ನು ನೋಡಿ ನಿರ್ದೇಶಕರು ತಮ್ಮ ಕಾರನ್ನು ನಿಲ್ಲಿಸಿದರು. ಕಾರಿನಿಂದ ಹೊರಬಿದ್ದು, ತಮ್ಮ ಟೋಪಿಯನ್ನು ತೆಗೆದು ಮುದುಕ ಕಾರ್ಮಿಕನನ್ನು ಅವರು ಕುಶಲ ವಿಚಾರಿಸಿದರು :

''ಹೇಗಿದ್ದೀಯ ಅಜ್ಜ?''

ಬೆಸುಗೆ ಕೆಲಸದ ಈ ಬಿಳಿಗೂದಲ ಮುದುಕ ಮೊದಲು ತಬ್ಬಿಬ್ಬಾದ. ಆದರೆ ತಕ್ಷಣ ನಿರ್ದೇಶಕರನ್ನು ಗುರುತಿಸಿ, ಮುಖದ ಮೇಲೆ ನಗೆ ಚೆಲ್ಲುತ್ತಾ, ಅವರನ್ನು ಸಮೀಪಿಸಿದ. ತನ್ನ ಹಿರಿಯರ ಮತ್ತು ಮೇಲಧಿಕಾರಿಗಳ ಬಗ್ಗೆ ಹೇಗೆ ವರ್ತಿಸಬೇಕೆಂದು ನಿರ್ದೇಶಕರಿಗೆ ಗೊತ್ತು.

ತಾವು ಎಷ್ಟೇ ಬಿಡುವಿಲ್ಲದ ಕೆಲಸದಲ್ಲಿರಲಿ, ನಿರ್ದೇಶಕರು ಈ ಮುದುಕನನ್ನು ಕಂಡಾಗ ಕಾರನ್ನು ನಿಲ್ಲಿಸಿ ತಮ್ಮ ಗೌರವ ಸಲ್ಲಿಸುತ್ತಿದ್ದರು.

ವಿಮೋಚನೆಯ ಅನಂತರ ಬ್ಲಾಸ್ಟ್ ಫರ್ನೇಸನ್ನು ದುರಸ್ತಿಗೊಳಿಸುವುದರಲ್ಲಿ ಈ ಹಳೆಯ ಕೆಲಸಗಾರ ಮಹತ್ವದ ಸೇವೆ ಸಲ್ಲಿಸಿದ್ದ. ಆತ ನಿವೃತ್ತಿಯ ವಯಸ್ಸನ್ನು ಎಂದೋ ದಾಟಿದ್ದ. ನಿವೃತ್ತನಾಗಲು ಆತನಿಗೆ ಹಲವು ಬಾರಿ ಹೇಳಿಯೂ ಆಗಿತ್ತು. ಆದರೆ ಆತ ತನ್ನ ಬೆಸುಗೆಯ ಉಪಕರಣವನ್ನು ಬಿಟ್ಟುಕೊಡಲು ನಿರಾಕರಿಸಿದ್ದ. ವಿಮೋಚನೆಯ ಬಳಿಕ, ಬೆಸುಗೆ ಹಾಕುವಾಗ ಉಪಯೋಗಿಸುವ ಮುಖವಾಡಗಳ ಅಭಾವದಿಂದಾಗಿ ಬೆಸುಗೆ ಕಾರ್ಯ ನಡೆಸುವುದು ಕಷ್ಟವಾಗಿತ್ತು. ಮುಖವಾಡವಿಲ್ಲದೆ ಬೆಸುಗೆ ಕೆಲಸ ಮಾಡಿದಾಗ, ಅಲ್ಟ್ರಾವಯೋಲೆಟ್ ಕಿರಣಗಳ ದೆಸೆಯಿಂದಾಗಿ ದೃಷ್ಟಿರೋಗ ಪ್ರಾಪ್ತವಾಗುತ್ತಿತ್ತು. ಆಗ ಮಹಾನಾಯಕ ಕಾಮ್ರೇಡ್ ಕಿಮ ಇಲ್ ಸುಂಗ್ ಕಾಳಜಿ ಪಟ್ಟು ಬೆಸುಗೆ ಮುಖವಾಡಗಳನ್ನು ಅವರಿಗೆ ಕಳಿಸಿಕೊಟ್ಟಿದ್ದರು. ಈ ಸಂಗತಿಯನ್ನು ಈ ಮುದುಕ ಈಗಲೂ ಒಮ್ಮೊಮ್ಮೆ ನೆನಸಿಕೊಳ್ಳುತ್ತಾನೆ.

''ನಿರ್ದೇಶಕರೇ, ನಾನು ನಿಮ್ಮನ್ನು ಭೇಟಿಯಾಗಬೇಕೆಂದು ಯೋಚಿಸಿದ್ದೆ'' ಎಂದು ತೃಪ್ತಿಯ ನಗೆ ನಗುತ್ತಾ ಮುದುಕ ಹೇಳಿದ. ''ನಿಮಗೆ ವೈಯಕ್ತಿಕವಾಗಿ ನಾನು ಏನೋ ಒಂದನ್ನು ಹೇಳಲಿಕ್ಕಿದೆ. ಆದರೆ ಅವಕಾಶ ಸಿಕ್ಕುವುದೇ ಕಷ್ಟ''

ಇಷ್ಟು ಹೇಳಿ ಮುದುಕ ರಸ್ತೆ ಬದಿಗೆ ಕೂತು ಒಂದು ಸಿಗರೇಟ್ ಹಚ್ಚಿದ. ಚೋನ್ ಚಾಂಗ್ ಮಿನ್‌ಗೆ ಕೊಂಚ ಮುಜುಗರವಾಯಿತು. ಕೊಂಚ ಹೊತ್ತು ಅನಿಶ್ಚಿತವಾಗಿ ನಿಂತಿದ್ದು ತಮ್ಮ ಟೋಪಿ ಹಾಕಿಕೊಂಡರು.

''ಅಜ್ಜ, ಕ್ಷಮಿಸಿ. ಶೀಟ್ ಮೆಟಲ್ ಸಂಸ್ಕರಣದ ವಿಭಾಗಕ್ಕೆ ತುರ್ತಾಗಿ ಹೋಗಬೇಕಾಗಿದೆ. ನಾನು ಇನ್ನೊಮ್ಮೆ ನಿನ್ನನ್ನು ಭೇಟಿಯಾಗುತ್ತೇನೆ'' ಎಂದರು ನಿರ್ದೇಶಕರು.

ಮತ್ತೆ ಮತ್ತೆ ಕ್ಷಮಾಪಣೆ ಕೇಳುತ್ತಾ ಅವರು ತಮ್ಮ ಕಾರಿನಲ್ಲಿ ಕೂತರು. ಆದರೆ ಸ್ವಲ್ಪ ಹೊತ್ತಿನಲ್ಲೇ ಪುನಃ ನಿಲ್ಲಬೇಕಾಯಿತು. ಕೇವಲ ಒಂದು ಗಂಟೆಯ ಮೊದಲು ಶೀಟ್ ಮೆಟಲ್ ಸಂಸ್ಕರಣ ವಿಭಾಗಕ್ಕೆ ಹೋಗುವ ದಾರಿಯನ್ನು ಕೊಳಾಯಿ ಕೆಲಸಕ್ಕಾಗಿ ಅಗೆಯಲಾಗಿತ್ತು. ಈ ವಿಶಾಲ ನಿರ್ಮಾಣ ನಿವೇಶನದ ನೆಲವನ್ನು ಅಲ್ಲಿ ಇಲ್ಲಿ ಸದಾ ಅಗೆಯುತ್ತಲೇ ಇರುತ್ತಾರೆ. ಈ ಜಾಗದ ದೃಶ್ಯ ಸದಾ ಬದಲಾಗುತ್ತಲೇ ನಡೆದಿದೆ. ಕಾರಿನಿಂದಿಳಿದು ನಿರ್ದೇಶಕರು ಗುಂಡಿಯ ಮೇಲೆ ಲಘುವಾಗಿ ಹಾರಿದರು. ಆದರೆ ಉಸುಕಿನ ಆ ನೆಲದ ಮೇಲೆ ನಡೆಯುವುದು ಕಠಿಣವಾಗಿತ್ತು. ಅವರ ಕಾಲುಗಳು ಉಸುಕಿನಲ್ಲಿ ಹೂತುಹೋಗುತ್ತಿದ್ದವು. ಉಸುಕಿನ ನೆಲ ಮುಗಿದ ನಂತರ ಲೋಹದ ಕಿಟ್ಟವನ್ನು ಹರಡಿ ಮಾಡಿದ ಹೊಸ ಮೋಟಾರ್ ರಸ್ತೆ ಬಂತು. ಇನ್ನೂ ಕಟ್ಟುತ್ತಿರುವ ಒಂದು ಎತ್ತರದ ಕಟ್ಟಡದೊಳಕ್ಕೆ ನಿರ್ದೇಶಕರು ಹಾದುಹೋದರು. ಕಟ್ಟಡದ ಮೇಲಿನಿಂದ ಬೆಸುಗೆಯ ಕಿಡಿಗಳು ಉದುರುತ್ತಿದ್ದವು. ನಿರ್ಮಾಣದ ನಿವೇಶನ ವಿಶಾಲವೂ ಅನಂತವೂ ಆಗಿತ್ತು. ನಿರ್ದೇಶಕರಿಗಂತೂ ಯಾವಾಗಲೂ ಕೆಲಸದ ಒತ್ತಡ.

* * *

25 ಟನ್ ತೂಕದ ಕ್ರೇನ್ ಒಂದು ದೈತ್ಯನಂತಿತ್ತು. ಅದಕ್ಕೆ ಸರಿ ಸಮಾನವಾದ್ದೆಂದರೆ ಮಹಾದ್ವಾರ ಮತ್ತು ತಲೆಸುತ್ತು ಬರುವಷ್ಟು ಎತ್ತರವಿರುವ ಹೊಗೆ ಕೊಳವೆ. ಅದರ ಅಂಚು ತಲೆಯ ಮೇಲೆ ತೂಗುವ ಬಿಳಿಯ ಮೋಡಗಳನ್ನು ಮುಟ್ಟಿತ್ತು.

ನಿರ್ದೇಶಕರು ಬಂದಾಗ, ಆಸರೆಕಟ್ಟಿನ ಮೇಲೆ ಉಕ್ಕಿನ ಹಲಗೆಯನ್ನು ಕೂಡಿಸಿ ಛಾವಣಿ ಹಾಕುವ ಕೆಲಸದಲ್ಲಿ ಕ್ರೇನ್ ತೊಡಗಿತ್ತು. ಈ ಟವರ್ ಕ್ರೇನ್ ನಿರ್ದೇಶಕರಿಗೆ ಹೊಸತಲ್ಲ. ಆದರೆ ಕಳೆದ ಕೆಲವು ದಿನಗಳಲ್ಲಿ ಈ ಕ್ರೇನ್ ಹಲವು ಆತಂಕದ ಕ್ಷಣಗಳಿಗೆ ಕಾರಣವಾಗಿದ್ದುದರಿಂದ, ನಿರ್ದೇಶಕರು ಅದರತ್ತ ಹೊಸ ದೃಷ್ಟಿಯಿಂದ ನೋಡಿದರು.

ಮೊದಲನೆಯದಾಗಿ, ಈ ಟವರ್ ಕ್ರೇನಿನ ಬೃಹತ್ ಸ್ವರೂಪದಿಂದಾಗಿ ಚೋನ್ ಚಾಂಗ್ ಮಿನ್ ಸ್ವಲ್ಪಮಟ್ಟಿಗೆ ಬೆರಗಾಗಿದ್ದರು. ಅವರು ತಮ್ಮ ತಲೆಯನ್ನು ಮೇಲೆತ್ತಿ ಕ್ರೇನಿನ ದೀರ್ಘಬಾಹುಗಳನ್ನು ಕಣ್ಣು ಕೀಳದೆ ನೋಡುತ್ತ ನಿಂತರು. ಅವರನ್ನು ಮಂತ್ರಮುಗ್ಧನನ್ನಾಗಿಸಿದ್ದು 25 ಟನ್ ಕ್ರೇನಿನ ದೈತ್ಯಾಕಾರವೊಂದೇ ಅಲ್ಲ, ಈ ಬೃಹತ್ ಯಂತ್ರದ ಚಲನವಲನಗಳು ಅತ್ಯಾಶ್ಚರ್ಯಕರವಾದ ರೀತಿಯಲ್ಲಿ ಸರಾಗವಾಗಿಯೂ ಚುರುಕಾಗಿಯೂ ಇದ್ದವು. ಅದರ ಈ ಗುಣವೂ ನಿರ್ದೇಶಕರನ್ನು ಬೆರಗುಗೊಳಿಸಿತ್ತು. ಎದುರು ಛಾವಣಿಯ ಮೇಲೆ ನಿಂತ ಒಬ್ಬ ತರುಣ ಸೀಟಿ ಊದಿ, ಕೈಸನ್ನೆ ಮಾಡಿ ತನ್ನ ಇಚ್ಛಾನುಸಾರ ಈ ದೈತ್ಯ ಯಂತ್ರವನ್ನು ನಿರ್ದೇಶಿಸುತ್ತಿದ್ದ.

ಈ ದೈತ್ಯನನ್ನು ಕೇವಲ ತನ್ನ ಬೆರಳುಗಳ ಚಲನೆಯಿಂದ ನಡೆಸುತ್ತಿದ್ದ ಈ ತರುಣ, ನಿರ್ದೇಶಕನಿಗೆ ರಹಸ್ಯ ಶಕ್ತಿಗಳುಳ್ಳ ಅತಿಮಾನವನಂತೆ ಕಂಡ.

ಉಕ್ಕಿನ ಹಲಗೆಯ ನಾಲ್ಕು ಮೂಲೆಗಳಲ್ಲಿರುವ ಉಂಗುರಕ್ಕೆ ಕ್ರೇನಿನ ತಂತಿ ಹಗ್ಗದ ಕೊಕ್ಕೆಗಳನ್ನು ಸಿಕ್ಕಿಸುತ್ತಿದ್ದ ಕೆಲಸಗಾರನೊಬ್ಬನತ್ತ ನಿರ್ದೇಶಕರು ಹೆಜ್ಜೆ ಹಾಕಿದರು. ಒಂದು ಉಂಗುರಕ್ಕೆ ಕೊಕ್ಕೆ ಸಿಕ್ಕಿಸುತ್ತ ಅವರು ಕೇಳಿದರು :

''ಈ ಕ್ರೇನಿನ ನಿರ್ದೇಶನಕ್ಕೆ ಸಂಜ್ಞೆ ಮಾಡುತ್ತಿರುವ, ಅಲ್ಲಿರುವ ಕಾಮ್ರೇಡ್ ಯಾರು ?''

''ಯಾರು ? ನೀವು ಕೇಳುತ್ತಿರುವುದು ನಮ್ಮ ತಂಡದ ನಾಯಕನನ್ನೇ ?'' ಎಂದು

ಮಚ್ಚೆಗಳಿಂದ ತುಂಬಿದ ಮುಖದ ಆ ಕೆಲಸಗಾರ ತನ್ನ ತಲೆಯನ್ನೂ ಮೇಲೆತ್ತದೆ ಕೇಳಿದ. ಉಕ್ಕಿನ ಹಲಗೆಯ ಉಂಗುರಕ್ಕೆ ಕೊಕ್ಕೆಗಳನ್ನು ಬಿಡುವಿಲ್ಲದೆ ಸಿಕ್ಕಿಸುತ್ತಿದ್ದ ತನ್ನನ್ನು ಪ್ರಶ್ನೆ ಕೇಳಿದವರು ನಿರ್ದೇಶಕರು ಎಂದು ಗೊತ್ತಾದಾಗ ಆತ ಕೊಂಚ ಗಲಿಬಿಲಿಗೊಂಡ. ಆತ ತನ್ನ ಶಿರಸ್ತ್ರಾಣವನ್ನು ಸರಿಪಡಿಸಿಕೊಂಡು, ಸೈನಿಕ ಶಿಸ್ತಿನಿಂದ ಉತ್ತರಕೊಟ್ಟ ''ಅವರು ಕಾಮ್ರೇಡ್ ಚೊ ಯಾಂಗ್ ಗಿಲ್.''

''ಏನು ? ಚೊ ಯಾಂಗ್ ಗಿಲ್ ಅವರೇ ಏನು ?''

''ಹೌದು. ಅವರು ಸೈನ್ಯದಿಂದ ಬಂದ ಕೂಡಲೇ ನೇರವಾಗಿ ಅವರನ್ನು ನಮ್ಮ ಕಾರ್ಯ ತಂಡದ ನಾಯಕನನ್ನಾಗಿ ನಿಯಮಿಸಲಾಯಿತು.''

ಇದು ನಿರ್ದೇಶಕರಿಗೆ ಆಶ್ಚರ್ಯದ ಸುದ್ದಿ. ಚೋ ಒಬ್ಬ ತರುಣ ಮಾಜಿ ಸೈನಿಕ ಮತ್ತು ಈ ಕ್ರೇನ್ ನಿರ್ದೇಶಿಸುವ ಕೆಲಸದಲ್ಲಿ ಆತನಿಗೆ ಕೇವಲ ಅರ್ಧ ವರ್ಷದ ಅನುಭವ ಮಾತ್ರ ಇದೆ ಎಂಬುದು ನಿರ್ದೇಶಕರಿಗೆ ಗೊತ್ತಿತ್ತು. ಆದರೆ ಈ ಮನುಷ್ಯ ಈಗಾಗಲೇ ತಂಡದ ನಾಯಕನಾಗಿದ್ದಾನೆಂಬುದು ಅವರಿಗೆ ಅರಿಯದ ವಿಷಯವಾಗಿತ್ತು.

''ಆತ ಈಗಾಗಲೇ ಸಿಗ್ನಲ್ ತಂಡದ ನಾಯಕನಾಗಿದ್ದಾನಾ ?'' ಎಂದು ಇನ್ನೂ ಸಂಶಯದಿಂದಲೇ ಕೇಳಿದರು.

''ಮೇಲಿನವರು ಯಾರೂ ಅವರನ್ನು ತಂಡದ ನಾಯಕನನ್ನಾಗಿ ನೇಮಿಸಿಲ್ಲ'' ಎಂದು ಕೆಲಸಗಾರ ನಕ್ಕು ಹೇಳಿದ. ''ಸಿಗ್ನಲ್ ನಾಯಕನನ್ನು ಆರಿಸುವ ಎಲ್ಲಾ ಹಕ್ಕೂ ಕ್ರೇನ್ ನಡೆಸುವ ಹುಡುಗಿಗೆ ಸೇರಿದ್ದು, ನೋಡಿ. ಈ ದೃಷ್ಟಿಯಿಂದ ಆತ ಅದೃಷ್ಟಶಾಲಿ ಎನ್ನಬಹುದು ನಾವು.''

ಶೀಟ್ ಮೆಟಲ್ ಸಂಸ್ಕರಣ ಮತ್ತು ಜೋಡಣೆಯ ಕಾರ್ಖಾನೆಗಾರದಲ್ಲಿ ಪ್ರತಿಯೊಂದು ಕಾರ್ಯ ಘಟಕವನ್ನೂ ಒಬ್ಬ 'ಸ್ಪೈಡರ್-ಮ್ಯಾನ್' ಮತ್ತು ಕ್ರೇನ್ ಚಾಲಕ ಹುಡುಗಿಯನ್ನೊಳಗೊಂಡು ರಚಿಸಲಾಗುತ್ತದೆ. ತನಗೆ ಸಂಜ್ಞೆ ಕೊಡುವ 'ಸ್ಪೈಡರ್-ಮ್ಯಾನ್'ನನ್ನು ಹುಡುಗಿ ಆರಿಸಿಕೊಳ್ಳುವುದು ಒಂದು ಸಂಪ್ರದಾಯ. ಯಾಕೆಂದರೆ, ಜೋಡಣೆಯ ಅತ್ಯಂತ ಕಠಿಣ ಕೆಲಸದಲ್ಲಿ ಯಶಸ್ಸು ಸಾಧ್ಯವಾಗಲು ಇವರಿಬ್ಬರ ನಡುವೆ ಹೊಂದಾಣಿಕೆ ಪೂರ್ಣ ಅಗತ್ಯ.

ಸೀಟಿ ಊದಿದ ದೀರ್ಘ ಶಬ್ದ. ನೆಲದ ಮೇಲೆ ಸಡಿಲವಾಗಿ ಬಿದ್ದಿದ್ದ ತಂತಿಯ ಹಗ್ಗಗಳು ನಿಧಾನವಾಗಿ ಮೇಲೇಳುತ್ತ ಬಿಗಿಯಾಗತೊಡಗಿದವು. ನಿರ್ದೇಶಕರು ಕಾಲೂರಿ ನಿಂತಿದ್ದ ಉಕ್ಕಿನ ಹಲಗೆ ಥಟ್ಟನೆ ಜಗ್ಗಿದಂತಾಗಿ ಮೇಲ್ಮುಖವಾಗಿ ಚಲಿಸತೊಡಗಿತು. ಮೇಲೆರುತ್ತಿದ್ದ ಉಕ್ಕಿನ ಹಲಗೆಯನ್ನು ಸ್ವಲ್ಪ ತಲೆ ಎತ್ತಿ ನೋಡುತ್ತಿದ್ದ ನಿರ್ದೇಶಕರು ಬಳಿಕ ಕ್ರೇನಿನತ್ತ ಹೆಜ್ಜೆ ಹಾಕಿದರು.

ಕಬ್ಬಿಣದ ಏಣಿಯನ್ನೇರಿ ಚಾಲಕಿಯ ಕ್ಯಾಬಿನ್ ಬಾಗಿಲನ್ನು ತೆರೆದಾಗ ಯಂತ್ರವನ್ನು ನಿಯಂತ್ರಿಸುವ ಪರಿಚಿತ ಹುಡುಗಿ ನಿರ್ದೇಶಕರಿಗೆ ಕಾಣಿಸಿದಳು. ಆಕೆ ಚಿಕ್ಕ ಮೈಕಟ್ಟಿನ ಹುಡುಗಿ. ಆದರೆ ತನ್ನ ಕೆಲಸದಲ್ಲಿ ದೃಢತೆಯುಳ್ಳವಳಂತೆ ಕಂಡಳು. ಅವಳ ಕೆಲಸಕ್ಕೆ ಎಲ್ಲಿ ಭಂಗ ಬರುತ್ತದೆಯೋ ಎಂದು ನಿರ್ದೇಶಕರು ಸ್ವಲ್ಪ ಹೊತ್ತು ಸ್ತಬ್ಧವಾಗಿ ನಿಂತರು. ಉಕ್ಕಿನ ಹಲಗೆಯನ್ನು ಮೇಲಕ್ಕೆ ಎತ್ತಲಾಗುತ್ತಿತ್ತು. ಅದನ್ನು ಚಾವಣಿಯ ಮೇಲೆ ಸರಿಯಾಗಿ ಕೂಡಿಸಿದ ಅನಂತರವೇ ಹುಡುಗಿ ಮೇಲೆದ್ದು ಬಂದು ನಿರ್ದೇಶಕರಿಗೆ ನಮಸ್ಕರಿಸಿ, ಕೂರಲು ಒಂದು ಸ್ಟೂಲ್ ಕೊಟ್ಟಳು. ಆದರೆ ಆಕೆ ಮಾತು ಶುರು ಮಾಡುವ ಮೊದಲೇ ಸಂಜ್ಞೆ ಕೊಡುವವನ ಸೀಟಿಯ ಶಬ್ದ ಕೇಳಿಸಿತು. ಆಕೆ ಯಂತ್ರದ ನಿಯಂತ್ರಣದ ಕೆಲಸಕ್ಕೆ ಹಿಂದಿರುಗಬೇಕಾಯಿತು.

ಸ್ಟೂಲಿನ ಮೇಲೆ ಕೂತಿದ್ದ ಚೋನ್ ಚಾಂಗ್ ಮಿನ್ ಕಿಟಕಿಯ ಆಚೆ ನೋಡಿದರು. ಅಲ್ಲಿಂದ ಅವರಿಗೆ 'ಸ್ಪೈಡರ್-ಮ್ಯಾನ್' ಸ್ಪಷ್ಟವಾಗಿ ಕಾಣಿಸುತ್ತಿದ್ದ. ಸೊಂಟಕ್ಕೆ ರಕ್ಷಣಾ ಪಟ್ಟಿ ಕಟ್ಟಿಕೊಂಡ,

ಸಿಗ್ನಲ್ ಕೊಡುವ ಆ ತರುಣ ತಲೆ ಸುತ್ತುವ ಎತ್ತರದ ಛಾವಣಿಯ ಆಸರೆಕಟ್ಟಿನ ತೊಲೆಗಳ ಮೇಲೆ ಚುರುಕಾಗಿ ಓಡಾಡುತ್ತಾ ಸಿಗ್ನಲ್ ಕೊಡುತ್ತಿದ್ದ. ಸ್ಪೈಡರ್-ಮ್ಯಾನ್‌ನ ಪ್ರತಿಯೊಂದು ಸಂಜ್ಞೆಯನ್ನೂ ಜಾಗರೂಕತೆಯಿಂದ ಗಮನಿಸುತ್ತಿದ್ದ ಹುಡುಗಿ ಆತನ ಕೈ ಮತ್ತು ಸೀಟಿಯ ಶಬ್ದಕ್ಕೆ ಸರಿಯಾಗಿ ಅತ್ಯಂತ ಕುಶಲತೆಯಿಂದ ಯಂತ್ರದ ಚಲನೆಯ ಗತಿಯನ್ನು ನಿಯಂತ್ರಿಸುತ್ತಿದ್ದಳು. ಸಿಗ್ನಲ್ ಕೊಡುವವನ ಕೈ ಚಲನೆಯನ್ನನುಸರಿಸಿ ಹುಡುಗಿಯ ಕಣ್ಣುಗಳು ಸೂಕ್ಷ್ಮವಾದ ಮೀಟರಿನ ಮುಳ್ಳುಗಳಂತೆ ಚಲಿಸುತ್ತಿದ್ದವು. ಸಿಗ್ನಲ್ ಕೊಡುವವನ ಸೀಟಿಯ ಶಬ್ದ ಹುಡುಗಿಯ ಕಿವಿ ತಲುಪಿದ ಕೂಡಲೇ ಆತ ಕೈಯಲ್ಲಿ ಕೊಡುವ ಸಂಜ್ಞೆಯ ಪ್ರಕಾರ ಕ್ರೇನಿನ ದೀರ್ಘ ಬಾಹುಗಳು ಉಕ್ಕಿನ ತಂತಿ ಹಗ್ಗವನ್ನು ಮೇಲಕ್ಕೆಳೆದುಕೊಳ್ಳುವುದೋ, ಇಲ್ಲವೇ ಕೆಳಕ್ಕಿಳಿಸುವುದೋ ಎಂದು ನೋಡಿ ಅದಕ್ಕೆ ತಕ್ಕಂತೆ ಆಕೆ ಚುರುಕಾಗಿ ಕೆಲಸ ನಿರ್ವಹಿಸುತ್ತಿದ್ದಳು.

ಈ ಯಂತ್ರವನ್ನು ನಡೆಸುವ ಕೆಲಸದಲ್ಲಿ ನಿರತಳಾಗಿದ್ದ ಹುಡುಗಿಯನ್ನು ನಿರ್ದೇಶಕರು ಆಸಕ್ತಿ ಕುತೂಹಲಗಳಿಂದ ನೋಡಿದರು. ಆಕೆಯ ಹೊಳೆಯುವ ಕಣ್ಣುಗಳು 25 ಟನ್ ದೈತ್ಯನ ಕಣ್ಣುಗಳು, ಅವಳ ಆಕರ್ಷಕ ಆಕಾರದ ಕಿವಿಗಳು ಅದರ ಕಿವಿಗಳು. ಆ ದೈತ್ಯ ಯಂತ್ರದ ನರಮಂಡಲವೇ ಆಕೆ.

'ಸ್ಪೈಡರ್-ಮೆನ್'ಗಳ ಕಾರ್ಯತಂಡ ಹೇಗೆ ಕೆಲಸ ಮಾಡುತ್ತಿದೆ ಎಂದು ಪರಿಶೀಲಿಸಬೇಕೆಂದು ನಿರ್ದೇಶಕರು ಮೊದಲು ಯೋಚಿಸುತ್ತಿದ್ದರು. ಈಗ ಅವರು ಮನಸ್ಸನ್ನು ಬದಲಾಯಿಸಿದರು. ತನ್ನ ಕೈಸನ್ನೆ, ಬಾಯಿಸನ್ನೆಗಳಿಂದಲೇ ಈ ದೈತ್ಯ ಯಂತ್ರವನ್ನು ತನ್ನ ಅಧೀನ ಮಾಡಿಕೊಂಡ, ಮಾಂತ್ರಿಕನಂತೆ ಕಾಣುವ ಸಿಗ್ನಲ್ ಕೊಡುವ ತರುಣ ಮತ್ತು ಅದರ ನರಮಂಡಲವಾದ ಹುಡುಗಿ ಇವರಿಬ್ಬರ ಸಹಾಯದಿಂದ ಕ್ರೇನನ್ನು ಸಾಗಿಸುವ ವಿಷಯವನ್ನು ಇಲ್ಲೇ ಉಳಿದು ಚರ್ಚಿಸಬೇಕೆಂದು ನಿರ್ದೇಶಕರು ನಿರ್ಧರಿಸಿದರು.

*　　*　　*

ಕ್ರೇನನ್ನು ಸಾಗಿಸುವ ಸಮಸ್ಯೆಯನ್ನು ಕುರಿತು ಚರ್ಚಿಸಲು ಅದೇ ದಿನ ರಾತ್ರಿ ಹತ್ತು ಗಂಟೆಗೆ ನಿರ್ದೇಶಕರ ಕಚೇರಿಯಲ್ಲಿ ಒಂದು ಸಣ್ಣ ಸಭೆಯನ್ನು ಕರೆಯಲಾಯಿತು. ನಿರ್ದೇಶಕರ ಸಲಹೆಯಂತೆ, ಸಿಗ್ನಲ್ ತಂಡದ ನಾಯಕ ಚೋ ಯಾಂಗ್ ಗಿಲ್‌ನ ಸಮೇತ ಕೆಲವು 'ಸ್ಪೈಡರ್-ಮೆನ್'ಗಳನ್ನೂ ಶೀಟ್ ಮೆಟಲ್ ಸಂಸ್ಕರಣ ಮತ್ತು ಜೋಡಣೆಯ ಕಾರ್ಯಾಗಾರದ ಪ್ರತಿನಿಧಿಗಳೆಂದು ಸಭೆಗೆ ಆಹ್ವಾನಿಸಲಾಗಿತ್ತು. ಕ್ರೇನ್ ಚಾಲಕ ಹುಡುಗಿ ಸನ್‌ಗುಮ್ ಸಭೆಗೆ ಬರುವಂತೆ ನೋಡಿಕೊಳ್ಳಬೇಕೆಂದು ನಿರ್ದೇಶಕರು ಸೂಚನೆ ಕೊಟ್ಟಿದ್ದರೂ ಆಕೆ ಬಾರದೇ ಇದ್ದುದು ನಿರಾಸೆಯಾಗಿತ್ತು. ಆಕೆಯ ಪಾಳಿ ಇನ್ನೂ ಮುಗಿಯದೇ ಇದ್ದುದೇ ಅವಳ ಗೈರುಹಾಜರಿಗೆ ಕಾರಣ. ಆ ದಿನ ಹಗಲೆಲ್ಲಾ ಅವರು ಕಾರ್ಯ ನಿವೇಶನಗಳಲ್ಲೇ ಇದ್ದು ಈ ವಿಷಯ ಕುರಿತು ಕೆಲಸಗಾರರ ಜೊತೆ ಗಂಭೀರವಾಗಿ ಚರ್ಚಿಸಿದ್ದರು. ಅವರು ಕೆಲಸಗಾರರ ಕೆಲಸದಲ್ಲೂ ನೆರವಾಗಿ ಅವರ ಜೊತೆ ಭೋಜನ ವಿರಾಮದಲ್ಲಿ ಊಟವನ್ನೂ ಮಾಡಿದ್ದರು. ಅವರಿಗೆ ಇನ್ನೂ ಯಾವುದೇ ಒಂದು ಅದ್ಭುತ ಯೋಚನೆ ಹೊಳೆದಿಲ್ಲ. ಆದರೆ ಒಂದು ವಿಷಯ ಸ್ಪಷ್ಟವಾಗಿದೆ. ಕಟ್ಟಡ ನಿರ್ಮಾಣ ಪೂರ್ಣಗೊಳ್ಳುವ ದಿನವನ್ನು ಗೊತ್ತು ಮಾಡಿರುವುದರಿಂದ ಮತ್ತು ಕಾರ್ಮಿಕರ ಸ್ಫೂರ್ತಿ ಉತ್ತಮ ಮಟ್ಟದಲ್ಲಿರುವುದರಿಂದ ಕ್ರೇನನ್ನು ಸಾಗಿಸಲು ತಿಂಗಳುಗಟ್ಟಲೆ ಸಮಯ ವ್ಯರ್ಥ ಮಾಡಲು ಸಾಧ್ಯವೇ ಇಲ್ಲ ಮತ್ತು ಕಾರ್ಮಿಕರ ಪ್ರಯತ್ನಗಳನ್ನು ಕ್ರೋಢೀಕರಿಸಿದರೆ ಕ್ರೇನನ್ನು ಸಾಗಿಸಲು ಅಗತ್ಯವಾದ ಸಮಯವನ್ನು ಕಡಿಮೆ ಮಾಡಬಹುದು ಎಂಬುದು ಅವರ ದೃಢವಾದ ನಂಬಿಕೆಯಾಗಿತ್ತು. ಅದರಂತೆ, ತಂತ್ರಜ್ಞರ ಸಲಹೆಯ ಆಧಾರದ ಮೇಲೆ ತಾಂತ್ರಿಕ ಇಲಾಖೆಯ ಮುಖ್ಯಸ್ಥ

ತಯಾರಿಸಿದ ಸೂಚನೆಗಳನ್ನು ಮೊದಲು ಗಮನಿಸಲಾಯಿತು. ಆ ಸೂಚನೆಗಳ ಪ್ರಕಾರ ಕ್ರೇನಿನ ಬಾಹುಗಳನ್ನು ಬೇರ್ಪಡಿಸಬೇಕು. ನಂತರ ಅದರ ಮುಖ್ಯ ಅಂಗಾಂಗಗಳನ್ನು ಮೂರು ಭಾಗಗಳಾಗಿ ವಿಂಗಡಿಸಿ ಬೇರ್ಪಡಿಸಬೇಕು. ಇದರಿಂದ ಕ್ರೇನನ್ನು ಅದರ ಜಾಗಕ್ಕೆ ಒಯ್ಯುವ ಅವಧಿಯನ್ನು ಎರಡು ತಿಂಗಳಿಗೆ ಹ್ರಸ್ವಗೊಳಿಸಬಹುದು.

ಕ್ರೇನನ್ನು ಸ್ಥಳಾಂತರಿಸಲು ಕನಿಷ್ಠ ನಾಲ್ಕು ತಿಂಗಳುಗಳಾದರೂ ಬೇಕು ಎಂದು ಮೊದಲು ಹಾಕಿದ ಅಂದಾಜಿಗೆ ಹೋಲಿಸಿದರೆ ಈಗಿನದು ಬಹಳ ಸುಧಾರಿತ ಸಲಹೆ ಎನ್ನಬಹುದು. ದಿಟ್ಟತನದ ನಾವೀನ್ಯ ಮತ್ತು ವೈಜ್ಞಾನಿಕ ಲೆಕ್ಕಾಚಾರಗಳಿಂದ ಕೂಡಿದ ಈ ಹೊಸ ಸಲಹೆಗೆ ಪ್ರಧಾನ ಎಂಜಿನಿಯರ್ ಪೂರ್ಣ ಬೆಂಬಲ ವ್ಯಕ್ತಪಡಿಸಿದರು.

ಈ ತರ್ಕಬದ್ಧವಾದ ಹೊಸ ಯೋಜನೆಯ ಬಗ್ಗೆ ಚೋನ್ ಚಾಂಗ್ ಮಿನ್ ಅವರೇ ಸ್ವತಃ ದೂರುವಂಥದೇನೂ ಇಲ್ಲ. ಆದರೆ ಹೊಸ ಕಟ್ಟಡದ ನಿರ್ಮಾಣ ಕಾರ್ಯ ಯಾವ ರೀತಿಯಲ್ಲೂ ವಿಳಂಬವಾಗುವಂತಿರಲಿಲ್ಲ. ಆದ್ದರಿಂದ ಕ್ರೇನ್ ಆ ಸ್ಥಳಕ್ಕೆ ಹೋಗಲು ಎರಡು ತಿಂಗಳುಗಳು ಬೇಕಾಗುತ್ತದೆ ಎನ್ನುವ ವಿಷಯ ಅವರಿಗೆ ಅತೃಪ್ತಿಯನ್ನುಂಟುಮಾಡಿತ್ತು.

ಕೋಣೆಯ ತುಂಬ ತಂಬಾಕಿನ ಹೊಗೆ ತುಂಬಿಕೊಂಡಿತ್ತು. ನಿರ್ದೇಶಕರು ಎದ್ದು ನಿಂತು ಗಾಳಿ ಒಳ ಬರುವುದಕ್ಕಾಗಿ ಕಿಟಕಿಯ ಬಾಗಿಲು ತೆರೆದರು. ಈ ಗಳಿಗೆಯಲ್ಲಿ ಸಿಗ್ನಲ್ ತಂಡದ ನಾಯಕ ಚೋ ಯಂಗ್ ಗಿಲ್ ಎದ್ದು ನಿಂತ.

''ಉಕ್ಕು ಉತ್ಪಾದನೆಯ ಗುರಿಯತ್ತ ನಾವು ಜರೂರು ಪ್ರಯಾಣ ಹೊರಟಿದ್ದೇವೆ. ಸೈನ್ಯದಲ್ಲಿ ಬಂದೂಕು ಹೇಗೋ ಹಾಗೆ ಇಲ್ಲಿ ಕ್ರೇನ್. ನಾವು ಈ ಕ್ರೇನನ್ನು ಸಾಗಿಸಲು ಎರಡು ತಿಂಗಳು ತೆಗೆದುಕೊಂಡರೆ, ಯುದ್ಧವನ್ನು ಗೆಲ್ಲುವ ಭರವಸೆಯಾದರೂ ಏನು ? ಆದ್ದರಿಂದ ನಾನು ಈ ಸಲಹೆಯನ್ನು ವಿರೋಧಿಸುತ್ತೇನೆ'' ಎಂದು ಚೊ ಭಾವೋದ್ವಿಗ್ನವಾಗಿ ನುಡಿದ.

ನಿರ್ದೇಶಕರು ತಮ್ಮ ತಲೆ ಆಡಿಸಿದರು. ತಾಂತ್ರಿಕ ಇಲಾಖೆಯ ಮುಖ್ಯಸ್ಥ 'ಸ್ಪೈಡರ್ ಮ್ಯಾನ್'ನ ಮುಖದತ್ತ ತೀವ್ರ ಆಸಕ್ತಿಯಿಂದ ಕಣ್ಣು ತಿರುಗಿಸಿದರು.

ಆದರೆ ಪ್ರಧಾನ ಎಂಜಿನಿಯರ್ ಮಾತ್ರ ಸ್ವಚ್ಛಂದವಾಗಿ ಹಾರಾಡುತ್ತಿದ್ದ ಆ ತರುಣನ ಮುಂಗುರುಳನ್ನು ಅಸಮಾಧಾನದಿಂದ ಹುಬ್ಬು ಗಂಟಿಕ್ಕಿ ನೋಡಿದರು. ಆದರೆ ಯಾವುದೇ ಉದ್ರಿಕ್ತ ಸಮಯದಲ್ಲೂ ಶಾಂತಚಿತ್ತರಾಗಿ ಸ್ನೇಹಪೂರ್ಣವಾಗಿ ಮಾತನಾಡುವುದು ಅವರಿಗೆ ಸಾಧಿಸಿತ್ತು.

ಮುಗುಳ್ನಗುತ್ತ ಅವರೆಂದರು :

''ನಿಜ, ನೀನು ಹೇಳುವುದು ನಿಜ. ಆದರೆ ನಿನ್ನ ವಿಚಾರವನ್ನು ಸಮರ್ಥಿಸುವಂಥ ಇನ್ನೂ ಉತ್ತಮ ಸಲಹೆಯನ್ನು ನೀನು ಮುಂದಿಡಬೇಕು. ನಾವು ಕೇಳೋಕೆ ಕೂತಿರೋದು ಅದಕ್ಕಾಗಿ. ನಿನ್ನದು ಏನಾದರೂ ಸಲಹೆ ಇದ್ದರೆ, ಅದನ್ನು ಈಗ ಕೇಳೋಣ.''

ಇಷ್ಟು ಹೇಳಿ, ತಮ್ಮ ಮಾತಿಗೆ ಸಮ್ಮತಿ ದೊರಕಿಸಿಕೊಳ್ಳುವಂತೆ ಅವರು ಸುತ್ತ ಕಣ್ಣು ಹಾಯಿಸಿದರು.

ಈ ತರುಣ ನಿಂತೇ ಇದ್ದ. ತನ್ನೊಳಗಿನ ಉತ್ಸಾಹವನ್ನು ಹತೋಟಿಯಲ್ಲಿಟ್ಟುಕೊಳ್ಳುವಂತೆ ತನ್ನೆದುರಿನ ಕುರ್ಚಿಯನ್ನು ಎರಡೂ ಕೈಗಳಿಂದ ಬಿಗಿಯಾಗಿ ಹಿಡಿದು ನಿಂತ.

''ಕೆಲವು ಗಂಟೆಗಳ ಹಿಂದೆ ಕಾಮ್ರೇಡ್ ನಿರ್ದೇಶಕರು ನಮ್ಮನ್ನು ಭೇಟಿಯಾದ ನಂತರ ನಾವೆಲ್ಲ ಒಟ್ಟಿಗೆ ಕೂತು ಈ ಸಮಸ್ಯೆಗೆ ಒಂದು ಪರಿಹಾರ ಹುಡುಕಲು ಚರ್ಚಿಸಿದೆವು. ಕ್ರೇನನ್ನು ಬೇರೆ ಬೇರೆಯಾಗಿ ವಿಂಗಡಿಸದೆ, ಇಡೀ ಕ್ರೇನನ್ನು ಹಾಗೇ ಲಾರಿಗಳ ಮೇಲೆ ಸಾಗಿಸಬಹುದೂಂತ ನಮ್ಮಲ್ಲಿ ಅಭಿಪ್ರಾಯ ಮೂಡಿತು'' ಎಂದ ಆ ತರುಣ.

''ಅದನ್ನ ಇಡಿಯಾಗಿ ಸಾಗಿಸುವುದೇ ?''

''ನಿಜ.''

''ಲಾರಿಗಳಲ್ಲಿ ?''

''ಅದೂ ಸರಿ.''

ಈ ವಿಚಾರದಿಂದ ಆಶ್ಚರ್ಯಗೊಂಡವರು ತಾಂತ್ರಿಕ ಇಲಾಖೆಯ ಸಿಬ್ಬಂದಿಯವರಷ್ಟೇ ಅಲ್ಲ. ಸ್ವತಃ ನಿರ್ದೇಶಕರೇ ತಮ್ಮ ಕಿವಿಯನ್ನು ತಾವೇ ನಂಬದಾದರು. ಆದರೆ ತರುಣ 'ಸ್ಪೈಡರ್ ಮ್ಯಾನ್' ತನ್ನ ವಾದವನ್ನು ಅತೀವ ಆತ್ಮವಿಶ್ವಾಸದಿಂದ ಮುಂದುವರಿಸಿದ.

''ನಿಜ. ಈಗಿರುವಂತೆ ಯಾವ ಒಂದು ಲಾರಿಯೂ 25 ಟನ್ ಕ್ರೇನನ್ನು ಸಾಗಿಸುವಷ್ಟು ದೊಡ್ಡದಾಗಿಲ್ಲ. ಆದರೆ ಮರದ ದಿಮ್ಮಿಗಳನ್ನು ಹಾಕಿ ತೆಪ್ಪ ಮಾಡಿದಂತೆ ಲಾರಿಗಳ ಒಂದು ತೆಪ್ಪವನ್ನು ಮಾಡಿದೆವಾದರೆ ನಾವು ಕ್ರೇನಿಗಿಂತಲೂ ಹೆಚ್ಚಿನ ಭಾರವನ್ನು ಸಾಗಿಸಬಹುದೆಂದು ನನ್ನ ಅಭಿಪ್ರಾಯ.''

ಅಲ್ಲಿ ನೆರೆದಿದ್ದವರಲ್ಲಿ ಒಂದು ರೀತಿಯ ಗಲಿಬಿಲಿ ಉಂಟಾಯಿತು.

''ಲಾರಿಗಳ ಒಂದು 'ತೆಪ್ಪ'ವನ್ನು ಮಾಡುವುದು ನಿನ್ನ ಯೋಚನೆಯೇ ?'' ಎಂದು ನಿರ್ದೇಶಕರು ಕೇಳಿದರು.

''ಹೌದು, ನದಿಗೆ ಅಡ್ಡವಾಗಿ ತೆಪ್ಪಗಳ ಅಥವಾ ದೋಣಿಗಳ ಸಾಲನ್ನು ನಿಲ್ಲಿಸಿ ಅದರ ಮೇಲೆ ಮರದ ಹಲಗೆಗಳನ್ನು ಹಾಕಿ ಟ್ಯಾಂಕುಗಳು ಮತ್ತು ಶಸ್ತ್ರದಳ ಹಾದುಹೋಗುವಂತೆ ಮಾಡಿರುತ್ತಾರಲ್ಲಾ ಆ ಬಗೆಯದು. ಕಾಮ್ರೇಡ್ ನಿರ್ದೇಶಕರೇ, ಇದು ನಿಮಗೂ ಗೊತ್ತು ಅಲ್ಲವೇ ? ಅದೇ ರೀತಿ, ಕ್ರೇನನ್ನು ಸಾಗಿಸಲು 60 ಟನ್ ಟ್ರಾಕ್ಟರ್‌ಗಳಿಂದ ಕೂಡಿದ ಒಂದು 'ತೆಪ್ಪದ ಸೇತುವೆ' ಯನ್ನು ನಾವು ನಿರ್ಮಿಸಬಹುದು. ಇದು ನನ್ನ ಭಾವನೆ.''

ನಿರ್ದೇಶಕರು ಮೆಚ್ಚಿಗೆಯಿಂದ ತಲೆದೂಗುತ್ತಾ ಕೂತಿದ್ದರು. ಆದರೆ ಅವರು ಕೊಂಚ ಸಂಶಯದಿಂದ ಕೇಳಿದರು :

''ಕ್ರೇನನ್ನು ನಾವು ಆ ರೀತಿ ಸಾಗಿಸುವ ವ್ಯವಸ್ಥೆ ಮಾಡಿದೆವೆಂದೇ ಇಟ್ಟುಕೊಳ್ಳೋಣ. ಆದರೆ ಸಾಗಿಸುವಾಗ ಅಂಥ ಬೃಹತ್ ಕ್ರೇನ್ ಎಲ್ಲೂ ಉರುಳಿ ಹೋಗದೆ ಸರಿಯಾಗಿ ಉಳಿಯುತ್ತದೆಯೇ ?''

ನಿರ್ದೇಶಕರು ಆ ತರುಣನತ್ತ ಪ್ರಶ್ನಾರ್ಥಕವಾಗಿ ನೋಡಿ ಕಣ್ಣು ಮಿಟುಕಿಸಿದರು.

''ಆ ಬಗ್ಗೆಯೂ ನಾನು ಸ್ವಲ್ಪ ಯೋಚನೆ ನಡೆಸಿದ್ದೇನೆ. ಈ 25 ಟನ್ ಕ್ರೇನ್ ಇನ್ನೆರಡು ಲಾರಿಗಳಲ್ಲಿ ಇರಿಸಿದ ಸಣ್ಣ ಕ್ರೇನ್‌ಗಳ ಬಾಹುಗಳಿಂದ ಅಕ್ಕಪಕ್ಕದಲ್ಲಿ ಬೆಂಬಲ ಪಡೆಯುತ್ತದೆ. ಹೊಸದಾಗಿ ನೆಟ್ಟ ಗಿಡಕ್ಕೆ ಆಸರೆ ಕೊಡುವಂತೆ ಈ ದೈತ್ಯ ಕ್ರೇನಿಗೆ ಆಸರೆಯಾಗಿ ಅಕ್ಕಪಕ್ಕದಲ್ಲೇ ಸಾಗುವ ಲಾರಿಗಳ ಮೇಲಿನ ಚಿಕ್ಕ ಕ್ರೇನುಗಳಿರುತ್ತವೆ.''

''ಆದರೆ ಈ ಕ್ರೇನ್ ಸಾಗಿ ಹೋಗಬೇಕಾದ 15 'ರಿ' ದೂರದ ರಸ್ತೆ ಹೇಗಿದೆ ಎನ್ನುವುದರ ಕಲ್ಪನೆಯಾದರೂ ನಿನಗಿದೆಯೇ ?'' ಎಂದು ಇದುವರೆಗೆ ಮೌನವಾಗಿ ಕೂತಿದ್ದ ಪ್ರಧಾನ ಎಂಜಿನಿಯರ್ ಕೇಳಿದರು. ಅವರ ಧ್ವನಿ ಶಾಂತವಾಗಿಯೇ ಇತ್ತು. ಆದರೆ ಹುಚ್ಚು ಸಾಹಸಕ್ಕೆ ಕೈ ಹಾಕುವ ತರುಣನನ್ನು ಆತನ ಹಿರಿಯ ದೂಷಿಸುವ ಧಾಟಿ ಅದರಲ್ಲಿತ್ತು.

''ಹೌದು. ಈ ಹಳ್ಳಿಗಾಡಿನ ರಸ್ತೆಯ ಸ್ಥಿತಿ ಹೇಗಿದೆ ಎಂದು ನನಗೆ ಗೊತ್ತಿದೆ. ಆದರೆ ನಮ್ಮ ಪರಿಸ್ಥಿತಿ ಹೇಗಿದೆ ಎಂದರೆ ನಾವು ಈಗ ಸ್ವಲ್ಪವೂ ವಿಳಂಬ ಮಾಡುವಂತಿಲ್ಲ. ಈಗ ಆರಾಮವಾಗಿ ರಸ್ತೆ ಮಾಡಿ, ಕ್ರೇನು ಸಾಗಿಸುವಂಥ ಹಳಿ ಹಾಕಲು ಸ್ವಲ್ಪವೂ ಸಮಯವಿಲ್ಲ. ಈಗ

ಮಾಡಬೇಕಾದ್ದೇನೆಂದರೆ, ಕ್ರೇನನ್ನು ಸಾಗಿಸುವ ಲಾರಿ ಹೋದ ಹಾಗೆ ಮುಂದಿನ ರಸ್ತೆಯನ್ನು ಬುಲ್‌ಡೋಜರ್ ಹಾಕಿ ಸರಿ ಮಾಡುತ್ತಾ ಹೋಗುವುದು. ಬುಲ್‌ಡೋಜರ್ ರಸ್ತೆಯನ್ನು ಸಮ ಮಾಡುತ್ತಾ ಹೋದಂತೆ ವಾಹನ ಮುಂದೆ ಸಾಗಬೇಕು. ಹೀಗೆ ಮಾಡಿದರೆ ಎರಡು ತಿಂಗಳ ಬದಲು ಕ್ರೇನನ್ನು ಒಂದೇ ದಿನದಲ್ಲಿ ಸಾಗಿಸಬಹುದೆಂದು ನನ್ನ ಅಭಿಪ್ರಾಯ.''

ಇಡೀ ಕಚೇರಿಯನ್ನು ಒಂದು ಬಗೆಯ ಮೌನ ಆವರಿಸಿತು. ಎಲ್ಲರೂ ಉಸಿರು ಹಿಡಿದು, ಅಲ್ಲಾಡದೆ ಕೂತಿದ್ದರು. ಯಾರಿಗೂ ಹೊಳೆಯದ ಇಂಥ ಒಂದು ದಿಟ್ಟ ಸಲಹೆಯಿಂದಾಗಿ ನಿರ್ದೇಶಕರು, ಪ್ರಧಾನ ಎಂಜಿನಿಯರ್ ಮೊದಲಾಗಿ ಎಲ್ಲರೂ ಮೂಕವಿಸ್ಮಿತರಾಗಿದ್ದರು.

ಆದರೆ ಸ್ವಲ್ಪ ಹೊತ್ತಿನಲ್ಲೇ ತಾಂತ್ರಿಕ ಇಲಾಖೆಯ ಎಂಜಿನಿಯರ್ ಒಬ್ಬ ಮೌನವನ್ನು ಮುರಿದು ಮಾತನಾಡಿದ.

ತನ್ನ ಟಿಪ್ಪಣಿಯಲ್ಲಿರುವ ಅಂಕೆಸಂಖ್ಯೆಗಳನ್ನು ಉದಾಹರಿಸಿ ಆತ, 25 ಟನ್ ಕ್ರೇನ್ ಚಲನೆಯಲ್ಲಿದ್ದಾಗ ಅದರ ಸಮತೋಲನ ಹೇಗಿರುತ್ತದೆ ಎಂದು ಹೇಳಿ, 'ಸ್ಪೈಡರ್-ಮ್ಯಾನ್' ಕೊಟ್ಟ ಸಲಹೆ ಸಮಂಜಸವಾದುದಲ್ಲ ಎಂದು ಎತ್ತಿ ತೋರಿಸಿದ.

''ಈ ಕಾಮ್ರೇಡ್‌ನ ಅನುಕೂಲಕ್ಕಾಗಿ ಇನ್ನೂ ಸರಳ ಶಬ್ದಗಳಲ್ಲಿ ಅದನ್ನು ವಿವರಿಸುತ್ತೇನೆ...'' ಎಂದು ಪ್ರಧಾನ ಎಂಜಿನಿಯರ್ ಶುರು ಮಾಡಿದರು. ಅವರು ತಮ್ಮ ದಂತದ ಸಿಗರೇಟ್ ಹೋಲ್ಡರ್‌ಅನ್ನು ಕಡ್ಡಿ ಪೆಟ್ಟಿಗೆಯ ಮೇಲಿಟ್ಟು ಜಡ ವಸ್ತುವಿನ ಚಲನೆಯ ನಿಯಮ ಮತ್ತು ಚಲಿಸುವ ವಸ್ತುವಿನ ಗುರುತ್ವ ಕೇಂದ್ರದ ಬದಲಾಗುವ ಪ್ರಕ್ರಿಯೆಗಳ ಬಗ್ಗೆ ವಿವರಿಸಿದರು.

ಪ್ರಧಾನ ಎಂಜಿನಿಯರ್ ತಮ್ಮ ಮಾತನ್ನು ಮುಗಿಸಿದಾಗ ತಾಂತ್ರಿಕ ಇಲಾಖೆಯ ಮುಖ್ಯಸ್ಥರು ಎದ್ದು ನಿಂತರು. ಅವರು ಇದುವರೆಗೆ ಮಾತಾಡದೆ ಕೂತಿದ್ದರು. ಅವರು ಹೇಳಿದರು :

25 ಟನ್ ಕ್ರೇನನ್ನು ಬೇರೆ ಬೇರೆ ಮಾಡದೆ ಇಡಿಯಾಗಿಯೇ ಸಾಗಿಸುವ ಕಲ್ಪನೆ ಬಹಳ ಸ್ವಾರಸ್ಯಕರವಾಗಿದೆ. ಅದರ ತಾಂತ್ರಿಕ ಲೆಕ್ಕಾಚಾರಗಳೇನೇ ಇರಲಿ, ನನಗೆ ಸ್ಪೈಡರ್-ಮ್ಯಾನ್ ಸಲಹೆಯ ದಿಟ್ಟತನ ಮೆಚ್ಚುಗೆಯಾಗಿದೆ. ಈ ವಿಷಯವನ್ನು ಈ ಬಗೆಯ ಧೈರ್ಯದಿಂದಲೇ ಎದುರಿಸಬೇಕೆನ್ನುವುದರ ಬಗ್ಗೆ ಏನಂತೀರಿ ? ಅದರ ಕಠಿಣ ತಾಂತ್ರಿಕ ಸಮಸ್ಯೆಗಳನ್ನು ನಮಗೆ ಬಿಡಿ. ನಾವು, ತಾಂತ್ರಿಕ ಇಲಾಖೆಯಲ್ಲಿರುವವರು, ಈ ಸ್ಪೈಡರ್-ಮ್ಯಾನ್‌ನ ಸಹಕಾರದೊಂದಿಗೆ ಅದನ್ನು ಪರಿಹರಿಸುತ್ತೇವೆ.''

ಈಗ ಅಲ್ಲಿ ಹಾಜರಿದ್ದವರೆಲ್ಲ ನಿರಾಳವಾಗಿ ಉಸಿರಾಡತೊಡಗಿದರು. ಪ್ರಧಾನ ಎಂಜಿನಿಯರ್ ಕಡೆ ವಾಲಿದ್ದ ಅವರ ಅಭಿಪ್ರಾಯ ಇದ್ದಕ್ಕಿದ್ದಂತೆಯೇ ಬದಲಾಯಿತು.

ಹೀಗಾಗಿ ಸಭೆ ಯಾವುದೇ ಒಂದು ತೀರ್ಮಾನಕ್ಕೂ ಬರದೆ ಮುಗಿಯಿತು. ಸಾಹಸೀ ಸ್ಪೈಡರ್- ಮ್ಯಾನ್‌ನ ಸಲಹೆ, ಅದನ್ನು ವಿರೋಧಿಸಿದ ಪ್ರಧಾನ ಎಂಜಿನಿಯರ್ ಅವರ ವಾದ, ಅದನ್ನು ತಿರಸ್ಕರಿಸಿದ ತಾಂತ್ರಿಕ ಇಲಾಖೆಯ ಮುಖ್ಯಸ್ಥನ ಸೂಚನೆ ಇವುಗಳಲ್ಲಿ ಯಾವುದು ಸರಿಯಾದ್ದೆಂದು ಅವರು ನಿರ್ಧರಿಸಲಾರದೇ ಹೋದರು.

* * *

ಸಭೆಯೇನೋ ಮುಗಿಯಿತು. ಆದರೆ ನಿರ್ದೇಶಕ ಚೋನ್ ಚಾಂಗ್ ಮಿನ್ ಉತ್ಸುಕರಾಗಿಯೇ ಇದ್ದರು. ತಮ್ಮೆರಡು ಕೈಗಳನ್ನೂ ಹಿಂದೆ ಕಟ್ಟಿಕೊಂಡು ಖಾಲಿ ಕಚೇರಿಯ ನೆಲದಲ್ಲಿ ಅವರು ಅತ್ತ ಇತ್ತ ಅಡ್ಡಾಡುತ್ತಿದ್ದರು.

''ಅಂದರೆ ಅವರು ಅದನ್ನು ಒಂದು ವಾಹನದಲ್ಲಿ ಸಾಗಿಸುತ್ತಾರೆಂದಾಯಿತು ? ತೆಪ್ಪಗಳ

ಸೇತುವೆಯ ಮೇಲೆ ನಾವು ಟ್ಯಾಂಕುಗಳನ್ನು ಸಾಗಿಸುತ್ತಿದ್ದ ಹಾಗೆ ?'' ಅವರಿಗೆ ಇದ್ದಕ್ಕಿದ್ದಂತೆಯೇ ತಮ್ಮ ಸೇನಾ ತುಕಡಿಯು ಶತ್ರುಗಳನ್ನು ನಿಷ್ಕರುಣೆಯಿಂದ ಹೊಸಕಿ ಹಾಕಿದ ಯುದ್ಧದ ಕಠಿಣ ದಿನಗಳು ನೆನಪಾದವು. ಬಂದೂಕುಗಳ ನೆರವು ಹೆಚ್ಚು ಹೆಚ್ಚಾಗಿ ಇರಲಿ ಎಂದು ಪ್ರಧಾನ ದಳಪತಿಗಳು ಕೊಟ್ಟ ಆಜ್ಞಾನುಸಾರ 76 ಎಂ.ಎಂ. ಬಂದೂಕುಗಳನ್ನು ಬಿಚ್ಚದೆ ಇಡಿ ಇಡಿಯಾಗಿಯೇ ಶತ್ರುಗಳನ್ನು ಎದುರಿಸುತ್ತಿದ್ದ ದುರ್ಗಮ ಬೆಟ್ಟದ ತುದಿಗೆ ಒಯ್ದದ್ದು ನೆನಪಾಯಿತು.

ರೆಜಿಮೆಂಟ್ ದಳಪತಿಯ ಭುಜಪಟ್ಟಿಯ ಮೂಲಕ ಬಂದೂಕುಗಳನ್ನು ಬೆನ್ನಿಗೆ ಬಿಗಿದು ಕೊಂಡು ತನ್ನ ಬಂದೂಕು ದಳದವರ ಸಮೇತ ಗುಡ್ಡದ ಕಡಿದಾದ ಏರನ್ನು ತಾನು ಹತ್ತಿರಲಿಲ್ಲವೇ ಎಂದು ಅವರು ಯೋಚಿಸಿದರು. ಬಂದೂಕು ಮತ್ತು ಕ್ರೇನ್‌ಗಳೆರಡೂ ಬೇರೆ ಬೇರೆ ನಿಜ. ಎರಡು ಪರಿಸ್ಥಿತಿಗಳೂ ಬೇರೆ ಬೇರೆ. ಆದರೆ ಇವುಗಳ ನಡುವಣ ಮೂಲಭೂತ ವ್ಯತ್ಯಾಸ ಯಾವುದು ? ಆಗಿನ ಅದೇ ಮನಸ್ಥೈರ್ಯ, ಸಾಮರ್ಥ್ಯಗಳಿಂದ 25 ಟನ್ ಕ್ರೇನನ್ನು ತನ್ನ ಭುಜಕ್ಕೆ ಬಿಗಿದು ಕೊಂಡು ಸಾಗಿಸುವ ಮನಸ್ಸು ಮಾಡಿದರೆ, ಅದು ಅಸಾಧ್ಯವಾದುದೇ ? ಈಗ ಮುಖ್ಯವಾದ್ದು ಏನೆಂದರೆ ಜಡತ್ವ ನಿಯಮ ಮತ್ತು ಗುರುತ್ವ ಕೇಂದ್ರದ ನಿಯಮ, ಅಲ್ಲವೇ ?

ನಿರ್ದೇಶಕರು ಒಂದು ನಿಮಿಷ ಕೂಡ ಕೂರಲಾರದೆ ಕೊಠಡಿಯಲ್ಲಿ ಶತಪಥ ಹಾಕುತ್ತಲೇ ಇದ್ದರು.

ಬಾಗಿಲನ್ನು ಯಾರೋ ತಟ್ಟಿದ ಶಬ್ದವಾಯಿತು. ಅವರು ಶತಪಥ ನಿಲ್ಲಿಸಿದರು.

''ನಾನು ಒಳಗೆ ಬರಲೇ ?''

ಒಬ್ಬ ಹುಡುಗಿಯ ಕೋಮಲ ಧ್ವನಿ ಕೇಳಿಸಿ, ನಿಧಾನವಾಗಿ ಬಾಗಿಲು ತೆರೆಯಿತು. ಕ್ರೇನ್ ಚಾಲಕಿ ಸನ್‌ಗುಮ್ ಒಳ ಬಂದಳು. ನಿರ್ದೇಶಕರು ಹರ್ಷಚಿತ್ತರಾಗಿ ಅವಳತ್ತ ನಡೆದರು.

''ನೀನು ಈಗ ಬಂದೆಯಾ? ಕೂತ್ಕೋ. ಇಲ್ಲಿ ಬಾ. ಇಲ್ಲಿ ಕೂತ್ಕೋ.''

ಅವರು ಸೆನ್‌ಗುಮ್‌ಗೆ ಒಂದು ಕುರ್ಚಿ ಕೊಟ್ಟರು. ಆದರೆ ಆ ಹುಡುಗಿ ಕೂರದೆ ನಿರ್ದೇಶಕರ ಮುಖವನ್ನೇ ನೇರವಾಗಿ ನೋಡುತ್ತ ನಿಂತಳು.

''ಕಾಮ್ರೇಡ್ ನಿರ್ದೇಶಕರೇ, ನಾನು ಇಲ್ಲಿಗೆ ಬರುವಾಗ ಕಾಮ್ರೇಡ್ ಚೊ ಯಾಂಗ್ ಗಿಲ್ ಅವರನ್ನು ಭೇಟಿಯಾಗಿದ್ದೆ. ಅವರು ನಿಮ್ಮ ಬಗ್ಗೆ ಏನು ಹೇಳಿದರು ಗೊತ್ತೇ ?''

ಚೊನ್ ಚಾಂಗ್ ಮಿನ್ ಸ್ವಲ್ಪ ಬಗ್ಗಿ ನಿಂತು ಕಣ್ಣರೆಪ್ಪೆ ಬಡಿಯುತ್ತ ಅವಳನ್ನೇ ಕುತೂಹಲದಿಂದ ದಿಟ್ಟಿಸಿದರು.

''ಯಾಂಗ್ ಗಿಲ್ ಏನು ಹೇಳಿದ ?''

ಸನ್‌ಗುಮ್‌ಗೆ ಕೊಂಚ ಮುಜುಗರವಾಗಿ ಕೊಂಚ ತಲೆತಗ್ಗಿಸಿದಳು.

''ನೀವು ಸೈನ್ಯದಲ್ಲಿದ್ದಿರಿ, ಆದ್ದರಿಂದ ನೀವು ಧೈರ್ಯಶಾಲಿಯಾಗಿರುತ್ತೀರಿ ಎಂದು ತಿಳಿದಿದ್ದೆ; ಆದರೆ ನೀವು ಅಳ್ಳೆದೆಯವರೂ, ನಿರ್ಧಾರ ಕೈಗೊಳ್ಳಲು ಸಾಧ್ಯವಾಗದವರೂ ಆಗಿದ್ದೀರಿ ಅಂತ ಆತ ಹೇಳಿದ.''

''ಏನು ? ಅಳ್ಳೆದೆಯವನೇ, ನಿರ್ಧಾರ ಕೈಗೊಳ್ಳಲು ಆಗದವನೆ ? ಹ.... ಹ.... ಹ...''

ನಿರ್ದೇಶಕರು ಹೃದಯ ತುಂಬಿ ನಕ್ಕರು.

''ಮತ್ತೇಕೆ ನೀವು ಕ್ರೇನ್ ಸಮಸ್ಯೆಯ ಚರ್ಚೆಯನ್ನು ಸಭೆಯಲ್ಲಿ ಮುಂದುವರಿಸಲಿಲ್ಲ ?''

''ನಾನೇಕೆ ಚರ್ಚೆಯನ್ನೇ ನಿಲ್ಲಿಸಿದೆ ?''

ನಿರ್ದೇಶಕರು ಮೊದಲಿನಂತೆಯೇ ನಗುತ್ತ, ಹಿಂದೆ ಕೈ ಕಟ್ಟಿಕೊಂಡು ಕೊಠಡಿಯಲ್ಲಿ

ಅತ್ತಿಂದಿತ್ತ ಅಡ್ಡಾಡತೊಡಗಿದರು. ತನ್ನ ಮುದ್ದಿನ ಮಗಳಂತೆಯೇ ಇದ್ದ ಈ ಕ್ರೇನ್ ಚಾಲಕಿಯ ಜೊತೆ ಮಾತಾಡುವುದು ಅವರಿಗೆ ಖುಷಿಯಾಗಿತ್ತು.

''ಹಾಗೆ ಮಾಡಲು ಪ್ರಬಲ ಕಾರಣವಿತ್ತು ಗೊತ್ತಾ? 'ಭೌತ ವಸ್ತುಗಳ ಗುರುತ್ವ ಶಕ್ತಿಯ ಕೇಂದ್ರ ಅಥವಾ ಜಡತ್ವದ ನಿಯಮ' ಅವು ನನಗೆ ಅಡ್ಡ ನಿಂತಿವೆ, ಆ ದರಿದ್ರ 'ಗುರುತ್ವ ಕೇಂದ್ರ' ...''

ಹುಡುಗಿಯ ಮುಖದ ತುಂಬ ನಗೆ ಹರಡಿತು. ಅವಳ ಕಣ್ಣುಗಳು ಮಿಂಚಿದವು.

''ಕಾಮ್ರೇಡ್ ಯಾಂಗ್ ಗಿಲ್ ಅದನ್ನು ನನಗೆ ಹೇಳಿದ. ನಮ್ಮ ಅಭಿಪ್ರಾಯವನ್ನು ವಿರೋಧಿಸುವವರಿಗೆ ಭೌತಶಾಸ್ತ್ರದ ನಿಯಮಗಳಲ್ಲದೆ ಬೇರೇನೂ ಗೊತ್ತಿಲ್ಲ. ಅವರಿಗೆ ಮನುಷ್ಯ ಈ ನಿಯಮಗಳ ಯಜಮಾನ ಎನ್ನುವ ತತ್ವದ ತಿರುಳು ತಿಳಿದಿಲ್ಲ. ಆದ್ದರಿಂದ ಅವರೆಲ್ಲ 'ಗುರುತ್ವ ಕೇಂದ್ರ'ದ ಕೈದಿಗಳಾಗ್ತಾರೆ ಮತ್ತೆ ಅವರು ನಮ್ಮ ಸಾಮರ್ಥ್ಯವನ್ನು ಕಡೆಗಣಿಸ್ತಾರೆ.''

ಹರ್ಷಗೊಂಡ ನಿರ್ದೇಶಕರು ಒಂದು ಕುರ್ಚಿಯಲ್ಲಿ ಕೂತು, ಸಿಗರೇಟ್ ತೆಗೆದು ಹೋಲ್ಡರಿನಲ್ಲಿ ಸಿಕ್ಕಿಸಿ, ಅದನ್ನು ತಮ್ಮ ತುಟಿಗಳ ನಡುವೆ ಇಟ್ಟುಕೊಂಡರು.

''ಅಂದರೆ ಈ ಕೈದಿಗಳು ನಿಮ್ಮನ್ನು ತಡೆದಿದ್ದಾರೆ, ಆಂ?''

''ಕಾಮ್ರೇಡ್ ಮ್ಯಾನೇಜರ್, ದಯವಿಟ್ಟು ನನ್ನನ್ನು ನಂಬಿ. ಆ 25 ಟನ್ ಕ್ರೇನನ್ನು ಒಂದು ನಟ್ ಕೂಡ ತೆಗೆಯದೆ ಪಕ್ಷವು ನಿರ್ದೇಶಿಸಿದ ಸ್ಥಳಕ್ಕೇನೇ ಎರಡು ತಿಂಗಳಲ್ಲಲ್ಲ – ಒಂದೇ ದಿನದಲ್ಲಿ ನಾವು ಸಾಗಿಸ್ತೇವೆ.''

''ಹೇಗೆ ಅಂತ ವಿವರಿಸ್ತಿಯಾ?''

''ಹೂಂ... ನಾವು ಅಳಿಲು ತತ್ವವನ್ನು ಉಪಯೋಗಿಸ್ತೇವೆ.''

''ಏನು? ಅಳಿಲು ತತ್ವವೇ?''

''ನಿಜ.''

ಹುಡುಗಿ ತನ್ನ ತುಟಿಯನ್ನು ಮುಂಗೈನಿಂದ ಮುಚ್ಚಿಕೊಂಡು ನಕ್ಕಳು.

''ಕಾಮ್ರೇಡ್ ಮ್ಯಾನೇಜರ್ ಅಳಿಲು ತನ್ನ ದೇಹದ ಚಲನೆಯನ್ನ ತನ್ನ ಉದ್ದದ ಬಾಲದ ಸಹಾಯದಿಂದ ನಿಯಂತ್ರಿಸುತ್ತದೆ ಎನ್ನುವುದು ನಿಮಗೆ ಗೊತ್ತಿಲ್ಲವೇ?''

ಚೋನ್ ಚಾಂಗ್ ಮಿನ್ ತಮ್ಮ ಬಾಯಿಯಿಂದ ಸಿಗರೇಟ್ ಹೋಲ್ಡರ್ ತೆಗೆದು ಹುಡುಗಿಯ ಕಡೆ ಅತ್ಯಾಸಕ್ತಿಯಿಂದ ನೋಡತೊಡಗಿದರು.

''ಅಳಿಲು ತನ್ನ ಉದ್ದ ಬಾಲದಿಂದ ದೇಹದ ಸಮತೋಲನವನ್ನು ಸಾಧಿಸುವುದರಿಂದ ಅದು ಮರದ ಸಪೂರ ರೆಂಬೆ ಕೊಂಬೆಗಳ ಮೇಲೂ ಲೀಲಾಜಾಲವಾಗಿ ಓಡಾಡಬಲ್ಲದು. ಬೇರೆ ಮಾತಿನಲ್ಲಿ ಹೇಳಬೇಕೆಂದರೆ, ಅಳಿಲು ತನ್ನ ಉದ್ದ ಬಾಲದ ಸಹಾಯದಿಂದ ತನ್ನ ದೇಹದ 'ಗುರುತ್ವ ಕೇಂದ್ರ'ವನ್ನು ನಿಯಂತ್ರಿಸ್ತದೆ!

''ಓಹ್! ಹೌದು, ನಿಜ.''

ಅವಳ ಮಾತಿನಲ್ಲಿ ಲೀನರಾದ ಮ್ಯಾನೇಜರ್ ತಮ್ಮನ್ನು ತಾವೇ ಮರೆತು ಸಿಗರೇಟನ್ನು ಆಷ್-ಟ್ರೇಯಲ್ಲಿ ಹೊಸಕಿದರು.

''ಕಾಮ್ರೇಡ್ ಮ್ಯಾನೇಜರ್ ಇಲ್ಲಿ ಕೇಳಿ'' ಎಂದು ಹೇಳುತ್ತಾ ಹುಡುಗಿ ಅವರತ್ತ ಒಂದು ಹೆಜ್ಜೆ ಹಾಕಿದಳು. ''25 ಟನ್ ಕ್ರೇನಿನ ಬಾಹುಗಳನ್ನು ಬಿಚ್ಚದೆ, ಅವನ್ನೇ ಸಮತೋಲನದ ಸಾಧನವಾಗಿ ಉಪಯೋಗಿಸಿ ನಾವು ಸಾಗಿಸ್ತೇವೆ. ಅಳಿಲು ತನ್ನ ಬಾಲ ಉಪಯೋಗಿಸ್ತದಲ್ಲ ಹಾಗೆ.''

''ಸರಿಯಾದ ಮಾತು.''

ಮ್ಯಾನೇಜರ್ ಮೇಜಿನ ಮೇಲ್ಭಾಗವನ್ನು ತಮ್ಮ ಕೈಯಿಂದ ಬಡಿದು ಧಡಕ್ಕನೆ ಮೇಲೆದ್ದರು.

''ನಿಜ, ನೀನು ಹೇಳುವುದು ಹೀಗೆ. ದೊಂಬರಾಟದವರು ಹಗ್ಗದ ಮೇಲೆ ನಡೆಯುತ್ತಾರಲ್ಲಾ ಆ ರೀತಿ ಅಲ್ಲವೇ ?''

ಎಂದು ಹೇಳಿ ತಮ್ಮ ತೋಳುಗಳನ್ನು ಆಚೀಚೆ ಬಿಚ್ಚಿ, ದೇಹವನ್ನು ಎಡಕ್ಕೂ ಬಲಕ್ಕೂ ತೊನೆದಾಡಿಸಿ, ದೊಂಬರಾಟದವನ ಚಲನೆಯನ್ನು ಅನುಕರಿಸಿ ತೋರಿಸಿದರು. 25 ಟನ್ ಕ್ರೇನನ್ನು ಇಡಿಯಾಗಿ ಟ್ರಕ್ಕಿನ ಮೇಲೆ ಸಾಗಿಸುವ ಸಾಧ್ಯತೆಯಿಂದ ಅವರ ಹೃದಯ ಹುಚ್ಚುಹುಚ್ಚಾಗಿ ಬಡಿದುಕೊಳ್ಳತೊಡಗಿತು. ಆದರೆ ಮರುಕ್ಷಣವೇ ಅವರ ಮನಸ್ಸು ಮುದುಡಿತು : ''ಆದರೆ, ಹೀಗಾದರೆ.... ಇಲ್ಲ, ಇಲ್ಲ, ಇಲ್ಲ.''

ಮ್ಯಾನೇಜರ್ ತಮ್ಮ ತಲೆಯನ್ನು ಗಂಭೀರವಾಗಿ ಕೊಡವಿದರು.

''ಕಾಮ್ರೇಡ್ ಮ್ಯಾನೇಜರ್, ಈ ಕೆಲಸವನ್ನು ಮಾಡಲು ನಾವು ಸಮರ್ಥರಾಗಿದ್ದೇವೆ. ನಾನು ಇದರ ಜವಾಬ್ದಾರಿಯನ್ನು ಹೊರ್‍ತೇನೆ.''

''ಇಲ್ಲ, ಸಾಧ್ಯವಿಲ್ಲ. ನಿನಗೆ ನಾನು ಬಿಡೋದಿಲ್ಲ. ನಾನು ನನ್ನ ಪ್ರೀತಿಯ ಕಾಮ್ರೇಡುಗಳು ಇಂಥ ಅಪಾಯಕಾರೀ ಕ್ರೇನಿನ ಮೇಲೆ ಹತ್ತಿ ಹೋಗಲು ಬಿಡೋದಿಲ್ಲ.''

ಕ್ರೇನ್ ಚಾಲಕಿ ಮ್ಯಾನೇಜರ್ ಬಳಿಗೆ ಇನ್ನೂ ಒಂದು ಹೆಜ್ಜೆ ಇರಿಸಿದಳು.

''ಹೆದರಬೇಡಿ, ಕಾಮ್ರೇಡ್ ಮ್ಯಾನೇಜರ್. ಅದನ್ನು ಖಂಡಿತವಾಗಿ ನಾನು ನಿರ್ವಹಿಸಬಲ್ಲೆ. ಈ ಕ್ರೇನ್ ನನಗೆ ನನ್ನ ದೇಹ ಇದ್ದಹಾಗೆ. ಈ ಯಂತ್ರದ ಬಾಹುಗಳ ಕಾರ್ಯವನ್ನು ನನ್ನ ಕೈಗಳಷ್ಟೇ ಸಲೀಸಾಗಿ ನಿರ್ವಹಿಸಬಲ್ಲೆ. ನಮ್ಮ ಗೌರವಾನ್ವಿತ ಮತ್ತು ಪ್ರೀತಿಪಾತ್ರರಾದ ನಾಯಕರ ಸೂಚನೆಗಳನ್ನು ನಡೆಸುವ ಮೊದಲು ಎದುರಾದ ಈ ತೊಂದರೆಗಳಿಂದಾಗಿ ನಾವು ಹೇಗೆ ಹಿಂದೆಗೆಯಲು ಸಾಧ್ಯ ? ಕಾಮ್ರೇಡ್ ಮ್ಯಾನೇಜರ್, ನೀವೇ ಇಲ್ಲಿಯ ನಿರ್ಮಾಣ ಕಾರ್ಯ ಆರಂಭಿಸುವಾಗ ನಡೆದ ಸಭೆಯಲ್ಲಿ ಮೊದಲು ಘೋಷಿಸಿದ್ದಿರಿ, ಅಲ್ಲವೆ - ನಾಯಕರ ಆಜ್ಞೆಯನ್ನು ಕಾರ್ಯಗತಗೊಳಿಸುವ ನಮ್ಮ ದಾರಿ ಭವ್ಯ ಹಾದಿ ಅಂತ.''

ಮ್ಯಾನೇಜರರ ಕಣ್ಣುಗಳು ಇದ್ದಕ್ಕಿದ್ದ ಹಾಗೆ ಮಂಜು ಮಂಜಾದಂತಾಗಿ ಕಿಟಕಿಯತ್ತ ಮುಖ ಮಾಡಿದರು. ಆ ಕತ್ತಲಲ್ಲಿ ಬೆಸುಗೆಯ ಕಾಯಕದಿಂದ ಹಾರುತ್ತಿದ್ದ ಕಿಡಿಗಳು ಅವರಿಗೆ ಕಾಣಿಸಿದವು. ಮಳೆಗರೆಯುತ್ತಿದ್ದ ಈ ಕಿಡಿಗಳು ಆರಿಹೋಗುವ ಮುನ್ನ ಒಂದು ದೊಡ್ಡ ಬೆಂಕಿಯ ಮುದ್ದೆಯಾಗಿ ರೂಪುಗೊಳ್ಳುತ್ತಿದ್ದವು. ಕ್ರೇನಿನ ಗತಿಯನ್ನು ಸೂಚಿಸಲು ಅಡ್ಡಪಟ್ಟಿಯ ಮೇಲೆ ಹತ್ತಿ ಇಳಿಯುವ 'ಸಂಜ್ಞಾಕಾರ'ನನ್ನು ಕಂಡಂತೆ ಅವರು ಭಾವಿಸಿದರು; ಕ್ರೇನಿನ ಚಲನೆಯನ್ನು ನಿರ್ದೇಶಿಸುವ ಹಿಡಿಕೆಯನ್ನು ಹಿಡಿದು ಕ್ಯಾಬಿನ್‌ನಲ್ಲಿ ಕೂತು ಸ್ಪೈಡರ್-ಮ್ಯಾನ್‌ನ ಪ್ರತಿಯೊಂದು ಸಂಜ್ಞೆಯನ್ನೂ ಗಮನವಿಟ್ಟು ನೋಡುವ ಮಿನುಗುವ ಕಣ್ಣಿನ ಹುಡುಗಿ ಅಲ್ಲಿ ಕಂಡಂತಾಯಿತು, ಅವರಿಗೆ. ಇಂಥ ಒಳ್ಳೆಯ ಸಂಗಾತಿಗಳು ನಮ್ಮ ನಡುವೆ ಇರುವುದನ್ನು ನಾನೇಕೆ ಗುರುತಿಸಲಿಲ್ಲ? ಎಂದು ಮ್ಯಾನೇಜರ್ ತಮಗೆ ತಾವೇ ಯೋಚಿಸಿದರು. ತಮ್ಮ ಗೌರವಾನ್ವಿತ ಮತ್ತು ಪ್ರೀತಿಪಾತ್ರ ನಾಯಕರು, ಯಾವಾಗಲೂ ಸಮುದಾಯದೊಡಗೂಡಿ ಕೆಲಸ ಮಾಡಬೇಕೆಂದು ತಮ್ಮಂಥ ಅಧಿಕಾರಿಗಳಿಗೆ ಉಪದೇಶಿಸಿರಲಿಲ್ಲವೇ ?

ನಿಮ್ಮ ಸ್ಥಾನವನ್ನು ಒಬ್ಬ ದಳಪತಿಯಂತೆ ನೋಡಿಕೊಳ್ಳಬೇಕು ಎಂದು ಇಂದು ಬೆಳಿಗ್ಗೆಯಷ್ಟೇ ಪ್ರಧಾನ ಎಂಜಿನಿಯರ್‌ಗೆ ತಾನು ಹೇಳಿದ್ದು ಅವರಿಗೆ ನೆನಪಾಯಿತು.

ಒಬ್ಬ ದಳಪತಿಯಾಗಿ ನಾನೆಲ್ಲಿ ನಿಂತಿದ್ದೇನೆ ?

ಜಪಾನ್-ವಿರೋಧಿ ಗೆರಿಲ್ಲಾ ಸೈನ್ಯದ ದಳಪತಿಯಂತೆ ನಾನು ಕರ್ತವ್ಯ ನಿರ್ವಹಿಸುತ್ತಿದ್ದೇನೆಯೇ ? ಮುನ್ನುಗ್ಗಿ ಧಾಳಿ ನಡೆಸುವಾಗ ಅವರು ತಮ್ಮ ಜನರನ್ನು ಮುನ್ನಡೆಸುತ್ತಿದ್ದರು, ಹಿಂದೆಗೆಯಬೇಕಾದ ಕಠಿಣ ಕಾಲದಲ್ಲಿ ಹಿಂಚೂಣಿಯನ್ನು ಸರಿಯಾಗಿ ನಡೆಸುತ್ತಿದ್ದರು. ಮುನ್ನಡೆಯಲ್ಲಿ ಬಳಲಿದ ತಮ್ಮವರ ರೈಫಲ್‌ಗಳನ್ನು, ಚೀಲಗಳನ್ನು ಹೊತ್ತು ನಡೆಯುತ್ತಿದ್ದರು ಅಥವಾ ಅವರಿಗೆ ನಡೆಯಲು ಆಸರೆ ಕೊಡುತ್ತಿದ್ದರು...

ಚೋನ್ ಚಾಂಗ್ ಮಿನ್‌ಗೆ ನಾಚಿಕೆಯಾಯಿತು. ಅವರ ಆತ್ಮಸಾಕ್ಷಿ ಚುಚ್ಚಿದಂತಾಯಿತು.

ಚೋನ್ ಚಾಂಗ್ ತಮ್ಮ ಶ್ರಮಜೀವಿ ಜನರನ್ನು ತಾನು ಚೆನ್ನಾಗಿ ಅರಿತಿದ್ದೇನೆಂದು ತಿಳಿದಿದ್ದರು; ತಮ್ಮ ಸುಖ ದುಃಖಗಳನ್ನು ಅವರೊಡನೆ ಹಂಚಿಕೊಳ್ಳುತ್ತಿದ್ದೇನೆ ಎಂದು ಭಾವಿಸಿದ್ದರು. ಆದರೆ ನಿರ್ಮಾಣ ನಿವೇಶನದ ನಿಜವಾದ ಒಡೆಯರಾದ ಸನ್‌ಗುಮ್‌ನಂಥವರನ್ನು ತಾವು ಗುರುತಿಸಲಿಲ್ಲ ಎಂದು ಅವರಿಗೆ ಅರಿವಾಯಿತು. ಗಾಳಿಯಂತೆ ಅವರ ಬಳಿ ತಾವು ಹಾದುಹೋಗುತ್ತಿದ್ದುದಾಗಿ ಅವರಿಗೆ ಈಗ ಭಾಸವಾಯಿತು. ಇಂದು ಬೆಳಿಗ್ಗೆ ಕೂಡಾ ತಮ್ಮನ್ನು ಮಾತಾಡಿಸಿದ ಆ ಮುದುಕ ಬೆಸುಗೆಯವನನ್ನು ಅವಸರದಲ್ಲಿ ಹಾದುಹೋದದ್ದು ನೆನಪಾಯಿತು. ಯಾವಾಗಲೂ ಹೀಗೇ ಶ್ರಮಜೀವಿಗಳ ಧ್ವನಿಗೆ ಕಿವಿಗೊಡದೆ, ಅವರ ಬದುಕಿನ ಆಳಕ್ಕೆ ಹೋಗದ ರೀತಿ ತನ್ನದಾಗಿತ್ತು.

ನಾನು ಕೂಡ ನನ್ನ ಸ್ಥಾನ ಕಂಡುಕೊಳ್ಳಬೇಕು ಎಂದು ತಮಗೆ ತಾವೇ ಅವರು ಹೇಳಿ ಕೊಂಡರು. ಜಪಾನ್-ವಿರೋಧಿ ಗೆರಿಲ್ಲಾ ಕಮಾಂಡರುಗಳು ಕೆಲಸ ಮಾಡಿದ ರೀತಿಯಲ್ಲೇ ನನ್ನ ಜನರೊಂದಿಗಿರಬೇಕು. ಆ ಕಡಿದಾದ ಬೆಟ್ಟವನ್ನು ತೆವಳುತ್ತ ಹತ್ತಿದ ಸೈನಿಕರನ್ನು ನಾನು ಹೇಗೆ ಸೇರಿ ಕೊಂಡಿದ್ದೆನೋ ಅದೇ ರೀತಿ ಈಗ ನಾನು ನನ್ನ ಜನರ ನಡುವೆ ನನ್ನ ಸ್ಥಾನ ಕಂಡುಕೊಳ್ಳಬೇಕು.

ಚೋನ್ ಚಾಂಗ್ ಮಿನ್ ಚಕ್ಕನೆ ತಿರುಗಿದರು. ''ಕಾಮ್ರೇಡ್ ಹಾನ್ ಸನ್‌ಗುಮ್, ಈಗ ಹೋಗಿ ಸರಿಯಾಗಿ ನಿದ್ದೆ ಮಾಡು. ನೀವು ಉದ್ದೇಶಿಸಿದಂತೆಯೇ 25 ಟನ್ ಕ್ರೇನನ್ನು ಇಡಿಯಾಗಿಯೇ ಸಾಗಿಸೋಣ. ಅದನ್ನು ಸಾಗಿಸೋಕೆ ನಾಳೆಯ ಹೊತ್ತಿಗೆ ಸಿದ್ಧತೆಗಳೆಲ್ಲ ಪೂರ್ಣವಾಗ್ಬೇಕು.''

ಸನ್‌ಗುಮ್ ಮುಖ ಭಾವೋತ್ಕಟವಾಯಿತು.

''ಸರಿ, ಕಾಮ್ರೇಡ್ ಮ್ಯಾನೇಜರ್ !''

ಕಚೇರಿಯಿಂದ ಹೊರಬಂದ ಕೂಡಲೇ, ಆ ಹುಡುಗಿ ಎರಡನೇ ಮಹಡಿಯಿಂದ ಮೆಟ್ಟಲನ್ನು ಧಾವಿಸುತ್ತಾ ಇಳಿದಳು.

ಹುಡುಗಿ ಮೆಟ್ಟಲಿಳಿಯುತ್ತಿದ್ದ ಶಬ್ದ ದೂರ ದೂರವಾಗಿ ಮಾಯವಾಗುವವರೆಗೂ ನೀರು ತುಂಬಿದ್ದ ಕಣ್ಣಿನ ಸುತ್ತ ಮೂಡಿದ ನಗೆಯೊಡನೆ ಮ್ಯಾನೇಜರ್ ಹಾಗೇ ನಿಂತಿದ್ದರು.

* * *

ರಾತ್ರಿಯಾಗುವ ಹೊತ್ತಿಗೆ ಸಿದ್ಧತೆಗಳೆಲ್ಲ ಮುಗಿದವು. ಬೆಳಕು ಹರಿಯುವ ಹೊತ್ತಿನಿಂದ ವಾಹನಕ್ಕೆ ಕ್ರೇನನ್ನು ಏರಿಸುವ ಕೆಲಸದಲ್ಲಿ ಮ್ಯಾನೇಜರ್ ಮಗ್ನರಾದರು. ಅವರಿಗೆ ಸಿಗರೇಟ್ ಸೇದುವುದಕ್ಕೂ ಪುರುಸೊತ್ತಿರಲಿಲ್ಲ. ಶೀಟ್ ಮೆಟಲ್ ಸಂಸ್ಕರಣ ಮತ್ತು ಜೋಡಣೆ ಕಾರ್ಯಾಗಾರದ ಸ್ಪೈಡರ್-ಮ್ಯಾನ್‌ಗಳು ಈ ಕಠಿಣ ಕಾರ್ಯಾಚರಣೆಯನ್ನು ಕೈಗೊಂಡಿದ್ದರು. ಅವರಿಗೆ ನಿರ್ಮಾಣ ನಿವೇಶನದ ಎಲ್ಲರೂ ಸಹಾಯ ನೀಡುತ್ತಿದ್ದರು. ಪ್ರಧಾನ ಎಂಜಿನಿಯರ್ ನೇತೃತ್ವದಲ್ಲಿ ತಂತ್ರಜ್ಞರು ತಾಂತ್ರಿಕ ಸಲಹೆ ನೀಡುತ್ತಿದ್ದರು. ಅಂತೂ ಕೊನೆಗೂ ಅವರು 60 ಟನ್ ಟ್ರಾಕ್ಟರ್‌ಗಳು ಮೂರನ್ನೂ ಸೇರಿಸಿ ಮಾಡಿದ ಚಕ್ರಗಳನ್ನು ಜೋಡಿಸಿರುವ ತೆಪ್ಪದ ರೀತಿಯ

ವಾಹನದ ಮೇಲೆ 25 ಟನ್ ಕ್ರೇನನ್ನು ಏರಿಸಲು ಶಕ್ತರಾದರು. ಆಕಾಶವನ್ನು ಚುಂಬಿಸುವಂತೆ ಎತ್ತರಕ್ಕೆ ನಿಂತ ಕ್ರೇನಿನ ಮುಖ್ಯ ಅಂಗಕ್ಕೆ ಸಮತೋಲನ ನೀಡುವಂತೆ ನಾಲ್ಕು ಚಿಕ್ಕ ಕ್ರೇನ್‌ಗಳ ಕಬ್ಬಿಣದ ಬಾಹುಗಳು ಆಸರೆಯಾಗಿದ್ದವು.

ಈ ಟ್ರಾಕ್ಟರ್‌ಗಳ ಮುಂಭಾಗದಲ್ಲಿ ಎರಡು ರೋಡ್ ರೋಲರ್‌ಗಳು ಮತ್ತು ಮೂರು ಭಾರೀ ಬುಲ್‌ಡೋಜರ್‌ಗಳು ಕೆಲಸಕ್ಕೆ ಸಿದ್ಧವಾಗಿ ನಿಂತಿದ್ದವು. ಈ ಎಲ್ಲ ಯಂತ್ರಗಳ ಹಿಂದೆ ಮುಂದೆ ಕೆಲವು ನಿರ್ದೇಶನ ಕೊಡುವ ಕಾರುಗಳಿದ್ದವು.

ದಾಳಿಗೆ ಮುನ್ನ ಕಾರ್ಯಾಚರಣೆಯ ಆಜ್ಞೆಗಾಗಿ ಶಿಸ್ತಿನಿಂದ ಸಾಲಾಗಿ ನಿಂತ ಯಾಂತ್ರೀಕೃತ ದಳದಂತೆ ಇವು ಕಾಣಿಸಿದವು.

ಈ ದಳ ಚಲಿಸುವ ಸಮಯ ಸನ್ನಿಹಿತವಾದಂತೆ ಚೋನ್ ಚಾಂಗ್ ಮಿನ್ ಅವರ ಹೃದಯ ಆತಂಕ, ಉದ್ರೇಕಗಳಿಂದ ಬಿರುಸಾಗಿ ಬಡಿದುಕೊಳ್ಳತೊಡಗಿತು. ಅವರು ಕ್ರೇನಿನ ತುದಿಯನ್ನು ನೋಡುತ್ತಲೋ, ಇಲ್ಲ ಟ್ರಾಕ್ಟರಿನ ರಬ್ಬರ್ ಗಾಲಿಗಳನ್ನು ತಮ್ಮ ಹೆಬ್ಬೆರಳಿನಿಂದ ಒತ್ತುತ್ತಲೋ ಉತ್ಸುಕರಾಗಿ ಓಡಾಡುತ್ತಿದ್ದರು.

ಹೊರಡುವ ಮೊದಲು ಯಾಂತ್ರೀಕೃತ ಪಯಣದಲ್ಲಿ ಭಾಗಿಗಳಾದವರನ್ನೆಲ್ಲ ಮ್ಯಾನೇಜರರು ಒಂದೆಡೆ ಸೇರಿಸಿ ಅವರ ಸಿದ್ಧತೆಯನ್ನು ಪರಿಶೀಲಿಸಿದರು. ಈ ಪಯಣದಲ್ಲಿ ಅವರು ವಹಿಸ ಬೇಕಾದ ಎಚ್ಚರಿಕೆಯ ಬಗ್ಗೆ ವಿವರಗಳನ್ನು ಮತ್ತೊಮ್ಮೆ ನೀಡಿ, ಹಲವು ವರ್ಷಗಳಲ್ಲಿ ಮೊದಲ ಬಾರಿಗೆ ಸೈನ್ಯದ ದಳಪತಿಯಂತೆ ನಿರ್ದೇಶನವಿತ್ತರು.

''ಎಲ್ಲರೂ ನಿಮ್ಮ ನಿಮ್ಮ ಸ್ಥಾನಗಳಿಗೆ ಹೋಗಿ.''

ಈ ಪಯಣದ ಭಾಗಿಗಳೆಲ್ಲ ತಮ್ಮ ತಮ್ಮ ಸ್ಥಾನಗಳಿಗೆ ಚದುರಿ ಹೋದರು.

ಸಂಚಾರಿ ಆಕಾಶವಾಣಿ ನಿಲಯದಿಂದ ಜಪಾನ್-ವಿರೋಧಿ ಗೆರಿಲ್ಲಾ ಸಮರಗೀತೆಯನ್ನು ಧ್ವನಿ ವರ್ಧಕದ ಮೂಲಕ ಪ್ರಸಾರ ಮಾಡಲಾಯಿತು. ಇದು ಅಲ್ಲಿದ್ದವರೆಲ್ಲರ ಮನಸ್ಸನ್ನು ಹುರಿದುಂಬಿಸಿತು.

ವಾಹನಗಳು ತಮ್ಮ ಎಂಜಿನ್ ಚಾಲೂ ಮಾಡಿ, ಯಾವ ಗಳಿಗೆಯಲ್ಲಾದರೂ ಬರುವ ಆಜ್ಞೆಗಾಗಿ ಕಾಯುತ್ತ ನಿಂತವು.

25 ಟನ್ ಕ್ರೇನನ್ನು ವಾಹನದ ಮೂಲಕ ಸಾಗಿಸುತ್ತಾರೆನ್ನುವ ಸುದ್ದಿ ಇಡೀ ನಿವೇಶನದಲ್ಲೆಲ್ಲಾ ಹಬ್ಬಿ, ಅದನ್ನು ನೋಡುವುದಕ್ಕಾಗಿ ಜನ ಗುಂಪು ಗುಂಪಾಗಿ ಅಲ್ಲಿ ಸೇರಿದರು.

ಮ್ಯಾನೇಜರರು ತಮ್ಮ ಜನರ ಸಿದ್ಧತಾ ಸ್ಥಿತಿಯನ್ನು ಮತ್ತೊಮ್ಮೆ ಪರೀಕ್ಷಿಸಿ 25 ಟನ್ ಕ್ರೇನ್‌ನತ್ತ ಹೆಜ್ಜೆ ಹಾಕಿದರು.

ಒಂದು ಮೋಟಾರು ಕಾರು ವೇಗವಾಗಿ ಬಂದು ಅವರ ಪಕ್ಕದಲ್ಲಿ ನಿಂತಿತು. ಅದು ಅವರನ್ನು ಹಿಂಬಾಲಿಸುತ್ತಲೇ ಇದ್ದ ಅವರ ಕಾರು. ಕಾರಿನ ಚಾಲಕ ಕಾರಿನಿಂದ ಹೊರ ಜಿಗಿದು ನಿಂತು, ಮ್ಯಾನೇಜರ್ ಕಾರಿನಲ್ಲಿ ಕೂರುವುದಕ್ಕಾಗಿ ಕಾದು ನಿಂತ. ಆದರೆ ಚೋನ್ ಚಾಂಗ್ ಮಿನ್ ಆ ಕಾರನ್ನು ದಾಟಿ ಹೋದರು. ಹೋಗುತ್ತಾ ಚಾಲಕನಿಗೆ ಹೇಳಿದರು :

''ಕಾರನ್ನು ಪಾರ್ಕಿಂಗ್‌ನಲ್ಲಿ ನಿಲ್ಲಿಸು. ನಾನು ಈ ಜನರ ಜೊತೆ ಹೋಗ್ತೇನೆ. ನನ್ನ ಸ್ಥಾನ ಅಗೋ ಅಲ್ಲಿದೆ.''

ಹೀಗೆ ಹೇಳಿ ಮ್ಯಾನೇಜರ್ 25 ಟನ್ ಕ್ರೇನಿನ ಕ್ಯಾಬಿನ್‌ನತ್ತ ಬೆರಳು ಮಾಡಿ ತೋರಿಸಿದರು. ಅವರು ಕ್ರೇನಿನ ಬಳಿ ಬರುವಾಗ ತಂತ್ರಜ್ಞರ ಒಂದು ತಂಡಕ್ಕೆ ಉದ್ರಿಕ್ತ ಧ್ವನಿಯಲ್ಲಿ ಸೂಚನೆಗಳನ್ನು ಕೊಡುತ್ತಿದ್ದ ಪ್ರಧಾನ ಎಂಜಿನಿಯರನ್ನು ಕಂಡರು. ಮುಳುಗುತ್ತಿರುವ ಸೂರ್ಯನ ಬೆಳಕಿನಲ್ಲಿ

ಅವರ ಮುಖ ತೀರಾ ಆಯಾಸಗೊಂಡಂತೆ ಕಾಣಿಸಿತು. ಚೋನ್ ಚಾಂಗ್ ಮಿನ್ ವಿಶಾಲ ನಗೆ ನಕ್ಕು ಹೇಳಿದರು.

''ಕಾಮ್ರೇಡ್ ಪ್ರಧಾನ ಎಂಜಿನಿಯರ್! ಜಪಾನ್ ವಿರೋಧಿ ಗೆರಿಲ್ಲಾ ದಳದಂತೆ ನಾವು ಅಧಿಕಾರಿಗಳು ನಮ್ಮ ಕೆಲಸಗಾರರೊಡನೆ ಬೆರೆತು ಕೆಲಸ ಮಾಡಬೇಕೊಂತ ನಮ್ಮ ಗೌರವಾನ್ವಿತ ಮತ್ತು ಪ್ರೀತಿ ಪಾತ್ರ ನಾಯಕರು ಉಪದೇಶಿಸಿದ್ದಾರೆ.

''ನಮ್ಮಂಥ ದಳಪತಿಗಳು, ಹೋರಾಡುವ ನಮ್ಮ ಸೈನಿಕರ ಬಳಿ ನಿಲ್ಲಬೇಕು. ಅವರ ಅತ್ಯಂತ ಕಠಿಣ ಸಮಯದಲ್ಲಿ ಟ್ರೆಂಚ್‌ಗಳಲ್ಲಿ ಇರಬೇಕು. ಆದರೆ ಇದುವರೆಗೆ ನಾವು ಅವರಿಂದ ಬಹಳ ದೂರ ಉಳಿದಿದ್ದೆವು.''

ಚೋನ್ ಚಾಂಗ್ ಮಿನ್ ಕ್ರೇನಿನ ಕಬ್ಬಿಣದ ಏಣಿಯನ್ನು ಏರುವಾಗ ಮಧ್ಯೆ ನಿಂತು ಪ್ರಧಾನ ಎಂಜಿನಿಯರತ್ತ ಕೂಗಿ ಹೇಳಿದರು :

''ಕಾಮ್ರೇಡ್, ಮುಂದೆ ಬನ್ನಿ, ಈ ಪಯಣದ ನೇತಾರರಾಗಿ, ಬುಲ್‌ಡೋಜರ್‌ಗಳಿಂದ ಹೊಸ ರಸ್ತೆಯ ನಿರ್ಮಾಣ ಮಾಡಿ.

''ಅದನ್ನು ಆರಂಭಿಸಲು ಇದೇ ತಕ್ಕ ಸಮಯ. ತ್ವರೆ ಮಾಡಿ, ನಿಮ್ಮ ಸ್ಥಾನದ ಜವಾಬ್ದಾರಿ ವಹಿಸಿಕೊಳ್ಳಿ''.

ಕ್ರೇನಿನ ಕ್ಯಾಬಿನ್ನಿನಿಂದ ಸ್ಪಷ್ಟವಾಗಿ ಕಾಣುವಂತೆ ನಿರ್ದೇಶನ ಸೂಚಕ ವಾಹನದ ಮೇಲ್ಭಾಗದಲ್ಲಿ ನಿಂತ ತರುಣ ಸ್ಟೈಡರ್-ಮ್ಯಾನ್ ಚೋ ಯಾಂಗ್ ಗಿಲ್ ಕೈಯಲ್ಲಿ ಬಾವುಟ ಹಿಡಿದು ಹೊರಡುವ ವೇಳೆಗಾಗಿ ಕಾಯುತ್ತಿದ್ದ.

ಚೋನ್ ಚಾಂಗ್ ಮಿನ್ ಕ್ಯಾಬಿನ್ನಿನಲ್ಲಿ ಕಾಣಿಸಿಕೊಂಡ ಕೂಡಲೇ, ಕ್ರೇನಿನ ಗತಿ ನಿರ್ದೇಶಿಸುವ ಹಿಡಿಕೆ ಹಿಡಿದು ಕುಳಿತಿದ್ದ ಸನ್‌ಗುಮ್ ಆಶ್ಚರ್ಯದಿಂದ ಎದ್ದು ನಿಂತಳು.

''ಕೂತುಕೋ, ಇವತ್ತು ನಾನು ನಿನ್ನ ಜೊತೆಯೇ ಇರಬೇಕು.''

''ಏನು ?''

ಕೆಲವು ಕ್ಷಣಗಳು ಸನ್‌ಗುಮ್ ತಬ್ಬಿಬ್ಬಾದಳು. ಅನಂತರ ಅವಳ ಹೃದಯದಲ್ಲಿ ಉಕ್ಕಿಬಂದ ಭಾವನೆಗಳು ಅವಳ ಮುಖದಲ್ಲಿ ಸ್ಪಷ್ಟವಾಗಿ ಮೂಡಿದವು.

ಹಿಡಿಕೆಯನ್ನು ಹಿಡಿದ ಅವಳ ಕೈಗಳು ಸಣ್ಣಗೆ ಕಂಪಿಸಿದವು.

''ಎಲ್ಲ ಸಿದ್ಧವಾಗಿದ್ದೀರಾ ?''

''ಹೌದು, ಕಾಮ್ರೇಡ್ ಮ್ಯಾನೇಜರ್.''

''ಹಾಗಾದರೆ ಹೊರಡೋಣ.''

ಸಂಜ್ಞಾಕಾರ ಬಾವುಟವನ್ನು ಬೀಸಿದ ಕೂಡಲೇ ಎಂಜಿನ್ ಭಯಂಕರ ಶಬ್ದ ಮಾಡಿತು. ಗಾಲಿಯ ತೆಪ್ಪ ನಡುಗಿತು.

''ಮುಂದೆ ಸಾಗಲಿ !''

ಮ್ಯಾನೇಜರರ ಆತ್ಮವಿಶ್ವಾಸ ತುಂಬಿದ ಆದೇಶದ ಕೂಗು ಕೇಳಿದೊಡನೆಯೇ ಭಾರೀ ಕ್ರೇನನ್ನು ಹೊತ್ತ ಗಾಲಿಯ ತೆಪ್ಪ ಮಂದಗತಿಯಲ್ಲಿ ಮುಂದೆ ಸಾಗಿತು. ಜಯಘೋಷದ ಧ್ವನಿಗಳು ಇಡೀ ನಿರ್ಮಾಣದ ನಿವೇಶನದಲ್ಲಿ ಮಾರ್ದನಿಗಳಗಿದವು.

ಸನ್‌ಗುಮ್‌ನ ಭದ್ರ ಮುಷ್ಟಿಯಲ್ಲಿ ಹಿಡಿಕೆ ಹೆಚ್ಚು ಚುರುಕಾಗಿ ಚಲಿಸಿತು.

ಮ್ಯಾನೇಜರ್ ಬಾಗಿಲು ತೆರೆದು ಗೋಪುರದ ಮೇಲೆ ಹೋದರು. ಮೇಲೆ ಕ್ರೇನಿನ

ಬಾಹುಗಳು ಅದರ ಅಗಾಧ ದೇಹದ 'ಗುರುತ್ವ ಕೇಂದ್ರ'ವನ್ನು ಅಳಿಲಿನ ಬಾಲದಂತೆ ಸರಿ ಹೊಂದಿಸುತ್ತಿದ್ದವು.

ಬುಲ್‌ಡೋಜರ್‌ಗಳು ಹೊಸ ಮಾರ್ಗವನ್ನು ತೆರೆಯುತ್ತಾ ಹೋದವು. ಕೆಲಸಕ್ಕೆ ಬಾರದ್ದನ್ನೆಲ್ಲಾ ನೆಲಸಮ ಮಾಡುತ್ತಾ, ಭೂಮಿಯ ಉಬ್ಬು ತಗ್ಗುಗಳನ್ನು ಸರಿ ಮಾಡುತ್ತಾ ಮುಂದೆ ಸಾಗಿದವು. ರೋಲರ್‌ಗಳು ರಸ್ತೆಯನ್ನು ಗಟ್ಟಿಗೊಳಿಸುತ್ತಾ, ಬುಲ್‌ಡೋಜರ್‌ಗಳ ಹಿಂದೆ ಹೋದವು. ಶತ್ರು ಸ್ಥಾನದತ್ತ ನಿಧಾನವಾಗಿ, ಖಚಿತವಾಗಿ ಮುಂದೊತ್ತಿ ಹೋಗುವ ಟ್ಯಾಂಕುಗಳ ಸಾಲಿನಂತೆ, ಸಾಲುಗಟ್ಟಿದ ಟ್ರಾಕ್ಟರ್‌ಗಳು, ಜಾಡು ಬೀಳದ ಹೊಸ ಹಾದಿಯಲ್ಲಿ ತಮ್ಮ ರಬ್ಬರ್ ಗಾಲಿಗಳ ಗುರುತನ್ನು ಆಳವಾಗಿ ಮೂಡಿಸುತ್ತಾ, ಮಂದಗತಿಯಲ್ಲಿ ಮುಂದೆ ಸಾಗಿದವು. ಎಂಜಿನ್ನುಗಳ ಕಿವಿಗಡಚಿಕ್ಕುವ ಶಬ್ದ ಇಡೀ ವಾತಾವರಣದಲ್ಲಿ ವ್ಯಾಪಿಸಿದ್ದಿತು. ಅವುಗಳ ಭಾರಕ್ಕೆ ಭೂಮಿ ಕಂಪಿಸಿತು.

''ನಿನಗೆ ಹೆದರಿಕೆಯಾಗುತ್ತಿಲ್ಲವೇ, ಸನ್‌ಗುಮ್ ?''

ಹಿಡಿಕೆಯನ್ನು ನಿಪುಣತೆಯಿಂದ ಅತ್ತಿತ್ತ ತಿರುಗಿಸುತ್ತಿದ್ದ ಚಾಲಕಿಯನ್ನು ಚೋನ್ ಚಾಂಗ್ ಮಿನ್ ಕೇಳಿದರು.

''ಇಲ್ಲ, ನನಗೆ ಹೆದರಿಕೆಯಾಗ್ತಾ ಇಲ್ಲ, ಕಾಮ್ರೇಡ್ ಮ್ಯಾನೇಜರ್, ನೀವು ನನ್ನ ಬಳಿ ಇರುವುದರಿಂದ ನನಗೆ ಹಾಯೆನಿಸ್ತದೆ.''

ಸನ್‌ಗುಮ್ ತನ್ನ ಹನಿದುಂಬಿದ ಕಣ್ಣುಗಳಿಂದ ಅವರತ್ತ ನೋಡಿದಳು. ಸಂಜೆಗತ್ತಲು ಆವರಿಸುತ್ತಿದ್ದಂತೆ ಹಲವು ಸರ್ಚ್‌ಲೈಟ್‌ಗಳು ಆ ಹಾದಿಯನ್ನು ಉಜ್ವಲವಾಗಿ ಬೆಳಗಿದವು. ನಿರ್ಮಾಣ ನಿವೇಶನಕ್ಕೆ ಸೇರಿದ ಹಲವು ವಾಹನಗಳು ಬಂದು ಸೇರಿ ತಮ್ಮ ದೀಪದ ಬೆಳಕನ್ನು ನೀಡಿದವು.

ಆ ಮಾರ್ಗವಾಗಿ ಹಾದು ಹೋಗುತ್ತಿದ್ದ ವಾಹನಗಳು ಸ್ವಲ್ಪ ಹೊತ್ತು ನಿಂತು ಕ್ರೇನ್ ಕಾರ್ಯಾಚರಣೆಗೆ ಅಗತ್ಯವಾದ ಬೆಳಕು ನೀಡಿ ನೆರವು ಕೊಟ್ಟು ಮತ್ತೆ ತಮ್ಮ ದಾರಿ ಹಿಡಿಯುತ್ತಿದ್ದವು. ಜಗಜಗಿಸುವ ದೀಪದ ಒಂದು ನಗರವೇ ಚಲಿಸುತ್ತಿರುವ ಹಾಗಿತ್ತು ದೂರದಿಂದ ಆ ದೃಶ್ಯ. ನೆಲದ ಮೇಲೆ ಮತ್ತು ಎತ್ತರದಲ್ಲಿ ಬೆಸುಗೆಯ ಅಸಂಖ್ಯಾತ ಕಿಡಿಗಳು ಹಾರುತ್ತಿದ್ದವು. 25 ಟನ್ ಕ್ರೇನಿನ ಈ ಅತ್ಯಾಕರ್ಷಕ ಪ್ರಯಾಣ ನಾಯಕರು ಸೂಚಿಸಿದ ಉಕ್ಕು ಉತ್ಪಾದನೆಯ ಗುರಿಯತ್ತ ಮುಂದುವರಿಯಿತು.

○ ಚ ಲೋಂಗ್ ಸು

ಅಸ್ವಸ್ಥತೆ

ನಾನು ಅಸ್ವಸ್ಥನಾಗಿ ಮಲಗಿ ಈಗಾಗಲೇ ಹತ್ತು ದಿನಗಳಾಗಿವೆ.

ಈ ಅವಧಿಯಲ್ಲಿ ದಿನ ಬಿಟ್ಟು ದಿನ ಒಬ್ಬ ವೈದ್ಯ ನನ್ನಲ್ಲಿಗೆ ಭೇಟಿ ಕೊಡುತ್ತಿದ್ದ. ಬಂದಾಗೆಲ್ಲ ಅವನು ಒಂದೊಂದು ಇಂಜೆಕ್ಷನ್ ಕೊಟ್ಟು ನನ್ನ ಬಾಯಿ ಮತ್ತು ಗುದದ್ವಾರ ಉರಿ ಉರಿಯಾಗುವಂತೆ ಮಾಡುತ್ತಿದ್ದ. ಇದರ ಜೊತೆಗೆ ಒಂದು ಬಿಳಿ ಪುಡಿಯ ಔಷಧವನ್ನೂ ಕೊಡುತ್ತಿದ್ದ.

ಇಷ್ಟಾದರೂ ಏನೂ ಗುಣ ಕಾಣಲಿಲ್ಲ. ಜ್ವರ ಇನ್ನೂ 40 ಡಿಗ್ರಿ ಸೆಂಟಿಗ್ರೇಡಿನಲ್ಲೇ ನಿಂತಿದೆ ಮತ್ತು ನನ್ನ ಆರೋಗ್ಯ ತುಂಬಾ ನಿಶ್ಶಕ್ತಿಯ ಲಕ್ಷಣಗಳಿಂದಲೇ ಮುಂದುವರಿಯುತ್ತಿದೆ. ಏನೇ ಆದರೂ ನನ್ನ ಪರಿಸ್ಥಿತಿ ಅಸಾಧಾರಣವೆಂಬಂತೆ ಕಾಣುತ್ತದೆ.

ನಾನು ಎಷ್ಟೇ ನಿರಾಕರಿಸಿದರೂ ನನ್ನ ಹೆಂಡತಿ, ಯಾವ ಮೋಡದಲ್ಲಿ ಯಾವ ಮಳೆ ಇರುತ್ತದೆಯೋ ಯಾರು ಬಲ್ಲರು ಎಂದು ಹೇಳುತ್ತಾ ಕೊನೆಗೂ ಒಬ್ಬ ನಾಟಿ ವೈದ್ಯನನ್ನು ಕರೆತಂದಳು.

ನನ್ನ ರೋಗ ಲಕ್ಷಣಗಳನ್ನು ಚೂರುಪಾರು ಕೇಳಿಕೊಂಡು, ರೂಢಿಯಂತೆ ನನ್ನ ನಾಡಿಯನ್ನು ಪರೀಕ್ಷಿಸಿ ಈ ನಾಟಿ ಪಂಡಿತ, ನನಗೆ ಟೈಫಾಯ್ಡ್ ಆಗಿದೆಯೆಂದು ತುಂಬು ವಿಶ್ವಾಸದಿಂದ ಸಾರಿದ. ಹೆಂಡತಿ ತನ್ನ ಆತಂಕವನ್ನು ಮುಚ್ಚಿಟ್ಟುಕೊಳ್ಳಲಿಲ್ಲ. ಆದರೆ ರೋಗಿಯಾದ ನಾನೇ ಈ ರೋಗದ ಬಗ್ಗೆ ಹೆಚ್ಚು ಚಿಂತೆ ಹಚ್ಚಿಕೊಳ್ಳಲಿಲ್ಲ. ಇದು ಯಾಕೋ, ನಾನರಿಯೆ.

ಟೈಫಾಯಿಡ್ ಆದಾಗ ಇಂಗ್ಲಿಷ್ ಔಷಧಿ ವೈದ್ಯರನ್ನು ಹತ್ತಿರಕ್ಕೂ ಸೇರಿಸಬಾರದು. ಮೊಟ್ಟಮೊದಲನೆಯದಾಗಿ ಕೋಣೆ ಬೆಚ್ಚಗಿರುವಂತೆ ಮಾಡಬೇಕು, ಬೆವರು ಸುರಿಯುವಂತೆ ಆಗಬೇಕು, ಗಾಳಿ ತಾಕ ಕೂಡದು, ಅನ್ನ ಪಾನಗಳ ಬಗ್ಗೆ ಕಟ್ಟುನಿಟ್ಟಾಗಿ ಇರಬೇಕು ಇತ್ಯಾದಿಯಾಗಿ ಬಹಳ ಗಂಭೀರವಾಗಿ ಆತ ಸಲಹೆ ಕೊಟ್ಟು ಒಣ ಕೆಮ್ಮು ಕೆಮ್ಮುತ್ತಾ ವಾಪಸು ಹೋದ.

ಸ್ವಲ್ಪ ಹೊತ್ತಾದ ಮೇಲೆ ಆತ ಒಂದಿಷ್ಟು ಗಿಡಮೂಲಿಕೆಗಳ ಔಷಧಿಯನ್ನು ಕಳಿಸಿಕೊಟ್ಟ. ಹೊಗೆ ಕೋಣೆಯೊಳಕ್ಕೆ ನುಸುಳುತ್ತಿದೆ. ಹೆಂಡತಿ ಅಡಿಗೆಮನೆಯಲ್ಲಿ ಮತ್ತೆ ಬೆಂಕಿ ಒಟ್ಟುತ್ತಿದ್ದಾಳೆಂದು ಕಾಣುತ್ತದೆ.

ಹನ್ನೆರಡು ಚದರ ದೂರದಲ್ಲಿರುವ ನನ್ನ ಕೋಣೆಯ ತನಕ ಕುದಿಯುವ ಗಿಡಮೂಲಿಕೆಗಳ ಔಷಧದ ವಾಸನೆ ಹಾಯ್ದು ಬರುತ್ತಿದೆ. ಈ ತೀವ್ರ ವಾಸನೆ ಏನೋ ಒಂದು ರೀತಿ ಬದುಕಿನ ಹಂಬಲವನ್ನು ನನ್ನಲ್ಲಿ ಕೆರಳಿಸುತ್ತಿದೆ.

ಬಾಗಿಲಿನಲ್ಲಿರುವ ಕೆಲವು ತೂತುಗಳನ್ನು ಮುಚ್ಚಲು ಒಂದಿಷ್ಟು ಕಾಗದ ಮತ್ತು ಚೆನ್ನಾಗಿ ಬೆಂದು ಮುದ್ದೆಯಾದ ಅನ್ನವನ್ನು ಅವಳು ತರುತ್ತಾಳೆ. ಆ ಪಂಡಿತ ಹೇಳಿದಂತೆ ಕೋಣೆಯೊಳಕ್ಕೆ ಗಾಳಿ ಸುಳಿಯದಂತೆ ಮಾಡುವ ಹವಣಿಕೆಯಲ್ಲಿದ್ದಾಳೆ ಅವಳು. ನಿನ್ನೆಯವರೆಗೆ ಆ ಇಂಗ್ಲಿಷ್ ಔಷಧಿಯ ವೈದ್ಯ ಹೇಳಿದ್ದು ನನಗೆ ಫ್ಲೂ ಎಂದು. ಜ್ವರ 40 ಡಿಗ್ರಿ ಸೆಂಟಿಗ್ರೇಡಿಗೆ ಏರಿದರೆ ಹಣೆಯ ಮೇಲೆ ಒದ್ದೆ ಬಟ್ಟೆ ಹಾಕಿ ತಂಪು ಮಾಡಬೇಕೆಂದು ಆತ ಶಿಫಾರಸು ಮಾಡಿದ್ದ. ನಾವು ಅದನ್ನು ಅನುಸರಿಸಿದ್ದೆವು.

ನಾಟಿ ಪಂಡಿತ ಹೇಳಿದಂತೆ ನನಗೆ ಟೈಫಾಯ್ಡ್ ಆಗಿದೆಯೋ ಅಥವಾ ಇಂಗ್ಲಿಷ್ ಔಷಧದ ವೈದ್ಯ ಹೇಳಿದಂತೆ ಫ್ಲೂ ಆಗಿದೆಯೇ? ಒಬ್ಬ ಜ್ವರ ಏರಿದಾಗ ಹಣೆಗೆ ಒದ್ದೆ ಬಟ್ಟೆ ಹಾಕಿಕೋ ಎನ್ನುತ್ತಾನೆ. ಇನ್ನೊಬ್ಬ ಮೈ ಬೆವರುವಂತೆ ಮಾಡಿಕೋ ಎಂದು ಇನ್ನಷ್ಟು ಜ್ವರ ಬಡಿಯುವಂತೆ ಸಲಹೆ ಕೊಡುತ್ತಾನೆ. ಯಾರ ಸಲಹೆಯನ್ನು ನಾನು ಒಪ್ಪಿಕೊಳ್ಳಲಿ?

ರೋಗಿಗೆ ಮಾತ್ರ ಇದನ್ನೆಲ್ಲಾ ನಿಭಾಯಿಸಿಕೊಳ್ಳುವುದು ಕಷ್ಟ. ಈ ಪರಿಸ್ಥಿತಿ ನಾಟಿ ಪಂಡಿತನಿಗಾಗಲೀ, ಇಂಗ್ಲಿಷ್ ಔಷಧದ ವೈದ್ಯನಿಗಾಗಲೀ ಗೊತ್ತಾಗುವುದಿಲ್ಲ ಮತ್ತು ಅವರಿಗೆ ಗೊತ್ತಾಗುವಂತೆ ನಾನು ಮಾಡಬೇಕಾಗಿಲ್ಲ.

ವೈದ್ಯಕೀಯ ವಿದ್ಯೆಯು ಮಾನವೀಯತೆಗೆ ಸೋಪಾನ ಎನ್ನಲಾಗುತ್ತದೆ. ಆದರೂ ವೈದ್ಯರಿಗೆ ಅವರ ವೃತ್ತಿಯ ಭಾವನೆಗಳನ್ನು ಗೆದ್ದುಕೊಳ್ಳುವುದು ಸುಲಭವಲ್ಲ. ಹೆಂಡತಿ ಕೋಣೆಯಿಂದ ಹೊರಗೆ ಹೋಗುತ್ತಾ, ಅವಸರದಲ್ಲಿ ಬಾಗಿಲು ಮುಚ್ಚುವಾಗ ಅವಳು ತೊಟ್ಟ ಚೈಮಾ*ದ ಹಿಂದಿನ ತುದಿ ಬಾಗಿಲಿಗೂ ಮತ್ತು ಕಂಟಕ್ಕೂ ಅಡ್ಡ ಸಿಕ್ಕಿ ಅವಳ ಕಲೆಯಾದ ಒಳಲಂಗ ಕಾಣಿಸಿತು. ಜಪಾನೀ ಸ್ತ್ರೀಯರು ತೊಡುವ ಸೀಳು ಬಟ್ಟೆ ಉದ್ದೀಪಿಸುವ ಲೈಂಗಿಕ ಭಾವನೆಗಿಂತ ಇದು ಬೇರೆ. ಈ ದೃಶ್ಯ ಅಷ್ಟು ಮೋಹಕವಲ್ಲ.

ಗಿಡಮೂಲಿಕೆಯಿಂದ ಹಿಂಡಿ ತೆಗೆದ ಔಷಧ ಒಳಗೆ ಬಂತು. ಅಸಾಧಾರಣ ಬಿಳುಪಿನ ಚಪ್ಪಟೆಯಾದ ಗಾಜಿನ ಬೋಗುಣಿಯಲ್ಲಿ ಇಂಡಿಯನ್ ಇಂಕಿನಷ್ಟು ಕಪ್ಪಾದ ಔಷಧ. ಹಬೆಯಾಡುವ ಔಷಧವನ್ನು ತದೇಕಚಿತ್ತವಾಗಿ ನಾನು ನೋಡುತ್ತಿರುವಾಗ ಅದು ಒಂದು ಕಪ್ಪು ಸರೋವರ ವಾಗುತ್ತ ಪಾತ್ರೆಯ ಇಡೀ ಸ್ಥಳಕ್ಕೆ ಪಸರಿಸಿತು.

ಅರ್ಥವಿಲ್ಲದ ಒಂದು ರೀತಿಯ ಹಗಲುಗನಸಿನಲ್ಲಿ ನಾನು ಮುಳುಗುತ್ತೇನೆ.

– ಒಂದಾನೊಂದು ಕಾಲದಲ್ಲಿ, ಆಕಾಶವನ್ನು ಮುಟ್ಟುತ್ತಿರುವಂಥ ಒಂದು ಪರ್ವತದಲ್ಲಿ ಒಂದು ಸರೋವರವಿತ್ತು. ಪರ್ವತದ ಮತ್ತು ಅರಣ್ಯಗಳ ದಪ್ಪ ನೆರಳುಗಳಿಂದ ಆವೃತವಾದ ಸರೋವರದ ಮೇಲೆ ಹಗಲು ಹೊತ್ತೂ ಸೂರ್ಯನ ಬೆಳಕನ್ನು ನೋಡುವುದು ಸಾಧ್ಯವಿರಲಿಲ್ಲ. ಹಾಗಾಗಿ ಆ ಕಡು ನೀಲಿ ಬಣ್ಣದ ಸರೋವರ ಈ ಔಷಧದಂತೆ ಕಪ್ಪಾಗಿ ಕಾಣುತ್ತಿತ್ತು.

ಬೆಳಿಗ್ಗೆ ಮತ್ತು ಸಂಜೆ, ಹುಡುಗಿಯ ಬಾಯಿಯಿಂದ ಹೊರಸೂಸುವ ಉಸಿರಿನಂತೆ ಆ ನೀರಿನ ಮೇಲೆ ಮಂಜು ಕವಿಯುತ್ತದೆ. ಕೆಲವೊಮ್ಮೆ ಹಂಸಗಳು ತೇಲುತ್ತವೆ, ಮಂಜಿನ ಹನಿಯಿಂದ

---

* ಕೊರಿಯನ್ ಸ್ತ್ರೀಯರು ಧರಿಸುವ ಉದ್ದ ಲಂಗ.

ತೊಯ್ದು ಲಿಲಿ ಹೂವುಗಳು ಒದ್ದೆಯಾಗುತ್ತವೆ, ಜಿಂಕೆಗಳು ಜೋಡಿಯಾಗಿ ಸುವಾಸನಾಭರಿತ ಹುಲ್ಲನ್ನು ತಿನ್ನುತ್ತವೆ... "ಬಿಸಿ ಆರುವ ಮೊದಲೇ ಔಷಧಿಯನ್ನು ಕುಡಿಯದೇ ಹಾಗೆ ಕೂತು ಏನು ಮಾಡುತ್ತಿದ್ದೀರಿ ?" ಹೆಂಡತಿಯ ಒತ್ತಾಯದ ಈ ಮಾತಿನಿಂದ ಒಂದು ಕ್ಷಣ ನನ್ನ ಕಣ್ಣುಗಳನ್ನು ತೆರೆಯುತ್ತೇನೆ. ಕೈಯಲ್ಲಿ ಆ ಪಾತ್ರೆ ಹಿಡಿದುಕೊಳ್ಳುತ್ತೇನೆ.

ಈ ಔಷಧವನ್ನು ಕುಡಿದರೆ, ಒಮ್ಮೆಗೇ ನನ್ನ ದೇಹದ ಒಳ ಭಾಗವೆಲ್ಲ ಕಪ್ಪು ಬಣ್ಣ ಮೆತ್ತಿದಂತಾಗುತ್ತದೆ.

ಕಣ್ಣೀರು ಕೂಡಾ ಕಪ್ಪಾಗಿ ಸುರಿಯುವಂತೆ ಕಾಣುತ್ತದೆ. ಕಪ್ಪು ಕಣ್ಣೀರು ಉದುರಿದರೆ ಕಣ್ಣೀರಿನ ದಾಖಲೆಯನ್ನು ಸದಾ ಉಳಿಸಿಕೊಳ್ಳಲು ಸಾಧ್ಯ ಮತ್ತು ಪ್ರೇಮದ ಮನವಿ, ಕಣ್ಣೀರು... ಆದರೆ ಹೆಂಡತಿಯ ಎರಡನೆಯ ಒತ್ತಾಯದೊಂದಿಗೆ ಮುಖ ಸಿಂಡರಿಸಿಕೊಂಡು, ಮೂರು ಗುಟುಕಿನಲ್ಲಿ ಅದನ್ನು ಕುಡಿಯುತ್ತೇನೆ.

ಈ ಗಿಡಮೂಲಿಕೆ ಕಷಾಯ ಖಾತರಿಯಾದ್ದು ಆದರೆ ಸೇವಿಸಲು ಎಡವಟ್ಟು – ಅದರ ಪ್ರಮಾಣ ಮತ್ತು ಕಹಿರುಚಿಯಿಂದಾಗಿ.

ಉತ್ತರಕ್ಕೆ ತಲೆಹಾಕಿ, ದಕ್ಷಿಣಕ್ಕಿರುವ ಗಾಜಿನ ಕಿಟಕಿಯನ್ನು ನೋಡುತ್ತ ನಾನು ಮಲಗಿದ್ದೇನೆ. ಈ ದಿನಗಳಲ್ಲಿ ಈ ಕಿಟಕಿಯನ್ನು ನೋಡುವುದೊಂದೇ ನನಗಿರುವ ಸಮಾಧಾನ. ಕಿಟಕಿಯ ಹೊರಗೆ ವಿದ್ಯುತ್ ತಂತಿಗಳ ಎರಡು ಸಾಲು ಅಡ್ಡಡ್ಡವಾಗಿ, ಒಂದನ್ನೊಂದು ಕತ್ತರಿಸಿದಂತೆ ಹಾದು ಹೋಗಿವೆ. ಈ ತಂತಿಗಳ ಆಚೆ ಮಂಕಾದ, ತಿಳಿ ಹಸುರಿನ ಆಕಾಶ... ಇದು ಒಂದು ದೃಶ್ಯ – ಸಾಧಾರಣವಾದ್ದು, ಆದರೆ ನಾನು ನೋಡಿದಾಗೆಲ್ಲ ಅಸಹ್ಯ ಹುಟ್ಟಿಸದೇ ಇರುವಂಥದು. ಅಲ್ಲದೆ, ಬಿಳಿ ಮೋಡದ ತುಣುಕುಗಳು ವಿದ್ಯುತ್ ತಂತಿಗಳಿಗೆ ಜೋತುಬಿದ್ದಂತೆ ಆಗಾಗ ಅಲ್ಲಿ ನಿಲ್ಲುವಾಗ ಜೀವನದ ಸಂತೋಷ ನನ್ನನ್ನು ಮುತ್ತಿಕೊಂಡಂತೆಯೂ ಅನಿಸುತ್ತದೆ. ಆಕಾಶದಲ್ಲಿ ಮೋಡ ಕವಿದಾಗ, ಮಂಕಾಗಿ ಕಾಣಿಸಿದಾಗ ನನ್ನ ಮನಸ್ಸೂ ಭಾರವಾಗುತ್ತದೆ, ಕಿಟಕಿಯ ಮೇಲೆ ಕೆಲವು ನೆರಳುಗಳು ಬೀಳುತ್ತವೆ. ಆಗಲೇ ಕತ್ತಲು ಆವರಿಸಿದಂತೆ ಕಾಣುತ್ತದೆ.

ರಾತ್ರಿ ಹೊತ್ತು, ನನಗೆ ತೀವ್ರ ಸಂಕಟ. ಇಡೀ ರಾತ್ರಿ ಗಡಿಯಾರ ನೋಡುತ್ತಾ, ವಿದ್ಯುತ್ ಸರಬರಾಜು ಇಲ್ಲದೆ, ಮಿಣಗುಟ್ಟುವ ಒಂದು ಎಣ್ಣೆ ದೀಪದ ತಕಪಕ ಕುಣಿಯುವ ಬೆಳಕಿನಲ್ಲಿ ಥರ್ಮಾಮೀಟರನ್ನು ನೋಡುತ್ತಾ ಎಚ್ಚರವಾಗಿರುತ್ತೇನೆ. ಪ್ರತಿ ರಾತ್ರಿ ಬತ್ತದ ಗದ್ದೆಗಳಲ್ಲಿ ಧ್ವನಿ ಪ್ರತಿಧ್ವನಿ ಮಾಡುವ, ವಟಗುಟ್ಟುವ ಕಪ್ಪೆಯ ಗದ್ದಲ.

ನಿನ್ನೆಗಿಂತ ಏನೂ ಉತ್ತಮ ಎನಿಸುವುದಿಲ್ಲ. ಹೆಂಡತಿ ಬೆಳಿಗ್ಗೆಯಿಂದಲೂ ಮತ್ತೆ ಬೆಂಕಿ ಹಾಕುತ್ತಿದ್ದಾಳೆಂದು ಕಾಣುತ್ತೆ. ಹೊರಗೆ ಈಗ ಹವೆ ಬೆಚ್ಚಗಾಗಿದ್ದು, ಸೌದೆ ತುಂಬಾ ಕಡಿಮೆ ಇದ್ದರೂ, ಒಂದು ದಿನದಲ್ಲಿ ಅವಳು ಹೇಗೆ ಅಷ್ಟೊಂದು ಬಾರಿ ಬೆಂಕಿ ಒಟ್ಟುತ್ತಿದ್ದಾಳೆ ?...

ನನ್ನ ಖಾಯಿಲೆಯ ಬಗ್ಗೆ ವಿಚಾರಿಸಲು ವಿದ್ಯಾರ್ಥಿಗಳು ಬರುತ್ತಾರೆ. ಅವರೆಲ್ಲರ ಮುಖಕ್ಕೂ ರಕ್ತ ನುಗ್ಗುತ್ತದೆ. ಹಣೆಯ ಮೇಲೆ ಬೆವರು ಹನಿಗಟ್ಟುತ್ತದೆ. ಜಿಂಕೆ ಮರಿಗಳಂತೆ ಜಿಗಿದಾಡುವಂಥ ಅವರ ಆರೋಗ್ಯದ ಬಗ್ಗೆ ಇಂದು ನನಗೆ ಅಸೂಯೆ. ಇನ್ನೂ ನಮಸ್ಕಾರ ಹೇಳಿಲ್ಲ. ಆಗಲೇ ಅವರು ಸದ್ದುಗದ್ದಲವಿಲ್ಲದೆ ನಗುತ್ತಿದ್ದಾರೆ, ಕತ್ತನ್ನು ತಿರುಗಿಸುತ್ತ , ಭುಜವನ್ನು ಮೇಲೆ ಕೆಳಗೆ ಕುಣಿಸುತ್ತ. ಅವರು ಅಷ್ಟೊಂದು ನಗುವಂಥಾದ್ದೇನಿದೆ ಎಂದು ನನಗೆ ತಿಳಿಯುತ್ತಿಲ್ಲ. ಒಬ್ಬಾಕೆಯಂತೂ, ಗಂಭೀರ ಮುಖಮುದ್ರೆ ಧರಿಸಿ, ತನ್ನ ಪಕ್ಕದಲ್ಲಿ ನಿಂತ ತನ್ನ ಸ್ನೇಹಿತೆಯ ಪಕ್ಕೆಯನ್ನು ಮೊಣಕೈಯಿಂದ ಕೆಲವು ಬಾರಿ ತಿವಿಯುತ್ತಾಳೆ. ಅವಳ ಈ ನಗುವಿನ ಶಬ್ದದಿಂದ

ಕೋಣೆಯ ವಾತಾವರಣ ಕಲಕುತ್ತದೆ. ಅಸಹ್ಯ ಹುಟ್ಟಿಸುವಂಥದಲ್ಲ. ಕಾರಣ ಗೊತ್ತಿಲ್ಲದೆ, ನಾನು ಅವರೊಡನೆ ನಗುತ್ತೇನೆ, ಯಾಕೆಂದು ಕಾರಣ ಕೇಳುತ್ತೇನೆ. ಅವರು ಏನೂ ಇಲ್ಲ ಎಂದು ಮಾತ್ರ ಹೇಳುತ್ತಾರೆ. ಏನೂ ಇಲ್ಲದೆ ಯಾರು ನಗುತ್ತಾರೆ ಎಂದು ಕೇಳಿದಾಗ ಅವರು ಇನ್ನೂ ದೊಡ್ಡದಾಗಿ ನಗುತ್ತಾರೆ. ನಿಜಕ್ಕೂ, ಅವರು ಹಲವು ನಗೆಗಳ ಕಣ್ಣೀರಿನ ವಯಸ್ಸಿನಲ್ಲಿದ್ದಾರೆ.

ನಗು ಮುಗಿದ ಮೇಲೆ ಪ್ರತಿಯೊಬ್ಬರೂ ಹಕ್ಕಿಗಳಂತೆ ಕಚಪಚ ಶಬ್ದ ಮಾಡುತ್ತಾ ಮಾತಾಡುತ್ತಾರೆ. ಕ್ರೀಡಾ ಸ್ಪರ್ಧೆಯೊಂದರ ಬಗ್ಗೆ, ಶಿಕ್ಷಣ ಪ್ರವಾಸದ ಬಗ್ಗೆ, ಏನೇನೂ ಹಿಡಿಸದ ಬೀಜಗಣಿತ, ರೇಖಾಗಣಿತದ ಬಗ್ಗೆ, ದಪ್ಪಗಾಗಿ ಬಿಡಬಹುದೆನ್ನುವ ಆತಂಕದ ಬಗ್ಗೆ, ವರ್ಷ ವರ್ಷ ಸ್ಕರ್ಟ್‌ಗಳು ಗಿಡ್ಡವಾಗುವುದರ ಬಗ್ಗೆ ಅವರ ತೋರ ಕಾಲುಗಳನ್ನು ಕುರಿತು ಹುಡುಗರು ಕುಚೋದ್ಯ ಆಡುವುದರ ಬಗ್ಗೆ ಮಾತಾಡುತ್ತಾರೆ. ಮಾತನಾಡುತ್ತಾರೆ... ವಾಪಸು ಹೋಗುವ ವೇಳೆಗೆ ಅವರು, ಚೆರಿ ಹೂವುಗಳು ಅರಳಲು ಪ್ರಾರಂಭಿಸಿವೆ ಎನ್ನುತ್ತಾರೆ. ಹಾಗೆ ಮೇಲೇಳಲು ನನಗೆ ಸಾಧ್ಯವಾದರೆ ಎಷ್ಟು ಒಳ್ಳೆಯದು ಎಂದು ಅವರಿಗೆ ನಾನು ಹೇಳುತ್ತೇನೆ, ಆದರೆ ನನ್ನ ಮನಸ್ಸಿಗೆ ಹೇಗೋ ನೆರಳು ಕವಿಯುತ್ತದೆ.

ಮಧ್ಯಾಹ್ನದ ಅನಂತರ, ಮೋಡ ಮುಚ್ಚಿದ ವಾತಾವರಣ, ಗಾಳಿ ಬೀಸುತ್ತದೆ.

ಜ್ವರ ಸ್ವಲ್ಪ ಇಳಿಯಿತು. 38.5 ಡಿಗ್ರಿ ಸೆಂಟಿಗ್ರೇಡ್. ಸಂತೋಷವೋ ಸಂತೋಷ.

ಹೂವುಗಳು ಉದುರಿಹೋಗುವ ಮೊದಲು ನಾನು ಗುಣವಾಗಿ ಮೇಲೇಳಲು ಸಾಧ್ಯವೇ ? ಒಮ್ಮೊಮ್ಮೆ ಈ ಆಸೆ ಮೂಡುತ್ತದೆ. ಕಷಾಯವನ್ನು ಕುಡಿದ ಅನಂತರ ಕಣ್ಣು ಮುಚ್ಚುತ್ತೇನೆ. ನಿದ್ದೆ ಬರುತ್ತದೆ.

ರಾತ್ರಿ ಹನ್ನೆರಡು ಗಂಟೆಯಿಂದ ಜ್ವರ ಮತ್ತೆ 40 ಡಿಗ್ರಿ ಸೆಂಟಿಗ್ರೇಡಿಗೆ ಏರುತ್ತದೆ. ಹೂವುಗಳು ಉದುರಿಹೋಗುವ ಮೊದಲು ಎನ್ನುವ ಆಸೆಯ ಬದಲು ಹತಾಶೆ ಹೆಚ್ಚು ಕಠಿಣವಾಗುತ್ತದೆ. ಎಲ್ಲಾ ದೃಷ್ಟಿಯಿಂದಲೂ, ನಾನು ಸಾಯುವಂತೆ ತೋರುತ್ತದೆ. ನಾನು ಭಾವೋನ್ಮಾದಕ್ಕೊಳಗಾಗುತ್ತೇನೆ. ಈ ಹೃದಯಹೀನ ಜಗತ್ತಿನಲ್ಲಿ ನಿಷ್ಪ್ರಯೋಜಕವಾಗಿ ಬದುಕಲು ಪ್ರಯತ್ನಿಸುವುದಕ್ಕಿಂತ ಈ ರೀತಿ ಯೋಚನೆ ಮಾಡ್ತಾ ಕಣ್ಣೀರು ತುಂಬುವಂತಾದಾಗ ಸ್ವಲ್ಪ ಮನಸ್ಸು ಹಗುರಾದಂತೆ ಕಾಣುತ್ತದೆ. ಒಟ್ಟಿನಲ್ಲಿ ಮನುಷ್ಯ ರಾಜಿಮಾಡಿಕೊಳ್ಳುವ ಒಂದು ಪ್ರಾಣಿ. ಬದುಕಲು ಸಾಧ್ಯವಾದಾಗ ಬದುಕಿನ ಜೊತೆ, ಜೀವನದಲ್ಲಿ ಹತಾಶೆಯಾದಾಗ ಸಾವಿನ ಜೊತೆ ರಾಜಿ ಮಾಡಿಕೊಳ್ಳಲು ಆತ ಯತ್ನಿಸುತ್ತಾನೆ. ಸಾವಿನ ಜೊತೆ ರಾಜಿ ಮಾಡಿಕೊಳ್ಳದೆ, ಯಾರು ಆತ್ಮಹತ್ಯೆ ಮಾಡಿಕೊಳ್ಳುತ್ತಾರೆ ? ಖಂಡಿತ ಹೇಳಿ. ಮಕ್ಕಳು ಮಲಗುತ್ತಾರೆ : ಶುಶ್ರೂಷೆ ಮಾಡಿ ಸುಸ್ತಾದ ಹೆಂಡತಿ, ಜಗತ್ತೇನೂ ಗೊತ್ತಿಲ್ಲದವಳು, ಅವಳು ನಿದ್ದೆ ಮಾಡುತ್ತಾಳೆ. ಹೊರಗೆ ಆಗಾಗ ಮಳೆ ಸುರಿಯುತ್ತದೆಯೇ ?... ಒಂದೇ ಮಗ್ಗುಲಲ್ಲಿ ಮಲಗಿ ಒಂದು ಭುಜ ನೋಯುತ್ತದೆ, ಆರಾಮವಾಗಿ ಮಲಗಿದರೆ, ತಲೆಯೊಳಕ್ಕೆ ಸೇದು ಹೋಗಿವೆಯೇನೋ ಎನ್ನುವಂತೆ ಕಣ್ಣಿನ ಬೇರುಗಳೆಲ್ಲ ನೋಯುತ್ತವೆ. ನನ್ನ ಬೆನ್ನಿನ ಮೇಲ್ಭಾಗ ಮತ್ತು ಕಾಲುಗಳಿಗೆ ನಡುಕ ಹುಟ್ಟಿಸುವಂಥ ಚಳಿಯಾಗುವುದರ ಅನುಭವವಾಗುತ್ತದೆ. ನನ್ನ ಪ್ರಜ್ಞೆ ಕ್ಷೀಣವಾಗುತ್ತಾ ಹೋಗುತ್ತದೆ.

ಹಗಲು ಹರಿಯುವ ಹೊತ್ತಿಗೆ ಸ್ವಲ್ಪ ನಿದ್ದೆ ಮಾಡಿದೆ. ಜ್ವರ ಸ್ವಲ್ಪ ಇಳಿದಿದೆ. 38.3 ಡಿಗ್ರಿ ಸೆಂಟಿಗ್ರೇಡ್... ಆದರೂ ಹೊಸ ಹೂವುಗಳು ಸುಗಂಧ ಬೀರುವಾಗ ನಾನು ಮೇಲೆದ್ದೇನೋ ಎನ್ನುವುದು ತಿಳಿಯದು. ಮಳೆ ಕೊಂಚ ತಡೆದುಕೊಂಡಂತಿದ್ದರೂ ನಿನ್ನೆಗಿಂತ ಗಾಳಿಯ ರಭಸ ಹೆಚ್ಚು, ಹೂವುಗಳು ಅರಳುವ, ಭಾರೀ ಮಳೆ ಗಾಳಿಗಳ ಕಾಲ ಇದು ಎನ್ನುತ್ತಾರೆ. ಆದರೆ

ಹೂವುಗಳು ಅರಳುವ ಮೊದಲೇ ಬಿದ್ದು ಹೋಗುವವೆಂಬ ಒಂದು ಬಗೆಯ ಕಸಿವಿಸಿ ನನ್ನಲ್ಲಿ. ನನ್ನ ಕಾಯಿಲೆಯನ್ನು ವಿಚಾರಿಸಲು ಹಲವು ಜನರು ಬಂದು ಹೋಗುತ್ತಾರೆ. ನನಗೆ ಅದು ಒಂದು ಬಗೆಯ ವಿಷಾದದ, ಖಿನ್ನತೆಯ ಭಾವನೆಯನ್ನುಂಟುಮಾಡುತ್ತದೆ.

ಮಧ್ಯಾಹ್ನ ವಿದ್ಯಾರ್ಥಿಗಳು ಮತ್ತೆ ಬಂದಿದ್ದಾರೆ. ಅವರು ಒಂದು ಹೊರೆ ಹೂವುಗಳನ್ನು ತಂದಿದ್ದಾರೆ. ಅವನ್ನು ಒಂದು ಹೂದಾನಿಯಲ್ಲಿಟ್ಟು, ನಾನು ಮಲಗಿದ್ದಲ್ಲಿಂದಲೇ ಸುಲಭವಾಗಿ ನೋಡಲು ಸಾಧ್ಯವಾಗುವಂಥ ಒಂದು ಸ್ಥಳದಲ್ಲಿ ಇಟ್ಟರು. ಹೂವುಗಳನ್ನು ನೋಡಿ ಆನಂದಿಸಲು ನಾನು ಎದ್ದು ಕೂರುತ್ತೇನೆ. ''ಸಾರ್, ನೀವು ಆ ರೀತಿ ಕೂತಿದ್ದರೆ ಏಸು ಕ್ರಿಸ್ತನಂತೆ ಕಾಣುತ್ತೀರಿ'' ಎಂದು ವಿದ್ಯಾರ್ಥಿ 'ಜಿ' ಹೇಳುತ್ತಾನೆ. ಅವನ ಮಾತಿಗೆ ಒಪ್ಪಿಗೆ ಸೂಚಿಸುವಂತೆ ಉಳಿದವರೆಲ್ಲರೂ ನಗುತ್ತಾರೆ.

ಕನ್ನಡಿಯನ್ನು ನೋಡಿಕೊಂಡಾಗ ಹಾಗೆ ಕಾಣುವುದು ಸಾಧ್ಯ ಎನಿಸಿತು. ಮೂಲತಃ ಚೂಪು ಮುಖ, ಜಡಕಾದ ಉದ್ದ ಕೂದಲು, ಕ್ಷೌರ ಮಾಡಿಕೊಳ್ಳದೆ ಬೆಳೆದ ಗಡ್ಡ, ಕಾಗದದ ಹಾಳೆಯಷ್ಟು ಬಿಳುಪಾದ ಮೈಬಣ್ಣ - ನಾನೂ ನನಗೆ ಅರಿವಿಲ್ಲದಂತೆಯೇ ನಗುತ್ತೇನೆ. ನಾನು ಆ ರೀತಿ ಕಾಣುವುದೇ ನಿಜವಾಗಿದ್ದರೆ, ಕ್ರಿಸ್ತನ ಮೂಲ ಚೇತನದೊಡನೆಯೂ ನನ್ನ ಹೋಲಿಕೆ ಇರಲೆಂದು ನನ್ನ ಹಂಬಲ... ಇಡೀ ಮಾನವಕುಲದ ಪಾಪಗಳನ್ನು ತನ್ನ ಮೇಲೇ ಹೊತ್ತುಕೊಂಡ ಆತನನ್ನು ಗೋಲ್ಗೊಥಾ ಬೆಟ್ಟದ ಮೇಲೆ ಶಿಲುಬೆಗೇರಿಸಲಾಯಿತು. ಆದರೆ ನಾನು ಹಗಲು ನೊಣದಂತೆ ಜೀವಕ್ಕಂಟಿಕೊಂಡು ಹೆಂಡತಿ, ಮಕ್ಕಳ ನೆಪದಿಂದ ಬದುಕಲು ಎಲ್ಲ ಪ್ರಯತ್ನಗಳನ್ನೂ ಮಾಡುತ್ತಿದ್ದೇನೆ. ಇದು ಎಂಥ ಅಗಾಧ ವ್ಯತ್ಯಾಸ ? ವಿದ್ಯಾರ್ಥಿಗಳು ವಾಪಸು ಹೋದ ಅನಂತರ, ಸ್ವಲ್ಪ ಹೊತ್ತು ಕೋಣೆ ಪ್ರಶಾಂತವಾಯಿತು. ಕಿಟಕಿಯ ಮೂಲಕ ನುಸುಳಿ ಬಂದ ಸೂರ್ಯ ಕಿರಣಗಳು ಕೋಣೆಯ ನೆಲದ ಮೇಲೆ ಉಜ್ವಲವಾಗಿ ಹರಡಿವೆ. ಔಷಧದ ಬೋಗುಣಿಯನ್ನು ಕೈಯಲ್ಲಿ ಹಿಡಿದುಕೊಂಡು, ಸೂರ್ಯ ಪ್ರಕಾಶ ಬಿದ್ದ ಜಾಗದಲ್ಲಿ ಕೂತು, ಸೂರ್ಯನ ಬೆಳಕಿನಲ್ಲಿ ಕೈಯನ್ನು ನೋಡಿಕೊಳ್ಳಲು ಒಂದು ಕೈಯನ್ನು ಮೇಲೆತ್ತುತ್ತೇನೆ. ಬೆಳೆದ ಉಗುರಿನ ತುದಿಯ ಒಳಭಾಗ ಕಪ್ಪಾಗಿ, ಕೊಳೆಯಿಂದ ಕಲೆಯಾಗಿದೆ. ರಕ್ತಹೀನ ಬೆರಳುಗಳು, ಈಗತಾನೇ ಆಹಾರ ಸೇವಿಸಿ ಜಡವಾಗಿ, ನಿಷ್ಕ್ರಿಯವಾದ ರೇಷ್ಮೆ ಹುಳುವಿನಂತೆ ಆಗಿವೆ. ಹೆಂಡತಿ ಒಳಗೆ ಬರುತ್ತಾಳೆ. ಹಾಸಿಗೆ ಬಿಟ್ಟು ಸರಿದದ್ದನ್ನು ನೋಡಿ ಅವಳಿಗೆ ಆಶ್ಚರ್ಯವಾಗುತ್ತದೆ. ನಾನೊಂದು ಮಗು ಎಂಬಂತೆ ಆಕೆ ನನ್ನನ್ನು ಮತ್ತೆ ಹಾಸಿಗೆಗೆ ತಳ್ಳುತ್ತಾಳೆ.

ನಾಲ್ಕು ವರ್ಷದ ಯುನ್ ಅಳುತ್ತಾ ಒಳಗೆ ಬಂದ. ಅವನ ಸೋದರಿಯ ಕ್ರೆಯಾನ್ ಕಡ್ಡಿಗಳನ್ನು ತೆಗೆದುಕೊಂಡು ಏನೋ ತುಂಟತನ ಮಾಡಿದ್ದಕ್ಕೆ ಹೊಡೆದಳೆಂದು ದೂರಿತ್ತ. ನಿಷ್ಕಾರಣವಾಗಿ ಅವನ ಬಗ್ಗೆ ನನಗೆ ಮರುಕ. ಥಂಡಿ ಗಾಳಿಯಿಂದಾಗಿ ಕಪ್ಪೆಗಳನ್ನು ಹಿಡಿಯಲು ಆತ ಇಂದು ಹೊರಗೆ ಹೋದಂತೆ ಕಾಣಲಿಲ್ಲ. ಊಟದ ಹೊತ್ತೊಂದನ್ನು ಬಿಟ್ಟು ಆತ ಮನೆಯಲ್ಲಿ ಇರುವುದು ಅಪರೂಪ. ಬೆಳಗಾದ ಕೂಡಲೇ ಅಕ್ಕಪಕ್ಕದ ಹುಡುಗರ ಜೊತೆ ಆತ ಕಪ್ಪೆ ಹಿಡಿಯಲು ಹೋಗುತ್ತಾನೆ.

ಆತನ ತಲೆಯನ್ನು ಮೃದುವಾಗಿ ತಟ್ಟಿ , ಅಳಬೇಡ ಎಂದು ಸಮಾಧಾನಪಡಿಸ್ತೇನೆ. ಅಳು ನಿಲ್ಲಿಸಲು, ತನಗೊಂದು ಪೀಪಿ,ಒಂದು ಕವಣೆ ಮತ್ತು ಇತರ ವಸ್ತುಗಳನ್ನು ಕೊಡಿಸಬೇಕೆಂದು ಷರತ್ತು ಹಾಕುತ್ತಾನೆ.

ಟ್ಯಾಕ್ಸಿ ಮತ್ತು ರೈಲು, ಇವುಗಳಲ್ಲಿ ಯಾವುದು ವೇಗವಾಗಿ ಓಡುತ್ತದೆ, ಒಂದು ಕುದುರೆ ಮತ್ತು

ಗೂಳಿ ಕಾಳಗ ಮಾಡಿದರೆ ಯಾವುದು ಗೆಲ್ಲುತ್ತದೆ ಎಂದು ಕೇಳುತ್ತಾನೆ. ಒಂದು ಹುಲಿಯ ಜೊತೆ ಕುಸ್ತಿಯಾಡಿದರೂ ತಾನೇ ಗೆಲ್ಲುತ್ತೇನೆಂದು ಬಡಾಯಿ ಕೊಚ್ಚುತ್ತಾನೆ.

ಅವನಿಗೆ ತಿರುಗಿ ಉತ್ತರ ಕೊಡುವುದು, ಮಾತಾಡುವುದು ಕೊನೆ ಮೊದಲಿಲ್ಲದ, ಕಿರಿಕಿರಿಯಾದ ವಿಷಯ. ಹಾಗಾಗಿ ಕಲವು ಯಿಂಟಾನ್* ಮಾತ್ರೆಗಳನ್ನು ಅವನ ಬಾಯಲ್ಲಿ ಹಾಕಿ ಅಗಿಯಲು ಬಿಟ್ಟೆ. ತಕ್ಷಣ ಒಣ ಕೆಮ್ಮು ಕೆಮ್ಮುತ್ತಾ, ಅಳುತ್ತಾ ಹೊರಗೋಡುತ್ತಾನೆ. ಆತ ಬಾಗಿಲನ್ನು ತೆರೆದಿಟ್ಟಿದ್ದರಿಂದ, ಅವನ ತಾಯಿಯಿಂದ ಕೆನ್ನೆಗೊಂದು ಏಟು ತಿನ್ನುತ್ತಾನೆ.

ಸಂಜೆ, ಪ್ರಾಥಮಿಕ ಶಾಲೆಯೊಂದರಲ್ಲಿ ಮೂರನೆಯ ತರಗತಿಯಲ್ಲಿರುವ ಸುಕ್-ಹೀ, ಚ್ಯೋಲ್ ಮತ್ತು ಯುನ್ ಎಲ್ಲ ಒಳಗೆ ಓಡಿ ಬರುತ್ತಾರೆ. ಅವರು ಹಾಗೆ ಓಡಿ ಬಂದುದು ಕಪ್ಪೆಗಳು ಯಾಕೆ ವಟಗುಟ್ಟುತ್ತವೆ ಎಂದು ಕೇಳಲು. ಅವು ಒಟ್ಟಿಗೇ ಹಾಡುತ್ತವೆ ಎಂದು ಯುನ್ ಹೇಳುತ್ತಾನೆ. ಅವು ಅಭ್ಯಾಸ ಮಾಡುತ್ತವೆ ಎಂದು ಚ್ಯೋಲ್ ಹೇಳುತ್ತಾನೆ. ಸುಕ್ ಹೀ ಪ್ರಕಾರ ಅವರಿಬ್ಬರೂ ತಪ್ಪು. ಚಳಿಗಾಲಕ್ಕಾಗಿ ಅವು ಭೂಮಿಯೊಳಗಿನಿಂದ ಹೊರ ಬಂದಾಗ ತಮ್ಮೆಲ್ಲ ತಂದೆ ತಾಯಿಗಳು, ಅಣ್ಣ ತಮ್ಮಂದಿರು, ಅಕ್ಕ ತಂಗಿಯರು, ಸ್ನೇಹಿತರು ನಾಪತ್ತೆಯಾದ್ದನ್ನು ಕಂಡು ಅಳುತ್ತವೆ ಎನ್ನುತ್ತಾನೆ. ಒಬ್ಬರಿಗೊಬ್ಬರು ವಾದ ಮಾಡಿಕೊಂಡು, ಜಗಳ ಆಡಿಕೊಂಡು ಆದ ಮೇಲೆ ಅವರು ನನ್ನನ್ನು ಕೇಳಲು ಬಂದಿರುವುದಾಗಿ ಹೇಳುತ್ತಾರೆ. ಆ ವೇಳೆಯಲ್ಲಿ ಕಪ್ಪೆಯ ವಟಗುಟ್ಟುವಿಕೆಯನ್ನು ಆಲಿಸಿ ಕೇಳುತ್ತಿದ್ದ ಚ್ಯೋಲ್ ತನ್ನ ವಾದವೇ ಸರಿ ಎಂದು ಹಟದಿಂದ ಹೇಳುತ್ತಾನೆ. ''ಕೇಳಿ ಅವು ಗ ಗ್ಯಾ ಗ್ಯೋ ಎಂದು ಓದುತ್ತಿವೆ, ಅಲ್ಲವೇ ?'' ಎಂದು ಕೇಳುತ್ತಾನೆ. ಇಂಥ ಸಂದರ್ಭದಲ್ಲಿ ನಾನು ಎಲ್ಲರಿಗೂ ಸಮ್ಮತವಾಗುವ ವಿಚಾರಣೆ ನಡೆಸಿ, ತೀರ್ಪು ಕೊಡಬೇಕು.

ಅಂದರೆ, ನಿಷ್ಪಕ್ಷಪಾತ ಎನ್ನುತ್ತಾರಲ್ಲ, ಅದರಂತೆ ನಡೆಯುತ್ತೇನೆ. ಅಂದರೆ ತಟಸ್ಥ ನೀತಿಗೆ ಅಂಟಿಕೊಂಡಿರುತ್ತೇನೆ. ಕಪ್ಪೆಗಳು ಹಾಡುತ್ತವೆ ಎನ್ನುವ ಯುನ್‌ನ ಸಿದ್ಧಾಂತ ಸರಿ. ಅವು ಓದುತ್ತವೆ ಎನ್ನುವ ಚ್ಯೋ ನಿರ್ಧಾರ ಕರಾರುವಾಕ್ಕಾಗಿದೆ, ಸುಕ್ ಹೀ ಹೇಳಿದ್ದು ತಪ್ಪಲ್ಲ. ಒಟ್ಟಿನಲ್ಲಿ ಎಲ್ಲರೂ ಸರಿ ಮತ್ತು ಕರಾರುವಾಕ್. ಆದ್ದರಿಂದ ಎಲ್ಲರೂ ಹೋಗಿ ಮಲಗಿಕೊಳ್ಳಿ ಎಂದು ಅವರಿಗೆ ಹೇಳುತ್ತೇನೆ. ಅವರು ವಾಪಸು ಹೋಗುವಂತೆ ಮಾಡುತ್ತೇನೆ.

ಇಂದು ರಾತ್ರಿ ಕೂಡ ವಿದ್ಯುತ್ ಸರಬರಾಜು ಇದ್ದಂತಿಲ್ಲ. ಇಡೀ ರಾತ್ರಿ ಎಚ್ಚರವಾಗಿರುವುದರ ಬಗ್ಗೆ ನನಗೆ ಆತಂಕ. ಮತ್ತೆ ಜ್ವರ ಏರುತ್ತದೆ. ನನ್ನ ಬೆನ್ನಿನಿಂದ ನಡುಕ ಹುಟ್ಟಿಸುವ ಚಳಿ ಆರಂಭವಾದಂತೆ ನನಗೆ ಅನಿಸುತ್ತದೆ. ರಾತ್ರಿ ಏಕೆ ಜ್ವರ ಏರುತ್ತದೆ. ಏಕೆ ಹಗಲು ಇಳಿಯುತ್ತದೆ ಎನ್ನುವ ಕಾರಣ ಹುಡುಕಲು ನನ್ನಿಂದ ಆಗುತ್ತಿಲ್ಲ. ಸಾವಿರಾರು ವರ್ಷಗಳ ಪರಂಪರೆ ಇರುವ ನಾಟಿ ಔಷಧಿಯಾಗಲೀ, ವೈಜ್ಞಾನಿಕ ಪ್ರಗತಿಯ ಸಂಕೇತವಾದ ಇಂಗ್ಲಿಷ್ ಔಷಧವಾಗಲೀ ನನ್ನ ಮೇಲೆ ಪರಿಣಾಮ ಬೀರುತ್ತಿಲ್ಲ. ನಾಳೆಯಿಂದ ನಾನು ಗಿಡಮೂಲಿಕೆಗಳನ್ನು ಹಿಂಡಿ ತೆಗೆದ ಕಷಾಯ ಮತ್ತು ಚುಚ್ಚುಮದ್ದುಗಳೆರಡನ್ನೂ ಬಿಟ್ಟುಬಿಡಬಹುದು.

ಖರ್ಚಿಗೆ ಏನೂ ಹಣವಿಲ್ಲ ಎನ್ನುತ್ತಾ ಸಂಜೆಯ ಹೊತ್ತಿಗೆ ಹೆಂಡತಿ ತನ್ನ ಹಳೆಯ ಮನೆಗೆ ಹೋದವಳು ಹನ್ನೊಂದು ಗಂಟೆಯಾದರೂ ವಾಪಸು ಬರಲಿಲ್ಲ. ಹೊರಗೆ ಮಳೆ ಬೀಳುತ್ತದೆ ಎಂದು ಕಾಣುತ್ತದೆ. ಕಂಕುಳಲ್ಲಿ ಥರ್ಮಾಮೀಟರ್ ಇಟ್ಟು ನೋಡುತ್ತೇನೆ. 39 ಡಿಗ್ರಿ ಸೆಂಟಿಗ್ರೇಡ್,

---

* ಮೆಂಥಾಲ್ ಮತ್ತು ಇತರ ಪರಿಮಳ ದ್ರವ್ಯಗಳಿರುವ ಗಿಡಮೂಲಿಕೆಗಳಿಂದ ತಯಾರಿಸಿದ ಒಂದು ಗುಳಿಗೆ. ಬಾಯಿಯ ದುರ್ವಾಸನೆ ಹೋಗಲಾಡಿಸಲು ಇದನ್ನು ಉಪಯೋಗಿಸಲಾಗುತ್ತದೆ.

12 ಗಂಟೆಗೆ ಕೆಲವೇ ನಿಮಿಷಗಳಿವೆ ಎಂದು ಗಡಿಯಾರ ತೋರಿಸುತ್ತದೆ. ಕಾಗೆಗಳು ಕೂಗಲು ಇನ್ನು ಕೇವಲ ಎರಡು ಗಂಟೆಗಳಿವೆ ಎನ್ನುವಾಗ ತಗಣೆಗಳು ಕಚ್ಚಿ ನಾನು ಬಹಳವಾಗಿ ರೋಸಿ ಹೋಗುತ್ತೇನೆ. ಒಣಗಿದ ಸಮುದ್ರದ ಮೀನಿನಂತೆ ಬರೀ ಚಕ್ಕಳವಾದ ನನ್ನ ದೇಹವನ್ನು ಅವು ಹುಚ್ಚು ಹತ್ತಿದಂತೆ ಕಚ್ಚಿ ಹಾಕುತ್ತಿವೆ. ಆದರೆ ಎದ್ದು, ಅವನ್ನ ಹಿಡಿಯುವ ಶಕ್ತಿ ನನ್ನಲ್ಲಿಲ್ಲ. ನನ್ನ ದೇಹವನ್ನು ಅವಕ್ಕೆ ಕಚ್ಚಲು ಬಿಡುವುದಲ್ಲದೆ ನನಗೆ ಬೇರೆ ದಾರಿಯೇ ಇಲ್ಲ. ಕಚ್ಚಿ! ಜಿಪುಣ, ನಿರ್ದಯ ಪ್ರಾಣಿಗಳೇ ಕಚ್ಚಿ ; ನೀವು ಬದುಕಿಕೊಳ್ಳಿ! ನಾನೂ ಕೂಡ ಕೋಳಿಗಳ ಕತ್ತು ಹಿಚುಕುತ್ತೇನೆ. ತಿನ್ನಲು ಅವುಗಳ ಮೊಟ್ಟೆಗಳನ್ನು ಕೊಳ್ಳೆ ಹೊಡೆಯುತ್ತೇನೆ.

ಮತ್ತೆ ನನ್ನ ಕಂಕುಳಲ್ಲಿ ಥರ್ಮಾಮೀಟರ್ ಇಡುತ್ತೇನೆ.

ಇಡೀ ರಾತ್ರಿ ಕಪ್ಪೆಗಳ ಗದ್ದಲ.

ಆ ಪ್ರಾಣಿಗಳಿಗೆ ನಿದ್ದೆಯೇ ಇಲ್ಲವೆಂದು ಕಾಣುತ್ತದೆ. ❍

ವಿಶ್ವಕಥಾಕೋಶ

ಸಂಪುಟ – ೪

ಚೆಲುವು

ಲೇಖಕರ ಪರಿಚಯ

ಚೆಲುವು

ಮಯಗ್ಮರ್ ದೆಂಬರ್ಜಿನ್

1933ರಲ್ಲಿ ಜನನ. ಕವಿತೆಗಳು ಮತ್ತು ಸಣ್ಣಕಥೆಗಳ ಬರಹಗಾರ. ಮಂಗೋಲಿಯದ ವಿಶ್ವವಿದ್ಯಾನಿಲಯದಲ್ಲಿ ಶಿಕ್ಷಣ ಪಡೆದರು.

"ಅಪ್ಪ ಯಾವಾಗ ಬರ್ತಾರೆ ?"

ಲಮ್ ಸುರಿಂಗೀನ್

1933ರಲ್ಲಿ ಜನನ. ಕವಿಯಾಗಿ ಮತ್ತು ಗದ್ಯ ಬರಹಗಾರನಾಗಿ ಖ್ಯಾತ.

ಕಣ್ಣುಗಳು

ಸೆಂಗೀನ್ ಎರ್ದೇನೆ (1929–2000)

ಮಂಗೋಲಿಯದ ಕೆಂತೀ ಪ್ರಾಂತ್ಯದಲ್ಲಿ ಜನನ. ಉಲಾನ್ ಬಾತರ್‌ನ ಸೈನಿಕ ಶಾಲೆಯಲ್ಲಿ ಶಿಕ್ಷಣ. ಮಂಗೋಲಿಯ ರಾಜ್ಯ ವಿಶ್ವವಿದ್ಯಾನಿಲಯದಿಂದ ಪದವಿ. ಸಾಹಿತ್ಯ ರಚನೆಯಲ್ಲಿ ಪೂರ್ಣ ಪ್ರಮಾಣದಲ್ಲಿ ತೊಡಗಿಸಿಕೊಳ್ಳುವ ಮೊದಲು ಕೆಲಕಾಲ ಮನಶ್ಶಾಸ್ತ್ರಜ್ಞನಾಗಿ ವೃತ್ತಿ. ಅನಂತರ ಭಾವತೀವ್ರತೆ ಹಾಗೂ ವಾಸ್ತವಿಕತೆಯ ಸಂಮಿಶ್ರ ಬರಹಗಳು ಇವರಿಂದ ರಚಿತ. 'ಓಯಸಿಸ್', 'ಗೋಧೂಳಿ', 'ಸೂರ್ಯ ಕೊಕ್ಕರೆಗಳು' ಪ್ರಮುಖ ಕೃತಿಗಳು. ಮಂಗೋಲಿಯದ ರಾಷ್ಟ್ರ ಪ್ರಶಸ್ತಿ, ಮಂಗೋಲಿಯ ಲೇಖಕರ ಸಂಘದ ಪ್ರಶಸ್ತಿ, 'ಜನರ ಬರಹಗಾರ' ಪ್ರಶಸ್ತಿ ಇವರಿಗೆ ಸಂದಿವೆ. ಹಲವಾರು ಕೃತಿಗಳು ಜರ್ಮನ್ ಭಾಷೆಗೆ ತರ್ಜುಮೆಗೊಂಡಿವೆ. ಇವರ ಮಗ ಎರ್ದೇನೀನ್ ಬಾತ್-ಊಲ್ ಪ್ರಸಕ್ತ ಮಂಗೋಲಿಯದ ಡೆಮಾಕ್ರಟಿಕ್ ಪಕ್ಷದ ಪ್ರಮುಖ ನೇತಾರ.

ನಮುಂದರೀ

ಸೋನೋಮೀನ್ ಉದ್ವಾಲ್ (1921–1991)

ಜನಪ್ರಿಯ ಹಾಗೂ ಪ್ರಭಾವಶಾಲಿ ಕಿರುಗತೆಗಾರ. ಹಲವಾರು ಭಾಷೆಗಳಿಗೆ ಇವರ ಕೃತಿಗಳು ಅನುವಾದಗೊಂಡಿವೆ. 1971ರಲ್ಲಿ ಆಫ್ರೋ-ಏಷ್ಯನ್ 'ಲೋಟಸ್' ಸಾಹಿತ್ಯ ಪ್ರಶಸ್ತಿ. ಇಪ್ಪತ್ತು ವರ್ಷಗಳ ಕಾಲ ಮಂಗೋಲಿಯದ ಪಾರ್ಲಿಮೆಂಟ್ ಸದಸ್ಯರಾಗಿದ್ದರು.

ಹುಚ್ಚನ ದಿನಚರಿ

ಲು ಷುನ್ (1881–1936)

ಕಿರುಗತೆಗಾರ, ಪ್ರಬಂಧಕಾರ, ಕವಿ. ಚೀನದ ಅತ್ಯಂತ ಶ್ರೇಷ್ಠ ಸಾಹಿತಿ ಎಂದು ಪ್ರಖ್ಯಾತ. ಚೀನೀ ಸಾಹಿತ್ಯದಲ್ಲಿ ವಾಸ್ತವಿಕವಾದದ ಪ್ರವರ್ತಕ. ಇಪ್ಪತ್ತನೇ ಶತಮಾನದ ಆರಂಭದಲ್ಲಿ ಕ್ರಾಂತಿಕಾರಿ ಚಳವಳಿಯಲ್ಲಿ ಸಕ್ರಿಯ ಪಾತ್ರ. 1918ರಲ್ಲಿ 'ಹುಚ್ಚನ ದಿನಚರಿ' ಕೃತಿ ಪ್ರಕಟ. ಚೀನೀ ಭಾಷೆಗೆ ವಿಶ್ವಸಾಹಿತ್ಯದ ಹಲವಾರು ಕೃತಿಗಳ ಅನುವಾದಕ. ಲು ಷುನ್ ಕಥೆಗಳು ಕನ್ನಡಕ್ಕೂ ಅನುವಾದಗೊಂಡಿವೆ.

ಎರಡನೇ ಪೀಳಿಗೆ

ಮಾವೋ ತೂನ್ (1902–1981)

ಇದು ಷನ್‌ಯೆನ್ ಪಿಂಗ್ ಅವರ ಕಾವ್ಯನಾಮ. ವಿಮೋಚನಾ ಹೋರಾಟದಲ್ಲಿ ಈ ಲೇಖಕನದು ಸಕ್ರಿಯ ಪಾತ್ರ. ಸ್ವಲ್ಪಕಾಲ 'ಚೈನೀಸ್ ಲಿಟರೇಚರ್' ಮಾಸಪತ್ರಿಕೆಯ ಸಂಪಾದಕ. 1949–1965ರವರೆಗೆ ಸಾಂಸ್ಕೃತಿಕ ಸಚಿವ. ಚೀನದಲ್ಲಿ ಕ್ರಾಂತಿಯ ನಂತರ ವಾಸ್ತವಿಕವಾದವನ್ನು ಪ್ರತಿಪಾದಿಸಿದ ಶ್ರೇಷ್ಠ ಬರಹಗಾರರಲ್ಲೊಬ್ಬ. ಸಾಮಾಜಿಕ ಸಂಬಂಧಗಳನ್ನು ಕುರಿತ ಸಣ್ಣಕಥೆಗಳ ಬರಹಕ್ಕೆ ಪ್ರಸಿದ್ಧ.

ಇಬ್ಬರು ದಳ ನಾಯಕರು

ಚಿ ಷ್ವೇ ಪೆಯ್

ಸಣ್ಣಕಥೆಗಳ ಬರಹಗಾರ. 'ಪುಟ್ಟ ಬಿಳಿ ಧ್ವಜದ ಮೇಲಿನ ಬಿರುಗಾಳಿ' ಇವರು ಬರೆದ ಗಮನಾರ್ಹ ಪುಸ್ತಕ.

ಪ್ರೇಮಕ್ಕೆ ಸ್ಥಾನ

ಲಿಉ ಜಿನ್‌ವು

1942ರಲ್ಲಿ ಜನನ. ಕಿರುಗತೆಗಳು, ಸಣ್ಣಕಥೆಗಳ ಬರಹಕ್ಕೆ ಪ್ರಸಿದ್ಧ. ಪೀಕಿಂಗ್ ಪ್ರಕಾಶನ ಸಂಸ್ಥೆಯಲ್ಲಿ ಸಂಪಾದಕರಾಗಿ ಹಲವು ಪ್ರಮುಖ ಪುಸ್ತಕಗಳ ಪ್ರಕಟಣೆ. ಹದಿನೈದು ವರ್ಷಗಳ ಕಾಲ ಅಧ್ಯಾಪಕ ವೃತ್ತಿ. ಪತ್ರಕರ್ತರೂ ಆಗಿದ್ದರು. ❍

ಕಿರುಕುಳದ ಒಡ್ಡು

ತ್ಸಾವ್ ಚ್ಯಾ ಚ್ಯೇನ್

ಇವರ ಬಗ್ಗೆ ಯಾವುದೇ ಮಾಹಿತಿ ಲಭ್ಯವಾಗಿಲ್ಲ. ❍

ಹಡಗು ಕಟ್ಟೆ

ಮೋರಿ ಓಗಾಇ (1862–1922)

ಮೂಲ ಹೆಸರು ರಿನ್‌ತಾರೋ ಓಗಾಇ. ಜಪಾನ್‌ನ ಸಾಹಿತ್ಯ ಕ್ಷೇತ್ರದ ಅತ್ಯಂತ ಗಣ್ಯ ಲೇಖಕರಲ್ಲೊಬ್ಬ. ಒಂದು ಕಾಲದಲ್ಲಿ ಸೇನೆಯ ಮುಖ್ಯ ಶಸ್ತ್ರವೈದ್ಯ. ಕಾದಂಬರಿಕಾರ, ಕಿರುಗತೆಗಾರ, ಜೀವನ ಚರಿತ್ರೆಗಾರ ಹಾಗೂ ಭಾಷಾಂತರಕಾರ. ಅಂದಿನ ಮೈಜೀ ಕಾಲಘಟ್ಟದ ಪ್ರಮುಖ ಚಿಂತಕ. ಜಪಾನ್ ತನ್ನ ತಂತ್ರಜ್ಞಾನ, ಸಂಸ್ಕೃತಿಗಳನ್ನು ಇತರ ದೇಶಗಳೊಂದಿಗೆ ವಿನಿಮಯ ಮಾಡುತ್ತಿದ್ದ ಈ ಕಾಲದಲ್ಲಿ, ಓಗಾಇ ಪಾಶ್ಚಾತ್ಯ ತಿಳುವಳಿಕೆಯನ್ನು ಜಪಾನೀಯರ ಕರ್ತವ್ಯನಿಷ್ಠೆಯ ಜತೆ ಸಮ್ಮಿಳನ ಮಾಡಿದರು. ಆ ನೆಲೆಯ ತಮ್ಮ ಬರಹಗಳ ಮೂಲಕ ಜಪಾನಿನ ಸಾಹಿತ್ಯಕ್ಕೆ ಹೊಸ ತಿರುವು ತಂದುಕೊಟ್ಟರು. ❍

ಮಣ್ಣಿನ ಬೊಂಬೆ

ಸಾತಾ ಇನೇಕೋ (1904–1998)

ಜಪಾನ್‌ನ ಪ್ರಗತಿಶೀಲ ಬರಹಗಾರ. ಕಮ್ಯುನಿಸ್ಟ್ ಮತ್ತು ಸ್ತ್ರೀವಾದಿಯಾಗಿದ್ದ ಇನೇಕೋ ಕೃತಿಗಳಲ್ಲಿ ಕಾರ್ಮಿಕ ವರ್ಗದ ಸಂಘರ್ಷಗಳ ಚಿತ್ರಣವಿದೆ. ಹಲವಾರು ಕಾದಂಬರಿಗಳು ಮತ್ತು ಸಣ್ಣಕಥೆಗಳನ್ನು ಬರೆದಿದ್ದಾರೆ. ನಾಗಾಸಾಕಿ ಅಣುದುರಂತದ ನಂತರ ಜಪಾನಿ–ಚೀನೀ ಜನರ ಬಾಂಧವ್ಯದ ಬಗ್ಗೆ ಬರೆದ 'ಮರಗಳ ನೆರಳು' ಕೃತಿಗೆ 'ನೋಮಾ' ಪ್ರಶಸ್ತಿ ಸಂದಿದೆ. ಹಿಂದೆ ಹಲವು ಬಾರಿ ತನಗೆ ಬಂದ ಪ್ರಶಸ್ತಿಗಳನ್ನು ತಿರಸ್ಕರಿಸಿದ್ದರು. 1983ರಲ್ಲಿ ಜೀವಮಾನದ ಸಾಧನೆಗಾಗಿ 'ಆಸಾಹಿ' ಪ್ರಶಸ್ತಿ ಗೌರವದ ಮೂಲಕ ಇನೇಕೋ ಅವರನ್ನು ಸನ್ಮಾನಿಸಲಾಯಿತು. ❍

'ಕ್ರೇನ್' ಪಥ

ಓಮ್ ದಾನ್ ಉಂಗ್

ಇವರ ಬಗ್ಗೆ ಯಾವುದೇ ಮಾಹಿತಿ ಲಭ್ಯವಾಗಿಲ್ಲ. ❍

ಅಸ್ವಸ್ಥತೆ

ಚ ಲೋಂಗ್ ಸು

ಇವರ ಬಗ್ಗೆ ಯಾವುದೇ ಮಾಹಿತಿ ಲಭ್ಯವಾಗಿಲ್ಲ. ❍

ಈ ಸಂಪುಟದ ಅನುವಾದಕರು

ಜಿ.ಎಸ್. ಸದಾಶಿವ (1939–2007)

ಶಿವಮೊಗ್ಗ ಜಿಲ್ಲೆಯ ಸಾಗರ ತಾಲ್ಲೂಕಿನ ಗುಂಡುಮನೆಯಲ್ಲಿ ಜನನ. ರಾಜಕೀಯ ಶಾಸ್ತ್ರದಲ್ಲಿ ಸ್ನಾತಕೋತ್ತರ ಪದವಿ. 1964ರಲ್ಲಿ 'ಸಂಯುಕ್ತ ಕರ್ನಾಟಕ'ದ ಮೂಲಕ ಪತ್ರಿಕೋದ್ಯಮಕ್ಕೆ ಪದಾರ್ಪಣೆ. 1967ರಲ್ಲಿ 'ಪ್ರಜಾವಾಣಿ'ಗೆ ಸೇರ್ಪಡೆ. ಕೆಲವು ಕಾಲ 'ಮಯೂರ' ಮಾಸಿಕದ ಸಂಪಾದಕ. ಅನಂತರ 'ಕನ್ನಡಪ್ರಭ'ದಲ್ಲಿ ಕಾರ್ಯನಿರ್ವಾಹಕ ಸಂಪಾದಕ. ಕನ್ನಡದಲ್ಲಿ ಸಾಂಸ್ಕೃತಿಕ ಪತ್ರಿಕೋದ್ಯಮಕ್ಕೆ ಮೌಲಿಕ ಕೊಡುಗೆ ನೀಡಿದ ಪತ್ರಕರ್ತ. 'ಮಗುವಾಗಿ ಬಂದವನು', 'ತುಣುಕುಗಳು', 'ನಮ್ ಕೌಲಿ ಕಂಡ್ರ', ಕಥಾ ಸಂಗ್ರಹಗಳ ಪ್ರಕಟಣೆಯೊಂದಿಗೆ ಕನ್ನಡದ ಶ್ರೇಷ್ಠ ಕಥೆಗಾರರಲ್ಲಿ ಒಬ್ಬರೆಂದು ಪ್ರಖ್ಯಾತಿ. ಬಿ. ವಿ. ವೈಕುಂಠರಾಜು ಜತೆ 'ಹದಿನೈದು ಕಥೆಗಳು' ಸಂಗ್ರಹದ ಸಂಪಾದಕ. 'ಆಕ್ರಮಣ' ಚಿತ್ರಕ್ಕೆ ಚಿತ್ರಕಥೆ – ಸಂಭಾಷಣೆಗಾರ. 'ಎಲ್ಲಿಂದಲೋ ಬಂದವರು' ಚಿತ್ರಕ್ಕೆ ಪಿ. ಲಂಕೇಶ್ ಜತೆ ಚಿತ್ರಕಥೆ ಮತ್ತು 'ಮೂರು ದಾರಿಗಳು' ಚಿತ್ರಕ್ಕೆ ಸಂಭಾಷಣೆಗಾರ. ರಂಗಭೂಮಿಯ ಬಗ್ಗೆಯೂ ಆಸಕ್ತಿ. ❍

ವಿಶೇಷ ಕೃತಜ್ಞತೆ

'ಚೆಲುವು' ಸಂಪುಟಕ್ಕಾಗಿ ಮಂಗೋಲಿಯ, ಚೀನ, ಜಪಾನ್ ಮತ್ತು ಕೊರಿಯ ಕಥೆಗಳ ಆಯ್ಕೆಗೆ ಆಕರ ಸಾಮಗ್ರಿಯನ್ನು ಕಲೆ ಹಾಕಲು ಅನೇಕರು ನೆರವಾಗಿದ್ದಾರೆ.

ಆಫ್ರೋ-ಏಷ್ಯನ್ ಲೇಖಕರ ಸಂಘ ಪ್ರಕಟಿಸುವ LOTUS ನಿಯತಕಾಲಿಕೆಯ ಸಂಚಿಕೆಗಳನ್ನೂ Chinese Literature ಸಂಚಿಕೆಗಳನ್ನೂ ಕೊರಿಯದ ಕೆಲ ಕಥೆಗಳನ್ನೂ ದೊರಕಿಸಿಕೊಟ್ಟ.

– ನವದೆಹಲಿಯ ಪ್ರೊ।। ಭೀಷಮ್ ಸಾಹ್ನಿ, ಶ್ರೀ ಎಂ. ಫರೂಕಿ.
– ಬೆಂಗಳೂರಿನ ಶ್ರೀ ಯು. ಎಸ್. ಶ್ರೀನಿವಾಸನ್, ಪ್ರೊ।। ಕ. ವೆಂ. ರಾಜ ಗೋಪಾಲ, The Indian Institute of World Cultureನ ಅಧಿಕಾರಿವರ್ಗ.
– ಧಾರವಾಡದ ಶ್ರೀ ಎಸ್. ಪಂಚಾಕ್ಷರಿ ಹಿರೇಮಠ.

ಈ ಸಂಪುಟದಲ್ಲಿರುವ ಪೌರಸ್ತ್ಯ ಭಾಷೆಗಳ ಅಂಕಿತನಾಮಗಳ ಸರಿಯಾದ ಉಚ್ಚಾರವನ್ನು ತಿಳಿಸಿದ ನವದೆಹಲಿಯ ಜವಾಹರಲಾಲ ನೆಹರೂ ವಿಶ್ವವಿದ್ಯಾಲಯದ ಭಾಷೆಗಳ ವಿಭಾಗದ ಮಿತ್ರರು.

ಇವರಿಗೆಲ್ಲನಮ್ಮ ವಿಶೇಷ ಕೃತಜ್ಞತೆ ಸಲ್ಲುತ್ತವೆ.

ವಿಶ್ವಕಥಾಕೋಶ

೨೫ ಸಂಪುಟಗಳು – ಪ್ರಧಾನ ಸಂಪಾದಕರು : ನಿರಂಜನ

ಧರಣಿಮಂಡಲ ಮಧ್ಯದೊಳಗೆ : 22 ಕನ್ನಡ ಕಥೆಗಳು
ಆಫ್ರಿಕದ ಹಾಡು : ಆಫ್ರಿಕ ಖಂಡದ ಕಥೆಗಳು – ಅನು : ಸಿ. ಸೀತಾರಾಮ್
ಕಾಡಿನಲ್ಲಿ ಬೆಳದಿಂಗಳು : ವಿಯೆಟ್ನಾಮ್ ಕಥೆಗಳು – ಅನು : ಸಿ.ಪಿ. ರವಿಕುಮಾರ್
ಚೆಲುವು : ಮಂಗೋಲಿಯ, ಚೀನ, ಜಪಾನ್, ಕೊರಿಯ ಕಥೆಗಳು – ಅನು : ಜಿ.ಎಸ್. ಸದಾಶಿವ
ಸುಭಾಷಿಣಿ : ಭಾರತ, ನೆರೆಹೊರೆ ಕಥೆಗಳು – ಅನು : 23 ಅನುವಾದಕರು
ವಿಚಿತ್ರ ಕಕ್ಷಿದಾರ : ಇಂಗ್ಲೆಂಡ್ ಕಥೆಗಳು – ಅನು : ಎನ್.ಎಸ್. ರಾಮಚಂದ್ರಯ್ಯ, ಎಸ್.ಆರ್. ಭಟ್
ಮಂಜುಹೂವಿನ ಮದುವಣಿಗ : ಹಂಗೆರಿ, ರುಮಾನಿಯ ಕಥೆಗಳು –
ಅನು : ಕೆ.ಎಸ್. ನಾರಾಯಣಸ್ವಾಮಿ
ಬೂದುಬಣ್ಣದ ಕಾಂಗರೂ : ಆಸ್ಟ್ರೇಲಿಯ, ನ್ಯೂಜ಼ಿಲೆಂಡ್ ಕಥೆಗಳು –
ಅನು : ಪಾ. ಸಂಜೀವ ಬೋಳಾರ
ಹೆಜ್ಜೆಗುರುತು : ರಷ್ಯ, ನೆರೆಹೊರೆ ಕಥೆಗಳು – ಅನು : ಕೆ.ಎಸ್. ನಿಸಾರ್ ಅಹಮದ್
ಅರಬಿ : ಐರ್‌ಲೆಂಡ್, ವೇಲ್ಸ್, ಸ್ಕಾಟ್‌ಲೆಂಡ್ ಕಥೆಗಳು – ಅನು : ಶಾ. ಬಾಲು ರಾವ್
ನೆತ್ತರು ದೆವ್ವ : ಚೆಕೊಸ್ಲೊವಾಕಿಯ, ಪೋಲೆಂಡ್ ಕಥೆಗಳು – ಅನು : ಎಚ್.ಕೆ. ರಾಮಚಂದ್ರಮೂರ್ತಿ
ಬಾವಿಕಟ್ಟೆಯ ಬಳಿ : ಯುಗೊಸ್ಲಾವಿಯ, ಆಲ್ಬೇನಿಯ, ಬಲ್ಗೇರಿಯ ಕಥೆಗಳು –
ಅನು : ಚಿ. ಶ್ರೀನಿವಾಸರಾಜು
ಅದೃಷ್ಟ : ಅಮೆರಿಕ, ಕೆನಡ, ಮೆಕ್ಸಿಕೊ ಕಥೆಗಳು – ಅನು : ವೀಣಾ ಶಾಂತೇಶ್ವರ
ಸಜ್ಜನನ ಸಾವು : ಐಸ್‌ಲೆಂಡ್, ಡೆನ್‌ಮಾರ್ಕ್, ನಾರ್ವೆ, ಸ್ವೀಡನ್, ಫಿನ್‌ಲೆಂಡ್ ಕಥೆಗಳು –
ಅನು : ಕ.ನಂ. ನಾಗರಾಜು
ಡೇಗೆ ಹಕ್ಕಿ : ಇಟಲಿ, ಆಸ್ಟ್ರಿಯ ಕಥೆಗಳು – ಅನು : ಎಸ್. ಅನಂತನಾರಾಯಣ
ಅವಸಾನ : ಗ್ರೀಸ್, ಸೈಪ್ರಸ್, ಟರ್ಕಿ ಕಥೆಗಳು – ಅನು : ಎ. ಈಶ್ವರಯ್ಯ
ತಾತನ ಹುಟ್ಟುಹಬ್ಬ : ಹಾಲೆಂಡ್, ಬೆಲ್ಜಿಯಮ್, ಸ್ವಿಟ್ಜರ್‌ಲೆಂಡ್ ಕಥೆಗಳು –
ಅನು : ಸಿ.ಎಚ್. ಪ್ರಹ್ಲಾದ್‌ರಾವ್
ಬಾಲ ಮೇಧಾವಿ : ಜರ್ಮನಿ ಕಥೆಗಳು – ಅನು : ಎಚ್.ಎಸ್. ರಾಘವೇಂದ್ರರಾವ್
ಇಬ್ಬರು ಗೆಳೆಯರು : ಸ್ಪೇನ್, ಪೋರ್ಚುಗಲ್ ಕಥೆಗಳು – ಅನು : ಕೆ.ವಿ. ನಾರಾಯಣ
ಅಬಿಂದಾ - ಸಯಿದ್ : ಇಂಡೋನೇಷ್ಯ, ಫಿಲಿಪ್ಪೀನ್ಸ್, ಮಲಯ, ಸಿಂಗಾಪುರ,
ಥಾಯ್‌ಲೆಂಡ್ ಕಥೆಗಳು – ಅನು : ಎಸ್ಸಾರ್ಕೆ
ನಿಗೂಢ ಸೌಧ : ಫ್ರಾನ್ಸ್ ಕಥೆಗಳು – ಅನು : ಬಸವರಾಜ ನಾಯ್ಕರ
ಬೆಳಗಾಗುವ ಮುನ್ನ : ಕ್ಯೂಬಾ, ಜಮೇಯಿಕ ಕಥೆಗಳು – ಅನು : ಶ್ರೀಕಾಂತ
ಮರಳುಗಾಡಿನ ಮದುವೆ : ಪಶ್ಚಿಮ ಏಷ್ಯ ಕಥೆಗಳು – ಅನು : ವಾಸುದೇವ
ಕಿವುಡು ವನದೇವತೆ : ದಕ್ಷಿಣ ಅಮೆರಿಕ ಕಥೆಗಳು – ಅನು : ಈಶ್ವರಚಂದ್ರ
ಸಾವಿಲ್ಲದವರು : ಪಂಚ ಮಹಾಕಾವ್ಯಗಳಿಂದ ಆಯ್ದ ಕಥೆಗಳು –
ನಿರೂಪಣೆ : ಸಿ.ಕೆ. ನಾಗರಾಜ ರಾವ್

ಕಡ್ಡಾಯದ ಪ್ರಾಥಮಿಕ ಶಿಕ್ಷಣ (ಪರಿಷ್ಕೃತ ಮತ್ತು ವಿಸ್ತೃತ 4ನೇ ಮುದ್ರಣ)
ಜಯಕುಮಾರ್ ಅನಗೋಳ್ **45.00**

ವ್ಯಾಕರಣ, ಭಾಷಾಶಾಸ್ತ್ರ

ನವಕರ್ನಾಟಕ ಸಚಿತ್ರ ಸರಳ ವ್ಯಾಕರಣ (4ನೇ ಮುದ್ರಣ) ಪ್ರೊ|| ಬಿ. ಎಸ್. ರುಕ್ಕಮ್ಮ **120.00**
ನವಕರ್ನಾಟಕ ವ್ಯಾಕರಣ ಕೈಗನ್ನಡಿ (13ನೇ ಮುದ್ರಣ) ಕೆ. ದಾಮೋದರ ಐತಾಳ **55.00**
ಆಡಿ ಕಲಿಯೋಣ ಕನ್ನಡ (4ನೇ ಮುದ್ರಣ) ಬೇದ್ರೆ ಮಂಜುನಾಥ **45.00**
ಪ್ರಾಥಮಿಕ ಶಾಲೆಗಳಲ್ಲಿ ಕನ್ನಡ ಬೋಧನೆ (7ನೇ ಮುದ್ರಣ) ಡಾ|| ಮಹಾಬಲೇಶ್ವರ ರಾವ್ **85.00**
ಪ್ರೌಢಶಾಲೆಗಳಲ್ಲಿ ಕನ್ನಡ ಬೋಧನೆ (ಪರಿಷ್ಕೃತ ವಿಸ್ತೃತ 2ನೇ ಮುದ್ರಣ)
ಡಾ|| ಮಹಾಬಲೇಶ್ವರ ರಾವ್ **125.00**
ನವಕರ್ನಾಟಕ ಪ್ರೌಢಶಾಲಾ ಕನ್ನಡ ಕೈಪಿಡಿ ಡಾ|| ಕೆ. ಎಲ್. ಗೋಪಾಲಕೃಷ್ಣಯ್ಯ **90.00**
ಭಾಷೆಯ ಬೆಳಕು (3ನೇ ಮುದ್ರಣ) ಡಾ|| ಕೆ. ಎಲ್. ಗೋಪಾಲಕೃಷ್ಣಯ್ಯ **70.00**

ಪದಕೋಶಗಳು, ಅರ್ಥಕೋಶಗಳು

ಇಗೋ ಕನ್ನಡ. ಸಂಪುಟ-1 (ಸಾಮಾಜಿಕ ನಿಘಂಟು. 6ನೇ ಮು.) ಪ್ರೊ|| ಜಿ. ವೆಂಕಟಸುಬ್ಬಯ್ಯ **275.00**
ಇಗೋ ಕನ್ನಡ. ಸಂಪುಟ-2 (ಸಾಮಾಜಿಕ ನಿಘಂಟು. 5ನೇ ಮು.) ಪ್ರೊ|| ಜಿ. ವೆಂಕಟಸುಬ್ಬಯ್ಯ **225.00**
ಇಗೋ ಕನ್ನಡ. ಸಂಪುಟ-3 (ಸಾಮಾಜಿಕ ನಿಘಂಟು. 3ನೇ ಮು.) ಪ್ರೊ|| ಜಿ. ವೆಂಕಟಸುಬ್ಬಯ್ಯ **275.00**
ಎರವಲು ಪದಕೋಶ (ಕನ್ನಡದಲ್ಲಿರುವ ಅನ್ಯದೇಶ್ಯಗಳ ನಿಘಂಟು)
(4ನೇ ಮುದ್ರಣ) ಪ್ರೊ|| ಜಿ. ವೆಂಕಟಸುಬ್ಬಯ್ಯ **175.00**
ಪದಾರ್ಥ ಚಿಂತಾಮಣಿ (5ನೇ ಮುದ್ರಣ) ಪಾ. ವೆಂ. ಆಚಾರ್ಯ **225.00**
ಮುದ್ದು ಮಗುವಿಗೊಂದು ಅರ್ಥಪೂರ್ಣ ಹೆಸರು (6000ಕ್ಕಿಂತ ಹೆಚ್ಚು ಹೆಸರುಗಳು)
(7ನೇ ಮುದ್ರಣ) ಶಾಂತಾ ನಾಡಗೀರ **75.00**

ವಿಚಾರ ಸಾಹಿತ್ಯ, ವೈಜ್ಞಾನಿಕ ಮನೋಧರ್ಮ

ಫಲಜ್ಯೋತಿಷ ನಂಬುವಿರಾ ? (3ನೇ ಮುದ್ರಣ) ಡಾ|| ಎಸ್. ಬಾಲಚಂದ್ರರಾವ್ **45.00**
ಸಂಪ್ರದಾಯ, ವಿಜ್ಞಾನ ಮತ್ತು ಸಮಾಜ (7ನೇ ಮುದ್ರಣ) ಡಾ|| ಬಾಲಚಂದ್ರ ರಾವ್ **50.00**
ವೈಜ್ಞಾನಿಕ ಮನೋಧರ್ಮ (8ನೇ ಮುದ್ರಣ) ಜಿ. ಟಿ. ನಾರಾಯಣ ರಾವ್ **85.00**
ಸಾಮಾನ್ಯ ಘಟನೆಗಳ ವೈಜ್ಞಾನಿಕ ವಿಶ್ಲೇಷಣೆ (5ನೇ ಮುದ್ರಣ) ವೆಂಕಟಯ್ಯ ಅಪ್ಪಗೆರೆ **40.00**
ಮಾರ್ಕ್ಸ್ ಮತ್ತು ವಿಜ್ಞಾನ (2ನೇ ಮುದ್ರಣ) ಡಾ|| ಜಿ. ರಾಮಕೃಷ್ಣ **20.00**
ದೇವರು, ದೆವ್ವ, ವಿಜ್ಞಾನ (12ನೇ ಮುದ್ರಣ) ಡಾ|| ಅಬ್ರಹಾಂ ಟಿ. ಕೋವೂರ್
(ಸಂ : ಪುರುಷೋತ್ತಮ ಬಿಳಿಮಲೆ) **90.00**
ಪ್ರಾಚೀನ ಭಾರತದಲ್ಲಿ ಅಂಧಶ್ರದ್ಧೆಗೆ ಎದುರಾಗಿ ವಿಜ್ಞಾನ ಎಸ್. ಜಿ. ಸರ್ದೇಸಾಯಿ
(3ನೇ ಮುದ್ರಣ) (ಅನು : ಕೆ. ಎಲ್. ಗೋಪಾಲಕೃಷ್ಣ ರಾವ್) **20.00**
ಪ್ರಾಚೀನ ಭಾರತದಲ್ಲಿ ದಾರ್ಶನಿಕ ಸಂಘರ್ಷ ಮತ್ತು ಅದರ ಮಹತ್ವ
(2ನೇ ಮುದ್ರಣ) ಎಸ್. ಜಿ. ಸರ್ದೇಸಾಯಿ (ಅನು : ಕೆ. ಎಲ್. ಗೋಪಾಲಕೃಷ್ಣ ರಾವ್) **30.00**
ದೇವರೆಂಬ ಸುಳ್ಳು, ಧರ್ಮವೆಂಬ ದ್ವೇಷ (3ನೇ ಮು.) ಶಾಂತಾರಾಮ ಸೋಮಯಾಜಿ **75.00**
ನಾನೇಕೆ ನಾಸ್ತಿಕ (12ನೇ ಮುದ್ರಣ) ಭಗತ್‌ಸಿಂಗ್ (ಅನು : ಎನ್. ಗಾಯತ್ರಿ) **20.00**

ನವಕರ್ನಾಟಕ ಪ್ರಕಟಣೆಗಳು

ವ್ಯಕ್ತಿ ವಿಕಸನ ಮಾಲೆ

(ಸಂಪಾದಕರು : ಡಾ|| ಸಿ. ಆರ್. ಚಂದ್ರಶೇಖರ್)